தங்க நகைப் பாதை

இந்த நாவலின் சில அத்தியாயங்கள் வெளியான இதழ்கள்:

கல்குதிரை, மணல் வீடு, கனலி, வாசகசாலை, வனம், சிறுபத்திரிகை

தங்க நகைப் பாதை

மு. குலசேகரன் (பி. 1961)

முழுப்பெயர் மு. குலசேகரபாண்டியன். பிறந்து வளர்ந்த ஊர் திருப்பத்தூர் மாவட்டம், பாலாற்றங்கரையோரமுள்ள பாபனபள்ளி. வாணியம்பாடி அருகிலுள்ள புதூரில் வசிக்கிறார்.

'ஒரு பிடி மண்', 'ஆயிரம் தலைமுறைகளைத் தாண்டி' ஆகிய கவிதைத் தொகுப்புகளும் 'அருகில் வந்த கடல்', 'புலி உலவும் தடம்' ஆகிய சிறுகதைத் தொகுப்புகளும் 'உற்ற சொல்லைத் தேடி' என்ற கட்டுரைத் தொகுப்பும் வெளியாகியுள்ளன.

கைப்பேசி : 94424 13262

மின்னஞ்சல் : kulasekaranvnb@gmail.com

மு. குலசேகரன்

தங்க நகைப் பாதை

காலச்சுவடு பதிப்பகம்

அன்பார்ந்த வாசகருக்கு,

வணக்கம்.

காலச்சுவடு நூலை வாங்கியமைக்கு நன்றி.

நூலின் உள்ளடக்கம், உருவாக்கம், அட்டைப்படம் இன்ன பிற அம்சங்கள் பற்றிய உங்கள் கருத்துகளையும் ஆலோசனைகளையும் காலச்சுவடு வரவேற்கிறது. தகவல், எழுத்து, வாக்கியப் பிழைகள் தென்பட்டால் அவசியம் தெரிவித்து உதவுங்கள். நூல் தயாரிப்பில் கடும் குறைபாடு இருப்பின் மாற்றுப் பிரதி உங்களுக்குக் கிடைக்கக் காலச்சுவடு ஏற்பாடு செய்யும்.

மின்னஞ்சல்: **publisher@kalachuvadu.com**

காலச்சுவடு நாகர்கோவில் அலுவலகத்துக்குக் கடிதம் அனுப்பலாம்.

தங்கள்
எஸ்.ஆர். சுந்தரம் (கண்ணன்)
பதிப்பாளர் – நிர்வாக இயக்குநர்

தங்க நகைப் பாதை ♦ நாவல் ♦ ஆசிரியர்: மு.குலசேகரன் ♦ © மு.குலசேகர பாண்டியன் ♦ முதல் பதிப்பு: டிசம்பர் 2024, இரண்டாம் பதிப்பு: மே 2025 ♦ வெளியீடு: காலச்சுவடு பப்ளிகேஷன்ஸ் (பி) லிட், 669, கே.பி. சாலை, நாகர்கோவில் 629001

tanka nakaip paatai ♦ Novel ♦ Author: Mu. Kulasekaran ♦ © M. Kulasekarapandiyan ♦ Language: Tamil ♦ First Edition: December 2024, Second Edition: May 2025 ♦ Size: Demy 1x8 ♦ Paper: 18.6 kg maplitho ♦ Pages: 440

Published by Kalachuvadu Publications Pvt. Ltd., 669, K.P. Road, Nagercoil 629001, India ♦ Phone: 91-4652-278525 ♦ e-mail: publications @kalachuvadu.com ♦ Printed at Clicto Print, Jaleel Towers, 42 KB Dasan Road, Teynampet Chennai 600018

ISBN: 978-93-6110-033-8

05/2025/S.No. 1318, kcp 5738, 18.6 (2) uss

ஆரம்பித்தும் நின்றும்
கைவிடப்பட்டும்
மீண்டும் தொடங்கியும்
கடைசியாக முடிந்தும்விட்ட
இதற்கு உறுதுணையிருந்த
முத்துப்பழம்நீ இளங்கோ

"இறக்கக் கூடாது என்பதற்காக,
ஆயிரத்தொரு இரவுகள் ஷெகர்சாத்தைப் போல்,
ஒருவர் கதை சொல்ல விரும்புகிறார்.
இது மனித குலத்தின் மிகப் பழமையான
உந்துதல்களில் ஒன்று.
இது மரணத்தை ஒத்திப்போடும் ஒரு முறை."

— கார்லோஸ் புயந்தெஸ்

என்னுரை

முதலும் முடிவும்

என் நினைவிலுள்ள முதல் பாதை சிறுவயதில் மலம் கழிக்கப் போன வழிதான். அது வீட்டுப் புழக்கடையில் தொடங்குவது. பின்னாலுள்ள தெருவையும் சாலையையும் கடக்கும். கடைசியில் ஊருக்கு வெளியில் குடிசைகளுக்கிடையில் புகும். இருபுறமும் செடிகொடிகளும் மலக்குப்பல்களும் நிறைந்திருக்கும். கூட்டமாகத் தலைப்பிரட்டைகள் நீந்தும் கசக்கால்வாய் குறுக்கிடும். அதில் எப்போதும் ஓடுவது தெரியாத முட்டியளவு கரும் பச்சை நீர். பின் சேற்றுப் பாதை. மேடேறினால் கண்ணுக்கெட்டிய தூரம்வரை வயல்வெளிகள், தோப்புகள், கிளை பிரியும் வரப்புகள். அவற்றால் அடிவானை அடையலா மெனத் தோன்றும். எங்காவது மலம் கழித்துவிட்டுத் திரும்பி ஓடி வருவேன். கையில் கால்சட்டை. பிறர் கண்கள் வேடிக்கை பார்க்கும்.

வழி சற்று வளர்ந்து பக்கத்துத் தெரு தொடக்கப் பள்ளிக்குச் சென்றது. பிறகு நீண்ட சாலையாகி உயர்நிலைப் பள்ளிக்குப் போனது. குண்டும் குழியுமானது. அதில் விருப்பத்துடன் நடப்போம். அழிரப்பரை வீட்டில் மறந்துவிட்டாலும் எடுத்துவர அவ்வளவு தூரத்தையும் ஓடிக் கடப்போம். எங்கெங்கிருந்தோ வரும் சாதி, வர்க்கம், பால் பேதமற்ற பாதங்கள். அனைத்தும் வெறுங்கால்கள். ஓரிரு மிதிவண்டிகளும் உருளும். அவை மதிப்புக் குரிய ஆசிரியர்களுடையவை. இறுதி வகுப்பை எட்டுகையில்தான் நகரிலிருந்து தலைமையாசிரியர் மோட்டார் சைக்கிளில் படபடவென்று வந்தார்.

அவர் கால்சட்டை சிக்காமலிருக்க அடியில் வளையம் மாட்டி யிருப்பார். தொலைவிலுள்ள நகருக்கு அண்ணனுடன் ஆற்றிலேயே நடந்து திரைப்படமும் பார்க்கப் போனேன்.

பள்ளியைத் தாண்டிப் பாதைகள் தொடர்ந்தன. வகுப்புத் தோழன் வீட்டுக்கு அழைத்தான். ஊரிலிருந்து விலகி வேறொரு கசக்கால்வாய்க் கரையிலுள்ள ஓலைக்குடில். செடிகொடிகளுடன் தூய்மையாக அழகாயிருந்தது. அவன் தந்தை வள்ளலார் சமயத்தைச் சேர்ந்தவர். அந்த வாழ்க்கை புரட்சியெனத் தோன்றுகிறது. வெளியில் காத்திருந்து 'பெரிய எழுத்து விக்கிரமாதித்தன் கதை' புத்தகத்தை இரவல் வாங்கிவந்தேன். அதுவே முதலில் படித்த பெரியோர் புத்தகம். பாலியலும் வினோதமும் நிரம்பிய முடிவற்ற கதைகள். அவை அடிகளாரிடம்தான் கிடைத்தன. அவரின் மகனுக்கும் துறவு எண்ணம் தோன்றியிருக்கிறது. அது தொடர்ந்து வரும்போலும்.

இளம் வயதில் பலர் இரயிலைக் காணாதிருக்கையில் அதில் பயணித்தேன். வெகு தூரத்துக்கு நீளும் இருப்புப் பாதை. பகல் முழுவதும் புகையைக் கக்கியபடி ஒரே தொனியில் சத்தமிட்டு ஆடியபடி சென்றது. சன்னலில் ஆவலுடன் எட்டிப் பார்த்துக்கொண்டிருந்தேன். கண்ணில் கரித்தூள் அரிக்க அழுதேன். இரயில் ஓடியதைக் காட்டிலும், நின்று தண்ணீர் பிடித்ததும் அனுமதிக்குக் காத்திருந்ததும் அதிகம். அடிக்கடி மாறும் நிலக் காட்சிகள் இரயில் பயணங்களில்தான் சாத்தியம். ஆளற்ற வெட்ட வெளி, வனாந்திரங்களினூடே இரயில் சென்றது. அவ்வப்போது தீனமாகக் கூவியது. பயணிகளை இனம் புரியாத துக்கம் பீடிக்கும். தண்டவாளங்களின் தனிமை மனதை உருக்குவது.

கல்லூரிச் சாலை நெருக்கடிக்கும் தாழ்வுணர்வுக்கும் இட்டுச் சென்றது. அதிகாலைக் குளியல், ஆடைகளைத் துவைத்து இஸ்திரியிட்டு அணிதல் போன்ற கடும் ஆயத்தங்கள் தேவை. பல நாட்கள் சாப்பிட முடியாது. நெரிசலில் நின்றபடி மாணவ, மாணவிகளுடன் செல்லும் பேருந்துப் பயணம். பிரம்மாண்டமான கல்லூரி திக்பிரமையூட்டியது. வாயிலிலிருந்து இருமருங்கும் மர மல்லிகள் கொட்டும் பாதை. அனைவரும் புதுமுகங்கள். பலவற்றில் பணக்காரக் களை சொட்டும். வெகு தூரத்திலுள்ள கல்லூரிக்குப் போய் வருவதில் காலம் கழிந்தது. பாடப் புத்தகங்களை முழுதாகக் கற்க இயலவில்லை. மாறாக நூலகத்திலுள்ள புத்தகங்களைப் படித்துக் கையெழுத்துப் பத்திரிகை நடத்த முடிந்தது. அவற்றால்தான் கற்பனை சாத்திய மானது.

அதே மலம் கழிக்கச் சென்ற வழிதான் பின்னாளில் திரும்பக் கிடைத்த கருப்பையானது. மற்றவர்களிடமிருந்து தப்பிக்க உகந்த இடம். தண்ணீர்த் தொட்டியும் நெற்களமும் தென்னை மர நிழலும் தஞ்சமளித்தன. புத்தகங்கள் படித்துப் பகற்கனவுகளில் ஆழ்ந்தேன். நீண்ட வரப்புகளில் சுற்றினேன். நெடுநேரம் குட்டைகளின் ஓரமும் ஏரிக் கால்வாய் கரையிலும் மரத்தடிகளிலும் உட்கார்ந்திருப்பேன். யாரெனத் தெரியாமல் புதுமைப்பித்தன் தற்செயலாகக் கிடைத்தார். புதிய பெயர் நூலகத்தின் எண்ணற்ற புத்தகங்களில் அழைக்க எடுத்துவந்தேன். அவ்வெழுத்து வாழ்வை எள்ளியது. துன்பத்தையும் மகிழ்ச்சியையும் ஒன்றாகக் கண்டது. உலகை எதிர்கொள்ளும் நம்பிக்கையூட்டியது. அவர் துணையிருந்தார்.

பிறகு வந்த சாலைகள் பளபளப்பானவை, அந்நியமானவை. பாதசாரியாக அதில் பங்கேற்க முடியாது. அடையாளமில்லாமல் அழிக்கப்படுவோம். நாள்தோறும் சிந்தும் ரத்தத்துக்கு அளவில்லை. விபத்தின் தடயங்கள் காயுமுன் ஓடும் வாகனங்கள். அவை வெறும் காட்சிகளாகிவிட்டன. இன்னும் பாதிக்கப்பட்ட குரல்கள் எழவில்லை. போரிலும் நோயிலும் நேரும் மரணங்களைவிட விபத்துகளால் ஏற்படுபவை அதிகம் எனப்படுகிறது. நான்கு, ஆறு, எட்டு வழிச் சாலை, மாற்றங்களின் வெளிப்பாடு. அது மிக சொகுசானது. முடிவில்லாத வலைப் பின்னல். அதிவேகத்தில் ஒருவரையொருவர் முந்திச் செல்ல முயலுகிறோம். சக பயணிகளைப் பார்ப்பதில்லை.

இன்று சாலை அகன்று உயரமானது. நீண்ட தெருக்களாகி வாசலுக்கு வந்துவிட்டன. எளிய வழிகள் மறிக்கப்பட்டன. வீடுகளும் சிறுதொழில் இடங்களும் பாதாளத்தில் அமிழ்ந்தன. பெருமழைக்கு வெள்ளம் சூழும். அவற்றிலுள்ளோர் சிறைப்படு வார்கள். சாலை மேன்மேலும் வளர்கிறது. நாம் தாழ்கிறோம். கண்மூடித்தனமாக வாகனங்கள் விரையும். நடுவில் எங்கும் நிற்காது. அந்த நேரடி அனுபவத்தை எழுத விரும்பினேன்.

கவிதையையும் சிறுகதையையும்விட நாவலில் சுதந்திரத்தை உணர்ந்தேன். அதில் எதையும் எழுதலாம். குறிப்பிட்ட வடிவமில்லை. ஒருவரால் வாழ்நாளில் ஒரு நாவலையேனும் எழுத முடியும் எனப்படுகிறது. உணர்வு கவிதையென்றால், அதுபற்றிய நிகழ்வு சிறுகதை. நாவல், இரண்டுமானது. முதலாவது தற்கணத்திலிருக்கிறது. இரண்டாவது சற்றைக்கு முன் காலத்திலும், கடைசியானது எக்காலத்திலுமுள்ளது. நாவல் பன்முகம் கொண்டது. எந்த வகையிலும் வரலாற்றுத் தன்மையை அடைகிறது. பெரும் கால மாற்றத்தின் சிறு துளி.

இந்த நாவல் இயந்திரத்தில் ஏறிக் கடந்த காலத்துக்குச் சென்றேன். எதிர்காலமும் நடந்ததாக மாறியது. முழுதாக மறந்தவையும் மீண்டெழுந்தன. நாவல் கூட்டு மனதின் வெளிப்பாடு. எழுதியவர் முழு உரிமை கொண்டாட முடியாது. அவரும் அதில் அறிந்துகொள்ள வேண்டியவராகிறார். அனைத்தையும் சூழலில் வைத்துப் பார்ப்பது இலக்கியம். அவ்வவற்றுக்குரிய நியாயங்களைக் கற்பிப்பது. எதையும் இழிவாகக் காண்பதில்லை. தீமைகளும் உயர்வாக வெளிப்படும். புழுவுக்கும் அதற்கான வாழ்வு உண்டு.

இதை எழுதிய அனுபவம் அசாதாரணமானது. ஒன்றோடொன்று தொடர்பற்றவை அடியில் பிணைந்திருந்தன. அவற்றைக் கண்டறிவது மொழிச் செயல்பாடானது. புனைவுக்கு முடிவில்லை எனத் தோன்றியது. கதாமாந்தர்கள் தாமாகப் பிறந்து வந்தார்கள். அவர்களைப் பின்பற்றுவதே என் வேலையானது. நடவடிக்கைகள் மிக விநோதமாயிருந்தன. அவை வனம்போல் வளர்ந்தன. ஓரிடத்தில் நிறுத்தி முற்றுப்புள்ளி வைத்தேன். எழுதுபவருக்கும் சிறிய ஆயுளில் பல மெய்நிகர் வாழ்வுகளை வழங்குவது நாவல். அவற்றை எழுதும் பெரும் ஆசிரியர்களை வணங்குகிறேன்.

இந்த நாவலை முதலில் பரிசுப் போட்டிக்காக மிகக் குறுகிய காலத்தில் இடைவிடாமல் எழுதினேன். கடைசி நாளில் குறிப்பிட்ட சொற்களுக்குள் முடித்து அனுப்பினேன். இதுவரை போட்டிகளில் பங்கேற்றதில்லை. நாவல் தேர்ந்தெடுக்கப் படவில்லை. என் வகை எழுத்துக்கு விருது கிடைக்காதுதான். அதைக் கணினியிலிருந்து அழித்தேன். அச்சூழலிலிருந்து விடுபட்டேன். புதிதாக நாவலை எழுதினேன். ஆச்சரியகரமாக பழைய நாவல் பகுதிகள் துல்லியமாக நினைவுக்கு வந்தன. மறுபடியும் நாவல் முடிவுற்றது.

ஜி. குப்புசாமியை முன்னுரைக்காகத் தயக்கத்துடன் அணுகினேன். அது எழுதியதிலிருந்து வெளியேறுவதும்கூட. அவர் முழுமையாக இலக்கியப் பணிகளில் மூழ்கியிருப்பவர். பெரும் உலக இலக்கிய வாசகர், சிறந்த படைப்பாளி, தேர்ந்த மொழிபெயர்ப்பாளர். அவர் மிகவும் ஈடுபாட்டுடன் தமிழ்ப் படுத்தும் ஒவ்வொன்றும் மறுபடைப்பாகிறது. ஒருவர் பல எழுத்தாளராக மாற முடிவது அற்புதமானது. அவர் ஒப்புக் கொண்டது எவ்விதப் பலனையும் எதிர்பாராத இலக்கியச் செயல்பாடு. அவர் தாளில் எழுதவும் வாசிக்கவும் விரும்புவார். அந்த அளவு இயல்புத்தன்மை மிக்கவர். அவருக்கு நாவலை அச்சுப் படியெடுத்து அனுப்பினேன்.

ஜி. குப்புசாமி சில நாட்களில் வீட்டுக்கு அழைத்தார். அறையில் புத்தகங்கள் சூழ அவர் ரசித்துப் பாடுவதைக் கேட்ட இனிய நாள். தேர்ந்த செம்மையாக்குநராகச் சிறு தவறு களையும் தகவல் பிழைகளையும் கண்டுபிடித்தார். நாவலின் பொருளையும் பாத்திரங்களின் போக்குகளையும் பற்றி நுட்பமான பார்வைகளை வெளிப்படுத்தினார். வியப்புடன் கேட்டுக் கொண்டிருந்தேன். அவர் கவனமாகப் படித்ததும் தெளிவாகக் கூறியதும் உவப்பாயிருந்தது. அது மாபெரும் திறப்பு, மறைவாயுள்ள ஊற்றுக்கண்ணைத் தொட்டதுபோல்.

பிறகு, என் பிரிய மடிக் கணினியில் நாவல் மேலும் வளர்ந்தது. இரு ஆண்டுகளுக்கும் மேல் தொடர்ந்து எழுதினேன். மற்றொரு வாழ்க்கை கிடைத்தது பேரனுபவம். நான் அறியாத புதிய பாத்திரங்கள் தோன்றின. தீர்க்கவியலாத நிகழ்வுகள் நடந்தேறின. கவனிக்காத எண்ணற்ற நுண்மைகள் எழுந்தன. நீரோடுகையில் அடி புலப்படுவதைப்போல். நாவல் கட்டுக் கடங்காமல் நீண்டது. கடைசியில் வருத்தத்துடன் பல பத்தி களையும் அத்தியாயங்களையும் நீக்கினேன்.

இடையில் பல தடைகள். எழுதுதல் பற்றிய சந்தேகம் ஏற்பட்டது. அப்படியே விட்டுவிடவும் நினைத்தேன். சுற்றிலும் பிணி, மூப்பு, சாக்காடு. பெருந்தொற்று நோயின் பின் விளைவுகள். இளம் பருவம்முதல் நண்பரான ராமலிங்கம் மறைவு பேரிழப்பு. அவரும் நானும் சேர்ந்து முதல் கவிதைத் தொகுப்பை வெளியிட்டிருந்தோம். நீண்ட இலக்கியப் பயணங்களை மௌனமாக மேற்கொண்டிருந்தோம். அவர் இறப்பதுவரை தொடர்ந்து கவிதைகள் எழுதியவர். எந்தப் பயனையும் கருத வில்லை. திடீரெனக் கண்ணெதிரில் மறைந்தார். அவருடைய நாட்குறிப்புகளிலுள்ள கவிதைகளை நீண்ட நாட்களாகப் படித்தவாறிருந்தேன். வாழ்க்கை வரலாறு போலிருந்தது. பிறகு அவர் விரும்பிய கவிதைத் தொகுப்பை நண்பர்கள் இணைந்து வெளியிட்டோம். இதைத் தவிர, சில சொல்ல முடியாத சில தனிப்பட்ட இழப்புகள். அவை நாவலை மேன்மேலும் தள்ளிப் போட்டன.

எழுதி முடிக்கையில் பெரும் வெறுமையை அடைந்தேன். இனி செய்ய ஒன்றுமில்லை. மறுபடியும் ஜி. குப்புசாமிக்கு நாவலை அனுப்பினேன். அவர் நேரமின்மையிலும் மீண்டும் முதலிலிருந்து கடைசிவரை படித்தார். நாவல் மேலும் முதிர்ந்து இயல்பு முடிவை அடைய வேண்டுமென நினைத்தார். ஆரம்பத்திலேயே அதற்கான அடித்தளமுள்ளதைச் சுட்டிக் காட்டினார். கடைசியில் எதிர்கால அதிவிரைவுச் சாலை

முன்னூகிக்கப்பட்டது. மாபெரும் வாழ்க்கைச் சுழற்சி ஏற்பட்டது. அறம் நிலைநாட்டப்பட்டது. அவர் தெரிவிக்கையில் படைப்பதின் பரவசத்தை அடைந்தேன். அது பெருந்தரிசனம். ஆய்வு ரீதியிலான சிறந்த முன்னுரையை வழங்கிய ஜி. குப்புசாமிக்கு மிகுந்த நன்றி.

இந்த நாவலை எழுதியதில் எழுத்தாளர் கோணங்கியி னுடையது அகத் தூண்டல். அவர் "பிறந்து வளர்ந்து, வளர்ந்து பிறந்துகொண்டிருக்கும்" அரிச்சல்முனையின் கண் சூசும் கடல் சாட்சியாக, நண்பகலில் கொதிக்கும் பொன் மணலை எடுத்துப் பூசினார். ஆமென்றன அலைகள். ஆளற்ற கடற்கரை சூழ்ந்திருந்தது. அந்த விந்தைக் கோடிக்கு அழைத்துச் சென்றவர் சக இலக்கியப் பயணி சுரேஷ் காந்தி. கல் குதிரை இதழில் இரு அத்தியாயங்களை வெளியிடுகையில் மேலும் உத்வேக மளித்தார் கோணங்கி. "அனைத்து வேலைகளையும் துற. இதை எழுதுவதில் ஆழ்ந்திரு. இம்மொழி முழுக்க அமையட்டும்" என்றார். அம்மந்திரச் சொற்கள் கடைசிவரை துணையிருந்தன. அந்தப் பயணத்துக்கு நன்றி.

இந்த நாவலின் சில அத்தியாயங்கள் இதழ்களில் வெளியாகியுள்ளன. *கல்குதிரை* இதழ் ஆசிரியர் கோணங்கி, *மணல்வீடு* இதழ் ஆசிரியர் ஹரிகிருஷ்ணன், *கனலி* இணைய இதழ் ஆசிரியர் க.விக்னேஸ்வரன், *வாசகசாலை* இணைய இதழ் ஆசிரியர் கார்த்திகேயன் வெங்கட்ராமன், *வனம்* இணைய இதழ் ஆசிரியர் ஷாதிர் யாசீன், *சிறுபத்திரிகை* ஆசிரியர் பயணி ஆகியோருக்கு நன்றி. பலர் படித்து வாழ்த்தினார்கள். எண்ணங்களைப் பகிர்ந்துகொண்டார்கள். எழுதிய ஆழுள்ளம் தொடப்பட்டதை உணர்ந்தேன். அந்த இதழ்களுக்கு நன்றி.

என் எழுத்துகளை நேர்மையாக மதிப்பிடும் சக எழுத்தாளர்களுக்கு நன்றி.

முதலில் இனிய இல்ல நண்பர்களிடம்தான் எழுதியதைத் தெரிவிக்க விரும்புவேன். அது அன்பான தொடக்கம். அவர்கள் கண்ணெதிரிலுள்ள முன்னிலைகள். நாங்கள் குறைகளை அல்ல, மகிழ்ச்சியை மனமாரப் பகிர்வோம். அது அனைத்தையும் உணர்த்திவிடும். அவர்களின் ஊக்கத்துக்கு நன்றி.

அவ்வப்போது சூழும் தனிமையைப் போக்குபவர்கள் முகநூல் நண்பர்கள். இலக்கியச் சூழல் மிக்க இடம். அதில் எப்போதும் சுற்றிவரலாம். அவர்களின் இதயக் குறிகளுக்கு, வாழ்த்து களுக்கு நன்றி.

காலச்சுவடு பதிப்பகம் என் நான்கு நூல்களை வெளியிட்டுள்ளது. பதிப்பாளர் கண்ணன் சீரிய இலக்கியத்தில் நம்பிக்கை யுள்ளவர். இந்த நாவலை வெளியிடுவதற்கு நன்றி. என் பல ஐயங்களைப் போக்கிய பதிப்பாசிரியர் எழுத்தாளர் அரவிந்தனுக்கு நன்றி. கவனமாக மெய்ப்புப் பார்த்து நூல் உருவாக்கத்தில் பங்காற்றிய எழுத்தாளர் எஸ். செந்தில்குமாருக்கு நன்றி. நூல் வடிவமைப்பில் பங்காற்றிய வள்ளியூர் பெருமாளுக்கு நன்றி.

மஞ்சள் கோடுகள் சாலையில் படிமமாகும் அட்டைப்படத்தை எடுத்தளித்தவர் கவிஞர் ஸ்ரீநேசன். என்னை அன்புடன் புகைப்பட மெடுத்தவர் ஜெ. சசிகலா. அவர்களுக்கு நன்றி.

அனைத்து நண்பர்களையும் இவ்வேளையில் வழக்கம்போல் நினைத்துக்கொள்கிறேன். அவர்களுக்கும் நன்றி.

வாணியம்பாடி **மு. குலசேகரன்**

முன்னுரை

நிலங்களைத் தின்னும் தார்ப் புற்று

ஒரு சாண் நிலத்தை ஒருவன் அநியாயமாக அபகரித்தால் மறுமையில் அதை ஏழு பூமிகளின் இறுதிவரை தோண்டும்படி அல்லாஹ் அவனை ஏவுவான். பின்னர் தீர்ப்புநாளன்று அவன் அபகரித்த நிலத்தை அவனுடைய கழுத்தில் மாலையாக அணிவித்துவிடுவான்."

– திருக்குர்ஆனின் அஹ்மத் நூலின்
யஃலா பின் முர்ரா (ரலி)

சில வாக்கியத் தொடர்கள் கவர்ச்சிகரமானவை. உள்கட்டமைப்பு மேம்பாடு, இயற்கை வள மேலாண்மை, சீரமைப்பு, அடிப்படை வசதிப் பெருக்கம் ஆகியவை வளர்ச்சித் திட்டங்களோடு வழக்கமாக இணைத்துப் பயன்படுத்தப்படும் தொடர்கள். வளர்ச்சித் திட்டங்கள் தொழில் நுட்பத்திலோ, கட்டமைப்பிலோ, வசதி வாய்ப்புத் தளங்களிலோ, எங்கு நடந்தாலும் அவை இருபுறம் கூர்தீட்டிய கத்திகளாகவே இருந்துவருகின்றன.

வளர்ச்சி என்ற பெயரால் அரசாங்கங்களும் அரசு ஆதரவு பெற்ற பெருமுதலாளிகளும் கேள்வி கேட்க யாருமில்லாத எளிய மக்களைப் பரம்பரை பரம்பரையாக வாழ்ந்த இடங்களை விட்டு விரட்டி யடிப்பதும், புதிய தொழிற்பரவல்களால் மக்களின்

வாழ்வாதாரங்களே நாசமடைவதும், விளைநிலங்கள் கையகப் படுத்தப்படுவதும், மலைகளிலும் நிலத்தடியிலும் நிறைந்திருக்கும் தாதுப்பொருட்களுக்காகப் பல நூறு கிராமங்கள் ஆக்கிரமிக்கப் படுவதும் வளர்ச்சி பற்றிய பெருமிதப் பிரச்சாரங்களின் பிரகாசத்தில் மங்கிவிடுவது காலங்காலமாக நடந்துவரும் காட்சிகள். மத்திய இந்தியாவில் தொடங்கித் தெற்கே தெலங்கானா வரை இலட்சக்கணக்கான பழங்குடி மக்களை அவர்களது வாழ்விடங்களிலிருந்து அரசாங்கங்களும் அரசு ஆதரவுபெற்ற பெருமுதலாளிகளும் விரட்டிவருவதையும், பிரமாண்ட அணைகளைக் கட்டுவதால் கிராமங்களும் விளைநிலங்களும் நீருக்கடியில் மூழ்கிப்போவதையும் மேதா பட்கரும் அருந்ததி ராயும் எழுத்திலும் களத்திலும் எதிர்த்துப் போராடினாலும் நீதியின் எந்தக் கதவுகளும் எளியவர்களுக்காகத் திறப்பதில்லை.

தொண்ணூறுகளில் தொடங்கிய உலகமயமாக்கலின் விளைவுகள் என்று இவற்றைச் சொல்லவும் முடியாது. காலங்காலமாக நடந்துவரும் அரசாங்க ஆக்கிரமிப்புகளுக்கு வரலாற்றுச் சான்றுகளோடு இலக்கியப் பதிவுகளும் நிறையவே இருக்கின்றன. ஐம்பத்தைந்து ஆண்டுகளுக்கு முன்பு சென்னை வாசகர் வட்டம் வெளியிட்ட இரண்டு நாவல்கள் கட்டாய இடப்பெயர்வைப் பற்றிப் பேசியிருக்கின்றன. சா. கந்தசாமியின் 'சாயாவனம்', க. சுப்பிரமணியனின் 'வேரும் விழுதும்' என்ற இரு நாவல்களும் சூழலியல் பற்றிப் பேசிய முதல் தமிழ் நாவல்கள் எனலாம். வளமான வனப்பகுதியை அழித்துத் தொழிற்சாலை நிறுவும் அவலத்தை 'சாயாவனம்' காட்டியது. நீர்ப்பாசன மேம்பாடு என்ற பெயரால் பெரிய அணையைக் கட்டுவதற்காக வயல்வெளிகளை அபகரித்துப் பல கிராமங்களை நீரில் மூழ்கடிக்கும் கதையை *வேரும் விழுதும்* பேசியது. (இதே பொருளைப் பற்றி எழுதிப் பெரும் வெளிச்சம் கிடைக்கப் பெற்ற இன்னொரு நாவல் வைரமுத்துவின் 'கள்ளிக்காட்டு இதிகாசம்'.) தாதுப்பொருட்கள் ஏராளமாக இருப்பதை அறிந்த பெருமுதலாளிகள் அரசாங்கத்தின் துணையோடு ஒரு கிராமத்தையே வலுக்கட்டாயமாக வெளியேற்றுவதை விட்டல் ராவின் 'போக்கிடம்' சித்தரிக்கிறது. பெருமாள் முருகனின் முதல் நாவலான 'ஏறுவெயில்' இயற்கை சக்திகளாலும், அதைப் பயன்படுத்திக்கொண்டு உள்ளே வருகின்ற செயற்கை சக்தி களாலும் விவசாயம் பொய்த்துவிட, விளைநிலங்கள் அழிக்கப் பட்டு நகர்மயமாவதைச் சொல்கிறது. சில வருடங்களுக்கு முன் வெளிவந்த கவிப்பித்தனின் நாவல் 'நீவாநதி'யில் அண்டை மாநிலத்தில் பொன்னையாற்றின் குறுக்கே கட்டிய அணையால்

அந்த நதி கொல்லப்படுகிறது. வேலூர், ராணிப்பேட்டை, திருவள்ளூர் மாவட்டங்களில் உள்ள பெரும்பாலான பகுதி களுக்கு நீராதாரமாக விளங்கிவந்த நதி அது. நூற்றுக்கும் மேற்பட்ட ஏரிகள் தூர்ந்துபோகின்றன. முப்போகம் விளைவித்துக் கொண்டிருந்த பத்தாயிரம் ஹெக்டேர் நிலங்களும் பயிர்வைக்க முடியாமல் தரிசாகி, புதிய ரசாயன தொழிற்சாலைகளுக்கும் தோல்பதனிடும் நிறுவங்களுக்கும் விற்கப்படுகின்றன. நிலத்தடி நீர் நச்சாகி, இனந்தெரியாத நோய்கள் மக்களைப் பீடிக்கின்றன. என் நினைவுக்கு வந்த இந்நாவல்களைத் தவிர நான் அறிந்திராத வேறு படைப்புகளும் சூழலியல் குறித்து தமிழுக்கு வந்திருக்கக் கூடும். இந்த வரிசையில் இப்போது காத்திரமானதொரு படைப்பாக வெளிவருகிறது மு.குலசேகரனின் 'தங்கநகைப் பாதை'.

உலகமயமாக்கலின் அங்கமான அந்நிய முதலீடுகளைக் கவர்ந்திழுப்பதற்கு அரசு மேற்கொள்ளும் முதல் நடவடிக்கை போக்குவரத்துச் சீரமைப்பு. ஒற்றைத் தடப்பாதைகள் பக்கவாட்டில் விரிவடைந்துகொண்டே செல்வது வளர்ச்சிக்கான குறியீடு. தேர்தல் பிரச்சாரங்களில் சாலை விரிவாக்கத்துக்கு முக்கியப் பங்கிருப்பதால் எல்லா அரசுகளும் போட்டி போட்டுக் கொண்டு சாலைகளை விரிவாக்குகின்றன. நெடுந்தூரத் தரைவழிப் பயணங்களை மேற்கொள்வதற்கு இப்போதெல்லாம் யாருக்கும் தயக்கமே ஏற்படுவதில்லை. பயணிகளிடமிருந்து 'நல்லா ரோடு போட்டிருக்கான்!' என்ற வசனம் கேட்காத பயணங்களே இப்போதெல்லாம் இல்லை. பேருந்தில் ஏறிச் சன்னல் இருக்கையில் அமர்ந்து வெளியே வேடிக்கை பார்க்கும் அனுபவம் இப்போது வேறுவிதமாக மாறியிருக்கிறது. முன்பிருந்ததைப் போலப் பயண வழியெங்கும் விதவிதமான காட்சிகள் கிடைப்பதில்லை. முன்பெல்லாம் ஒவ்வொரு சிற்றூருக்கும் ஒவ்வொரு விதமான முகம் இருக்கும். இப்போது 'பைபாஸ்' சாலைகள் சிற்றூர்களையும் நடுத்தர ஊர்களையும் கண்ணிலேயே காட்டாமல் சுற்றிக்கொண்டு செல்லும்போது ஒரே இடத்தைத் திரும்பத் திரும்பக் கடந்து வருகிறோமோவென்று தோன்றுகிறது. அந்தத் தங்கத்தடங்களுக்குக் கீழே புதைந்து போன, நூறாண்டுகளாக வேளாண்மை நடந்துவந்த வயல்வெளிகள் மேடுபள்ளங்களற்ற, அதிர்வற்ற சொகுசான பயணங்களில் நம் கண்களுக்குத் தெரிவதில்லை. சொகுசுச் சாலை களில் அவ்வப்போது குறுக்கிடும் சுங்கக் கட்டண மையங்களில் அங்கே தங்களுக்குச் சொந்தமாக இருந்த நிலத்தை இழந்த விவசாயிகளும் அநியாயக் கட்டணம் செலுத்தித்தான் பயணிக்க

வேண்டும். தங்கத் தடங்களைப் போட்ட பெருமுதலாளிகளுக்குத் தொடர் வருமானம்; நிலத்தை இழந்த எளியோர்களுக்குச் சொற்ப நிவாரணம். இதுவே நவயுக நீதி.

நாவலின் மையமான அந்த நெடுஞ்சாலை நான்கு தடங்களிலிருந்து ஆறு தடச்சாலையாக உயர்வு பெறும்போது கதை தொடங்குகிறது. நான்கு வழித் தடமாக இருந்தபோதே மின்னல் வேகத்தில் வந்த வண்டியால் கணவனை இழந்திருந்த பேச்சிக்கிழவி இப்போது ஆரூடம்போல "நமக்கு அழிவுக்காலம் ஆரம்பமாயிருச்சி," என்கிறாள். இந்த துர்வாக்கு மேலும் உக்கிரம் பெற்று அடுத்தடுத்த கட்டங்களுக்கு நாவலை வளர்த்துச் செல்கிறது, பேச்சிக்கிழவி கட்டியக்காரியாகிவிடுகிறாள்.

பரம்பரை பரம்பரையாக விவசாயம் நடந்துகொண்டிருந்த நிலத்தைச் சாலை விரிவாக்கத்துக்காக நெடுஞ்சாலைத் துறையினர் கையகப்படுத்துவதோடு தொடங்கினாலும் இந்நாவல் பயிர் வளர்ப்பு குறித்த படைப்பாகத்தான் விரிகிறது. விவசாயம் – விவசாயிகளின் பாடுகள் – விவசாயத்தின் அத்தனை நிலைகளிலும் நிறைந்திருக்கும் சிக்கல்கள் – நிலத்தின் மீது நில உரிமையாளருக்கும் பயிர் வைப்பவருக்கும் உள்ள வெவ்வேறு விதமான ரத்த பாசம் – குடும்ப உறவுகள் – பாகப்பிரிவினையில் வெளிப்படும் வெவ்வேறு முகங்கள் – வயதான தாயாரை நிராகரிக்கும் பிள்ளைகள் என்று நாவல் கிராம விவசாயக் குடும்பத்தை உண்மையாக, முழுமையாகப் படம்பிடிக்கிறது. விவசாயத்தைத் தவிர வேறு ஒன்றையும் அறிந்திராத சுந்தரத்தின் தரிசு நிலத்தை இந்நாவலின் மிக அற்புதமான படைப்பாக உருவெடுத்திருக்கும் பெரிய முருகன் என்ற வேலையாள் உழுது விதை விதைத்து, களையெடுத்து, அறுவடை செய்து, அறுப்பு முடித்து, சுந்தரம் எல்லோருக்கும் கூலி வழங்கி, நெல்லை விற்பனைக்கு அனுப்புவதுவரை நுட்பமான சித்திரங்கள் வெறும் தகவல் தொகுப்பாக இல்லாமல் கலைப்படைப்பாக உயிரூட்டப்பட்டிருக்கின்றன.

அந்த விவசாயிகளின் வாழ்வு உழவையும் விளைச்சலையும் மட்டுமே சார்ந்திருக்கிறது. அதனால் கிடைக்கும் சொற்ப வருவாய் அவர்களுக்கு ஒரு பொருட்டாகவே இருப்பதில்லை. விற்பனைச் சந்தையில் தெரிந்தே ஏமாற்றப்படும்போதும் மாற்று வழிகளை யோசிக்கவிடாத பந்தம் அவர்களுக்கும் வயல்களுக்கும் இருக்கிறது. எல்லா நிலைகளிலும் பெருமளவு இழப்பவர்கள் எப்போதும்போலப் பெண்களாகத்தான் இருக்கிறார்கள். விவசாயத்துக்காக அடகுவைக்கப்பட்ட சுந்தரத்தின் மனைவி

பொன்னம்மாவின் நகைகள் மூழ்கிப்போகின்றன, பிள்ளைகள் உண்டாக்கும் பிரச்சினைகளைத் தீர்க்கவும் மனைவியின் நகைகளைத்தான் விற்க நேரிடுகிறது, வெள்ளாமை குறைந்ததால் வீட்டின்பேரில் வாங்கிய கடனைத் திருப்ப முடியாமல் ஜப்தி செய்ய ஆட்கள் வரும்போதும் அவளது நகைகள்தான் விற்கப் படுகின்றன. கடைசியில் வீட்டுச் செலவுக்கும் மிச்சமிருந்த மோதிரத்தைத்தான் அவள் கழற்றித் தர வேண்டியிருக்கிறது.

மிச்சமிருந்த நகைகள் எல்லாவற்றையும் எடுத்துக் கொடுத்துவிட்டு மனமுடைந்து பொன்னம்மா தாய் வீட்டுக்குச் செல்கிற பகுதியை குலசேகரன் 'மெலோடிராமா'வாக ஆக்கிவிடாமல் மிக இயல்பான, உணர்ச்சிவயப்படாத நடையில் சொல்லிச் செல்வது நாவலின் கலாபூர்வமான தன்மைக்கு ஓர் உதாரணம். தாய் சமைத்துத்தரும் கருவாட்டுக் குழம்புச் சோறைச் சாப்பிட்டுவிட்டுத் தூங்கும்போது, கனவில் இளம்வயதுப் பொன்னம்மா உடம்பெங்கும் நகைகள் அணிந்திருக்கிறாள். தூக்கம் கலைந்தவுடன் பள்ளிப் பிராயத்தில் கோவிலில் பூஜை செய்யும் பரஞ்சோதியின் ஞாபகம் வருகிறது. அந்த நாட்களில் அவளைப் பார்த்து வெட்கத்துடன் புன்னகைப்பவன் அவன். அவள் கவனத்தை ஈர்ப்பதற்காகக் கோயில் மணியை அடிப்பவன். திருநீற்றுப் பிரசாதம் தரும்போது 'சாப்பிட்டாச்சா?' என்று கேட்பவன். இப்போது இருக்குமிடம் தெரியாமல் எங்கேயோ போய்விட்டவன்.

பொன்னம்மாவின் மகள்களுக்கும் ஆசைப்பட்டதைப் போல வாழ்க்கை அமைவதில்லை. பிள்ளைகளின் எல்லா ஆசை களையும் நிறைவேற்றிவைக்க சுந்தரத்தாலும் முடிவதில்லை. அவருடைய பெண் சுமதி பத்திரிகைத் தொடர்கதைகளைப் படிப்பவள். சுதந்திர வேட்கை கொண்டவள். ஆனாலும் கட்டுப்பாடு களை அவளால் மீற முடிவதில்லை. பெண்பார்க்க வரும்போது கழிப்பறைக்குள் சென்று கதவை மூடிக்கொண்டு திறக்க மறுக்கிறாள். கட்டாயத் திருமணம் கழிப்பறை வாசலிலேயே முடிவு செய்யப்படுகிறது. இன்னொரு பெண்ணுக்கு ஒரு குடிகாரப் போக்கிரி கணவனாகிறான். மகன்கள் இருவருக்கும் விவசாயத்தில் ஈடுபாடு இல்லை. இன்றைய விவசாயத் தலைமுறை யின் அடையாளம் சுந்தரத்தின் குடும்பம். அவருக்கு நிலத்தைக் கையகப்படுத்திக்கொண்டு அரசாங்கம் தருகிற சொற்பத் தொகை கூடப் பெரிதாகத் தெரிகிறது. அவ்வளவு பெரிய பணக்கட்டை அவர் வாழ்நாளில் கையில் ஏந்தியதில்லை. மிச்சமிருக்கும் நிலத்தைத் தரகர்கள் அவர் மகன்களிடம் நைச்சியமாகப் பேசி, சுந்தரத்திடமிருந்து வலுக்கட்டாயமாகப் பிடுங்கிச் செல்லும்

போதுதான் இதுவரை ஏமாற்றப்படுவதைக்கூட உணராமல் விவசாயத்தில் ஆழ்ந்திருந்த சுந்தரம் உடைந்துபோகிறார். கொல்லையை விற்பதற்கு வாங்கிய முன்பணத்தை மரணப் படுக்கையில் இருக்கும் சுந்தரத்தின் கையில் வைக்கிறார்கள். அந்தப் பணக்கட்டை இறுக்கமாகப் பிடித்தபடியே உயிரை விடுகிறார். பிள்ளைகளால் அவர் விரல்களைப் பிரித்துப் பணத்தை எளிதில் எடுக்க முடிவதில்லை. அந்த மரணப் பிடியில் சிக்கியிருப்பது ரூபாய் நோட்டுக் கட்டல்ல, அவருடைய உயிருக்குயிரான கொல்லைதானே.

சுந்தரம், பொன்னம்மா, பெரிய முருகன் போன்ற எளிய மனிதர்களோடு நாவலில் சில விநோதமான பாத்திரங்களும் வந்துபோகின்றன, ஆவியுருக்கள் உலவுகின்றன. மாய மனிதன் போல ஒருவன் சுந்தரத்தின் கொல்லைக்கு வருகிறான், வேலை கேட்கிறான். அவனுக்கு எல்லா வேலைகளும் தெரிந்திருக் கின்றன. அபாரமான வேலைக்காரன். நம்ப முடியாத அளவுக்கு உழைக்கிறான், குழந்தைகளுக்குக் கதை சொல்கிறான், பெரியவர்களுக்கு சாராயம் காய்ச்சித் தருகிறான், திடீரெனத் தடயமின்றிக் காணாமல்போகிறான். இன்னொரு தேங்காய்த் திருடன் பல நாட்களாக அகப்படாமல் இருக்கிறான். அவன் கிட்டத்தட்ட மாயாவி. தேங்காயை மட்டுமே திருடுபவன். மனிதர் களைக் கண்கட்டு வித்தைகாட்டி ஸ்தம்பிக்க வைத்துவிட்டு அவ்வளவு தேங்காய்களையும் நிதானமாக உரித்து எடுத்துக் கொண்டு மாயமாகிக்கொண்டிருந்தவன். இவர்களில்லாமல் சில ஆவியுருவங்களும் துயரம் தாங்காமல் அலைந்துகொண் டிருக்கின்றன. அவை உயிரோடு இருந்தபோது வயலில் காலகாலமாக உழைத்துக்கொண்டிருந்தவர்கள். இறந்த பின்னும் வயல்வெளியை விட்டுப் போக முடியாமல் இருப்பவர்கள்.

கொல்லையை விற்ற இடத்தில் நவநாகரீக உணவு விடுதி முளைக்கிறது. அங்கு பரிசாரகராகப் பணிபுரிபவன் முன்பு கொல்லையில் பயிர் வைத்து, காவலுக்கு இருந்த பெரிய முருகனின் மகன். இந்த இடமும் வெகு விரைவில் பறிபோகிறது. சாலை எட்டுவழிச் சாலையாகவும், அதிவிரைவுத் தடமாகவும் விரிவாக்கப்படும்போது வளர்ச்சித் திட்டங்கள் முடிவேயற்ற சுழற்பாதைகள்தான் என்பதை நாவல் உறுதிப்படுத்துகிறது.

குலசேகரன் இந்நாவலை இதயசுத்தியுடன் எழுதியிருக்கிறார். அவர் கையாளும் ஆர்ப்பாட்டமற்ற, ஆற்றொழுக்கான நடை எல்லா ஏற்றத்தாழ்வுகளையும் உணர்ச்சிவசப்படாமல் சித்தரிக் கிறது. வாசகரைக் கட்டாயப்படுத்தி அழைத்துச் செல்லாமல்

சிடுக்கின்றி நாவலைக் கொண்டுசெல்கிறது. பல தரப்புகள் குறுக்கும் நெடுக்கும் வெட்டிக்கொண்டாலும் நாவலாசிரியரின் குரல் பொதுவான தளத்தில் அனைத்தையும் பதிவுசெய்தபடி செல்கிறது. இயற்கையை அழித்து வளர்ச்சியை விதைக்க முயலும் அரசுகளின் செவிகளில் ஏழைகளின் குரல் ஒருபோதும் அம்பலம் ஏறுவதில்லை, பேச்சிக்கிழவிகளின் சாபங்களும் ஓய்வதில்லை.

ஜி. குப்புசாமி

நெடும் பயணம்

நெருங்கி வந்த சாலை

எதிரில் தேசிய நெடுஞ்சாலை வேகமாக ஓடிக்கொண்டிருந்தது. தங்கப் பாதையென்று பெயர் சூட்டப்பட்டிருந்தாலும் கண்ணாடியைப் போல் வெயிலில் பளபளத்தது. அது போக வர நாலு வழிகளாக முன்பே பிரிக்கப்பட்டிருந்தது. அனைத்திலும் வாகனங்கள் தொடர்ந்து போய் வந்துகொண்டிருந்தன. அவற்றில் நிறையப் பேர் பயணித்தார்கள். பலவகைப் பொருட்கள் ஏராளமாக ஏற்றிச் செல்லப்பட்டன. கால்நடையாகச் செல்பவர் ஒருவரும் தென்படவில்லை. எண்ணற்ற சக்கரங்கள் எப்போதும் ஒன்றையொன்று முந்த முயன்றுகொண்டிருந்தன. இடைவிடாமல் பேரிரைச்சல் எழுந்தவாறிருந்தது. சாலை பெரும் புதிர்ப்பாதையைப் போலிருந்தது. அதன் தொடக்கத்தையும் முடிவையும் அறிந்துகொள்ள முடியாதெனப் பட்டது. இரு பக்கங்களிலும் மேலும் இரு வழிகள் புதிதாக உருவாகிக்கொண்டிருந்தன. அங்கங்கே பற்பல பாதைகளும் பிரிந்து சென்றன. சாலையால் எங்கும் செல்ல முடியும் என்றும் பேச்சிக்குத் தோன்றியது.

அவள் சாலையை எட்டிப் பார்த்துக் கொண்டிருந்தாள். மூத்த மகன் பெரிய முருகனின் வீட்டுத் திண்ணையில் கால் நீட்டி உட்கார்ந்திருந்தாள். கண்கள் மேல் கையைக் கூரையைப் போல் கவித்துப் பிடித்திருந்தாள். பக்கத்தில் ஊன்றுகோல் துணையாகக் கிடந்தது. நீண்ட காலம் நெடுஞ்சாலையைப் பார்த்துப் பழகியவள். அதில் இப்போது இரவும் பகலும்

வேலைகள் நடக்கின்றன. நான்கு வழிகள் போதாமல் ஆறாகிக்கொண்டிருந்தன. இருபுறமும் முன்பே ஒதுக்கிய இடங்களில் சாலைகள் போடப்படுகின்றன. பலர் பரபரப்பாக இயங்கிக்கொண்டிருந்தார்கள். பிரம்மாண்ட தார் இயந்திரம் ஊர்ந்துகொண்டிருந்தது. கீழே கனத்த கம்பளத்தைப் போல் பாதை விரிந்தது. பின்னால் மாபெரும் உருளைச் சக்கரங்களைக் கொண்ட வாகனம் சமப்படுத்தியது. சாலையில் சிறிதும் மேடு பள்ளமில்லை. வாகனங்களின் சக்கரங்கள் எளிதாக உருண்டு செல்லும். அவள் அவ்வப்போது எதையோ சொல்வதைப் போல் கைத்தடியால் தரையைத் தட்டினாள். "அந்த வழி வளருது. இன்னும் எவ்வள பெரிசாகும்னு தெரியல. எதிர்காலத்துல எல்லாத்தையும் அழிச்சுடும்." உள்ளேயிருந்து பேரன் சுப்பிரமணியின் மனைவி திட்டினாள். "எப்பவும் கெட்டதப் பேசிட்டிருக்காத."

சாலைக்கு இடையில் கூரிய முனைகளுடன் ஆளுயர இரும்பு வேலி நின்றிருந்தது. தாண்டி யாரும் போய்வர முடியாது. மறுபக்கமும் ஊர் பரவியிருந்தது. அங்கு பெரிய வீடுகளும் கோவிலும் தேவாலயமும் கட்டியெழுப்பப்பட்டிருந்தன. அவளுடைய உறவினர்கள் வசித்துவந்தார்கள். ஒருவரும் சாலையைக் கடந்து அவளைக் காண வருவதில்லை. ஓரிடத்தில் கம்பிகள் வளைந்து ரகசிய வழி உருவாகியிருந்தது. ஒருவர் மட்டும் உள்ளே நுழையலாம். அங்கு விபத்துகள் அடிக்கடி நடந்தன. பறந்துவரும் வாகனங்களின் வேகத்தைக் கணிக்க முடிவதில்லை. அவை கணத்தில் நெருங்கிவிடும். கண்ணெதிரில் கணவர் ராஜா இறந்தார். அப்போது அவள் வழக்கம்போல் திண்ணையில் உட்கார்ந்திருந்தாள். அவர் காட்டில் மாட்டுக்குக் குழையறுக்க நிதானமாக ஒரு பக்க வழிகளைக் கடந்தார். மெதுவாக வேலியில் புகுந்தார். மறுபுறச் சாலையில் இறங்கினார். தொலைவில் பல வாகனங்கள் ஓடி வந்துகொண்டிருந்தன. ஓர் உயர்தரக் கார் அருகில் வந்தது. கொஞ்சம் நகர்ந்தால் தப்பிக்கலாம். அதி வேகத்தில் ஈர்க்கப்பட்டதைப்போல் ராஜா மெய்மறந்து நின்றார். கார் மோதிச் சென்றது. அவர் மேலே பறந்து விழுந்தார். களிமண்ணைப் போலிருந்த மூளை தனியாகத் தெறித்தது. தலையைத் தவிர வேறெங்கும் அடியில்லை. காவல்துறையினர் நீண்ட நேரம் கழித்து வரும் வரை உடல் கிடந்தது. சாலை நடுவில் உட்கார்ந்து பேச்சி அழுதாள். "அய்யோ, அநியாயமா செத்துப்போன. இந்த வழி ஓயாம காவு வாங்குது. இனியும் எத்தன கேக்குன்னு தெரியல." பாய்ந்து வரும் வாகனங்கள் நின்று கவனித்துச் சென்றன. எப்படித் துரத்தினாலும் ஈக்கள் மொய்த்தன. ராஜாவின் சாவுக்கு இழப்பீடு கிடைக்க

வில்லை. சாலைக்குக் குறுக்கே நுழைந்தது சட்டப்படி தவறு என்றார்கள்.

பேச்சிக்கு நன்றாக நினைவிருந்தது. அவள் கல்யாணமானதும் பிறந்த வீட்டிலிருந்து கிளம்பி முழு நாளும் நடந்து ஊருக்கு வந்திருந்தாள். கையில் சின்னத் துணி மூட்டையை நெஞ்சுடன் அணைத்திருந்தாள். கால்களில் செம்மண் புழுதி படிந்தது. வண்டிப்பாதை முன்னால் வளைந்து நெளிந்து சென்றது. அங்கங்கே ஒற்றையடித் தடங்கள் பிரிந்துகொண்டிருந்தன. ஓரத்தில் செடிகொடிகளும் புதர்களும் மண்டியிருந்தன. பாதை நடுவிலும் செடிகள் குற்றுகளாக முளைத்திருந்தன. எப்போதாவது நகருக்குச் செல்லும் மாட்டு வண்டிகள் எதிர்ப்பட்டன. அவ்வப்போது ஓரிரு ஆட்கள் தென்பட்டார்கள். அபூர்வமாக மிதிவண்டிகள் ஓடின. ஓரிடத்தில் குறுக்கே நீண்ட நாகப் பாம்பு நிதானமாகக் கடந்தது. அவளை நின்று திரும்பிப் பார்த்தது. அதன் உடல் மாலை வெயிலில் பளபளத்தது. இரு புறமும் தரிசு நிலங்களாயிருந்தன. சில இடங்கள் மட்டும் பண்படுத்தி விவசாய பூமியாக மாறியிருந்தன. ராஜா முன்னால் சென்றுகொண்டிருந்தான். கம்பீரமாகத் தலைப்பாகை கட்டிப் பெயருக்கேற்றாற்போலிருந்தான். அவனுடைய குடிசையை அடைவதற்குள் இருட்டிவிட்டது. அவள் லாந்தரை ஏற்றி வைத்தாள். இரவுத் தூக்கம் வரவில்லை. சுற்றிலும் வனாந்திரம் போலிருந்தது. சுப்பிக் கிழவியின் கொல்லை தென்னை மரங்கள், கேழ்வரகு வயல்களுடன் காடு போலிருந்தது. அங்கு சிறுத்தை, கரடி, மலைப்பாம்புகூட வசிக்குமென நினைத்தாள். பலவகைப் பூச்சியினங்களின், தவளைகளின் ஓயாத சப்தம். அது அமைதியை அதிகப்படுத்துவது போலிருந்தது.

பேச்சிக்குத் தெரிந்து வண்டிப் பாதை பல காலமாக மாற்றமில்லாமலிருந்தது. அவளுடைய முதல் பிள்ளை பிறந்து சாகும்போது மண் சாலையானது. பிறகு செம்மண்ணும் கற்களும் கலந்து கெட்டித்த கப்பிச் சாலையாகியது. பிறகு மேடு பள்ளமில்லாத நீண்ட தார்ச் சாலையாகப் போடப்பட்டது. கறுத்த சாலை மேலும் வளர்ந்து இரண்டு வழிச் சாலையாக உருவெடுத்தது. நீண்ட காலத்துக்கு அப்புறம் சுற்றிலும் நிலங்கள் கையகப்படுத்தப்பட்டு அகன்ற நாலு வழிகளுடையதாக மாறியது. கடைசியில் இப்போது மெல்ல ஆறு வழி நெடுஞ்சாலை யாகிக்கொண்டிருக்கிறது. அதன் அனைத்து வழிகளையும் வாகனங்கள் அடைத்துச் சென்றன. அவற்றின் வசதியும் வேகமும் மிகவும் கூடிவிட்டது. அந்த ஊர் மட்டும் நெடுஞ்சாலையை ஒட்டியிருந்தும் மாற்றமில்லாதிருந்தது. வேகமாகச் செல்கையில்

ஒரு கணத்தில் கடந்துவிடலாம். பழங்குடிகள் வசிக்கும் பள்ளத்தாக்குப் போலிருந்தது. கவனமில்லாமல் சாலையிலிருந்து நடந்தால் சரிவில் கால்கள் சறுக்கும். ஆரம்பத்திலிருந்து இரண்டு தெருக்கள் மட்டுமிருந்தன. ஆட்கள் அதிகமாகியும் ஒன்றும் கூடவில்லை. இளம் தலைமுறையினர் படித்து அரசாங்க வேலைகளுக்குப் போனார்கள். அவர்கள் சாலையைத் தாண்டி அதே பெயரில் புதிய ஊரை உருவாக்கினார்கள். நீண்டகாலம் வங்கிக் கடன் தவணைகளைச் செலுத்தி வீடுகளைக் கட்டினார்கள். அவர்கள் பழைய ஊரோடு சேருவதில்லை. நெடுஞ்சாலையைச் சுலபத்தில் கடக்க முடியாது.

சாலை இரண்டு வழிகளானதை பேச்சியம்மா ஆழமாக ஞாபகம் வைத்திருந்தாள். அப்போதுதான் ராஜாவைக் கொல்லையைவிட்டு சுந்தரம் காலி பண்ணச் சொன்னார். கல்யாணமாகி வந்ததிலிருந்து அவள் அங்கு வசித்துக்கொண்டிருந்தாள். பெரிய முருகனும் சின்ன முருகனும் சிறுவர்கள். கடைசிப் பெண் கைக்குழந்தை. "என்னயிருந்தாலும் அவருக்குச் சொந்தமான கொல்ல, பேசாம போயிடலாம். நமக்கு வேற நிறைய எடமிருக்குது" என்றாள் பேச்சி. ராஜா உடனே ஒத்துக்கொண்டார். பிள்ளைகளையும் பாத்திரங்களையும் சுமந்துகொண்டு நிலத்தைவிட்டு வெளியேறினார்கள். கொல்லைக்கு எதிர்ப்பக்கம் தாராளமான சாலை புறம்போக்கு நிலமிருந்தது. யாரும் கேள்வி கேட்க முடியாது. அங்கு ராஜா பெரிய குடிசையைக் கட்டினார். அவர் அனைத்தையும் அறிந்த கைவேலைக்காரர். தனியாகச் சமையல் கட்டு, குளிக்கத் தடுப்பு, மாட்டுக்குக் குடிலுடன் வீடு மாளிகைபோலிருந்தது. மேலே கூரை போன்று புளிய மரங்களின் நிழல் கவிந்திருந்தது. சாலையில் வாகனங்கள் செல்வது வீட்டுக்குள் ஓடுவது போலிருந்தன.

முதலில் இருவழிச் சாலை மேலும் அகலமாகப் போகிறதென்று ஊரில் பேசிக்கொண்டார்கள். அதற்கு இரு புறங்களிலும் நிலங்களை எடுத்துக்கொள்ளப்போகிறார்கள். நஷ்டஈடுகூடக் கிடைக்காது என்றார்கள். நீண்ட நாட்களாக எதுவும் நடக்கவில்லை. அனைவரும் சாலை விரிவாக்கத்தை மறந்து நிம்மதியடைந்தார்கள். திடீரென ஒரு நாள் நில அளவையாளர்கள் கூட்டமாக வந்து சாலையை பலமுறை அளந்தார்கள். அளவைக் கருவி வழியாக ஒற்றைக் கண்ணால் நிலத்தைப் பார்த்தார்கள். சுற்றியுள்ள பகுதிகளை ஆராய்ந்தார்கள். சாலையில் முன்னும் பின்னுமாக நடந்து நீள அகலங்களைக் கணக்கிட்டார்கள். அனைத்தையும் பதிவேட்டில்

குறித்துக்கொண்டார்கள். பழைய பெரிய வரைபடங்களை வைத்துக்கொண்டு இடங்களைப் பொருத்த முயற்சித்தார்கள். அவை சற்றும் ஒத்துப்போகவில்லை. அதிருப்தியுடன் முகங்களைச் சுளித்துக்கொண்டார்கள். அவர்களுக்கு வேர்த்து வழிந்தது. இரவில்கூட ஒரு நில அளவையாளன் பைத்தியம் பிடித்தவனைப்போல் சாலையில் திரிந்துகொண்டிருந்தான் என்று அவள் கேள்விப்பட்டாள்.

பேச்சி ஒவ்வொன்றாக நினைவுபடுத்திக்கொண்டாள். நீண்ட காலத்துக்குப் பிறகு சங்கிலிகளாலும் அளவுப்பட்டைகளாலும் இடங்களை அளந்தார்கள். பிறகு மற்றொரு இடைவெளிக்குப் பின்னர் மறுபடியும் அளவிட்டு அடையாளக் கற்களை நட்டார்கள். அவை சாலையை ஒட்டி ஊருக்குள் வந்தன. சில வீடுகளைக் கடந்தும் சென்றன. மூத்த மகன் பெரிய முருகன் கட்டிய வீட்டுக்கு அடுத்த இரு குடிசைகள் வரை நிலம் கையகப்படுத்தப்படும். இரண்டு தெருக்களிலும் முதல் வரிசை வீடுகள் அழியும். எல்லையம்மன் கோயிலும் நீர்த் தேக்கத் தொட்டியும் ஒரு பெட்டிக் கடையும்கூட பறிபோகின்றன. ராஜாவின் புறம்போக்கிலுள்ள வீட்டை முழுதாக இழக்க வேண்டும். அந்த வீட்டின் கடைசியில் கல் நட்டிருந்தது. உடனே ராஜா குடிசையைப் பிரித்தார். ஊருக்குள்ளிருந்த பூர்வீக வீட்டைப் பாகம் பிரித்து மற்றொரு புது வீட்டைக் கட்டினார். அதில் பிள்ளைகளுடன் குடிபுகுந்ததையும் மறக்க முடியாது.

பெரிய முருகன் காவலிருக்கும் சுந்தரம் கொல்லை எதிரில் சாலை வளைந்துசெல்கிறது. நிலத்தின் பாதியில் கற்கள் புதைக்கப்பட்டுள்ளன என்று மகன் வீட்டில் சொல்லிக் கொண்டிருந்தது, பேச்சி காதில் விழுந்தது. சுந்தரம் வேறு வழியில்லாமல் மீதிக் கொல்லையை விற்கப்போவதாகவும் பேசிக்கொண்டார்கள். பிறகு மீண்டும் கணக்கிட்டுக் கற்களைப் பிடுங்கி ஒரு வயல் குறைவாகத் தள்ளி நட்டார்கள் என்றார்கள். கடைசியில் சுந்தரம் நிலத்தில் பழைய உணவு விடுதியும் முக்கால் பாகம் களமும் முன்புற வயல்களும் மட்டும் பறிபோகும் என்று பெரிய முருகன் கூறியதையும் கேட்டாள். சற்று நிம்மதியேற் பட்டது. அந்தக் கொல்லை அவள் பல காலம் வாழ்ந்தது. அங்குதான் மூன்று பிள்ளைகளைப் பெற்றெடுத்தாள். அதற்கு எதிர்ப்புறக் கொல்லை சிறிதுகூடப் பாதிக்கப்படப்போவதில்லை என்பது தெரிந்து ஆச்சரியப்பட்டாள். பல நாட்களுக்குப் பின்னால் வாகனங்களில் உயரதிகாரிகள் வரிசையாக வந்தார்கள். சாலையையும் சுற்றியுள்ள கையகப்படுத்திய இடங்களையும் பார்வையிட்டார்கள். கடைசியாகச் சாலை விரிவாக்கத்துக்கு ஒப்புதல் வழங்கப்பட்டது.

அனைத்தையும் பேச்சியம்மா மறக்காதிருந்தாள். நான்கு வழிச் சாலையைப் போட வேண்டாமென்று அங்கங்கே சிறிய எதிர்ப்புகள் தோன்றின. பக்கத்து நகரில் பெரிய புல்டோசர் இயந்திரத்தை நாலைந்து பேர் கொடிகளை ஏந்தி மறித்து நின்றார்கள். அது அருகில் வரவும் பயந்து வழி விட்டார்கள். வேறொரு ஊரில் முன்பு யானைகள் புகாமலிருக்கச் செய்ததைப் போல் சாலையில் குழி வெட்டி வைத்துவிட்டு ஓடிவிட்டார்கள். மற்றொரு இடத்தில் குறுக்காக மண் சுவர்களை எழுப்பிவிட்டு மறைந்து கொண்டார்கள். அனைத்தையும் மீறி இயந்திரம் ஊரை நோக்கி மெதுவாக வந்தது. ஊர்க்காரர்கள் சிலர் போராடிப் பார்க்க விரும்பினார்கள். நெடுஞ்சாலை நடுவில் ஓலைகளையும் பழைய ரப்பர் டயர்களையும் போட்டு எரித்தார்கள். கரும்புகை வானளாவ எழுந்தது. இருபுறமும் நீண்ட தூரத்துக்கு வாகனங்கள் நின்றன. ஒலிப்பான்கள் வழி கேட்டு ஓயாமல் கத்தின. பயணிகள் என்ன காரணம் என்று தெரியாமல் பயத்துடன் காத்திருந்தார்கள். உயரதிகாரிகள், காவல்துறை துணையுடன் வந்து பேச்சுவார்த்தை நடத்தினார்கள். பதில் சொல்லிக்கொண்டிருக்கையில் திடீரென அதிரடிப் படையினர் நீண்ட கழிகளை வீசத் தொடங்கினார்கள். அவர்கள் இரும்புத் துப்பாக்கிகளும் வைத்திருந்தார்கள். கூட்டத்திலிருந்தவர்களின் முதுகுகிலும் கையிலும் காலிலும் பலத்த அடிகள் விழுந்தன. பிறகு காக்கா முருகன், சின்னதம்பி, தாஸ் என்கிற தாசனைச் சந்தேகப்பட்டுப் பிடித்துச்சென்றார்கள். ஊர் நாட்டாமை கங்கன் அருகிலிருந்த கானாற்றில் குதித்துத் தப்பித்தார். ஜானின் தலையிலிருந்து ரத்தம் ஒழுகியது. அவன்தான் நெருப்பு அணையாமல் ஓலைகளைப் போட்டுக்கொண்டிருந்தவன். கூட்டம் கலைந்தது. சாலையில் தேங்கிய வாகனங்கள் ஒவ்வொன்றாக நகரத் தொடங்கின.

புல்டோசர் மெல்ல ஊரில் நுழைந்தது. இரும்புக் கைகள், பற்சக்கரங்களுடன் இராணுவ பீரங்கி வண்டி போலிருந்தது. முதலில் வேண்டுதலைப்போல் சாலையோரமிருந்த எல்லையம்மன் கோயிலுக்குச் சென்றது. மிகவும் சிறிய கோயிலில் அகல் விளக்கின் ஒற்றைச் சுடர் எரிய பீடம் காலியாயிருந்தது. அதிலிருந்த எல்லையம்மன் சிலையை எடுத்து ஊருக்குள்ளிருந்த மாரியம்மன் கோயிலில் தற்காலிகமாக வைத்திருந்தார்கள். பீடத்தின் கீழே கல்லாயுதங்கள் வரிசையாக அடுக்கியிருந்தன. கோயிலை இயந்திரத்தின் நீண்ட கை தொட்டது. உடனே அது அடித்தளத்துடன் இடிந்து விழுந்தது. அனைவரும் மன்னிப்புக் கோருவதைப் போல் கன்னத்தில் போட்டுக்கொண்டார்கள். இயந்திரம் திரும்பி உயரமான நீர்த் தேக்கத் தொட்டியை

நெருங்கியது. துதிக்கை தூரத்திலிருந்து நீண்டு ஒரு தூணை அசைத்தது. அனைத்துத் தூண்களும் ஏணியும் சேர்ந்து உடைந்தன. பெரிய பானையைப்போல் நீர்த் தொட்டிக் கவிழ்ந்து விழுந்தது. உள்ளேயிருந்து தண்ணீர் தெருக்களில் பரவியது. வீடுகளில் கணுக்காலளவு வெள்ளம் நிரம்பியது. பக்கத்துக் கானாற்றில் கலந்து ஆறு வரை ஓடியது. அப்போது அவசரமாக பிளாஸ்டிக் குடத்தை எடுத்துக்கொண்டு தண்ணீர் பிடிக்க மஞ்சி ஓடி வந்தாள். முடிந்தளவு பிடித்தும் விட்டாள். "அவ கவல அவளுக்கு" என்று சிரித்தாள் பேச்சி.

பிறகு குடிசைகளின் பக்கம் இயந்திரம் பார்வையைத் திருப்பியது. ஒரு தள்ளலில் மண் சுவர்களும் கூரைகளும் சரிந்தன. அவற்றில் வசித்தவர்கள் கூட்டத்துடன் சேர்ந்து வெறுமனேப் பார்த்துக்கொண்டிருந்தார்கள். கரி படிந்த அடுப்புகளும் பழைய ஓலைகளும் சிதைந்தன. பழைய சட்டி ஒன்று தப்பி ஓரமாக உருண்டது. ஐந்தாறு வீடுகளை ஒன்றாக அழித்துவிட்டு இயந்திரம் திரும்பியது. மற்ற குடிசைகளையும் தெரியாமல் இடிக்கப்படலாமென வீட்டுக்காரர்கள் பயந்து வெளியில் நின்றிருந்தார்கள். இயந்திரத்தின் மேல் பேச்சிக் கிழவி தைரியமாகப் புழுதியை வாரித் தூற்றினாள். "நாசமாப் போயிடுவ நீயி" என்று சபித்தாள். ஓட்டுநர் மேல் துளி மண் விழவில்லை. அவன் கேலியாகச் சிரித்தபடி சக்கரத்தைத் திருப்பினான்.

நான்கு வழிச் சாலையான பின்னால் வாகனங்கள் பல மடங்குப் பெருகிவிட்டன. பேச்சி இதுவரை பார்த்திராத கனரக வாகனங்கள் எதையெதையோ ஏற்றிச் சென்றன. அவைகள் ஏகப்பட்ட சக்கரங்களோடிருந்தன. பளபளப்பான வெளிநாட்டுக் கார்கள் ஓர வழியில் பறந்தன. அவைகள் பல்லக்குப் போல் முழுக்க மூடியிருந்தன. கறுப்புக் கண்ணாடிக்குள் ஆட்களிருப்பது தெரியவில்லை. குளிரூட்டப்பட்ட பேருந்துகள் எங்கும் நிற்காமல் ஓடின. வாகனங்கள் சற்றும் ஓயவில்லை. அவற்றின் ஒலிப்பான்கள் ஓலமிட்டன. இயந்திரங்கள் இடைவிடாமல் சப்தமிட்டன. சக்கரங்கள் கிறீச்சிட்டன. பள்ளத்திலிருந்த ஊரின் வீட்டுச் சுவர்கள் நடுங்கின. பெரிய வாகனங்கள் ஓடுகையில் தரை அதிர்ந்தது. கூரைகள் ஆடின. உள்ளே படுத்திருந்த குழந்தைகள் கெட்ட கனவைக் கண்டவர்களைப்போல் தூக்கத்தின் நடுவில் திடுக்கிட்டு எழுந்தார்கள். முதியவர்களுக்கும் உறக்கம் வர வில்லை. திண்ணைகளில் விழித்தபடி உட்கார்ந்தார்கள். பேச்சி எப்போதும் தூங்குவதில்லை. சுப்பிரமணி ஒரு முறை "பேசாம உள்ள வந்து படுய்யா" என்றான். "ஊருக்குள்ள வண்டிங்க

ஏதாவது தவறி நுழையப்போவுது. அதான் கவனமாப் பாக்கறேன்" என்றாள். அவனுக்குப் பதில் சொல்லத் தெரியவில்லை.

பேச்சியைப்போல் திண்ணைகளில் நாலைந்துபேர் உட்கார்ந்து தெருவை வெறித்துப் பார்த்துக்கொண்டிருந்தார்கள். அவ்வப்போது வீதியில் பலர் சென்றார்கள். இளைஞர்கள் இருவர் நடுத்தெருவில் நடந்துபோனார்கள். பேச்சி கைத்தடியால் தரையைத் தட்டிக் கூப்பிட்டாள். அவர்கள் புன்னகையுடன் நின்றார்கள். நீண்ட சாலையைக் கோலால் சுட்டிக் காட்டினாள். அங்கு ஆறு வழிச் சாலை வேலைகள் மும்முரமாக நடந்துகொண்டிருந்தன. "அது நாலு, ஆறாகி, எட்டாகி, பத்தாகி, நூறாகும் பாரு. அப்ப வழி மட்டுந்தா தனியாகப் போகும். இந்த ஊருங்கெல்லாம் காணாமபோகும்," என்றாள். நாட்டாமை கங்கன் மகன் அப்படியே வீதியில் உறைந்தான். கைலியை மடித்துக்கட்டிக்கொண்டு "அப்ப என்ன பண்ணலாங் கெழவி?" என்றான். அவள் ரகசியம் போல் "அதுக்கு யாரும் வெளி ஊருக்குப் போவக் கூடாது. எங்கியும் பெரிய வழி வேணாம். அவங்கவங்க எடத்துல கெடக்கணும்" என்றாள். அவன் புரியாமல் புன்னகைத்தபடி நகர்ந்தான். மற்றவன் எரிச்சலுடன் "இவளுக்கு வேற வேலயில்ல. எப்பவும் அபசகுனம் மாதிரி" என்றான். வீட்டிலிருந்து பேரனின் மனைவி எட்டிப் பார்த்தாள். "நீ சும்மாயிருக்க மாட்ட? நாங்களே பேசாம கெடக்கோம். உனக்குச் சாவும் வர மாட்டேங்குது" என்றாள். பேச்சி ஒரு முறை பார்த்துவிட்டுத் தலையை ஒடித்துத் திருப்பிக்கொண்டாள். பேரன் மனைவி ஆத்திரத்துடன் திண்ணையிலிருந்த ஊன்றுகோலை எடுத்துத் தெருவில் வீசிவிட்டுச் சென்றாள்.

பேச்சி நீண்ட நேரம் மௌனமாக உட்கார்ந்திருந்தாள். தெரு முன்னிலையில் கைத்தடியை இழந்தது அவமானமாயிருந்தது. இன்னும் மத்தியானம் சாப்பிடவில்லை. பேரன் வேலையிலிருந்து வருவதற்கு நேரமாகும். அவள் தன் சின்ன துணி மூட்டையுடன் போர்வையைச் சுருட்டித் தூக்கிக்கொண்டாள். திண்ணையிலிருந்து நகர்ந்து கைத்தடியை எடுத்தாள். தரையில் ஊன்றி நின்றாள். உயிர் பெற்றது போலிருந்தது. தெருவில் மெல்ல நடந்தாள். இரண்டு மூன்று வீடுகள் தள்ளியிருந்த சின்ன முருகன் வீட்டை அடைந்தாள். இது பலமுறை நடப்பதுதான். மறுபடியும் பத்துப் பதினைந்து நாட்களில் பெரிய முருகன் வீட்டுக்குத் திரும்புவாள். மீண்டும் அங்கு போவாள். மறுபடியும் வருவாள். அது ஒருவகை நாடகத்தைப்போல். இது முன்பிருந்த மூத்த மகனின் பெரிய திண்ணையைப் போலில்லையென்றாலும் சிறிய ஒட்டுத் திண்ணையாயிருந்தது.

ஒருவர் தாராளமாகப் படுக்கலாம். ஓரமாகத் துணி மூட்டையை வைத்தாள். போர்வையை இழுத்து விரித்தாள். திண்ணையில் ஊன்றுகோலுடன் கால் நீட்டி உட்கார்ந்தாள். உள்ளே வீட்டிற்குள் யாருமில்லை. அங்கிருந்து நெடுஞ்சாலை நன்றாகப் புலப்பட்டது. ஆட்கள் தொடர்ந்து வேலை செய்தவாறிருந்தார்கள். ஆறு வழிகள் வேகமாக உருவாகிக்கொண்டிருந்தன. அவள் தனக்குத்தானே பேசிக்கொண்டிருந்தாள். "போவ வர்றதுக்கு இத்தினி வழிங்க. பூமிக்குப் பொறுக்காது. எல்லாம் பழையபடி நாடோடிங்களாயிடுவாங்க." பெரிய முருகனின் மூத்த மகன் சுப்பிரமணி அருகில் வந்து உட்கார்ந்தான். அவன் சுந்தரம் கொல்லைக் கட்டடத்தில் ஏதோ வேலை செய்கிறான். அவளை ஆதரவாகத் தோளுடன் சேர்த்து அணைத்துக்கொண்டான். பேச்சி தன்பாட்டில் சாலையின் கதையைத் தொடர்ந்து சொல்லிக்கொண்டிருந்தாள்.

ஆழ நட்ட கல்

நெடுஞ்சாலையின் இருபக்கமும் மண் பாதைகள் சென்றன. அவற்றையொட்டி வரிசையாகப் புளிய மரங்களும் ஆல மரங்களும் அரச மரங்களும் வளர்ந்திருந்தன. அப்பால் விவசாய நிலங்கள் விரிந்திருந்தன. கானாற்றுக்குப் பக்கத்தில் சுந்தரத்தின் கொல்லை. அவர் காலையில் வீட்டுக்குப் போய் மறுபடியும் வந்திருந்தார். கால்கள் மிகவும் வலித்தன. அன்று நான்குவழிச் சாலைக்கு அளவெடுக்கப் போகிறார்கள். நீண்ட நேரம் கட்டிலில் உட்கார்ந்து சாலையை வெறித்துக்கொண்டிருந்தார். அவ்வப்போது எழுந்து சாலைக்குச் சென்று இருபுறமும் பார்த்தார். எந்தப் பக்கமிருந்து வருவார்களென்று தெரியவில்லை. அவர் அல்லாடுவதைக் கண்டு வேலையாள் பெரிய முருகன் திகைத்தார். ஓரிருமுறை அவரும் சுந்தரத்துடன் போய் சாலையில் கண்களை யோட்டினார். அவருக்கும் எதுவும் புலப்படவில்லை. சுந்தரத்திடம் கேட்கவுமில்லை. கேட்டாலும் தலையை மட்டும் அசைப்பார். பெரிய முருகன் கையால் தலைமயிரை அளைந்துகொண்டார். மீண்டும் தன் கடைசி வயலுக்கு மீண்டார். அதில் நீர் பாய்ந்து முடிக்க ஓரிரு மணி நேரமாகும்.

நாலைந்து நாட்களுக்கு முன் காலையில் தபால்காரர் வந்திருந்தார். அப்போது சுந்தரம் கொல்லையில்தான் சுற்றிக்கொண்டிருந்தார். தபால்காரர் சைக்கிளில் நேராகச் சாலையிலிருந்து இறங்கினார். களத்தைக் கடந்து மோட்டார்

கொட்டகையருகில் வந்து காலை ஊன்றி நின்றார். சுந்தரத்துக்குப் பெரிய முருகன் தெரிவித்தார். வழக்கமாகக் கூட்டுறவு சங்க வங்கிக் கடன் நிலுவைக் கடிதங்கள்தான் வரும். இப்போது நான்குவழிச் சாலைக்கான அறிவிப்புக் கடிதங்களும் ஒன்றிரண்டு கிடைக்கத் தொடங்கியுள்ளன. சுந்தரம் மெதுவாக வரப்புகளில் நடந்து வந்தார். நான்காக ஒட்டி முத்திரை குத்தியிருந்த கடிதத்தைத் தபால்காரர் நீட்டினார். “ரோடு போடற லெட்டருதாண்ணா. எல்லாருக்கும் வந்திருக்குது. இன்னும் கொஞ்ச நாளில அளவெடுக்க வருவாங்களாம்” என்றார். அது தனிப்பட்ட பதிவுத் தபாலில்லை. அனைவருக்குமான பொதுத்தகவல். சுந்தரம் பிரித்துப் படிக்கத் தொடங்கினார். நிறைய நகல்களெடுத்து மங்கிய கடிதம். அவர் பெயர், விலாசம் அச்சிட்டு மேலே ஒட்டியிருந்தது. பெரிய முருகன் பின்னால் எட்டிப் பார்த்தார்.

சுந்தரம் பழையபடி கடிதத்தை மடித்து மோட்டார் கொட்டகை ஓலைச் சாய்ப்பில் சொருகினார். நாலு வழிச் சாலை ஒருபோதும் வரப்போவதில்லை. அப்படியே அமைந்தாலும் காண, தான் இருக்க மாட்டோம். அல்லது அகன்ற நெடுஞ்சாலை நடைபாதையையும் மரங்களின் இருப்பிடத்தையும் கடந்து தன் கொல்லையை நெருங்காது. அரசாங்கம் பெரும் மாற்றங்களை உடனே உருவாக்காது. அவை இயல்பாக நடந்தால்தான் உண்டு. சற்று தள்ளி, முன்பு வந்த கடிதமும் கண்ணில்பட்டது. அதுதான் முதன்முதலில் வந்த நான்கு வழிச் சாலையை அகலப்படுத்த நிலம் கையகப்படுத்துவதற்கான முறையான அறிவிப்பு. அதைக் கண்டு சுந்தரம் வழக்கமான அரசாங்கக் கடிதமென எரவானத்தில் நுழைத்திருந்தார். பிறகுதான் மற்றவர்கள் சொல்லி படித்துத் தெரிந்துகொண்டார். அப்படி சில கடிதங்களையும் மின்சாரக் கட்டண ரசீதுகளையும் துண்டறிக்கைகளையும் கொட்டகையில் கண்டிருக்கிறார் பெரிய முருகன்.

சுந்தரம் திரும்பி வீட்டுக்குப் போகலாமென முடிவடுத்தார். அரசாங்க அதிகாரிகளுக்கு இடம், காலம் பொருட்டுக் கிடையாது. இன்று அவர்கள் வர மாட்டார்களென நினைத்தார். அதைப்போல்தான் நான்கு வழிகளும் போடப்பட மாட்டாது. அவர் கடைசியாக ஒருமுறை சாலையைத் திரும்பி நோட்டமிட்டார். புறப்பட முன் வைத்த காலுடன் தயங்கினார். அப்போது நெடுஞ்சாலையோரமாக அரசாங்க ஜீப் ஊர்ந்து வந்து நின்றது. முன்னிருக்கையில் கண்ணாடியணிந்து கடுமையான முகத்துடன் ஒருவர் சாய்ந்திருந்தார். பின்னிருக்கையில் நாலைந்து பேர் நெருக்கி உட்கார்ந்திருந்தார்கள். பின்னால் கருநீல வாகனத்தில் இரும்புச் சட்டித் தொப்பியணிந்த

காவலர்கள் துப்பாக்கி சகிதம் அடைந்திருந்தார்கள். அடுத்து வந்த திறந்த வாகனத்தில் கூலியாட்கள் துக்கம் காப்பதைப்போல் தலைகுனிந்து குந்தியிருந்தார்கள். கீழே சுண்ணாம்பு பூசப்பட்ட சிறிய கருங்கல் தூண்கள் அடுக்கியிருந்தன. சுந்தரம் வரவேற்பதைப்போல் கொல்லை எதிரில் போய் நின்றார்.

உயரதிகாரி முன் வாகனத்திலிருந்து இறங்கி, சட்டைக்கு மேலுள்ள கால் சட்டையை ஏற்றிக்கொண்டார். இருபக்கங் களிலும் விவசாய நிலங்களை உணர்ச்சியில்லாமல் பார்வை யிட்டார். பின்னாலிருந்து குமாஸ்தா கனத்த கோப்புகளை ஜீப்பின் முன் பாகத்தில் வைத்தார். அதை மெதுவாக உயரதிகாரி புரட்டினார். நீண்ட நாட்களுக்கு முன்பு பக்கத்துக் கிராமம்வரை சாலையை அளவெடுத்தாகிவிட்டது. அந்த ஊருக்குப் பெரும் பாதிப்புகளில்லை. சிறிய மாரியம்மன் கோயில், தேவாலயத்தின் முன்புறச்சுவர், குடிநீர் மேனிலைத் தொட்டி, ஓரிரு பெட்டிக் கடைகள் மட்டும் பறிபோகின்றன. மேலும் சில குடிசைகள் அடிபட்டன. அவை முக்கியத்துவம் வாய்ந்தவையல்ல. அதனால் சாலை விரிவாக்கத்தைப் பற்றி யாரும் கவலைப்படவில்லை. அதை மறந்தும்விட்டார்கள். இப்போது இங்கிருந்து மீண்டும் வேலைகளைத் தொடங்க வேண்டும். இரண்டு வழிச் சாலையை நான்கு வழியாக்கத் துல்லியமாக அளக்க வேண்டும். சாலையின் இருபக்கங்களிலும் தேவைப்படுமளவு இடங்களை எடுத்துக்கொள்ளும் முழு அதிகாரம் அவர்களுக்கு அளிக்கப்பட்டிருந்தது.

உயரதிகாரி வேலைகளை ஆரம்பிக்க சைகை செய்தார். முக்கிய அலுவலர் முதலில் சாலை நடுவிலிருந்து விளிம்புவரை நாடாவால் தானே அளந்தார். பிறகு நாடாவின் முனையை அழுத்தமாகக் கீழே ஊன்றிப் பிடித்தார். அங்கிருந்து கடைநிலை ஊழியர் பெரிய சுருளைப் பற்றியவாறு பின்பக்கமாக நடந்தார். அவரை இளநிலை அலுவலர் பின்தொடர்ந்தார். மாயாஜாலம் போல் அளவு நாடா நீண்டு கொண்டிருந்தது. சாலை புறம்போக்குப் பள்ளத்தில் இறங்கி கொல்லை மேட்டில் ஏறினார்கள். அவர்கள் எவ்விதமான அனுமதியும் சுந்தரத்திடம் கேட்கவில்லை. வேப்பம், ஊமத்தை, நொச்சி, உண்ணிப் புதர்களுக்கிடையில் ஊழியர் முதலில் நுழைந்தார். வலிமையான ஓணான் கொடியில் அலுவலரின் கால் சிக்கியது. அவரால் சுலபத்தில் விடுவித்துக்கொள்ள முடியவில்லை. நீண்ட போராட்டத்துக்குப் பின் உதறி எறிந்தார். பிறகு இருவரும் எதிரிலிருந்த காலி வயல்களில் இறங்கினார்கள். அவற்றில் பல வகையான களைகள் வண்ணப் பூக்களுடன் முளைத்திருந்தன. எண்ணற்ற பூச்சிகள் தேனுக்குச் சுற்றின. அடுத்துத் தென்னை

மு. குலசேகரன்

மரங்கள் வரிசையாயிருந்த தோப்பில் நடந்தார்கள். மேடும் பள்ளமுமான மண்ணில் அலுவலர் தடுமாறினார். அந்த இடம் இருட்டான நிழல்கள் படிந்து குளிர்ந்திருந்தது. அங்கங்கே பழுத்த தென்னை ஓலைகள் விழுந்திருந்தன. ஓட்டைத் தேங்காய்களும் பிஞ்சுகளும் கிடந்தன. பாதித் தோப்புவரை சென்று நின்றார்கள். அங்கிருந்து இளம் அலுவலர் கையைத் தூக்கி அசைத்தார்.

சாலை மேட்டிலிருந்த உயரதிகாரி திருப்தியுடன் தலையாட்டினார். அடுத்த நிலை அலுவலர் சைகை செய்தார். கடப்பாரை, மண்வெட்டி, கம்பங்களுடன் கூலியாட்கள் சுந்தரத்தின் கொல்லையில் புகுந்தார்கள். அளந்து குறித்த இடத்தில் ஆழமாகத் தோண்டினார்கள். கருங்கல் தூணைக் குழியில் நட்டார்கள். இனி அதை யாராலும் பிடுங்க முடியாது. கற்காலத்தில் இறந்தவர்களைப் புதைத்த இடத்தில் நடும் நினைவுச் சின்னம் போல் கம்பம் மேலே தலை தூக்கியிருந்தது. அலுவலர் பெரிய வரைபடச்சுருளை ஜீப்பின் மேல் விரித்தார். அதில் சாலைகள் கறுப்புக் கோடுகளாகக் குறுக்கும் நெடுக்கும் ஓடின. பச்சை நிறத்தில் விவசாய நிலங்கள் தீட்டப்பட்டிருந்தன. நாட்டின் நான்கு புள்ளிகளை இணைத்தபடி நாற்கர சாலை தங்க நிறத்தில் சென்றது. ஏணிகளும் பாம்புகளும் நிறைந்த பரமபதம் படம் போலிருந்தது. உயரதிகாரி அங்கங்கே சிவப்பு வண்ணத்தில் வட்டமிட்டார். அந்த இடங்கள் விவசாயிகளிடமிருந்து கைப்பற்றப்பட வேண்டியவை. அலுவலர்கள் ஓவியத்தைப் பார்த்து ரசித்துக்கொண்டிருந்தார்கள். கடைசியில் உயரதிகாரி கீழே பெருமையுடன் கையெழுத்தைப் போட்டார். இனி அனைவரும் அந்த வரைபடத்தைத்தான் பின்பற்ற வேண்டும்.

சுந்தரம் கூசும் கண்களுக்கு மேல் கையை வைத்துக் கவனித்துக்கொண்டிருந்தார். கொஞ்ச தூரத்தில் சாலை ஓடிக்கொண்டிருந்தது. இருவழிகளிலும் எதிரெதிராக வாகனங்கள் பாய்ந்தன. அதை நான்கு வழிகளுடையதாக மாற்றப் போகிறார்கள். இருபக்கமும் நடைபாதைகளும் போடுவார்கள். நேராகப் போகும் சாலை ஊரைக் கடந்ததும் அவர் கொல்லைக்கு எதிரில் திரும்புகிறது. அதனால் அவருக்கு இழப்புக் கூடுதலாகும். எதிர்க் கொல்லை எவ்வித பாதிப்புமில்லாமல் தப்பிக்கும். மறுபடியும் கண்ணுக்கெட்டியவரை சாலை நேராகச் செல்கிறது. பிறகு இருபுற நிலங்களையும் சரிசமமாக விழுங்கும். பக்கத்துக் கொல்லைக்காரர்களுக்கு இதேயளவு இழப்பிருக்கும். அவர் கொல்லையில் பாதி பறிபோகிறது. அதன் மதிப்பு அறிய முடியாதது. அரசாங்கம் தன் விருப்பப்படிக் கணக்கிட்டு நஷ்ட ஈட்டைக் கொடுக்கும். அதனால் பழைய கடன்களை

அடைக்கத்தான் முடியும். பிறகு சிறிது நிலம் மிஞ்சும். அதைத் தரிசாக விட முடியாது. வேறுவழியில்லாமல் விவசாயம் செய்தாக வேண்டும்.

முதலில் சாலை பெரிதாகப் போகிறதென்று சிலர் பேசிக் கொண்டார்கள். அது வெறும் வதந்தி என்றும் சொன்னார்கள். கொல்லைக்குக் கை கால் கழுவ வரும் காக்கா முருகன் "அண்ணா, ரோட்ட கம்பெனிங்களுக்கு வித்துட்டாங்க. பத்து வழி வரப்போகுதாம். எல்லா வீடுங்களையும் இடிப்பாங்களாம். கொல்லைங்கள புடுங்கப் போறாங்களாம்" என்றார் சுவாரசிய மாக. தொட்டியில் நீரருந்தி மாடுகள் போன பின்னால் கலாசி தங்கவேலு நின்றார். "நிச்சயமா நான்கு வழி போடுவாங்க. ஆனா அது எப்போ நடக்குமுன்னு யாருக்கும் தெரியாது" என்றார். கிருஷ்ணன் அலட்சிய சிரிப்புடன் "அதெல்லா சும்மா கதைண்ணா. அதான் ஏற்கெனவே ரெண்டு வழியிருக்குதே. இன்னும் எதுக்குப் போடணும்?" என்றார்.

திடீரென பத்திரிகைகளில் சிறிய அறிவிப்பு ஒன்று வெளியானது. நான்காவது பக்கம் மூலையில் போட்டிருந்ததை வாசகர்கள் கவனிக்கவில்லை. "நாட்டிலுள்ள இரு வழிச் சாலைகள் போதவில்லை. அதனால் முக்கிய நகரங்களை இணைக்கும் சாலை நான்கு வழிகளுடையதாக மாற்றப்படப் போகிறது. அதுதான் தங்க நாற்கரச் சாலை. அதன் இரு புறமும் தேவைப்படும் அளவு நிலம் எடுத்துக்கொள்ளப்படும். யாரும் கேள்வி கேட்கவும் மறுக்கவும் கூடாது." அதைப் பல நாட்கள் கழித்து யாரோ சொன்னார்கள். அனேகமாக உள்ளூர் கொல்லைக்காரர் கோவிந்தசாமியாயிருக்கலாம். சுந்தரத்தால் நம்ப முடியவில்லை. அவருடைய சக விவசாயி கோபாலுக்கும் நம்பிக்கையில்லை. "அத பொறாமை பிடிச்சவங்க கற்பனயா சொல்றாங்கப்பா" என்றார். பல தலைமுறைகளுக்குச் சொந்தமாயிருந்த நிலத்தை யாராலும் அபகரிக்க முடியாது என்று நினைத்தார்கள்.

அதை அனைவரும் மறந்தும்விட்டார்கள். நீண்ட காலம் கழித்துச் சீருடையும் கழுத்துப் பட்டியும் அணிந்த தனியார் நிறுவன ஊழியர்கள் வந்தார்கள். சாலையை நுணுக்கமாக ஆராய்ந்தார்கள். நீள, அகலத்தையும் உயரத்தையும் அளந்து ஆவணங்களில் குறித்துக்கொண்டார்கள். அவர்கள் பேசுவதையும் சிரிப்பதையும்கூடத் துறந்திருந்தார்கள். ஒருவர் நீண்ட கைப்பிடி கொண்ட அளக்கும் சக்கர வண்டியை உருட்டிக் கொண்டிருந்தார். மற்றொருவர் உயரமான தாங்கியில் அளவுமானியை வைத்து ஒற்றைக்கண்ணால் பார்த்தார். இன்னொருவர் கண்ணெதிரிலுள்ள நிலத்தைப் பழைய

ஆவணங்களிலுள்ள வரைபடங்களுடன் ஒப்பிட முயன்று கொண்டிருந்தார். அவரால் கடைசிவரை பொருத்த முடிய வில்லை. அதனால் மனமுடைந்து சாலையில் இன்னமும் அளைகிறார் என்றார்கள். வேறொருவர் சுற்றிலுமுள்ள கொல்லை களையும் பயிர்களையும் வயல்களையும் வீட்டையும் கிணறு களையும் நீரையும் மரங்களையும் கணக்கெடுத்தார். சுந்தரத்தின் கொல்லையில் பழைய இடிந்த உணவு விடுதியைத் தனியாகக் குறித்துக்கொண்டார். அது மிகவும் விசித்திரமானது. அழிந்து போனாலும் அதன் தடயம் அப்படியே இருக்கிறது. விவசாயிகள் கொல்லை வேலைகளை மறந்து வேடிக்கைப் பார்த்துக் கொண்டிருந்தார்கள். அந்தப் பணியாளர்கள் சாலை அகலபடுத்தப்போவதை அறிந்திருக்கவில்லை. அவர்கள் எதற்கு அளவெடுக்கிறோம் என்றும் தெரியவில்லை. அவர்களிடம் எந்தக் கேள்விகளுக்கும் பதில் இல்லை.

இந்தச் சாலை முதலில் முன்னோடிப் பாதங்களால் கண்டுபிடிக்கப்பட்டிருக்கும் என்று சுந்தரம் கேள்விப் பட்டிருந்தார். எண்ணற்ற கால்கள் தொடர்ந்து நடந்து ஒற்றையடிப் பாதையாக உருவானது. பிறகு மாட்டு வண்டிகள் ஓடி மண்பாதையாக மாறியது. அதுவே சிறு கருங்கற்கள் கலந்து முறையான சாலையானது. இரண்டு பக்கமும் அரச மரம், ஆல மரம், புளிய மரம், புன்னை மரங்கள் நடப்பட்டன. நீண்ட காலம் கழித்து தார் ஊற்றி உறுதியான சாலையானது. பல காலம் பழைய தார்ச்சாலையாகவே ஓடியது. அது அகலமாகி இரண்டு வழிச் சாலையாக வளர்ந்தது. இருபுறமுள்ள மூத்த மரங்கள் அடியோடு வெட்டப்பட்டன. இப்போது நாலைந்து வாகனங்கள் ஒன்றாகப் போகலாம். கடைசியில் நான்கு வழிச் சாலையாக மாறப்போகிறது. கொஞ்ச தூரத்தில் இரண்டு இரயில் பாதைகள் ஓடுகின்றன. பெரிய விமானங்கள் வானில் பறக்கின்றன கடலில் கப்பல்கள் பயணிக்கின்றன. இவை யாவும் மனிதருக்குப் போதவில்லை. எதிர்காலத்தில் சாலை எவ்வளவு வழிகளாக விரியும் என்றும் தெரியவில்லை. அவற்றுக்கும் விவசாய நிலங்கள்தான் பலியாகப் போகின்றன.

சுந்தரம் தொடர்ந்து பார்த்துக்கொண்டிருந்தார். சாலை மிகத் துல்லியமாக அளக்கப்பட்டுவிட்டது. கொல்லையில் சுண்ணாம்பு பூசிய அடையாளக் கற்கள் நடப்பட்டன. அவற்றுக்கு முன்னாலுள்ள நிலம் தன்னுடையதில்லை. ஆனால் சற்று முன் வரை தனக்குச் சொந்தமானது. அவருக்கு ஒன்றும் புரியவில்லை. பெரிய முருகன் பயந்துவிட்டிருந்தார். அது வெறும் கல் போலத் தெரியவில்லை. அதை உற்றுப் பார்த்தார் சுந்தரம். அது அனைத்தும் தனக்குக் கீழ்ப் படிந்தது என்ற

பாவனையில் அசையாதிருந்தது. சர்வாதிகாரப் கொண்டதைப் போல் நிமிர்ந்து நின்றிருந்தது. சுற்றியுள்ள பூமியை எப்போதும் கண்காணித்துக்கொண்டிருப்பதைப் போல் தோன்றியது.

அவர்கள் தன்னுடைய கொல்லையில் அனுமதியில்லாமல் புகலாமா? அதில் அடையாளக் கல்லை நாட்டலாமா? தன் செயல்பாடு எப்போது தொடங்குகிறது? சுந்தரம் தீவிரமாக யோசித்துக்கொண்டிருந்தார். கொல்லையிலிருந்து கடப்பாரை மண்வெட்டிகளுடன் கூலியாட்கள் வெளியேறினார்கள். மீந்த கருங்கல்லையும் சுமந்து சென்றார்கள். ஏதும் நடக்காதது போல் வாகனங்களில் ஏறினார்கள். எல்லோருக்கும் முன் உயரதிகாரி இருக்கையில் உட்கார்ந்துவிட்டிருந்தார். அனைத்து வாகனங்களும் சாலையில் வரிசையாக நகர்ந்தன. அவர்கள் அடுத்தடுத்த கொல்லைக்குப் போவார்கள். அங்கும் கருங்கல் தூண்களை நடுவார்கள். அதற்கு ஒரு முடிவில்லை. அவருக்குள் அடையாளக் கல்லைப் பிடுங்கி எறியும் ஆத்திரம் மூண்டது. அதற்காகத் தான் தண்டிக்கப்படலாம் என்ற பயமும் எழுந்தது. முன்பொரு முறை முறிந்துவிட்ட ஒரு கையைக் கொண்டு அதை அசைக்கவும் முடியாது. அவர் பேசாமல் வேறுபுறம் திரும்பிக்கொண்டார். இந்தக் கொல்லையை வாங்க தான் கொடுத்த விலை பெரிது என்பாள் அம்மா. அது முன்பு பெரும் நிலப் பிரபுவுக்குச் சொந்தமானது. அதற்கும் முன்னால் ஒரு மேய்ச்சல்காரருக்கு உரிமையாயிருந்தது. அதை உயிர் போனாலும் விடக் கூடாது என்று அவள் சத்தியம் வாங்கியிருக்கிறாள்.

இப்போது சாலைக்கு எடுத்துக்கொண்ட இடத்தைக் காலி செய்வதைத் தவிர வேறு வழியில்லை. சிறு எதிர்ப்பும் இல்லாமல் நிலம் பறிபோகப்போகிறது. பெரிய முருகனுக்கு சுந்தரம் விளக்கினார். சாலை போடப்போகும் பேச்சு அடிபட்டதி லிருந்து அந்த வயல்களில் எதையும் பயிரிடக் கூடாதென்று எச்சரித்திருந்தார். அங்கு பெரிய முருகன் ஊடு பயிர் செய்யவும் முயலவில்லை. அவ்வப்போது தண்ணீர் பாய்ச்சுவதையும் நிறுத்தினார். அம்மண்ணில் நடமாடுவதையும் முடிந்தவு தவிர்த்தார். அந்த இடமே மயான பூமிபோலிருந்தது. அதன் மேல் விருப்பப்படி வழிகள் போட்டுக்கொள்ளட்டும். இப்போது சாலை வராதென்றுதான் உறுதியாக நம்பினார் சுந்தரம். ஆனால் அது தன் விருப்பம். நிஜத்தில் சாலை உடனே நாலு வழியாக்கப்படலாம். அவற்றில் வாகனங்கள் வேகமாகப் பாய்ந்து வரலாம். கால மாற்றத்தைத் தன்னால் தடுக்க முடியாது. அது நிகழ்ந்துதான் தீரும்.

ஆனால் இந்த நிலம் எவ்வித எதிர்ப்புமில்லாமல் அபகரிக்கப்படக் கூடாது. வெறுமனே காய்ந்த களைச்

௨ 44 ௮ மு. குலசேகரன்

செடிகளின் மேலும் புல்லின் மேலும் தார் பூசப்படலாகாது. சிறு மறுப்பும் தெரிவிக்காமல் கொல்லையைப் புதைக்கவிட முடியாது. தான் மெல்ல முனகவாவது வேண்டும். அந்த இடம் எடுத்துக்கொள்ளப்படுகையில் தரிசாயிருக்கக் கூடாது. சுந்தரத்துக்கு மோட்டார் கொட்டகையில் சாக்குப் பையில் கொஞ்சம் எள் கொட்டி வைத்திருந்தது ஞாபகம் வந்தது. பெரிய முருகனை மௌனமாகப் பார்த்தார். அவர் தன் எண்ணத்தைப் புரிந்துகொள்வார். தங்களுக்குள் நிலவுவது நெடுங்கால உறவு. அவர் அனைத்தையும் உணர்வார். பெரிய முருகன் எதுவும் பேசாமல் மோட்டார் கொட்டகைக்குள் நுழைந்தார். மூலையில் எதற்கெனத் தெரியாமல் எள் பாதுகாப்பாகக் கோணியில் கட்டி வைக்கப்பட்டிருந்தது. கால் மூட்டைக்கும் குறைவானது. அதனால் விற்காமல் விதைக்காமல் வீட்டுக்கும் எடுத்துச் செல்லப்படாமல் தங்கியிருந்தது. அந்த மூட்டையை ஒரு கையால் தூக்கிவந்து களத்தில் வைத்தார். சுந்தரம் வருத்தமும் மகிழ்ச்சியுமாகத் தலையாட்டினார். பெரிய முருகன் எள்ளை முறத்தில் கொட்டிக்கொண்டார். நான்கு வழிச்சாலைக்கான மண்ணில் தூவ ஆரம்பித்தார். அவை ஈரத்தால், பின் பனியால் எப்படியாவது துளிர்க்கும். பெரும் புல்டோசர் இயந்திரம் அனைத்தையும் அழித்தபடி வருவதற்குள் விதைகள் முளைத்துவிடும். அதை எதிர்த்து நிற்கும்.

எல்லாம் வல்ல இயந்திரம்

இன்னும் பொழுது விடியவில்லை. ஊர் உறக்கத்தில் மூழ்கியிருந்தது. வீட்டுக்குள் இருள் நிறைந்திருந்தது. சுந்தரம் எதிர் அறைக் கட்டிலில் ஒருக்களித்துப் படுத்திருந்தார். புல்டோசர் ராட்சத மிருகம் போல் வந்துகொண்டிருந்தது. தெருவில் ஊர்ந்து படிகளில் ஏறியது. எளிதில் தெருக்கதவைத் திறந்து தாழ்வாரத்தில் நகர்ந்தது. அறைக்குள் நுழைந்து தயங்கியது. அவரை உற்றுப் பார்த்தது. பிறகு கையை நீட்டி போர்வையைத் தள்ளியது. அவரை அப்படியே தூக்கி விழுங்க முயன்றது. அவர் வேர்த்து வழிய திடுக்கிட்டு விழித்தார். கண்களைக் கசக்கிக்கொண்டு சுற்றிலும் பார்த்தார். எதிரில் நின்றிருந்த புல்டோசரைக் காணவில்லை. அது மாயமாக மறைந்துவிட்டது. அவர் வழக்கமாகப் படுத்துறங்கும் அதே அறை தான். மேலே நீண்ட பரணும் கீழே தகரப் பெட்டி களும் குறுக்கே கொடித்துணிகளும் கறுத்துத் தெரிந்தன. மூலையில் ஆள் நிற்பதைப்போன்ற அலமாரி. கருந்துளையைப் போல் மாடம். ஜன்னல் மட்டும் சற்று வெளுத்திருந்தது. அதிகாலையில் வழக்கம்போல் எழுந்து கொல்லைக்குப் போக வேண்டும் என்று நினைத்துக்கொண்டார். மீண்டும் கண்களை மூடி உறங்க முயன்றார்.

நேற்றுதான் சுந்தரம் புல்டோசரைக் கண்டார். அதைப்பற்றிக் கேள்விப்பட்டிருந்தாலும் நேரில் சந்திப்பது முதன்முறை. முன்பே செய்தித்தாளில் நாலு வழிச் சாலை போடுகிற அறிவிப்பைப் படித்திருந்தார். எந்த முக்கியத்துவமுமில்லாமல்

வெளியிடப்பட்ட அரசு விளம்பரம். நீண்ட நாட்களுக்கு முன்பு அவருக்கு பதிவுத்தபாலிலும் அறிவிப்பு கிடைத்திருந்தது. அவர் கொல்லைக்கு எதிரில் ஓடும் தேசிய நெடுஞ்சாலை அகலமாக்கப்படப் போகிறது. அவருக்குச் சொந்தமான நிலம் தேவைப்படுமளவு அரசாங்கத்தால் எடுத்துக்கொள்ளப்படும். யாரும் மறுப்பு தெரிவிக்கக் கூடாது. முதலில் ஆச்சரியமாகவும் பின் அதிர்ச்சியாகவுமிருந்தது. அவருடைய கொல்லையின் ஒரு பகுதி பறிக்கப்படுவதைக் கனவிலும் எதிர்பார்க்கவில்லை. அம்மா சுயமாகச் சம்பாதித்து வாங்கியது. அத்தாட்சியாக கரும் கடுக்காய் மசியில் கிறுக்கலாக எழுதிய பத்திரக் காகிதங்கள் இரும்புப் பெட்டியில் பத்திரமாயிருந்தன. அரசாங்கப் பதிவுத் துறையின் பல முத்திரைகள் குத்தப்பட்டவை. நிலத்துக்குத் தொடர்ந்து தீர்வைக் கட்டியும் வருகிறார். கொல்லையை அபகரிக்க அரசாங்கத்துக்கு எவ்வித உரிமையுமில்லை.

நேற்று மத்தியானம் சாப்பிட்டுவிட்டு, வேலையாள் பெரிய முருகனுக்கு அலுமனியத் தூக்கில் பொன்னம்மா போட்டுத் தந்த சாப்பாட்டை எடுத்துக்கொண்டு கொல்லைக்குப் புறப்பட்டார். வழியில் மளிகைக்கடைத் திண்ணையில் செய்தித்தாள் கேட்பாரற்றுக் கிடந்தது. அதை முழுக்கப் படித்த பாவனையில் கோவிந்தசாமி சம்மணமிட்டு உட்கார்ந்திருந்தார். பக்கத்தில் ஆமோதிப்பான முறையில் முனிரத்தினம் காலைத் தொங்கவிட்டு உட்கார்ந்திருந்தார். தூரத்தில் சுப்புராயன் அமைதியாயிருந்தார். சுந்தரம் தூக்கை வைத்துவிட்டு நின்றபடி செய்தித்தாளைப் பிரித்தார். அப்போதுதான் சாலை விரிவாக்கத் திட்ட அறிவிப்புக் கண்ணில்பட்டது. முதல் பக்கத்தில் கொட்டை எழுத்துகளில், பனி மலைப் போரைப் பற்றிய செய்தி. சிகரத்தின் உச்சியிலுள்ள சிறிய கூடாரமொன்றின் மங்கிய புகைப்படம். கீழே நம் படையினரின் வீர தீர சாகசங் களைப் பற்றிய கதை. மற்ற பக்கங்களில் வழக்கமான கற்பழிப்பு, கொலை, கொள்ளைகள். நான்காம் பக்கமும் ஐந்தாம் பக்கமும் முழுக்க நில உரிமையாளர்கள் பேரும் ஊரும் நில அளவுகளும் குறிப்பிட்டிருந்தன. சுலபமாகப் படிக்கக் கூடாதென்பதைப் போல் சிறிய எழுத்துகளிலான அச்சு. சுந்தரம் நான்காவது பாரம் படித்து தேர்ந்த புலமையில் ஆங்கிலத்தை வாசித்தார். ஆயிரக்கணக்கான பெயர்களில் தன்னுடையதைச் சிரமத்துடன் தேடிக் கண்டுபிடித்தார். பேரும் பறி போகும் இடமும் சர்வே எண்ணும் மிகச் சரியாயிருந்தன. செய்தித்தாளில் தன் பெயர் அச்சில் வருவது முதன்முறை. அது ஒருவகையில் பெருமை. இன்னும் வரிசையாகப் பெயர்கள், நிலங்கள். சில கொல்லைகளின் இழப்பு வெறும் ஓரிரு அடிகள்தான். வேறு சில கொல்லைகள் முழுவதுமாகப்

பறிபோயிருந்தன. பலவற்றுக்குப் பாதியும் கால் பாகமும். அவரால் தாங்கிக்கொள்ள முடியவில்லை. செய்தித்தாளைக் கிழித்துக் கசக்கி எறியத் தோன்றியது. அதன் உரிமையாளர் ராமு கோபமடைவார். அதை மடித்து வைத்தார். இந்தச் சாலை பலருக்குச் சொந்தமான நிலத்தின் மீது போடப்படப் போகிறது. கீழே புதையப் போவது வெறும் மண்ணல்ல, பல உயிர்கள். அவற்றை நம்பி வாழ்ந்துகொண்டிருப்பவர்கள் என்று நினைத்துக்கொண்டார்.

சுந்தரம் திண்ணையில் உட்கார்ந்து மறுபடியும் எடுத்து அறிவிப்பைக் கவனமாகப் படித்தார். கோவிந்தசாமியும் முனிரத்தினமும் திரும்பியும் பார்க்கவில்லை. கடைக்காரர் ராமு, விற்பனைப் பெட்டிகளில் கொட்டிய புழுங்கல், பச்சரிசி, கேழ்வரகுகளைக் கூராகக் குவித்துக்கொண்டிருந்தார். அவர்கள் அனைவருக்கும் நெடுஞ்சாலை ஓரக் கொல்லைகள் கிடையாது. சொந்தமான நிலங்கள் உள்ளூரில் மிகவும் பாதுகாப்பாயிருக்கின்றன. அவற்றில் யாரும் கால் வைக்க முடியாது. மண்ணை அள்ளவும் இயலாது. சுப்புராயனுக்கு எந்த நிலமும் வீடும் சொந்தமில்லை. அவர் உறவினர்கள் வீட்டில் மாற்றி மாற்றி அண்டிக்கிடப்பவர். சுந்தரம் வசீகரமானத் தலைப்பைச் சத்தமாகப் படித்தார். “நாடு முழுவதும் தங்க நாற்கர சாலை அமைக்கும் மாபெரும் கனவுத் திட்டம். அனைத்துப் பெருநகரங்களும் ஒன்றாக இணைகின்றன. உடனே பணி தொடங்கப்படப்போகிறது.” கோவிந்தசாமி உந்தப்பட்டுத் தன் கனத்த தொண்டையில் அபிப்ராயம் தெரிவித்தார். “அதெல்லா நம்புற மாதிரியா இல்ல. அவ்வளோப் பெரிய ரோட்ட தங்கத்தாலப் போடவே முடியாது. நெறைய செலவு பிடிக்கும்.” முனிரத்தினம் நிதானமாகச் சிரித்தார். “அதுக்கெல்லாம் கணக்குப் பாக்க மாட்டாங்க. பெரிய பணக்காரங்க எதையும் பண்ணுவாங்க. போக வர ரொம்ப வசதியாயி ருக்கணும்.” கோவிந்தசாமியும் சிரித்துக்கொண்டார். “நாலு வழி போடறதெல்லா நடக்காது. அதுக்கு ரொம்ப நிலம் வேணும். இங்க கொஞ்சமும் எடம் கெடையாது.” முனிரத்தினம் “அதான் நெறைய கொல்லைங்க சும்மா கெடக்குதே. எல்லாத்து மேலயும் ரோடு போடலாமுன்னுதான் விதி. அதுக்கு அவங்களா ஒரு வெலை தருவாங்க” என்றார் திருப்தியுடன். “ரோடெல்லா அவ்வள சீக்கிரம் வராதுண்ணா. சும்மா பயமுறுத்தல்தா. நேரா வந்தா பாத்துக்கலா” என்றார் ராமு ஆறுதலாக. சுந்தரம் நேரமானதால் சாப்பாட்டுத் தூக்குடன் எழுந்தார். “வேற வழியில்ல. ஊரு பேரோட தெளிவா போட்டிருக்கு. நா உடனே கொல்லையக் காலி பண்ணனுமாம்,” சொல்லியவாறு நடந்தார்.

இரண்டு மூன்று தெருக்களைக் கடந்து கரையில் இறங்கினார். ஆறு பாலைவனம் போல் வறண்டிருந்தது. உச்சிவேளையில் ஆட்களில்லாமல் கானல் ஓடியது. அங்கங்கே சோலைகள் போல் பசுமையான நாணல்கள், முட்புதர்கள். சில கிழிந்த துணிகள் மாட்டி காற்றில் தவித்துக்கொண்டிருந்தன. எண்ணற்ற காலடிச் சுவடுகளாலான மணல் வெளி. அந்த ஆற்றுக்குப் பெயர் வரக் காரணமான பாலைப் போல் வெண்மையாயிருந்த மணல். சிறு சங்குகளும் சிப்பிகளும் நத்தை ஓடுகளும் கலந்திருந்தன. ஆற்றில் எப்போதோ உருவான நீரோட்டத் தடங்கள் இன்னும் மறையாமல் வளைந்து நெளிந்து சென்றன. ஓரங்களில் காய்ந்த பாசிப் படிவங்கள் நீண்டிருந்தன. மணல் நெருப்புக் குழம்பாகத் தகித்தது. செருப்பு இல்லாமல் நடக்க முடியாது, சுருண்டு விழ வேண்டியதுதான். அப்படி இறந்தவர்களைப் பற்றி சுந்தரம் இளம்வயதில் கேள்விப்பட்டிருக்கிறார். அவர்கள் எலும்புகளில்லாத புழுக்களைப்போல் துடித்து செத்தார்களாம். தூரத்தில் ஆட்கள் படுத்திருப்பதைப்போல் பிணங்கள் புதையுண்ட மேடுகள் கிடந்தன. மேலே காய்ந்து சருகான மலர் மாலைகள். ஓரத்தில் ஒரு புதிய மேடு, இன்னும் வாடாத பூக்களுடன், உடைந்த சட்டியுடனிருந்தது. தொலைவில் ஓவியம் போல் நீலமான ஜவ்வாது மலை அசையாமலிருந்தது. கத்தரித்தவைப்போல் விளிம்புகள் அடிவானில் கோடிட்டன. அடுத்து தென்னைகளின் பசுங்கரை. கீழே அவருடைய கொல்லை நெருங்கி வருவதைப் போல் தெரிந்தது. ஆனால் அவர் நடக்கும்தோறும் தூர விலகிச் சென்றது. ஒவ்வொரு முறையும் அதை எப்படியாவது உடனே எட்டிப்பிடிக்கத் தோன்றும். ஆற்றில் ஓடிக் கலக்கும் கானாற்றின் வழியாகச் சென்றார். வழியில் ஜேம்சின் குத்தகைக் கொல்லையில் வண்டியும் மாடும் தனித்திருந்தன. மாமர நிழலை இழுத்து மெல்வதைப்போல் மாடு சாவகாசமாக அசையிட்டுக்கொண்டிருந்தது. கானாற்றிலிருந்து குறுக்கு வழியாக கொல்லைக்குப் பின்பக்க வரப்பில் ஏறினார். வழக்க மாகக் கடைசி வாய்க்காலில் மறைந்திருக்கும் பெரிய முருகன் கண்ணில் படவில்லை. வயல்களின் தாள்களும் களைச்செடி களின் இலைகளும் கரும்புத் தோகைகளும் உரச வரப்பில் நடந்தார். எதிரிலிருந்த சிறிய மோட்டார் கொட்டகையை அடைந்தார்.

பெரிய முருகன் களத்து மூலையில் புங்க மரத்தடியில் குத்துக்காலிட்டு உட்கார்ந்திருந்தார். அடிக்கடி ஊர்க் கோயிலுக்கு நேர்ந்துகொள்ளும் தலை மயிர்புதரை கை அளைந்தது. மறு கையிலிருக்கும் குச்சியால் மண்ணில் இழுக்கும்

கோடுகள் தெரிந்தன. அவரும் சாலை அகலமாக்கப்படுவதற்கு விசனப்படலாம். அதைப் பற்றி உலவும் நிறைய கதைகளைக் கேளவிப்பட்டிருப்பார். சுந்தரத்தின் வருகையை உணர்ந்து சட்டென எழுந்தார். தூக்கை வாங்கிக்கொண்டு நின்றார். “இந்த ரோடு போட புதுசா ஒண்ணு வந்திருக்காம். அதுக்கு உசிருகூட இருக்குதாம். தானா எல்லா வேலயும் செய்யுதாம்” என்றார் தயக்கமாக. அதைக் காண பெரிய முருகன் அபூர்வமாக ஆசைப்பட்டாற்போலிருந்தது. அவருக்குத் தம்பி சின்ன முருகன் சொல்லியிருக்கலாம். அவன் தோல் தொழிற்சாலை வேலைக்குப் போகாமல் ஏமாற்றிப் பார்த்துவிட்டு வந்திருப்பான். சுந்தரமும் உடனே போக விரும்பினார். “அத நேரிலப் போயி என்னன்னு பாக்கலாம், வா.” பெரிய முருகன் நெளிந்தார். “நா கொல்லைய எப்படிவிட்டு வர்றது? நீ போயி வாண்ணா” என்றார் தலையைச் சொறிந்தவாறு. பக்கத்திலுள்ள தன் வீட்டை நோக்கி நடந்தார். அந்த இயந்திரத்தால் அவர் குழம்பிவிட்டாதாகப்பட்டது.

சுந்தரத்துக்குச் சாலை வேலைகளையும் மனித இயந்திரத்தையும் சேர்த்துக் காணும் ஆவல் மேலிட்டது. அடக்கிக்கொள்ள முடியவில்லை. எப்போது வேண்டுமானாலும் நாலு வழி சாலை வரலாம். மோட்டார் கொட்டகைக் கதவை வெறுமனே சாத்தினார். கொல்லை மேட்டைக் கடந்து நெடுஞ்சாலைக்குச் சென்றார். பெரும் சுமையுடன் நகரப் பேருந்து சாய்ந்து வந்தது. அவர் கை காட்டினார். அங்கு நிறுத்த மில்லையென்றாலும் பேருந்து நின்று ஏற்றிக்கொண்டது. உள்ளே பயணிகள் திருவிழாவுக்குச் செல்வதைப்போல் கூச்சலும் கொண்டாட்டமாயிருந்தார்கள். மேலும் நிறையப் பேர் ஏறினார்கள். பேருந்து திணறியபடி நிலையத்தை அடைந்தது. அங்கிருந்து சுந்தரம் மற்றொரு பேருந்தில் ஏறினார். அதிலும் பெருங்கூட்டம் நெரிந்தது. சாலை மைய முதல் நிறுத்தத்தில் நின்றதும் பேருந்து பாதி காலியானது. அங்கு நான்கு பக்கமும் சாலைகள் சிக்கலாகச் சந்திக்கின்றன. அதை மேலும் பெரிதாக்கும் வேலைகள் நடந்துகொண்டிருந்தன. சுற்றிலும் ஆட்கள் வேடிக்கைப் பார்த்துக்கொண்டிருந்தார்கள்.

சுந்தரம் கூட்டத்தோடு சேர்ந்து இறங்கினார். சற்று தூரம் நடந்தார். வீடுகளையும் கடைகளையும் இடித்துக் குவித்த சிதைவுகளின் மேல் ஏறி நின்றார். அங்கிருந்து அனைத்து இடங்களும் தெளிவாகத் தெரிந்தன. சாலை சந்திப்புப் பெரிய சர்க்கஸ் மைதானம் போல் விரிந்திருந்தது. நடுவில் பெரிய இயந்திரம் குனிந்து மண்ணைக் கிளறிக்கொண்டிருந்தது. நன்கு வளர்ந்த கொம்பன் யானையைப்போலிருந்தது. கால்களுக்குப் பதிலாகப் பருத்த சக்கரங்கள். சிறிய கண்ணைப் போன்ற காபினில்

ஓட்டுநர் பையன் வாகனத்தை இயக்கிக்கொண்டிருந்தான். எதற்கோ கான்கிரீட் இடிபாடுகளில் தும்பிக்கை நுழைந்து துழாவியது. கூழாங்கல் போல் தேய்ந்த சிறிய கல்லை எடுத்துப் பார்த்துக் கீழே போட்டது. தன்னைவிட பல மடங்கு எடை கொண்ட பாறையைச் சுலபத்தில் தூக்கி ஓரத்தில் கிடத்தியது. நீரைக்கூட உறிஞ்சிக் குடிக்கும் என்று பட்டது. அதுதான் இரும்புகளினாலான நீண்ட கையும் வாலுமுள்ள புல்டோசர் என்று யூகித்தார். அவருக்கு முதலில் இனம் புரியாத பயம் எழுந்தது. அபார திறனைக் கண்டு வியப்புமேற்பட்டது. அந்த இயந்திரம் அரசாங்கத்தின் பரு வடிவம். அதனால் எதை வேண்டுமானாலும் ஆக்கவும் அழிக்கவும் முடியும். அதைத் தூரத்தில் நின்றபடி அதிகாரிகளும் ஊழியர்களும் மேற்பார்வையிட்டுக்கொண்டிருந்தார்கள். மக்கள் தந்த எண்ணற்ற மனுக்களையும் வாங்கிக்கொண்டார்கள். கூட்டம் இயந்திரத்தை கண்டு களித்துக்கொண்டிருந்தது.

பார்வையாளர்கள் தங்களுக்குள் ஓயாமல் பேசிக் கொண்டிருந்தார்கள். சொந்தக் கதைகளையும் அபிப்ராயங் களையும் உதிர்த்தார்கள். சிலர் தம்மையறியாது அழுதார்கள். ஒருவர் வாய்விட்டுத் தனக்குத் தானே எதையோ சொல்லிக்கொண்டிருந்தார். சுந்தரத்தின் காதில் வார்த்தைகள் தெளிவாக விழுந்தன. “அதோ அந்த மூலையில இருக்க சின்ன எடம்தா எங்களுக்குச் சொந்தமானது. எதிர்பக்கம் திண்ணை, அப்புறமா வாசல், பின்னால அடுப்பங்கரை. இங்கதா நா பொறந்தேன், எம் புள்ளைங்கள பெத்தேன். அவங்கப் புள்ளைங்க இங்கதான் பொறப்பாங்கன்னு நம்பினே. ஆனா ஒரு நாளில எல்லாத்தையும் ஒழிச்சுட்டாங்க. கண்ணெதிரில வீடு காணாமாபோச்சு. அப்புறமா கீழயிருக்கத கண்டுபிடிக்க முடியாத மாதிரி கனமா ரோடு போடுவாங்க. எனக்குக் கொஞ்சம் நஷ்ட ஈடு வரும். அத வச்சு ஒண்ணும் பண்ண முடியாது. பழய வாழ்க்கைய வாங்க முடியுமா? இது வாழ்ந்து வளந்த எடம். இங்கதான் தாத்தா, பாட்டி, அப்பாவோட ஆவிங்க அலையுது. அதனாலதா நா தெனம் தேடி வர்றேன். எங் குடிசைய இடிச்ச புல்டோசரு நாசமாப் போவணும்.” அவர் குனிந்து மண்ணை அள்ளித் தூற்றினார். அவரை மற்றவர்கள் வினோதமாகப் பார்த்தார்கள். புழுதி காற்றில் கலந்து திருப்பி வீசியது. புல்டோசர் மேல் துளியும் படவில்லை.

இன்னொருவர் பக்கத்திலிருந்தவரிடம் சொல்லிக் கொண்டிருந்தார். மற்றவர் புல்டோசர்மீது வைத்த கண்ணை எடுக்காமல் அரைகுறையாகக் கேட்டார். அது சென்ற பக்கமெல்லாம் பார்வை தொடர்ந்தது. “முன்ன வழி முழுக்கக்

குட்டிக் கோயிலுங்க மொளைச்சிருக்கும். எல்லாம் சின்னச் சாமிங்க. அவங்கவங்க விருப்பத்துக்குக் கட்டினது. கூடவே வெறும் கல்லுங்க வரிசயா நட்டிருக்கும். அதெல்லாம் மூதாதைங்க வச்சிருந்த ஆயுதங்க. முக்கிய வேலையாப் போறப்ப கும்பிட்டுகிட்டே போவலாம். எல்லாம் நல்லா முடியும்ன்ற நம்பிக்க வரும். திரும்பி வர்றப்பவும் அதுங்கதா தொணை. இப்ப ரெண்டு பக்கத்தையும் சுத்தமா தொடைச்சிட்டாங்க. முகங்கள அழிச்ச மாதிரி வெறும வந்தாச்சு. எந்த ஊருன்னு கண்டுபிடிக்க முடியல. நமக்குத் தெரியாம வேற ஊரிலப் போயி எறங்குறோம். அங்க நின்னு தெகைச்சுத் திரும்பறோம். நாம அடையாளம் இல்லாமப் போயிட்டிருக்கோம்." அவர் மிகவும் படித்தவரைப்போலிருந்தார். கனத்த கண்ணாடிக்குள் கண்கள் பெரிதாக உருண்டன.

பிறகு அவருடைய சகா ஆரம்பித்தார். அப்போதும் புல்டோசரால் காந்தம் போல் ஈர்க்கப்பட்டுப் பார்த்தவா றிருந்தார். "பெரிய கோயில இடிக்க எல்லாருக்கும் பயம். ஏன்னா, பெரிய தெய்வங்களுக்கு எப்பவும் ரொம்ப மதிப்பு. பெரியவங்கப் பணம் போட்டுக் கோயிலுக்குன்னு இருக்க விதிங்கபடி கட்டினது. மூணு வேளப் பூஜை, மந்திரம் உண்டு. அத இடிச்சா தெய்வ குத்தம்னு சொல்வாங்க. புள்ளக் குட்டிக்காரங்க யாரும் இடிக்க வர மாட்டாங்க. அதனால கலியாணமாவாத சின்ன பையன்தான் புல்டோசர ஓட்டுவான். அவனுக்கு இது விளையாட்டு. எவ்வளவு பெரிய கோயிலுன்னாலும் பையன் இஞ்சின முடுக்குவான். இரும்புக் கை போயி கோயிலக் கும்பிடும். மண்டபத்துக்குள்ள நுழைஞ்சி மூலஸ்தானத்த வணங்கும். அங்க தாங்கி நிக்கற முக்கியக் கம்பத்த தொடும். அப்பிடியும் விழாட்டிப் பிடிச்சு அசைக்கும். கோயில் பொலபொலன்னு உதிரும். எந்திரம் சம்பந்தமில்லாத மாதிரி கைய உருவிக்கும்."

அதைக் கேட்டுப் பக்கத்திலிருந்தவரால் பொறுக்க முடியவில்லை. உடனே சொல்லத் தொடங்கினார். "இந்த ரோட்டுல ஒரு நா விடாமப் போறேன். எங்குலதெய்வக் கோயிலு ஒண்ணு தூரத்துல வழியில நிக்குது. நாலு வழிங்க போட்டா முழுசா அழிஞ்சுபோயிடும். அதக் காப்பாத்த வெளியூரு எஞ்சினியருங்க வந்தாங்க. அவங்க அப்படியேப் பேத்துப் பின்னாலத் தள்ளினாங்க. முதல்ல கோயில் அடித்தளத்த ஆழமாத் தோண்டினாங்க. அப்புறமா அங்குல அங்குலமா பெரிய உருளைங்களால நகத்தினாங்க. மேல கோயிலுக்கு எதுவுமாகல. வேலய முடிக்க ஒரு வருஷமாச்சு. நா தெனம் நகர்ற கோயில்ல சூடமேத்திப் பாத்துக் கும்புட்டு வீடு திரும்புவே. கொஞ்ச தூரத்துல மாதா கோயிலிருந்துச்சு. அவங்க ரோட்டுக்கு ரெண்டு

வழிங்க போதும்னு கோர்ட்டுல வழக்குப் போட்டாங்க. முதல்ல தடையாணை கிடைச்சது. கடேசில தீர்ப்பு வந்து இடிச்சுட்டாங்க. அத இன்னும் திரும்ப எடுத்துக் கட்ட ஆரம்பிக்கல." அவர் சட்டைப் பை பிதுங்க நிறைய கணக்குச் சீட்டுக்களோடு வெற்றிகரமான வியாபாரியைப்போல் தெரிந்தார். வேலையை விட்டுவிட்டு ஆர்வத்தால் தொலைவிலிருந்து சாலை வேலை களைக் காண வந்திருக்கலாம்.

பலர் முன்னால் முண்டிக்கொண்டு வந்தார்கள். உயரமான தலைகள் மறைத்தன. எதிரில் காட்சி தெளிவாகத் தெரியவில்லை. சுந்தரம் மற்றொரு பக்கம் சென்றார். அங்கிருந்து புல்டோசர் முழுதாகப் புலப்பட்டது. பெரிய வணிக வளாகம், சன்னல், கதவுகள் முன்பே பெயர்க்கப்பட்டு நின்றிருந்தது. அதை இயந்திரம் அணுஅணுவாக உடைத்தது. ஒவ்வொரு கடை சரிகையிலும் மக்கள் ஆரவாரத்தோடு ரசித்தார்கள். "ஓ"வென ஆர்ப்பரித்தார்கள். ஒரு விசிலும் எழுந்தது. அருகில் ஒருவர் சத்தங்களை மீறி சொல்லிக்கொண்டிருந்தார். நெற்றியில் பட்டையாகத் திருநீறு, குங்குமம். அவர் குரல் அசரீரி போல் கேட்டது. "எங்க ஊருல ரோட்டோரம் பெரிய புத்திருக்குது. அது எந்தக் காலத்ததுன்னு தெரியாது. எங்க பாட்டன், முப்பாட்டன் அதப்பத்தி நிறைய கதைங்க சொல்லியிருக்காங்க. புத்துல வயசான ராஜநாகம் குடியிருக்குதாம். தலையில வெலை மதிப்பில்லாத மாணிக்கக் கல்ல வச்சு பாதுகாக்குதாம். அது சக்தி வாய்ந்த தெய்வம், அதக் கேட்ட வரத்த குடுக்கும். அத அழிக்க நெனைச்சவங்கதா அழிவாங்க. அதுக்குக் கட்டியிருந்தக் கோயில இடிச்சு ரோடப் பெரிசாப் போட வந்தாங்க. புல்டோசர ஓட்டி வந்தவன் வர்றப்போ சீட்டுலயே ரத்தம் கக்கிச் செத்தான். உத்தரவு போட்ட அதிகாரி, இஞ்சினியரு, சர்வேயரு எல்லாம் லாரி, காரு மோதி மாண்டாங்க. அந்த வேலய எடுத்த காண்டிராக்டர் பைத்தியமாயிட்டாரு. கடைசில மேலிடத்துல புத்த இடிக்க வேணாம்னு உத்தரவு வந்தது. அங்க ஐவேஸ் வளைஞ்சிப் போவுது. புத்துக்கோயிலு மட்டும் நடுவுல தனியா நிக்குது. நாளுக்கு நாளு பக்தருங்க அதிகமாவறாங்க. அத யாராலும் ஒண்ணும் பண்ண முடியாது." அவர் சன்னதம் வந்தவரைப் போலிருந்தார். அந்தக் கோயிலிருந்த திசை நோக்கி கைக்கூப்பி வணங்கினார். சுந்தரம் நம்ப முடியாமல் திகைத்து நின்றிருந்தார். கால்கள் சோர்ந்துவிட்டன.

கதைகளைக் கேட்டு அவர் உத்வேகமடைந்தார். அவருக்கும் கதைச் சொல்லும் விருப்பம் எழுந்தது. கதைகளைக் கூறியவர்களிடம் திரும்ப சொல்லத் தொடங்கினார். ஆழ்மனதில் புதைந்தவை தம்மையறியாது வெளிப்பட்டன. அனைவரும்

ஆவலுடன் கேட்டார்கள். "எங் கொல்லை அம்மா முந்திய விரிச்சி வாங்கினது. அப்பா, அம்மா வடக்கேயிருந்து வந்தவங்க. அங்கதான் நம்ம ஆத்தின் மூலமிருக்குது. இங்க அகல ஆறா ஓடி வருது. இருந்தும் அது வறண்ட பூமி. வெத்தலை, கேவுருதான் வெளையும். அங்க பெரிய பஞ்சம் வந்ததாம். மண்ணத் தின்னு சனங்க உயிர் வாழ்ந்திருக்காங்க. அவங்களுக்கு யாரும் உதவல. எல்லாரும் குடும்பமா தோணின எடங்களுக்குப் பொழைக்கப் போயிருக்காங்க.. கடைசியா எங்க அப்பா, அம்மாவோட, லட்சுமின்ற பசு மாட்டோட ஆத்து வழியாவே நடந்திருக்கார். எங்க போறதுன்னுத் தெரியாது. இங்க வந்து ஏதோ மனசுல பட்டிருக்குது. சந்தேகத்தோட கரையேறியிருக்காங்க. ஊரு பச்சையா கண்ணுலபட்டிருக்குது. கொஞ்ச நாளில அப்பா செத்துட்டார். அவருக்கு நோயி, ஏக்கம் ஏதோ ஒண்ணு வந்திருக்குது. அடுத்து லட்சுமியும் செத்திருக்குது. என் அம்மா தோச, பணியாரம் சுட்டு வித்து வாழ்ந்திருக்காங்க. பெரிய பண்ணைக்காரங்க ரெட்ட மாடு கட்டிகிட்டுத் தின்ன வருவாங் களாம். ருசியான பலகாரங்களுக்கு ஈடா பொன்ன, பொருளப் பரிசாத் தந்திருக்காங்க. அம்மாவுக்கு இளம் வயசு. ரொம்ப தைரியமா வலுவா நல்லாயிருப்பாங்களாம். பக்கத்துவீட்டு பெருமா மந்திரி கிட்ட நெலத்த பேரம் பேசி வாங்கியிருக்காங்க. அவரும் கொறைஞ்ச வெலைக்கு அம்மாவுக்குப் பொழைக்கத் தந்திருக்காரு. அப்ப ஆடு, மாடுங்கதா பெரிய செல்வம். நெலங்க புல்லு மொளைச்சு சும்மாக் கிடக்குமாம். அந்தக் கொல்லதான் எனது. அம்பது, அறுபது வருசமா ஆண்டுகிட்டு வர்றது. இப்ப அதப் புடுங்க வர்றாங்க." சொல்லி முடித்ததும் அவரது வேதனை கொஞ்சம் தீர்ந்ததுபோலிருந்தது. அவருக்கு யாரும் பதிலளிக்க முடியாமல் மௌனம் காத்தார்கள்.

தூரத்தில் தனியாக ஒருவர் நீண்ட நேரம் கண்களை மூடி அழுதுகொண்டிருந்தார். தலையில் துணித் தொப்பியும் மார்பில் தொங்கும் நீண்ட தாடியும் தெரிந்தன. கைகள் இறைஞ்சுவதைப்போல் நெஞ்சில் உயர்ந்திருந்தன. சுந்தரம் அங்கிருந்து நகர்ந்து அவரை நெருங்கி நின்றார். "போனதுக்காக ரொம்ப அழக் கூடாது. வேண்டற கடவுள் கண்டிப்பா வேற நல்லதா ஒண்ணு தருவாரு. அத மனசு வந்து நாம ஏத்துக்கிடணும்" என்றார். இசுலாமியரின் உதடுகள் எதையோ முணுமுணுத்தன. அது அவர்களுடைய வேத பாடமாயிருக்கலாம். இயந்திர ஓலத்தில் தெளிவாகக் கேட்கவில்லை. கடைசியாக அவர் கண்கள் திறந்தன. "நாங்க இதே ரோடோரம் காவாக் கரைப் பள்ளத்துல குடியிருக்கோம். அதுக்கும் முன்னால ஆத்தோரம் குடிச கட்டி இருந்தோம். அங்க பெரிசா வெள்ளம் வரப் போகுதுன்னு தொரத்தினாங்க. பின்னால சந்தை மூலைக்குப்

போயி குடித்தனம் பண்ணோம். அங்க வரிசயா நிறைய கடைங்க கட்டினாங்க. கடைசியா இங்க வந்தோம். காவாயில ஒரு நாளும் தண்ணி வந்து பாத்ததில்ல. சாக்கடதா வத்தாம ஓடும். நாங்க ஒண்ணுக்கொண்ணு அண்ணந் தம்பி, பெரிப்பா, சித்தப்பா மொறை. மொத்தமா வரிசயா குடிசைங்கப் போட்டோம். கொஞ்சம் சிமெண்டாலும் தகரத்துலயும் ஓலையாலயும். அதை வந்து இடிச்சாங்க. வெறுங்கையால பிரிச்சுப்போட் டிருக்கலாம். புல்டோசர வுட்டு அழிச்சாங்க. அதும் சக்கரங்க ஓடுறப்பவே ரெண்டு மூணு குடிசங்கப் பாழாப்போச்சு. மீதிய தூக்கி வாரிப் போட்டாங்க. இங்கிருந்து நாங்க மலைக்கி குடித்தனம் போவணுமாம். அப்புறமா அங்கியும் எங்களத் தொரத்த தேடி வருவாங்க." அவர் புத்தி பேதலித்த வரைப்போலிருந்தார். அவருக்கு எந்த ஆறுதலும் கூற முடியாதெனப்பட்டது. அங்கிருந்து சுந்தரம் பழைய சாலை சந்திப்புக்கு நடந்தார். அவருக்குத் தலை சுற்றி வாந்தி வரும் போலிருந்தது. எங்கும் உட்காரவும் இடமில்லை. தொடர்ச்சியாக வந்துகொண்டிருந்த நகரப் பேருந்துகள் ஒன்றில் ஏறினார். மக்கள் வேடிக்கைக் காண்பதற்காகவே சிறப்புப் பேருந்துகள் இயங்கிக்கொண்டிருந்தன. பேருந்து நிலையத்தை அடைந்ததும் அங்கிருந்து மற்றொரு பேருந்துக்கு மாறினார்.

சுந்தரம் மீண்டும் கொல்லைக்குத் திரும்பினார். பெரிய முருகனை ஆளைக் காணவில்லை. எங்காவது தென்னை மரத்துக்குப் பின்னால் அல்லது வயல் மூலையில் உட்கார்ந்திருப்பார். மின்சாரக் கொட்டகை ஓலை சாய்ப்பில் முன்பு செருகியிருந்த பழைய தபால் உறையைத் தேடினார். முதன்முதலில் கையெழுத்திட்டு வாங்கி நீண்ட நாட்களாகியும் பிரிக்காமல் வைத்திருந்த கடிதம். தொலை தூரத்தில் சாலை வேலை நடைபெறுவதைக் கேள்விப்பட்ட பிறகுதான் தபால் முத்திரைகள் நிறைந்த உறையைத் திறந்திருந்தார். உள்ளே கற்றையாகக் காகிதங்கள். பொடிப்பொடி எழுத்துகளில் நிறைய பக்கங்களுள்ள அறிவிப்பு. அதில் நீண்ட நேரமாகத் தேடி தன் பெயரைக் கண்டுபிடித்தார். கூடவே அக்கம்பக்கத்திலுள்ளவர்கள் பெயர்களும் கண்ணில்பட்டன. கடிதத்தை உறையிலிட்டுப் பழையபடி ஓலைக் கூரையில் நுழைத்திருந்தார். இப்போது சுந்தரம் மீண்டும் அதை எடுத்துப் படித்தார். செய்தித்தாளில் வெளியான அதே அறிவிப்புதான். ஓர் எழுத்தும் மாறவில்லை. அவரை அச்சம் பீடித்தது. இன்னும் சில நாட்களில் தன் கொல்லை பறி போகப்போகிறது. அவருக்கு மீண்டும் தலைசுற்றி மயக்கம் வரும்போலிருந்தது. கடிதங்களடங்கிய உறையை எடுத்துக்கொண்டு வீட்டுக்குப் புறப்பட்டார். நாற்பது, அம்பது வருடப் பழக்கமுள்ள கால்கள் தாமாக கானாற்றை,

ஆற்றை, தெருக்களைக் கடந்து வீட்டை அடைந்தன. வீட்டுப் பெஞ்சின்மேல் கடிதத்தைப் போட்டார். சட்டையையும் கழற்றாமல், கால்களையும் கழுவாமல் கட்டிலில் சாய்ந்து உறங்கியும்விட்டார். சாப்பிட மனைவி அழைத்ததுகூடத் தெரியவில்லை.

அதிகாலையில் வழக்கம்போல் கொல்லைக்குக் கிளம்பும் நேரமாகிவிட்டது. அரசின் அறிவிப்புக்கடிதத்தைத்தான் பெறவில்லை என்று நினைத்துக்கொண்டார். அதனால் எந்த பாதிப்புமில்லை. நிலம் பறிபோகையில்தான் வருத்தப்பட வேண்டும். பறவைகளின் மெல்லிய கீச்சுகள் கேட்டன. ஊர்க் கோடியிலிருந்து தனியான முதல் சேவல் குரல். பக்கத்துவீட்டுக் கல்லுபள்ளியாவின் ஆடுகள் உறக்கச் சடைவிலிருந்து கலையும் ஓசை. அனைத்தும் தெளிவாகக் காதில் விழுந்தன. அவரைத் தினமும் அழைத்து எழுப்புகின்றன. அவற்றைத் தன் பிரமையெனவும் நினைத்துக்கொள்வார். அச்சப்தங்கள் மனதில் ஆழப்பதிந்து தேவைப்படுகையில் எழுகின்றன. சுற்றிலும் திரை போன்ற வெளிச்சம் பரவியிருந்தது. எழுந்து சால்வையை எடுத்துப் போர்த்திக்கொண்டார். பொன்னம்மா தாழ்வாரத்தில் பிள்ளைகளுடன் சுருண்டு படுத்திருந்தாள். அவர்களுக்கு நன்கு விடிந்த பிறகு ஒவ்வொருவராக எழுந்துதான் பழக்கம். தெருக்கதவை வெறுமனே சாத்திக்கொண்டு கிளம்பினார். வெகு தொலைவில் கொல்லைக்கு அப்பால் ஜவ்வாது மலைக்குப் பின் வானம் வெளிச்சமுறத் தொடங்கியது.

ஏட்டிலுள்ள விலை

எதிரில் தேசிய நெடுஞ்சாலை நாலு வழிகளுடன் விரிந்தது. அனைத்திலும் வாகனங்கள் ஓடிக்கொண்டிருந்தன. அவை ஒன்றையொன்று முந்த முயன்றன. வினோதமான நாடகக் காட்சியைப் பார்ப்பது போலிருந்தது. சுந்தரம் கொல்லையின் கொட்டகை முன்னாலிருந்த கட்டிலில் சாய்ந்தார். வீட்டிலிருந்து தெருக்கள், ஆறு, கானாற்றைத் தாண்டி வெயிலில் வந்தது அலுப்பாயிருந்தது. எண்ணற்ற முறை நடக்கும் நினைவில்லாமலும் அவற்றைக் கடந்திருக்கிறார். கொஞ்ச நாட்களாகக் கை கால்கள் ஓய்கின்றன. தொய்ந்த கயிற்றுக் கட்டில் அவரை உள் வாங்கிக்கொண்டு தொட்டிலைப்போல் ஆடியது. அப்படியே கிடக்க வேண்டுமெனத் தோன்றியது. சாலை கறுத்த சவப்போர்வை போலிருந்தது. அதற்குக் கீழ் விவசாய நிலங்களிருப்பதை நம்ப முடியாது. அவருக்குத் தன் கொல்லையின் சுவடு சிறிதும் தெரியவில்லை. முன்பு நெல் விதைத்து நாற்று வளர்ந்த வயல்போலத் தோன்றவில்லை. அங்கு நீர் கட்டிய தடயம் கொஞ்சமுமில்லை. கொல்லைக்கு எதிரிலுள்ள சாலை தனக்குச் சொந்தமென கற்பனை செய்தார். அங்கு போய் உரிமையோடு நிற்க முடியாது. வாகனங்கள் அடையாளம் தெரியாமல் உருக்குலைத்துவிடும்.

பெரிய முருகன் பின்னால் வந்து நின்றார். அதை சுந்தரம் திரும்பிப் பார்க்காமலே உணர்ந்தார். பெரிய முருகன் தயங்கிய குரலில் "தபால்காரு வந்து போனாருண்ணா. அத உங் கிட்டதா தரணுமாம்.

வரச் சொன்னாரு" என்றார். சுந்தரம் எழுந்து உட்கார்ந்தார். பெரிய முருகன் தலை சொறிந்தபடி நின்றிருந்தார். பதிவுத் தபாலில் நாலு வழிச் சாலைக்கு இழந்த நிலத்துக்கு நஷ்டஈடு கிடைக்கப்போகிறது. காசோலையாகவே வந்துவிட்டிருக்குமென எண்ணினார். தூரத்துக் கொல்லைக்காரர் கோபாலும் சொல்லியிருந்தார். அப்போது அவர்களிருவரும் ஆற்றில் நடந்து கொண்டிருந்தார்கள். "உனக்கென்னப்பா, நெலம் எடுத்ததுக்குப் பணம் வரப்போவுதாம். உங் கொல்லைக்கி நல்ல வெல போட்டிருக்குதாம். சந்தையில விக்கறத விடக் கூடவாம்" என்றார் கோபால். அவர் குரலில் காய்ந்த ஆற்று வெக்கை கலந்தாற்போலிருந்தது. "எனக்குச் சொந்தமானத அவங்களா புடுங்கப்போறாங்க. அவங்களுக்குத் தோனியதத் தருவாங்க. அது எப்பிடி பொருந்தும்?" என்றார் சுந்தரம் மணலில் நடக்கும் மூச்சிரைப்புடன். ஆறு முடிந்து கரையில் பாதைகள் பிரிந்தன. கோபால் எதுவும் பேசாமல் தன் கொல்லைக்குப் போகும் கொடி வழியில் சென்றார். பணம் கிடைத்தால் ஒருவருக்கும் சொல்லக் கூடாதென சுந்தரம் எண்ணிக்கொண்டார். நிலம் பறிக்கப்பட்டு நெடுங்காலமாகிவிட்டிருந்தது. அதற்கான இழப்பீடு கிடைக்காதென நினைத்தார். கொல்லையை இழந்த துக்கமும் ஏறக்குறைய மறந்துவிட்டிருந்தது.

சுந்தரம் பக்கத்து ஊரிலிருந்த தபால் நிலையத்தை அடைந்தார். அஞ்சல் அலுவலரின் வீட்டுத் திண்ணை தான் அலுவலகம். திறந்த அலுமினியப்பெட்டி நாற்காலி யில் உட்கார்ந்திருந்தது. சுந்தரம் தெருவில் நின்று காத்திருந் தார். முன்பெல்லாம் கொல்லை வேலைகளுக்கு வந்துகொண் டிருக்கும் பெண்கள் அவரைப் பார்த்துத் தங்களுக்குள் பேசிக் கொண்டார்கள். தனக்கு நிறையப் பணம் கிடைக்கப்போவதைப் பற்றிதானிருக்கும். அவசரமாகச் சென்ற கூலி ஏரோட்டும் கிருஷ்ணன் "இதோ வருவாரு. வீட்டுக்குள்ள சாப்பிடப் போயிருப்பாரு" என்று சொல்லிவிட்டுப் போனார். வீட்டினுள் கைக்குழந்தை அழும் சப்தம் கேட்டது. சற்று நேரத்தில் அலுவலர் வாயைத் துடைத்தபடி வெளிப்பட்டார். "இங்கதாயிருந்தது ..." என்று பெட்டியிலும் மேசையிலும் எரவான இடுக்கிலும் தேடினார். சற்று நேரத்தில் தபால்காரர் சைக்கிளில் வந்தார். "அது இங்கிருக்குது" என்று அலுமினியப்பெட்டியின் மூடி உறையிலிருந்து கடிதத்தை எடுத்து நீட்டினார். அட்டையிலும் தாளிலும் ஒப்புதல் வாங்கிக்கொண்டார். சுந்தரம் வழக்கம் போல் ஆங்கிலத்தில் சேர்த்தெழுதிக் கையெழுத்திட்டார். முன்பு வலக்கை அடிபட்டிருந்தால் எழுத முடியாமல் போயிருக்கும். அஞ்சல் அலுவலர் சற்று மரியாதையுடன் பார்த்தார். அங்கேயே

கடிதத்தைப் பிரிக்கலாமென சுந்தரம் முதலில் நினைத்தார். பிறகு வேகமாகப் புறப்பட்டார்.

சுந்தரம் மீண்டும் கொல்லைக் கயிற்றுக் கட்டிலில் வந்து அமர்ந்தார். கடித உறையைக் கவனமாகப் பிரித்தார். எதிர்பார்ப்பில் கைகள் நடுங்கின. உள்ளே காசோலையில்லை. பல பக்க வழக்கமான பட்டியலுமில்லை. அவர் பெயரும் நில எண்ணும் நஷ்ட ஈட்டுத் தொகையும் குறிப்பிட்ட கடிதம் மட்டுமிருந்தது. பழைய உணவு விடுதிக் கட்டடத்துக்கான இழப்பீடு கணிசமாகப் போட்டிருந்தது. காலி நிலத்துக்குச் சொற்ப விலை. இரண்டையும் சேர்த்தால் பெருந்தொகையாகத் தோன்றியது. அவர் இதுவரை வாழ்க்கையில் பார்த்ததில்லை. ஒரு கரும்பு வெட்டுக்குக் கிடைப்பதைவிடவும் பல மடங்கு. அதைக் கொடுப்பதற்கான நாளும் இடமும் கடிதத்தில் தனியாகக் குறித்திருந்தது. அடுத்த மாத முதலாம் சனியும், நாலு வழி நெடுஞ்சாலையின் ஊர் பேருந்து நிறுத்தமும். அவருடைய கண் முன்னால் இப்போதே இழப்பீடுக்கேற்ற செலவுப் பட்டியல் நீண்டது. முதலில் சில்லறைக் கடன்களை அடைக்க வேண்டும். தனக்கு இரு ஜோடி கதர் வேட்டி, சட்டை வாங்கிக்கொள்ள வேண்டும். கதரிலேயே உள்ளாடைகள், கொல்லைக்குப் போட்டு வர ஒரு கதர் தோள் துண்டு. வெளியூருக்குப் போக கதரில்லாமல் பாப்லினில் சட்டை ஒன்றுகூட எடுக்கலாம். யாரும் ஒன்றும் விமரிசிக்க மாட்டார்கள். பொன்னம்மாவைக் கூட்டிப்போய் பட்டுச் சேலை வாங்கித் தரலாம். அந்த நஷ்ட ஈடு இலவசமாகக் கொடுக்கப்படுவது போலிருந்தது. நிலத்தைப் பிடுங்கிக்கொண்டு சொற்ப விலையும் தர மாட்டார்களென முதலில் நினைத்திருந்தார். நாட்டுக்கு மிக முக்கியமெனத் தேவைப்பட்டால் குடிமகன் அனைத்தையும் இழக்க வேண்டுமென்பது சட்டம்.

சுந்தரம் வேகமாக வீடு திரும்பினார். புறப்படுகையில் பெரிய முருகனிடம்கூடச் சொல்லிக்கொள்ளவில்லை. வீட்டில் நுழைந்ததும் நஷ்ட ஈடு கிடைக்கப்போவதைச் சத்தமாகச்சொன்னார். பொன்னம்மா தொடர்ந்து அரிசி ஆய்ந்து கொண்டிருந்தாள். அவள் நிமிர்ந்தும் பார்க்கவில்லை. அவர் பொறுக்க முடியாமல் கடிதத்தில் அச்சிட்டிருந்ததைக் காட்டினார். அவள் எண்களைப் பார்த்துவிட்டுத் தலையாட்டினாள். தனக்குத் தானே பேசிக்கொள்வதைபோல் “எந் மூக்குத்தி ரொம்பப் பழசாயிடுச்சு. வேற ஒண்ணு வாங்கணும். எவ்வள நகைங்க அந்தக் கொல்லைக்குத் தந்திருப்பேன்” என்றாள். அவள் மூலம் தகவலறிந்த மூத்த மகன் கார்த்தி மறுநாள் தலைநகரிலிருந்து கடைசி வீட்டுத் தொலைபேசியில்

கூப்பிட்டான். சுந்தரம் சென்று பேசினார். "எவ்வள பணம் கெடைக்கும்?" என்று கேட்டான். அவர் குரலை மிகவும் தாழ்த்தி சொன்னார். "சரியாக் கேட்கல. எனக்கு எல்லாப் பணமும் வேணும். புதுக் கடைக்கு முன் பணம் கட்டணும். இதுவே பத்தாது" என்றான். இரண்டாவது மகன் மோகன் வீட்டுக்கு வந்திருக்கையில் பொன்னம்மா சொன்னாள். அவன் அதைப் பொருட்படுத்தியதாகத் தெரியவில்லை. தேங்காய் வெட்டைப் பற்றி பேசினான். நஷ்ட ஈட்டை அற்பத் தொகையென்று நினைத்திருப்பான்.

முன்பும் பல அறிவிப்புக் கடிதங்கள் வந்திருந்தன. அவற்றை சுந்தரம் வீட்டின் பல இடங்களில் போட்டு வைத்திருந்தார். தொலைக்காட்சி மரப் பெட்டி அடியில், அலமாரியில், இரும்புப் பெட்டியில், சாய்வான சாமிப் படங்களின் பின்னால். ஒவ்வொன்றையும் தேடி எடுக்கத் தொடங்கினார். பொடியான ஆங்கில எழுத்துகள் மேலும் மங்கிவிட்டன. சிலவற்றை பூச்சிகள் அரித்திருந்தன. அவர் மீண்டும் மேலோட்டமாகப் படித்துப் பார்த்தார். நெடுங்காலம் முன்னால் வந்த முதல் அறிவிப்புக் கடிதம் கிடைத்தது. அப்போது அவர் அதை நம்பவில்லை. பிறகுதான் எங்கிருந்தோ நாலுவழிச் சாலைக்கான வேலைகள் தொடங்கப்பட்டன. முதலில் பழைய சாலையின் நீள அகலங்களைக் கணக்கிட்டார்கள். இரும்புச் சங்கிலிகளாலும், அளவுப் பட்டைகளாலும் இருபுறங்களிலுமுள்ள நிலங்களைப் பல முறை அளந்தார்கள். பிறகு மஞ்சள் நிற அடையாளக் கற்களை நட்டார்கள். நீண்ட நாட்களாக அவை அப்படியே கிடந்தன. வயல்கள் நடுவிலும் நாற்றுகளிலும் அனைவர் கண்களிலும்பட்டு உறுத்தின. சில விவசாயிகள் பிடுங்கியும்கூட எறிந்திருந்தார்கள். சிலர் மண்ணில் அப்படியே புதைத்தும்விட்டார்கள். சாலைக்கான வேலைகள் அங்கங்கு நடந்துகொண்டிருந்தன. சாலை சந்திப்பு, தூரத்து நகரம், முந்தின ஊர், பக்கத்து ஊர் எல்லாவற்றையும் தாண்டி மெதுவாக வந்துகொண்டிருந்தன.

கடைசியாக ஒரு மதிய வேளையில் கண்ணுக்கெட்டிய தொலைவில் சிறிதாக புல்டோசர் தென்பட்டது. கானல் நீர் நடுவில் படகைப்போலிருந்தது. சுந்தரம் முன்பு சென்று பார்த்திருந்த அதே இயந்திரம். ஓயாமல் இயங்கிக்கொண்டிருந்தது. இயல்பாக இடித்தும் தள்ளியும் நிரவியும் கொண்டிருந்தது. அதிலிருந்து கொடூர ஓசைகள் எழுந்தன. அவர் சற்று நேரம் பார்த்துவிட்டுத் திரும்பி கயிற்றுக் கட்டிலில் படுத்தார். இறங்கப் போர்த்தியிருந்தாலும் சப்தம் காதில் விழுந்தது. தலைக்குள் மோதி எதிரொலித்தது. எப்போதும்போல் மதியத்தின் குட்டித் தூக்கம் பிடிக்காமல் புரண்டார். மீண்டும் எழுந்து சாலை

மேட்டிலேறிப் பார்த்தார். தூரத்தில் புல்டோசர் தெரிந்தது. ஒரு கணமும் நில்லாமல் முன்னேறியது. அவரை மெல்ல நெருங்கி வந்துகொண்டிருந்தது. வீட்டுக்குச் சாப்பிடப் போகாமல் நின்றிருந்தார். பெரிய முருகன் பின்னால் வந்து இரண்டொரு முறை கூப்பிட்டார். சுந்தரத்துக்குக் காதில் விழவில்லை. தொடர்ந்து சாலையில் நடக்கும் வேலைகளைப் பார்த்துக் கொண்டிருந்தார். பெரிய முருகன் முன்பே இயந்திரத்துக்குப் பக்கத்தில் போய் பார்த்துவிட்டு வந்திருந்தார். அவருக்கு நீண்ட நேரம் வெறும் வேடிக்கைக்களைக் காண பிடிக்காது. ஏதாவது வேலை செய்து பழக்கம். அவருக்கு நான்கு வழிச் சாலை வருவதும் வராததும் ஒன்றுதான். மீண்டும் தென்னங் கன்றுகளுக்குத் தண்ணீர் கட்ட கொல்லைக்குள் புகுந்தார்.

முதலில் சுந்தரம் நீண்ட நாட்கள் கழித்துத்தான் கொல்லையில் சாலை போடுவார்களென நினைத்தார். அப்போதுதான் புல்டோசர் அருகில் வரும். அது வராமலும் போகும் சாத்தியமுமிருக்கிறது என்று நம்பினார். ஆட்சி மாற்றம், நீதிமன்றத் தடை, வேறு வழியைத் தேர்ந்தெடுப்பது போன்ற அதிசயங்கள் ஏதாவது நிகழலாம். அல்லது அகலச் சாலை அமைக்கும் திட்டம் ஒரேயடியாகக் கைவிடப்படலாம். ஒரு வெப்பமான பிற்பகலில் சாலை மேட்டில் புல்டோசர் ஏறியது. அவர் கட்டிலில் உட்கார்ந்து பார்த்தபடியிருந்தார். நேராக உருண்டு மேலே மோதிவிடுமென பயந்தார். அதன் உச்சி இருக்கையில் உட்கார்ந்து செலுத்திக்கொண்டிருந்த ஓட்டுநர் பழைய சிறுவன்தான். இப்போதுதான் பள்ளிப் படிப்பை முடித்திருப்பான். இன்னும் மீசை வளர்ந்திருக்கவில்லை. முகத்தில் குழந்தைத்தனமும் மாறியிருக்கவில்லை.

அருகில் இயந்திரம் பூதாகரமாகத் தோன்றியது. அடர்ந்த மஞ்சள் நிறத்திலிருந்தது. அங்கங்கே வண்ணம் உதிர்ந்து உள்ளே கறுப்பு இரும்பு வெளியில் தெரிந்தது. மேலே கனத்த தகட்டில் அழுத்தமான கீறல்கள். சில உறுப்புகள் காயம்பட்டவைபோல் நசுங்கியிருந்தன. பெரும் கட்டடங்களையும் குடிசைகளையும் சரித்ததில் சற்று களைத்திருந்தது. மேட்டிலேறி மெதுவாக ஆடியபடி வந்தது. நீண்ட உபயோகத்தால் தேய்ந்து பளபளத்த துதிக்கைத் தொய்ந்திருந்தது. முன் சக்கரங்கள் பொருத்த மில்லாமல் சூம்பியிருந்தன. நெருங்குகையில் புல்டோசர் மேலும் பெரிதானது. இரும்புக் கை நீண்டு வளர்ந்தது. முகப்பு விளக்குகள் அகன்று விழித்தன. பல நூற்றாண்டுகளுக்கு முன் அழிந்த ஓர் உயிரினம் போலிருந்தது. அதன் பின் சக்கரங்கள் பிரம்மாண்டமாகச் சுழன்றன. மண்ணில் பற்கள் ஆழத்தடம் பதித்தன. முன் சக்கரங்கள் வேகமாகத் திரும்பின. இயந்திரம்

முழு மூச்சாக இயங்குகையில் அவை அந்தரத்தில் மேலெழுந்தன. பின்புற இரும்புத் தட்டால் ஒரு முழு கட்டடத்தையும் அள்ளி விடலாம். புல்டோசரின் தலையும் வாலும் ஒன்றுபோல் நீட்டியிருந்தன. மண்ணுளிப் பாம்புபோல் இருபக்கமும் நகர்ந்தது. ஓட்டுநர் பையன் மந்திரவாதியைப்போல் இரு புறமும் திரும்பி இயக்கினான். இயந்திரத்தின் கரம் லாகவமாக இயங்குவது மாயஜாலக் காட்சி போலிருந்தது. பலரின் கடும் வேலையைத் தனியாகச் செய்தது. சிறுவர்கள் குதூகலத்துடன் கத்தியபடி அதைப் பின்தொடர்ந்தார்கள். பெரியவர்களுக்கும் தொடர்ந்து பார்த்துக்கொண்டிருக்கலாம் போலிருந்தது. அவர்களுக்கு அழிவற்றதாகத் தோன்றிய கட்டடங்கள் சுலபமாக வீழ்வதைக் காணும் ஆசை. பிள்ளைகளைப் பயம்காட்டி விரட்ட முயன்றார்கள். "இத சின்ன பசங்க பாக்கறது தப்பு. வீணா கெட்டுப் போவீங்க. ஒழுங்கா வீட்டுக்குப் போயி படிங்க."

சுந்தரத்தின் கொல்லை எதிரில் உணவு விடுதி பாழடைந்து நின்றிருந்தது. நாலு பக்கமும் சுவர்கள் சிதைந்திருந்தன. கூரை பாதிக்கு மேல் பிய்ந்திருந்தது. உத்திரங்கள் இற்றுப் போயிருந்தன. கட்டடம் முழுவதும் தீயில் கருகியது போல் புகை படிந்திருந்தது. இறுதி மூச்சைவிடத் தயாராயிருந்தது. ஊரில் இதைவிட உறுதியான கான்க்ரீட் வீடுகளிருந்தன. ஆனால் அவை சிறியவை. மீதி குடிசைகளாக நிறைந்திருந்தன. அவற்றின் மென்மையான மரணத்தில் சுவாரசியமில்லை. அனைவரும் பழைய உணவு விடுதியின் வீழ்ச்சியைப் பார்க்க ஆவலுடன் திரண்டு வந்திருந்தார்கள். அவர்களுடன் சேர்ந்து சுந்தரம் நின்று கொண்டிருந்தார். அவர் நிலத்தில் புல்டோசர் நுழைய அனுமதி தேவையில்லை. ஏற்கெனவே அரசாங்கத்தால் ஒரு பகுதி சட்டபூர்வமாக எடுத்துக் கொள்ளப்பட்டுவிட்டது. அதில் அவர்கள் விருப்பப்படி எதை வேண்டுமானாலும் செய்யலாம். புல்டோசர் கண்ணெதிரில் வேகமாக நகர்ந்து வந்தது. பலமுறை கனவிலும் நனவிலும் கண்டதுதான். கொஞ்சமும் மாறுபடாமல் அதைப் போலவேயிருந்தது. அது முதலில் நீண்ட காலமாக வளர்ந்திருந்த உயிர் வேலியில் புகுந்தது. செறிந்த நொச்சி, ஊமத்தை, உண்ணி, கருவேலம் புதர்கள் நசுங்கின. அவற்றின் முட்கள் சிதைந்தன. உறுதியான ஓணான் கொடிகள் அறுந்தன. சுற்றித் தாவர மணம் எழுந்தது. புல்டோசர் பழைய உணவு விடுதி எதிரில் நின்றது. தூரத்திலிருந்த கீழ் நிலை அதிகாரி ஒரு தரம் கோப்பைப் பார்த்துவிட்டுத் தலையாட்டினார். புல்டோசர் முன்னேறத் தொடங்கியது.

அதன் இரும்புக் கை நீண்டு கட்டடத்தைத் தொட்டது. உடனே சுற்றுச் சுவர் அட்டையைப்போல் கீழே சரிந்தது.

மேற்கூரை ஒரு கணம் அந்தரத்தில் நின்றது. பின் தாழ்ந்து குப்புற விழுந்தது. உத்திரங்களும் ஓலைகளும் ஒன்றாகக் கலந்தன. சுவர்கள் பல துண்டுகளாக உடைந்தன. பின்புற சுவர் மட்டும் விடுபட்டுத் தனித்து நின்றது. அதை நோக்கி புல்டோசர் சென்றது. கீழே செங்கற்களும் ஓலைகளும் மூங்கில்களும் மிதிபட்டன. புல்டோசரின் கரம் பட்டதும் பின் சுவரும் தகர்ந்தது. பிறகு விடுதிக்குப் பக்கத்திலிருந்த சிறிய வட்டக் குடில்கள் மூட்டைப் பூச்சிகளைப் போல் நசுக்கப்பட்டன. புல்டோசர் மீண்டும் தொடங்கிய இடத்துக்கு வந்தது. மறுபடியும் நகர்ந்து விடுதியை முழுமையாக அழித்தது. இடிபாடுகளை ஓரமாக ஒதுக்கியது. மேடும் பள்ளமுமான தரையைச் சமமாக்கியது. அங்கு கட்டடம் நின்றிருந்ததற்கான சிறு தடயமுமில்லை. புல்டோசர் திருப்தியுடன் நிலத்தின் பக்கம் திரும்பியது. அடையாளக் கற்கள் நட்ட இடத்துக்குள் மண்ணையும் வரப்புகளையும் பயிரையும் ஒன்றாகத் தள்ளியது. சுந்தரம் கடைசியாக மூலை வயலில் மட்டும் எள் பயிரிட்டிருந்தார். செடிகள் முளைத்து இயந்திர சக்கரங்களை எதிர்க்கும் என்று எண்ணியிருந்தார். எள்ளின் சிறிய பூக்கள் மலர்ந்து காய்கள் அரும்பியிருந்தன. இன்னும் ஓரிரு நாட்களில் அறுவடை செய்துவிடலாம். இயந்திரத்துக்கு முன்னால் எல்லாம் ஒன்றுதான். வேரடி மண்ணோடு செடிகள் பிடுங்கப்பட்டன. சற்று நேரத்தில் எள் பயிரிட்ட இடம் மறைந்தது. எங்கும் பழுப்பு மண்ணாக மாறியது.

அந்தப் பகுதி நீண்ட நாட்களாக மாற்றமில்லாமல் கிடந்தது. மீண்டும் குறுகிய காலப் பயிராகக் காய்கறித் தோட்டம் போடலாம் என்று சுந்தரம் யோசித்தார். தன் நிலத்தில் கீரையை நட்டு அறுவடை செய்திருந்தார் கோபால். மற்றொரு கொல்லைக்காரர் பயிரிடுவதற்குத் தயாராக ஏரோட்டியிருந்தார். இன்னொரு கொல்லைக்காரர் துணிந்து நிலக்கடலை விதைத்திருந்தார். வாகனங்கள் பழைய இரு வழிச் சாலையில் நெரிசலாகப் போய் வந்துகொண்டிருந்தன. சுற்றிலும் இடங்கள் வெட்டவெளியாயிருந்தன. நிழலுக்கு ஒதுங்கவும் ஒரு மரமுமில்லை. ஊர்கள் தம் புராதன அடையாளங்களை இழந்திருந்தன. பேருந்து நிறுத்தங்கள் ஒன்றுபோலிருந்தன. பழைய ஞாபகத்தில் சில ஓட்டுநர்கள் நிறுத்தங்களைத் தவறவிட்டார்கள். அவர்களுக்குப் பயணிகள் ஊர்களைக் கண்டுபிடித்துச் சொன்னார்கள். அப்போதும் சாலைத் திட்டம் கைவிடப்படும் என்று சுந்தரம் நம்பினார்.

மீண்டும் சாலை வேலைகள் தொடங்கின. புல்டோசர் மறுபடியும் கம்பீரமாக வலம் வந்தது. கைப்பற்றிய நிலம் மேலும் சமப்படுத்தப்பட்டது. மேலே செம்மண்ணும் கற்களும்

கொட்டி நன்றாக உறுதியாக்கப்பட்டது. இப்போது யாருக்குச் சொந்தமான கொல்லை என்று கூற முடியாது. அனைத்து அடையாளங்களும் முழுதாக அழிந்துவிட்டன. கண்ணுக் கெட்டிய தூரம்வரை காலி நிலமாகத் தெரிந்தது. சிறு செடி, கொடிகளும்கூட முளைக்கவில்லை. தார்ச்சாலை வரும் அறிகுறிகளுமில்லை. அங்கு பழுதான வாகனங்கள் முதலில் ஒதுங்கின. பிறகு கனரக வாகனங்கள் வரிசையாக நின்று ஓய்வெடுத்தன. "காலியாக் கெடக்கற நெலத்தப் பாக்கறதுக்கு சுடுகாடு மாதிரியிருக்குது" என்று பெரிய முருகனிடம் அலுத்துக்கொண்டார் சுந்தரம். பெரிய முருகன் தலையை அழுத்தமாகச் சொறிந்துகொண்டார்.

கடைசியாக நான்கு வழிச் சாலை வந்துவிட்டது. தொட்டியில் தண்ணீர் பருக வந்த மாடுகளின் பின்னாலிருந்த கலாசி தங்கவேலு "ஆளில்லாத ரயில்வே கேட்டுக்குப் பக்கத்துல தார் ஊத்தறாங்க. அங்க வேல முடிஞ்ச மாதிரிதா" என்றுச் சொல்லிவிட்டு சென்றார். "நின்னு போயிருந்த பாலத்துல திரும்பவும் வேல நடக்க ஆரம்பிச்சாச்சு. இங்கியும் ரோடு சீக்கிரம் வந்துடும்ண்ணா" என்றார் கூலியாள் காக்கா முருகன். "வேத்தூருலேயிருந்து வந்தவங்க ராத்திரி பகலா பேய் மாதிரி வேல செய்றாங்க. அவங்க மனுசங்களேயில்ல." கிருஷ்ணன் ஏரோட்டுகையில் வியந்து வயலில் நின்றார். சுந்தரத்துக்கு எதிர்பார்ப்புகள் கூடிக்கொண்டிருந்தன. தார்ச்சாலை திடீரென எதிர்திசையில் போடப்பட்டது. இடைப்பட்ட இடம் சமமான மண் சாலையாயிருந்தது. கொல்லைக்கு முன்னால் தார் போடும் பிரம்மாண்ட கறுத்த இயந்திரம் நின்றது. லாரிகள் வரிசையாக ஜல்லி, தார் கலவைகளுடன் வந்தன. இயந்திரத்தில் கொட்டின. அது கனத்த விரிப்பைப்போல் கீழே தாரைப் பரப்பியது. பின்னால் வாகனம் கனத்த உருளைகளால் சமனாக்கியது. சற்று நேரத்தில் மாயாஜாலம்போல் சாலை உருவானது. வெயிலில் கறுப்பு பளிங்குப் போல் மின்னியது. மேலே சிறு தூசியும் ஒட்டாது.

சுந்தரத்தின் பழைய நிலத்தில் தார்ச்சாலை நீண்டு சென்றது. சற்று தூரத்தில் மண் சாலை. தொலைவில் மீண்டும் தார்ச்சாலை. அவருக்கு மிகவும் குழப்பமேற்பட்டது. அங்கங்கே துண்டு துண்டாகத் தார்ச்சாலை. அவற்றை அப்படியே கைவிட்டுச் சென்றார்கள். சில நாட்கள் கழித்து மீண்டும் இயந்திரம் வந்தது. விடுபட்ட பகுதிகளில் தார் போட்டது. மறுபடியும் அதே காட்சி. கடைசியில் ஒருபக்கம் அகன்ற தார்ச்சாலை காலியாக நீண்டது. மறுபக்கத்தில் பழைய சாலையில் வழக்கம்போல் வாகனங்கள் நெரிசலுடன் சென்றன. அதிலும்

அவசரமாகதார் போடும் வேலை நடந்தது. தங்க நாற்கரச் சாலை எங்கோ ஓரிடத்தில் தொடங்கி வைக்கப்பட்டதை சுந்தரம் தொலைக்காட்சியில் பார்த்து ஆச்சரியப்பட்டார். நாட்டுக்கு அர்ப்பணித்து நாடாளுபவர் பெருமிதத்தோடு பேசினார். "இது நான் பகலில் கண்ட கனவு. இப்போது நெடுங்காலத்துக்குப் பின் நிறைவேறியுள்ளது. தங்கச் சாலைகள் நாட்டின் ரத்த நாளங்களைப் போல் மாறப்போகின்றன. அவற்றில் ஒளியை மிஞ்சும் வேகத்தில் பயணிக்க முடியும். இத்திட்டத்தால் நாடு வளம் பெறும் என்று உளப்பூர்வமாக நம்புகிறேன். அதை மாய எதிரிகளால் ஒருபோதும் தடுக்க முடியாது" என்றார். முன்னாலிருந்த பெருங்கூட்டம் பலமாகக் கைதட்டியது.

அனைத்து அறிவிப்புக் கடிதங்களையும் சுந்தரம் தேடி வைத்திருந்தார். அவை தேவைப்படலாமென்று பையில் எடுத்துப் போட்டுக்கொண்டார். அவர் வழக்கம்போல் அதிகாலையில் எழுந்து தயாராகியிருந்தார். சற்று முன்கூட்டி சமையல் செய்வதற்கு பொன்னம்மா சலித்துக்கொண்டாள். "இவ்வள சீக்கிரம் யாரும் வர மாட்டாங்க. அங்க போயிக் காத்துதாதிருக்கணும். அதுக்கு அவசரம்." அவர் சாப்பிட்டதும் வேகமாகக் கிளம்பினார். ஒரு கையில் அரசாங்கக் கடிதங்கள் அடங்கிய பெரிய பை. மற்றொரு கையில் பணம் எடுத்து வர மஞ்சள் பை. அது நகரில் எப்போதோ துணி எடுத்ததின் ஞாபகச் சின்னமாக எஞ்சியது. அவர் வீட்டிலிருந்து இறங்கி தெருவில் நடந்தார். பின்னால் முதுகில் பொன்னம்மாவின் பார்வையை உணர்ந்தார். அவள் நிறைய நஷ்ட ஈடு கிடைக்க வேண்டுமென விரும்புவாள். அதனால் கடன்கள் கொடுத்ததுப்போகத் தனக்கும் மிஞ்சும் என்று நினைப்பாள். ஞாபகார்த்தமாகச் சிறு நகை யாவது வாங்க ஆசைப்படுவாள். அவருக்குக் கால்கள் மிகவும் வலியெடுத்தன. நீண்ட காலம் வீட்டுக்கும் கொல்லைக்கும் நடந்த பழைய நோவு தோன்றியது. கைவலியும் இணைந்து கொண்டது. இம்முறை கொல்லையை அடைய வழக்கத்தைவிட நீண்ட நேரமானது.

கொல்லையில் பெரிய முருகனைக் காணவில்லை. எங்காவது தென்னை மரத்தடியில் மறைந்திருப்பார். அவர் கட்டிலில் ஓய்வாக உட்காரவில்லை. கொல்லையைக் கடந்து தொடர்ந்து நடந்தார். நாலு வழி நெடுஞ்சாலை மேலும் உயர்ந்திருந்தது. குன்றில் ஏறுவது போலிருந்தது. காலி மாட்டு வண்டிகள்கூட ஏறியிறங்க முடியாது. இன்னும் பக்கச் சாலை போடப்படவில்லை. அனேகமாக அது வராது. குறுக்கே மட்டும் ஒரு நடை பாதை போடப்படலாமென கலாசி சொல்லியிருந்தார். நாலு வழிகளிலும் வாகனங்கள் போய் வந்துகொண்டிருந்தன.

எதிர்காலத்தில் மேலும் பல வழிகள் தேவைப்படும். மேலும் கொல்லைகளைப் பிடுங்கிக்கொள்வார்கள். கரும்பளிங்குப் போன்ற சாலை சப்தத்தால் அதிர்ந்துகொண்டிருந்தது. அவர் சாலையோரமாக மண் பாதையில் சென்றார். தனியாக நடப்பதை உணர்ந்தார். வேறு பாதசாரிகள் இல்லை. அவரை வாகனங்கள் உரசுவதுபோல் ஓடின. ஆடைகள் கிழிந்துவிடும்போல் பறந்தன. அவ்வப்போது கனத்த சரக்கு லாரிகள் ஊர்ந்தன. நிறைய சக்கரங்களுடன் ஒரு லாரி நீண்ட சிறகு போன்ற பொருளைச் சுமந்து சென்றது. அவரைக் கடக்க நெடுநேரமானது. ஊருக்கு எதிரில் சிலர் நின்றிருந்தார்கள். அவர்கள் அந்தப் பெரிய லாரியைத் திரும்பியும் பார்க்கவில்லை.

சுந்தரத்துக்கு எதிர்ப்புறம் ஒருவன் நடந்து வந்து கொண்டிருந்தான். தூரத்தில் சாதாரணமான வழிப்போக்கன் போல் தெரிந்தான். அவரை வேகமாக நெருங்கியும்விட்டான். செம்பட்டைத் தலை மயிர், திரிகளாகத் தொங்கும் தாடி, இடுப்பில் சிறிய துண்டு கட்டியிருந்தான். கறுத்து மெலிந்த உடல். தலையில் பிளாஸ்டிக் குடிநீர் பாட்டில் மகுடம்போல் அசையாது வீற்றிருந்தது. நேராகப் பார்த்து, கைகளை வீசி விரைந்து கொண்டிருந்தான். ஒரு வீட்டருகில் நின்றிருந்த பெண் ஓடோடி சாலைக்கு வந்து கும்பிட்டாள். அவன் திரும்பிப் பாராமல் கடந்து சென்றான். அவன் கை இரு வாழைப்பழங்களைப் பின்னால் எறிந்தது. அவள் பரவசத்துடன் எடுத்துக்கொண்டாள். சுந்தரம் திரும்பிப் பார்த்தார். சித்தன் தன்பாட்டில் தொலைவில் நடந்து போய்க்கொண்டிருந்தான்.

சுந்தரம் கடைசியாக இழப்பீடு வழங்கும் இடத்தை அடைந்தார். சாலைக்கு மறுபுறம் பலர் கூடியிருந்தார்கள். தன்னால் நாலு வழிகளையும் கடக்க முடியாது என்றுபட்டது. வாகனங்கள் தொடர்ந்து போய் வந்துகொண்டிருந்தன. சிறிதும் இடைவெளி இல்லை. சிறிய மகன் மோகனை வற்புறுத்தித் துணைக்குக் கூப்பிட்டு வந்திருக்கலாம். பேருந்து நிறுத்தத்திலிருந்த இளைஞன் கையைப் பிடித்துக் கிடைத்த குறுகிய நேரத்தில் மறுபக்கம் அழைத்துச் சென்றான். அவன் பெயர் ஞாபகம் வரவில்லை. கொல்லையில் கூலி வேலை செய்த நிறையப் பேர்களில் ஒருவரின் மகனாயிருக்கலாம் என்று நினைத்துக்கொண்டார். பேருந்து நிறுத்தத்தையொட்டி கூட்டமாக நின்றிருந்தார்கள். பேச்சுக் குரல்கள் இரைச்சலாகக் கேட்டன.

இரு அரசு ஊழியர்கள் பேருந்து நிறுத்த பெஞ்சில் அமர்ந்திருந்தார்கள். நிலங்களை இழந்தவர்களின் பெயர்களை ஆங்கிலத்தில் தப்பும் தவறுமாகக் கூப்பிட்டுக்

கொண்டிருந்தார்கள். அவர்களுக்கு இழப்பீட்டுக் கணக்கும் தெரிந்திருக்கவில்லை. அவற்றைப் பெறுகிறவர்கள் மிகவும் ஆத்திரம் அடைந்தார்கள். சினத்தின் உச்சியில் ஊழியர்களை அடிக்கவும் தயாராயிருந்தார்கள். அவர்களுக்கு நஷ்ட ஈட்டில் கொஞ்சமும் திருப்தி ஏற்படவில்லை. "எனது கொல்லயில பிடுங்கனது நூறு சென்ட்டு நெலம். கூடவே அதுல நட்டிருந்த அம்பது அறுபது தென்ன மரங்க போச்சு. ஆனா மரங்களவிட நெலத்து வெலை கம்மியா போட்டிருக்குது. இது அநியாயம்" என்றார் ஒருவர். குமாஸ்தா நிதானமாக "அப்பிடியா, எங்களுக்கு எதுவும் தெரியாது. கணக்குல எழுதியிருக்கத நாங்க தர்றோம்" என்றார். இன்னொருவர் "இதெல்லாம் வெல மதிப்பில்லாத எங் கொல்லைக்கு ஒரு துட்டா?" என்று கத்தினார். மற்றொரு ஊழியர் சாந்தமாகப் பதிலளித்தார். "எங்களால ஒண்ணும் பண்ண முடியாது. எல்லாம் மேலிடத்துலேயிருந்து வந்தது. நீங்க விருப்பப்பட்டா வாங்கிக்குங்க. இல்லனா திரும்ப அனுப்பிச்சுடுவோம்." வேறொரு விவசாயி காசோலையை வாங்கிப் பார்த்துவிட்டு ஊழியர்களின் மேல் திருப்பி எறிந்தார். அது அவர்களின் காலடியில் நழுவி விழுந்தது. "எனக்கு இந்தப் பணம் வேணாம். நா இனாமா கவர்மெண்டுக்குக் கொல்லயக் கொடுத்ததா வச்சுக்குங்க." அவர் சற்று நேரம் கழித்துக் குனிந்து எடுத்துக்கொண்டார். அங்கு கலவரம் வெடிக்கும் சூழல் நிலவியது. சுந்தரம் தன் முறைக்குக் காத்திருந்தார். கடைநிலை ஊழியர்கள் பரிதாபமாகக் காணப்பட்டார்கள். அவர்கள் மேலதிகாரிகளால் திட்டமிட்டு அனுப்பப்பட்டிருக்கலாமெனத் தோன்றியது. வெறும் காசோலைகளைக் கையெழுத்துப் பெற்று வினியோகிக்க போதுமானவர்கள்.

அப்போது ஒருவர் அவசரமாகப் பேருந்திலிருந்து இறங்கினார். அவரை சுந்தரத்துக்கு நன்கு தெரியும். சாலைக்கு நிலம் இழந்தவர்கள் சங்கத் தலைவர். நீண்ட நாட்களுக்கு முன்பே நாலு வழிச் சாலையை எதிர்த்து அனைவரிடமும் கையெழுத்துகள் வாங்கிச் சென்றிருந்தார். அதற்கு நீதிமன்றத்தில் வழக்குப் போட்டிருந்தார். விவசாயிகள் சார்பிலும் உரிய இழப்பீடு கேட்டு வழக்குத் தொடுத்திருந்தார். அவரிடம் பிரச்சினைகளைத் தெரிவித்தார்கள். "இப்ப வாங்கிக்குங்க. பின்னால வட்டியோட கூடுதல் வெலை கேட்கலாம். நிச்சயமா கெடைக்கும்" என்றார். அவர் குரல் உறுதியோடிருந்தது. "ஒரு தரம் வாங்கின பின்னால அதெப்படி திரும்ப வரும்?" என்றார் ஒருவர். இன்னொருவர் "அந்தப் பணமும் நாம எல்லாரும் செத்த பின்னாலாதா கெடைக்குமா?" என்றார். "அவரு ஆறுதலுக்குச் சும்மா சொல்றாரு" என்றது மற்றொரு குரல். அனைவரும் அவரைச் சூழ்ந்துகொண்டார்கள். தன் பெயரை ஊழியர்

கூப்பிட்டதும் சுந்தரம் அருகில் சென்றார். கடைசியாக வந்த அறிவிப்புக் கடிதத்தை எடுத்துத் தந்தார். அவரிடம் கனத்த நோட்டை நீட்டினார்கள். சுந்தரம் தான் சேர்த்துப்போடும் கையெழுத்தைச் சற்று பெருமையுடன் பதித்தார். மீண்டும் கற்றைக் காகிதங்களும் காசோலையும் தரப்பட்டன. சுந்தரம் காசோலையைத் தேடியெடுத்து ஆவலுடன் பார்த்தார். ஏற்கெனவே கடிதத்தில் குறிப்பிட்டிருந்த தொகைதான். சிறிதும் மாற்றமில்லாதிருந்தது. அது கடைசியில் கிடைத்து விட்டதை நம்ப முடியவில்லை. காசோலையுடன் கைகள் நடுங்கிக்கொண்டிருந்தன. எப்போதோ உடைந்த இடது கை கூடுதலாக ஆடியது. குமாஸ்தா ஆறுதலாக "இதுவே வழக்காடியதால வந்தது. அதனாலாதா இவ்வள நாளு. இல்லைன்னா இன்னும் குறைவாயிருக்கும்" என்றார்.

சுந்தரம் காசோலையைச் சங்கத் தலைவரிடம் காண்பித்துப் பதிவு செய்துகொண்டார். பின் கடிதப் பையில் போட்டு மஞ்சள் பைக்குள் பத்திரமாக வைத்துக்கொண்டார். தலைவர் "இது ரொம்பக் கொஞ்சந்தான் கிடைச்சிருக்கு. இன்னும் நாம கேட்டுப் பாக்கலாம். உங்களுக்கு அப்புறமா விவரம் அனுப்பறேன்" என்றார். பலரும் குடும்பத்தினர், சொந்தக்காரர்கள் சூழ வந்திருந்தார்கள். சுந்தரம் மட்டும் தனியாக நடக்கத் தொடங்கினார். ஒருவிதத்தில் இழப்பீடு வாங்கியதில் பரவசமாயிருந்தது. இவ்வளவு பெருந்தொகையை வாழ்நாளில் கண்டதில்லை. மீண்டும் காசோலையை எடுத்துப் பார்த்துப் பையில் திணித்துக்கொண்டார். அந்தத் தொகையை மகன்களும் மனைவியும் அற்பமானதென சொல்லியிருந்தார்கள். "அவருக்குப் புத்தி பேதலிச்சுடுச்சு. ஒண்ணுமில்லாததுகூடப் பெரிசாப் படுது. வெளில யாருக்குந் தெரிஞ்சா அவமானம்" என்று பொன்னம்மா கடைசியாகத் திட்டியிருந்தாள். "இத வச்சுகிட்டு என்ன செய்யிறது? வேற கடை மாத்த பத்தாது" என்று கார்த்தி சொன்னான். இது சொற்பத் தொகையானாலும் சொந்த மண்ணை இழந்ததால் கிடைத்தது. இதுவரை கொல்லையில் பயிரிட்டுப் பெற்றதைவிடப் பெரியது. அந்த இழப்பீடு விவசாயமில்லாத நிலையில் வந்ததால் மேலும் மதிப்புள்ளது. அது தனக்கு மட்டும் உரிமையானது என்று நினைத்தார். தான் விரும்பியபடி ரகசியமாகச் செலவழிக்கலாம். அவர் சாலையில் நடந்தவாறு அடிக்கடி காசோலையை எடுத்துப் பார்த்துக்கொண்டிருந்தார். பக்கத்தில் வாகனங்கள் வேகமாக ஓடிக்கொண்டிருந்தன.

திரும்பும் வெறுங்கை

முன்னால் தேசிய நெடுஞ்சாலை நீண்டிருந்தது. சில இடங்களில் மட்டும் வழி காட்டும் பலகைகள் நின்றிருந்தன. வாடகைக் கார் சென்றுகொண்டிருந்தது. ஓட்டுநருக்கு வழி தெரியாது. மோகன் கையில் இடங்களின் வரைபடத்துடன் முன்னிருக்கையில் அமர்ந்திருந்தான். நடு இருக்கையில் சுந்தரமும் பொன்னம்மாவும், பின்னிருக்கையில் சந்திராவும் மகனும் உட்கார்ந்திருந்தார்கள். நான்கு வழி சாலை இன்னும் முழுமையாக முடிந்திருக்கவில்லை. அங்கங்கே அகலப்படுத்துவதும் சமனாக்குவதும் தார் போடுவதும் நடந்துகொண்டிருந்தன. அவ்வப்போது புல்டோசர்களும் தார் லாரிகளும் டிராக்டர்களும் வழியை அடைத்தபடி எதிர்ப்பட்டன. பல இடங்களில் கால்வாய் பாலங்களை அவசரமாகக் கட்டிக்கொண்டிருந்தார்கள். அங்குப் பக்கவாட்டிலுள்ள தாறுமாறான மண் பாதையில் போக்குவரத்துத் திருப்பிவிடப்பட்டது. மேடு பள்ளங்களில் பன்னீர் திறமையாக ஓட்டினார். மோகன் "மெதுவாப் போங்க" என்று சொல்லிக் கொண்டிருந்தான். காரின் குலுக்கலில் சுந்தரத்துக்கு உடம்பு வலித்தது. பொன்னம்மா அனைவருக்கும் கேட்குமாறு முணுமுணுத்தாள். "இன்னும் வழி போயிட்டேயிருக்குது. குண்டும் குழியுமா வேற கெடக்குது. கோயிலுக்கு எப்பதான் போய் சேருமோத் தெரியல." சாலையோரங்களில் மண் நிரம்பிய பீப்பாய்களும் தடுப்புப் பட்டைகளும்

எச்சரிக்கைக்காக வைக்கப்பட்டிருந்தன. கார் அடிக்கடி ஊர்ந்தது. ஊர்கள் இருபுறமும் உள்ளே தள்ளியிருந்தன. சாலையோர மரங்கள் அனைத்தும் வெட்டப்பட்டிருந்தன. சில பகுதிகளில் துண்டாகச் சாலை நான்கு வழிகளுடன் சொகுசாகச் சென்றது.

மோகனிடம் பழையதான கோயில் பயணக் கட்டுரைகள் புத்தகமிருந்தது. அவ்வப்போது எடுத்துப் பார்த்துக் கொண்டிருந்தான். அதிலுள்ளவை ஏறக்குறைய மனப்பாடமாகி விட்டன. ஒரு சுற்றுப் பயணம் போய் வந்த உணர்வு ஏற்பட்டிருந்தது. நீண்ட காலத்துக்கு முன்னால் பன்னிரெண்டு வாரங்களாக இதழில் தொடர்ந்து வெளியானவை. கடைசியாகப் பெரிய அக்கா சுமதியால் கிழித்துத்தைக்கப்பட்ட புத்தகம். பாதுகாப்பாக எடுத்து வைத்திருந்து அப்பாவால் அவனுக்குக் கையளிக்கப்பட்டது. பக்கத்து மாநிலத்தின் புகழ்பெற்ற கோயில்களைப் பற்றி அழகிய புகைப்படங்களுடன் கட்டுரைகள் எழுதப்பட்டிருந்தன. எழுதியவர் அந்த இதழின் துணை ஆசிரியர். அவர் இதழின் செலவில் சுற்றுப்பயணம் செய்திருக்கலாம். வீட்டில் புறப்படுகையில் புத்தகத்தை ஓட்டுநரிடம் காட்டினான். அவர் தன் நெடிய பயண அனுபவத்தில் அந்தக் கோயில்களைக் கண்டதில்லை. ஒருவேளை வெறும் கற்பனையாக எழுதப்பட்டிருக்கலாம் எனவும் நினைத்தார். “நாம நேரா ஐவேசுல போவலாம். சந்தேகமாயிருந்தா அங்கங்க நின்னு வழி கேட்டுக்கலாம்” என்று காரைக் கிளப்பினார். சுந்தரம் பின்னாலிருந்து “பாத்துக் கவனமாப் போ. வழியில ஏதாவது ஆவப்போவுது” என்றார். பொன்னம்மா அவரை முறைத்தாள். “புறப்படறப்ப அபசகுனமா ...” என்றாள். அவர் வார இதழில் கட்டுரைகள் வெளியாகையில் ஆழ்ந்து படித்திருந்தார். இப்போது நினைவிலிருந்து அழிந்திருந்தன. அவற்றில் வெறும் படங்களாயிருந்த கோயில்களுக்கு நிஜத்தில் செல்வதை நம்ப முடியவில்லை. நான்கு வழிச் சாலையை அகலப்படுத்தியதில் இழப்பீடாகக் கிடைத்த பணத்தால்தான் போக முடிகிறது. நிலம் இழந்ததையும் மீறி சற்று ஆறுதலேற்பட்டது.

அன்று வங்கியிலிருந்து பணத்தை மொத்தமாக எடுத்துக்கொண்டு சுந்தரம் நேராக வீட்டுக்கு வந்தார். பொன்னம்மா கவனிக்காமல் அடுப்பங்கரையில் அடைபட்டிருந்தாள். அவர் அறைக்குள் நுழைந்து கதவைச் சாத்திக் கொண்டார். வழக்கம்போல் நகரத்துக்கு மஞ்சள் பையை மடித்து எடுத்துப்போயிருந்தார். திரும்புகையிலும் பை பெரிதாகப் புடைத்திருக்கவில்லை. வெறும் நாலைந்து பணக் கட்டுகள் மட்டும்தான் அடங்கியிருந்தன. அவர் கீழ் ஜேபியில்

சாவியைத் துழாவி எடுத்து இரும்புப் பெட்டியைத் திறந்தார். சில சலவை கதர் வேட்டி, சட்டைகள், பழைய சாக்லெட் டப்பா, புதிய அரணாக் கயிறு, வீட்டுச் செலவு கணக்கு நோட்டு, நிலம், வீட்டுப் பத்திரங்கள் அடுக்கியிருந்தன. ரசக் கற்பூர மணம் எழுந்தது. வேட்டி மடிப்புகள் நடுவில் பணக் கட்டுகளை சொருகினார். உண்மையில் இரும்புப் பெட்டிக்கு இப்போது தான் அர்த்தம் உண்டாகியிருக்கிறது. வங்கியில் ஓரமாக உட்கார்ந்து ஓரிரு முறை எண்ணிப் பார்த்ததில் எண்ணிக்கை பிசகியிருந்தது. ஒவ்வொரு கட்டாக மீண்டும் வெளியிலெடுத்து எண்ணினார். கணக்கு சரியென்றுதான் பட்டது. அவர் ஒரு பணத் தாளையும் உருவி எடுத்திருக்கவில்லை. கையிலிருந்த காசைதான் முழுதாகச் செலவிட்டிருந்தார். கால் கிலோ பிஸ்கட்டுகள், வாழைப் பழம், பிடித்த பூந்தி வாங்கினார். அவர் பணத்தை மறுபடியும் ஒளித்து வைத்தார். குளிக்கப் போகையில், பூஜை செய்கையில், பொன்னம்மா எப்படியாவது சாவியை எடுத்துவிடுவாள். கிடைக்கும் சிறிது நேரத்தில் ஜேபியில் பணத்தைத் திருடுவாள். பெரும்பாலான சமயங்களில் சாவியை வேட்டி மடியில் வைத்திருப்பார். அப்படியும் சில கணங்களில் மாயம்போல் திறந்து பெட்டியில் களவாடுவாள். அப்போது அவர் கணக்குகள் குழம்பும். கண்டுபிடித்துக் கெட்ட வார்த்தைகளால் நாளெல்லாம் திட்டியிருக்கிறார். அவள் "உனத நா ஏந் தொடறேன்" என்று பதிலுக்குச் சீறுவாள்.

சுந்தரம் தினமும் நாலைந்து முறை அறைக் கதவை மூடிக்கொண்டு, பெட்டியைத் திறந்து பணத்தைப் பரிசோதித்தார். அதிகாலையில் கொல்லைக்கும் செல்வதில்லை. மூலை மளிகைக் கடைக்கு மட்டும் எப்போதாவது போவார். போனவுடன் திரும்பி அறைக்குள் புகுந்துகொள்வார். ரூபாய் நோட்டுகளை எத்தனை முறை எண்ணினாலும் கூடவுமில்லை, குறையவுமில்லை. அவற்றின் மொடமொடப்பு விரல்களுக்கு இதம் தந்தது. பணத்தின் பிரத்யேக மணம் வீசியது. தான் பெரும் பணத்துக்கு அதிபதி என்று பெருமைப்பட்டார். அதை ஒருபோதும் செலவழிக்காமல் அப்படியே பாதுகாக்க வேண்டும். பொன்னம்மா அவரின் மர்மமான நடவடிக்கைகளால் சந்தேகமடைந்தாள். அன்று நகரத்திலிருந்து நிறைய பழம், இனிப்பு வாங்கி வந்தது ஐயத்திற்கு வலுவூட்டியது. அவர் எப்போது பழம் வாங்கி வந்தாலும் அலமாரிக்குள் வைத்துத் தலையை நுழைத்து மறைவாகத்தின்பார். அறை மூலையில் செத்த எலிகளைப்போல் காய்ந்த தோல்கள் தட்டுப்படும். பொன்னம்மா திட்டியபடி பெருக்குவாள். அவள் அவரைக் கண்களால் பின்தொடர்ந்துகொண்டிருந்தாள்.

ஒளித்து வைக்கும் விளையாட்டு நாலைந்து நாட்களில் அலுத்தது. சுந்தரம் இரவில் படுக்கப்போகும்போது மட்டும் பணம் பத்திரமாயிருப்பதைப் பெட்டியைத் திறந்து உறுதிப் படுத்திக்கொண்டார். பிறகு அதையும் நிறுத்தினார். ஞாயிறன்று சாய்வு நாற்காலியில் தொலைக்காட்சிப் பெட்டி எதிரில் உட்கார்ந்திருந்தார். பெட்டிச் சாவி சட்டைப் பையில் குலுங்கியது. தொலைக்காட்சியில் ஏகப்பட்ட விளம்பரங்களுடன் தெளிவற்ற அன்னிய மொழித் திரைப்படம் ஓடியது. அதைப் பார்த்து அவரையறியாமல் ஆழ்ந்து தூங்கிவிட்டார். பொன்னம்மா நடுவில் தொலைக்காட்சியை அணைத்துவிட்டுச் சென்றிருந்தாள். நகரத்திலிருந்து மோகனும் சந்திராவும் மகனுடன் வந்தார்கள். இரு சக்கர வாகனம் நிற்கும் சப்தம் வெகு தொலைவில் கேட்டது போலிருந்தது. பேரன் வியன் மகிழ்ச்சியுடன் "தாத்தா" என்று காதில் கத்தினான். அவர் திடுக்கிட்டு விழித்தார். மூக்கில் கண்ணாடி சரிந்து கிடந்தது. கதர்ச் சட்டை மோசமாக கசங்கிவிட்டிருந்தது. மோகன் எதிரே பெஞ்சில் உட்கார்ந்தான். பொன்னம்மா பெரிய மகன் கார்த்தியின் உள் நாட்டு அஞ்சல் கடிதத்தைக் கொண்டு வந்து மோகனிடம் தந்தாள். தவறாகக் கிழித்ததால் இரண்டு துண்டுகளாகியிருந்தன. அவன் சேர்த்துவைத்துப் படித்தான். "...பணம் கைக்குக் கிடைத்திருக்குமென்று நினைக்கிறேன். நான் நீங்கள் பெற்ற மகன்தான். இன்னும் ஏன் எனக்குப் பங்கு தரவில்லை? எனக்கு இங்கே மிகவும் கஷ்டமாயிருக்கிறது..." கார்த்தி நேரில் சண்டை பிடிக்கும் தொனியில் பேசுவதாகப் பட்டது. அவர் முகத்தைத் துடைத்துக்கொண்டு எழுந்துபோய் பெட்டியைத் திறந்து முழுப்பணத்தையும் செய்தித்தாளில் சுற்றி எடுத்துவந்து மோகன் பக்கத்தில் வைத்தார். கார்த்தி இரண்டு மூன்று முறை, தேங்காய் வெட்டு, கரும்பு ஆலை ஆடிக் கிடைத்த பணத்தையெல்லாம் வாங்கிச் சென்றிருந்தான். அவனுக்கு மேலும் தர விருப்பமில்லை, வீண் செலவுகள் செய்து அழித்துவிடுவான். பொன்னம்மா பணத்தைக் காண விரும்பாதவளைப்போல் தலையைத் திருப்பிக் கொண்டாள்.

சுந்தரம் காரின் இருக்கையில் சாய்ந்து நிம்மதியாகத் தூங்கிக்கொண்டிருந்தார். கொல்லை, தென்னைகள், நீர் பாய்ச்சல் எல்லாவற்றையும் மறந்தார். பொன்னம்மாவுக்கு உறக்கம் பிடிக்காமல் வெளியில் பார்த்துக்கொண்டிருந்தாள். பின்னால் வியன் அனைத்தையும் கண்டு வியந்தபடியிருந்தான். மற்றொரு வாகனம் பக்கத்தில் ஓடுகையில் நிற்பதுபோல் தோன்றியது. தூரத்து மலை கூடவே நகர்ந்து வந்தது. மரங்கள் சுழன்று பின்னகர்ந்தன. அவருக்கு எப்போதோ வார இதழில்

படித்த கோயில் கட்டுரைகள் நினைவில் எழுந்தன. எங்கோ அடிவான் விளிம்பில் தொட வேண்டிய லட்சியம் போன்ற கோயில். அதன் மதிலைத் தழுவியபடி தெளிவாக நதி ஓடிக்கொண்டிருந்தது. மழை போன்ற தெளிந்த நீர். கண்ணாடி போல் துல்லியமாகத் தெரியும் எண்ணற்ற கூழாங்கற்கள். அவற்றில் வட்டங்கள், சுருள்கள், கோடுகள் போன்ற வடிவங்கள் இயற்கையாக உருவாகியிருந்தன. ஒன்றிலுள்ளது போல் மற்றொன்றில் இல்லை. நெடுங்காலமாகத் தேய்ந்து வழு வழுத்திருந்தன. எந்த மலையுச்சியிலிருந்தோ நீரோட்டத்தில் உருண்டு வந்திருக்கலாம். ஒன்றை மட்டும் ஞாபகத்துக்கு எடுத்து வந்து பூஜை மனையில் வைக்க வேண்டும். தினமும் கண்டு வணங்க வேண்டும்.

பூஜை மாடம், வீட்டு மூலையில் பானைகள் அடுக்கிய அறையிலிருந்தது. கடவுள்களின் சிறிய சிலைகள் நிறைந்திருந்தன. காமாட்சியம்மன் விளக்கு, அகல் விளக்கு, சங்கு, சிப்பிகளும் துணைக்கு வைக்கப்பட்டிருந்தன. சுவர்களில் அனைத்துக் கடவுளர் படங்களும் தொங்கின. அவருடைய அப்பா, அம்மா வின் பழுப்பான புகைப்படங்களும் சேர்த்து மாட்டியிருந்தன. எங்கெங்கோ தேடி எடுத்துச் சட்டமிட்டவை. நினைவுச் சின்னங்களாக வழிபடப்படுகின்றன. தினமும் ஒவ்வொன்றுக்கும் பூ வைத்து, தீபாரதனை காட்டினார். பூஜை மனையில் சாமியார் தந்த சக்கரங்கள் வரையப்பட்ட பளபளவென்ற தாமிரத் தகடு ஒன்றுமிருந்தது. வெள்ளிக் கிழமைகளில் தொடர்ந்து எலுமிச்சம் பழம் தேய்த்துப் பொன்னைப் போல் மின்னியது. நான்கு மூலைகளிலும் பதித்த நிஜப் பொன்னை பொன்னம்மா குத்தி எடுத்திருந்தாள். அவரால் நீண்ட நாட்களுக்குப் பிறகுதான் கண்டுபிடிக்க முடிந்தது. ஆத்திரத்துடன் பூஜையில் உட்காரும் மரத்தாலான மனையைத் தூக்கிக்கொண்டு குழறியபடி ஓடினார். “தேவிடியா முண்ட, உன்ன என்ன செய்றேம் பாருடி.” மனைவியைக் அடித்துக் கொன்றுவிடுவார் என்று தோன்றியது. பொன்னம்மா சமையலறை வாசலில் நின்றாள். “நா ஏ அதத் தொடறே? எங்கவாது கழுவும்போது உழுந்திருக்கும். போயி தேடு. எனதே எவ்வளோப் போச்சு” என்றாள் உறுதியாக. அவர் ஒரு கணம் திகைத்தார். ஒரு வேளை அப்படியும் நிகழ்ந்திருக்கலாம். மந்திரத் தகட்டில் பொன் அழுத்தமாகப் பொருத்தியிருந்ததால் அது நடக்கவும் வாய்ப்பில்லை. மீண்டும் வாய்க்குவந்தபடி திட்டினார். அவளும் பதிலுக்கு ஏசினாள்.

சுந்தரத்துக்குப் பூஜை செய்வது நித்திய கடமை. அதிகாலையில் எழுந்து கொல்லைக்குச் சென்று சுற்றிப்

பார்த்துவிட்டு, அலரிப் பூக்களைப் பறித்துத் திரும்பி, குளித்து முடித்துப் பூஜை செய்வார். பக்கத்து ஊர் அப்பாவு ஆசான் சொல்லியதால் வந்த பழக்கம். பூஜைக்குப் பிறகுதான் சாப்பாடு. அதுவரையிலும் பட்டினி கிடப்பார். ஒரு நாள் கொல்லையில் தேங்காய் வெட்டுக்கு ஆட்கள் வருகைக்குக் காத்திருந்து அவர்கள் வந்து தேங்காய்களை வெட்டி எண்ணி ஏற்றி அனுப்புகையில் இரவானது. அவர் அதுவரையிலும் சாப்பிடாமலிருந்தார். நடுவில் நாலைந்து தம்ளர் தண்ணீர் குடித்தார். வீட்டுக்கு நள்ளிரவில் வந்து குளித்து, மணியாட்டி பூஜை செய்தார். மனைவி வினோதமாகப் பார்த்தாள். இப்போது அவர் தொடர்ந்து பூஜை செய்வதில்லை. முன்பு கால் எலும்பு முறிந்து கிடக்கையில் நீண்ட நாட்களுக்குக் குளிக்கவும் முடியவில்லை. தோன்றுகையில் பூஜை மாடத்துக்கு ஊதுவத்திக் கொளுத்தி வைப்பார்.

சுந்தரத்துக்குக் கல்யாணமான புதிதில் மனைவியுடன் ஊரோடு சேர்ந்து சுற்றுலா போனது ஞாபகம் வந்தது. பல நாட்களாகத் திட்டமிட்டு, பத்துப் பதினைந்து கோயில்களுக்கு ஒன்றாகச் சென்றார்கள். பயண ஏற்பாட்டாளர்களில் அவரும் ஒருவர். ஊரில் விருப்பமுள்ளவர்கள் மாதாமாதம் குறிப்பிட்ட தொகை கட்டி வந்தார்கள். மாலை வேளையில் கிளம்பினார்கள். ஒவ்வொருவரும் ஒன்றாகச்சேர்வதற்கு ஒன்றிரண்டு மணி நேரத்துக்கு மேல் தாமதமாகியது. பெரும்பாலும் கணவன், மனைவிகள். நிறைய பைகளைச் சுமந்து வந்தார்கள். கடைசி நேரத்தில் ஒருவர் கிளம்ப மறுத்தார். "ஊகும், நான் வரலைப்பா" என்றார். அவர் வேறு காரணம் எதுவும் சொல்லவில்லை. மற்றொருவர் கொல்லையில் நாற்று விடுவதால் மறுநாள் போகலாமென்றார்.

அனைவரையும் கெஞ்சி கூப்பிட்டு உட்கார வைத்துக் கொண்டு பேருந்து கிளம்பியது. மனித ஆழங்களில் மறைந்திருந்த வேறுபாடுகள் துல்லியமாக வெளிப்படுவதை அப்போதுதான் தெளிவாக சுந்தரம் உணர்ந்தார். ஒருவருக்குத் திறந்த ஜன்னல் இருக்கை பிடித்தமானது. மற்றொருவருக்கு அது குளிரூட்டுவது. சிலர் விளக்கெரிந்தால் நல்லது என்றார்கள். பலர் தூக்கம் வரவில்லையென முகம் சுளித்தார்கள். பேருந்தில் திரைப்படப் பாடல்கள் போடுதல் முக்கிய விஷயம். அவற்றில் பலருக்கு நுட்பமான அபிப்ராய பேதங்களிருந்தன. கடைசியில் பாடல் ஒலிபரப்பு வேண்டாமென முடிவு செய்யப்பட்டது. பேருந்து கிளம்பி பத்தாவது நிமிடத்தில் ஒருவர் அவசரமாகச் சிறுநீர் கழிக்க வேண்டுமென்றார். இன்னும் சற்று தூரத்தில் அதே காரணத்துக்கு மற்றொருவர் பேருந்தை நிறுத்தச் சொன்னார். "எனக்கு அப்ப வரலை" என்றார். உணவு விடுதிகளில் சாப்பிடுவது மற்றொரு

போராட்டம். ஒவ்வொருவருக்கும் தனித் தனி சுவைகள். அவற்றை நிலை நாட்ட விரும்பினார்கள். அவர்கள் கேட்பதைப் பரிசாரகரால் நினைவுகொள்ள முடியவில்லை. தட்டுகளும் அளவுகளும் இடம் மாறிக் குழம்பின. ஒருவர் சொன்ன உணவைப் பலரும் கேட்டதால் பிரச்சினை அதிகமானது. ஒருவர் மேசை துடைப்பவரை அடிக்கக் கிளம்பினார். அவருடைய வெண்மையான வேட்டியில் சாம்பார் துளி சிந்திவிட்டது. சுத்தம் செய்பவர் பலமுறை மன்னிப்புக் கேட்டார். ஒருவர் தன் உணவை முடித்துக் கைக் கழுவ எழுகையில் மற்றொருவர் அப்போதுதான் தொடங்கினார்.

பொன்னம்மா ஒவ்வொரு தரமும் தன் மேசையில் சேர்ந்து உணவுண்ண கணவரை எதிர்பார்த்தாள். அவர் மற்றவர்களைச் சமாதானப்படுத்துவதில், காலந்தாழ்ந்த தன் தேனிலவை கழித்துக்கொண்டிருந்தார். அவர்கள் ஒட்டுமொத்தமாகக் கோயில்களில் நுழைகையில் திருவிழாவில் ஒன்று கூடியிருப் பதைப் போலிருந்தது. வெளி நாட்டுப் பயணி ஒருவர் வியப்பால் விழிகளை விரித்தார். தன் நவீன ரக புகைப்படக் கருவியால் அனைவரையும் கூட்டமாக நிற்க வைத்துப் படமெடுத்தார். அவர் இந்தப் பயணத்தின் இனிய நினைவுகளுடன் அதிசயமான அந்தப் பதிவையும் எடுத்துச் செல்வார். பல வேற்றுமைகளில் ஓரிரு ஒற்றுமைகளும் இயல்பாக உருவாகிறதென சுந்தரம் நினைத்துக்கொண்டார்.

இருட்டி நீண்ட நேரமாகியிருந்தது. ஊர்களைத் தாண்டி வெளிச்சத்தை வீசியபடி கார் ஓடிக் கொண்டிருந்தது. அவ்வப் போது தன் கையிலிருந்த வரைபடத்துடன் வழியை ஒப்பிட்டுக் கொண்டிருந்தான் மோகன். கோயில் கட்டுரைத் தொகுப்பின் உதவியால் அவனே சுயமாக வரைந்தது. மகனின் பல வண்ணப் பென்சில்களை எடுத்து இடங்களுக்கேற்ப நிறங்களைத் தடவியிருந்தான். வியனும் தன் விருப்பப்படி வண்ணங்களைப் பூசினான். வரைபடத்தின் வழியில் செல்வதில் மோகனுக்குத் திருப்தியுண்டானது. அதன் மேல் தொடர்ந்து விரலையோட்டிக் கொண்டிருந்தான். ஒவ்வொரு ஊர்களும் பழகியவை போலிருந்தன. வேறு மொழி புழங்கிய ஓர் இடத்தை அடைந்ததும் குழப்பம் ஆரம்பமானது. அது பெரிய வட்ட சந்திப்பு. பல சாலைகள் பிரிந்து வெவ்வேறு திசைகளுக்குச் சென்றன. பகலைப் போல் உயரத்தில் விளக்குகள் வெளிச்சம் பொழிந்தன. ஆனால் அறிவிப்புப் பலகை வைக்கப்பட்டிருக்கவில்லை. தூரத்தில் தெரிந்த கடைகளின் பெயர்ப்பலகைகள் புரியாத மொழியிலிருந்தன.

நடுவில் நின்றிருந்த காவலரை நெருங்கி பன்னீர் வழி கேட்டார். காவலர் போக்குவரத்தை ஒழுங்குபடுத்துவதில் முனைந்திருந்தார். அவருக்கு இரண்டு மூன்று முறை சொன்ன பிறகுதான் புரிந்தது. நதிக்கரையிலுள்ள புகழ்பெற்ற கோயில். அவர் புன்னகையுடன் வடக்கே நீளும் சாலையைக் காட்டினார். "எங்கியும் நிக்காம நேரா போயிட்டிருங்க. கடைசியில கோயிலு தானா வரும்." மறுபடியும் வேலையில் ஈடுபட்டார். விசிலை வேகமாக ஊதினார். மோகனின் வரைபடமும் அதைத்தான் காட்டியது. வடக்கேதான் கார் செல்ல வேண்டும். வரைபடக் கோட்டை மோகன் காட்டினான். பன்னீரும் அவ்வழியை முன்பே ஊகித்திருந்தார். இப்போது உறுதியாகிவிட்டது.

திடீரென நெடுஞ்சாலை குறுகி சிறு பாதையானது. வரிசை யாக ஊர்களுக்குள் புகுந்து சென்று கொண்டிருந்தது. அடர் நிழல்களை மங்கிய வீதி விளக்குகள் பரப்பின. திண்ணைகளில் பெரியவர்கள் தூங்க ஆயத்தமாகிக்கொண்டிருந்தார்கள். சிறு கடைகள் அடைபட்டிருந்தன. வீடுகளில் இருள் நிரம்பி யிருந்தது. சில துணிச்சலான பிள்ளைகள் தெருக்களில் விளையாடிக்கொண்டிருந்தார்கள். சுந்தரத்துக்கு மெல்ல சந்தேகம் எழுந்தது. ஒரு தெரு முனையிலிருந்த பிள்ளையார், கடந்த பின்னால் சிறிய பயணத்துக்குப் பிறகு திரும்பவும் தோன்றினார். மொட்டையாகத் தறித்திருந்த ஒரு மரம் மீண்டும் வந்தது. மறுபடியும் வாராவதியில் சிலர் உட்கார்ந்திருந்தார்கள். "பன்னீரு, நிறுத்துப்பா. நாம ஒரே எடத்த சுத்தி வர்றோமுன்னு தோணுது" என்று முணுமுணுத்தார். பன்னீர்செல்வத்துக்கும் அதே ஐயம் ஏற்பட்டிருந்தது. உடனே காரை நிறுத்திவிட்டார். ஜன்னல் வழியாக, வாராவதியில் பேசிக் கொண்டிருந்தவர்களிடம் வழி கேட்டார். "வடக்கே ஆற்றங்கரையிலிருக்க கோயிலுக்கு எப்படி போவணும்?" அவர்களில் ஒருவர் லுங்கியை மடித்துக் கட்டியபடி அருகில் வந்தார். முகத்தில் உதவும் நோக்கம் மிளிர்ந்தது. பன்னீர் அவர்களுடைய மொழியில் மீண்டும் விசாரித்தார். அவர் வந்த வழியில் திரும்பிப் போய் இடது பக்கம் செல்லுமாறு சொல்வதாகத் தெரிந்தது. பன்னீர் காரைச் சுற்றி வளைத்துத் திருப்பி நிதானமாகப் போகத் தொடங்கினார்.

சுந்தரம் தன்னையறியாமல் தூங்கி விழிக்கையில் வழக்கமாக எழும் அதிகாலையாகியிருந்தது. பொன்னம்மா முந்தானையை இழுத்துப் போர்த்தி, கால்களை மடித்து இருக்கையில் குறுகிப் படுத்திருந்தாள். பின்னிருக்கையில் சந்திராவும் சாய்ந்து உறங்கியிருந்தாள். சாலையின் இருபுறமும் மரங்கள் அடர்ந்திருந்தன. இருள் இன்னும் அகலாதிருந்தது. எங்கும் சிறு விளக்கொளியும் தென்படவில்லை.

சாலையில் ஒரு வாகனமும் இல்லை. சுந்தரம் ஆழ்ந்து கண்ணயர்ந்ததில் வெட்கமுற்றார். சாலையை உற்றுப் பார்த்தபடி ஓட்டுநர் ஓட்டிக்கொண்டிருந்தார். பக்கத்தில் மோகன் தலைகவிழ்ந்திருந்தான். அவன் மடியில் பையன் சுருண்டிருந்தான். பன்னீர் கண்களைத் திறந்தபடி உறங்குகிறார் என்று தோன்றியது. அவரிடம் எந்தச் சலனமுமில்லை. பார்வை முன்னால் நிலைத்திருந்தது. சுந்தரம் எதிரில் பார்த்தார். சாலை வளைவு நெளிவின்றி நேராகச் சென்றுகொண்டிருந்தது. அப்போதுதான் அதைப் பார்த்தார். வலது பக்கம் சாலை கிளை பிரிந்து சென்றது. சிறிய வழிகாட்டிப் பலகையில் ஏதோ எழுதப்பட்டிருந்தது. பன்னீர் அதைக் கவனிக்கவில்லை. கார் கடந்துகொண்டிருந்தது. சுந்தரம் அவசரமாக "பன்னீர், கார நிறுத்து. இந்தப் பக்கமாத் திரும்பணுமா பாரு" என்றார். பன்னீர் திடீரென சுய நினைவு வரப்பெற்றவராக காரைச் சட்டென நிறுத்தினார். இறங்காமலேயே ஜன்னல் வழியாகக் குனிந்து பாட்டில் நீரால் முகத்தைக் கழுவிக்கொண்டார். பிறகு காரைப் பின்னாலெடுத்துக் கோயில் பக்க சாலையில் திருப்பினார். மோகனும் எழுந்து வரைபடத்தைத் தீவிரமாக ஆராய்ந்தான்.

பொழுது மெதுவாகப் புலரத் தொடங்கியது. சிறிய சாலையில் கார் ஓடிக்கொண்டிருந்தது. தூரத்தில் உயர்ந்த கோயில் கோபுரம் புலனாகியது. மங்கிய ஒளியில் மிகத் தொலைவிலுள்ளதைப் போல் தோன்றியது. அதை நோக்கி கார் வளைந்து சென்றது. ஆற்றின் மேலிருந்த பாலத்தைக் கடந்தது. கோயிலை நெருங்குகையில் அது புத்தகத்தில் கண்டதைப்போலில்லை. நிறைய மாற்றங்கள் ஏற்பட்டிருந்தன. கோபுரம் பளிச்சென்று வண்ணம் பூசப்பட்டிருந்தது. சிலைகளின் கண்கள், உடல்கள், உடைகள், ஆபரணங்கள் ஒவ்வொன்றுக்கும் நிறங்கள் தீட்டப்பட்டிருந்தன. அந்தக் காலை வேளையிலும் கோயிலுக்குப் பலர் வந்திருந்தார்கள். கரையில் அங்கங்கே சிறு குழுக்களாகத் தர்ப்பணம் நடந்துகொண்டிருந்தது. அனைவரும் காரிலிருந்து இறங்கினார்கள். சுந்தரத்துக்குக் கனவில் தோன்றிய காட்சி நிஜமானதைப் போலிருந்தது. கானல் நீரைப் போல் நதி தெளிந்து தெரிந்தது. இரு கரைகளிலும் கைப்பிடிச் சுவர்கள் கட்டப்பட்டிருந்தன. கரைகளில் நீண்ட படிக்கட்டுகள். அலைகளும் சுழிப்புகளுமில்லாமல் நீர் ஓடிக்கொண்டிருந்தது.

சுந்தரம் நதியின் நடுவில் நின்றார். பனியைப் போல் நீர் சில்லிட்டது. அருகில் பொன்னம்மாவும் மோகனும் மனைவியும் முங்கிக்கொண்டிருந்தார்கள். வியனுக்குச் சொல்ல முடியாத மகிழ்ச்சி. ஒவ்வொரு முறை அமிழ்ந்து எழுகையிலும் கிறீச்செனக் கத்தினான். அவன் பீய்ச்சிய நீர் சிறிய வானவில்லை

அந்தரத்தில் வரைந்தது. நதியின் கீழே மணலும் பாறைகளும் தட்டுப்பட்டன. பலர் வேண்டுதலுக்காகக் கழற்றிவிட்டுச் சென்ற துணிகள் பாம்புகளைப் போல் நெளிந்தன. உற்றுப் பார்க்கையில் ஆயிரக்கணக்கான பழந்துணிகள் மௌனமாகப் பாதங்களைத் தழுவுவது தெரிந்தது. மெத்தென்று ஊறியச் சடலங்களப் போலிருந்தன. சிலர் நீண்ட நேரம் நீரில் மூழ்கி கூழாங்கற்களைத் தேடினார்கள். மீண்டும் எழுந்து கைகளுக்குக் கிடைத்ததைக் கண்டு நிராசையுடன் எறிந்தார்கள். சுந்தரமும் நீரினுள் முங்கினார். அவரும் கீழே கற்கள் கிடைக்குமாவென தேடினார். ஒரு பச்சைப் புடவை நீர்த் தாவரத்தைப்போல் மெல்ல அசைந்தது. கால்களைச் சுற்றி இழுத்தது. அவர் தடுமாறிக் கீழே விழுந்தார். சற்று உடைந்த கையால் புடவையை விலக்க முடியவில்லை. வெகு ஆழத்தில் மூழ்குவதைப்போல் தோன்றியது. நதி அவரை இழுத்துச் சென்றது. அவருக்கு உயிர் போவதைப்போல மூச்சுத்திணறியது. திடீரென ஒரு கை பற்றித் தூக்கியது. நீரிலிருந்து எழுந்து நின்றார். அவரை மோகன் உறுதியாகப் பிடித்திருந்தான். மீண்டும் உயிர் பெற்றது போலானது.

கோயிலுக்குள்போய் வணங்கிவிட்டு மீண்டும் காரில் ஏறினார்கள். சுந்தரம் “இதுவே போதும்பா, நாம நேரா வூட்டுக்குப் போகலாம்” என்றார். பன்னீர் மேல் கண்ணாடி வழியாகக் கவனித்தார். மோகன் ஆச்சரியமாகப் பார்த்தான். “இன்னும் நெறைய கோயிலுங்க இருக்குது. நீதான அதுக்கெல்லா போகணும்னு ஆசப்பட்ட? மெதுவா பாத்துட்டுப் போகலாம்” என்று கனத்த கட்டுரைப் புத்தகத்தைக் காட்டினான். “எல்லாத்துக்கும் போகாட்டிப் பரவால்ல. இதப் பாத்ததே போதும். நாம உடனே திரும்பலாம்” என்றார். அவருக்கு நெஞ்சு அடைப்பதைப்போலிருந்தது. உடலெங்கும் வேர்த்து ஒழுகியது. திடீரென குளிர்ந்த ஆற்றில் குளித்ததுக் காரணமாயிருக்கலாம். அல்லது, சற்று நேரம் உயிருக்குப் போராடி எழுந்த மயக்கமாயிருக்கலாம். கொஞ்சம் தண்ணீரைக் குடித்தார். மூச்சு சீராகி ஆசுவாசம் ஏற்பட்டதாகத் தோன்றியது. “நீங்கெல்லா கொல்லைக்குக் கெடைச்ச பணத்த சரி சமமா பங்கிட்டுக்குங்க. உங்களுக்குள்ள சச்சரவு கூடாது. எனக்குன்னு தனியா எதுவும் வேணாம்” என்றார். மோகன் திரும்பிப் பார்த்துத் தயக்கத்துடன் தலையாட்டினான். பொன்னம்மா வியப்புடன் பார்த்தாள்.

சந்திரா மெல்ல “உங்க அக்காக்களுக்குக் கூடப் பங்குத் தரணுமா என்ன? அவங்களுக்குதா நிறைய கலியாண செலவு பண்ணியிருக்குதே” என்றாள் மோகனிடம். “மண்ணுல

எல்லோருக்கும் உரிமயிருக்குது. அவங்களுக்குக் கொஞ்ச மாவது கொடுங்க, பாவம்" என்று சுந்தரம் சொல்லிவிட்டு இருக்கையில் சாய்ந்து உட்கார்ந்தார். இப்போது கிளம்பினாலும் போய்ச் சேர விடிந்துவிடும். அவருக்கு வீடு திரும்புவோமோ என்று பயமேற்பட்டது. தான் போகும் வழியில் இறந்துவிடலாமென எண்ணினார். சாலையில் கார் தொடர்ந்து சென்றுகொண்டிருந்தது. அவர் வழியெல்லாம் நிலத்தை உழுவதையும் விதைப்பதையும் அறுவடை செய்வதையும் பற்றி நினைத்துக்கொண்டிருந்தார். அப்போதுதான் நடந்தவைபோல் துல்லியமாயிருந்தன. அவற்றுக்கு முடிவில்லை என்றும் தோன்றியது.

முற்றிய விதை

அரிச்சுவடி பாடம்

கருநீலக் கார் நெடுஞ்சாலையிலிருந்து திரும்பியது. ஏற்ற இறக்கமான மண்பாதையில் ஊர்ந்து ஆற்றைக் கடந்து ஊருக்குள் நுழைந்தது. பின்னிருக்கையில் முதலமைச்சர், மற்றொரு அமைச்சருடன் உட்கார்ந்திருந்தார். முன்னிருக்கையில் உதவியாளர். பின்னால் காவல் துறை வாகனம் தொடர்ந்தது. முதலில் பிரம்மாண்ட அரச மரமும் குளமும் தென்பட்டன. அருகில் பெரிய கிணறு. எதிரில் சுதையாலான கோபுரத்துடன் பழமையான கோயில். பக்கத்தில் ஓலைப் பந்தலால் வேயப்பட்டு பெரிய தேர் மூடியிருந்தது. இந்த ஊருக்கு வசதிகள் எதையும் செய்யத் தேவையில்லை என்று நிச்சயித்துக்கொண்டார் முதல்வர். "மணியம் அப்பாவு வீடு எங்கயிருக்கு கேளுமய்யா" என்றார். உதவியாளர் இறங்கி கிணற்றடியில் விசாரித்தார். "பக்கத்துத் தெருவுங்களாம்" என்று திரும்ப வந்து உட்கார்ந்தார். கார் வளைந்து திரும்பியது. தெருமுனையில் சிறிய தொடக்கப் பள்ளி தெரிந்தது. உள்ளேயிருந்த சிறுவர்கள் இரைந்தபடி வந்தார்கள். ஆசிரியர்களும் வெளிப்பட்டு வழி காட்டினார்கள்.

அடுத்த தெருவுக்குள் கார் புகுந்தது. இருபுறமும் அகன்ற திண்ணைகள் கொண்ட ஓட்டு வீட்டெதிரில் நின்றது. அப்பாவு பதறி வெளியில் வந்தார். அவரும் முதல்வரைப் போலவே முக்கால் கை கதர் சட்டை, ஒரு பக்க தோள் துண்டு அணிந்திருந்தார். அருகில் இரு தம்பிகள், குடும்பத்தார்கள். முதல்வர் குனிந்து இறங்கினார். "அய்யா வரணும். தெரிஞ்சிருந்தா

ஊர்வலமா அழைச்சு வந்திருப்போம்" என்றார் அப்பாவு. முதல்வர் தீவிர முகத்துடன் "அதான் சொல்லலை" என்றார். அவர் நேரடியாகப் பேசியதையும் எளிமையையும் அப்பாவு விரும்பினார். முன்பொரு முறை தலைநகரில் நடந்த கட்சிக் கூட்டத்தில் பார்த்துப் பழகியிருக்கிறார். அங்கும் சுருக்கமாகத் தெளிவாகப் பேசினார். "எல்லாரும் கட்சி வேல செய்யுங்க. மக்களுக்கு நல்லது பண்ணுங்க. அதிகாரிங்க கிட்ட சொந்தத் தேவைங்களுக்குப் போவாதிங்க." சில அடுத்தகட்ட தலைவர்கள் அவற்றை ரசிக்கவில்லை. வெளியில் வந்து மறுத்துப் பேசினார்கள்.

வெளியே இருந்த பெரிய திண்ணைத் திண்டில் முதல்வர் சாய்ந்து உட்கார்ந்தார். கால்களை ஒன்றின் மேல் ஒன்றாகப் போட்டுக்கொண்டார். தோள் துண்டால் முகத்தைத் துடைத்துக்கொண்டார். அப்பாவுவைப் பக்கத்தில் அமர செய்தார். "சரி, தேர்தல் வேலைங்களாம் எப்பிடி போவுது?" என்றார். "இங்க வேற யாருக்கும் ஓட்டுப் போட மாட்டாங்க. எல்லாம் நமக்குத்தான்" என்றார் அப்பாவு. எதிர் திண்ணையில் பலர் கூடினார்கள். "இது இடைத்தேர்தலு. இவரே நிக்காரு. நெறய ஓட்டு வித்தியாத்துல செயிக்க வைக்கணும்" என்றார் ஒல்லியான அமைச்சர். "எதுத்து நிக்கறவரு சாதாரண ஆளில்ல. நல்ல அமைப்பா ஒண்ணு சேர்ந்தவங்க. அரசியல்படுத்தப்பட்டவங்க. கட்டுக்கோப்பா வேல செய்வாங்க" என்றார் முதல்வர். "தோல் தொழிலாளர் சங்கம், பீடி சுத்தறவங்க சங்கம், மூட்டைத் தூக்கறவங்க சங்கம் அப்படின்னு நெறயிருக்குது. அப்படியே மொத்தமா ஓட்டு போடுவாங்க" என்றார் அமைச்சர். "அவங்க கொஞ்சம் பேருதா. பயப்படத் தேவையில்ல" என்றார் அப்பாவு. "ஆமா, நமக்குப் பலம் விவசாயிங்க. கிராமத்துத் தொழிலாளிங்க. நாம இங்கிருந்துதா ஆரம்பிக்கணும்" என்றார் அமைச்சர். "அதெல்லா பாத்துகிடலா" என்றார் இளைய தம்பி. கொஞ்சம் கொடிகளையும் துண்டறிக்கைகளையும் காரிலிருந்து எடுத்து வந்து திண்ணையில் வைத்தார் உதவியாளர். "சாயந்திரம் கோயில் எதிரில கூட்டம் போட்டுடலாம்" என்றார் அப்பாவு. "இல்ல, அப்புறமா நடத்தலா. மொதல்ல சுத்தியுள்ள நம்ம கட்சிக்காரங்க எல்லாரையும் பாக்கணும். நா ரெண்டு மூணு நாளு இங்க தங்கி வேல செய்யப்போறேன்" என்றார் முதல்வர். அப்பாவுக்குப் பெருமையும் ஆச்சரியமும் தாளவில்லை. "சரி எல்லாரும் வாங்க சாப்பிடலா" என்று எழுந்தார்.

பூ வேலைப்பாடுகள் மிகுந்த உயரமான தெரு வாசப்படியில் குனிந்து நுழைந்தார் முதல்வர். அதுவே இடித்துக்கொள்ளும் போலிருந்தது. மற்றவர்கள் பின் தொடர்ந்தார்கள். சதுரக்

கற்கள் பாவிய விரிந்த வாசலில் ஓலைப் பந்தல் குளிர்ந்த நிழல் பரப்பியது. நீண்ட தாழ்வாரத்தில் வரிசையாக உட்கார்ந்தார்கள். அனைவரும் சாப்பிடுகிறார்களா என்று ஒருமுறை பார்த்துக்கொண்டார் முதல்வர். அது சம பந்தி போஜனம் போலிருந்தது. அப்பாவு மனைவி சுந்தராவும் தம்பி மனைவிகளும் சேர்ந்து பரிமாறினார்கள். "இன்னும் ரெண்டு மூணு நாளைக்கு நா சைவத்துக்கு மாறிடறேன்" என்றார் முதல்வர் சாப்பிட்டபடி. அவருடைய அசைவப் பிரியம் நாடறிந்தது. "அய்யோ தலைவரே, உங்களுக்கு வேணுமுன்னா தனியா கறிச் சோறு ஏற்பாடு பண்ணறோம்" என்றார் இளைய தம்பி. "அதில்லாமில்ல. கொஞ்ச நாளைக்கு சாப்பிடாமிருந்தா அதுங்க உயிரோடிருக்கட்டுமின்னேன்" என்றார் முதல்வர். அனைவரும் சிரித்தார்கள்.

மீண்டும் திண்ணையில் அமர்ந்தார்கள். முதல்வர் சட்டையைக் கழற்றிவிட்டுப் படுத்தார். கரும் பனைமரம் போன்ற மேனி. அப்பாவு பதறினார். "உள்ளப் போயி கட்டிலில படுக்கலாம்." "இங்க நல்லா காத்து வருது. அப்படியே பேசிட்டிருக்கலாம்" என்றார் முதல்வர். ஓர் அதிகாரி நெருங்கி அவரிடம் எதையோ சொன்னார். அதைக் கவனமாகக் கேட்டு விட்டுப் படுத்தபடி சுருக்கமாக உத்தரவிட்டார். நடுத் தம்பி அக்கறையுடன் விசிறிக்கொண்டிருந்தார். சுற்றிலும் கட்சிக் காரர்கள் உட்கார்ந்து பேசிக்கொண்டிருந்தார்கள். அவர்கள் நெருக்கமாக உணர்ந்து மெல்ல கேள்விகளைக் கேட்கத் தொடங்கினார்கள். அவர்கள் நிச்சயம் ஜெயிக்கலாம் என்ற நம்பிக்கையோடிருந்தார்கள். இருந்தாலும் புதிதாக உருவெடுத்த கட்சி மிகுந்த உத்வேகத்துடன் செயல்பட்டது. அதில் ஊருக்கு இரண்டு மூன்று பேர் இணைந்திருந்தார்கள். பரம்பரையாக வரும் அதிகாரத்தைக் கேள்வி கேட்டார்கள். "நம்ம கட்சி நம்ம மாநிலத்தப் பத்தி கவலப்படாம தேசிய அளவுல மட்டும் சிந்திக்குதுன்னு சிலரு சொல்றாங்களே தலைவரே" என்றார் ஒருவர். அவர் அப்பாவுவின் நெருங்கிய உறவினர். குடும்ப பங்காளிகளிடம் தோன்றிய பிளவு கட்சி சண்டையாக மாறியிருந்தது. கட்சியின் காரியக் கமிட்டியிலிருந்து தலைவரின் எதிரணியைச் சேர்ந்த ஒருவர் சில நாட்களுக்கு முன்பு அவர்கள் வீட்டுக்கு வந்து போயிருந்தார். அந்த வீடு நேரெதிரிலிருந்தது. இதேபோல் முகப்பு, இரண்டு பெரும் திண்ணைகள். அக்காலத்தில் வேறுபாடுகள் சற்றும் கூடாதென்பதற்காக ஒன்றாகக் கட்டப்பட்டது. அவர்களுக்குக் கோயில் அறக்கட்டளையில் இடம் கிடைக்காமல் நாத்திகர்களாக மாறியவர்கள். முதல்வர் எழாமல் அழுத்தமாகச் சொன்னார். "நம்ம கட்சிய தேசத்தந்தை நாட்டு விடுதலைக்காகத்தான்

ஆரம்பிச்சாரு. அதுக்காகப் போராடி ஜெயிச்ச கட்சி. நமது கொள்கை நாடு ஒத்துமையாயிருக்கணுங்கிறதுதா. நமக்குச் சின்ன புத்தி இல்ல. அதுக்காக எதிர்காலத்துல தோத்துடுவோம்னா பரவாயில்ல. அது தற்காலிகம்தா." அவர் குரல் வழக்கத்துக்கு மாறாகக் கரகரத்தது. அது சிலருக்கு அபசகுனமாகப்பட்டது.

மாலையில் பெருங் கூட்டம் கூடிவிட்டது. அக்கம்பக்க ஊர்களிலிருந்து மக்கள் வரத் தொடங்கினார்கள். இரு திண்ணைகளிலும் வெளிப்புறம் மூங்கில் தட்டிகள் தொங்க விடப்பட்டன. தெருவில் ஓலைப்பந்தல் போடப்பட்டது. வாசலில் குழி அடுப்புகள் எரிந்தன. அனைவருக்கும் சாப்பாடும் தேநீரும் வழங்கப்பட்டன. எதிர்வீட்டுக் கதவு முழுக்க அடைபட்டது. மாலையில் கை கால் கழுவிக்கொண்டு முதல்வர் வீட்டு முன்னறையில் அணையா விளக்கை ஏற்றி வைத்தார். "நா செயிக்கிற வரைக்கும் எரியட்டும்" என்று வணங்கினார். அப்பாவு கோயிலில் சிறப்பு பூஜைக்கு ஏற்பாடு செய்தார். முதல்வர் சார்பில் பெரிய மாலை வாங்கி வந்து அணிவிக்கப்பட்டது. அப்பாவும் தம்பிகளும் முதல்வரின் இடைத் தேர்தல் வெற்றிக்கு மனமுருக வேண்டிக்கொண்டார்கள். சற்று நேரம் நின்றுவிட்டு முதல்வர் வெளியே வந்தார். நெற்றியில் திருநீறு கூடப் பூசிக்கொள்ளவில்லை. கோயிலைச் சுற்றிப் பார்த்தார். அக்கோயிலைத் தங்கள் மூதாதையர் எழுப்பியதற்கு ஆதாரமான கல்வெட்டுகளை அப்பாவு காட்டினார். அவையும் அப்பாவு என்ற பெயர்களுடனிருந்தன. கோயிலை ஒட்டி உயரமான தேர் நின்றிருந்தது. பெரும் சக்கரங்கள் வெளியில் தெரிந்தன. கனத்த இரும்புச் சங்கிலி வடங்கள் சுற்றியிருந்தன. முதல்வர் நிமிர்ந்து பார்த்தார். "நல்ல ஓயரம்". "தேர மழ வெயிலுல பாதுகாக்க ஒலக் கொட்டகை போதல. ஒரு தகரக் கொட்டகை அரசாங்கத்துல கட்டித் தரணும்" என்றார் அப்பாவு. "உண்மையில அரசாங்கத்துல பணமில்ல. நெறய காரியங்க நிக்குது. யாருனா பணக்காருங்க கிட்டயிருந்து வாங்கி கட்டிக்குங்க" என்றார் முதல்வர் தன் சுபாவப்படி நேரடியாக. அப்பாவு மௌனமானார். தம்பிகள் திகைத்தார்கள்.

மிகவும் நன்றாக வழியறிந்தவரைப்போல் முதல்வர் வேகமாக முன்னால் நடக்கத்தொடங்கினார். ஊரைத் தாண்டி சிறிய பாதையில் சென்றார். அவரை அப்பாவும் மற்றவர்களும் பின்தொடர்ந்தார்கள். சிலர் இங்கு வருவது இதுதான் முதன்முறை. கூட்டமாக வருவதைக் கண்ட ஊரார் வியந்தார்கள். பொதுவாக அரசியல்வாதிகள் தெருமுனையில் நின்று ஓட்டுக் கேட்டுவிட்டுப் போய்விடுவார்கள். நாட்டாமை எல்லப்பன் ஓடி வந்து வரவேற்றார். முதல்வர் நாலைந்து

தெருக்களையும் சுற்றிப் பார்த்தார். பெரும்பாலும் குடிசைகள். இருபுறமும் கறுத்த சாக்கடை ஓடியது. சிறிய கோயிலை ஒட்டிய மரத்தடியில் கயிற்றுக் கட்டில் போடப்பட்டது. முதல்வர் உட்கார்ந்தார். நாட்டாமையையும் அப்பாவுவையும் அருகில் உட்காரச் சொன்னார். இந்தத் தொகுதிக்கு இடைத் தேர்தல் வந்ததையும் தான் வேட்பாளராக நிற்பதையும் தனக்கு வாக்களிக்க வேண்டுமென்பதையும் விளக்கினார். "சரி, உங்களுக்கு முக்கியமா என்ன தேவைன்னு சொல்லுங்க. அரசாங்கத்தால் முடிஞ்சதைச் செய்றோம்" என்றார். ஒவ்வொருவராக மெதுவாகக் கூறத் தொடங்கினார்கள். பலரும் ஒரே சமயத்தில் பேசினார்கள். ஒரே இரைச்சலாக மாறியது. முதல்வர் கண்களை மூடி கேட்டுக்கொண்டிருந்தார். நாட்டாமை அதட்டினார். குரல்கள் ஓய்ந்தன. "சரிதான். நீங்க கேட்டதையெல்லா நீங்களே செஞ்சுக்க முடியுமுன்னேன். இதுக்குப்போயி அரசாங்கம் தேவை இல்ல. நீங்களே சாக்கடைக் கால்வாய வெட்டிக்குங்க. தெரு விளக்கெரிய சேர்ந்து போராட்டம் நடத்துங்க. தானா கொண்டு வந்து கம்பம் நடுவாங்க. உங்களுக்கு முக்கியமா வேண்டியது எல்லாம் சேர்ந்து படிக்கற மாதிரி ஒரு பள்ளி. இங்க எதுவுமில்ல. எல்லோரும் வெளியில படிக்கப் போக முடியாது. அதுக்கு உடனே பக்கத்துல பஞ்சாயத்தால கட்ட சொல்றேன். அரசாங்கம் எல்லா உதவிகளையும் செய்யும். நா இங்கயிருந்து போறதுக்குள்ள செஞ்சி முடிக்கிறேன்." முதல்வர் உட்கார்ந்தபடி பேசி முடித்தார். அனைவரும் அவரையே பார்த்தபடி நின்றிருந்தார்கள்.

முதல்வர் மீண்டும் எழுந்து நடந்தார். அவரைப் பெருங் கூட்டம் பின் தொடர்ந்தது. ஒரு பேரணி செல்வதைப் போலிருந்தது. அவர் அப்பாவுவிடம் எதையோ விசாரித்தார். முதலில் ஊருக்குள் நுழைந்த மண் சாலையைச் சென்றடைந்தார். அங்கு நின்று சுற்றும் முற்றும் பார்த்தார். சிறிய கோபுரத்துடன் கோயில் சுற்று மதில்களுடன் காணப் பட்டது. வெளியே வாயிற்படியருகில் இரு நடு கற்கள் சாய்த்து வைக்கப்பட்டிருந்தன. அவற்றில் வில்லும் வாளுமுடன் இருவர் செதுக்கப்பட்டிருந்தார்கள். கூடவே கையில் சுரைக் குடுவைகளுடன் இரு பெண்களின் உருவங்கள். கோயில் எதிரில் அகலமான குளம். பச்சை நிறத்தில் நீர் நிரம்பி ததும்பிக்கொண்டிருந்தது. சிற்றலைகள் படிகளில் மோதின. பக்கத்திலுள்ள வேப்ப மரம் தலை கீழாக அசைந்தது. வேப்ப இலைகளும் பழங்களும் இறைந்திருந்தன. உள்ளே இறங்க நீண்ட கற்படிகள். ஏற்றம் இரைக்க உயரத் தூண்களுடன் மேடையும் கல் கால்வாயும். அங்கங்கே கற்களில் செதுக்கிய மீனும் ஆமையும் பாம்பும் நெளிந்துகொண்டிருந்தன. ஓரிடத்தில் ஆண் பெண் உறவு கொள்ளும் மழுங்கிய சிறு சிற்பம். குளக்கரையில்

முதல்வர் நெடுநேரம் நின்றிருந்தார். கூட்டமும் மௌனமாகக் காத்திருந்தது. சிறு சப்தமும் எழவில்லை.

அப்போதுதான் சுந்தரம் தகவலறிந்து வந்தார். அப்பாவுவிடம் சென்று வணங்கினார். அப்பாவு முதல்வரிடம் அறிமுகப்படுத்தினார். "இவரு பக்கத்தூரு. வெளியூருக்குப் போயி படிச்சிட்டே விவசாயம் பண்றாரு" என்றார். முதல்வர் திரும்பி ஏறிட்டுப் பார்த்தார். "உங்கள மாதிரியிருக்கவங்கப் படிச்சு பள்ளியில பாடம் சொல்லித் தர முன் வரணும்" என்றார் பெருமூச்சுடன். சுந்தரம் பிரமிப்புடன் தலையாட்டினார். அதைக் கட்டளையைப்போல் ஏற்றுக்கொண்டார். முதல்வர் பின் கை கட்டியபடி முன் கூட்டி நன்கு திட்டமிட்டாற்போல் நடந்தார். எதிர்ப்புறம் அரச மரமும் வேப்ப மரமும் ஒன்றையொன்று தழுவி கிளைகள் விரித்திருந்தன. சுற்றிலும் கருங்கல் மேடை. ஊன்றியிருந்த வேர்களுக்கு அருகில் கல் நாகங்கள் பிணைந்த கற்கள் நட்டிருந்தன. மேடை முழுவதும் இலைகளும் கொட்டைகளும் சிதறியிருந்தன. பின்னால் நீண்ட கால்வாயில் ஓடை போல் நீரோடிக்கொண்டிருந்தது. முதல்வர் திரும்பி விசாரித்தார். "ஏரிக் கால்வாய்ங்க. பக்கத்து ஊரில வத்தாத பெரிய ஏரியிருக்குது. இந்தக் காவா கீழ பத்துப் பதினைந்து ஊருங்களுக்குப் பாயுது" என்றார் அப்பாவு. முதல்வர் கையில் செருப்புகளை எடுத்துக்கொண்டு கால்வாயில் இறங்கி நடந்தார். பக்கத்தில் பெரிய களத்துக்குச் சென்றார். அது சாணியிட்டு மெழுகி பளிங்குப் போலிருந்தது. ஓரத்தில் யானைகளைப் போல் வைக்கோற்போர்கள் நின்றன.

களத்தை ஒட்டி பெரிய மாட்டுக் கொட்டகைக் கட்டப் பட்டிருந்தது. மனிதர்களுக்குண்டான வசதிகள் மாடுகளுக்கும் முடிந்தளவு தரப்பட்டிருந்தன. அவை குடும்ப உறுப்பினர்கள் போன்றவை. இருபுறமும் நீண்ட செம்மண், சுண்ணாம்பு பட்டைகள் தீட்டிய திண்ணைகள். உயர்ந்த கருங்கல் தூண்களுடன் ஓட்டுக் கூரை வேய்ந்து பெரும் வீட்டைப் போலிருந்தது. முதல்வர் அதையே உற்றுப் பார்த்தார். அவருக்குள் முழுமையாகத் திட்டம் உருவானதைப் போலிருந்தது. "இது யாருக்குச் சொந்தம்?" என்றார். அப்பாவுக்கு ஓரளவுக்குப் புரிந்தது. "எங்களுடையதுதா, அந்தக் காலத்துலயிருந்து பரம்பரையா வர்றது" என்றார். "போய் பாக்கலாம்" என்று முதல்வர் முன்னால் நடந்தார். அதைத்தான் அவர் குறி வைத்து வந்ததைப்போல் தோன்றியது. மாட்டுக் கொட்டகைத் திறந்து கிடந்தது. பெரும் நிலைப்படிகளைக் கொண்ட கதவுகள். உள்ளே நுழைந்ததும் மாடுகள் பல்வேறு குரல்களில் "ம்மா"வென்று கத்தின. பசுக்கள் மையிட்ட விழிகளால் திரும்பிப் பார்த்தன.

கன்றுகள் ஏறிட்டுவிட்டுக் கயிறுகளில் திமிறின. இருபக்கமும் ஓட்டு சாய்ப்புகளும் நடுவில் அகன்ற மணல் முற்றமிருந்தது. அதில் வரிசையாகப் பெரிய கழுநீர் தொட்டிகள் பதித்திருந்தன. காரமான கோமியம், அழுகிய சாணியின் வாசம் வீசியது. உள்ளே பிள்ளைகள் “ஓ”வென கத்திப் படிப்பதைப்போல் அவருக்குத் தோன்றியது.

அங்கிருந்து முதல்வர் வெளியில் வந்தார். கடுகடுத்த முகத்தில் புன்சிரிப்பின் ரேகைகள். அவர் எப்போதும் தன் மனதில் படுவதையும் பேசுவதையும் செய்வதையும் வழக்கமாகக் கொண்டிருந்தார். அவற்றை இதுவரைக் கைவிட்டதில்லை. வட நாட்டவர் சூழ்ந்த நாட்டின் தலைநகரில் அவர் அப்படித்தான் அடுத்த பிரதமரைத் தேர்ந்தெடுத்திருந்தார். அருகிலிருந்த அப்பாவுவிடம் “இந்தக் கொட்டகையத் தானமாத் தாங்கன்னேன்” என்றார். அவர் இரு கைகளையும் ஏந்திக்கொண்டிருந்தார். அவற்றை அப்பாவு சேர்த்துப் பற்றியபடி தலையாட்டினார். கண்களில் கண்ணீர் வழிந்தது. முதல்வர் அனைவரையும் அருகில் அழைத்தார். களம் முழுவதும் கூட்டம் நிறைந்தது. தன் திட்டத்தை உரக்கக் கூறினார். “ இந்த இடத்த இனிமே துவக்கப் பள்ளிய மாத்தணும். ஊரிலயிருக்கதுக்கு எல்லாராலும் வர முடியாது. அது சின்னதா வேறயிருக்குது. அரசாங்கம் எல்லாயிடத்துலயும் பள்ளி தொடங்கும். அடுத்துக் கோயிலுக்குப் பக்கத்துல உயர் நிலைப் பள்ளியும் கட்டணும். எல்லாப் பிள்ளைங்களும் படிக்கணும். அது யாரு ஆட்சிக்கு வந்தாலும் நடக்கும்.” அவர் குரல் வழக்கத்தை மீறி தழுதழுத்தது. அனைவரும் கைத்தட்டவும் மறந்து நின்றிருந்தார்கள்.

காலி அடிப்பானை

சுற்றிலும் பேரமைதி நிலவியது. அதை அதிகப்படுத்துவதுபோல் சிள்வண்டுகளின் இரைச்சல் இடைவெளிவிட்டு எழுந்தது. கூர்ந்து கவனித்தால் அகால பட்சிகளின் குரல்கள், மிகத் தூரத்தில் ரயில் ஓடும் ஓசை, பக்கத்து வீட்டுக் கல்லுபள்ளியா ஆடுகளின் செருமல்கள் ஒலிக்கும். சுந்தரம் தூக்கத்திலிருந்து தன்னையறியாமல் விழித்துக்கொண்டார். வழக்கமாகக் கொல்லைக்குப் போகும் நேரமில்லை. அவர் எழுந்து வெளியில் வந்தார். வீடு இருட்டில் மூழ்கியிருந்தது. வாசலில் மட்டும் வெளிச்சம் பரவியிருந்தது. நடுவில் கோபுரம் போன்ற நெற்குவியல். அவர் எண்ணற்ற முறை நெல் விதைத்திருக்கிறார். ஒருதரமும் ஆவல் அடங்கியதில்லை. அதன் அருகில் ஈர்க்கப்பட்டவரைப்போல் சென்றார். போர்த்தியிருந்த சாக்குப் பையின் முனையை நெஞ்சு துடிக்கத் தூக்கினார். வெப்பமாக ஆவி முகத்தில் வீசியது. உள்ளே முத்துகளைப்போல் விதைகள் ஒளிர்ந்தன. அவருக்குப் புல்லரித்தது. ஒவ்வொன்றாக சாக்குகளை விலக்கினார். முழு நெற்குவியலும் வெண் முளைகளாகப் பூத்திருந்தன. இப்போதுதான் பிறந்து கண் திறக்காத சிறு புழுக்களைப்போல் வானை நோக்கி தலை நிமிர்த்தி யிருந்தன. இதுதான் இயற்கையின் நிற்காத இயக்கம். அவருக்குள் நம்பிக்கைத் துளிர்த்தது. இப்போகம் அமோகமாக விளையும் என்று பட்டது.

நேற்றுதான் சுந்தரம் விதைவிட தீர்மானித்திருந் தார். காலையில் கொல்லையிலிருந்து வந்து குளித்து

மு. குலசேகரன்

பூசை செய்து சாப்பிட்டதும் வானொலிப் பெட்டி பக்கத்தில் சொருகியிருந்த பஞ்சாங்கத்தை எடுத்தார். அவர் கெட்ட நேரங்களில் பக்கத்து நகரத்துக்கும் போக மாட்டார். கதர் சட்டை, வேட்டி கசங்க கைப் பையுடன் சாய்வு இருக்கையில் காத்திருப்பார். அப்படியே தூங்கியும் விடுவார். அது நீண்டகாலப் பழக்கம். பஞ்சாங்கத்தைப் புரட்டி கிரகங்களின் நிலைகளை ஆராய்ந்தார். கொஞ்ச காலமாக முன்புறக் கொல்லை வயல்கள் கரம்பாகக் கிடந்தன. அவற்றில் பல வண்ணப் பூக்களுடன் களைகள் வளர்ந்திருந்தன. கால் புதையாதவாறு மண் கெட்டியாகியிருந்தது. இனியும் நிலத்தைத் தரிசாக விடக் கூடாது. அவருடைய இறந்த அம்மா, ஊன்றுகோலைத் தரையில் தட்டியது கேட்டது. "எதப் பத்தியும் கவலப்படாத. எப்பவும் கொல்லய காலியா வுடாத. உடனே நெல்லப் போடு" என்று அர்த்தம். அதுதான் பஞ்சாங்கத்தில் போட்டிருக்கும். சக கொல்லைக்காரர் கோபால் சொன்னதும்தான். நாளைக்கு நெல் விதைவிட வேண்டும். பருவ மழைக்குப் பிறகு அறுவடை செய்யலாம். புது அரிசியில் பொங்கலுக்குப் படைக்கலாம். அவர் பஞ்சாங்கத்தில் நெல் அறுவடை செய்வதற்கு நல்ல நாளையும் இப்போதே தேடிப் பார்த்தார்.

சுந்தரத்தின் இளம் வயதில் அம்மா சொல்லத் தொடங்கினாள். "நீதா வூட்டுக்கு ஒரே புள்ள. நம்ம கொல்லய கவனமாப் பாத்துக்கணும். அது கைவிட்டுப் போவக் கூடாது." அவர் அவ்வப்போது கொல்லைக்குப் போவார். அதற்கு ஒற்றையடிப் பாதை மட்டுமிருந்தது. ஆற்றில் முட்டியளவு நீரில் செல்ல வேண்டும். மணலரித்த சில பள்ளங்களில் கழுத்துவரை மூழ்கும். கானாற்றில் அடிக்கடி வெள்ளம் பாய்ந்து வரும். அப்போது கொல்லை தானாக வளர்ந்த செடி கொடி மரங்களுடன் பெரும் காடு போலிருக்கும். ஒரு பகுதியை மட்டும் பண்படுத்தி விவசாயம் செய்தார்கள். சுந்தரத்துக்குப் பெரும் விளையாட்டுக் களம் போன்றது கொல்லை. தாழப் பறக்கும் தும்பிகளும் பூச்சிகளும் நண்டுகளும் தவளைகளும் தோழர்கள். தந்தையின் முகம் தெரியாது. அவர் குழந்தையாயிருக்கையில் அப்பா இறந்துவிட்டதாகச் சொன்னார்கள். அவருடைய சொந்தப் பிரதேசத்துக்குத் திரும்பிப் போனதாகவும் பேசிக்கொண்டார்கள். அம்மா தனியாக ஓடி வந்துவிட்டதாகக் காது பட சிலர் சொல்வார்கள். அப்போது அவர்கள் முகம் கோணும். அம்மா எதையும் சொன்னதில்லை. கொல்லையில் ராஜா தின்பதற்கு வினோதமான சிறு பழங்களைப் பறித்துத் தந்தார். அவற்றின் சுவை எப்போதும் மறக்க முடியாதது. தேங்காய், மாங்காய்களையும் அறுத்துக் கொடுப்பார்.

அவருடைய கை வாஞ்சையுடன் தலையைத் தடவும். கொஞ்ச நேரம் சுற்றிவிட்டு சுந்தரம் வீட்டுக்குத் திரும்புவார்.

வீட்டுக்குப் பக்கத்துத் தெருவில்தான் தொடக்கப்பள்ளி. அது முன்பு மாட்டுத் தொழுவம். சாணியால் மெழுகிய தரையில் அடிக்கடி உண்ணிகள் கிடைக்கும். அதை வெளியில் போட்டு வருவதாகப்பொய் சொல்லிவிட்டு மாணவர்கள் சுற்றுவார்கள். ஆறு வகுப்புகளையும் மூங்கில் தட்டிகள் பிரித்தன. எதிரில் நெற்களம்தான் விளையாட்டு மைதானம். பிறகு சுந்தரம் நகரத்துப் பள்ளிக்குச் சென்று படித்தார். அது வேறொரு நவீன உலகம். அரண்மனை போன்ற பழங்கால கட்டடம். உயர்ந்த மினார்களும் வளைவான வாயில்களும் சுழல் மாடிப்படிகளும் கொண்டது. நேரம் கிடைக்கும் போதெல்லாம் எண்ணற்ற வழிகளில் ஒளிந்து விளையாடினார்கள். பள்ளியின் செம்மண் நிற வண்ணத்துக்கேற்றாற்போல் சுற்றிலும் சிவந்த கொன்றை மரங்கள் பூத்துக் குலுங்கின. நீண்ட தாடிகளும் தொப்பிகளும் அங்கிகளும் அணிந்த ஆசிரியர்கள் சிரத்தையாகப் போதித்தார்கள். தலைப்பாகை, பஞ்ச கச்சத்துடன் ஆங்கிலம் கற்பித்தவர் மாயஜாலக்காரரைப் போலிருந்தார். சிறு தவறுக்கும் நீண்ட பிரம்பு வீசும். சுந்தரம் தினமும் வீட்டிலிருந்து தனியாக நீண்ட தூரம் நடந்துபோவார்.

பக்கத்து ஊரில் உயர் நிலைப் பள்ளி தொடங்கப்பட்டது. அதற்குக் கோயில் தர்மகர்த்தா அப்பாவு முதல்வரின் வேண்டுகோளின்படி இலவச இடம் வழங்கியிருந்தார். அரசாங்கத்தால் நீண்ட கட்டடம் கட்டித் தரப்பட்டது. சுந்தரம் கடைசிப் பரீட்சை முடிந்த அன்று அப்பாவுவைச் சென்று சந்தித்தார். அவர் முன்பு முதல்வர் சொன்னதை மறக்கவில்லை. அப்பாவு கோயில் குளக் கரையில் நின்றிருந்தார். அணிந்திருந்த எளிய கதர் வேட்டியும் சட்டையும் காற்றில் அலைந்தன. பறந்த ஒரு பக்கத் தோள் துண்டை இழுத்துவிட்டுக்கொண்டார். மெதுவான குரலில் பேசினார். கவனித்துக் கேட்டால்தான் புரிந்தது. "ஒரு வாத்தியார் மத்தவங்களுக்குத் தான் எடுத்துக்காட்டாயிருக்கணும். அதுதா பசங்களுக்குப் பாடம் சொல்லித் தர்றது." சுந்தரம் நகரத்தில் படிப்பவர்கள் வழக்கமாக அணியும் பாப்லின் சட்டை உடுத்தியிருந்தார். காலில் கறுப்பு முழு காலணி. அவர் வீட்டுக்குத் திரும்பினார். புது கல்வியாண்டு தொடங்குவதற்கு முன் தினம் அப்பாவு மீண்டும் ஆளனுப்பினார். குளத்தின் படிக்கட்டுகளில் நீரலைகள் இடைவிடாமல் மோதிக்கொண்டிருந்தன. சுந்தரத்தை மேலும் கீழும் பார்த்தார். சுந்தரம் கஞ்சியிடாத கதர் சட்டை போட்டிருந்தார். அதைத் தலை வழியாகத்தான் மாட்ட வேண்டும். மெல்லிய கரை கதர்

வேட்டி. அவர் மாமிசம் சாப்பிடுவதையும் கைவிட்டிருந்தார். "நாளையிலிருந்து வந்து பசங்களுக்குப் பாடம் நடத்து." ஆசிர்வதிப்பதைப் போன்ற புன்னகையுடன் அப்பாவு சொன்னார். அவர் தந்தையைப்போல் தோன்றினார்.

மறுநாள் சுந்தரம் பள்ளிக்குப் புறப்பட்டார். சுப்பம்மா பயத்துடன் பார்த்தாள். அவர் முன்பே அவளுக்குப் பலமுறை சொல்லியிருந்தார். "அம்மா எனக்குப் பள்ளிக்கு வாத்தியாராப் போவணும். நாலு பேரு முன்னால கவுரவமா நடக்கணும். எனக்கு விவசாயம் வேணாம்." அவர் பள்ளியில் படிக்கையில் சுதந்திரத்துக்காகக் கட்சிக்காரர்களுடன் சேர்ந்து போராடி சிறைக்குப் போய்விடுவான் என்று நினைத்திருந்தாள். அவள் தொள்ளைக் காதுக் கம்மல்கள் ஆடமறுத்தாள். "நா கொல்லய வாங்க எவ்வள பாடுபட்டிருப்பே... அடுப்போட வெறகா, எண்ணெயில பண்டமா. அத வுடக் கூடாது." அவர் பதிலளிக்காமல் பள்ளிக்குச் சென்றார். தெருவில் கதர் வேட்டி படபடக்க நடந்தார். அம்மாவின் குரல் தொடர்ந்தது. "அது கொற சம்பளம். காலமெல்லாம் பட்டினியால வாடணும். என்னயிருந்தாலும் கொல்லயில மூணு வேள சோறு தண்ணியாவது கெடைக்கும்." பள்ளியை அடைந்த பின்பும் குழந்தைகள் பாடங்களைக் கத்தும் குரல்களையும் மீறிக் கேட்டது. "கொல்லய குத்தகைக்கு வுடணுமாம். அது அப்பிடியே ஏமாத்திப் புடுங்கறது." அம்மா நள்ளிரவுகளிலும் தனக்குத்தானே பேசிக்கொண்டாள். "நாம நாடோடியா வந்தவங்க. இந்த மண்ணுல ஆழக் காலு ஊணுனம். இங்க சனமா மாறணும்." அவள் காணவில்லையென்று சுந்தரத்துக்கு வகுப்புக்கு நடுவில் தகவல் வந்தது. ஊரெல்லாம் தேடி கடைசியில் கொல்லையில் கண்டுபிடித்தார்கள். ஆற்றின் கொதிக்கும் மணலில் நகர்ந்து சென்ற தடம் ஆழமாகப் பதிந்திருந்தது. அவள் புட்டங்கள் தீய்ந்திருந்தன.

அப்பாவு கூப்பிட்டுச் சொன்னார். "அம்மா சொல்றத செய்யி. எல்லாம் ஒண்ணுதான். நாம கடமைய நிறைவேத்திதான் ஆகணும்." சுந்தரம் மறுபடியும் கொல்லைக்குப் போகத் தொடங்கினார். கதராடை உடுத்தும் பழக்கம் மாறவில்லை. அது உடலோடு ஒட்டிவிட்டது. கடுங்கோடையில் கொல்லைக் கிணறு வறண்டு கரும் பாறைகள் புலப்பட்டன. குத்தகைதாரர் ராஜா வயல்களைத் தரிசாகப் போட்டிருந்தார். அவர் குடிலுக்குப் பக்கத்தில் மட்டும் நாலைந்து வயல்களில் கேழ்வரகுப் பயிர்களும் மரங்களும் பசுமையாயிருந்தன. மீதிக் கொல்லை களைகள் மண்டி மயானம் போலிருந்தது. மாலையில் சோர்ந்து வந்தவருக்கு சுப்பம்மா நம்பிக்கையூட்டினாள். "நெலத்தைக் காலியா விடறது

பெரும் பாவம். அது ஏழு தலைமொறையச் சுத்தும். நீ வெதயப் போடு” என்றாள். அவள் கால்களை நீட்டி உட்கார்ந்திருந்தாள். பக்கத்தில் சரி சமமாக நீண்ட கைத்தடி. அதைப் பக்கத்து வீட்டு சுப்பணாசாரியிடம் சொல்லி வாங்கியிருந்தாள். நன்கு முதிர்ந்த மூங்கில் கணுக்களைச் செதுக்கி உலோகத்தால் செய்தது போலிருந்தது. கூனி நடக்கையில் மற்றொரு காலைப் போன்றது. கொஞ்சமும் தளரவில்லை. “இத வச்சி கெணத்த இன்னும் எத்தினி மெட்டுங்கனாலும் வெட்டு. கண்டிப்பா தண்ணி ஊறும்,” அவள் ஊன்றுகோலைத் தட்டினாள். கனத்த தங்க வடத்தைத் தலை குனிந்து கழற்றினாள். அது பல ஆண்டுகள் வேர்வையும் அழுக்கும் படிந்திருந்தது. ஆனால் கையில் பொதிந்திருக்கையில் சாம்பல் பூத்த தீக்கங்கைப்போல் பளபளத்தது.

கொல்லையை வாங்குகையில் களத்துக்குப் பின்னால் மொட்டைக் கிணறிருந்தது. நாலு பக்கமும் ஏற்றமடிக்கும் அளவு பெரிது. பக்கத்து ஐயர் கொல்லை, கோபால் கொல்லைக் கிணறுகளைவிட ஆழமானது. சுவரில் அரச மரச் செடிகள் விடாமல் முளைக்கும். தூக்கணாங் குருவிக்கூடுகள் பழங்களைப்போல் தொங்கும். அவை கோடையில் காய்ந்ததும் ராஜா இடுப்புக் கயிறுடன் இறங்கி கிளைகளை அடியோடு தறிப்பார். கிணற்றில் கரும் பாறைகள் தட்டுப்படவும் தோண்டாமல் விட்டிருந்தார்கள். அதை வெடி வைத்து ஆழமாக்க சுப்பம்மா ஆசைப்பட்டாள். ஆனால் கைம்பெண்ணால் முன் நிற்க முடியாது. சுந்தரம் அரைகுறை மனதுடன் இசைந்தார். அவருக்குள் பள்ளிக்குப் போகும் ஆசை மங்கவில்லை. கிணற்றில் நீர் சுரக்கவில்லையென்றால் கொல்லையில் பயிர் பண்ண முடியாது. பழையபடிக் குத்தகைக்குவிட்டு ஆசிரியர் வேலை செய்யலாம் என்று எண்ணினார். கிணற்றிலிருந்து கிளம்பிய வெடிச் சத்தத்தில் பூமி அதிர்ந்தது. தூரத்து மலைகளில் எதிரொலித்தது. ஊற்றுகள் மெல்ல கசியத் தொடங்கின. வெடியோசை தனக்கும் கேட்டதாக சுப்பம்மா பூரிப்புடன் சொன்னாள். அவள் இறந்தும் இரட்டை வட சங்கிலியை மீட்க முடியவில்லை.

கல்யாணமான நாளில் சுந்தரமும் பொன்னம்மாவும் எதிர் அறையில் படுத்திருந்தார்கள். சுப்பம்மா விடியலில் தாழ்வாரத்திலிருந்து கைத்தடியால் லொட்லொட்டென தரையில் அடித்தாள். சுந்தரம் ஆழ்ந்த தூக்கத்திலிருந்து விருட்டென எழுந்தார். காதில் கை வைத்துக் கேட்டார். “இன்னக்கிக் கரும்புக்கு ஒரம் வைக்கணுமாம்... இல்லாட்டிப் பாழாப் போயிடும்... அப்புறம்...” என்று சொற்களைத் தானாக ஒப்பு வித்தார். பக்கத்தில் பொன்னம்மா கசங்கிய கனகாம்பரம்

சரம் தொங்கும் தலையை நிமிர்த்தி ஆச்சரியப்பட்டாள். "யாரு பேசறது?" அவள் பயப்படுவாள் என்று சுந்தரம் தயங்கினார். வேறுவழியில்லாமல் "அம்மாதான் சொல்றாங்க" என்றார். பொன்னம்மா எழுந்து வெளியில் சென்று பார்த்தாள். "அவங்க எங்கோ மூலையில கெடந்து தூங்கறாங்க" என்றாள். "இல்ல, சொல்லிட்டுப் போயி திரும்பப் படுத்திருப்பாங்க." சுந்தரம் சமாதானப்படுத்த முயன்றார்.

சுப்பம்மா ஊன்றுகோலால் தட்டிக் கேட்டாள். "எத்தனப் புட்டியாச்சு? வெல என்ன போட்ட? கம்மின்னா இருப்பு வச்சுக்க." அவளால் பேச முடியவில்லை. பழங்கோரைப் பாயில் படுத்திருந்தாள். அவ்வப்போது கைத் தடியை ஓங்காரமாகத் தரையில் அடித்தாள். "தட், தட். நா உயிரோடிருக்கேன்." அருகில் வந்தவர்கள் மேல் கம்பை வீசினாள். "நா கொல்ல மண்ண விட்டுப் போவ மாட்டேன்." அவளுடைய எண்ணத்தைப்போல் ஊன்றுகோலும் உறுதியானது. வார்த்தைகள் விட்டத்தில் மோதி எதிரொலித்தன. பொன்னம்மாவும் பிள்ளைகளும் பயத்தில் அவளை நெருங்குவதில்லை. திடீரென ஒரு நள்ளிரவில் வீட்டில் மௌனம் சூழ்ந்தது. அவள் இறந்ததைக் காலையில்தான் கண்டு பிடித்தார்கள். ஊன்றுகோல் தூரக் கிடந்தது. கெட்ட நேரத்தில் உயிர் பிரிந்ததாக ஜோதிடர் தெரிவித்தார். அவர் கூறியபடி உயிர் விட்ட இடத்தை மூன்று மாதங்களுக்கு ஓலைத் தட்டிகளால் மறைத்தார்கள். பிள்ளைகள் இடுக்கில் புகுந்து ஒளிந்து விளையாடினார்கள். உள்ளே மனையில் சுப்பிக் கிழவியின் ஊன்றுகோலும் பழம் புடவைகளுமிருந்தன. நீர்க் குவளை காலியாகிவிட்டது. சுந்தரம் கைத்தடியை எடுத்து பரணில் பாதுகாப்பாக வைத்தார். அது பிறகு பயன்படும்.

சுப்பம்மா அவ்வப்போது தட்டிக்கொண்டுதானிருந்தாள். ஒரு நாள் நள்ளிரவில் சுந்தரம் அயர்ந்து தூங்கிக்கொண்டிருந்தார். "யாரோ திருட வர்றாங்க. நெல்லு நல்லா முத்தி கூப்பிடுது. ஓடனேப் போயி பாரு" என்று சொல்வது கேட்டது. கொல்லையில் பெரிய முருகன் காவலுக்கிருந்தார். இருந்தாலும் சுந்தரம் எழுந்து கொல்லைக்குச் சென்றார். அங்கு இதுவரை திருட்டு நடக்கவில்லை. நெல்லும் முற்றாமல் பால் பிடித்திருந்தது. "அடுத்து சம்பா விடு. இந்த தடவ மழ நல்லாயிருக்கும்." "சரிம்மா" என்று அதற்கும் தலையாட்டினார். "கெழவி செத்து எத்தன காலமாவுது. இன்னும் பேசறா. இந்தாளுக்கு வெறும் பிரமை," இருட்டில் பொன்னம்மா மறுபுறம் திரும்பி முணுமுணுத்தாள்.

கடைசியாக சுந்தரம் விதைப்பதற்கு மறு நாளை நிர்ணயித்தார். நீண்ட நேரம் கையிலிருந்த பஞ்சாங்கத்தை மூடி வைத்துவிட்டு எழுந்தார். பிள்ளைகள் பள்ளிக்குச்

சென்றிருந்தார்கள். பொன்னம்மா வாசலுக்கு மறுபக்கம் தாழ்வாரத்தில் கால்நீட்டி அரிசி ஆய்ந்துகொண்டிருந்தாள். பக்கத்தில் கற்களும் கருக்காக்களும் இறைந்திருந்தன. சுந்தரம் முறத்தை நோக்கியபடி "நாளைக்கு விதைவுடணும், நெல்லு எடுத்துத் தா" என்றார். பொன்னம்மா உடனடியாக நொடிப்பாள் என்று எதிர்பார்த்தார். அவள் சப்பிக்கொண்டிருந்த ஓர் அரிசியை நறுக்கென கடித்து விழுங்கினாள். "எத எடுக்கறது?" என்றாள். "இந்த தரம் பொன்னி போடலாம்" என்றார் ஆர்வமுடன். கோபாலும் அதைத்தான் விதைக்கச் சொல்லியிருந்தார். அவள் முறத்தைத் தள்ளிவிட்டு எழுந்தாள். கூடையை எடுத்துக் கொண்டு மூலை அறைக்குச் சென்றாள். அதுதான் அவளும் பிள்ளைகளும் ஒன்றாகப் படுத்துறங்கும் இடம்.

உள்ளே பகலிலேயே அரையிருட்டு நிலவும். உயரத்தில் கண்ணைப் போன்ற சிறிய சாளரம் திறந்து கிடந்தது. விளக்கைப் போட்டும் அறை மங்கியிருந்தது. இரு பக்க சுவர்களோரமும் மண் பானைகள் வரிசையாக நின்றிருந்தன. இரவில் கரும் பூதங்களைப் போல் தோன்றும். கீழே வைக்கோல் பிரிமனைகள் சுருண்டிருந்தன. மேலே ஆளுயரத்துக்குப் பானையடுக்குகள் ஆட்களைப்போல் நின்றன. மௌனமாக மூதாதைகள் கண்காணிப்பதைப் போலிருந்தன. அவற்றில் சுப்பம்மாவின் பானைகள்தான் அதிகம். பொன்னம்மாவுக்கும் சீதனமாக நிறையக் கிடைத்திருந்தன. முடியும்போதெல்லாம் ஆசையுடன் வாங்கியும் சேர்த்திருந்தாள். பானை வரிசைகளைத் தனியாக நெருங்குகையில் பயம் கவியும். பேச்சிழந்து அமைதியாகிவிடுவாள். ஒவ்வொரு பானையின் வடிவத்தையும் உள்ளேயிருக்கும் பொருளையும் நன்கு அறிவாள். அவை நீண்ட காலமாகப் பழகியவை.

மூன்று, நான்கு போகம் முன்பு பொன்னி நெல் விளைந்திருந்தது. அனேகமாக சுந்தரம்தான் பாதுகாப்பாகப் பானையில் கொட்டி வைத்திருந்தார். அதை பொன்னம்மா மறந்துவிட்டாள். முதலில் மூலைக் குதிரில் எட்டிப் பார்த்தாள். வெல்லத்தின் அழுகிய பழ நாற்றம் மூச்சடைத்தது. அதை அப்படியே மேல் பானையால் மூடினாள். பக்கத்துக் குதிரின் வாய் சிறிய பானையுடன் சேர்த்துச் சாணி பூசி மெழுகியிருந்தது. உள்ளே அடியில் கறுப்பு எள் கிடக்கும். எத்தனை வருடமானாலும் கெடாது. மிகவும் விலை மதிப்பு வாய்ந்தது. குதிரில் ஓர் ஆள் தாராளமாக உட்காரலாம். அப்படித்தான் அந்தக் காலத்தில் இறந்தவர்களைப் புதைத்தார்கள் என்று கேள்விப்பட்டிருந்தாள். கூடவே கொஞ்சம் நெல் கொட்டி வைக்கப்பட்டிருக்கும் என்பார்கள். பொன்னம்மா அடுத்த

அடுக்கை இடுப்பில் வைத்து சிரமத்துடன் இறக்கினாள். அடிப் பானையில் ஒரு முறம் கறுத்த தானியங்களிருந்தன. கையில் எடுத்துத் தடவினாள். அரையிருட்டில் பவழத்தைப்போல் மின்னின. அவை என்னவென்று கண்டுபிடிக்க முடியாமல் பழையபடி மூடினாள். சுப்பிக் கிழவி கட்டிய பித்தளைத் தகடுபோன்ற பட்டுப் புடவையை ஒன்றில் கண்டாள். அதைக் கண்ணுக்குத் தெரியாத பூச்சிகள் மாவைப்போல் அரித்திருந்தன. மற்றொரு பானையில் கொட்டைகளைப் போன்ற நெம்பர் நெல் நிரம்பியிருந்தது. இன்னொன்றில் கோது நீக்கிய புளி அடைத்திருந்தது. கொஞ்சத்தை எடுத்து வெளியில் வைத்துக்கொண்டாள். ஒரு பானை முழுவதும் நைந்த பழந்துணிகள் கிடந்தன. அதைக் கிளறி உடுத்தலாம் போன்ற ஒரு புடவையை எடுத்துக்கொண்டாள். மொந்தையில் எப்போதோ போட்டு மறந்த மாவடுக்கள். மேல் பானையில் விலைக்குப் போட சேர்த்திருந்த புளியங்கொட்டைகள். பானைகளில் ஒன்றிலிருப்பது மறுபடியும் தேடினால் கிடைக்காது. வேறு பொருட்களிருக்கும். பலமுறை வரிசையில் அடுக்கிப் பார்த்திருக்கிறாள். அது தன் குழப்பத்தால் விளைவது என்று நினைத்துக்கொள்வாள். அல்லது முன்னோர்கள் ஆவிகளாக வந்து தன்னுடன் நிகழ்த்தும் விளையாட்டாயிருக்கலாம்.

பொன்னம்மா சலிப்புடன் உட்கார்ந்தாள். பள்ளிவிட்டு வந்தால் சின்னவள் விஜயா உதவுவாள். அவளுக்குப் பானைகளில் என்ன இருக்கிறது என்பது அத்துபடி. சின்னவன் மோகன் அடிப்பானையில் காலை வைத்து மேலுள்ள பானையில் வேர்க்கடலைகளைச் சாகசம்போல் எடுப்பான். அவள் களைப்புடன் கண்களை மூடிக்கொண்டாள். அப்படியே உறங்க விரும்பினாள். நீண்ட ஓய்வெடுக்க வேண்டும். இந்தப் போகங்கள் பருவ காலங்களைப்போல் ஒன்றையொன்று விடாமல் சுற்றி வருபவை. அவற்றைப் பின்பற்றுவதைத் தவிர வேறு வழியில்லை. இல்லாவிட்டால் ஓட்டத்திலிருந்து ஒதுக்கப்பட்டு அழிந்துவிடுவோம் என்று எண்ணினாள். அவளைச் சுற்றிலும் இறக்கிய பானைகள் பெரும் பிராணிகளின் மண்டையோடுகளைப்போல் கிடந்தன. அறை முழுவதும் அகன்ற வாய்களைத் திறந்திருந்தன. இன்னும் தேடாதவை வீம்புடன் நின்றிருந்தன. பெரும்பாலும் காலியானவை. இனி அவை ஒருபோதும் நிரம்ப முடியாது என்று பட்டது.

வெளியில் சுந்தரம் மீசையற்ற உதடுகளின் மேல் வேர்வைத் துளிகள் மினுங்க ஆத்திரத்தில் முணுமுணுப்பார். அவர் வெடிக்கும் முன் கண்டுபிடித்துவிட வேண்டும் என்று பொன்னம்மா பதற்றமானாள். பொன்னி மெலிந்த நீண்ட நெல்.

பெயருக்கேற்றாற்போல் பொன்னிறம். உமியில் மிகச் சிறிய தூவிகள் ஒட்டியிருக்கும். அவளுக்கு நன்றாக ஞாபகமிருந்தது. எழுந்து கண்களை மூடி நாலாவது அடுக்கை அடைந்தாள். எஞ்சிய பானைகளை ஒவ்வொன்றாக இறக்கினாள். கீழே பொன்னி நெல் தகதகத்தன. நாலைந்து மரக்காலுக்கு மேலிருக்கும். இரு கைகளாலும் அள்ளிக் கூடையில் கொட்டினாள். நகர்த்தி வந்து வாசலில் வைத்தாள். சுந்தரம் பரணிலிருந்து பழைய பித்தளை அண்டாவை இறக்கி தண்ணீரை நிரப்பியிருந்தார். அதில் நெல்லைக் கொட்டித் துழாவினார். மிதந்த சில கருக்குகள், சாவிகளைக் கோரிக் கீழே போட்டார். நீருக்குள் நெல் மணிகள் பொற்துகள்களைப்போல் மின்னின. அவர் மிகவும் திருப்தியடைந்தார்.

சுந்தரத்தின் நம்பிக்கை வீணாகியிருக்கவில்லை. இப்போது நெல் பூரணமாக முளை அரும்பியிருந்தன. பழையபடி சாக்குப் பைகளால் குவியலை மூடினார். கொஞ்ச நேரத்தில் பெரிய முருகன் எடுத்துப்போக வருவார். மூலை அறைக்குள் நுழைந்து விளக்கைப் போட்டார். மாடத்திலிருந்து பூஜை பொருட்களைச் சேகரித்தார். வீட்டுப் பூஜையைக் கொல்லைக்குப் போய் வந்து செய்ய வேண்டும். அறையோரத்தில் பொன்னம்மாவும் பிள்ளைகளும் ஆழ்ந்த உறக்கத்திலிருந்தார்கள். சுற்றிலும் நேற்று இறக்கிய பானைகள் சிறிதும் பெரிதுமாயிருந்தன. பொன்னம்மா இன்னும் அடுக்கியிருக்கவில்லை. அடிப்பானைகள் வரிசை யாகத் தத்தம் இடங்களில் அசையாமலிருந்தன. அவற்றில் அரைகுறையாகப் பல வகை தானியங்கள் நிரம்பியிருந்தன. சில வெறுமையோடிருந்தன. பள்ளத்தைப் போல் திறந்த குதிர் இருண்டிருந்தது. உள்ளே விழுந்தால் பழைய காலத்துக்குச் சென்று திரும்பலாம் என்று தோன்றியது. சின்னவன் ஓடுவதைப்போல் பாயிலிருந்து நகர்ந்து தரையில் கிடந்தான். பெரிய மகள் தூக்கத்தில் முனகும் சப்தம். பொன்னம்மா விழித்துக்கொண்டதைக் காட்ட மெல்லக் கனைத்தாள். அவர் அறையிலிருந்து வேகமாக வெளியேறினார்.

இன்னும் இருள் விலகவில்லை. வேலையாள் பெரிய முருகன் வந்தார். கூடையில் வைக்கோலைப் பரப்பி விதை நெல்லைக் கொட்டினார். பெருங்கூடை முழுதாக நிரம்பியது. சுந்தரம் கைப்பிடித்துத் தூக்கி வைக்க வேகமாக நடந்தார். பளுவால் தலை ஆடியது. சுந்தரம் பின் தொடர்ந்தார். கதவைச் சாத்த வந்த பொன்னம்மா மௌனமாகப் பார்த்துக்கொண்டிருந்தாள். அவள் கண்கள் ஏக்கமுற்றவை போலிருந்தன. இம்முறையாவது அமோகமாக விளைய வேண்டும். அவர் தெருவில் நடந்தார். பெரியமுருகன் அரையிருட்டில் நன்கு வழியறிந்தவரைப்போல்

மு. குலசேகரன்

சென்றுகொண்டிருந்தார். தெருக்களில் நடந்து, எல்லையம்மன் கோயிலைத் தாண்டி ஆற்றில் இறங்கினார்கள். வறண்ட ஆறு மெல்லிய வெளிச்சமுடனிருந்தது. புதை மணலிலும் பெரிய முருகனின் வேகம் குறையவில்லை. கால்கள் நடனம்போல் அசைந்தன. சுந்தரம் அவருடன் ஏறக்குறைய ஓட வேண்டியிருந்தது. ஆற்றின் கடைசியில் சிறிய ஓடை போல் நீர் நெளிந்து சென்றுகொண்டிருந்தது. பெரிய முருகன் திரும்பியும் பார்க்கவில்லை. நீரில் பாதங்கள் சப்தமில்லாமல் அமிழ்ந்தன. கொல்லையின் பின்புறக் குறுக்கு வழியாக வரப்புகளில் தடுமாறாமல் நடந்தார். நேராக நாற்று விடும் வயலை அடைந்தார். புங்க மரத்தடியில் விதைக் கூடையை இறக்கி வைத்துவிட்டு நின்றார். அவருக்கு மூச்சிரைத்தது.

சுந்தரம் சற்று நேரம் கழித்து வந்து சேர்ந்தார். இம்முறை நல்ல நேரத்துக்குக் கொஞ்சம் முன்னால் வந்துவிட்டதாகச் சந்தேகமேற்பட்டது. சிறிது வயல் மண்ணை வரப்பில் பிடித்து வைத்தார். சேறு நன்றாகப் பிசைந்ததைப் போலிருந்தது. சுற்றிலும் அழுகிய இலை தழைகளின் மணம். சுந்தரம் பூஜை செய்தார். அந்த இடத்தில் அவை பலமுறை நிகழ்த்தப்பட்டவை. கைகள் தாமாக இயங்கின. பொழுது விடிந்துகொண்டிருந்தது. ஜவ்வாது மலையின் ஏற்ற இறக்கமான விளிம்புகள் ஒளியில் துலங்கிக்கொண்டிருந்தன. பட்சிகளின் குரல்கள் கொல்லை முழுவதும் வியாபித்தன. முதலில் கண்ணாடி பரப்பு போல் வயல் வெளிச்சமடைந்தது. பிறகு மெல்ல வானின் நீலத்தைப் பிரதிபலித்தது. அருகருகேயுள்ள மரங்கள் தலைகீழாகத் தெரிந்தன. நீரில் அவரும் பெரிய முருகனும் நீண்டு ஒன்று கலந்திருந்தார்கள். காற்றின் சிறு சலனத்தில் பிம்பங்கள் கலைந்தன. மீண்டும் கூடின. பெரிய முருகன் முறத்துடன் கரையிலிருந்து இறங்கினார். வயலில் அனைத்து உருவங்களும் மறைந்தன. சேற்றில் விதைகளை வாரியிறைத்தபடி நடந்தார். கால்கள் மாறி மாறிப் புதையும் ஓசை. எங்கிருந்தோ அம்மா “வெதை, வெதை” என்று ஊன்றுகோலைத் தட்டுவதைப்போல் சுந்தரத்துக்குப்பட்டது.

சிறு நெல்லே வேர்கள் விட்டு, நீர் அருந்தி, பச்சை நாக்குகளாக எழுந்து, ஒளி நோக்கி வளர்ந்து, தாள்கள் நீட்டி, கதிர்கள் விரித்து, பசும் நெல் அரும்பி, பால் ஊறி, இறுகிக் கனிந்து மீண்டும் எண்ணற்ற நெல் மணிகளாகின்றன. அந்த மாற்றத்தை சுந்தரத்தால் ஒவ்வொருமுறை காணும்போதும் நம்ப முடிவதில்லை. நெற்கள் வேறு என்றும் விதைகள் வேறு என்றும் நினைப்பார். பச்சையாகப்பயிர்கள் வளரும் நாட்கள் மிகுந்த நம்பிக்கையூட்டுபவை. அவற்றில் களையும்

நோய்களும் அண்டுவதில்லை. எவ்வித எதிர்பார்ப்பையும் உண்டாக்குவதுமில்லை. அப்போது பயிர்களை வளர்ப்பது மட்டுமே கடமையாயிருக்கும். விளைச்சல் பெருகுகிற கனவுகள் மட்டும் எப்போதும் தொடர்ந்துகொண்டிருப்பவை.

தூரத்தில் சாலை ஓடிக்கொண்டிருந்தது. வாகனங்கள் தொடர்ச்சியாக வந்து போய்கொண்டிருந்தன. எதுவும் பாதிக்காமல் பெரிய முருகன் வயலில் தொடர்ந்து விதைத்துக் கொண்டிருந்தார். அவர் ஆளே மாறி சன்னதம் வந்தவரைப் போலிருந்தார். கால் வைத்து நகர்ந்த இடம் பள்ளமாகி மீண்டும் சமமானது. விதை நெற்கள் பரவலாக விழுந்துகொண்டிருந்தன. மண்ணில் மூழ்கி மறைந்தன. உடனே பயிர்கள் முளைத்தெழுந்து விட்டதைப்போல் சுந்தரத்துக்குத் தோன்றியது. சிறு துளிர்கள் நிமிர்ந்து நின்றன. எங்கும் பசுமையானது. சிறிதும் நிலத்தில் காலியிடமில்லை. அவருக்கு நிறைவேற்பட்டது. இனிமேல் கொல்லையின் ஒரு துண்டையும் தரிசாகவிடக் கூடாதென நினைத்தார். காலமெல்லாம் எதையாவது விதைத்துக் கொண்டிருக்க வேண்டும். ஒருபோதும் விளைச்சலைப் பற்றிக் கவலைப்படக் கூடாது.

மு. குலசேகரன்

பறவைகள் விளையாடும் பொம்மை

கொல்லையின் நீண்ட வயல் வரப்புகளில் பெண்கள் வரிசையாக நின்றிருந்தார்கள். ஊர் முழுவதும் திரண்டு வந்தாற்போலிருந்தது. சிறுமிகளும் கிழவிகளும்கூட வீட்டில் தங்கியிருக்கவில்லை. கைகள் கூரியதும் மழுங்கியதும் உடைந்ததுமான அரிவாள்களை ஏந்தியிருந்தன. பேச்சுகளும் சிரிப்புகளும் கலந்து இரைச்சலாகக் கேட்டன. நெல் அறுவடைக்குப் பூஜை போட்டாயிற்று. உடனே வெவ்வேறு வண்ண உடைகளில் முதுகுகள் அனைத்தும் நிலம் நோக்கிக் குனிந்தன. உன்மத்தம் பிடித்தவளைப்போல் ஒருத்தி வேகமாக நெற்தாள்களை அறுத்தபடி சென்றாள். சில தப்படிகளானதும் திரும்பிப் பார்த்தாள். வயதாகிச் சுருக்கம் விழுந்தவையும் மிக இளமையானவையுமான கைகள் பின் தங்கியிருந்தன. கனத்த மூக்குக் கண்ணாடிச் சில்லு வழியாக ஒரு கிழவி தாளடிகளைத் தேடிக் கொண்டிருந்தாள். அம்மாவின் சேலையைக் கிழித்துத் தன் மேலுடம்பில் சுற்றியிருந்த தாவணியை சின்னப்பெண் இழுத்துவிட்டாள். இப்போது அவள் பெரிய கூலியாள் கணக்கு. அவர்கள் ஒருவரையும் விட்டுக்கொடுக்காமல் கூட்டமாக அறுத்தபடி நகர்ந்தார்கள். பின்னால் நெற் கற்றைகள் குத்திட்டு நின்றன. அங்கங்கே மேலே கிடத்திய நெல் அரிகள்.

சுந்தரம் தோள் துண்டை தலைக்குத் முண்டாசாகக் கட்டிக் களத்து மேட்டில் நின்றிருந்தார். முகத்தில் பெருமையுடன் வியர்வை வழிந்தது. அங்கிருந்துக் காண சிறு கொல்லை பன்மடங்கு விரிந்து தெரிந்தது. எண்ணற்றச் சச்சதுர வயல்கள். தனக்கு இவ்வளவு நிலம் உடமையா என்று வியந்தார். அக்காலத்தில் கணவனை இழந்த அம்மா வீட்டில் பலகாரம் சுட்டு விற்று வாங்கியது என்பாள். அவளிடம் யாரோ ஏமாந்து குறைந்த விலைக்குக் கொடுத்துவிட்டதாகவும் சொல்வார்கள். கொல்லைக் கண்ணெட்டும் தூரம் தலை தாழ்ந்த நெற்பயிர்ப் பரப்பாயிருந்தது. ஒரு கணம் காற்று அலையடித்து மஞ்சள் கடலாக மாறியது. அவருக்கு நிறைவு பொங்கியது. இம்மண் தற்காலிகமாகவாவது தனக்குச் சொந்தம். அறுபடும் நெல் மணிகள் தன்னுடையவை. யாரோ உழுது விதைத்துப் பயிரிட்டு வளர்த்தாலும் மண்ணின் உரிமையுள்ளது. அவற்றை இப்போது தான் விரும்பியவாறு செய்யலாம். குதிரில் சேமித்து வைத்து உண்ணலாம். முழுதாக விற்றும் தீர்க்கலாம். ஆனால் மறுபடியும் நிலத்துக்கும் வீட்டுக்கும் நிறைய அத்தியாவசிய செலவுகள் காத்திருக்கின்றன.

ஆண்கள் வலிமையான தசை நார்கள் வியர்வையில் பளபளக்க நெற் கதிர்களைச் சுமைகளாகக் கட்டித் தூக்கி னார்கள். மண் வெட்டுவதை, விறகு பிளப்பதைவிட அறுவடை செய்வது அவர்களுக்குப் பிடித்த வேலை. வரப்புகளில் அணிவகுத்துச் சென்று கட்டுகளைக் களத்தில் ஒழுங்கான வட்டமாகப் போட்டார்கள். பெரிய முருகனின் மனைவி ராஜியால் களம் அழுத்திப் பெருக்கி இளம் பச்சைக் கம்பளம்போல் சாணியால் மெழுகியிருந்தது. மேலே நெற்தாள்கள் கூடாரம் போல் அடுக்கப்பட்டன. திடீரென மழை பெய்தாலும் உள்ளே துளி நீர் புகாது. இரண்டு மூன்று நாட்களானாலும் அழுகாது. நெற்கோபுரம் வேகமாக வளர்ந்து கொண்டிருந்தது. இன்னும் கொஞ்ச நேரத்தில் அறுத்து முடித்து, தூற்றி, மூட்டைக் கட்டப்பட்டுவிடும். இந்தத் துண்டு நிலத்தில் அளவுக்கதிக வேலையாட்கள் அறுவடையில் இறங்கியிருந்தார்கள். ஒவ்வொருவருக்கும் சொற்பக் கூலிதான் அளக்க முடியும். கடைசியில் சொந்தக்காரனான தனக்கு எதுவும் மிஞ்சாது என சுந்தரம் நினைத்துக்கொண்டார்.

சில நாட்கள் முன்புதான் நெற்கள் பச்சையாயிருந்து பழுத்தன. பக்கத்து மலையிலிருந்தோ, ஆற்றங்கரைத் தோப்புகளிலிருந்தோ குருவிகள் கேள்விப்பட்டு உரிமையுடன் பறந்து வந்தன. சிறகுகளை வீசி ஒற்றைப் பறவை போல் மாறின. பயிர்கள் மேல் பாய்ந்து அமர்ந்தன. நெற்களை

முடிந்தளவு சிறு அலகுகளால் நிறைத்துச் சென்றன. மீண்டும் திரும்பி வந்தன. களத்து மேட்டில் காவலுக்கிருந்த பெரிய முருகன் பதறி ஓடி வந்தார். அடிவயிற்றிலிருந்து ஓவென உரக்கக் கத்தினார். ஆக்ரோஷத்துடன் தகர டப்பாவை எடுத்து அடித்தார். பைத்தியம் பிடித்தவரை போல் நீண்ட கம்பைத் தலைக்கு மேல் சுழற்றினார். பசி மிகுந்த குருவிகள் எதையும் பொருட்படுத்தவில்லை. ஆள் நெருங்கும் கடைசி கணத்தில் விருட்டென மேலெழும். உடனே மறுபடியும் உட்காரும். அவர் கை, கால்களைக் கொத்தித் தின்னும்போலிருந்தன. அல்லது உயிருடன் காட்டுக்குத் தூக்கிச் சென்றுவிடும். இந்தப் போகத்தில் பறவைகள் மிக அதிகமெனப்பட்டன. அவற்றுக்கு இயற்கையாக உணவு கிடைப்பது தடைபட்டிருக்கலாம். அல்லது வறண்டு இல்லாமலாகியிருக்கலாம்.

பெரிய முருகன் வயல்களில் நிற்காமல் சுற்றிக்கொண் டிருந்தார். பறவைகளை எப்படியாவது விரட்ட வேண்டும். தனக்கும் அவற்றுக்கும் வாழ்வா, சாவாப் போட்டி. ஒன்றையாவது அடித்து வீழ்த்த வேண்டும். பிடிபடாமல் பறக்கும் உடலைக் கொன்றால்தான் ஆத்திரம் அடங்கும். வீட்டுக் கூரையில் சொருகி வைத்திருக்கும் பழைய ஈட்டிக் கம்பை எடுத்துவர முடிவு செய்து ஓடினார். கயிற்றுக் கட்டிலில் சட்டையுடன் படுத்திருந்த சுந்தரம் அவரை அழைத்தார். "நீ கம்முனிரு. அதுங்க வெள்ளையா உடுத்தியிருந்தா மட்டுந்தா கட்டுப்படும்" என்றார். எழுந்து குருவிகளை நோக்கி வயல் வெளியினூடாகச் சென்றார். கையில் கம்பையும் எடுக்கவில்லை. சிறு சப்தமெழுப்பவில்லை. மூச்சையும் மெதுவாக இழுத்துவிட்டார். நெற்பயிர்களின் நடுவில் நிச்சலனமாக நின்றார். கைகளை அணைப்பதைப் போல் விரித்து, கால்களை மண்ணில் ஊன்றினார். கண்களையும் சிமிட்டவில்லை. வாயில் மகிழ்ச்சியான சிரிப்பு. காற்றில் தலை மயிர்கள் அலைந்தன. சிறிதும் அசையாமல் பதுமை போல் நீண்ட நேரம் நின்றார். அவரைச் சுற்றி பல அடிகளுக்குக் குருவிகள் நெருங்கவில்லை. ஏதாவது ஆபத்து நேரலாமெனத் தயங்கின. தொலைவில் சென்று பயிர்களில் அமர்ந்து வாயில் நெல்லை நிரப்பிக்கொண்டு சென்றன. அவருக்கு அருகில் செல்வதைத் தவிர்த்தன. குருவிகளின் கொட்டம் கொஞ்சம் குறைந்தாற்போலிருந்தது. பெரிய முருகன் திருப்தியுற்றார்.

சுந்தரத்தின் மேல் வெயில் சுரீரென அடித்தது. சுற்றிலும் காற்று பலமாக வீசியது. அவர் நீண்ட நேரம் நின்று தளர்ந்திருந்தார். அப்படியே கால்களை மடக்கி வரப்பில் அமரலாமாவென யோசித்தார். ஆனால் பொம்மைப் போல் நிற்க அவருக்கு ஆனந்தமாயிருந்தது. பெரிய முருகன் களத்து

மேட்டுக்குப் போய் கண்டு களித்துக்கொண்டிருந்தார். "நீ வந்துருண்ணா. எனக்கு ஆசயாயிருக்குது, நா போயி நிக்கறேன்" என்றார். சுந்தரம் மௌனத்தைக் கலைத்துவிட்டார். "அதெப்பிடி, நீ கொல்லை வேலைங்களப் பாக்கணும். நா சும்மா நிக்கலாம்." தூரத்திலிருந்த குருவிகளுக்கு அது சாதாரண மனிதனெனத் தெரிந்தது. தங்களுக்குள் கீச்சிட்டுக்கொண்டன. அவனால் எப்பிரயாசைப்பட்டாலும் தங்களைத் தொடக்கூட முடியாது. கையெட்டும் தொலைவில் உட்கார்ந்து நெற்களைக் கொத்தித் தின்றன. பறவைகளை நாம் அறிவது போல், அவையும் நம்மை நன்கு புரிந்து வைத்திருக்கின்றன என சுந்தரத்துக்குப் பட்டது. அவர் நீரில் கால்களைத் தூக்கிவைத்து நடப்பதைப்போல் பயிர்களினூடே திரும்பி வந்தார்.

வரப்பின் மேல் நின்று தன் கதர் சட்டையைக் கழற்றினார். கீழ் பொத்தான்களற்ற அதை தலை வழியாகத்தான் உருவியெடுக்க முடியும். மேல் ஜேபியிலிருந்து நுணுக்கி எழுதிய கணக்குக் காகிதங்களும் சொற்ப ரூபாய்த் தாள்களும் விழுந்தன. கீழ் ஜேபியிலிருந்த நாணயங்கள் கொட்டவில்லை. அவருக்குரிய வியர்வை அமில நெடியும் கழுத்துப் பட்டி அழுக்குமான சட்டையைப் பெரிய முருகனிடம் நீட்டினார். சட்டை எப்போதும் போல் பழுப்பாயிருந்தது. உண்மைக் கதர்களுக்கே உரிய எண்ணற்ற கசங்கல்கள் உருவாகியிருந்தன. அதை மூன்றாவது நாளாக அணிந்துகொண்டிருக்கிறார். முதுகில் மேலும் கோடுகளைப்போன்ற சுருங்கல்கள். உள்ளே கை வைத்த பனியன் வியர்வையில் நனைந்திருந்தது. புற்களைப்போல் நரைத்த ரோமம் முளைத்த வற்றிய மார்பு. பெரிய முருகன் பரிதாபத்துடன் குனிந்து விழுந்திருந்த ரூபாய்களையும் துண்டுச் சீட்டுக்களையும் எடுத்தார். அவருடைய கணக்கும் அவற்றில் ஆதியோடந்தமாயிருக்கும். சுந்தரத்திடம் தந்து விட்டுச் சட்டையை வாங்கிக்கொண்டார். "எதுக்குண்ணா இது?" என்று கேட்டாலும் அவருக்குப் புரிந்துதானிருந்தது. கீழ் ஜேபியிலிருந்த சில்லறைகளையும் ஞாபகமாகத் திருப்பி எடுத்துக்கொடுத்தார்.

சுந்தரம் நாடக பாணியில் எதுவும் பேசாமல் மோட்டார் கொட்டகைக்குச் சென்றார். பலகையில் மடித்துப் போட்டிருந்த வேட்டியை எடுத்து வந்து பெரிய முருகனிடம் தந்தார். அவசரத்துக்கு உபயோகப்படுமென சற்று பழையதானதைக் கொல்லையில் வைத்திருந்தது. பெரிய முருகன் கோயிலுக்கு நேர்ந்திருந்த அடர்ந்த தலை மயிரை ரத்தம் வருமளவு சொறிந்தார். "இதெல்லாம் கழனிங்க நடுவில திருஷ்டி பொம்மையச் செஞ்சு வக்கறதுக்கு" என்றார் சுந்தரம். "அசப்பில

ஆளு நின்ன மாதிரியிருக்கும். கொல்லைக்குச் சொந்தக்காரனே காவலுக்கிருப்பதா கணக்கு." பெரிய முருகன் தலையாட்டினார். இம்முறை மண் ஏமாற்றாமல் விளைந்திருந்தது. மற்றவர்களின் பொறாமைப் பார்வைகள் படாமலிருக்கக் கண்ணேறு பொம்மை ஒன்று அவசியம்தான். தனக்கும் சில பொழுதுகளில் தொங்கும் தானியக் கதிர்களைக் கண்டு அசூயைத் தோன்றுகிறது. எங்கெங்குக் குச்சிகளும் கம்பும் கிடைக்குமென மனம் கணக்கிட்டது. உயிர் வேலி மூலையில் வளர்ந்திருந்த உண்ணிச் செடியின் உயரக் கிளையை வெட்டி வந்தார். கொம்பு கூன் போட்டதுபோலிருந்தது. கொப்புகளையும் இலைகளையும் தறித்தார். குறுக்காக நீண்ட கழியைக் கயிற்றால் பிணைத்தார். போரிலிருந்து வைக்கோலை உருவித் திரித்துப் புரிகளைக் கொம்புகளில் சுற்றினார். எல்லாவற்றையும் கயிற்றால் சேர்த்து கட்டினார். பின், சிலுவை போன்ற சட்டத்துக்கு சுந்தரத்தின் சட்டையையும் வேட்டியையும் அணிவித்தார். உண்மையில் வேட்டி அனாவசியம்தான். காவல் பொம்மை தயாராகிவிட்டது. அதற்கு ஏற்ற தலை மட்டும்தான் பாக்கி.

பெரிய முருகன் "ஒரு சட்டி வேணும்" என முணுமுணுத்தார். கொட்டகையில் அவசரத்துக்கு ஓர் அலுமனியப் பாத்திரம், பானை கூடக் கிடையாது. சுந்தரம் காது கேளாதவரை போலிருந்தார். பெரிய முருகன் வேகமாக வீட்டை நோக்கி சென்றார். இருக்கும் நாலைந்து சட்டிகளில் ஒன்றைத் தூக்கித் தர ராஜி சம்மதிக்க மாட்டாள். யாரையும் கேளாமல் தானே ஒன்றைக் களவாடி வர வேண்டியதுதான். அம்மா பேச்சிக் கிழவி எப்படியாவது அதைக் கண்டுபிடித்துவிடுவாள். வெறுமனே திண்ணையில் கிடந்தாலும் அவள் அனைத்தையும் அறிவாள். கண், காது, மூக்குகள் அவிந்தாலும் உள்ளுணர்வு சுடர்ந்துகொண்டிருந்தது. "ஏ யாரது, என்ன மயித்த திருடிப் போற?" என்று நீட்டிக் குரலெழுப்புவாள். அதே வீட்டில் வாழ்பவர்களாயிருந்தால் எரிச்சலில் யாரும் பதிலளிக்க மாட்டார்கள். அவளே சந்தேகமாக "நம்ம பெரியவனாக்கும்?" என்பாள். பொம்மையின் தலைக்குக் குழம்புச் சட்டி நன்கு பொருந்தி வரும். அன்றாட உபயோகத்தால் தேய்ந்து வழுவழுப்பானது. இரும்பைப் போல் மிகவும் கனமானது. பக்கத்து நகரச் சந்தையில் ராஜி தேடி வாங்கியது. பெரிய முருகன் வீட்டின் முன்னால் கை, கால், பாத்திரங்கள் கழுவ தெருவில் வைத்த பிளாஸ்டிக் கலனை அணுகினார். பக்கத்தில், கோரி அலம்ப உடைந்த அலுமினிய கிண்ணம் கிடந்தது. அருகில் சாம்பல் கொட்டிய சாய்ந்த ஓட்டைப் பானையில் மிகச் சரியாக அடியில் துளை விழுந்திருந்தது. பெரிய முருகன்

யாரிடமும் பேசவில்லை. ராஜி உள்ளே வேலையாயிருந்தாள். கிழவியைத் திண்ணையில் காணோம். அவள் எங்கு ஊர்ந்து சென்றிருக்க முடியும்? சாம்பலைக் கீழே கொட்டிவிட்டுப் பானையை எடுத்துக்கொண்டு தெருவில் நடந்தார். எதிரில் தம்பி சின்ன முருகன் வந்துகொண்டிருந்தான். தோல் தொழிற்சாலை வேலைக்குப் போய்விட்டுத் திரும்புகிறான். தலையும் தோள்களும் களைப்புடன் தொய்ந்திருக்க அவரை ஏறெடுத்தும் பார்க்கவில்லை. அவன் வேலைக்கு நேரங்காலம் கிடையாது.

சுந்தரத்துக்குச் சட்டியைக் கண்டு திருப்தியேற்பட்டது. நன்கு நீடித்து உழைக்கக் கூடியது. யாராவது வேண்டுமென்றே கல்லெறிந்தாலும் சுலபத்தில் உடையாது. மிகவும் அறிவுள்ள பெரிய வீங்கிய தலையாயிருக்கும். பெரிய முருகன் வரப்பில் அமர்ந்தார். கரிக் கட்டியைப் பிடித்துப் பானையில் அழுத்தம் திருத்தமாக முதலில் கண்களை வரைந்தார். உலகை உற்று நோக்கும் கரிய பெரிய விழிகளாக அமைந்தன. கீழே நீள் வட்டமான வாயில் மேலும் கீழும் கறுப்புக் கோடுகள் இளித்தன. பானையைச் சற்று தள்ளிப்பிடித்தார். கலைஞனுக்கேயுரிய நிறைவின்மையுடன் எழுந்து நெடுஞ்சாலைக்கு நடந்தார். சுந்தரம் எதுவும் சொல்லாமல் அவர் நடவடிக்கைகளைக் கவனித்துக்கொண்டிருந்தார். பெரிய முருகன் பொம்மை வடிக்க ஆரம்பித்ததிலிருந்து வேறொரு நபராக மாறியிருந்தார். தன்னில் தான் ஆழ்ந்திருந்தார். எதையோ சிந்திக்கும் தீவிர பாவம். எழுந்து போய் மீண்டும் சுண்ணாம்புக் கட்டியுடன் திரும்பி வந்தார். சாலையோரம் பார வண்டிகளிலிருந்து விழுந்து கிடந்திருக்கலாம். அல்லது மறுபுறம் தன் பூர்வீக வீட்டிலிருந்து பெற்றிருக்கலாம். பெரிய முருகன் மீண்டும் கீழே உட்கார்ந்து பற்களை வெண்மையாகத் தீட்டினார். கருங்கோடுகளை அழித்த இடத்தில் வெண்கோடுகளைப் பதித்தார். நடுவில் ஒருமுறை சுந்தரத்தை மாதிரிக்கு ஏறெடுத்துப் பார்த்துக்கொண்டார். சுந்தரம் கைகளைக் கட்டி, மார்பை விடைத்து நிமிர்ந்து நின்றார். பெரிய முருகன் சிற்பத்தை மேலும் மெருகேற்ற விழைந்து பக்கத்து வரப்பிலிருந்த பார்த்தீனிய களைச் செடியைப் பிடுங்கிக் கசக்கினார். அதன் சாற்றில் தலை மயிர், தாடி போன்று வரைய முயன்றார். சுந்தரம் “போதும், அப்படியேயிருக்கட்டும். எதயும் ரொம்பத் தத்ரூபமா செய்யக் கூடாது. அது கலைக் குத்தமாயிடும்” என்று தடுத்தார்.

பெரிய முருகன் அரை மனதுடன் எழுந்து நடு வயலில் நுழைந்து குழி பறித்தார். மூன்றடி, நாலடிக்கு மேல் ஆழம் போய்விட்டது. புயலடித்தாலும் பொம்மை கீழே சரியாது.

சிலுவைப் படலின் மேல் சட்டியைக் கவிழ்த்தார். அதைத் தூக்கிப் பள்ளத்தில் நிறுத்தினார். சுந்தரமும் ஒரு கை பிடித்தார். பெரிய முருகன் குழியில் கற்களையும் மண்ணையும்கொண்டு திணித்துக் கெட்டித்தார். காவல் பொம்மை இப்போது சுயமாக நிற்கத் தொடங்கியது. இரு கைகளால் பற்றி அசைத்தாலும் ஆடவில்லை. இருவரும் நிறைவுடன் விலகி வந்து நின்று தங்கள் படைப்பைப் பார்த்தார்கள். பெரிய முருகன் காவல் பொம்மையின் முகத்தையும் சுந்தரத்தின் முகத்தையும் மாறி மாறிப் பார்த்தார். அவரால் சிரிப்பை அடக்க முடியவில்லை. "அது எஞ் சட்டை, வேட்டி போட்டிருக்குது. அதான் நானே நிக்கற மாதிரி" என்றார் பெருமை பொங்க சுந்தரம். பெரிய முருகன் கர்வத்துடன் தலையாட்டினார். வரப்புகளில் நின்றும் களத்து மேட்டிற்கு வந்தும் மூலையில் சென்றும் பார்த்தார்கள். பொம்மையும் அவர்களைப் திரும்பிப் பார்த்துக்கொண்டிருந்தது.

வயல்களின் நடுவில் காவல் பொம்மை கம்பீரமாக உயர்ந்து நின்றிருந்தது, கொல்லை முழுதும் அதற்குச் சொந்தமானதைப்போல் தோன்றியது. எவ்வித ஊதியமும் இல்லாமல் காக்கத் தொடங்கியது. கண்களைச் சற்றும் மூட வில்லை. வாயில் பெருமிதச் சிரிப்பு சிந்தியது. இரு கைகளும் வயல்களை அணைத்துக்கொள்வதைப் போல் நீண்டு விரிந்திருந்தன. கால் அழுத்தமாகத் தனதென உரிமையுடன் மண்ணில் ஊன்றியிருந்தது. பொம்மையிலிருந்து அங்கங்கே வைக்கோல்கள் வெளியில் நீட்டியிருந்தன. தொப்பையில் ஒன்றிரண்டு பிதுங்கி வழிந்தன. அவை சிற்பத்தின் அழகைக் கூட்டின. காற்றில் கதர்ச்சட்டையும் வேட்டியும் படபடக்க அசைந்து உயிர் பெற்றதுபோலிருந்தது. அது யாருமறியாமல் நீண்ட காலால் இரவில் நிலத்தைச் சுற்றி வருமென பெரிய முருகன் நம்பினார். அதனால் தான் நிம்மதியாக உறங்கலாம்.

பொம்மை நிறுத்தப்படும்போதே பறவைகள் பறந்து சென்றிருந்தன. வானில் சுற்றி சிறகசைத்தபடி கீழே ஆராய்ந்தன. வயல்களில் கண்களைக் கூசும் பிரம்மாண்ட வெள்ளை உருவம் நின்றது. ஒரே மாதிரியாகச் சிரித்தபடி வேடிக்கைப் பார்த்துக்கொண்டிருந்தது. ஓர் எட்டில் தங்களைப் பிடித்து விழுங்க முடியும். ஆனால் அதில் துளி இயக்க மில்லை. இமைகளைக் கூடச் சிமிட்டவில்லை. குருவிகள் எச்சரிக்கையுடன் வந்து சுற்றியுள்ள நெற்களைக் கொத்தின. பொம்மை கத்தாமலும் அசையாமலுமிருந்தது. ஒன்றும் ஆபத்தில்லையென பறவைகள் நெருங்கின. நீண்ட கைகளிலும் தோள்களிலும் அமர்ந்தன. கூட்டைப் போல் பாவித்து ஒரு குருவி மண்டை உச்சியில் பெருமையுடன் உட்கார்ந்து

சுற்றுப்புறத்தை நோட்டமிட்டது. அவற்றுக்கு வயல்களின் நடுவில் இளைப்பாறுவது மகிழ்ச்சியாயிருந்தது. இறக்கைகள் ஓய்வடைய ஒரு கணம் போதும். திரும்ப எழுந்து பறக்கலாம். தாம் தின்று தானியங்கள் குறையாதென்பதால் உருவம் தடுக்கவில்லை யென நினைத்தன. அது வெறுமனே வேடிக்கைப் பார்க்க நின்றிருக்கிறது. குருவிகள் மீண்டும் பயிர்களில் மேய்ந்தன. அவற்றுக்கு அங்கேயே தங்கிவிடும் ஆசை எழுந்தது.

மேலே மின் கம்பிகளில் குருவிகள் வரிசையாகக் கூடுகளைக் கட்டத்தொடங்கின. நெற் தாள்களிருந்து ஏற்ற நார்கள் ஏராளமாகக் கிடைத்தன. தேவைக்கு உறுதியான தென்னை ஓலைகளிலிருந்தும் இழைகளைக் கிழித்தெடுத்தன. காவல் பொம்மையிலிருந்தும் தைரியமாகக் காய்ந்த ஓரிரு வைக்கோலை உருவின. அவற்றின் உருவங்களுக்கேற்றாற்போல் கூடுகள் சிறிதும் பெரிதுமாகத் தொங்கின. என்றாலும் மனித வீடுகளைப்போல் பெரும் வித்தியாசங்களில்லை. வயல்களுக்கு மேலாகக் கிட்டத்தில் அவசரமாகப் பறக்க வசதியாயிருந்தன. நெற்கள் பால் பிடித்த நாட்களில் நூற்றுக்கணக்கான கூடுகள் மென்மையாகக் காற்றிலாடின. வைக்கோல் பொம்மை அவற்றுக்கும் சேர்த்துக் காவலிருந்தது. நெல் அறுவடை தொடங்கியதும் குருவிகள் பயந்துவிட்டன. பதற்றக் கீச்கீச்களுடன் அலைந்தன. வயல்வெளியில் பெருங்கூட்டம் கையில் ஆயுதங்களுடன் படையெடுத்து வந்தாற்போலிருந்தது. கூட்டுக்குக் கீழே ஆட்கள் நகர்ந்த பிறகு மெல்ல அமைதியுற்றன. கவனித்துக்கேட்டால் அவற்றின் மொழி புரியும்போலிருந்தது. இணையைக் கூப்பிடும், குஞ்சுகளைக் கொஞ்சும், பாடும் சொற்கள். அவை சுந்தரத்தின் காதுகளில் ஓயாமல் ஒலித்துக்கொண்டிருந்தன.

முதலில் கூடுகள் பச்சைத் தாள்களால் பின்னப்பட்டிருந்தன. அறுவடை நெருங்குகையில் பயிர்களைப் போலவே காய்ந்தும்விட்டன. பொன் இழைகளைப்போல் மாறின. அப்போது அவை ஆபத்தானவை. காற்றில் மின் கம்பிகள் லேசாக உரசினால் போதும். எளிதில் தீப்பிடித்துக்கொள்ளும். வயல்வெளியும் கரும்புத்தோட்டமும் பற்றிவிடும். தென்னந்தோப்பும் மகிழ்ச்சியுடன் சேர்ந்து எரியும். அப்படியே அக்கம்பக்கக் கொல்லைகளுக்கும் பரவும். கானக நெருப்பைப் போல் நிலம் பற்றியெரியும். தீயை அணைக்கப் பெரும் போராட்டம் புரிய வேண்டும். குருவிக் கூடுகள் அதிகமானால் கொல்லைக்காரர்கள் முன்னெச்சரிக்கையாக மின் அலுவலகத்தை அழைப்பார்கள். ஊழியர்கள் மின்னிணைப்பை நிறுத்திவிட்டு வந்து துறட்டிகளால் கூடுகளைப் பற்றி இழுப்பார்கள். கூடுகள் முழுதாகப் பிய்த்துக்கொள்ளும். சில

மு. குலசேகரன்

நார் நாராகப் பிரிந்தாலும் கம்பிகளில் பிடிவாதமாக ஒட்டி யிருக்கும். அவற்றிலிருந்து வெண் விழிகளைப்போன்ற சிறு முட்டைகள் விழுந்து உடையும். கண் திறக்காத, மயிர் முளைக்காத வெறும் தோல்களிலான குஞ்சுகள் வெளிப்படும். புழுக்களைப்போல் மண்ணில் தவழும். சிறிய மாமிசப் பிண்டங்கள். இன்னும் கத்தக் கற்றிருக்காது. சற்று நேரம் ஊர்ந்து அடங்கும். குஞ்சுகளையும் கூடுகளையும் பிரிந்து தாய்க்குருவிகள் அங்குமிங்கும் பறந்து கூவி அழும். அவற்றுக்குக் குஞ்சுகளைத் தூக்கத் தெரியாது. கம்பிகளில் உட்கார்ந்து மனிதர்களைச் சபிக்கும். எப்போதாவது சாபம் பலித்து விடலாமென சுந்தரம் நினைப்பார்.

நெல்லறுத்து முடிந்த வயல்கள் வெட்டவெளியாயின. அடித்தாள் கற்றைகள் சிரைத்து முளைத்த தலைமயிர்களைப் போலிருந்தன. சுந்தரம் அவற்றைப் பார்த்தால் எப்போதும் வெறுமையை அடைவார். பிணம் எடுக்கப்பட்டு கழுவிவிட்ட வீட்டைப் போல். எங்கிருந்தோ வந்த வெளியாட்கள் துடைப்பத்தின் அடியால் பெருக்கி உதிர்ந்த நெல் மணிகளை சேகரித்தார்கள். வரப்புகளைக் குத்தி எலிகளைப் பிடித்தார்கள். வளைகள் நிறைய நெற்கதிர்களை எலிகள் சேமித்திருந்தன. அவை பிடிப்பவர்களுக்குச் சொந்தம். எலிகள் தப்பித்துத் திறந்த வெளியில் பயத்துடன் ஓடும். சில சமயங்களில் வெளிச்சத்தில் திகைத்து நிற்கும். அதை ஓர் அடியில் வீழ்த்துவார்கள். எலி வளைகளில் பாம்புகளும் சேர்ந்து வசிக்கும். எலி பிடிப்பவர் கையைத் தோள்வரை வளையில் விட்டு, முகத்தைத் திருப்பிக்கொண்டு தேடுவார். கரத்தை வெளியிலெடுக்கையில் எலிக்குப் பதிலாக நீண்ட பாம்பு நெளியும். அதையும் கோணி யில் போட்டுச் சுருட்டிக்கொள்வார்கள். சுந்தரம் பார்த்து உழவனின் தோழனைப் பிடிக்கக்கூடாதென திட்டுவார். பாம்பு, கொல்லைக்குப் பாதுகாவல் என்பார்.

தொடங்கிய சிறிய நேரத்தில் அறுவடை முடிந்து விட்டது. களத்தில் ஆட்கள் நெல் கட்டுகளை அடித்துக் கொண்டிருந்தார்கள். உஸ்ஸென்ற ஒலி இசைபோல் கோர்வை யாகக் கேட்டது. உதிர்ந்த மணிகளை முறங்களால் காற்றில் தூற்றி விசையுடன் விசிறினார்கள். மஞ்சள் படுகையாக நெல் குவிந்தது. அருகில் மூத்தக் கூலியாள் கிருஷ்ணன் படியுடன் உட்கார்ந்தார். வெளிக் கொல்லைகளில் முதல் நெல் எப்போதும் பேச்சிக் கிழவிக்குத்தான். அவள் கூலி உயர்த்திக் கேட்பதில்லை. சரியாயிருந்தால் கும்பிட்டு மடியில் கட்டிக்கொள்வாள். குறைவெனில் முந்தானையைத் தாழ்த்த மாட்டாள். அவளுக்கு உரிய கூலிக் கணக்குத் தெரியும். கொல்லைக்காரர் நியாயக்

கூலியை அனைவருக்கும் வழங்கியாக வேண்டும். இது மகன் பெரிய முருகன் வேலையாளாயிருக்கும் கொல்லை. அவள் முன்னால் நிற்கக் கூடாது. களத்தில் கூலியாட்கள் கூட்டம் நெரிந்தது. கிருஷ்ணனுடன் சுந்தரம் ஆலோசித்துக் கூலி போடச் சொன்னார். மூத்த காத்தாயிக் கிழவியின் மடியில் படி நெல் விழுந்தது. அவள் "கூட்டிப் போடு, சாமி" என்றாள். சுந்தரத்துக்குச் சட்டென கோபம் துளிர்த்தது. இதுவரை களத்தில் கூடுதல் கூலிக்குக் குரல் எழுந்ததில்லை.

சுந்தரம் "எல்லாருக்கும் தருமம் பண்ண என்னால முடியாது" என்றார். நோய் பீடித்து மருந்தடித்தச் செலவு, நெம்பர் நெல் விதைகளை விலைக்கு வாங்கியது, சொற்ப பயிருக்கு நிறைய கூலியாட்கள் இறங்கியது என்று காரணங்களைக் கூறி புலம்பத் தொடங்கினார். ஆட்கள் ஒருவர் பின்னால் ஒருவர் மறைந்து நெளிந்தார்கள். உலை வைக்கும் மாலை நெருங்கியது. காத்தாயி முழுச் செவிடானாலும் வாயசைவைப் புரிந்துகொள்வாள். மடியிலிருந்த நெல்லை பொலியில் கொட்டினாள். "பாவம், பொழைச்சிக்க" என்றபடி திரும்பிச் சென்றாள். சுந்தரத்துக்கு அவமானத்தில் வியர்த்துப் பெருகியது. தலைப்பாகையை அவிழ்த்து முகம் துடைத்துக்கொண்டார். எவ்வளவும் சேர்த்துப் போடென கிருஷ்ணனிடம் சைகை காட்டி விட்டு நகர்ந்தார். முறங்களிலும், சேலைத் தலைப்புகளிலும், துண்டுகளிலும் வரிசையாக நெல்லை வாங்கிக்கொண்டுச் சென்றார்கள். காத்தாயிக் கிழவி கூலி பெறாமல் தூரத்தில் மறைந்திருந்தாள். அவளுக்குக் கூலியை யார் மூலமாவது கொடுத்தனுப்ப வேண்டும்.

அறுவடையான காலி வயல்களைப் பார்த்தபடி காவல் பொம்மை தனிமையில் நின்றிருந்தது. கூலியாட்களின் பிள்ளைகள் நெற்கற்றைகளில் கால்கள் குத்த ஓடிப்பிடித்து விளையாடிக்கொண்டிருந்தார்கள். அவர்களுக்கு நடுவில் வேடிக்கையான உயரப் பொம்மை உறுத்தியது. பாய்ந்து மற்றவர்களை நேரடியாகத் தொட இடைஞ்சலாயிருந்தது. ஒரு சிறுவன் வேலியிலிருந்து கல்லைத் தேடியெடுத்து வந்து எறிந்தான். குறி கொஞ்சமும் தப்பவில்லை. பொம்மையின் தலையில், நெற்றிப்பொட்டில் பட்டது. பானையில் படீரென ஓட்டை விழுந்தது. நட்டு வைத்த கொம்பிலிருந்து ஒரு புறம் சரிந்தது. தலை கவிழ்ந்த ஆளைக் காணவும் சிறுவர்களுக்கு உற்சாகம் பீறிட்டது. சிறு கற்களையும் மண்ணையும் எடுத்து வீசினார்கள். பானை தாறுமாறாக உடைந்தது. கண் குருடானதைப்போல் பெரிய பள்ளம் விழுந்தது. சட்டையும் வேட்டியும் கிழிந்து தொங்கின. நெஞ்சிலிருந்து வைக்கோல் தாள்கள் வெளிப்பட்டன.

அப்படியும் வயலில் உயிரோடு நின்றிருந்தது. துணிச்சலுடன் ஒரு பையன் நட்டிருந்த கழியைப் பற்றி ஆட்டினான். அனைவரும் உற்சாகமாகச் சேர்ந்துகொண்டார்கள். தாக்குப் பிடிக்காமல் காவல் உருவம் வயலில் வீழ்ந்தது. சிறுவர்கள் ஓவென மகிழ்ச்சியில் கத்தினார்கள். பெரிய பொம்மையுடன் விளையாடுவது எப்போதும் கொண்டாட்டமானது. தூரத்தில் பெரியவர்கள் களத்தில் நெல்லைப் பங்கிடுவதில் மும்முரமாயிருந்தார்கள்.

கிருஷ்ணன் மரக்காலால் நெல்லை அளக்கத் தொடங்கினார். "லாபம், ஒண்ணு, ஒண்ணு, ரெண்டு, ரெண்டு, மூணு, மூணு..." களத்தில் மந்திரம் போல் குரல் ஒலித்தது. மற்றவர்கள் செவிமடுத்து மயங்கி நின்றிருந்தார்கள். எப்போதாவது தமக்குள் குசுகுசுத்துக்கொண்டார்கள். சுந்தரம் கால்களை மாற்றி ரசித்துக் கேட்டுக்கொண்டிருந்தார்கள். பொலியில் நெல் அள்ளக் குறையாமல் வளர்ந்தது. கிருஷ்ணனின் கைகள் ஓயாமல் அளந்தன. மரக்கால் தொடர்ந்து தூக்கிக் கொட்டிக்கொண்டிருந்தது. வண்டிக்காரர்கள் ஜேம்சும் முத்துவும் சளைக்காமல் மூட்டைகளில் பிடித்துக்கொண்டிருந்தார்கள். புளியமரத்தடியில் கட்டியிருந்த எருதுகள் கண்களில் மிரட்சியுடன் பார்த்துக்கொண்டிருந்தன. மற்றவர்கள் மூச்சுவாங்க மூட்டைகளைக் கட்டி தூக்கிச் சென்று களத்தோரம் அடுக்கினார்கள். குன்றைப்போல் மூட்டைகள் உயர்ந்தன. அடியில் சுந்தரத்துக்குச் சிறு உருவாகக் குறுகி நிற்பதாகத் தோன்றியது. தூரத்து அருக மலையின் பின்னால் சூரியன் தீப் பிழம்பாக இறங்கிக்கொண்டிருந்தது. களத்தில் நிழல்கள் நீண்டு இருளத் தொடங்கின.

சுந்தரம் உள்ளுக்குள் கணக்கிட்டுக்கொண்டிருந்தார். சொந்த மண்ணில் நெல் விளைந்து களத்து நடுவில் நிற்பது மகா பெருமை. உண்மை மகசூலை நினைக்கையில் மூச்சு அடைத்தது. சகா கோபால் சொன்னது போல் வேறு நெல்லைப் போட்டிருக்கலாம். அதைவிடச் சிலசமயங்களில் தரிசாக விடலாம் என்பார் அவர். எதையாவது விதைக்கச் சொல்லி அம்மாதான் வற்புறுத்திக்கொண்டிருப்பாள். களத்தில் கவலைப்படக் கூடாது என்று அவள் உயிரோடிருக்கையில் சொல்லியனுப்புவாள். லாப, நட்டம் பாராது பயிர் செய்ய வேண்டும். சுந்தரத்தின் மனம் அலைபாய்ந்துகொண்டிருந்தது. அவர் மூட்டைக் கணக்கைத் தவற விட்டார். எவ்வளவு விளைச்சலென்று தெரியவில்லை. கள அடிப்பு ஆட்கள் மூட்டைகளை ஏற்றிவிட்டு வீட்டுக்குச் சென்றார்கள். இரண்டு வண்டிகளும் களத்திலிருந்து புறப்பட்டன. சுந்தரம் தலைகுனிந்தபடி பின்னால் நடக்கத் தொடங்கினார்.

வேலையாளிடமும் எதுவும் சொல்லிக்கொள்ளவில்லை. பெரிய முருகன் தயங்கியபடி சிறிது தூரம் பின் தொடர்ந்து வந்து நின்றார். வண்டிகள் சிரமத்துடன் மேட்டில் ஏறின. முன்னால் நெடுஞ்சாலை பரபரப்புடன் நீளமாகப் போய்க் கொண்டிருந்தது. தன் வீட்டை அடைய நிறைய நேரமாகும். அவருக்கு அக்கம்பக்கமுள்ளவர்களைப் போல் கொல்லையை விற்றுவிடும் நினைப்பு தோன்றியது. நெடுஞ்சாலை அகலமாக்கப்படப்போகிறதென மற்றவர்கள் சொன்னது மீண்டும் ஞாபகம் வந்தது. அது நிலத்தை விற்றுவிடும் எண்ணத்தை ஆழப்படுத்தியது.

ஒற்றை மாட்டு வண்டி

இரண்டு வண்டிகளிலிலும் நெல் மூட்டைகள் உயரமாக அடுக்கியிருந்தன. மாடுகள் சிரமத்துடன் இழுத்தன. சக்கரங்கள் மண்ணில் ஆழமாகப் புதைந்தன. மோகனும் கார்த்தியும் வந்திருந்தால் மூட்டைகளின் மேல் பெருமையுடன் உட்கார்ந்திருப்பார்கள். ஜேம்சும் முத்துவும் பலவித சப்தங்களையெழுப்பி ஓட்டிக் கொண்டிருந்தார்கள். கைகளில் கவனமாகச் கயிறுகளைப் பற்றியிருந்தார்கள். வழக்கமான நெல் விளைச்சலில்லை. முந்தைய போகங்களைவிட மூட்டைகள் குறைவு. முன்பு கொல்லையிலிருந்து சாலை மேடு ஏறக்குறைய சமம். இப்போது இரு வழிச் சாலையாகிக் குன்றைப்போல் உயர்ந்து விட்டது. அதில் வயதானவர்களால் ஏற முடியாது. பின்னால் சுந்தரம் தொலைவில் வந்துகொண் டிருந்தார். களத்திலிருந்து அவர் குனிந்த தலை நிமிரவில்லை.

ஜேம்சின் வண்டி முன்னால் சென்றது. மேட்டில் ஏற முடியாமல் நின்றது. எருதின் வாயில் பஞ்சைப்போல் நுரை ததும்பியது. முன்னங் கால்கள் தரையோடு மடிந்தன. கண்கள் இரு புறமும் மிரட்சியுடன் நோக்கின. சாலையில் வாகனங்களின் பாய்ச்சலாலும் பயந்திருக்க லாம். ஜேம்ஸ் சக்கரத்தைப் பிடித்துத் தள்ளினார். பலங்கொண்ட மட்டும் உந்தினார். அவரையறி யாமல் வாய் கெட்ட வார்த்தைகளை உதிர்த்தன. ஒவ்வொரு சொல்லுக்கும் ஆரக்காலை மாற்றிப் பற்றினார். அவருக்கு மாட்டை அடிக்க சாட்டை

வைத்துக்கொள்கிற பழக்கமில்லை. "அடிச் சிறுக்கி... நல்லா முக்கி ஏறு. தெனம் தொட்டி நெறய புண்ணாக்கும் புல்லும் தின்றயில்ல?" மாட்டுக்குப் புரிந்தால் தற்கொலை செய்து கொள்ளும் என்பார் சக வண்டிக்காரர் முத்து. மாடு அவமானத் துடன் கால்களை மண்டியிட்டு ஒரே மூச்சில் இழுத்தது. மேட்டின் உச்சியை அடைந்து திரும்பியது. ஜேம்ஸ் சக்கரத்தி லிருந்து கையை எடுத்தார். "செரி லெச்சுமி. போ, டிர்ரி டிரி" நாக்கை மடித்து ஒலியெழுப்பினார். எருதுக்கு ஆண் பெயரை வைக்காததற்கு மனைவி மேரி திட்டியிருக்கிறாள். லட்சுமி அவரை ஒரு தரம் ஓரக்கண்ணால் பார்த்தது. வாலை வீசியபடி சாலையில் நடக்கத் தொடங்கியது. பின்னால் முத்துவின் வண்டி எளிதாக மேட்டைக் கடந்தது. திரும்பிப் பார்த்த ஜேம்சுக்குப் பொறாமை தோன்றியது.

ஜேம்ஸ் மாட்டுக்கு இணையாக நடந்தார். முதுகில் கை வைத்து நீவினார். கெட்டியான பெரிய எலும்புகள் உருண்டன. "கம்னாட்டிங்க ஏ இவ்வள ஒசரமா ரோட போடறாங்க? யாருங் கேக்க முடியாதுன்ற தயிரியம்." அவர் தொடர்ந்து பேசியபடி நடந்தார். "நெல்ல ஓட்டினதும் வூடு திரும்பலாம். நாளைக்கி வெடி காலம் நெல்லுப் பொணை. முடிய மத்தியானமாகும். அப்புறமா கூலி நெல்ல குத்தணும். கஞ்சி குடிச்சி கெடக்க வேண்டியதுதா. மறு நா ராமு கொல்ல வெல்ல நடை... வரப்ப ஒனக்கு ஞாபகமா புண்ணாக்கு வாங்கணும்..." மாடு தலை அசைத்து ஆமோதித்தது. வால் சுழன்று பின்புறத்தில் விசிறியது. நுண்ணிய பூச்சிகள் எழுந்தமர்ந்தன. அதன் முதுகுத் தோல் சிலிர்த்தது. ஈரக் கண்களில் புரிந்தாற்போன்ற பாவம். அவருக்கு வாயில் பீடியை வைத்து உறிஞ்சும் விருப்பம் எழுந்தது. பின்னால் சுந்தரம் வந்துகொண்டிருந்தார். எதிரில் கன ரக வாகனம் உறுமியபடி பிரம்மாண்டமாகச் சென்றது. ஒரு கணம் மேலே மோதிவிடும் போல் தோன்றியது. சற்று தூரத்தில் ஆற்றை நோக்கிய பாதையை அடைவதற்குள் எண்ணற்ற வாகனங்கள் வண்டியைக் கடந்தன.

சுந்தரம் வீட்டை அடைந்து வண்டிகளை நிறுத்தினார்கள். நெல் மூட்டைகளை இறக்கி வாசலில் அவிழ்த்துக் கொட்டி னார்கள். வீட்டில் பொன்னம்மா மட்டுமிருந்தாள். வேளை தவறியதால் சாப்பாடு கிடைக்கவில்லை. சுந்தரம் நேராகக் குளியலறைக்குப் போய்விட்டார். ஜேம்சும் முத்துவும் வண்டியிலேறி உட்கார்ந்தார்கள். திரும்புகையில் மாடுகளுக்கு வழி தெளிவாகத் தெரியும். அவற்றின் முதுகில் கயிறுகள் போடப்பட்டன. அவை வேகமாக நடந்தன. ஜேம்ஸ் வீட்டை அடைந்ததும் வண்டியை அவிழ்த்தார். மாடு மாமரத்தடியில்

போய் நின்றது. தொட்டியில் தவிட்டைக் கொட்டிக் கலக்கினார். லட்சுமி அவசரமாக மூக்கை நுழைத்தது. தவிட்டுக் கையால் முகத்தில் அடித்தார். மாடு பொருட்படுத்தாமல் அவரைத் தள்ளியது. கீழ விழுந்து எழுந்து தூசி தட்டிக்கொண்டு வீட்டுக்குள் நுழைந்தார். நான்கு பிள்ளைகளும் ஆளைக் காணவில்லை. அவர்களைக் காலையில் புறப்படுகையிலும் பார்க்கவில்லை. “எங்க பசங்க?” என்றார் மனைவியிடம். அடுப்பங்கரையிலிருந்த மேரி திரும்பிப் பார்க்காமல் “ம், அதுங்க கேக்கறதில்ல. பெரிப்பா வூட்டுக்குப் போயிருக்குதுங்க” என்றாள். ஊருக்குள்ளிருக்கும் அண்ணன் வீட்டில் அவர்கள் தங்கியும்விடுவார்கள். ஜேம்ஸ் காக்கி அரைக்கால் டிரவுசருடன் திரும்பினார். அறுவைச் சிகிச்சை நிபுணரான வில்லியம் துரையின் மிஷன் மருத்துவமனைத் தோட்டத்தில் சிறுவனாக வேலை செய்கையில் வந்த பழக்கம். சட்டை மேல் காக்கி கால் சட்டையை பெல்ட்டுடன் துரை அணிவார். வாயில் தொங்கும் அவரே சுருட்டித் தயாரித்த சிகரெட். ஜேம்ஸ் மாட்டுக்குப் பக்கத்தில் குத்துக்காலிட்டு உட்கார்ந்தார். உதடுகளில் பீடியைப் பொருத்திக்கொண்டார். மாட்டின் வயிற்றிலிருந்து ஓர் உண்ணியைப் பொறுக்கியெடுத்தார். விரலால் பற்றி கல்லில் குத்தினார். நச்சென்று சத்தம் இனிமையாகக் கேட்டது. உண்ணி அமர்ந்திருந்த மாட்டின் தோல் பகுதி சிலிர்த்தது. இன்னும் பற்ற வைக்காத பீடிப் புகையிலை சுவைத்தது.

“இன்னைக்கெல்லா தேவானயப் பாக்கல. ஒரு நா வராட்டியும் கேப்பா. நா போனா அவளுக்கு ஒரு நிம்மிதி.” மெதுவாக மாட்டின் காதில் ஜேம்ஸ் சொன்னார். மாடு தலையாட்டியது. கண்கள் கிறங்க உடல் துளியும் அசையாதிருந்தது. தூங்குகிறது என்று அர்த்தம். அடுத்தமுறை சந்தைக்குப் போகையில் பித்தளை சலங்கையை வாங்கி பூட்ட வேண்டுமென எண்ணினார். முத்து தன் மாட்டுக்கு ஒற்றைச் சலங்கை கட்டியிருக்கிறார். இரவும் பகலும் பூச்சிகளுக்குத் தலையை உதறுகையில் ஒலித்துக்கொண்டிருந்தது. “இடியட். ஏன்டி என்னப் பாத்து எப்பவும் சிரிச்சுட்டிருக்க?” என்றார் லட்சுமியைப் பார்த்து. மாடு மீண்டும் தேவானையைப்போல் பல் தெரிய சத்தமில்லாமல் சிரித்தது. கால் சட்டையில் இரு பக்க ஜேபிகளிலும் தீப்பெட்டியைத் தேடி பீடியைப் பற்ற வைத்தார். புகை மூக்கிலும் வாயிலும் கசிய மாட்டைக் கொம்பிலிருந்து வால் வரை பார்த்தார். திருப்தியுடன் தலையாட்டிக்கொண்டார். மேரி வெளியில் வந்து குப்பையை வீசினாள். வெங்காயம், பூண்டு சருகுகள், கீரைத் தண்டுகள், குப்பைக் குழியிலிருந்து விலகி விழுந்தன. ஒன்றிரண்டு அவரை நோக்கிப் பறந்து வந்தன. வழக்கம்போல் “ஒரு நாளக்கி ஒதைக்கக்

கூடாத எடத்துல ஓதைக்கப் போவுது" என்று சொல்லியபடி திரும்பினாள் அவள். அவர் எழுந்து நடக்கத் தொடங்கினார். வாயில் பீடி தொங்கியது.

ஜேம்சின் கால்கள் தாமாக முத்துவின் வீட்டை நாடின. குறுக்கு வழியாகக் கானாற்றுக் கரைப் புதர்களில் முட்கள் படாமல் நுழைந்தார். மேலேறி வரப்பில் நடந்தார். கொஞ்ச காலம் முன்பு ஆசாரிகள் கொல்லைக்குப் பக்கத்து மந்திரிக் கொல்லையில் மனைவி தேவானையுடன் குடி புகுந்திருந்தார் முத்து. சிறிய மோட்டார் கொட்டகையில் வசித்தார்கள். மோட்டார் ஓடினால் கொட்டகை அதிரும். இரவில் மேல் விளக்கு மட்டும் எரியும். நேற்று முத்துவிடம், "நீ மூஞ்சிய உம்னு வச்சிருக்கியா, அதான் குழந்த பொறக்கல" என்றார். தேவானை வழக்கம் போல் இருட்டிலிருந்தாள். வெண்மையான பெரிய பற்களால் சிரித்தது பளிச்செனத் தெரிந்தது. முத்து முகம் சுருங்க கால்வாய் நீரில் தப்தப்பென வயலை நோக்கி நடந்தார். தேவானை கரி படிந்த அலுமினியப் பாத்திரங்களுடன் வெளிப்பட்டாள். சேலையை தூக்கி இடுப்பில் செருகியிருந்தாள். கருந்தொடை, கெண்டைக்கால் சதைகள் பளபளத்தன. ஜேம்ஸ் துவை கல்லில் குத்துக்காலிட்டு அமர்ந்து பீடியைப் பற்ற வைத்தார். "இப்ப எவர்சில்வரு சாமானுங்க வந்துடுச்சி. வெள்ளி மாரியிருக்குது. கரி புடிக்காதாம். கழுவக்கூடத் தேவையில்ல." தேவானை வியந்து சிரித்தபடி பாத்திரங்களைச் சாம்பலில் நறநறவெனத் தேய்த்தாள். "அதுலா ரொம்ப வெல. வெளி நாட்டிலிருந்து செஞ்சி வருது." அவள் கையிலிருக்கும் அலுமினிய பாத்திரங்களைப் பார்த்துக்கொண்டிருந்தார். அவை நீரில் அலசுகையில் மின்னின.

அங்கு வெளி ஆட்கள் வர மாட்டார்கள். ஜேம்ஸ் கத்தினாலும் வெளியில் கேட்காது. அவரின் குரல் சிறிய மோட்டார் கொட்டகையில் எதிரொலிக்கும். முத்து யாரிடமும் சொல்ல மாட்டார் என்று நம்பினார். தேவானை கொட்டகைக்கும் தொட்டிக்கும் பலமுறை நடப்பாள். அவர் ஒவ்வொரு தரமும் இடைவெளிவிட்டுக் காத்திருப்பார். மாட்டுக்கு ஓர் அரி வைக்கோல் கேட்டு கோபால் கொடுக்க வில்லை. வைக்கோல் போரை விற்றாகிவிட்டது, ஆனால் அவர்கள் இன்னும் எடுத்துப்போகவில்லை என்றார். பேச்சு வார்த்தை மட்டும்தான் நடந்தது என்று ஜேம்சுக்குத் தெரியும். "அந்த கோபாலு பைய வக்கீலு கேட்டா தரல. பாவம் சும்மா வுடல. மறுநாளே ஆத்தில வேட்டியத் தூக்கி உக்காந்தான். தெரியாம காஞ்சனங்கா செடி பட்டுச்சு. அவங் கைய விட்டு ஓயாமத் தேக்கறான் ..." தேவானையால் சிரிப்பை அடக்க

முடியவில்லை. துணி துவைப்பதை நிறுத்தினாள். அவள் சேலையை முட்டிக்கு மேல் திரைத்திருந்தாள். ஒரு கால் நீரிலும் மற்றொன்று வரப்பிலுமிருந்தது. கல்லில் அழுக்கு வேட்டி மோதுகையில் திவலைகள் தெறித்தன. “துணிய அடிக்கக் கூடாது. மெதுவா சோப்பு மட்டும்தா போடணும் என்ன” என்றார் ஜேம்ஸ். அது துரை சொல்லித் தந்த பாடம்.

இரு நாட்களுக்கு முன்பு ராமுவின் வீட்டுக்குத் தென்னை மட்டைகளை ஜேம்ஸ் ஓட்டிச் சென்றார். மதியம் சாப்பாட்டு வேளையாகியிருந்தது. பலமுறை மட்டைகளைச் சுமந்து தெருவிலிருந்து வாசலைத் தாண்டி சமையலறையைக் கடந்து தோட்டத்தில் அடுக்கினார். வேலை முடிய பிற்பகலானது. அதனால் ராமுவின் மனைவி சாப்பிட சொன்னாள். தெரு நடையில் தையல் இலையையும் தானியம் அளக்கும் படியில் தண்ணீரும் வைத்தாள். கழற்றிவிடப்பட்ட செருப்புகளை ஓரமாகக் குவித்துவிட்டு ஜேம்ஸ் உட்கார்ந்தார். தரையில் மண்ணும் தூசும் படிந்திருந்தன. இலை நிறைய ரேஷன் அரிசி சாதத்தைப் போட்டுப் பழைய குழம்பை ஊற்றினாள். ஜேம்ஸ் முழுமையாகச்சாப்பிட்டு முடித்தார். இலையை எடுத்து நீரைக் குடித்துவிட்டுக் கிளம்பினார். “ராமு பொண்டாட்டி எப்பவும் பழைய சோறு கொழம்பு மட்டுந்தான் போடுவா. அதெப்பிடி நமக்கு வைக்கறதுக்குக் கணக்கா மீறும்?” என்றார் ஜேம்ஸ். ஒரு வசவுசொல்லைக் கூடவே உதிர்த்தார். தேவானை தலைகுனிந்து சிரித்தாள். ரோஜா நிற ஈறுகளில் உதடுகள் ஒட்டிக்கொண்டன. நாவால் ஈரப்படுத்தி மூடிக்கொண்டாள். அவளை மீண்டும் சிரிக்க வைக்க என்ன சொல்வதென ஜேம்ஸ் யோசித்தார்.

கொல்லை உரிமையாளர்களை யாரும் எதிர்த்துப் பேசுவதில்லை. மறைமுகமாவாவது விமரிசிக்க துணிவு வேண்டும். மாட்டு வண்டியை அவிழ்த்துவிட்டால் ஜேம்சுக்கு கற்பனை வளம் பெருகும். நேராகச் சக வண்டிக்காரர் முத்துவிடம் போவார். முத்துவும் எதிர்பார்த்துக் காத்திருப்பார். அவருக்கு வேலையில்லாவிட்டால் பொழுது போவதில்லை. நேற்று ஜேம்ஸ் உற்சாகமாகப் பேசிக்கொண்டிருந்தார். சுந்தரம் கொல்லையில் அறுவடை நடந்திருந்தது. மாடுகளுக்கும் ஆட்களுக்கும் இரண்டு மூன்று நாட்களுக்கு வேலை கிடைக்கும். அவர் வாயில் தொங்கும் பீடி சொற்களுக்கேற்ப ஆடியது. “ஒங் கேலி கொல்லைக்காரங்க காதுல எட்டினா ஒரு வேலைக்கும் கூப்புட மாட்டாங்க” என்றார் முத்து சிறிய புன்னகையுடன். இதை முன்பே சிலமுறை சொல்லியிருக்கிறார். அவர் சிரிப்பது அபூர்வம். ஜேம்ஸ் பெருமையுடன் தலையாட்டினார்.

"எனக்கென்ன பயம். வேல செஞ்சா கூலி. ஒரு நா நேரில கேக்கறம் பாரு கேள்வி." அதற்கும் தேவானை சிரித்தாள்.

ஜேம்ஸ் மந்திரிக் கொல்லைக் கொட்டகை எதிரிலிருந்த கல்லில்போய் உட்கார்ந்தார். மேலே விளக்கு மங்கலாக எரிந்தது. வண்டியும் நுகத்தடியில் கட்டிய மாடும் தென்னை மரங்களினடியில் நின்றிருந்தன. சலங்கை அவ்வப்போது கிணுகிணுத்தது. மோட்டார் கொட்டகை மேலும் இருண்டிருந்தது. ஜேம்ஸ் கூர்ந்து பார்த்தார். "உள்ள என்னா பண்ற?" முத்து வாயைத் துடைத்தபடி வந்து வாசற்படியில் பேசாமல் அமர்ந்தார். "இன்னக்கி சுந்தரம் போட்டது நியாயமில்ல. அவரு பழய காலத்துலயே இருக்காரு. அந்தக் கூலிக்கு என்னா கெடைக்கும்?" முத்து கைகளைக் கால்களில் கட்டியிருந்தார். சற்று நேரத்தில் இடித்தபடி சந்தில் தேவானை எச்சில் தட்டுகளுடன் வெளிப்பட்டாள். தொட்டி நீரில் அலம்பினாள். ஜேம்ஸ் மேலும் ஆத்திரமானார். முத்துக்குப் பதில் சுந்தரம் உட்கார்ந்திருப்பதாகப் பாவித்துக்கொண்டார். "உனக்கே இது நியாயமாப்படுதா? மூட்டத் தூக்கனதுக்கும் வண்டிக் கூலிக்கும் சேத்துத் தந்தது போதுமா? நீயி வெளைஞ்சத வீட்டுக்குள்ள கொட்டிக்குனா நாங்க எதத் தின்றது?" யாராவது பார்த்தால் ஜேம்சுக்கும் முத்துவுக்கும் சண்டை என்று நினைப்பார்கள். அவர் சுந்தரம் போல் புன்னகைத்தது ஜேம்சின் ஆவேசத்தைத் தூண்டியது. "எவ்வளடா மூட்ட வண்டில ஏத்துவ? ஒண்ண முதுகுல தூக்கிப் பாரு தெரியும். எப்பிடி மாடு இசுக்கும்?" அடுத்து அவர் பச்சை வசவுகளில் இறங்குவார். முத்து மெதுவாக எழுந்துகொண்டார். சாய்வான வண்டிக் கட்டையின் மேல் போய் உட்கார்ந்தார். பக்கத்தில் மாடு அசையிட்டபடி படுத்திருந்தது.

ஜேம்ஸ் கால் சட்டைப் பைகளில் தேடி தீப்பெட்டியை எடுத்து பீடியைப் பற்ற வைத்தார். சிறிய மேகங்களைப் போல் புகை மிதந்தது. சற்று நேரத்தில் கலைந்தது. "சுந்தரம் புள்ளங்க ஒண்ணு கறுப்பா, மத்தது வெள்ளயாயிருக்கும். அப்பிடி ஆண்டவன் படைச்சிருக்காரு. இவம் வெளுப்பு, பக்கத்தூரு தலைவரு கறுப்பு. ஆனா அவம் புள்ளங்க வெளுப்பு, கறுப்பு. என்னா கொழப்பம் பாரு. ஹெஹ்ஹெ." அவருடைய சிரிப்பு அவருக்கே கசப்புடன் கேட்டது. தேவானை பதிலுக்குச் சிரிக்கவில்லை. மீண்டும் பீடியை ஆழ்ந்து புகைத்தார். தீப்பிடித்ததுபோல் வாய், மூக்கு, காதுகளில் புகை படர்ந்தது. "அவங் கட்டறது எல்லாம் கதர்தான். வேஷ்டி, சட்ட, துண்டு, உள் டவுசருகூடக் கதர்தாம். வேற போட மாட்டான். அப்படி ஒரு பழக்கம். ஆனா உள்ள இருக்கறது வேற" என்றார்

ஜேம்ஸ். சிரிக்க முடியாமல் இருமல் வந்தது. பீடியைத் திருகி அணைத்தார். தொட்டியிலிருந்து நீரை சொம்பில் முகர்ந்து சென்ற தேவானை திரும்பியும் பார்க்கவில்லை. கொட்டகை இருட்டில் மறைந்தாள்.

ஜேம்ஸ் எழுந்து ஜேபியில் இரு கைகளையும் நுழைத்துக் கொண்டு வரப்பில் நடந்தார். அப்படித்தான் துரை நடை பயிலுவார். முத்து எங்கோ பார்த்தவாறு உட்கார்ந்திருந்தார். "நாளைக்கி சுந்தரம் கொல்லயில போர் ஓதறது. நம்ம மாடுங்க போகணும். மறக்காம வெடியக்காலைல வந்துடு." ஜேம்ஸ் நின்று தெரிவித்தார். முத்து பேசாமல் தலையாட்டினார். முகம் மேலும் சூம்பியிருந்தது. ஜேம்ஸ் இரயில் பாலத்தை நோக்கி நடந்தார். அதைத் தாண்டி காணாறு கரை புதர்களில் கள்ளச் சாராயம் கிடைக்கும். ஊரிலிலுள்ளவர்கள் நிறையப் பேர் அடிக்கடி போய் வாங்கி வருவார்கள். நெருப்பைப்போல் சாராயம் எரியும். குடித்ததும் உடல் பற்றிக் கொண்டு அனைத்தையும் மறக்கச் செய்யும். வில்லியம் தன் நாட்டுக்குத் திரும்புகையில் சிறுவன் ஜேம்சை அழைத்துப் போக எண்ணினார். அவருடைய உறவுகள் சம்மதிக்கவில்லை. அந்த வெள்ளையனோடு சென்றிருக்க வேண்டும். அவன் அடிமையாக்கினாலும் யாரையும் பிரித்து ஒதுக்குவதில்லை. வெளிநாட்டுச் சாலைகள் மேடு பள்ளமற்றவை என்று ஜேம்ஸ் கேள்விப்பட்டிருந்தார். அங்கு கௌரவமாக வாழ்வதற்கேற்ற கூலி கிடைத்திருக்கும். தனியாக ஒற்றை மாட்டு வண்டியோட்டும் நிலை ஏற்பட்டிருக்காது. அவர் மேலும் வேகமாக நடந்தார்.

மேலும் விரியும் வாசல்

நடு வாசலில் நெல் குன்றைப்போல் குவிந்திருந்தது. காலை வெயிலில் மஞ்சளாக மின்னியது. பாடுபட்டதற்கேற்ற பலன் கிடைத்தாற் போலிருந்தது. சமையல் கட்டு வாசலில் நின்று பொன்னம்மா பார்த்துக்கொண்டிருந்தாள். முதலில் திருப்தியும் பின் சலிப்பும் ஏற்பட்டது. எவ்வளவு விளைந்தாலும் சுந்தரத்துக்குப் பற்றாது. முகம் நிரந்தரமாக விசனத்தில் தோய்ந்திருக்கும். பெரும் நஷ்டமென்று புலம்புவார். அவளால் இன்னும் சில நாட்களுக்கு ஓய்ந்து உட்கார முடியாது. வழக்கம் போல் நெல்லைப் பதமாகக் காய வைக்க வேண்டும். விற்கும்வரை பொன்னைப்போல் பாதுகாக்க வேண்டும். எப்போதும் சுந்தரத்துக்குப் பணத் தேவை. நெல்லை உடனே விற்று அடுத்த விதைப்புக்குத் தயாராவார்.

பரந்த வாசலில் உதயத்திலிருந்து தொடங்கி அந்திவரை வெயில் விழும். முதலில் மேற்குத் தாழ்வாரத்தில் வெளிச்சம் மெல்ல இறங்கி வரும். மாலையில் எதிர் தாழ்வாரத்தில் பொன்னொளி மங்கி மறையும். அதை வைத்து காலத்தையும் அளக்கலாம். வாசலில் நாற்பது, ஐம்பது மூட்டைகள் நெல் உலரும். கீழே பழங்கால சதுர செங்கற்கள் பாவியிருந்தன. நெடுங்காலம் தேய்ந்து பளிங்குக் கற்கள் போலானவை. மூன்று பக்கமும் நீண்ட தாழ்வாரங்கள். அங்கு நாலைந்து கல்யாணங்கள் நடந்திருந்தன. அதுபோன்ற வாசல்கள் ஊரில் நாலைந்து வீடுகளில் மட்டுமிருந்தன. தாழ்வாரத்தின்

இருபுறமும் தொங்கும் மூங்கில் படல்களை எடுத்துவிட்டால் ஊர் மொத்தமும் உட்காரலாம். மேலே தென்னை ஓலைப் பந்தல் வேய்ந்தால் பசும் நிழல் படரும். நடுவில் கழிகளை நிறுத்தி ஓலைகளைச் சுற்றிய முகூர்த்தப் பந்தல் மண்டபம் போலிருக்கும். சாணியால் மெழுகி, வண்ணக் கோலங்களிட்ட வாசல் மங்களமாகத் தோன்றும். அப்போது இலட்சக்கணக்கானவர்கள் வந்தாலும் அமருமளவுக்கு விரியும். பின்புறத் தோட்டத்தில் நீண்ட காடி வெட்டி, பெரிய அண்டாக்களை வைத்து கல்யாண சமையல் செய்வார்கள். அடுத்த தெரு சுந்தரி ஆயா, பின் வீட்டு நரசிம்மன், கிருஷ்ணமூர்த்தி மாமாவை அழைத்து விருந்து தயாரிப்பார்கள். அக்கம்பக்கத்தவர் சுவாரசியமாகக் கதைகளைப் பேசியபடி வெங்காயம் உறித்து, காய்கறி நறுக்கி, தேங்காய் துருவித் தருவார்கள். கல்யாணம் முடிந்ததும் நாலைந்து பந்திகளாக வாசலில் உட்கார்ந்து அனைவரும் சாப்பிட்டுவிடலாம்.

எந்த வீட்டில் அறுவடை நடந்தாலும் பலரும் ஆவலுடன் வருவார்கள். நெல்லைப் பார்த்துவிட்டுப் போவார்கள். அது கடவுளைத் தரிசிப்பதைப்போல். கண்களில் திருப்தியும் பொறாமையும் ஒன்றாகக் கலந்திருப்பதை பொன்னம்மா கண்டிருக்கிறாள். அவர்களை உபசரிக்கும் தேவையில்லை. தெருவில் எதிர்ப்புற வீட்டு ராணி, வண்டிகள் திரும்பிச் சென்றதும் படியேறி வந்தாள். நெற் குவியலைப் பார்வையால் அளந்தாள். “என்ன, ஒரு இருபது புட்டி வெளைஞ்சிருக்குமா?” என்றாள். “அதெல்லாமில்ல, ஒரு புட்டிதான் நின்னுச்சாம். மீதில்லாம் சாவியும் கருக்காவுமாயிடுச்சாம்” என்றாள் பொன்னம்மா ஆழ்ந்த வருத்தமுடன். ராணிக்கு நாலைந்து புட்டிகள் விளைச்சலென்று தெரியும். “இது கிட்டகார், நம்பர் நெல்லாட்டுமிருக்கு.பொன்னியாட்டுமில்ல” என்றாள் பிறகு வந்த கோபாலின் தாய் சாலம்மா. ஊரில் வெள்ளாமை முக்கிய செய்தி. களத்தில் அளந்து முடித்ததும் அனைவருக்கும் பரவிவிடும். அம்பது புட்டி, நூறு புட்டி என்று பேசிக்கொள்வார்கள். அவற்றிலிருந்து ஊரார்கள் உண்மையை அறிந்துகொள்ள வேண்டும். அனைவருக்கும் முதல் நாள் மட்டும்தான் பார்க்க அனுமதியுண்டு. பொன்னம்மா நினைவு வந்தவளாகத் தெருக் கதவைச் சாத்திவிட்டுச் சமையல்கட்டில் நுழைந்தாள்.

அன்று வார விடுமுறை. மோகனுக்கு நெற்குவியலில் தாவிக் குதிக்கும் ஆர்வத்தைக் கட்டுப்படுத்த முடியவில்லை. எழுந்து வந்ததும் நேராக மேலே பாய்ந்தான். சறுக்கித் தரைக்கு வந்தான். எந்த விளையாட்டிலும் கிடைக்காத சிலிர்ப்பு. நாலைந்து முறையானதும் உடலெங்கும் நமைச்சலேற்பட்டது.

கைகளை நீட்டிச் சொறிகையில் சுகமாயிருந்தது. விஜயாவும் பாவாடையைத் தூக்கிச் சொருகிக்கொண்டு மேலேறி சறுக்கினாள். சுமதியும் கார்த்தியும் ஆசையுடன் பார்த்துச் சிரித்துவிட்டு நகர்ந்தார்கள். நெல்லை காயப்போடுகையில் ஆட்டத்தில் கலந்துகொள்வார்கள். இப்போதே வாசல் முழுவதும் நெல் பரவிவிட்டது.

அம்புலி வாயில் புகையிலையை அடக்கியபடி வந்து விட்டாள். பொன்னம்மாவும் சமையலை முடித்து வந்தாள். அனைவரும் தாழ்வாரத்திலும் வாசலிலும் நெல்லைப் பரப்பினார்கள். வீடெங்கும் நெல் நிறைந்தது. தெருவுக்கும் அறைகளுக்கும் சமையல் கட்டுக்கும் போக வர சிறு வழிகள் விடப்பட்டன. அனைத்து இடங்களிலும் நெல். உட்காரும் மரப்பெஞ்சு, நாற்காலி, ஸ்டூல்களுக்குக் கீழும் தள்ளினார்கள். அப்படியும் நெல் மீந்திருந்தது. வாசல் குறுகிவிட்டாற் போலிருந்தது. திடீரென வீடும் சிறிதாகிவிட்டது. அறை களுக்குள்ளும் பரப்ப சுந்தரம் விரும்புவார். தூங்கும்போது மட்டும் நெல்லை ஓரமாக ஒதுக்கிக்கொள்ளலாம் என்பார். “ஒரே மாதிரி காஞ்சாத்தான் அரிசி முழுசா வரும்” என்றும் சொல்வார்.

வீடு முழுக்க மஞ்சள் கடல் போலானது. பொன்னம்மாவின், அம்புலியின் கால்கள் துழாவியபடியிருந்தன. அலைகளைப் போல் தடங்கள் எழுந்தன. மீண்டும் மீண்டும் துழாவியதில் புதிதாக உருவாகின. வீட்டுக் கரைகளான சுவர்களில் மோதிக் கொண்டிருந்தன. மோகனும் விஜயாவும் நெல் ஒதுக்கப் பட்டிருந்த ஒற்றையடிப்பாதைகளில் வேண்டுமென்றே உலவினார்கள். எந்த வேலையுமின்றி அறைகளுக்குப் போய் வந்தார்கள். அவர்களுக்குப் பெரும் வயல்வெளியில் நடப்பதைப் போலிருந்தது. நெல் மணிகள் பாதங்களில் ஒட்டின. அறைகளில் நுழைகையில் வாசப்படியில் கால்களை உதறினார்கள். அப்படியும் வீட்டின் எல்லா இடங்களிலும் நெல் பரவிவிட்டது. கட்டில், பெஞ்சு, பானை சந்துகளிலும் சிதறியிருந்தது. நெற்களின் தொடுகை கால்களில் குறுகுறுத்தன. மோகனின் காதில் ஓயாத அலையோசைக் கேட்டுக்கொண்டிருந்தது.

இரவு உணவு முடிந்து அனைவரும் மூலை அறைக்குள் படுத்தார்கள். யாருக்கும் தூக்கம் வரவில்லை. மோகன் அம்மாவிடம் ஒண்டி கதைச் சொல்லக் கேட்டான். அவளுக்குக் களைப்பிலும் கதைச் சொல்ல வேண்டும்போலிருந்தது. இளம் வயதில் அம்மா கூறிய பழைய கதைகள் ஒவ்வொன்றாக ஞாபகம் வந்தன. அம்மாவுக்கு அவள் அம்மா சொல்லியிருக்கலாம்.

அவற்றில் தனக்குத் தோன்றுவதையும் சேர்ப்பாள். "ஒரு ஊர்ல ஆம்படையான் பொண்டாட்டி இருந்தாங்களாம். அவங்களுக்கு ரொம்ப நாளா கொழந்தையில்லையாம். ஒரு நா ஏர் ஓட்டறப்ப கொல்லையில கூடை கெடந்துச்சாம்..." அதில் தாங்கள் தேடிப் பிறந்தவர்கள் என்ற அர்த்தமிருக்கும். அந்தக் கதையை நூற்றுக்கணக்கான தரம் மோகன் கேட்டிருக்கிறான். இருந்தாலும் ஒவ்வொருமுறையும் புதிதாயிருந்தது. அம்மாவின் அன்றைய மனோநிலைக்கேற்ற தொனி கலக்கும். அவன் தூக்கத்தில் மூழ்கினான். கதை தொடர்ந்து கேட்டுக்கொண்டிருந்தது. அவனுக்குக் கதையில் வரும் கூடையில் குழந்தை போல் படுத்திருப்பதாகத் தோன்றியது.

நள்ளிரவில் மோகன் உடம்பு முழுவதும் நமைத்தது. தன்னையறியாமல் ரத்தம் வருமளவு சொறிந்துகொண்டான். அரிப்புடன் தேய்ப்பது சுகமாயிருந்தது. மிகவும் வலியெடுக்கவும் விழித்துக்கொண்டான். பக்கத்தில் படுத்திருந்த விஜயாவின் கையைப் பிடித்து இழுத்தான். "வா, போயி துழாவலாம்." அவள் காதில் விழாமல் புரண்டு படுத்தாள். மறு பக்கமுள்ள தூரத்து அறையில் அப்பாவின் குறட்டை உயர்ந்து தாழ்ந்து கொண்டிருந்தது. இரு புறமும் ஆட்கள் உட்கார்ந்து மரத்தை ரம்பத்தால் அறுக்கும் சப்தம். அதையும் மீறி வெளியில் கடலோசை கேட்டது. அவனால் பொறுக்க முடியவில்லை. விஜயாவின் தோளைப் பற்றி உலுக்கினான். அவள் திடுக்கிட்டு எழுந்து உட்கார்ந்தாள். சுற்றும் முற்றும் பார்த்ததும் அவளுக்குச் சுய நினைவு மீண்டது. பக்கத்தில் ஆர்வம் பொங்க மோகன் குட்டிச் சாத்தான்போல் உட்கார்ந்திருந்தான். ஒரு கணம் பயமெடுத்தாலும் சுதாரித்துக்கொண்டாள்.

இருவரும் எழுந்து இருட்டில் எதிலும் மோதிக்கொள்ளாமல் மெதுவாக வாசலுக்கு வந்தார்கள். எண்ணற்ற நட்சத்திரங்களின், சிறு நிலவின் மங்கிய வெளிச்சம் பரவியிருந்தது. நெல் மணிகள் ஒவ்வொன்றும் பளபளத்தன. வாசல் முழுவதும் தாழ்வாரங்களிலும் அறைகளுக்குள்ளும் நெல் வியாபித்திருந்தது. என்ன செய்வதென இருவருக்கும் புரிந்திருந்தது. வாசலின் ஒரு முனையிலிருந்து துழாவத் தொடங்கினார்கள். இரு கைகளையும் விரித்தபடி கால்களை நகர்த்தினார்கள். தங்கள் விருப்பப்படி நடனமாடுவதைப் போலிருந்தது. நெற்களின் எல்லை மேன்மேலும் விரிந்தது. வாசலைத் தாண்டி தெருவைக் கடந்து நெல் வயல் வரை நீள்வதுபோல் தோன்றியது. அவர்களுக்கு ஆனந்தம் பெருகியது. எதையும் கவனிக்காமல் தங்களுக்குள் மூழ்கியிருந்தார்கள். அப்படியே விட்டால் காலைவரை விளையாட்டில் ஆழ்ந்திருப்பார்கள். பொன்னம்மாவுக்குத்

தூக்கத்தின் நடுவில் விழிப்பேற்பட்டது. பக்கத்தில் கைகளால் தடவிப் பார்த்தாள். பிள்ளைகளிருவரும் இல்லாதது தெரிந்தது. அவர்கள் எங்கே போயிருப்பார்களென்பதை அறிந்திருந்தாள். உறக்கம் முழுதாகக் கலையாமல் வாசலுக்கு வந்தாள். மோகனும் விஜயாவும் அவளைப் பார்க்கவில்லை. "சனியனுங்க, ஓஞ்சி தூங்க முடியாம பண்ணுதுங்க. எனக்குன்னு வந்து வாய்க்குது பாரு" என்று அவர்கள் காதுகளைப் பிடித்தாள். இருவரும் கால்கள் ஓய நின்றார்கள். பிள்ளைகளை மீண்டும் படுக்கைக்கு இழுத்து வந்தாள். அவர்களிருவரின் முகங்களிலும் களிப்பு மாறவில்லை. இருவரும் ஒரு கனவைச் சேர்ந்து காண்பதுபோல் சிரித்தபடி தூங்கினார்கள்.

மோகனும் விஜயாவும் காலையில் விடிந்த பின் எழுந்தார்கள். மீண்டும் நெற் பரப்பில் உண்டான சிறிய வழிகளில் நடந்தார்கள். தெருவுக்கும் வாசலுக்கும் சமையல்கட்டுக்கும் ஏதோ வேலையிருப்பதுபோல் அலைந்தார்கள். கால்களில் ஒட்டும் நெற்களைத் தட்டாமல் அறைக்குள் நுழைந்தார்கள். மறுபடியும் நெல் பாதையில் நடந்தார்கள். அம்புலிக் கிழவி புகையிலையை அதக்கியபடி வாசலில் துழாவிக் கொண்டிருந்தாள். கண்கள் கிறங்கி மூடியிருந்தன. நெல்லைத் துழாவும் மயக்கமும் சேர சொக்கியிருந்தாள். ஒவ்வொரு முறையும் சுவரில் முட்டிக்கொள்வதைப் போல் சென்றாள். பிள்ளைகள் மூச்சை இழுத்துப் பிடித்துக்கொண்டு காத்திருந்தார்கள். ஆனால் கடைசி கணத்தில் அம்புலி விலகினாள். திரும்பவும் துழாவிக்கொண்டு வாசலின் மறுமுனையை அடைந்தாள். அவள் எங்கும் இடித்துக்கொள்ளவில்லை. மோகனுக்கும் விஜயாவுக்கும் ஆச்சரியம் தாளவில்லை. அவர்களுக்கு வீட்டில் உலவ அம்மா தடை விதித்திருந்தாள். அப்பாவும் கண்டிப்பாகச் சொல்லிவிட்டார். அம்புலி துழாவுவதைப் பார்த்தபடி வாசப்படியில் மௌனமாக உட்கார்ந்திருந்தார்கள். அம்மா சமையல் வேலைகளை முடித்துவிட்டு வரக் காத்திருந்தார்கள். அவள் புடவையை மேலேற்றிக்கொண்டு நிதானமாகத் துழாவுவாள். அம்புலியைப் போன்று அவசரமில்லை. வெளுத்த கால்கள் தேர்ச் சக்கரங்கள் போல நகரும். நெல்லில் வெள்ளை மெட்டி மெல்ல மறைந்து தோன்றும்.

சுந்தரம் வீட்டுக்கு நெல் வந்துவிட்ட பிறகு அதை மறந்து விட்டார். நெல் தனக்குத் துரோகம் செய்துவிட்டதைப் போன்ற பாவனை. திரும்பியும் பார்க்கவில்லை. ஆனால் அவர் கவனம் முழுவதும் நெல்லில் குவிந்திருக்குமென்று பொன்னம்மாவுக்குத் தெரியும். நெல்லை வாசல் வெயிலுக்கும் தாழ்வாரத்தின் நிழலுக்கும் மாற்றிக் கொட்டுகிறார்களாவென்று

கவனித்தபடியிருந்தார். அவருக்கு எந்த பதத்தில் விற்பதெனத் தெரியும். சொல்லும்வரை நெல்லை காய வைத்துக்கொண் டிருக்க வேண்டும். அவர் தொடர்ந்து கொல்லைக்குப் போய்க் கொண்டிருந்தார். மறுபடியும் ஏரோட்டி நீர் பாய்ச்சி அதே நெல்லை விதைப்பார். அதற்காக இதிலிருந்து தனியாக எடுத்து இன்னும் உலர்த்திப் புடைத்துப் பானையில் சேமிக்க வேண்டும். முன்பு போல் கொஞ்சமும் மாறாமல் விதைத்து அறுப்பது நடக்கும். பெரிய வட்டப் பாதையில் ஓடுவதைப்போல். பொன்னம்மாவுக்குத் தொடர்ந்து நெல்லைத் துழாவுவது அலுத்தது. நெல் மற்றொரு பிள்ளையென தேற்றிக்கொண்டாள்.

அன்று காலையில் தரகர் குருசாமி வந்தார். யாராவது தகவலளித்து வந்தாரா, தானாக யூகித்து வந்தாரா என்று தெரியவில்லை. அவர் தெருக்கூத்தில் பீமன் வேடம் போடுபவர் என்பார்கள். திடகாத்திரமாக, தலைப்பாகையுடன் வேட்டியை மடித்துக்கட்டியிருந்தார். ஒரு மூட்டை நெல்லை எளிதாகத் தூக்குவார். அவர் வாய் ஓயாமல் எதையாவது பேசிக்கொண்டிருந்தது. ஜேபிகள் உப்பி நீல டிரவுசர் வெளியில் எட்டிப் பார்த்தது. வாய்க் கடையோரங்களில் நுரை பூத்திருந்தது. அவரை பொன்னம்மாவுக்குப் பிடிக்காது. கண்டதையும் பேசி ஏமாற்றி கொள்ளையடிக்கிறார் என்பாள் முகத்துக்கு நேராக. குருசாமி பதிலுக்குச் சிரிப்பார். “அப்படியில்ல தாயீ...” அவள் தலையை ஒடித்துக்கொண்டு திரும்பிப் போய்விடுவாள். சமையல் கட்டை நோக்கி சத்தமாக “கொஞ்சம் காப்பிக் கொடுக்கா” என்பார் தரகர். மீண்டும் காபி தம்ளருடன் அவள் வருவாள். அவர் தரகுத் தொழிலில் பல ஊர்களுக்குப் பட்டினியாக நடந்து செல்பவர்.

குருசாமி நெற்குவியலை நெருங்கி கையால் அளைந்தார். நாலைந்தை எடுத்து இரு கைகளாலும் தேய்த்தார். ஒவ்வொரு அரிசியாக வாயிலிட்டு மென்றார். கண்களை மூடி சுவை பார்த்தார். இமைகளை மெல்லத் திறந்தார். சுந்தரம் அவருடைய பதிலுக்கு ஆவலுடன் காத்திருந்தார். நீதிபதியின் தீர்ப்பைக் கூண்டில் எதிர்நோக்கும் குற்றவாளியைப்போல். குருசாமி சற்று நேரம் கழித்து “பால் நல்லாப் பிடிக்கல. இன்னும் முத்த வுட்டிருக்கணும். நெல்ல கொஞ்சம் உணத்தணும்...” என்றார். சுந்தரத்துக்கு அவை உண்மையெனத் தோன்றினாலும் அடங்காத கோபம் எழுந்தது. “எனக்கு வெள்ளாமத் தெரியாதா? நாளு கணக்குப் பாத்து அறுத்தது. வாசல்ல மூணு நாளா காயப்போட்டிருக்குது” என்றார். “சரிண்ணா, என்னா மதிப்பு சொல்லு” என்று விற்பனைக்கு ஒத்துக்கொண்டதைப்போல்

கேட்டார் குருசாமி. சுந்தரம் நெல்லைப் பார்த்தபடி விலையைச் சொன்னார். அப்போது சந்தையில் நிலவும் விலைதான்.

குருசாமி முணுமுணுத்தபடி மீண்டும் குனிந்து நெல்லை ஆராய்ந்தார். அதனுடன் உரையாடுவதைப் போலிருந்தது. குவியலுக்குள் கையைவிட்டு இழுத்தார். இரண்டுமூன்று நெல் மணிகளை பற்களால் கடித்தார். நறுக், நறுக்கென சப்தம் எழுந்தது. அவர் உமியுடன் மென்று தின்றார். அதை மோகன் அதிசயமாகப் பார்த்துக்கொண்டிருந்தான். மறுபடியும் நெல்லை அளைந்தபடி "அவ்வளவுக்குக் கட்டுபுடியாகாதுண்ணா" என்றார் நிதானமாக. பொன்னம்மா வெடுக்கென சமையல்கட்டுக்குத் திரும்பினாள். அவள் கோபத்தில் வயது குறைந்துவிட்டதைப் போல் நடப்பாள். அதைப் புரிந்துகொண்டு "அதெல்லாம் முடியாது. ஒரே வெலைதான்" என்றார் சுந்தரம். "சரிண்ணா, உனக்கும் வேணாம், எனக்கும் வேணாம், இர நூறக் கழிச்சுக்க" என்று குருசாமி எழுந்து நின்றார். "இல்லப்பா, நா சொன்னா சொன்னதுதான்" என்றார் சுந்தரம் பிடிவாதமாக. அவர் குரலின் அளவு மேலும் குறைந்தது.

அவர்களிருவருக்கும் எப்படியும் விற்பனை முடிய வேண்டுமென தெரியும். "நானும் வியாபாரம் செய்யணும்ணா..." என்றார் குருசாமி. அவர் கண்கள் லேசாகக் கலங்கியிருந்தன. அது நடிப்பாயிருக்காதென சுந்தரம் நம்பினார். வெளிச்சந்தையில் தற்போது நெல் விலை குறைந்திருக்கலாம். குருசாமி சொன்னால் உண்மையாகத்தானிருக்கும். அவர் நீண்ட காலம் சுந்தரத்திடம் நெல்லும் எள்ளும் வாங்கிக்கொண்டிருக்கிறார். இனம் புரியாத பிணைப்பும் பகையும் சேர்ந்து உருவாகியிருந்தன. "கடைசியா அம்பதுதான் கொறைக்க முடியும்" என்றார் சுந்தரம். அவர் கைகளைப் பற்றிக்கொண்டார் குருசாமி. "எனக்கு ஒண்ணுமேயில்லண்ணா. நூற இறக்கிக்கலாம். இந்தாப் புடி" என்றார். சிறிதும் தாமதிக்காமல், உப்பிய உள் கால்சட்டைப் பையில் கையை நுழைத்தார். கற்றைப் பணத்தை எடுத்து சுந்தரத்தின் கைகளைப் பற்றித் திணித்தார். சுந்தரத்தால் விடுவித்துக்கொள்ள முடியவில்லை. காசைப் பெற்ற பிறகு திருப்பித் தரவும் முடியாது. அவருக்கு முழுப் பணம் கிடைத்தால் போதுமென்றிருந்தது. வீட்டுக்கும் கொல்லைச் செலவுக்கும் தேவை. பொன்னம்மா திரும்பி வந்து நாடகத்தைக் கண்டவாறு நின்றிருந்தாள். பிள்ளைகளும் சேர்ந்து சுவாரசியமாகப் பார்த்துக்கொண்டிருந்தார்கள். குருசாமி நெல்லை அளந்து மூட்டைகளில் கட்டி வைத்தார். மறுநாள் வண்டியில் வந்து ஏற்றிச் செல்வார். சுந்தரம் சட்டையை மாட்டிக்கொண்டு

கொல்லைக்குக் கிளம்பினார். பெரியவள் சுமதிக்கு அழுகை பீறிட்டது. அவளும் பலமுறை நெல்லை துழாவியிருக்கிறாள். தானே நஷ்டப்பட்டது போலிருந்தது. தனிப்பட்ட முறையில் ஈடுசெய்யவியலாத இழப்பு ஏற்பட்டுவிட்டது. அறைக்குள் சென்று கட்டிலில் குப்புறப்படுத்தாள். அவளையறியாமல் கண்களில் நீர் வழிந்தது.

மறுநாள் வாசலில் நெல் உலர்த்திய தடயம் சிறிதும் இல்லை. நெல் மூட்டைகள் கட்டப்பட்டுத் தாழ்வாரத்தில் வரிசையாக நின்றிருந்தன. இன்னும் தரகர் வண்டியிலேற்றிச் செல்லவில்லை. அப்புறமாக மீதி நெல்லை அம்மாவும் அம்புலியும் வேக வைப்பார்கள். சுமதி தாழ்வாரத்து மூலையில் உட்கார்ந்து வெறித்துப் பார்த்துக்கொண்டிருந்தாள். வாசலில் காக்கைகள் தத்தித் தத்தி நெல்லைக் கொத்திக்கொண்டிருந்தன. உடல்களில் எச்சரிக்கை உணர்வு வழிந்தது. குருவிகளிடம் அச்சம் துளியுமில்லை. நெருங்கினால் விருட்டென தப்பிப் பறக்கும் துணிவுடனிருந்தன. அவற்றுக்குத் தேடினால் நெல் மணிகள் தொடர்ந்து கிடைத்துக்கொண்டிருந்தன. அப்பா திடீரென வீட்டினுள் நுழைந்தார். அங்கிருந்தப் பறவைகள் உடனே பறந்தன. அவற்றின் படபடக்கும் இறக்கையொலி எழுந்து மறைந்தது. அப்பா நடைக் கதவை விரியத் திறந்து “வாங்க, வாங்க” என்றார். அவர் எப்போதும் விருந்தினர்களை மதிப்பார். அவர்களுக்கு உரிய கௌரவத்தைத் தர வேண்டு மென்பார். பக்கத்து ஊர் சபாரத்தினமும் பலரும் ஒன்றாக உள்ளே வந்தார்கள். அப்பா அவளைக் கடந்து சமையல்கட்டுக்கு விரைந்தார். “பொன்னா, நம்ம சுமதிய பொண்ணுப் பாக்க வந்திருக்காங்க. வா...” சுமதி எழுந்து பின் தோட்டத்துக்கு ஓடினாள். பொன்னம்மா புடவையைத் திருத்தியபடி வெளியில் வந்து “வாங்க” என்றாள். அறைக்குப் போய் பாயை எடுத்து வந்து வாசல் நிழலில் விரித்தாள்.

ஆட்கள் பேசியபடி உட்கார்ந்தார்கள். சுந்தரம் மீண்டும் சமையல்கட்டுக்கு வந்தார். “அவங்க முன்னால சொல்லிட்டு வந்திருக்கக் கூடாதா?” பொன்னம்மா பல்லைக் கடித்தாள். “திடீர்னு பொறப்பட்டு வந்துட்டாங்களாம், நல்ல எடமாம். நம்ம சபாரத்னம்தான் கூட்டியாந்தாரு. காப்பி வையி. பொன்ன வரச் சொல்லு” என்றார் சுந்தரம். “காப்பிக்குத் தூளு, சக்கரை பத்தாது” காலி டப்பாவைக் காட்டினாள். “பால பின்னால வூட்ல வாங்கிக்கறேன்.” சுந்தரம் புழக்கடை வழியாகக் கடைக்கு வேகமாகச் சென்றார். கனகாம்பரம், பசலைக் கீரை, மல்லிகைக் கொடி சேர்ந்து வளர்ந்திருந்த புதருக்கு எதிரில் சுமதி தலை குனிந்து நின்றிருந்தாள். “உள்ள போ, அவங்க உன்னப்

பாக்கறதுக்கு வந்திருக்காங்க" சொல்லியபடி பரபரப்பாக நடந்தார். கையில் பொட்டலங்களுடன் திரும்பினார்.

சுமதி ஓர் அடிக்கூட நகர்ந்திருக்கவில்லை. "வந்து தயாராகும்மா" என்றார் மெதுவாக. "நா வர மாட்டே. நகை எதுவுமில்லாம சும்மா வந்து நிக்கறதுக்கு நா என்ன பொம்மையா, மாடா?" அவளிடமிருந்து உறுதியான குரல் வந்தது. சுந்தரம் பதிலெதுவும் சொல்லவில்லை. சமையல்கட்டுக் குடத்திலிருந்து தண்ணீரை மொண்டு தம்ளர்களுடன் சென்றார். பொன்னம்மா குழம்புச் சட்டியைக் கிளை அடுப்பில் வைத்துவிட்டுத் தண்ணீர் பாத்திரத்தை ஏற்றி தீயை அதிகப்படுத்தினாள். வெளியே "அதெல்லா ஒண்ணும் வேணாம்பா சுந்தரம். பொண்ணு புடிச்சா போதும். அப்புறமா கை நனைக்கலா" என்றார் சபாரத்தினம். சுந்தரம் "அது வேறப்பா. காபியாவது சாப்பிடலாம்" என்றார்.

அனைவரும் பிஸ்கட்டுகளைத் தின்று காபி குடித்துப் பேசிக்கொண்டிருந்தார்கள். சபாரத்தினம் சுந்தரத்திடம் குனிந்து "நேரமாவுது, பொன்ன வரச் சொல்லு" என்றார். சுந்தரம் எழுந்து சமையல்கட்டுக்குச் சென்றார். அங்கு சுமதி இல்லை. பொன்னம்மா அடுப்பெதிரில் கிணற்றுச் சுவரில் சாய்ந்திருந்தாள். அவர் பின் வாசப்படியில் நின்று தோட்டத்தைப் பார்த்தார். சுமதி புதருக்கு அருகிலிருந்து இடம் மாறியிருக்கவில்லை. அவளை நெருங்கி "உள்ள வா. எல்லாரும் வந்திருக்காங்க" என்றார் கெஞ்சும் குரலில். சபாரத்தினம் பின்னால் வந்து விட்டிருந்தார். சுமதியின் முகத்தைப் பார்க்க முயன்றவாறு "ஏம்மா, இது நல்ல எடம். சும்மா வந்துட்டுப் போ" என்றார். சுமதி அழுகையுடன் தலையை மறு புறம் திருப்பிக்கொண்டாள். பொன்னம்மாவும் பக்கத்தில் வந்து கையைப் பிடித்து இழுத்தாள். "ஏண்டி, பெரியவங்க இவ்வள தரம் சொல்றாங்க. வந்து முகத்தக் காமி." சுமதி விலகி செடிகொடிகளுக்குள் புக முயன்றாள். "சரி, என்ன பண்றது, தொந்தரவு பண்ணக் கூடாது. வாப்பா போலாம்" சபாரத்தினம் திரும்பினார். எதிர் தாழ்வாரத்து மூலையில் நெல் மூட்டைகள் நிரம்பி நின்றிருந்தன. "நெல்லு எவ்ள ஆச்சி?" என்றார். அவரைப் பின் தொடர்ந்தபடி சுந்தரம் "அது கடைசில பாத்தா ஒண்ணுமில்ல" என்றார். இருவரும் பெண் பார்க்க வந்தவர்களுடன் உட்கார்ந்தார்கள்.

மு. குலசேகரன்

காட்டாற்று மணல் அணை

கொல்லையைச் சுற்றிப் பார்த்துக் கொண்டிருக்கையிலேயே ஆசாரிகளின் நிலத்துக்குக் கண்கள் சென்றன. அது தொலை தூரம் வரை பரவியிருந்தது. அப்பால் ஏரிக் கால்வாய் ஓடியது. சுந்தரம் பின் புற வரப்பு வழியாக நடந்தார். இரண்டு, மூன்று வருடங்களாகக் குத்தகைக்கு உழுது ஆசாரிகளின் கொல்லை மேல் பற்று வந்து விட்டிருந்தது. அதை எப்பாடுபட்டாவது வாங்கி சேர்த்துக்கொள்ள வேண்டும். அவருடைய நிலத்தை ஒட்டிதானிருந்தது. நடுவில் கானாறு ஓடிப் பிரித்தது. அவர் கடந்து மறுபுறம் போனார். சிமிட்டிக் குழாய் வழியாகத் தொட்டி நிறைந்து நீர் கொட்டிக்கொண்டிருந்தது. குழியில் பரவி கால்வாயில் ஓடியது. பக்கத்து வரப்பில் நடந்து கைப்பிடியற்ற கிணற்றை அடைந்தார். நீர் வெகு ஆழத்திலிருந்தது. மீண்டும் ஊற நீண்ட நேரமாகும். பிறகுதான் மோட்டாரைப் போட முடியும். எள் வயலுக்கு நீர் பாய்ந்துகொண்டிருந்தது. செடிகள் தளர்ந்து வாடிவிட்டதால் பெரிய முருகன் தானாகத் திருப்பியிருக்கிறார். இன்னும் சற்று நேரத்தில் பாய்ந்துவிடும். வழக்கம் போல் பெரிய முருகன் எள் வயலில் ஆளைக் காணவில்லை. பக்கத்தில் கரும்புத் தோட்டத்தினோரம் உட்கார்ந்திருக்கலாம். எதிர்ப்புற வழியாக வீட்டுக்கும் போயிருக்கலாம். முழுதும் பாய்வதற்குள் திரும்பி வந்துவிடுவார். மண்வெட்டி மடை மேல் ஈரத்துடன் காத்திருந்தது.

ஆசாரிகளின் கொல்லைக்கு அடிக்கடி வருவதை சுந்தரம் கைவிட்டிருந்தார். அதன் சொந்தக்காரர்களில் இளைய ஆசாரி ராணுவ வேலையிலிருந்து ஓய்வு பெற்றார். அவர் அவ்வப்போது நிலத்துக்கு விஜயம் செய்தார். எள் அறுப்பு முடிந்ததும் குத்தகையை முடிக்க வேண்டுமென சொல்லி யிருந்தார். ஆசாரிகளுடையது பரம்பரைச் சொத்து. அவர்களின் மூதாதைகள் அக்காலத்தில் பெரும் கைவினைஞர்களென சொல்வார்கள். அவர்கள் எதில் விற்பன்னர்களென்றும் இன்றைய ஆசாரிகளுக்குத் தெரியாது. மூத்த ஆசாரிக்கு இரயில்வே வேலை. கடைசி ஆசாரி இராணுவ உயர் பதவியி லிருந்தார். நடு ஆசாரிக்கு நிறைய பிள்ளைகள். அவர் விடுதலைப் போராட்ட தியாகியும்கூட. தலைநகரத்தில் ஒண்டுக் குடித்தன வீடு. இன்னும் நாலைந்து நாட்களில் எள் அறுத்து, பிறகு கரும்பு வெட்டிவிட்டால் போதும். அப்புறமாக ஆசாரிகளிடம் பேசி முடிவு செய்யலாம். அவர் மோட்டார் கொட்டகையை நெருங்கினார். அவருடைய கொல்லையைப்போல் கிணற்றி லில்லாமல் மின் மோட்டார் உள்ளேயிருந்தது. அதைப் போட்டால் கொட்டகை விழுவதைப்போல் அதிரும். சுவர்கள் பூசப்படாமல் வெறுமனே செங்கற்களை அடுக்கினாற் போலிருந்தன. சில நாட்களில் சுற்றிலும் புல், எருக்கம், ஊமத்தைச் செடிகள் மீண்டும் முளைத்துவிட்டன. கிணற்றுக்குள்ளும் செடிகள் அடர்ந்திருந்தன.

சுந்தரம் முதலில் ஆசாரிக் கொல்லைக்கு வருகையில் மின் கம்பம் மட்டும் நட்டிருந்தது. இன்னும் மின்னிணைப்புக் கொடுக்கப்படவில்லை. மேலே மின் கம்பிகள் குறுக்கும் நெடுக்குமாக ஓடின. அவற்றில் கொத்து கொத்தாகத் தூக்கணாங் குருவிக் கூடுகள் தொங்கின. கிணற்று நீரில் அழுகிய மட்டை களும் இலைதழைகளும் மிதந்தன. கமலையில் நீரிறைக்கும் கற்களுமில்லை. நீண்ட காலமாக நிலம் தரிசாக விடப்பட் டிருந்தது. களைச் செடிகள் காடு போல் வளர்ந்திருந்தன. மலைப் பாம்புகளும் குள்ள நரிகளும் வாழ்கின்றன என்று ஊரார் பேசிக்கொள்வார்கள். புலிகூட ஒளிந்திருப்பதாகக் காக்கா முருகன் சொல்வார். காவலுக்கு ஆள் கிடையாது. நிலத்தைக் குத்தகைக்கு விட்ட மூத்த ஆசாரிக்கு எல்லைகள் தெரியவில்லை. "அதோ, அதுவரை நம்ம கொல்லை" என்றார் பொக்கை வாயை அசைத்தபடி. நடுத்தர வயதிலிருந்தாலும் முதல் இரண்டு ஆசாரிகளின் வாயில் பற்கள் பாதி கொட்டி, கன்னங்கள் ஒட்டியிருந்தன. அவர்களுக்குக் கொல்லையைப் பாதுகாத்தால் போதும். "மீதி வெளையுறதுல பங்குப் போட்டுக் குடுப்பா. நீ ஏமாத்தவா போற?" என்றார் மூத்த ஆசாரி. அந்த

மு. குலசேகரன்

நிலம் சாம்பல் பூத்து கரிந்த பூமி போலிருந்தது. பிசுபிசுப்பான களி மண் கையில் ஒட்டும். எதிர்ப்புறத்தில் கானாற்றை ஒட்டிய மண்ணில் கொஞ்சம் மணல் கலந்திருந்தது. அங்கு சில தென்னை மரங்கள் காய்ந்து வளைந்து நின்றிருந்தன.

சுந்தரம் தன் கொல்லையிலிருந்து கானாற்றைத் தாண்டி தங்கு தடையில்லாது ஆசாரி நிலத்தில் தண்ணீர் குதிப்பதை பார்த்தார். அது இயல்பான தொழில் நுட்பம். கானாற்றின் அடியில் சிமெண்ட் குழாய்கள் புதைக்கப்பட்டிருந்தன. அவருடைய கொல்லை கொஞ்சம் மேடானது. அங்கு தொட்டியில் நீர் நிரம்பி ஆசாரி நிலத்தில் வழிகிறது. மின்சாரம் தேவையில்லை. பக்கத்து ஊர் பஞ்சாயத்துத் தலைவர் அப்பாவுதான் யோசனையைத் தெரிவித்தவர். அவரிடம் சுந்தரம் குத்தகைக்கு ஆசாரிக் கொல்லையை உழப்போவதை முன் கூட்டி சொல்லியிருந்தார். “நீர் சரி சமமாப் பாயும். ஒரே கிடை மட்டத்துல நிரம்பும். மீதி வெளியேறிடும்” என்றார் அப்பாவு. நூறு ஏக்கர் கோயில் நிலங்களில் சிலவற்றின் பாசனத்துக்கு இந்த உபாயத்தை அவர் கையாண்டிருந்தார். ஊராருக்கு ஆச்சரியம் தாளவில்லை. மோட்டார் விசையில்லாமல் நீர் குதிப்பது பெரிய மாய ஜாலம். பிள்ளைகள் வியப்புடன் தண்ணீரில் கும்மாளமிட்டார்கள். ஆசாரிக் கொல்லையின் வயல்களுக்கு நீர் எட்டியது. அவற்றில் கரும்பும் எள்ளும் விளைந்தன. அப்படியும் மீதியுள்ளவை தரிசாகக் கிடந்தன. பெரிய முருகன் மோட்டாரைப் போட்டுவிட்டு வருவார். கிணற்றில் நீர் வற்றுவதை உத்தேசமாகக் கணக்கிட்டுப் போய் நிறுத்திவிடுவார். அதில் தவறே ஏற்படுவதில்லை.

தூரத்தில் ஜவ்வாது மலைத் தொடர்ச்சி அடுக்கடுக்காக நீண்டிருந்தது. பார்ப்பதற்கு அருகாமையிலுள்ளது போலிருந்தது. அதை நோக்கி நடக்கையில் நெருங்கவே முடியாதெனத் தோன்றும். சுந்தரம் இளமையில் அங்கு போயிருக்கிறார். யாருக்கும் தெரியாமல் ஊரிலுள்ள நண்பர்கள் ஒரு பண்டிகை நாளன்று சேர்ந்து சென்றார்கள். அடர்ந்த கருவேல மரங்களினூடே நீளும் ஆள் அரவமற்ற ஒற்றையடிப் பாதை. இரு பக்கமும் முட்புதர்களும் செடிகொடிகளும் கவிந்திருந்தன. அங்கங்கே ஆட்டுப் புழுக்கைகள் விதைகளைப்போல் சிதறியிருந்தன. உச்சியில் சிறிய கொட்டகை போன்ற முருகன் கோயில் விலகிப்போய்க்கொண்டிருந்தது. கால்கள் சோர்ந்தன. கூட்டத்தில் அவர்தான் சிறிய பையன். தங்கவேலு அண்ணன் தேடி கருப்பும் சிவப்பாகவுமிருந்த பழங்களைப் பறித்துத் தந்தார். இறங்கும்வரை அடிநாக்கில் தித்தித்தது. சின்னதாக எழுப்பப்பட்டிருந்த கோயிலை அடைந்தார்கள். அங்கு

ஏற்கெனவே நாலைந்து பேர் கூடியிருந்தார்கள். காலையிலேயே பூசாரி ஏறி வந்துவிட்டிருந்தார். சுந்தரத்துக்கு மறுநாள் முழுவதும் கால்கள் வலித்தன. அந்தக் காட்டிலிருந்துதான் ஓடைகள் இறங்குகின்றன.

அடிவாரத்திலிருந்து கானாறு பிறக்கிறது. இரயில் பாதைகளின் கீழே புகுந்து, நெடுஞ்சாலைக்கு அடியில் வாராவதியில் நுழைகிறது. மழை பெய்த சற்று நேரத்தில் வெள்ளம் பெருகும். பாம்புக் கூட்டத்தைப்போல் வேகமாக ஓடி வரும். சிவந்த மண் நிறத்தில் அலைகள் பொங்கும். உண்ணி, நெருஞ்சிப் பூக்களும் இலை, தழைகளும் குச்சிகளும் மிதக்கும். மேலே மண்ணை இறைத்துக்கொண்டு பூக்கள் ஒட்டிய யானைபோலிருக்கும். அதில் எப்போதாவது மரங்களும் தலை விரி கோலமாக வேருடன் புரண்டோடும். சிவப்பாகக் கானாற்றை அடைத்தபடி செல்லும். புதுவெள்ளம் பெரும் விசையுள்ளது. கணுக்காலளவு நீர்கூட ஆளை இழுத்துப்போகும். அதில் யாரும் இறங்க மாட்டார்கள். ஒரு கோடை மழையில் ஊர்த் தலைவர் கங்கனின் எருமை அடித்துச் சென்றுவிட்டது. அது "ம்மா, ம்மா" என்று பரிதாபமாகக் கத்த கரை மேல் பரிதவித்தபடி பார்த்திருந்தார்கள். யாரும் காப்பாற்ற துணிய வில்லை. மழை நின்ற கொஞ்ச நேரத்தில் வெள்ளம் வடியும். ஆற்றில் கலந்து கானாறு அமைதியடையும். நீர் செம் பழுப்பை இழந்து தெளியும். கானாறும் ஆறும் கலக்குமிடம் மிகவும் அபூர்வமானது. முன் பகுதி சிவப்பாக மங்கிக் கரையும்.

கானாற்று நீர் சாலையின் கீழிருந்த மதகுகளைக் கடந்ததும் அடிக்கடி கரைகளை மீறியது. சுந்தரத்தின் கொல்லையிலும் அருகிலுள்ள ஊரிலும் புகுந்தது. தாழ்ந்த வீடுகளில் நுழைந்தது. பஞ்சாயத்தாரால் ஊரோர கரை பலப்படுத்தப்பட்டது. பிறகு நீர் கொல்லையில் மட்டும் பாய்ந்து கீழ்ப் பக்கமாக வழிந்து மீண்டும் கானாற்றில் கலந்தது. அங்கிருந்து ஆற்றுக்குச் சென்றது. கானாற்று நீரால்தான் தன் நிலத்தில் பொன் விளைகிறது என்பார் சுந்தரம். மழை நின்றதும் கொல்லையை ஆவலுடன் பார்ப்பார். உயிர் பெற்றதைப்போல் மண் சிவந்திருக்கும். ஊதா, ரோஜா நிற வண்டல் அலையலையாகப் படிந்திருக்கும். தலைசாய்ந்த பயிர்கள் மெல்ல நிமிரும். தென்னைகள் தாய்ப்பால் பருகியதைப்போல் நிற்கும். கானாற்று நீர் அதிகமானால் கொல்லை போர்க்களமாகும். கரும்பும் நெல்லும் வேரோடு பிடுங்கப்பட்டு வெளியில் கிடக்கும். வெறும் தழை குவியலாக மூலையில் சேர்ந்திருக்கும். கதிர்கள் முற்றிய நிலையில் நெல் மணிகள் அடித்துச் செல்லப்பட்டிருக்கும். ஒரு பெருவெள்ளத்தில் கொல்லை நடுவிலிருந்த முதிர்ந்த தென்னை மரம் அடியோடு

பெயர்க்கப்பட்டுக் கீழ்க் கொல்ல வரை இழுத்துச் செல்லப் பட்டது. சுந்தரம் வியப்புடன் கவனித்துக்கொண்டிருந்தார். இயற்கையின் மகத்தான சக்தியைக் கையெடுத்து வணங்கு வதைத் தவிர வேறுவழியில்லை. அப்போது கானாறு செங்கடல். மாபெரும் குருதி அலைகள் வீசின. அதில் பெரும் கப்பல்கள்கூட உயிர் தப்ப முடியாது. ஆக்கமும் அழிவும் அருகருகேயுள்ளன என நினைத்துக்கொள்வார்.

ஆசாரி கொல்லைக்குள் கானாற்று நீர் பாய முடியாது. அங்கு கரைகள் அகன்று படுகை தாழ்ந்து சமமாயிருந்தது. பேய் மழை பெய்து வெள்ளம் கரை புரண்டோடினாலும் நிலத்தின் கடைசி வரையிலும் புகாது. கொல்லை மண் எதிர்பக்கம் மட்டும் மணற் பாங்காகவும் பிறகு கெட்டிக் களி மண் போலவு மிருந்தது. சட்டி, பானை செய்யவும் முடியாது. அதில் கானாற்று நீர் பாய்ந்தால் வண்டல் கலக்கும் என்று சுந்தரம் ஆழமாக நம்பினார். பெரு மழை பொழிய கருமேகங்கள் காட்டில் தவழ்கையில் அதைப் பெரிய முருகனிடம் சொன்னார். பெரிய முருகன் நம்பிக்கையில்லாமல் தலையாட்டினார். தூறலில் நனைந்தவாறே கானாற்றில் பாதியளவுக்கு மேல் வேகமாக மடையைக் கட்டினார். எங்கிருந்தோ ஜேம்ஸ் வந்து உற்சாகமாக உதவினார். “நல்லா கெட்டிமா கட்டுப்பா. மணலுங்ககூடச் சேர்த்து மரக் கிளைங்கள போட்டா அசையாது.” இடுப்பு உயரத்துக்குத் தடுப்பு எழுந்தது. மழை கனமாகப் பெய்யத் தொடங்கியது. தூரத்து மலை சாரலில் மறைந்துவிட்டது. சற்று நேரத்தில் சிவந்த காட்டாறு ஓடோடி வந்தது. கொல்லை மேட்டில் குடையைப் பிடித்தபடி சுந்தரம் பதைப்புடன் காத்திருந்தார். தடுப்பில் வெள்ளம் அணையைப் போல் தேங்கியது. இன்னும் கொஞ்சம் உயர்ந்தால் ஆசாரிக் கொல்லையில் பரவும். மற்றொரு புறம் மெல்ல அரிப்பெடுத்தது. திடீரென மடை அங்கங்கே உடைந்தது. மணல் மேடு முழுவதுமாகத்தகர்ந்து விழுந்தது. குறுக்கே வைத்திருந்த மரக்கிளைகள் அடித்துச் செல்லப்பட்டன. கடல்போல் வெள்ளம் பொங்கிச் சென்றது. சுற்றியிருந்தவர்கள் ஓவென ஆர்ப்பரித்தார்கள். “தண்ணியில பெரிய சக்தியில்ல இருக்குது” என்றார் ஒருவர். இன்னொருவர் “அதுக்கு முன்னால நாம ஒண்ணுமில்ல” என்றார். பெரிய முருகன் புன்னகையுடன் பார்த்துக்கொண்டிருந்தார். சுந்தரம் பெருமூச்சுடன் தலையைக் குனிந்துகொண்டார்.

ஆசாரிக் கொல்லையை குத்தகைக்கு எடுத்ததும் களி மண் பூமியை முடிந்தளவு திருத்தத் தொடங்கினார் சுந்தரம். முதலில் கரும்பை நட்டுப் பார்த்தார். பாதி அழிந்தாலும்

மீதி முளைத்தது. சோளத் தக்கைப் போலிருந்த கரும்பில் கிடைத்த வெல்லம் கறுப்பாக கசந்தது. இதனால்தான் ஆசாரிகள் விவசாயம் செய்யாது தரிசாக வைத்திருந்தார்கள் போலும். சுந்தரத்துக்கு நிலத்தை வெறுமையாக விட விருப்பமில்லை. "அது அமங்கலம்" என்றார் பெரிய முருகனிடம். பெரிய முருகனுக்குப் புரியவில்லையானாலும் தலை மயிரைச் சொறிந்தார். ஆசாரிக் கொல்லையை உழுவதை ஆட்சேபிக்கிறார் என்று அர்த்தம். சுந்தரத்தின் எண்ணத்தையும் அவர் உணர்ந்திருப்பார். மூத்த குடியானவர் கிருஷ்ணன் சொன்னபடி கரும்பு வெட்டியதும் மண்ணில் சோகைகளைப் பரப்பி தீ மூட்டினார். அது இரண்டு நாட்கள் நின்று எரிந்தது. கரும் புகை மேகங்கள் நிலத்தைச் சூழ்ந்தன. சுந்தரத்துக்கு அச்சமாயிருந்தது. மறுநாள் நீர் பாய்ச்சி நெருப்பை அணைக்கச் செய்தார்.

சுந்தரம் ஆசாரிக் கொல்லையில் தொடர்ந்து கரும்புப் பயிரிட்டார். அதற்குக் கணக்கு வைக்கவில்லை. நாலைந்து வெட்டுகளானதும் நிலம் பண்படும் என நினைத்தார். தன் நிலத்துக்கும் அதற்கும் சேர்த்து நாற்றுவிட்டார். வாசலில் இரு மடங்கு விதை நெல் குவிந்திருந்தது. தண்ணீர் மோட்டார் நிற்காமல் ஓடியது. இரண்டு இடங்களிலும் மண்ணைப் பிடித்து வைத்து வழிபட்டார். ஆசாரிக் கொல்லையில் எழுந்த முளைகள் மட்டும் கறுத்திருந்தன. பெரிய முருகன் பயந்துவிட்டார். "என்னவோ பேய் புடிச்ச மாதிரியிருக்கு. அங்க தண்ணிக் கட்டப் போனா இருட்டாயிருக்குது. ராத்திரில மண் பளபளன்னு தெரியுது" என்றார். நெற் தாள்கள் நீண்டு சாம்பல் படிந்தவைப் போலிருந்தன.

கிருஷ்ணன் கதை சொல்வதைப்போல் "மண்ணப்போல தான் பயிருங்க. இந்தக் கொல்லையில ஒரு காலத்துல எரிமலைக் குழம்பு ஊறியிருந்துச்சு. அதனால நம்ம மூத்தவங்க மயான பூமியா வுட்டிருப்பாங்க. இதத் தோண்டினா செத்தவங்கள வச்சு புதைச்ச பானைங்க கெடைக்கும்" என்றார். "நமக்குப் பயிர் பண்றதத் தவிர வேற வழியில்ல" என்றார் சுந்தரம். கதிர்கள் கருகியவைப் போல் கறுப்பாக அரும்பின. நெல் மணிகள் கரித் துகள்களைப் போலிருந்தன. பெரிய முருகன் ஓய்ந்து வரப்பின் மறைவில் உட்காருகையில் நிமிண்டிப் பார்த்தார். பால் பிடித்துக் கருக்கா அரிசி போலிருந்தது. வாயிலிட்டு மெல்லுகையில் அடியில் தீய்ந்த சோற்றின் சுவை. அவர் பீதியுடன் எழுந்து சென்றார். சுந்தரம் தன் கொல்லைக் கட்டிலில் படுத்துச் சாலையை வேடிக்கைப் பார்த்துக்கொண்டிருந்தார். பெரிய முருகன் பின்புறமாக நின்றார். தெரிந்துகொண்ட சுந்தரம்

புரண்டு உட்கார்ந்தார். “அந்த நெல்லுக்கு அதே தண்ணியத்தான் கட்டணும்ணா. வேற தாயிப் பாலு ஒத்துக்கல” என்று முனகினார்.

பத்துப் பதினைந்து நாட்களுக்குப் பிறகு அதிகாலையில் வழக்கம்போல் சுந்தரம் வீட்டிலிருந்து கிளம்பினார். கால்கள் தம் கொல்லைக்கும் செல்லாமல் தாமாக ஆசாரி நிலத்தை நாடின. தூரத்து நெடுஞ்சாலையில் வாகனங்களின் உறுமல் அமைதியில் துல்லியமாகக் கேட்டது. கிணற்றடியில் கொல்லையைப் பார்த்தபடி நின்றார். வெளிச்சம் மெல்லப் பரவியது. குப்பைகள் அகற்றப்பட்ட கிணற்று நீர் கண்ணாடிபோல் பளபளத்தது. சுற்றிலும் செடிகொடிகளில்லாமல் புல் செதுக்கித் துடைத்தாற் போலிருந்தது. மோட்டார் கொட்டகைச் சுவர்களின் வெடிப்புகள் முன்பே அடைக்கப்பட்டிருந்தன. சிமிட்டித் தொட்டியின் பிளவுகளும் பூசப்பட்டுத் தழும்புகளைப் போலிருந்தன. அதில் ஓர் ஆள் முழுகலாம். வரப்புகள் கோடிட்டவைபோல் மேடாக நீண்டிருந்தன. நிலம் முழுக்க கால்வாய்கள் ஆழமாக ஓடிக்கொண்டிருந்தன. அவரால் பெரிய முருகனை நினைத்து வியக்காமலிருக்க முடியவில்லை. இந்த நேர்த்தி ஆழ்ந்த ஈடுபாடிருந்தால்தான் கிடைக்கும். ஆனால் நெற்பயிர்கள் மஞ்சளடைந்து வாடியிருந்தன. சில இடங்களில் நெருப்புப் பற்றியவைப்போல் குறுகியிருந்தன. நெல் மணிகள் சிறுத்திருந்தன.

நேற்றுதான் புதிதாக மின் இணைப்புக்கொடுக்கப்பட்டு வயர்கள் கொட்டகைக்குள் கட்டப்பட்டன. உள்ளே மோட்டார் தயாராகக் காத்திருந்தது. சுவரில் குங்குமப் பொட்டுகள் வைக்கப்பட்ட மின் பெட்டியும் பொத்தான் விசையும். பெரிய முருகன் வரப்பில் வேகமாக வந்துகொண்டிருந்தார். அவரும் குளித்துத் திருநீறு பூசியிருந்தார். “என்ன மோட்டாரப் போடலாமா?” என்று சுந்தரம் கேட்டார். பெரிய முருகன் மகிழ்ச்சியுடன் தலையாட்டினார். “நீயே போடு” என்று சொல்லிவிட்டு சுந்தரம் தொட்டியருகில் சென்றார். உள்ளே மின் மோட்டார் ஓடும் ரீங்காரம் கேட்டது. எதிரொலியில் கொட்டகை அதிர்ந்தது. நீர் பளிங்கைப்போல் தொட்டியில் குதித்தது. கால்வாயில் புதுவெள்ளம் போல் ஓடியது. சுந்தரம் ஒரு வாய் நீரை அள்ளிப் பருகினார். வேம்பை அரைத்துக் கரைத்ததுபோல் கசப்பு, உடலில் குளிர்ந்து இறங்கியது. ஜேம்சும் முத்துவும் வந்து சேர்ந்தார்கள். அனைவருக்கும் படைத்த வெல்லம் கொடுத்தார் பெரிய முருகன். நீர் பாய்ந்த வயலுக்குச் சென்று நெல் மணிகளுடன் திரும்பினார். வாயோரத்தில் பச்சைச் சாறு. “ஒடனே மாறிப் போச்சு. இப்ப நெல்லு பால் மாதிரியிருக்குது” என்றார். அவருக்கு ஆச்சரியம் தாளவில்லை. மற்ற மூவரும் சிரித்தார்கள்.

குத்தகை நெல்லை வாங்கிப்போக நடு ஆசாரி நள்ளிரவில் வந்தார். பொன்னம்மாவும் பிள்ளைகளும் வேக்காடு தாங்காமல் தாழ்வாரத்தில் படுத்திருந்தார்கள். தாழ்ப்பாளைத் தட்டியதும் சுந்தரம் கதவைத் திறந்தார். நடு ஆசாரி இரண்டு மூன்று காலி கைப் பைகளுடன் உரக்கப் பேசியபடி உள்ளே நுழைந்தார். "மத்தியானம் பொறப்பட்டு இப்பதான் வர முடிஞ்சது. இன்னும் சாப்படக் கூட இல்ல. நேரா வர்றேன் ..." பொன்னம்மா தன் பாயைச் சுருட்டி அறைக்குள் படுக்கப்போனாள். பிள்ளைகள் அயர்ந்து தூங்கிக்கொண்டிருந்தார்கள். சுந்தரம் பொன்னம்மாவின் பின்னால் சென்று "பாவம், அவரு சாப்பிடலையாம். எதுனாயிருந்தா போடு" என்றார் கெஞ்சும் குரலில். பொன்னம்மா "ச்சு" என சலித்தபடி தலை மயிரை முடிந்தவாறு சமையல்கட்டுக்குள் நுழைந்தாள். சோறு வடித்து அப்பளம் பொரித்தாள். காலையில் வைத்த கத்திரிக்காய் குழம்பு மீந்திருந்தது. நடு ஆசாரி வாயில் சோற்றோடு "என்னப்பா சுந்தரம், இந்தத் தடவைன்னா குத்தகய கூட்டிப் போடு. ஒண்ணும் முடியல. அதான் வெள்ளாமை நல்லா வெளைஞ்சிருக்கே" என்றார். சுந்தரம் நள்ளிரவில் விருந்தாளியை எதிர்த்துப் பேச விரும்பவில்லை. கைகழுவிவிட்டுப் பெஞ்சில் உட்கார்ந்த நடு ஆசாரி சத்தமாகப் பேசத் தொடங்கினார். "இல்லன்னா சொல்லுப்பா. நீ குத்தகைய வுட்டுரு." "எதுனாலும் காலைல பேசிக்கலாம்" என்றார் சுந்தரம். பெஞ்சில் படுத்து நடு ஆசாரி சொல்லிக்கொண்டிருந்தார். "எந்தம்பி மிலிட்டிரில இருந்து வந்துட்டான். எப்பவும் கூடவே துப்பாக்கி வச்சிருக்கான். கொல்லய நாங்களே பாத்துக்கறோம்." அவர் குரல் அறைக்குள் படுத்திருந்த பொன்னம்மாவுக்கும் கேட்டிருக்கும்.

சுந்தரம் ஆசாரிக்கொல்லை கிணற்றருகில் தொடர்ந்து நின்றிருந்தார். இன்றே எள் அறுவடையை முடிக்கலாம் என்று தோன்றியது. செடிகள் வளர்ந்து இலைகளும் குச்சிகளும் காய்ந்திருந்தன. கரும்பச்சையாகக் காய்கள் முற்றியிருந்தன. சில வெடித்துக் கறுப்பாக எள் தெரிந்தது. இன்று நல்ல நாளில்லை, அறுவடைக்கு நாளை மறு தினம்தான் உகந்தது என்று பஞ்சாங்கம் சொன்னது. இல்லாவிட்டால் எள் அளவு குறையலாம். தரம் கம்மியாகலாம். அவர் பெரிய முருகனிடம் கலந்தாலோசிக்க நினைத்தார். இனி எள்ளுக்கு நீர் பாய்ச்சவும் தேவையில்லை. பெரிய முருகன் வழக்கம்போல் கடைக்கோடி வாய்க்காலில் உட்கார்ந்திருந்தார். அப்போது தூரத்தில் வரப்பில் ஒருவர் நடந்து வந்தார். சபாரி சூட், கண்களில் கறுப்புக் கண்ணாடி. அவர் கொல்லைச் சொந்தக்காரர்களில் ஒருவரான கடைசி ஆசாரி. சுந்தரத்தின் அருகில் வந்து நின்றார். "நீங்க இப்பவே

கொல்லய காலி செய்யனும். குத்தகை போதும். நாங்களே பயிர் பண்ணிக்கறோம்" என்றார். சுந்தரம் எதிர்பார்த்ததுதான் என்றாலும் திகைத்தார். "அதெப்படி, எவ்வளோ செலவு செஞ்சிருக்கேன். எள்ளயும் கரும்பும் வெட்டணும். அப்புறம்தா வுட முடியும்." கடைசி ஆசாரி கொல்லையைச் சுற்றும் முற்றும் பார்த்தார். இரு விரல்களை நீட்டி ரிவால்வரை போல் கையை நெற்றிப் பொட்டை நோக்கிக் காட்டினார். "இப்பவே போவணும். இல்லாட்டி சுட்டுக் கொன்னுடுவேன்" என்றார் அழுத்தமான குரலில். சுந்தரம் அவமானத்தில் தலைகுனிந்தார். மின் கொட்டகையோரம் கழற்றிவிட்டிருந்த செருப்புகளை அணிந்துகொண்டு புறப்பட்டார். பெரிய முருகனிடம்கூடச் சொல்லவில்லை. மௌனமாகத் தன் கொல்லையை அடைந்து கயிற்றுக் கட்டிலில் சாய்ந்தார். எதிரில் நெடுஞ்சாலை வேகமாக ஓடிக்கொண்டிருந்தது.

வழிப்போக்கனின் அடையாளம்

நெடுஞ்சாலையிலிருந்து கொல்லை பெரிய தொழிற்சாலையைப்போல் தெரிந்தது. கரும்பு ஆலை புகைப்போக்கியிலிருந்து கரும்புகை சாம்பலுடன் காற்றில் கலந்தது. அதில் சில வேளைகளில் தழல்கள் எழுந்தன. களமெங்கும் கரும்பு கோதுகள் கிடந்தன. கொட்டகைக்குள் கொப்பரையில் கரும்புச்சாறு ஆவி பறக்க கொதித்தது. பலகையில் வெல்ல உருண்டைகள் காய்ந்தன. எங்கும் வெல்ல மணம். ஆலை ஓடும் சப்தம். சுந்தரம் கயிற்றுக்கட்டிலில் உட்கார்ந்து பார்த்துக்கொண்டிருந்தார். தோட்டத்தில் கரும்புகள் வெட்டுண்டு சரிந்தன. சோகைகளைக் கழித்து கரும்புகள் அடுக்கப்பட்டன. கட்டுகளை ஓட்டமும் நடையுமாக வரப்புகளில் சுமந்து வந்து ஆலையில் போட்டுச் சென்றார்கள். ஒப்பந்ததாரர் பீட்டர் தொடர்ந்து கோதுகளை அடுப்பில் தள்ளினார். உள்ளே நெருப்பு பற்றி எரிந்துகொண்டிருந்தது. மற்றொரு ஒப்பந்ததாரர் நாகலிங்கம் இயந்திரத்தில் கரும்புகளை நுழைத்துக்கொண்டிருந்தார். கனத்த பற்சக்கரங்கள் நெரிந்தன. கரும்புச்சாறு ஓடி கலனில் குதித்தது. மேலே புங்க மரத்தின் சிறிய பூக்கள் காற்றில் ஆடி உதிர்ந்தன. பூச்சிகள் கூட்டமாகச் சுற்றின. கீழே நீலப் பூம் படுக்கை.

நாகலிங்கத்துக்குக் குறைந்த கூலிக்கு ஒப்புக் கொண்டதாகச் சந்தேகம். அடிக்கடி மின்சாரம்

நின்றது. இருவரும் இரவு பகலாகக் கண் விழித்து வேலை செய்தார்கள். கரும்பு ஆலை முடிய ஒரு மாதத்துக்கு மேலாகும். ஒப்பந்தமான பிறகு மறுப்பது நியாயமில்லை. நடுவில் பின் வாங்க முடியாது. நாகலிங்கம் அவற்றை மறந்து வேலை செய்துகொண்டிருந்தார். இரவுகளில் நாகலிங்கமும் பீட்டரும் ஆள் மாற்றிக் கண்விழித்தார்கள். பீட்டர் பின்னிரவில் வேலையை நிறுத்திவிட்டு உட்கார்ந்தபடி தூங்கிவிடுவார். தான் மட்டும் அதிகம் வேலை செய்வதாக நாகலிங்கத்துக்கு உறுத்தியது. ஓர் ஆள் துணையிருந்தால் நல்லது என்று நினைத்துக்கொண்டிருந்தார்.

ஓர் இளைஞன் களத்தில் வந்து மௌனமாக நின்றான். நாகலிங்கம் எதிர்பார்த்தது நிகழ்ந்துவிட்டது. அவன் கொட்டகையின் கூரையைத் தொட்டுவிடும் உயரம். நீண்ட கைகளுடன் திடகாத்திர உடல். குழந்தை முகத்தில் மீசை அரும்பத் தொடங்கியிருந்தது. கால்களில் நீண்ட தூரப் புழுதி அப்பியிருந்தது. இயந்திரத்தின் சக்கரம் வேகமாகச் சுழல்வதைக் கண்ணெடுக்காமல் வேடிக்கைப் பார்த்தான். மோட்டாருடன் இணைந்த பட்டை தாளம்போல் பட்பட்டென அடித்துக்கொண்டிருந்தது. நாகலிங்கத்துக்கு அவன் மேல் இனம் தெரியாத பிரியம் எழுந்தது. கரும்புகளை இயந்திரத்தில் விட்டுக்கொண்டே "என்னப்பா வேணும்?" என்றார் சத்தமாக. அவன் "எம் பேரு ராமன், மலையிலிருக்க ஊரிலேயிருந்து வர்றேன்" என்றான். இயந்திரத்தின் கடகடப்பில் நாகலிங்கத்துக்குக் காது கேட்கவில்லை. அவர் மீண்டும் சைகையால் விசாரித்தார். அவன் கத்திச் சொன்னான். "பேரு ராமன், ரொம்ப தூரத்திலேயிருந்து வரேன்." நாகலிங்கம் தலையாட்டினார். அவன் பொய் சொல்கிறானென்று தோன்றியது. அவன் பேச்சிலும் சாயலிலும் எந்த வித்தியாசமும் தெரியவில்லை. உள்ளூர்க்காரனைப் போலிருந்தான். அவர் மேலும் விசாரிக்கவில்லை.

நிறைய வழிப்போக்கர்கள் கொல்லைக்கு வருவார்கள். சாலையில் நடந்து செல்கையில் நிலத்தால் ஈர்க்கப்படுவார்கள். வேலைகளைச் செய்து கூலியை வாங்கிக்கொண்டு போவார்கள். அவர்களுக்கு அலைந்து திரியும் ஆசை மிகுந்திருக்கலாம். அல்லது கசப்பான அனுபவங்களை மறப்பதற்காக வீட்டிலிருந்து கிளம்பியிருக்கலாம். நாலைந்து நாட்கள் தங்குவார்கள். திடீரென சொல்லாமல் போய்விடுவார்கள். ஒரே இடத்தில் கிடப்பதால் கால்கள் அலுத்திருக்கும். அதைப் புரிந்துகொள்ள முடியாது. அவர்களுக்குள் பழைய நாடோடிக் குணம் படிந்திருக்கும். ராமன் வீட்டை விட்டு ஓடி வந்திருந்தால்

புத்தி கூறி அனுப்பலாம். அவன் எதையும் சொல்லவில்லை. வலுவான கைகள் வேலைக்குக் காத்திருந்தன. அவன் பசித்திருப்பான் போலிருந்தது. அது வெளிப்படையாகத் தெரிய வில்லை. நாகலிங்கம் சைகையால் கரும்புச் சாறைக் குடிக்கச் சொன்னார். ராமன் சுற்றிலும் தேடி, வெல்லம் உருட்டுகையில் கை கழுவும் வாளியை எடுத்து வந்து மொண்டான். வாய் வைத்துச் சாறைக் குடித்தான். உதடுகளின் மேல் பால் மீசை படிந்தது. மீண்டும் இயந்திரத்தை ஆவலாகப் பார்த்தபடி நின்றான். நாகலிங்கத்துக்கு நிறைவேற்பட்டது.

அவர் "இந்தா இதில கரும்ப வுடு" என்று எழுந்தார். ராமன் லுங்கியை மடித்துக் கட்டிக்கொண்டு இயந்திரத்தின் எதிரில் உட்கார்ந்தான். நாகலிங்கம் செய்ததைத் திருப்பி செய்தான். ஒரு கையால் கரும்புகளை நுழைத்தான். மறுகையால் கரும்பு களை எடுத்தான். சிறிய இடைவெளியுமில்லை. இயந்திரத்துடன் ஒன்றிவிட்டான். அவர் திருப்தி அடைந்தார். "நடுவுல நிறுத்தக் கூடாது" என்றார். ராமன் திரும்பாது தலையாட்டினான். தான் தேடிய ஆள் வானிலிருந்து குதித்தாற்போலிருந்தது. கரும்பு ஆலையை நட்டமில்லாமல் ஓட்டி முடித்துவிடலாம். பீட்டர் கவனித்தபடி அடுப்பெரித்துக்கொண்டிருந்தார். முகம் நீரால் கழுவியதைப்போல் வேர்வை வடிந்தது. நாகலிங்கம் கொப்பரை மறைவில் உட்கார்நதார். கண்களை மூடி நிம்மதியாகப் பீடி பிடித்தார். திரும்புகையில் கரும்புப் பால் நிரம்பியிருந்தது.

சுந்தரம் எழுந்து மோட்டாரை நிறுத்தினார். ராமன் பற்களைக் காட்டி சிரித்தான். சாப்பாட்டு வேளை கடந்திருந்தது. "என்னப்பா, கொஞ்சம் தின்றியா?" என்றார். அவன் தலையாட்டினான். மகனிடம் பொன்னம்மா கொடுத்தனுப்பிய சாப்பாட்டு அடுக்கை திறந்தார். கொட்டகை எதிரில் கல் பலகையின் மேல் இலையைப் போட்டுக் கொஞ்சம் சோற்றையும் குழம்பையும் வைத்தார். ராமன் கை, கால் கழுவிக்கொண்டு உட்கார்ந்தான். இலை நிறைய உணவிருப்பதைப் போல் மெதுவாகச் சாப்பிட்டான். ஒரு பருக்கை மீதியில்லை. குழம்பையும் வழித்து நக்கியிருந்தான். இலையை மடித்து குப்பைக் குழியில் போட்டான். நாகலிங்கம் சிறிது பொறாமையுடன் பார்த்துக்கொண்டிருந்தார். ராமனை சுந்தரம் எதுவும் கேட்கவில்லை. அவன் விரும்பினால் சொல்லட்டும் என்று நினைத்தார். அவர் முன்பே சில வழிப்போக்கர்களைச் சந்தித்திருக்கிறார். எளிமையாகத் தோன்றினாலும் ஆழமானவர்கள். அவர்களுக்கு நடைப்பயணம் நிறையக் கற்றுக்கொடுத்திருக்கும். அவர் கட்டிலில் உட்கார்ந்து சாப்பிடத் தொடங்கினார்.

மாலையானதும் வீட்டுக்கு ராமனை அழைத்துச் சென்றார் சுந்தரம். அவனை வாசலில் உட்கார கைகாட்டிவிட்டுப் புழக்கடைக்குப் போனார். அவன் தாழ்வாரக் கம்பத்தின் மேல் சாய்ந்து நின்றிருந்தான். பொன்னம்மா கவனிக்காமல் உள்ளே சென்றாள். அவர் கைகால்களைத் துடைத்தபடி வீட்டிலுள்ளவர்களை அழைத்தார். "பாருங்க" என்று பெருமையோடு கண்களால் காட்டினார். தான் கொணர்ந்த உயிருள்ள பொருள் என்பதைபோலிருந்தது. சமையல் கட்டிலிருந்து வந்த பொன்னம்மா, திடகாத்திரமாகக் குழந்தை முகத்தோடிருந்தவனைப் பார்த்து ஆச்சரியமடைந்தாள். சுமதியும் விஜயாவும் அவனைக் கண்டு உள்ளூர வெட்கமடைந்தார்கள். பார்வையைத் தழைத்தபடி தாழ்வாரத்தில் நின்றார்கள். ஒருவருக்குப் பின்னால் ஒருவர் ஒளிய முயன்றார்கள்.

மூலையில் பாடங்களைப் படித்துக் கொண்டிருந்த கார்த்தியும் மோகனும் நிமிர்ந்தார்கள். அவன் கம்பம் உயரமிருந்தான். உத்திரத்தில் தலை இடிக்கும் போலிருந்தது. ஓட்டுக் கூரை தாழ்ந்துவிட்டதாகத் தோன்றியது. அவன் கதைகளிலிருந்து இறங்கிய அதி மனிதன். அவர்கள் புத்தகங்களை மூடி வைத்துவிட்டு அருகில் வந்தார்கள். "நீ எங்கிருந்த வர்ற?" என்றான் கார்த்தி. ராமன் பதில் சொல்லாமல் வெண் பற்களால் சிரித்தான். கார்த்தி பயந்தபடி சற்று எட்டத்திலிருந்தான். மோகன் மேலும் பின்னாலிருந்தான். ராமன் "குட்டிகளா" என்று நெருங்கி அவர்கள் ஒவ்வொருவரையும் தலைக்கு மேல் தூக்கினான். அவர்களுக்கு மேலெழுகையில் உடல் ஜிவ்விட்டது. கூரை கையெட்டும் தூரத்திலிருந்தது. இருவரும் வானத்தைத் தொட்டுவிட்ட மகிழ்ச்சியில் கூச்சலிட்டார்கள். மேலும் உயரப் பறக்க ஆசைப்பட்டார்கள்.

பொன்னம்மா பிள்ளைகளிடம் "போய் படிச்சுட்டு வாங்கடா" என்றாள். அவர்கள் நகரவில்லை. அவள் ராமனின் பக்கத்தில் அமர்ந்தாள். இளமையில் இறந்துவிட்ட தன் தலைச்சன் மகனின் நினைவு வந்தது. அவன் உயிரோடிருந்தால் இவனைப்போலிருப்பான். "உக்காருப்பா, நீ யாரு?" என்றாள். அவன் கம்பத்தில் சாய்ந்து உட்கார்ந்து வெறுமனே சிரித்தான். மாடுகளுடையவைப் போன்ற வரிசைப் பற்கள். "பேரு ராமன். வீட்டில ராமுன்னு கூப்பிடுவாங்க" என்றான். மேற்கொண்டு வாயைத் திறக்கவில்லை. "சரி, இருக்கட்டும். போயி கை கால் கழுவிட்டு வா" என்றாள். அவன் யாரெனத் தெரியாததால் கவலையில்லை. கள்ளமில்லாத சிறுவனைப் போலிருந்தான். பொன்னம்மா எழுந்து சமையலறைக்குள் சென்றாள். ராமன் புழக்கடைக்குப் போய் முகம், கை, கால்களைக்

கழுவி கட்டிய லுங்கியில் துடைத்துக்கொண்டு வந்தான். மீண்டும் கம்பத்தினருகில் உட்கார்ந்தான். வீட்டுக்கு மிகவும் பழகியவனைப் போலிருந்தான். சுந்தரம் பழைய கதர் வேட்டியையும் துண்டையும் எடுத்து வந்து கொடுத்துவிட்டுச் சென்றார். அவன் பத்திரமாக மடித்துப் பக்கத்தில் வைத்துக் கொண்டான். சுமதியையும் விஜயாவையும் பார்த்துச் சிரித்தான். அவர்களும் பதிலுக்குச் சிரித்துவிட்டுத் தலைகுனிந்தார்கள். சுமதி கம்பத்தில் பாதி மறைந்திருந்தாள். விஜயாவின் கைகள் தாவணியை முறுக்கின.

பையன்கள் அவசரமாக வீட்டுப் பாடங்களை முடித்து, புத்தகங்களைப் பையில் திணித்துவிட்டு மீண்டும் ராமனிடம் வந்தார்கள். “ஒரு கதை சொல்லுண்ணா” என்று மோகன் கெஞ்சினான். வீட்டுக்கு யார் வந்தாலும் முதலில் கேட்பது கதைகளைத்தான். விருந்தாளிகள் சுமந்துவரும் பைகளில் அவை பெரும்பாலும் இருப்பதில்லை. உபயோகமற்ற பொருட்களால் கனத்திருக்கும். “என்ன படிக்கிற” என்பார் அவனுடைய சந்திரசேகரன் மாமா. பதிலை உடனே மறந்தும்விடுவார். பார்க்கும் போது மீண்டும் கேட்பார். அவர் அப்பாவிடம் கரும்பைப் பற்றி மட்டும் பேசுவார். இன்னும் பையன் மறையாமல் பக்கத்தில் நின்றிருந்தால் அவனிடம் எதிர்காலத்தில் அரசுத் தேர்வுகளைத் தொடர்ந்து எழுதச் சொல்வார். “நாம எப்பிடியும் அரசாங்க வேலக்குப் போகணும்.” அவருடைய ஒரே லட்சியம் அரசு வேலைதான். அதைதான் அவர் விருப்பமில்லாமல் செய்துகொண்டிருந்தார். மோகன் கேட்டவுடன் ராமன் தயாராயிருந்தவனைப் போல் கதை சொல்லத் தொடங்கினான்.

“ஒரு சின்ன ஊரில ராஜா, ராணி இருந்தாங்க. அவங்களுக்கு ரொம்ப நாளா குழந்த இல்ல. அவங்க சுத்தாத கோயிலில்ல, வணங்காத தெய்வமில்ல. அப்ப ஒரு நா ராஜா கனவுல கடவுள் வந்து ஆத்துக்கு அந்தப் பக்க கரைல ஒரு ஆண் மகவிருக்கும். அதப் போயி எடுத்துக்கோன்னாராம். அவங்களும் போயி எடுத்துட்டு வந்து அத சீராட்டி பாராட்டி வளத்தாங்க. பையனுக்கு ஆபத்து ஏதாவது வந்திடப்போவுதுன்னு வெளியக் கூடத் தலைகாட்ட விடலை. எழுதப் படிக்க, கத்திச் சண்ட, குதிரையேத்தம் எதையும் சொல்லித் தரலை. மகன் வளந்து பெரியவனான். அவனுக்குப் பட்டம் கட்ட விரும்பினாங்க. அப்ப அவன் அத வேணான்னுட்டான். இல்ல, எனக்கு ஊரும் உலகமும் தெரியணும். அப்பத்தான் நாட்ட ஆள முடியு முன்னான். ஒரு நா யாருக்கும் தெரியாம வீட்ட விட்டுக் கிளம்புனான். ரொம்ப தூரம் நடந்துபோனான். மலையோரமா ஒரு குடிசையும் கொல்லையுமிருந்துச்சு. அங்க வயசான

குடியானவர் தனியாயிருந்தாரு. என் பசங்க, பேரப் புள்ளைகல்லாம் ஊரிலயிருக்காங்க, பொண்டாட்டி செத்துப் போயிட்டா, தான் சும்மாயிருக்க முடியாம வெள்ளாம செய்யறதா சொன்னாரு. அவருகிட்ட இந்த ஊரு ராஜாவத் தெரியுமான்னு கேட்டான். எனக்குத் தெரியாதுன்னாரு அவரு. உங்களுக்கு எழுதப் படிக்கத் தெரியுமான்னு கேட்டான். எனக்குத் தெரியாதுன்னாரு அவரு. உங்களுக்குக் கத்திச் சண்ட போடத் தெரியுமான்னு கேட்டான். எனக்குத் தெரியாதுன்னாரு அவரு. வேறென்னதான் தெரியுமுன்னு கேட்டான். எனக்கு வெள்ளாம மட்டுந்தா தெரியுமுன்னாரு அவரு. அவருதான் சரியான ஆளு. அதனால அத எனக்குக் கத்து குடுங்கன்னான் அவன். அவரு அதுக்கு ஒரு வாழ்க்க முழுக்க தேவையாச்சே முடியுமான்னாரு. நா தயாரு, எத்தன சென்மம் வேணுமுன்னாலும் காத்திருக்கேன்னான். அவங் அங்கியே தங்கி கொஞ்சங் கொஞ்சமா எல்லாத்தையம் கத்திட்டிருந்தான். வெள்ளாம செய்ய கூடவே ஏகப்பட்ட விசயங்கள தெரிஞ்சிக்க வேண்டிருந்துச்சு. பூமியப் பத்தி, வானத்தப் பத்தி, மழயப் பத்தி, தண்ணியப் பத்தி, காத்தப் பத்தி, செடி, கொடிங்களப் பத்தி, மனிதர்களப் பத்தி, இப்பிடி. குடியானவரு ரொம்ப காலங் கழிச்சு செத்துப் போனாரு. அவனுக்கும் வயசாயிடுச்சு. புறப்பட்டு ராஜாகிட்ட வந்து, இப்ப எனக்குப் பட்டங்கட்டுங்க, நானும் கொஞ்சம் பாடம் கத்துகிட்டேன்னான். ராஜா அப்ப தொண்டு கிழவனாயிட்டிருந்தாரு. மகனுக்காக உயிரப் பிடிச்சு காத்திட்டிருந்தாரு. சந்தோஷமா மகனுக்குப் பட்டங் கட்டி வச்சாரு. உடனே செத்தும் போயிட்டாரு. அவனும் நாட்ட ரொம்ப காலமா நல்லா ஆண்டிருந்தானாம்."

பையன்கள் கதை முடிந்த பிறகும் "உம்" கொட்டிக் கொண்டிருந்தார்கள். அவர்களுக்கு அரைகுறையாகப் புரிந்தது. தூரத்தில் விஜயாவும் சுமதியும் உட்கார்ந்து கேட்டுக்கொண்டிருந்தார்கள். உள்ளே பொன்னம்மாவுக்கும் சுந்தரத்துக்கும் கேட்டது. அனைவரும் கதையில் லயித்திருந் தார்கள். ராமன் சிரித்தபடி "அவ்வளதான், கதை முடிஞ்சி போச்சி" என்றான். ராமன் பையன்களுக்காகச் சொந்தமாகக் கற்பனைசெய்து கதை சொல்லியிருக்கிறான் என்று பட்டது. "நல்லா கட்டியிருக்கான், ஏதோ அர்த்தமிருக்குது" என்று சுந்தரம் தனக்குள் சொல்லிக்கொண்டார். ராமனிடம் பையன்கள் மறுபடியும் கதை கேட்டு நச்சரித்தார்கள். அவனும் இன்னொரு கதையைச் சொல்லத் தயாரா யிருந்தான். சுந்தரம் அறையிலிருந்து வந்தார். "சரி, நேரமாச்சு. சாப்புட்டுக் கொல்லைக்குப் போ" என்றார். ராமன் கதையை நிறுத்திக்கொண்டு தலையாட்டினான்.

புழக்கடையில் வாழை இலையை அறுத்து வந்தாள் பொன்னம்மா. தாழ்வாரத்தில் விரித்துத் தண்ணீர் தெளித்தாள். சோற்றைக் குவியலாக வைத்து குழம்பை ஊற்றினாள். அவன் பசித்தது போலவும், பசியில்லாதது போலவும் மென்று தின்றான். சிறிதும் வெட்கப்படவில்லை. இரண்டாவது முறை பழைய சுண்டிய குழம்பும் சோறும் போட்டாள். அவன் சாப்பிடுகையில் அவ்வப்போது நிமிர்ந்து சிரித்தான். சுமதியும் விஜயாவும் அதிசயமாகப் பார்த்துக்கொண்டிருந்தார்கள். விஜயா அருகில் சென்று தம்ளரில் தண்ணீரை நிரப்பினாள். அவளுடைய உள்ளாடை தோள்பட்டையில் விலகியிருந்தது. வாசப்படியில் நின்றிருந்த பொன்னம்மா காண்பித்து "தள்ளிவுடு" என்றாள். ராமனும் அதைப் பார்த்துச் சிரித்தான். விஜயா கோபத்துடன் அம்மாவை முறைத்தபடி ஜாக்கெட்டை இழுத்துவிட்டுக் கொண்டு சமையலறைக்குள் புகுந்தாள். ராமன் சாப்பிட்டு இலையை மடித்து எடுத்துப் புழக்கடையில் போட்டான். வேட்டி, துண்டுடன் கொல்லைக்குப் புறப்பட்டான். வெளியில் முழுதாக இருட்டியிருந்தது. "பயமில்லாம போயிடுவியா?" என்றார் சுந்தரம். அவன் சிரித்தபடி தலையாட்டிவிட்டுப் புறப்பட்டான். பேய், பிசாசுக்குக் கொஞ்சமும் அஞ்ச மாட்டான் போலிருந்தது. அவன் தெருமுனையில் மறையும்வரை வாசப்படியில் நின்று பார்த்துக்கொண்டிருந்தார்கள். யாரெனத் தெரியாமல் அவன் திடீரென வந்து சென்றது கனவைப் போலிருந்தது.

ராமனைத் தங்களுடன் வேலையில் சேர்த்துக்கொண்டார் நாகலிங்கம். அவன் கரும்பு வெட்டுவது, சுமப்பது, காய்ச்சுவது, உருண்டை பிடிப்பது எல்லாவற்றையும் இயல்பாகச் செய்தான். பீட்டர் "இல்ல, ஏதோ மர்மம் அடங்கியிருக்குது. அவன் எல்லா வேலைங்களையும் ஏற்கெனவே கத்து வைச்சிருக் கான்" என்றார் சந்தேகமாக ராமனைப் பார்த்தபடி. ராமன் மிகவும் தேர்ந்தவனைப்போல் சூடான வெல்லத்தை உருட்டிக்கொண்டிருந்தான். கைகள் அழுத்திப் பிடிக்காமல் லாகவமாக இயங்கிக்கொண்டிருந்தன. அப்படி உருட்ட பழகியவர்களால்தான் முடியும். "ஒருவேள, அவன் பெரிய விவசாயியா இருப்பானோ?" என்றார் நாகலிங்கம். "பொறந்தது முதலா எங்கியாவது பண்ணக்கி அடிமையாக்கூட இருந்திருக்கலாம்" என்றார் பீட்டர். ராமன் கவலைப்படாமல் வெல்ல உருண்டைகளை எண்ணி அடுக்கிக்கொண் டிருந்தான். "ஒரு நாளைக்குப் பாரு, எதுனா பொருள திருடிட்டுப் போகப் போறான்" என்றார் பீட்டர் சிரிப்புடன். "இங்க அப்படி உசந்தது ஒண்ணுமில்ல" என்றார் நாகலிங்கம். பேச்சு காதில் விழுந்ததைப்போல் ராமன் அருகில் வந்து சிரித்தான்.

கடைசி கரும்புப் பாகுக் கொப்பரையை இறக்கினார்கள். நள்ளிரவு நெடுநேரமாகிவிட்டது. மூவரும் வேகமாக வெல்லத்தை உருட்டிக்கொண்டிருந்தார்கள். அதுவரையில் இளகியிருந்த வெல்லம் பதமாகிவிட்டது. நாகலிங்கம் ஆலை தொடங்குகையில் கொல்லை மூலையில் ஒரு பானையைப் புதைத்திருந்தார். அதில் கரும்புச் சாறு, அது கொதிக்கையில் வரும் அழுக்கு, அழுகிய பழங்கள், மரப் பட்டைகளை ஊறப்போட்டிருந்தார். அது சுந்தரத்துக்குத் தெரியாது. அல்லது அவர் பொருட்படுத்தவில்லை. இன்றும் மாலையானதும் சீக்கிரம் வீட்டுக்குப் போய்விட்டார். அவர்கள் சாராயம் காய்ச்சத் தொடங்கினார்கள். ஒப்பந்த வேலை முடிவில் குடித்துக் கொண்டாடுவது வழக்கம். நாகலிங்கம் சொல்லியபடி ராமன் மறைவாயிருந்த மூன்று பானைகளை எடுத்து வந்தான். பீட்டர் தொட்டி சுரண்டுவதில் மும்முரமாயிருந்தார். அவன் தானாக வெல்ல அடுப்புக்குப் பக்கத்தில் சாம்பல் வெளியேறும் இடத்தில் பானைகளை அடுக்கி வாய்களைப் பூசினான். அடியில் ஊறல் பானை. மேலே துளைகளிட்ட பானை. கவனமாக அடுப்பை எரியவிட்டான். நாகலிங்கமும் பீட்டரும் ஆலையைக் கழுவியபடி ஆச்சரியமாகப் பார்த்துக்கொண்டிருந்தார்கள். நீண்ட நேரமானது. ஊறல் கொதித்து ஆவியாகி, இரண்டாவது பானையின் துளையில் மேலெழுந்தது. குளிர்ந்த நீருள்ள மேல் பானையில் பட்டுத் துளித்துளியாகச் சொட்டியது. அடிப் பாத்திரத்தில் விழுந்து சேர்ந்தது. எங்கும் எரி மணம் பரவியது.

வெல்லத் தயாரிப்பிலும் சாராயம் காய்ச்சுவதிலும் நிபுணரான நாகலிங்கம் திகைத்தார். அவரால் நம்ப முடியவில்லை. அவருக்குத் தனித் தனியாகப் பானைகளை வைத்துக் காய்ச்சிப் பழக்கம். ராமனின் சாராயத்தில் சில துளிகளை பீட்டர் சுவைத்துச் சப்பு கொட்டினார். இனிப்பு, காரம், துவர்ப்பு, அழுகல் சுவைகளின் ஆன்மாக்கள் ஒன்று கலந்திருந்தன. விரலில் தொட்டுத் தீக்குச்சியால் பற்ற வைத்தார். நீலச் சுவாலை ஒரு கணம் தோன்றி மறைந்தது. நாகலிங்கம் பித்துப் பிடித்தவரைப்போல் பார்த்துக்கொண்டிருந்தார். இந்தச் சாராயத்தைக் காய்ச்சி விற்றால் சுலபத்தில் பணக்காரனாகிவிட முடியும். பீட்டர் தன் வாழ்நாளில் உயர்ந்த சரக்கைக் கண்டதில்லை. ராமனைக். கையெடுத்துக் கும்பிட்டார். “ஏன்டா டேய், நீ என்ன கள்ளச்சாராயம் காய்ச்சறவனாடா?” என்றார் கண்கள் தளும்ப. ராமன் சிரித்தான்.

பெரிய முருகன் வெல்ல உருண்டைகளை மோட்டார் கொட்டகையில் அடுக்கிப் பூட்டினார். சாவியை வழக்கம் போல் கதவில் தொங்கவிட்டார். நாகலிங்கம் உட்கால்

சட்டைப்பையிலிருந்து கற்றைப் பணத்தை எடுத்தார். கணக்கிட்டு எண்ணி பெரிய முருகனுக்குக் கொடுத்தார். அவர் வாங்கிக்கொண்டு வீட்டுக்குப் புறப்பட்டார். பீட்டருக்குண்டான பங்குப் பணத்தையும் தந்தார். பீட்டர் "காத்தாலப் பாத்துக்கலாம் வச்சுக்கோ. முதல்ல சாப்புடலாம்" என்றார். நாகலிங்கம் ராமனுக்கும் கணக்கிட்டுப் பணம் கொடுத்தார். அவன் வாங்கி எண்ணாமல் அப்படியே கால் சட்டைப் பையில் நுழைத்துக் கொண்டான். பீட்டரால் மேலும் பொறுக்க முடியவில்லை. ஆலை அடுப்பில் சட்டியை வைத்தார். அதே சூட்டில் எண்ணெய், மிளகாய்த்தூள் போட்டுக் கருவாடு வறுத்தார். சாம்பலில் கோணிப் பையில் மூடி வைத்திருந்த சாராய சட்டியை ராமன் எடுத்து வந்தான். நாகலிங்கம் மூன்று கொட்டாங்குச்சிகளில் ஊற்றினார். சாராயம் இளஞ்சூட்டிலிருந்தது.

நாகலிங்கமும் பீட்டரும் சம்மணமிட்டு உட்கார்ந்தார்கள். நடுவில் தூய சாராயம் வெளிச்சம் பட்டுப் பளபளத்தது. அது இருப்பதே தெரியவில்லை. ராமனை நாகலிங்கம் அழைத்தார். "வா, குடிக்கலாம்." ராமன் கல் கம்பத்தின் மேல் சாய்ந்து நின்றிருந்தான். வழக்கம்போல் சிரித்தான். பீட்டருக்கு அதிசயமா யிருந்தது. "என்னது, குடிக்க மாட்டியா? நீதானே எறக்கினது. குடிச்சிட்டாவது ஏதாவது பேசு" என்றார். இருவரும் ஒரே வாயில் சாராயத்தை விழுங்கினார்கள். தொண்டையில் அமிலம்போல் இறங்கியது. உடல் முழுதும் வெப்பமடைந்தது. போதை விஷம்போல் தலைக்கேறியது. நாகலிங்கம் அதட்டினார். "அவனுக்கு விருப்பமிருந்தா குடிக்கட்டும். இல்லைன்னா வேணாம்" என்றார். தன் சொற்கள் குழறுவதை உணர்ந்தார். ராமன் அருகில் வந்து உட்கார்ந்தான். கருவாட்டுத் துண்டு ஒன்றை எடுத்துத் தின்றான். பீட்டர் நா தழுதழுக்க "இது மாதிரி ஒண்ணை நா குடிச்சதேயில்லடா" என்றார். "அமிர்தமாட்டம் இருக்குது" என்றார் நாகலிங்கம் கண்கள் கிறங்க. ராமன் பற்கள் தெரிய சிரித்தான்.

இருவரும் நீண்ட நேரம் ரசித்துக் குடித்தார்கள் எதையெதையோ பேசினார்கள். கரும்புத் தோட்டத்தில் நாகம், வெல்லத்தில் சாம்பல் கலந்தது, கொப்பரை கவிழ்ந்தது, மின்சார வெட்டில் ஒரு நாளெல்லாம் காத்திருந்தது. அனைத்தையும் பேசி தீர்த்தார்கள். அவை மீண்டும் நிகழ்வது போலிருந்தன. கடைசியில் பேச எதுவுமில்லை. நிம்மதியாக உறங்கத் தோன்றியது. அங்கேயே கால்களை நீட்டிப் படுத்தார்கள். அதிகாலையில் நாகலிங்கம் விழித்துக்கொண்டார். இன்னும் இளம் போதை மிச்சமிருந்தது. லேசாகத் தலை சுழன்றது. கரும்பாலைக் கொட்டகை சுற்றி நின்றது. சட்டிகளும்

கொட்டாங்குச்சிகளும் குடித்ததை நினைவூட்டின. அவற்றைக் கொட்டகை மூலையில் வைத்துக் கோணிப் பையால் மூடினார். பீட்டர் மெய்மறந்த உறக்கத்திலிருந்தார். ஆழ்ந்து தூங்கியதில் குடித்ததுக் கனவைப் போலிருந்தது. நீண்ட நேரமாகியும் ராமன் கண்ணில்படவில்லை. பீட்டரை உலுக்கி எழுப்பி விஷயத்தைச் சொன்னார். பீட்டருக்கு முதலில் ஒன்றும் புரியவில்லை. அங்குமிங்கும் பார்த்தார். அர்த்தமில்லாமல் "எதையாவது திருடிட்டுப் போயிட்டானா?" என்றார். அவரும் எழுந்து தென்னை மரங்களுக்குக் கீழேயும் கொட்டகைக்குப் பின்னாலும் தொட்டிக்குப் பக்கத்திலும் ராமன் படுத்திருக் கிறானா என்று பார்த்தார். அவனை எங்கும் காணவில்லை. மீண்டும் கொல்லை முழுவதும் தேடினார்கள். மோட்டார் கொட்டகையின் கதவில் சாவி தொங்கிக்கொண்டிருந்தது. வெல்லக் குவியல் குலையாமலிருந்தது. நாகலிங்கம் கால் சட்டைப்பையைத் தொட்டுப் பார்த்துக்கொண்டார். கற்றைப் பணம் பிரிக்கப்படாமல் மடித்தபடியிருந்தது. அவன் எங்காவது அடிபட்டு விழுந்திருக்கலாம் என்பதைபோல் நெடுஞ்சாலையில் நின்று பீட்டர் இருபுறமும் பார்த்தார்.

காலையில் சுந்தரம் வீட்டிலிருந்து கொல்லைக்கு வந்தார். மிகவும் நேரமாகிவிட்டிருந்தது. ராமன் காணாமல் போனதைச் சொன்னார்கள். கொட்டகை சுவர் மேல் இடுக்கிலிருந்த ராமனுடைய கைப்பையும் இல்லை என்பதை பெரிய முருகன் கண்டுபிடித்துத் தெரிவித்தார். அவர் போட்டி நீங்கி நிம்மதி யுற்றது போலிருந்தது. சுந்தரத்துக்கு மகனைப் பிரிந்ததைப் போன்ற துக்கம் மேலிட்டது. ராமன் சொல்லிவிட்டுப் போயிருக்கலாம். அவன் வந்ததுபோல் மறைந்திருந்தான். அது கனவு போன்றது. அவனுடைய சிறு தடயமும் எஞ்சியிருக்க வில்லை. அவன் சென்றிருக்கக் கூடிய சாலையைப் பார்த்தார். அது தொடர்ந்து வேகமாக ஓடிக்கொண்டிருந்தது. அனைவரும் வழிப்போக்கர்கள்தான் எனத் தோன்றியது. அவர்களில் ராமனும் ஒருவன். அவன் உண்மைப் பெயரும் ஊரும் தெரியாது. மீண்டும் வர மாட்டான்.

அடுத்த நாள் ஜேம்சும் சின்னதம்பியும் வண்டிகளில் வெல்ல உருண்டைகளை ஏற்றத் தொடங்கினார்கள். அவற்றை வாரம்தோறும் மண்டிக்கு ஓட்டிச் செல்ல வேண்டும். கொட்டகை முழுக்க வெல்லம் நிறைந்திருந்தது. கொல்லையில் மணம் பரவியது. "ஒண்ணு, ரெண்டு மூணு" என்ற ராகமும் கூடவே எழுந்தது. சுந்தரம் பார்த்துக்கொண்டிருந்தார். வெல்லம் சிவப்பாக மணல் போலிருந்தது. ஒன்றுடன் ஒன்று ஒட்டவில்லை. பந்துகளைப்போல் கச்சித உருண்டை வடிவங்களாயிருந்தன.

நாகலிங்கமும் பீட்டரும் நேர்த்தியாக உருவாக்கியிருந்தார்கள். அதில் ராமனும் இணைந்திருந்தான். வீட்டுக்கும் பிறருக்கும் உருண்டைகள் ஒதுக்கப்பட்டன. இரு வண்டிகளின் கூடைகளிலும் நிரம்பிக்கொண்டிருந்தன. இம்முறை நல்ல விளைச்சல். விலையும் கூடுதலாகக் கிடைக்குமென சுந்தரம் நம்பினார். கொட்டகையில் வெல்லக் குவியல் சிறுத்தது. ஜேம்ஸ் வேகமாக எடுத்துக்கொண்டிருந்தார். இன்னும் பத்துப் பதினைந்து உருண்டைகள் மீதியிருந்தன. மூலையில் சுவரில் ஆதிவாசிகள் பதித்ததைப்போன்ற உள்ளங்கை வடிவம். அகல விரிந்த ரேகைகள் அழுத்தமாகப் புலப்பட்டன. ஜேம்சால் உடனே கண்டுபிடிக்க முடியலவில்லை. சுந்தரத்துக்குத் தெளிவாகப் புரிந்தது. அது ராமன் விட்டுச்சென்றது. முன்னெப்போதோ கரும்புப் பாகில் கையை நனைத்து ஊன்றி யிருக்கிறான். அந்தக் கை அசைவதைப் போலிருந்தது.

கட்டை விரல் துண்டு

ஆற்றங்கரையில் பாரதக் கோயில் தனித்திருந்தது. குகை போன்ற கருவறைக்கு முன்னால் விரிந்த சிமெண்டு கூரைக் கொட்டகை. சுற்றிலும் காடுபோல் மரங்கள் அடர்ந்திருந்தன. மழை வேண்டி அக்கம்பக்க ஊர்க்காரர்கள் கூடி அங்கு தீ மிதித் திருவிழா நடத்துவார்கள். உள்ளே கற்சிலையாக திரெளபதி வாளுடன் பீடத்தில் அமர்ந்திருந்தாள். ஊர்வலம் எடுத்துப்போக வேறு மரச் சிற்பங்களிருந்தன. திரெளபதி நடுவிலிருந்தாள். தோளில் கிளி தொத்தியிருந்தது. பக்கத்தில் கத்தியுடன் தருமன். கதையுடன் பீமனும், குதிரை மேல் சகாதேவனும். மறுபக்கத்தில் வில்லேந்திய அர்ச்சுனன், கையில் சுவடியுடன் நகுலன் நின்றிருந்தார்கள். மூலையில் கத்தியை உயர்த்திப் பிடித்தவாறு கர்ணன். அருகில் குழலூதும் கிருஷ்ணன். கீழே அரவான், துரியோதனின் தலைகள். வெளியே பாழடைந்த பெரிய குளத்தில் நீர் பச்சையாகத் தேங்கியிருந்தது. நாணல்கள் உயர வளர்ந்திருந்தன. கரையில், தன் தலையைத் தானே கொய்துகொள்பவனின் நடுகல். சமீபத்தில் மஞ்சள், குங்குமம் பூசி பூஜை நடந்திருந்தது.

எதிரே புளிய மரத்தினடியில் நாலைந்து ஊர் பஞ்சாயத்தார்கள் உட்கார்ந்திருந்தார்கள். அங்கு எப்போதாவது பொதுப்பிரச்சினைக்குப் பஞ்சாயத்து நடக்கும். ஓரத்தில் காக்கா முருகன் கை, கால்கள் கட்டப்பட்டு நின்றிருந்தான். கூட்டத்தின் நடுவிலிருந்த கோவிந்தசாமி தோள் துண்டால்

முகத்தைத் துடைத்துக்கொண்டார். அவருக்குப் பத்துப் பதினைந்து ஏக்கர்கள் நிலம் சொந்தம். சாதீய சங்கத்தின் முக்கிய பொறுப்பாளர். "இவன என்ன பண்ணலாம் சொல்லுங்க" என்றார். நெருங்கிய உறவினர் கந்தசாமி, "பேசாம போலிசுல புடிச்சுக்கொடுத்திடலாம்" என்றார். தேங்காய்கள் திருடுபோன கொல்லைச் சொந்தக்காரர் சத்தியமூர்த்தி ஆவேசமுடன் "ஜெயில்ல கொஞ்ச நாள் இருந்துட்டுவந்து அவம் பழையபடி திருடுவான்" என்றார். "அதான், அவன சும்மா விடக் கூடாது" என்றார் கோவிந்தசாமி. அவர்தான் ஊர்க் கூட்டங்களில் ஆலோசித்துத் தீர்ப்பு வழங்குவார். அனைவரும் மறுக்காமல் ஏற்றுக்கொள்வார்கள். "அவனுக்கு என்னத் தைரியமிருந்தா தேங்காயத் திருடி, அங்கியே உரிச்சு எடுத்துப் போவான்?" என்றார் மற்றொரு ஊர் நாட்டாமை. கோவிந்தசாமி தலையாட்டினார்.

முருகன் சலனமில்லாமல் நின்றிருந்தான். "அதுக்கெல்லாம் ஒரு இது வேணுமில்ல?" என்றார் மாரியப்பன். பக்கத்தில் சுந்தரம் உட்கார்ந்திருந்தார். பஞ்சாயத்துக்குக் கண்டிப்பாக வர வேண்டுமென அவருக்கும் ஆளனுப்பியிருந்தார்கள். அவர் முருகனைப்பற்றி கூலியாட்கள் சொல்லிக் கேள்விப் பட்டிருக்கிறார். கொல்லைக்குப் பக்கத்து ஊர்க்காரன். எப்போதாவது தொட்டியில் தண்ணீர் குடிக்க வந்தால் பேசுவான். அவன் திருடன் என்பதை நம்ப முடியவில்லை. மிகவும் சாதாரணமாயிருந்தான். பத்து நாள் மீசை, தாடி. அவனுக்கு காக்கா பட்டம் இளமையில் சூட்டப்பட்டது. பூனை போன்ற கண்களில் கூர்மையிருந்தது. மகிழ்ச்சியும் தந்திரமும்கூடத் தெரிந்தன. அவை சிமிட்டிக் கொள்வதில்லைப் போலிருந்தன. தன்னைப் பற்றிப் பேசுகிறவர்களை அலட்சிய மாகப் பார்த்துக்கொண்டிருந்தான்.

"நேத்து ரெண்டு மணியிருக்கும். நல்ல தூக்க நேரம். இவம் மரத்துல ஏறினது எப்படியோ தெரிஞ்சதும் புடிக்கப் போனேன். அப்புறமா பக்கத்துக் கொல்ல தொரசாமிய துணைக்கிக் கூப்பிட்டேன். நாங்க ரெண்டு பேருதான். இவம் மரத்து உச்சியில ஒளிஞ்சிகிட்டான். ஏறக்குறைய ராத்திரி முழுக்கக் காத்திருக்கோம். ஒண்ணுக்குக்கூடப் போவல. தொரசாமி கெஞ்சுனாரு. டே, எறங்கி வா. எவ்வளவு நேரமா காத்திருக்கிறதுன்னு. அப்பவும் வரல. மரத்து மேலய மட்டைல நிம்மதியா படுத்துத் தூங்கிட்டிருந்தாம் போலிருக்குது. எனக்கு அழுகையே வந்துடுச்சு. தூக்க கலக்கம். பயம் வேற. திடீர்னு குதிச்சி கத்தியால போட்டா? இவங் கொலக்கி அஞ்சறவன் இல்ல. மட்டையாலகூட அடிச்சுக் கொல்லுவான்" என்று

சத்தியமூர்த்தி சொல்லிக்கொண்டிருந்தார். அவர் இரண்டு மூன்று ஏக்கர் நிலமுள்ள விவசாயி. திருடுபோனதில் மிகவும் ஆத்திரத்திலிருந்தார்.

நடுத்தெரு ராமசாமி "அன்னைக்கு, இவந் தேங்காயத் திருடிட்டிருந்தான். மரத்துலயிருந்து எறங்கி வர்றப்ப நா ஒளிஞ்சி நின்னு புடிச்சேன். அவம் ஓடல. தைரியமா அங்கியே நிக்கான். அதே மரத்துல சேத்து வச்சு கயத்தால சுத்திக் கட்டனேன். கடைசில பாத்தா அவம் வெளில இருக்கான். நா கயத்தால என்னய சுத்திக் கட்டிட்டிருக்கேன். எப்பிடி நடந்ததுன்னு தெரியல. என்னால விடுவிச்சுக்க முடியல. பொறவு எங் கண்ணு முன்னால தேங்காய எடுத்துப் போறான். ஆளு கிட்ட ஏதோ மாய மந்திரம் கண், கட்டு வித்தை இருக்கு" என்று சொல்லிவிட்டுச் சிரித்தார். அனைவரும் சேர்ந்து சிரித்தபடி முருகனைப் பார்த்தார்கள். அவனும் பெருமிதத்துடன் தாடி மீசைக்குள் சிரித்தான். மற்றவர்களும் சுய அனுபவங்களை விவரிக்கத் தொடங்கினார்கள்.

சத்தியமூர்த்தி தன் தடைபட்டக் கதையைத் தொடர்ந்தார். "பொழுது விடிஞ்சது. நாலுபேருக்குத் தெரிஞ்சி வந்து கூடினாங்க. மரத்துல ஆளு இருக்கறது தெரியல. எல்லாரும் மரத்து மேல கல் வீசுனாங்க. அப்பவும் இவம் அசையல. சங்கரன் தைரியமா மேல ஏறிப் பாக்கறதா சொன்னான். இவம் ஆளிருக்க மாட்டான், பக்கத்து மரத்துக்குத் தாவி தப்பியிருப்பான்னுகூட நெனைச்சோம். அப்புறம், ஒண்ணும் பண்ண மாட்டோம், எறங்கி வான்னு சத்தியம் பண்ணிக் கூப்பிட்டோம். இவஞ் சிரிச்சுகிட்டே மெதுவா எறங்கி வந்து நின்னான். அப்ப புடிச்சுட்டோம். அவம் சென்மத்துல திரும்ப திருட முடியாத மாதிரி நல்ல தண்டனயாக் குடுங்க." கூட்டத்தில் அமைதி நிலவியது. "அது நியாயமாவாது. அவனுக்கு ஒங்களால சத்தியவாக்கு குடுத்திருக்கில்ல. நாம நம்ப வச்சு கழுத்தறுக்கக் கூடாது" என்றார் கோவிந்தசாமி. அனைவரும் சலசலத்தார்கள்.

சுந்தரம் தன் எண்ணத்தைச் சொல்ல நினைத்தார். முருகனுக்குப் புத்தி சொல்லி மன்னித்துவிட வேண்டும். திரௌபதி அம்மன் முன்னால் நிறுத்தி சத்தியம் வாங்கிக் கொண்டு அனுப்பலாம். அனைவரும் வழிபடும் சாமியை மீறுகின்ற சக்தி அவனுக்கிருக்காது. ஆனால் சிறு விவசாயிகள் அங்கு பேசக் கூடாது என்பது எழுதப்படாத விதி. மீறிப் பேசினால் "உனக்கு ஒண்ணும் தெரியாது" என்பார்கள். "அப்ப பேசாம இவன வுட்டுடலாம். ஆமாவா காக்கா?" என்றார் சத்தியமூர்த்தி. முருகன் நிமிர்ந்து ஒரு கணம் தாமதித்து ஆமோதிப்பாகத் தலையாட்டினான். மற்றவர்களின் கருத்தை

அறிய ஒரு கண்ணால் தலையைச் சாய்த்து நோட்டமிட்டான். காகம் பார்ப்பது போலிருந்தது. அதற்காகத்தன் அவனுக்குக் காக்கா என்று பெயர் வந்திருக்கலாம். அல்லது உடலில் ஊறிய திருட்டுக் குணத்துக்காகவுமிருக்கலாம்.

“நிச்சயமா அவங் கிட்ட மயக்க மருந்து இருக்குது. அது பட்டாவே நம்ம சுய நினைப்புப் போயிடும். இல்லாட்டி தூக்கம் வந்திடும்” என்றார் ஆத்துக் கொல்லை கதிரேசன். “நானும் மணியும் களத்துல காவலுக்குப் படுத்திருக்கோம். எங்க பக்கத்துலேயே தேங்கா குவிச்சி வைச்சிருக்குது. இவ என்ன மாயம் செஞ்சானோ. எங்களுக்கு ஒண்ணும் தெரியல. தேங்காயத் திருடி அங்கியே உரிச்சு மூட்ட கட்டி எடுத்துப் போயிருக்கான். கொறைஞ்சது ரெண்டு மணி நேரமாவது ஆயிருக்கும். நாங்க பேசாம கிடக்கோம். இல்லியா, காக்கா நா சொல்றது?” என்றார் தொடர்ந்து. முருகன் சரியெனத் தலையசைத்தான். “ஆனா இவங்கிட்ட ஒரு நேர்ம, தருமம் இருக்குது. எங் விரலுல ஒரு ரெண்டு பவுன் மோதிரம் மாட்டியிருக்குது. அத அவந் நெனைச்சா உருவிட்டுப் போயிருக்கலாம். அதுக்குத் தேங்காய்ங்கள விட நூறு மடங்கு மதிப்பு” என்றார். “ஆமாமா, அவந் தேங்காய விட்டா வேற பொன்னு பொருளுகள கையாலத் தொட மாட்டான். இதுல பெரிசா வருமானமும் கெடைக்காது. அவம் ஒருவிதத்துல நல்லவந்தான்” என்றார். மேல் கொல்லைக்காரர் ஆவுடை. “வூட்டுல நொழைஞ்சுத் திருட மாட்டறான் பாருங்க, அத நாம பாராட்டணும். அவந் தெறமிக்கி கெட்டியான வில்லுப் பூட்டுக் கூடத் தெறந்துக்கும். அப்ப நாம பெட்டியில வச்சிருக்கறதுக்கு அர்த்தமில்லாம ஆயிடும். அவம் ஆசைப்பட்டிருந்தா தூங்குற பொம்பளைங்க காதுல கழுத்துல இருக்கதக்கூட கழட்டியிருப்பான்” என்றார் சத்தியமூர்த்தி. “என்ன, நம்ம பொம்பளைங்கல்லாம் ஒழுங்காயிருக்கது அவம் நல்லெண்ணம்னு சொல்றியா?” என்று சிரித்தார் கோவிந்தசாமி. அதனால் மற்றவர்களும் சிரித்தார்கள். காக்கா முருகனும் முறுவலித்தான்.

“அவந் நல்ல குருவுங்ககிட்டல்ல தொளில் கத்திருக்கான். அவம் அப்பன், தாத்தன் எல்லாம் பெரிய தெறமைக்காரங்க. ஆனா அவனவனுக்குத் தனித்தனி வழி முறைங்க. திருட்டு மட்டுந்தான் பொது. முப்பாட்டன் கன்னங்கோலு வக்கறதில பெரியாளாம். கருங்கல் சுவத்துலகூட வப்பானாம். அந்தக் காலத்துல ராஜா அரண்மனைலயே ஓட்ட போட்டதாகூடப் பேச்சுண்டு” என்றார் ராமசாமி. “அப்பன் ரொம்ப பெரிய கடைங்கள்ல மட்டும் திருடுவானாம். கல்லாவுல இருக்க காச எல்லாம் எடுத்துப்பானாம். நெறைய ரொக்கம் இல்லாட்டி

கடைய முழுசா காலி பண்ணுவானாம். வேற திருட்டுக்குப் போவ மாட்டானாம். அவம் வேற ஊரில கார், பங்களாவோட சுகபோகமா வாழ்ந்தானாம். கடேசில எல்லாம் போச்சு" என்றார் கந்தசாமி. "ஆமா, வூடு, கொல்லக் கதவு தெறந்திருந்தாக்கூடக் காக்கா உள்ள நுழைய மாட்டான். அப்பிடி ஒரு நாணயம், நம்பிக்க" என்றார் மீண்டும் கதிரேசன். "அது அப்பிடித்தான். ஒண்ண நெனைச்சிட்டா மத்தது மனசுல ஏறாது. அதே எண்ணம் ரொம்பியிருக்கும். அததான் பெரியவங்க, கலை, தவம்னு சொல்றாங்க" என்றார் ராமசாமி.

"செரி, அவம் எப்புடி மரம் ஏர்றான்னு கேளுங்க. ஒரே தவ்வுல உச்சிக்குப் போறானாம். கால் கயிறுகூடக் கட்டறதில்லயாம்" என்றார் மாரி. "எனக்குக்கூடக் கண் குளிர பாக்க ஆசதான். ஆனா அவம் வாயத் தெறக்கமாட்டானில்ல" என்றார் ராமசாமி. காக்கா முருகனை கோவிந்தசாமி ஏறெடுத்துப் பார்த்தார். அவன் தனக்கும் திருட்டுக்கும் சம்மந்தமில்லை என்பதுபோல் காலாட்டியபடி நின்றிருந்தான். மற்றொரு நபர்மீது பழிகள் சுமத்தப்படுகின்றன என்பது போலிருந்தது. அவற்றைத் தவறு என்று சொல்லக் கூடாது. திறமையோடு திருடுவது அவனுடைய உரிமை. திருடு போகாமல் மற்றவர்கள்தான் பாதுகாப்பாயிருக்க வேண்டும் என்ற பாவனை. அவன் குற்றத்தை ஒப்புக்கொண்டு தண்டனையை ஏற்க மாட்டான். கோவிந்தசாமி "டே முருகா. கொஞ்சம் எங்களுக்கு மரமேறிக் காட்டுடா. நாங்களும் கத்துக்கறோம்" என்றார் சிரிப்போடு. காக்கா முருகன் பலரும் அறிய மரம் ஏற மாட்டான் என்று எண்ணினார்கள். "இது ஒரு வரம்டா. நாலு பேரு பாக்கட்டும். தெறம உன்னோட அழிஞ்சடக் கூடாது" என்றார் ஆவுடை கெஞ்சும் குரலில்.

காக்கா முருகன் குனிந்து கை, கால் தளைகளை அர்த்தமுடன் பார்த்தான். "என்ன, அவுத்து உடணுமா, அப்பிடியே தப்பிச்சு ஓடிப் போயிட மாட்டியே?" என்றார் சத்தியமூர்த்தி. முருகன் இல்லையெனத் தலையாட்டினான். கோவிந்தசாமி "அவம் துரோபதியம்மா சத்தியத்துக்குக் கட்டுப்பட்டவன். எங்கியும் ஓடிப் போவ மாட்டான்" என்று உத்தரவாதமளித்தார். சத்தியமூர்த்தி தான் கட்டியிருந்த கட்டுகளைப் பிரித்தார். உருவிச் செல்லாதவாறு இறுக்கமாகப் பல வித சுருக்கு முடிச்சுகளைப் போட்டிருந்தார். அவற்றை அவிழ்ப்பது கடினமாயிருந்தது. இல்லாவிட்டால் காக்கா அவிழத்துக்கொண்டு எப்போதோ தப்பியிருப்பான். கயிறுகளிலிருந்து விடுபட்டதும் அவன் கை கால்களை உதறியபடி நின்றான். இவ்வளவு நேரம் கட்டுப்பட்டிருந்தது அவமானம் என்று நினைத்தாற்போலிருந்தது.

முருகன் பின்புற வழியாக புதர்கள் அடர்ந்த ஆற்றுப் பக்கம் ஓடிவிடுவான் என்று பலரும் எண்ணினார்கள். அங்கு சென்றுவிட்டால் யாராலும் பிடிக்க முடியாது. ஆளுயுர நாணல், முட் செடிகளில் மறைந்துகொள்ளலாம். ஆற்றின் வழியாகவே வேறு மாநிலங்களுக்கும் போய்விடலாம். அவன் வேகத்துக்கு ஈடுகொடுப்பதும் கடினம்.

முருகன் நிதானமாகச் சுற்றிலும் பார்த்தான். சற்று தூரத்தில் கோயிலுக்குச் சொந்தமான பத்துப் பதினைந்து தென்னை மரங்கள் நின்றிருந்தன. மூலையில் கீழேயிருந்து பறித்துக்கொள்ளலாம்போல் இளந்தென்னை. பக்கத்தில் உயரமான வளைந்து நெளிந்த முதிய தென்னை. ஒடிந்து விழுந்து விடும்போல் முறுக்கி நின்றிருந்தது. உச்சியில் கருடன்கள்கூட வசிக்கும். அதில் யாரும் ஏறத் தயங்குவார்கள். கால்கள் ஓய்ந்துவிடும். அந்த மரம்தான் வித்தை காட்ட ஏற்றது என நம்பினான் போலும். அதை நோட்டமிட்டுவிட்டு நெருங்கி ஏற்ற கோணத்தில் நின்றான். கைகளில் மண்ணை அள்ளித் தேய்த்து எச்சில் துப்பி பூசிக்கொண்டான். சற்று பின்னால் நகர்ந்து வேகமாக மரத்தை நோக்கி விரைந்தான். ஒரே தாவில் ஆளுயரத்தை அடைந்தான். பிறகு கைகளையும் கால்களையும் மாற்றி வைத்தபடி மரத்திலிருந்து உடம்பு விலகியிருக்க அதிவேகத்தில் ஏறினான். குரங்கு ஏறுவதைப் போலிருந்தது.

கண்ணிமைக்கும் நேரத்தில் உச்சிக்குச் சென்றுவிட்டான். தேங்காய் குலைகள் பழுத்துக்கிடந்தன. ஓலைகள் காய்ந்து கூந்தலைப்போல் தொங்கின. தென்னை மரம் பேயைப் போலிருந்தது. மட்டைகளில் கால் வைத்துக் குருத்தோலையுடன் முருகன் ஒட்டி நின்றான். அங்கு திட்டுபோலிருந்த இருட்டில் மறைந்தான். நீண்ட நேரமாகச் சப்தமில்லை. திரும்பி வர மாட்டான் போலிருந்தது. "போதும் வா" என்று குரல் கொடுத்தார் கோவிந்தசாமி. அதில் அன்னியோன்யம் கலந்திருந்தது. பதிலளிப்பதுபோல் ஒரு தேங்காய் மட்டும் கீழே விழுந்தது. திடீரென முருகன் மற்றொரு தென்னைக்குக் காற்றில் தாவினான். அங்கிருந்து இன்னொரு மரத்துக்கு. கடைசியாக வேறொரு பக்கத்திலிருந்து இறங்கி வந்தான். அனைவரும் பிரமிப்பில் மூழ்கியிருந்தார்கள். கனத்த அமைதி நிலவியது. சத்தியமூர்த்தி மட்டும் அவனை மீண்டும் கட்ட கயிறுடன் நெருங்கினார். "எதுக்கு, வேணாம்" என்றார் மாரியப்பன். சத்தியமூர்த்தி கயிறைக் கீழேப் போட்டார்.

பஞ்சாயத்தார்கள் மீண்டும் கூடி உட்கார்ந்தார்கள். காக்கா முருகன் எதிரில் தலைகுனிந்து நின்றிருந்தான்.

கோவிந்தசாமி தொண்டையைக் கணைத்துக்கொண்டார். "உம். உண்மையில சொல்றன், பெரிய கலைஞன்டா நீயி." பலரும் நாவால் உச்சுக்கொட்டியும் தலையாட்டியும் மெச்சி ஆமோதித்தார்கள். சத்தியமூர்த்தி சற்று தயக்கத்துடன் "ஆனாக்க, அவம் பண்ற திருடு கொஞ்சமில்ல. நல்ல முத்தின தேங்காய்களாத்தான் களவாடறான். எப்பிடி பொறுக்கிறான்னு தெரியல. ஒவ்வொரு வெட்டுக்கும் தவறாம அம்பது காய்ங்க. நாம எப்படி பொளைக்கறது?" என்றார். "அதுவுமில்லாம அவன வுட்டு வச்சா மத்தவனுக கத்துப்பாங்க. எல்லாத்துக்கும் பயம் போயிடும். அது ஆபத்துல முடியும்" என்றார் திரும்பவும் ஆத்திரமடைந்த கந்தசாமி. திடீரெனக் கோபத்துடன் பற்களைக் கடித்தபடி கோவிந்தசாமி "நம்ம சொந்தப் பொருள எடுக்க இவம் யாரு? நம்ம அப்பனுக்கு கூத்தியாளுக்குப் பொறந்தவனா? நமக்குக் கௌரவந்தா முக்கியம்" என்றார். "இதுக்கு ஒரு முடிவ இப்பவே கட்டணும், இத சும்மா வளரவுடக் கூடாது, ஆமா" சத்தியமூர்த்தி ஆக்ரோஷம் பெற்றவராக. "அவன யாரு உட்டா?" என்றார் கோவிந்தசாமி. பிறகு பக்கத்திலிருந்தவர்களுடன் நீண்ட நேரம் கலந்தாலோசித்தார். மற்றவர்கள் தங்களுக்குள் மெதுவாகப் பேசிக்கொண்டார்கள். காக்கா முருகன் மேலிருந்த வியப்பு கலைந்திருந்தது. மீண்டும் அவன் திருட்டின்மீது வெறுப்புண்டானது. தங்களுக்குள்ளான நியதிகளின்படி ஏற்ற தண்டனையை வழங்குவதென தீர்மானிக்கப்பட்டது.

காக்கா முருகனை நாலைந்து பேர் நெருங்கினார்கள். நீதிபதிகளினுடையவை போல் முகங்கள் கடுமையாக மாறியிருந்தன. அவனைக் கெட்டியாகப் பிடித்து உட்கார வைத்தார்கள். சுந்தரம் ஆவலுடன் பார்த்துக்கொண்டிருந்தார். தாங்கள் தண்டனை வழங்குவது சரியெனப்பட்டது. அவன் திருந்தப்போவதில்லை. காக்கா முருகனுடைய வலது கையைப் பற்றினார் சத்தியமூர்த்தி. கீழே பொங்கல் வைத்துச் சிதறியிருந்த அடுப்புக் கல் மேல் வைத்து அழுத்தினார். அவனுக்குப் புரிந்துவிட்டது, தன் ஞானத்தைக் காலமெல்லாம் காட்டவிடாமல் தடுக்கப்போகிறார்கள். அவன் முதன்முறையாகப் பயந்தான். தன்னை விடுவித்துக்கொள்ள முடிந்தளவு போராடினான். அனைவரும் அசையவொட்டாமல் கெட்டியாகப் பிடித்திருந்தார்கள். கோவிந்தசாமி வேட்டியை மடித்துக் கட்டிக்கொண்டார். இடது கையால் ஒரு கல்லைப் பொறுக்கி எடுத்தார். அவருக்கு இடது கைப் பழக்கமில்லாவிட்டாலும் அலட்சியத்தைக் காட்ட அதை உபயோகப்படுத்துவார். முருகனின் வலது கைக் கட்டை விரல்மீது இரண்டு மூன்று தரம் ஓங்கிக் குத்தினார். சுந்தரம் சுற்றியுள்ள தலைகளுக்கு

மேல் எட்டிப் பார்த்தார். புழு நசுங்குவதைப் போல் நச்சென சப்தம் எழுந்தது. விரல் இரத்தக் கூழாகிச் சிதைந்தது. முருகன் கூப்பாடிட்டு அழவில்லை. அந்தக் கையை மற்றொரு கையால் இறுகப் பற்றினான். கட்டை விரலைப் பார்த்தபடி பல்லைக் கடித்து வலியைப் பொறுத்துக்கொண்டான். அனைவரும் கலையத் தொடங்கினார்கள்.

சுந்தரம் ஊர்க்காரர்களுடன் கிளம்பினார். வரப்புகளில் குறுக்கு வழியாக நடந்தால் நீண்ட நேரமாகாது. இந்தப் பாரதக் கோயிலில் எப்போதாவது மகாபாரதக் கதாகாலட்சேபம் சொல்லப்படும். அதுவும் மழை பொய்த்து ஊராருக்குக் கோயில் நினைவு வந்தால்தான். அவருக்குச் சில வருடங்களுக்கு முன்பு கேட்டது நினைவு வந்தது. தொடர்ந்து முப்பது நாட்கள் நிகழ்ந்தது. கடைசியில் துரியோதனன் படுகளமும் தீ மிதித் திருவிழாவும். தினம் இரவுகளில் தெருக்கூத்தும் கூடவே நடைபெறும். நடுவில் ஒருநாள் துரோணாச்சாரியார் காணிக்கையாகக் கட்டைவிரலைக் கேட்கும் படலம் வந்தது. ஏகலைவன் மனமுவந்து கொடுக்கிறான். கட்டை விரலைத் தாயத்தாகக் கழுத்தில் அணிந்துகொள்கிறார் குரு. இப்போதும் ஏகலைவன் உருக்கமுடன் பாடியது காதில் ஒலித்தது. அவர் திரும்பிப் பார்த்தார். தூரத்தில் காக்கா முருகன் அதே இடத்தில் தலை குனிந்து மண்டியிட்டிருந்தான். அவனும் கட்டைவிரலை இழந்திருந்தான். அங்கு மீண்டும் எப்போது பாரதக் கதைச் சொல்லப்படும் எனத் தெரியவில்லை. அவர் மௌனமாகக் கூட்டத்துடன் நடந்தார்.

உவர் மண் மணம்

பேருந்து நிலையத்தைத் தாண்டிய முதல் நிறுத்தம். திரையரங்கும் கடைகளும் கொண்ட நெரிசலான புற நகரம். அதற்குப் பின்னால் விவசாயம் நடப்பதை நம்ப முடியாது. சுந்தரம் கூட்டமான நகரப் பேருந்திலிருந்து இறங்கினார். கையில் கால் மூட்டை எள் பாறையாகக் கனத்தது. வரிசையாக வீடுகள், தெருக்கள், ஏரிக் கால்வாயைக் கடந்து சந்திரசேகரனின் கொல்லையை அடைந்தார். கண்ணுக்கெட்டிய தூரம்வரை நிலம் விரிந்திருந்தது. பாதிக்கும் மேல் கருவேல மரங்களும் முட் புதர்களும் அடர்ந்திருந்தன. அவருக்கு எப்போதும் ஆசாரிகள் நிலம் ஞாபகம் வரும். இது அதன் தொடர்ச்சி. இங்கு நிறைய மொட்டைக் கிணறுகள் திறந்து கிடப்பதாகச் சொல்வார்கள். அப்பால் சுடுகாடும் ஆறும் இரயில் பாதையும் ஓடின. அவரால் ஒரு முறையும் கொல்லையை முழுதாகச் சுற்றிப் பார்க்க முடியவில்லை. நூறு ஏக்கர்களிருக்கும் என்றார்கள். முன்புற ஏழெட்டு ஏக்கர்கள்தான் பயன்பட்டன. எதிரில் பெரிய கிணறும் தொட்டியும் நீண்ட கால்வாய்களு மிருந்தன. ஒட்டி மோட்டார் கொட்டகையு மிருந்தது. அவை ஒருகாலத்தில் விவசாயம் தழைத்திருந்ததைக் காட்டின.

அது பொன்னம்மாவின் அம்மாவுக்குச் சொந்தமான நிலம். நீண்ட தலைமுறைகளாகத் தொடர்வது. இப்போது அண்ணன் சந்திரசேகர னுக்கு மட்டுமானது. "என்னைக்கிருந்தாலும் அவம் தங்கச்சிக எங்க ரெண்டு பேருக்குதா கொல்ல

கெடைக்கப் போவுது" என்பாள் பொன்னம்மா. சந்திரசேகரன் நீண்ட காலத்துக்குப் பிறகு அரசுத் துறையில் தலைமை குமாஸ்தாவாகப் பதவி உயர்வு பெற்றிருந்தார். தலைநகரிலேயே மனைவியுடன் வாடகை வீட்டில் குடியிருந்தார். கல்யாணமாகி பத்தாண்டுகள் கழித்துக் குழந்தை பிறந்து இறந்துவிட்டது. இருவரும் குழந்தைக்காக நம்பிக்கையுடன் அவ்வப்போது மருத்துவமனைகளுக்குச் சென்றார்கள். அதற்குச் சமமாகக் கோயில்களுக்கும் போனார்கள். சாமியார்கள் கூறிய எல்லாப் பரிகாரங்களையும் செய்தார்கள்.

சமீபத்தில் சந்திரசேகரனும் மனைவியும் புகழ் பெற்ற ஜோதிடரிடம் போயிருந்தார்கள். "ரொம்ப சக்தியானவரு. யாராலும் தீர்க்க முடியாததையெல்லா தீர்த்து வைக்கிறாரு. அவரு சொல்லித்தா ரொம்ப காலமா நின்னுப்போயிருந்த வூட்ட நாங்க கட்டி முடிச்சோம்" என்றாள் சந்திரசேகரன் மனைவியின் தெருத் தோழியின் தோழி. ஜோதிடர் நீண்ட நேரமாக ஜாதகக் கட்டங்களை வரைந்து கணக்கிட்டு ஆராய்ந்தார். கண்களை மூடி தியானித்தார். "உங்களுக்குச் சொந்தக் கொல்லையிருக்குதா?" என்று கேட்டார் திடீரென்று. இருவரும் வியப்புடன் ஒருவரையொருவர் பார்த்து "ஆமா" என்றார்கள். "அத தரிசாப் போட்டிருக்கீங்களா, என்ன?" என்றார் ஜோதிடர். அவர்கள் குற்றவுணர்வுடன் தலையாட்டினார்கள். "அப்ப அத உழாமல் விடாதீங்க, பயிரு செய்யிங்க. குழந்தை பொறக்கலாம்" என்றார் ஜோதிடர். அவர் எதிரிலேயே "ஞாயித்துக் கெழமைங்களில போயி பயிரு பண்ணிட்டு வந்திடுங்க" என்று மெல்ல அறிவுறுத்தினாள் மனைவி. சந்திரசேகரன் "அதெல்லாம் என்னால முடியாது. எந் தங்கச்சி வீட்டுக்காரு சுந்தரத்துக்கிட்ட குத்தகை விடலாம். விவசாயத்துல ரொம்ப பழக்கமுள்ள ஆள்" என்றார். அவருக்கு நீண்ட நாட்கள் முன்பு அந்த யோசனை எழுந்திருந்தது. "ஓ, அதுதா உத்தமம்" என்றார் ஜோதிடர். "இது கூட முடியாது..." மனைவி முணுமுணுத்தாள். அப்படியாவது நீண்ட கால தரிசு நிலத்தில் சில முளைகள் எழும். அதனால் மண்ணும் பண்படும். எதிர்காலத்தில் பூமியின் மதிப்பும் கூடுமென சந்திரசேகரனுக்குத் தோன்றியது.

சுந்தரம் வழக்கம்போல் அதிகாலையில் தன் கொல்லைக்குச் சென்று இந்தக் கொல்லைக்கும் வருவார். பிறகு வீடு திரும்பி குளித்து பூஜைசெய்து சாப்பிடுவார். அதற்குள் மதியமாகும். "அதுக்கு வெவசாயம் பண்ற பேய் புடிச்சிருக்கு, கடைசிவரை வுடாது" என்றாள் பொன்னம்மா பிள்ளைகளிடம். ஒரு நாள் நள்ளிரவில் கொல்லை வேலை முடிந்து வீட்டுக்கு வந்திருந்தார் சுந்தரம். "அந்தக் கொல்லை எங்க பாட்டன்,

முப்பாட்டனுங்களது. எந்அண்ணங்காரன் என்னயும் அக்காவயும் அம்மாவயும் ஏமாத்தி கையெழுத்து வாங்கிட்டான். அதுல சட்டப்படி எங்களுக்கு உரிம இருக்குது. நீ கேளு. இல்லாட்டி புள்ள குட்டிஇல்லாத கொல்லய கவர்மெண்டு எடுத்துக்கும். அதில புல்லு பூண்டுகூட முளைக்காது. சும்மா போயி வெதைச்சிட்டிருக்காத" என்று சாப்பாடு வைத்தபடி சொன்னாள். "பேசாம போயி படு" என்று சுந்தரம் சோற்றுக் கவளத்தை விழுங்கியவாறு பதிலளித்தார். சந்திரசேகரன் மறுநாள் நேராகக் கொல்லைக்கு வந்திருந்தார். பிறகு சுந்தரத்துடன் தங்கை வீட்டுக்கும் வந்தார். சாப்பிட்டு முடித்ததும் புறப்பட்டார். "இவ்வளவு சொத்திருந்தும் வாரிசுக்கு ஒரு பிள்ளையில்லாம அலையுறியே" என்று பொன்னம்மா கண் கலங்கினாள். சுந்தரம் குழம்பி நின்றார்.

அந்தக் கொல்லை முழுவதும் களி மண்ணாலானது. தொட்டால் பசை போல் ஒட்டும். சட்டி, பானை செய்யவும் லாயக்கில்லை. நிலமும் தூரத்திலோடும் ஆறும் கொஞ்சமும் சம்பந்தமில்லாதிருந்தன. பூமியில் துளி மணல் கலக்கவில்லை. கருவேல மரங்கள் மட்டும் காடுபோல் வளர்ந்திருக்கும்.இந்த இடம் பல்லாண்டுகளுக்கு முன்னால் நூற்றுக்கணக்கானவர்களுக்குச் சொந்தமானது. அவர்களுக்கு எழுதப் படிக்கத் தெரியாது. ஊக்கத்துடன் விவசாயம் செய்ய மாட்டார்கள். தினமும் கூலி வேலைக்குப் போவார்கள். சந்திரசேகரனின் அப்பா நகரில் வட்டிக் கடை வியாபாரி. பெரிய திண்ணையில் திண்டில் சாய்ந்திருப்பார். பணம் தேவைப்பட்டால் அவரிடம் கடன் பெறுவார்கள். அவர் அதை ஆவணமாக எழுதி முறைப்படி பதிவு செய்வார். நீண்ட காலமாக வட்டி, அசல் கேட்க மாட்டார். கடைசியில் அதற்கு ஈடாக வீடு, நிலங்களைக் கிரயமாக்கிக்கொள்வார். கடனாளிகளுக்குக் கணக்குப் புரியாது. அவர்கள் சொந்த நிலங்களிலிருந்து வெளியேற்றப்பட்டார்கள். அந்தப் பூர்வீக உடமையாளர்களின் சாபம் இம்மண்ணில் கலந்துவிட்டது, அதனால்தான் போட்ட விதை முளைக்க வில்லை என்று கொல்லைக் காவல்காரர் குப்புசாமி ஒரு நாள் ரகசியமாக சுந்தரத்திடம் கூறினார். உழத் தொடங்கும் முன்னால் எச்சரிகை மணி ஒலித்தது போலிருந்தது. சுந்தரத்துக்குப் பல காலம் விவசாயம் செய்த நம்பிக்கையிருந்தது.

முதலில் சுந்தரம் நிறைய ஆட்களைக்கொண்டு நிலம் முழுவதையும் உழுதார். பூமி மலர்ந்தாற்போலிருந்தது. பிறகு காய்ந்து கிடந்த மண்ணை ஈரமாக்கினர். அவரின் கொல்லையில் செய்வதுபோல காட்டு இலை தழைகளை உரமாகப் போட்டார். அதைப் போலவே விதைக்கவும் எண்ணினார். அவர் தன்

வீட்டில் பாதுகாத்திருந்த நெல்லை ஊறப்போட்டார். மூலை வயலில் நாற்றுகளையும் விட்டார். பின், முப்பது, நாற்பது வயல்களில் நடவு நடந்தது. நூற்றுக் கணக்கான பெண்கள் குனிந்து நாற்று நடும் காட்சியைக் காண மகிழ்ச்சியாயிருந்தது. அவர்கள் வாய்விட்டுப் பாடினார்கள். நெற் பயிர்கள் தழைக்கும் என்று சுந்தரம் நம்பினார். அவ்வளவு பெரிய பரப்பில் விவசாயம் செய்வது இதுதான் முதல்முறை. இத்துடன் ஒப்பிட்டால் தன் கொல்லை சிறிய துண்டு. அதில் இரண்டு ஏர் பூட்டி, கூடை நெல் விதைத்தால் போதும்.

வயல்களில் நாற்றுகள்விட்டு நாலைந்து நாட்களாகி விட்டன. அவை வளராமல் வெறுமனே நின்றிருந்தன. பிறகு மெல்ல துவளத் துவங்கின. பயிர்கள் மஞ்சள் படர்ந்து வாடி மண்ணில் சாய்ந்தன. வேலைக்காரர் நீர் பாய்ச்சுவது வீணென்று நிறுத்திவிட்டார். வயல்கள் காய்ந்தன. நிலம் முழுவதும் பாளங்கள் வெடித்தன. மேலே பயிர்கள் கருகிய சடலங்களைப்போல் கிடந்தன. சுந்தரம் வரப்பிலிருந்து நீண்ட நேரம் பார்த்துக்கொண்டிருந்தார். மனம் வாடியிருந்தது. முதலீட்டுப் பணம் முழுவதும் மண்ணில் மறைந்ததை எண்ணியபடியிருந்தார். காவல்காரர் குப்புசாமி பக்கத்தில் வந்து மௌனமாக நின்றார். அவர் முதலில் சொன்னதைக் கேட்டிருக்கலாமெனத் தோன்றியது.

சுந்தரம் மனதைத் தேற்றிக்கொண்டார். விவசாயி வறட்சி, வெள்ளம், நோய்க்குச் சோரக் கூடாது. அவனுடைய வேலை விதைப்பது மட்டும்தான், அறுவடை செய்வதும் இல்லை. அம்மா ஊன்றுகோலால் தரையைத் தட்டி சொல்வது போலிருந்தது. அவளிருந்தால் இந்தக் குத்தகைக்கு ஒத்துக்கொண்டிருக்க மாட்டாள். "ஏன்டா, ஊரான் கொல்லையிலப் போயி வெதைக்கணும்?" என்றிருப்பாள். "நாம உழுதா நெலம் நமது ஆவுமில்லையாம்மா?" என்று அவர் பதிலளித்திருப்பார். "அடுத்த முற சோளம் போடலாம். அது கண்டிப்பா வரும்" என்று எங்கோ பார்த்தபடி சுந்தரம் சொன்னார். குப்புசாமி திடுக்கிட்டார். "திரும்பவும் பயிர் பண்ணனுமா?" என்று முணுமுணுத்தார். பணத்தை மலட்டுப் பூமியில் விதைப்பதை நினைத்துப் பரிதாபப்பட்டாற்போலிருந்தது. ஆனால் விவசாயம் செய்வதைத் தவிர வேறு வழியில்லை. கொல்லையை அடைய வேண்டுமானால் வெறுமையாகவிட முடியாது. மறுபடியும் நிலத்தில் சோளம் விதைக்கப்பட்டது. இதுவரை கண்ணில்படாதிருந்த பறவைகள் எங்கிருந்தோ வந்தன. மண்ணில் அமர்ந்து சோளங்களைத் தின்றன. கீச்சொலிகள் சுற்றுப்புறத்தை நிறைத்தன. கொல்லை நன்றாக

விளைந்தது போலிருந்தது. சந்திரசேகரனின் நிலம் முழுதாக மாறிவிட்டது. சுந்தரம் திருப்தியுற்றார். நோட்டை எடுத்துக் கொல்லைச் செலவுகளைக் குறித்துக்கொள்ளத் தொடங்கினார். "சோளம்... படி... ரூ..."

அங்கங்கே சோளப் பயிர் முளைகள் மெல்ல எழுந்தன. நிலத்தில் பசுமையாகச் சுடர்விட்டன. மற்றவை தாமதமாக விளையும் என்று சுந்தரம் எண்ணினார். நாலைந்து நாட்களாகியும் வேறு துளிர்கள் கண்ணில்படவில்லை. முளைத்தவையும் நிதானமாக வளர்ந்தன. தண்டுகளும் தாள்களும் குச்சிகளைப் போலிருந்தன. மன வளர்ச்சி குன்றிய குழந்தைகளைப்போல் மண்ணில் நின்றன. என்றாலும் சுந்தரம் ஆனந்தப்பட்டார். அவை நம்பிக்கையின் ரேகைகள். தினமும் சோளப் பயிர்களைப் பார்த்தார். தண்டுகள் தடித்து பசுந் தாள்கள் விரிந்தன. வழக்கத்தைவிட நீண்ட நாட்களாகிக் கதிர்கள் அரும்பின. மெதுவாகப் பால் பிடித்தன. எங்கிருந்தோ வாசனையை உணர்ந்து மீண்டும் பறவைகள் படை திரும்பி வந்தது. சோளப் பயிர்களில் அமர்ந்து ஆராவரித்தன. மிகுந்த களிப்புடன் கொத்தித் தின்றன.

இதுவரை வேளாண்மை செய்திராத குப்புசாமி கொல்லையைப் புதிதாகப் பார்த்தார். சோளப் பயிர்களில் சுற்றி வந்தார். அவர் பார்த்திராத பறவைகள் வந்திருந்தன. கையைத் தூக்கி விரட்டினார். சற்றும் பயமில்லாமல் எழுந்து பறந்து திரும்ப அமர்ந்தன. சோளங்களைத் தேடிக்கொத்தித் தின்றன. பறவைகளைப் பயமுறுத்த முடியாது. அச்சத்தை உடனே மறந்த பழைய பறவைகளாகின்றன. அவை தின்றது போகத்தான் விளைச்சலென்று சுந்தரத்துக்குத் தெரியும். இங்கு காவல் பொம்மையை வைக்கவும் விரும்பவில்லை. ஆவலுடன் அறுவடைக்குக் காத்திருந்தார். கதிர்களை அடிக்கையில் சோளங்கள் நகையின் மணிகளைப் போல் உதிர்ந்தன. அவர் கைகளால் அளைந்தார். அனைத்தும் பிஞ்சாகவும் சிறுத்துமிருந்தன. சில மட்டும் முழுதாயிருந்தன. அவை எதிர்காலத்துக்கு விதைகளாகத் தோன்றின.

சோளத் தட்டைகளை அறுத்த வெற்று வயல்களைப் பார்த்துக்கொண்டிருந்தார் சுந்தரம். தனக்குள் கூறிக் கொள்வதைப்போல் "அப்புறமாக் கரும்பு நடலாம்" என்றார். குப்புசாமி திருப்தியுடன் தலையசைத்தார். அவருக்கு விவசாயத்தின் மேல் ஆர்வம் வந்திருந்தது. நிலம் முழுவதும் பசுந் தோகைகளால் போர்த்தப்படப் போவதைக் கற்பனை செய்திருப்பார். அவர் "அதுக்கென்ன, கண்டிப்பா போட்டுப்

பாக்கலாம்" என்றார். சுந்தரம் தன் உற்ற தோழர் கோபாலை அழைத்து வந்தார். கோபால் கொல்லை முழுவதும் சுற்றினார். அது கண்ணெட்டும் மட்டும் விரிந்து கிடப்பதைக் கண்டு வியந்தார். மண்ணைப் பற்றிக் கவலைப்படவில்லை. பாத்திகளின் திசையையும் நீள, அகலங்களையும் பற்றி சொல்லிக் கொண்டிருந்தார். "வெளி மண் காயும் முன்னால நீர் கட்டணும். உள்ள ஈரமில்லாமிருக்கக் கூடாது." சுந்தரம் புன்னகையுடன் கேட்டுக்கொண்டிருந்தார். அருகில் குப்புசாமி உட்கார்ந்திருந்தார். "வேரில தள்ளிதா ஓரம் வைக்கணும். அப்புறமா காஞ்ச சோகைங்களக் கழிச்சு கீழ பரப்பணும். கடேசியா கரும்புங்கள வுழாம பிணைஞ்சிக் கட்டணும்" என்றார். குப்புசாமி கூர்ந்து கேட்டார். கோபால் ஒரு கலைக்களஞ்சியம் போலிருந்தார். இருட்டும்வரை வரப்பில் உட்கார்ந்து பேசிக்கொண்டிருந்தார்கள். விடியற்காலையில் கோபால் கிளம்பினார். சுந்தரம் தன் சொந்த நிலத்துக்குப் போவதை மறந்திருந்தார். அதை மூத்த மகன் கார்த்தி கவனித்துக்கொள்ளத் தொடங்கியிருந்தான். சுந்தரம் அதிகாலையில் எழுந்து நேராக இந்தக் கொல்லைக்கு வந்துவிடுவார். வீட்டில் பூஜைகளை அம்மா வற்புறுத்தலால் சின்னவன் மோகன் செய்தான். சுந்தரத்துக்குச் சாமி கும்பிடவும் நேரமில்லை.

நிலம் முழுக்கக் கரும்புப் பாத்திகள் நீண்டிருந்தன. மண்ணை நனைத்தபடி நீர் ஓடிக்கொண்டிருந்தது. மேட்டில் ஒன்றிரண்டாகக் துண்டுக் கரும்புகள் வரிசையாக வைக்கப்பட்டிருந்தன. நடப்படுவதுதான் பாக்கி. சந்திரசேகரன் கொல்லையைப் பார்க்க வந்தார். அந்த நிலத்தில் தொடர்ந்து விவசாயம் செய்வது அதீதம் என நினைத்தார். அதன் விதி தரிசாகக் கிடக்க வேண்டியதுதான். "மச்சான், உங்களுக்கு ரொம்ப துணிச்சல். போட்டியெல்லாம் வேணாம். பேசாம கொல்லைய விட்டுடுங்க" என்றார். "அதெப்படிப்பா நடுவுல விடறது? விவசாயத்த தொடர்ந்து செஞ்சுட்டிருக்கணும். கணக்கெல்லாம் பாக்கக் கூடாது" என்றார் சுந்தரம். "செரி, நஷ்டமானா அத என்னால தர முடியாது" என்றார் சந்திரசேகரன் தீர்மானமாக. "லாபத்துக்கு மட்டும் வருவ போலிருக்குது" சிரித்தார் சுந்தரம். சந்திரசேகரன் பதிலளிக்காமல் கிளம்பினார்.

கரும்புகள் மெல்ல வளர்ந்தன. இரண்டு மூன்று துளிர்கள் மண்ணை வெடித்துக்கொண்டு மேலெழுந்தன. அனைத்தும் முளைக்கும் என்றுபட்டன. இரவு பகலாக சுந்தரம் காத்திருந்தார். எங்கும் வெளியில் போகவில்லை. மோட்டார் கொட்டகையிலும், வெக்கையானால் தண்ணீர்த்

தொட்டிச் சுவர் மேலும், வரப்புகளிலும் படுத்தார் . காலையில் துணிகளைத் துவைத்துவிட்டுக் குளிப்பார். காயும்வரை துண்டைக் கட்டிக்கொள்வார். இஸ்திரி, கஞ்சியில்லாமல் கதர் சட்டையும் வேட்டியும் மேலும் கசங்கின. மூப்படைந்த சருமத்தைப் போல் சுருங்கிவிட்டன. தோய்க்கும் ஒவ்வொரு முறையும் கிழிந்துவிடும்போல் தோன்றும். மத்தியானத்தில் சாலையிலிருந்த சிறிய ஓட்டலில் ஒரு சாப்பாடு வாங்கி இரு வேளையும் உண்டார். குப்புசாமி சலிக்காமல் கரும்புத் தோட்டத்துக்கு நீர் பாய்ச்சிக்கொண்டிருந்தார். அவரும் எப்போதாவது அருகிலிருந்த வீட்டுக்குச் செல்வார். அவருக்கு வீட்டிலிருந்து வந்த உணவை இருவரும் பகிர்ந்தும் கொள்வார்கள். சில வேளைகளில் சுந்தரம் அவருக்கும் சேர்த்து உணவு வாங்கினார். கணக்குகளை மறக்காமல் எழுதினார். இன்று சாப்பாட்டு செலவு ரூ... ஆக மொத்தம் செலவு ரூ...

கரும்புகள் பசும் தோகைகளை விரித்தன. நடுவயல்களில் அடர்ந்திருந்தன. வரப்போரங்களில் முளைக்காமலும் மெலிந்துமிருந்தன. சுந்தரம் வரப்புகளில் சுற்றிக்கொண்டிருந்தார். சில முளைகள் வளராமல் போனது தலையைக் குடைந்தது. “நீ கரும்புக் கன்னுங்ககிட்ட வாய்விட்டுப் பேசற” என்றார் குப்புசாமி. “நீ மட்டும் என்னவாம். தண்ணி கட்டறப்ப மொணமொணன்னு எதையோ சொல்லிட்டிருக்க” என்றார் சுந்தரம். அவருக்கு அடிக்கடி கொல்லையில் வழி மறக்கும். ஒரு முறை கடைக் கோடிக்குச் சென்றுவிட்டார். அங்கு எல்லை காண முடியாமல் நிலம் காடாயிருந்தது. தூரத்து சுடுகாட்டில் பிணம் புகைவிட்டு எரிந்துகொண்டிருந்தது. அப்பால் பாலத்தின் மேல் இரயில் சிறியதாக தெரிந்தது. இரண்டு புகைகளும் மேலெழுந்து ஒன்று கலந்தன. அவர் இரயிலை மறையும்வரை பார்த்துக்கொண்டிருந்தார். நீண்ட நேரம் சப்தம் ஒலித்தது. பிறகு மெல்லத் திரும்பினார். இந்த நிலம் தனக்குச் சொந்தமாக வேண்டுமென்ற விருப்பம் எழுந்தது. இது தன் மனைவிக்கும் உரிமையான பூமி. இந்தக் களர் நிலத்தில் தன் உழைப்பு சிந்தியிருக்கிறது. மனைவியின் நகைகளை அடகு வைத்து நிறையப் பணம் கொட்டப்பட்டிருக்கிறது. இது தனது உடமையானால், சொந்த ஊரையும் வீட்டையும் துறக்கலாம். தன் கொல்லையையும் மறக்கலாம். இதில் வாழ்நாள் முழுவதையும் போராடிக் கழிக்கலாம். அவருக்கு மண் மணம் நெஞ்சை நிறைத்தது.

கரும்புகள் பரவலாக விளைந்தன. அங்கங்கே நீண்டும் வளைந்தும் குறுகியுமிருந்தன. அவற்றின் ஒழுங்குடன் வளரவில்லை. சில முற்றி பூக்கத் தொடங்கின. வெட்டி

சர்க்கரை ஆலைக்கு அனுப்புவதா, வெல்லம் காய்ச்சுவதா என்று குழப்பமாயிருந்தது. சந்திரசேகரன் முதலாவதையும், இரண்டாவதை சுந்தரமும் தேர்ந்தெடுத்தார்கள். குப்புசாமி சுந்தரம் பக்கம் நின்றார். “அவரு என்ன சொன்னாலும் சரியாயிருக்குமுங்க” என்றார். சந்திரசேகரன் தன் வேலையாள் எதிர்த்துப் பேசியதில் திகைத்தார். இருவரையும் மாறிமாறிப் பார்த்தார். நாகலிங்கமும் பீட்டரும் நுழைந்ததும் கொல்லையில் உயிர்க்களை வந்தாற்போலிருந்தது. வெல்ல ஆலைத் தொடங்கியது. ஆரம்பத்தில் மகன் கார்த்தி பார்த்துவிட்டுச் சென்றான். நாகலிங்கமும் பீட்டரும் இரவும் பகலும் வேலை செய்தார்கள். காய்ச்சிய வெல்லம் கறுத்திருந்தது. “பூனைப் பீ மாதிரியிருக்குது. ஏன்ணா இத உழுத?” என்றார் பீட்டர். வெல்லத்தை உருண்டை பிடிக்க முடியவில்லை. “அவரு என்ன பண்ணுவாரு, இந்த மண் அப்பிடி. அத மாத்த முடியாது” என்றார் நாகலிங்கம். அந்த வெல்லம் சந்தையில் குறைந்த விலைக்குதான் போகும். கள்ளச் சாராயம் காய்ச்ச வாங்குவார்கள்.

சில நாட்களில் கரும்பு ஆலை முடிந்துவிடும். சந்திரசேகரன் விடுமுறையில் மீண்டும் வந்தார். கைப் பை நிறைய துணிகளும் போர்வையும் எடுத்து வந்திருந்தார். அவரும் நிலத்தில் தங்கினார். நீண்ட கால்சட்டையைக் களைந்து வேட்டிக்கும் துண்டுக்கும் மாறினார். மோட்டார் கொட்டகையில் அடுக்கிய வெல்ல உருண்டைகள் பாகு போல் ஓடின. கொல்லை முழுவதும் சாராய வாடை வீசியது. பூச்சிகளும் கொசுக்களும் சூழ்ந்தன. சந்திரசேகரனுக்குத் திறந்த வெளியில் படுத்துப் பழக்கமில்லை. தூக்கமில்லாமல் ஓலையில் புரண்டார். எதிரில் சுந்தரம் கையைத் தலைக்கு வைத்துப் படுத்திருந்தார். “எல்லாத்தையும் மறந்துட்டுப் பேசாம படு. தூக்கம் வரும்” என்றார். அவரும் நாளை வேலை முடிந்து வெல்லம் விலைபோவதைப் பற்றி நினைத்துக்கொண்டிருந்தார்.

தண்ணீர்த் தொட்டி மேல் சந்திரசேகரனும் சுந்தரமும் மத்தியானம் சாப்பிட்டுக்கொண்டிருந்தார்கள். கீழே கைப்பிடிச் சுவர் குளிர்ந்திருந்தது. குப்புசாமி உணவு வாங்கி வந்திருந்தார். சந்திரசேகரனுக்குக் கோழிக்கறிக் குழம்பு, சுந்தரத்துக்குத் தயிர்சாதம். சந்திரசேகரன் “நா வேலய விட்டுடலாம்னு நெனைக்கிறேன். அப்படியே நெலத்தையும் வித்துடணும். இனிமே பயிர் செய்ய வேணாம். நா நிம்மதியா காலம் கழிக்கப்போறேன்” என்றார். சுந்தரம் திகைப்பை மறைத்துக்கொண்டு சாப்பிட்டார். திடீரென சந்திரசேகரன்

முடிவெடுப்பார் என நினைக்கவில்லை. ஆனால் ஒருவகையில் எதிர்பார்த்ததுதான். சந்திரசேகரனுக்குப் பயிர்களைக் கண்டு ஆசையுண்டாகியிருக்கும். கொல்லையில் தன்னைக் காலூன்றாமல் வெளியேற்ற திட்டமிட்டிருப்பார். "இது உங் கொல்லை. நீ என்னா வேணுமானாலும் செய்யி" என்றார் சுந்தரம் மெதுவாக. அவருக்குத் தொண்டை அடைத்தது. சாப்பிட்டதும் கொட்டகைக்குள் பத்திரமாக வைத்திருந்த கொல்லையின் செலவுக் கணக்கு நோட்டை எடுத்து நீட்டினார். சந்திரசேகரன் புரட்டியும் பார்க்காமல் திருப்பித் தந்தார். "எதுக்குக் குத்தகைக்குப் போயி கணக்கு எழுதியிருக்கீங்க? அதெல்லாம் உங்க செலவு. எனக்கு லாப நஷ்டம் தேவையில்ல" என்றார். சுந்தரம் பதில் பேசாமல் கணக்கு நோட்டை வாங்கிக்கொண்டார். உடனே தன் சொந்தக் கொல்லைக்குத் திரும்ப வேண்டும் என நினைத்துக்கொண்டார்.

வரிசையாக வெட்டிய குழி

கொல்லை முழுவதும் புதிய தென்னை மரக் கன்றுகள் காற்றில் அசைந்தன. இன்னும் பிரியாத ஓலைகள் பசுந்தோகைகளைப்போலிருந்தன. அவை பார்ப்பவர்களைச் களவாடத் தூண்டும். இளகிய மண்ணிலிருந்து செடிகளைச் சுலபமாகப் பிடுங்கலாம். நாலைந்து வயல்களில் கரும்புப் பயிர்கள் மூடியிருந்தன. மீதி இடங்களில் கன்றுகள் தனியாயிருந்தன. அவற்றுடன் பிறகு நெல்லும் விதைக்கலாம். ஆனால் கானாறு ஓடி நிறைய நாட்களாகிவிட்டன. ஆற்றில் வெள்ளமில்லை. தூரத்து ஏரி காய்ந்துவிட்டது. கொஞ்ச நேரம் மோட்டார் ஓடினால் கிணற்றில் அடிப்பாறைகள் புலப்பட்டன. மின்சாரம் பாதி நாள்தான். இரு வயல்களுக்கு மட்டும் நீர் வரும். முழுக் கொல்லையும் தரிசாகக் கிடப்பதுபோல் தோன்றியது. தென்னம் கன்றுகளை நட்டதும் மண்ணில் பசுமை படர்ந்தது. காணும்போதெல்லாம் சுந்தரத்துக்கு ஆசாரிகளின் கொல்லைக் குத்தகை பறிபோன, சந்திரசேகரன் நிலத்தில் பயிரிடுவதை இழந்த ஆற்றாமை குறைந்தது.

நடு வாய்க்காலில் பத்துப் பதினைந்து தென்னை மரங்கள் உயர நின்றிருந்தன. முன்பு குடியிருந்த ராஜா கைப்பட நட்டவை. ஏறக்குறைய சுந்தரத்தின் வயதுள்ளவை. அவை முதிர்ந்து காய்ந்திருந்தன. சில வளைந்து கேள்விக்குறி போலிருந்தன. அவற்றில் ஏற முடியாது. எல்லாவற்றையும்விட உயரமான மரத்தில் ராஜாளி குடியிருப்பதாகச் சொன்னார்கள். “அது ராத்திரில மட்டும் தனியா பறந்து வரும்.

கூட்டிலிருக்க குஞ்சுங்களுக்கு எரையூட்டும். விடியறதுக்கு முன்னால பறந்து போவும். யாரு கண்ணுலயும் படாது." பெரிய முருகன் கண்களில் பயம் தெரிய சொல்வார். "அதுக்கு றெக்கைங்க ஒவ்வொண்ணும் கீத்துங்க மாதிரி." அவ்வப்போது மரத்தின் கீழே நீண்ட இறகுகள் உண்மையில் உதிர்ந்திருந்தன.

அந்த மரங்களிலிருந்து தேங்காய்கள் முற்றியதும் தாமாக விழுந்தன. அவற்றை நட வேண்டுமென பெரிய முருகன் ஆசைப்பட்டார். ஒவ்வொன்றாகப் பொறுக்கிவந்து அடுக்கினார். மோட்டார் கொட்டகை பாதி நிறைந்தது. உள்ளே கட்டில் போடவும் இடமில்லை. "எப்ப மேலயிருந்து காய் வுழுமுன்னு கீழ பெரிய முருகன் காத்திட்டிருக்காரு. அப்பிடியே புடிச்சி எடுத்தாந்துடறாரு" என்று ஜேம்ஸ் சொல்லி சிரித்தார். சுந்தரமும் சேர்ந்து சிரித்தார். சுற்றியுள்ள கொல்லைகளில் நீர்ப் பற்றாக்குறை, பராமரிப்பு குறைவு, வருவாய்க்காகத் தென்னை நடுவது புதுப்போக்காகியிருந்தது. அடுத்து அதுதான் வழி என்பதைப் பெரிய முருகன் காட்டியது ஆச்சரியமும்தான். நெற்றுகள் சேர்ந்ததும் பெரிய முருகன் வீட்டுக்குக் தூக்கி வந்தார். அவராகத் தோட்டத்து மூலையில் பள்ளம் வெட்டி ஆற்று மணலை நிரப்பினார். நெருக்கமாகத் தேங்காய்களை நட்டுவிட்டுச் சென்றார். அவற்றுக்கு சுந்தரம் மறக்காமல் தினமும் நீரூற்றினார். அவரில்லாவிட்டால் பொன்னம்மா ஊற்றினாள். நீண்ட நாட்களாகியும் தென்னை நாற்றுகள் முளைக்கவில்லை. அவர் யாருமறியாமல் பிடுங்கிப் பார்க்க நினைத்தார். சிறு முளைகளுள்ள தேங்காய்களைப் பிளந்தால் உள்ளே பருப்பு பூப் போலிருக்கும். அலாதி ருசியானது.

கடைசியில் பசும் முளைகள் மேலெழுந்தன. இரு தளிர்கள் காற்றில் அசைந்தாடின. அப்போதுதான் சுந்தரத்துக்கு நம்பிக்கை வந்தது. உவகையுடன் தண்ணீர் ஊற்றினார். எங்காவது வெளியூர் சென்றால் மனம் பதறும். பொன்னம்மாவிடம் சொல்லிவிட்டு வருவார். அவள் வேறுவழியில்லாமல் நொடித்தபடி இரு வேளையும் நீரூற்றினாள். செடிகள் வளர்ந்து நின்றன. சுந்தரம் கொல்லைக்கு எடுத்துச்சென்று நடவில்லை. தண்ணீர் ஊற்றுவதையும் நிறுத்தினார். வீட்டுக்குள் தென்னைகள் அடர்ந்து காடுபோலிருந்தன. ஆளுயுரத்துக்கு வளர்ந்துவிட்டன. உள்ளே பச்சை இருட்டுச் சூழ்ந்தது. புலி, சிங்கங்கள் வந்து ஒளியும். மலைப்பாம்புகள் வாழலாம். ஓலைகள் ஒன்றோடொன்று ஒட்டி கரங்களைப் போலிருந்தன. பொன்னம்மா நீரூற்றுகையில் சுந்தரத்தையும் சேர்த்துத் திட்டினாள். பின்னாலிருந்து பிள்ளைகள் வேடிக்கைப் பார்த்தார்கள். "இந்த மனுசனுக்குக் கொஞ்சங்கூடப் பொறுப்பில்ல. வளந்ததும் கொண்டுபோயி

கொல்லையில வைக்கிற எண்ணம் துளியுமில்ல. காலா காலத்துல பயிரும் பொண்ணுகளுக்குக் கல்யாணமும் பண்ணலைன்னா நாசமாப் போவும்." பொன்னம்மா தொடர்ந்து சபித்தாள்.

தென்னங்கன்றுகளை நடுவதை நினைக்கவே சுந்தரத்துக்குப் பயமேற்பட்டது. கொல்லை முழுவதும் நூற்றுக்கணக்கான குழிகள் வெட்ட வேண்டும். கூலி மிகவும் அதிகம். அது பெரிய முதலீடு. தன் வாழ்நாளில் தென்னையால் எந்தப் பயன்களும் கிடைக்காது. அடுத்த தலைமுறைதான் அனுபவிக்கும். பொன்னம்மாவின் நச்சரிப்பு அதிகமானது. அவள் எதிர்காலத்தில் தன் பிள்ளைகள் பலனடைய நினைத்தாள். சீக்கிரம் கன்றுகளை நட்டால்தான் வளர்ந்து காய்க்கும். அவள் விடாமல் சொல்லிக்கொண்டிருந்தாள். அவ்வப்போது பெரிய முருகனும் ஞாபகப்படுத்தினார். "இப்பவே தேங்காய் செடிங்கள வைக்கணும்..." அவர் தலைமயிரைச் சொறிந்தால் சுந்தரம் புரிந்துகொளவார். ஆழ வேரூன்றிய பின்னால் கன்றுகளைப் பிடுங்கி நட்டால் வளராது. ரத்தக் குழாய்களைப் போன்ற வேர்கள் அறுந்துவிடும். இனியும் காலம் கடத்த முடியாது.

சுந்தரம் நீண்டநேரம் சவரம் செய்துகொண்டிருந்தார். மார்பு, அக்குள்களிலிருந்த நரைத்த உரோமங்களையும் வழித்தார். கண்ணாடியில் விஜயா அங்குமிங்கும் குறுக்கிட்டுக் கொண்டிருந்தாள். அப்போதுதான் அம்மாவிடம் இரட்டை சடை பின்னியிருந்தாள். பள்ளிக்குக் கிளம்பும் நேரம். "போயி உங்கம்மாகிட்ட எதுனா நகை கேளு. தேங்கா செடி வைக்கணும்" என்றார். அவளுக்குத் தூதுவராவதில் பெருமையாயிருந்தது. இதுபோன்ற சந்தர்ப்பங்களை முன்பும் கையாண்டிருக்கிறாள். நேராக பொன்னம்மாவிடம் சென்றாள். அம்மா சுவரில் சாய்ந்து கால்களைக் கட்டி எரியும் அடுப்பைப் பார்த்துக்கொண்டிருந்தாள். தீ நாக்குகள் கணமும் நில்லாமல் நர்த்தனமாடிக்கொண்டிருந்தன. மஞ்சள், செம்மஞ்சள், சிவப்பிலான மென்மையான இதழ்கள். நீலமும் அபூர்வமாகத் தோன்றியது. அவள் மணிக்கணக்கில் உட்கார்ந்து எதையோ யோசிப்பாள். "ம்மா, அப்பாவுக்கு நகை வேணுமாம். கேக்குறாங்க. தேங்கா செடிங்க நடணுமாம்" என்றாள் விஜயா அவசரமாக. அக்கா முன்பே பள்ளிக்குப் புறப்பட்டிருந்தாள். தம்பிகளும் சென்றிருந்தார்கள். பொன்னம்மா ஆங்காரத்துடன் நிமிர்ந்தாள். "எங்கிட்ட எதுவுமில்லன்னு சொல்லு. இந்த தாலிதா இருக்குது. தேவைன்னா இதயும் அறுத்துப் போவச் சொல்லு." விஜயா அப்பாவிடம் திரும்பி வந்து "எதுவுமில்லயாம்" என்றாள். சுந்தரத்துக்கு பொன்னம்மாவின் பதில் கேட்டிருந்தது. உதட்டைப்

பிதுக்கி மோவாயை உயர்த்தி ரேசரால் மறுபடியும் கழுத்தில் இழுத்தார். கண்டத்தில் கூழாங்கல் சிக்கி உருள்வது போலிருந்தது. அவர் நிறுத்தி "கையில ரெண்டு பொன்னு வளையலுங்க இருக்குது பாரு" என்றார். விஜயா திரும்பி ஓடினாள். பொன்னம்மா புழக்கடைக் கல் பரப்புக்கு இடம் மாறியிருந்தாள். அடுப்பு தானாக எரிந்துகொண்டிருந்தது. தேங்காய் நார், சாம்பலால் எச்சில் தட்டுகளையும் தம்ளர்களையும் அலுமினியப் பாத்திரங்களையும் தேய்த்துக்கொண்டிருந்தாள். கழுவுந்தோறும் பாத்திரங்கள் பளபளத்தன. விஜயா தயங்கியபடி "கையிலிருக்க வளையலுங்க வேணுமாம்" சொல்லிவிட்டுப் பள்ளிக்குக் கிளம்பினாள். பொன்னம்மா திகைத்து மௌனமாயிருந்தாள். உலைப் பாத்திரத்தைத் தேய்க்கையில் கை வளையல்கள் ஏறி இறங்கின. தங்கம் போல் மின்னாமல் கறுத்திருந்தன. ஒரு கையால் மறுகை வளையலை மேலேற்றிக்கொண்டாள். திருமணமாகிப் புறப்படுகையில் கடைசி நேரத்தில் அம்மா சமையலறையில் வைத்துத் தன் கையிலிருந்து கழற்றி அணிவித்தவை. அப்போது முதல் கழற்றியதில்லை. அவற்றை முழுதாக மறந்திருந்தாள். உடலின் அங்கமாகிவிட்டாற்போலிருந்தன. கை வளையல்கள் சுந்தரத்தின் ஞாபகத்தில் எப்போதுமிருக்கின்றன என்பதை உணர்ந்தாள். அவளுக்குள் ஆத்திரம் பொங்கியது. ஏற்கெனவே விளிம்பு நெளிந்திருந்த எவர்சில்வர் தம்ளரைக் கீழே வீசினாள். கல்தரையில் ஓசையுடன் உருண்டது. "ஒண்ணு புதுசா வாங்கிப் போடத்துப்பில்ல. இருக்கறதையெல்லாம் அழிக்கிறாம் படுபாவி. இவனுக்கு வாக்கப்பட்டு என்ன சொகத்தைக் கண்டனோ தெரியல." மகள் விஜயா முன்பே போயிருந்தாள். சுந்தரம் வீட்டிலிருக்கவில்லை. அவள் புலம்பியபடி பாத்திரங்களை மீண்டும் மீண்டும் தேய்த்துக்கொண்டிருந்தாள். கடைசியாகத் தண்ணீர் ஊற்றி அலம்பியதும் பாத்திரங்கள் வேறாக மாறி பளிச்சிட்டன.

துவைகல்லின் மேல் தொடர்ந்து உட்கார்ந்திருந்தாள் பொன்னம்மா. பழுத்த முருங்கை இலைகள் நீர்த்துளிகளாகச் சொட்டிக்கொண்டிருந்தன. கீழே திட்டுகளாக நிழல்கள் அசைந்தன. அணில்கள் தமக்குள் சச்சரவிட்டு விடாமல் கீச்சிட்டுக்கொண்டிருந்தன. பக்கத்துவீட்டுக் கோழி குஞ்சுகளுடன் ஊர்வலமாக வேலிப்படல் சந்தில் செருக்குடன் நுழைந்தது. சாக்கடையைக் கால்களால் கிளறியது. குஞ்சுகள் சிறு சலனங்களுக்கும் ஓடிச் சென்று தாயின் கீழ் தஞ்சமடைந்தன. பொன்னம்மா மெல்ல கைவளையல்களைக் கழற்ற முற்பட்டாள். தேங்காய் கன்றுகளைப் பிடுங்கிக் கொல்லையில் நட வேறு வழியில்லை. அது பலனை எதிர்பாராது செய்யும் கடமை.

நீண்ட காலத்தில் கை எலும்புகள் வளர்ந்து மணிக்கட்டைத் தாண்டி வளையல்கள் வெளி வரவில்லை. அதற்கும் மேல் உள்ளங்கையைக் கடக்க வேண்டும். எப்படி இவ்வளவு நாட்கள் உறுத்தாமலிருந்தன எனத் தெரியவில்லை. எழுந்து குளியலறையிலிருந்து சோப்பை எடுத்துவந்தாள். கையில் நன்கு தடவி உருவினாள். விரல்களைக் குறுக்கி இழுத்தாள். வளையல்கள் உள்ளங்கைக்கு மேல் பிடிவாதமாக நின்றிருந்தன. சோப்பில் கழுவிய பின்னாலும் மங்கியிருந்தன. அவளுக்கு அவை பித்தளையாயிருக்கலாமென்று சந்தேகமேற்பட்டது. இனி கழற்றியெடுக்க முடியாதென நினைத்தாள். கைகள் சிவந்து வலித்தன. கட்டைவிரல் கணுவில் தோல் வழன்று ரத்தம் துளிர்த்தது. வளையல்கள் நிரந்தரமாகக் கைகளுடன் தங்கி விடும் என்ற நப்பாசையும் எழுந்தது.

சுந்தரம் வீட்டுக்குள் நுழைவது தெரிந்தது. “இதக் கழட்டவே முடியலயே” என்று தனக்குத்தானே பேசுவது போல் சொன்னாள். அவர் முகம் கை கால் கழுவிக்கொள்ளாமல் உடனே கிளம்பினார். சற்று நேரத்தில் சாலையின் மறுபுறத்தில் வசிக்கும் சுப்பிரமணி ஆசாரியோடு வந்தார். சுப்பிரமணி பொன் சங்கிலி பற்ற வைப்பதிலிருந்து பாதியில் வந்திருந்தார். உடலும் முகமும் வேர்த்திருந்தன. பனியணிந்த வற்றிய மார்பில் பூணூல் ஊசலாடியது. இடுங்கிய கண்கள் மூக்குக் கண்ணாடியினுள் முட்டைகளைப்போல் உருண்டன. பொன்னம்மாவுக்கு எதிரில் கைகளை உற்றுப் பார்த்தபடி குத்துக்காலிட்டு உட்கார்ந்தார். அவளின் கைச் சதையை அழுத்தி சிறு இடைவெளியில் நீண்ட கத்திரியை நுழைத்து ஒரே வெட்டில் கைவளையல்களை ஒவ்வொன்றாகத் துண்டித்தார். மெலிந்த கைகளால் வளையல் களை உறுதியாகப் பற்றி விரித்து அகற்றினார். அப்போது அவர் விரல்களில் பெரும் வலிமை பிறந்திருந்தது. வளையல்கள் கறுத்து குடைக் கம்பிகளைப்போலிருந்தன. அவற்றை சுந்தரத்திடம் தந்தார். சுந்தரம் “காசு எதுனா தரணுமா?” என்றார் தயங்கியபடி. சுப்பிரமணி “ஊகூம், இதுக்குப்போயி...” என்றபடி பொன்னம்மாவின் துக்கமுற்ற முகத்தை ஏறிட்டு விட்டுக் கிளம்பினார். அவள் கையில் ஏற்பட்டிருந்த காயத்தைத் தடவிக்கொண்டிருந்தாள். வளையல்களை வேட்டி மடியில் சுருட்டி வைத்துகொண்டார் சுந்தரம்.

நீண்ட நாட்கள் கழித்து காக்கா முருகன் கொல்லைக்கு வந்திருந்தான். சுந்தரம் களத்தில் நின்று பார்த்துக்கொண் டிருந்தார். அவன் கைகால்களில் செம்மண் அப்பியிருந்தது. எங்கோ கடுமையாக வேலை செய்திருக்கிறான். உள்ளூரில் யாரும் வேலை தர மாட்டார்கள். அவனும் செய்ய மாட்டான்.

வலக்கைக் கட்டை விரல் மொட்டையாயிருந்தது. அவன் கவலைப்பட்டதாகத் தெரியவில்லை. நேராக தொட்டிக்குச் சென்று முகம் கை கால்களைத் தேய்த்துக் கழுவினான். நீர் சொட்டத் திரும்பினான். அவருக்கு அப்போதுதான் யோசனை உதித்தது. "காக்கா, தென்னங் குழி வெட்டறியா?" என்றார். அவன் ஆச்சரியமாக ஏறிட்டான். இதுவரை இந்தக் கேள்வியை ஒருவரும் கேட்கத் துணியவில்லை. அவன் தயங்கி நின்றான். பிறகு தலையாட்டினான். மறுநாள் ஒரு துணையாளுடன் வந்தான். அவன் கூர் புத்தியுள்ளவன் என்பது சரிதான். வயல்களின் குறுக்கும் மறுக்கும் கயிறு பிடித்துக் கணக்கிட்டான். சுந்தரம் வரப்பில் நின்று கவனித்துக்கொண்டிருந்தார். அவன் அங்கங்கே முளைக் குச்சிகளை நட்டான். அவர் மூலைகளில் நின்று சோதித்தார். அவன் கணிதம் சிறிதும் தவறவில்லை. எப்பக்கமிருந்தும் குறிகள் நேராயிருந்தன.

காக்கா முருகன் மிகவும் உத்வேகத்துடன் குழிகளை வெட்டினான். சாகசத்தை உழைப்பாக மாற்றினான் போலிருந்தது. நாலைந்து நாட்களில் வரிசையாக, நேர்த்தியான, சதுரக் குழிகள் உருவாகின. கொல்லையின் எக்கோணத்தில் பார்த்தாலும் அணிவகுப்பைப் போலிருந்தன. சற்றும் பிசகவில்லை. அவற்றில் மரங்கள் உடனே வளர்ந்துவிட்டன போல் சுந்தரத்துக்குத் தோன்றியது. எதிர்காலத்தில் தான் காண முடியாத அடர்ந்த தோப்பு விரிந்தது. அபூர்வமான குளிர்ந்த இருட்டுச் சூழ்ந்தது. முலைகளைப்போல் தேங்காய்கள் தொங்கின. கீழேயிருந்து கையெட்டிப் பறிக்கலாம்.

சுந்தரம் நல்ல நாளைத் தேர்ந்தெடுத்தார். வீட்டுப் புழக்கடையிலிருந்த தென்னம் கன்றுகள் அனைத்தும் அகழப்பட்டன. ஜேம்சின் வண்டியில் அடுக்கி கொல்லைக்கு ஏற்றிச் செல்லப்பட்டன. பொன்னம்மாவுக்குக் கன்றுகள் காடாயிருந்த இடம் வெறுமையாகத் தோன்றியது. அவற்றுக்குத் தான் கடைசியாக வளையல்கள் பறிபோயின. மனதைத் தேற்றிக்கொண்டாள். அங்கு ஞாபகத்துக்காக ஒரு தேங்காய் செடியை விட்டுச் சென்றிருக்கலாம். அந்த இடம் பள்ளமாயிருந்தது. சீக்கிரம் முளைக்கும் கொத்துமல்லி விதைக்க வேண்டும். அல்லது பூசணிக் கொடிகளைப் படரவிடலாம். அங்கு பக்கத்தில் முளைத்த கீரைச் செடியைப் பிடுங்கி நட்டாள். அது காற்றில் மெல்ல அசைந்தது.

அதிகாலையிலிருந்து காக்கா முருகன் கன்றுகளைக் குழிகளில் ஆழமாக நடத்தொடங்கினான். மேலே மண்ணால் இறுக மூடினான். அவன் யாரையும் நிமிர்ந்தும் பார்க்கவில்லை. வரிசையாகக் கன்றுகள் நின்றன. பெரிய தென்னை மரங்களின்

சிறு வடிவங்களாகத் தோன்றின. உடனே நிலம் தோப்பானது போலிருந்தது. பொன்னம்மாவின் கை வளையல்கள் வீணாகவில்லை. தன் வாழ்நாளில் தேங்காய்கள் காய்ப்பதைப் பார்க்கும் ஆசை சுந்தரத்துக்கு வந்தது. சில கன்றுகள் வேகமாக வளரும். அதுவரை தான் உயிரோடிருக்க வேண்டும். பெரிய முருகன் புதிய கால்வாய்களை வெட்டி செடிகளுக்கு நீர் பாய்ச்சினார். புது மண் மணம் எழுந்தது.

மறுநாள் வழக்கம்போல் சுந்தரம் காலை வேளையில் கொல்லையைச் சுற்றி வந்தார். ஒவ்வொரு தென்னம் கன்றுகளையும் நின்று பார்த்தார். ஓலைகள் பச்சை மங்காதிருந்தன. சில மஞ்சள் படர்ந்திருந்தன. சில பழுத்து உதிரக் காத்திருந்தன. நீண்ட வரப்புகளில் நடந்தார். நடுவில் வரிசையாகப் பத்துப் பதினைந்து குழிகள் வெறுமையாகக் கிடந்தன. அவற்றில் கன்றுகளில்லை. வேரோடு பிடுங்கி எடுத்துச் செல்லப்பட்டிருந்தன. புதிய மண் வெளிப்பட்டு இருண்ட பள்ளங்களாகத் தோன்றின. அவர் பெரிய முருகனைக் கத்திக் கூப்பிட்டார். “நீ அடிக்கடி மூலையிலப் போயி உக்காந்துக்குற. இங்கப் பாரு. நெறைய தேங்கா கன்னுங்க திருடு போயிருக்குது.” “ஏதாவது மாடு மேஞ்சிருக்கும். நா ராத்திரி காவலுக்கிருந்தே. நம்ம கொல்லயில திருடு போவாது” என்றார் பெரிய முருகன் தலையைக் கீறியபடி. “மாடு உள்ள வந்து அடியோடு மேயாது. யாரோ புடுங்கிப் போயிருக்காங்க,” பல்லைக் கடித்துக்கொண்டு சுந்தரம் விளக்கினார். “யாருன்னு கண்டுபிடிக்கணும்.” பெரிய முருகனால் திருடுபோனதை நம்ப முடியவில்லை. முன்பு ஒன்றிரண்டு திருப்புளிகள், அரிவாள், மண்வெட்டி, தேங்காய்கள் காணாமல்போயிருக்கின்றன. அவைக் கொல்லைக்கு வருபவர்களால் எடுத்துச் செல்லப்பட்டிருக்கலாம். அல்லது எங்காவது தொலைந்திருக்கலாம். ஆனால் ஆளுயுயர தென்னைச் செடிகளைத் தூக்கிச் செல்வது எளிதில்லை. அசாத்திய துணிவு வேண்டும்.

இதுவரை கொல்லையில் திருடு போகவில்லை என்பதால் சுற்றிலும் கம்பி, முள் வேலி போடவில்லை. முன்பு கானாற்று பக்கம் வெளி ஆட்கள் நடமாட்டம் தென்பட்டது. தென்னை மரங்களின் அடிப் பகுதிகளில் ஓராள் உயரத்துக்கு மேல் முட்கள் கட்டப்பட்டன. அவை மட்கி, கட்டுகள் தளர்ந்து நாளடைவில் இற்று விழுந்தன. இப்போது முதன்முறையாகத் திருட்டு நடந்திருக்கிறது. நீண்ட நாட்கள் வளர்த்த செடிகள் காணாமல் போய்விட்டன. எதிர்காலத்தில் அந்த இடம் மட்டும் காலியாயிருக்கும். மீண்டும் தேங்காய் நட்டு வளர நீண்ட காலம் பிடிக்கும். புதிதாகத் தேங்காய் கன்றுகளை வாங்கலாம். அல்லது

திருடு போனவற்றைத் தேடிக் கண்டுபிடிக்கலாம். குழி பறித்து, செடிகள் நட்டதை அறிந்தவர்தான் திருடியிருக்க வேண்டும்.

பெரிய முருகன் உறுதியாக "முதல்ல காக்காகிட்ட கேக்கலாம். அவனுக்கு மாய மந்திரம் தெரியும். அவனாலத்தா யாருக்கும் தெரியாம திருட முடியும்" என்றார். "அவனே நட்டதைப் புடுங்க மனசு வராது. இந்த சாதாரணத்துல நுழைய மாட்டான். திருட்டயும் மறந்திருப்பான்" என்றார் சுந்தரம். "பழய எண்ணம் திரும்ப வந்திருக்கலா. அது சாவறவரை மறையாதுண்ணா. கட்ட விரலு போனதால புத்திக்கெட்டுச் செஞ்சிருப்பான்." பெரிய முருகன் பிற செடிகளினூடே புகுந்தார். சுந்தரத்துக்கு வேறு வழியில்லை. காவலாள் சொல்லைக் கேட்க வேண்டும். பெரிய முருகன் குற்றம் சாட்டவும் மாட்டார். எந்தத் திருடானாலும் காக்கா முருகனைச் சந்தேகப்படுவது வழக்கம். பிறகுதான் வேறு வழிகளைச் சிந்திக்க வேண்டும். அவன் களவைக் கண்டுபிடிக்கவும்கூடும்.

சுந்தரம் கொல்லை மூலைக்குச் சென்றார். அங்கு பெரிய முருகன் மறுபக்கம் திரும்பி நின்றிருந்தார். "சரி, நா சொன்னதாக் காக்காவை கூப்பிடு" என்றார் சுந்தரம். உடனே பெரிய முருகன் கிளம்பினார். ஊரில் கொத்தனார் வேலையிலிருந்த காக்கா முருகனைக் கூடவே அழைத்து வந்தார். அவன் கைகால்களில் சிமெண்டு வெள்ளையாகக் காய்ந்திருந்தது. அவனுக்குப் பல வேலைகள் தெரிந்தாலும் எதிலும் ஒன்றமாட்டான். "கொல்லயில நெறைய தென்னம் செடிங்க திருடு போயிருக்குது. அத உன்னத் தவிர யாரும் செய்ய முடியாது. கன்னுங்கள திரும்பக் குடு" என்றார் சுந்தரம். காக்கா முருகன் ஒருமுறை செடிகளைப் பார்த்தான். கோணல் கண்கள் கலங்கலாகத் தெரிந்தன. "நா பண்ணதா நம்புறீயாணா?" என்றான். "எனக்குத் தெரியல. ஆனா வேற செடிங்க நட முடியாது. அந்த இடம் கடைசிவரை காலியா கிடக்கும்" என்றார் சுந்தரம். காக்கா முருகனால் தோப்பு நடுவில் உருவாகும் வெற்றிடத்தைக் கற்பனை செய்ய முடியவில்லை போலும். சிறிது நேரம் தலைகுனிந்து யோசித்தான். பிறகு "சரி. நா பண்ணதாயிருக்கட்டும்" என்று சொல்லிவிட்டுப் புறப்பட்டான். சுந்தரம் களத்தில் பேசாமல் நின்றிருந்தார்.

அவருக்கு முன்பு கரும்பு ஆலையில் நடந்த திருட்டு ஞாபகம் வந்தது. அது முதலும் கடைசியும். வயதான வழிப்போக்கர் ஒருவர் சாலையிலிருந்து கொல்லைக்கு வந்தார். நாகலிங்கம் ஆலை வேலையாயிருந்தார். கரும்புச் சாறைத் தயக்கமுடன் கேட்டு வழிப்போக்கர் சொம்பு நிறைய குடித்தார். கட்டிலில் சாய்ந்திருந்த சுந்தரம் விசாரித்தார். அப்படி சிலர் தங்கி வேலை

செய்து கூலி வாங்கிக்கொண்டு போவார்கள். வழிப்போக்கர் ஊமையைப்போல் நின்றார். பிறகு தானாகக் கரும்புகளைச் சுமந்து வந்தார். சக்கைகளை அள்ளிக்கொட்டினார். வெல்ல உருண்டைகளை அடுக்கினார். திடீரென இருகைகளில் இரு வெல்ல உருண்டைகளுடன் ஓடினார். வெல்லம் உருட்டிக் கொண்டிருந்த நாகலிங்கம் எழுந்தார். சுந்தரம் தடுத்தார். "பாவம். அவரு செய்த வேலைக் கூலிக்கு ரெண்டு வெல்ல உருண்டைங்க கம்மி. அத எடுத்து ஓடறாரு. கேட்டா குடுத்திருப்போம்." நாகலிங்கத்தால் உடனே திருடனைப் பாய்ந்து பிடிக்க முடியும். வழிப்போக்கர் சாலையிலேறி தொடர்ந்து ஓடினார். யாரோ துரத்தி வருவதைப்போல் திரும்பிப் பார்த்துக்கொண்டிருந்தார். நாகலிங்கம் புன்னகைத்தார். சாலையில் வாகனங்கள் வேகமாகச் சென்றுகொண்டிருந்தன. அவன் மோதிக்கொள்ளாமலிருக்க வேண்டும்.

மறுநாள் காலையில் சுந்தரம் வழக்கம்போல் கொல்லைக்கு வந்தார். அனைத்துக் குழிகளிலும் பழையபடி தென்னம் கன்றுகள் நின்றிருந்தன. முன்புபோல் ஆளுயுயரத்தில் வரிசையாயிருந்தன. புதிதாக மண்ணில் ஆழ வேரூன்றியிருந்தன. அவர் மகிழ்ச்சியடைந்தார். எதிர்காலத்தில் செடிகள் வளர்ந்து பெரும் தோப்பாகும். பச்சை நிழல் பரவும். தேங்காய் குலைகள் கனத்துத் தொங்கும். பின்னால் பெரிய முருகன் குழப்பமுடன் நின்றிருந்தார். "நா நடு ராத்திரில கூட வந்து பாத்தேன். இங்க செடிங்கஇல்ல. திரும்ப காத்தால மொளைச்சிருக்குது" என்றார். சுந்தரம் செடிகளை உற்றுப் பார்த்தார். அவற்றைத் துல்லியமாக அடையாளம் காண இயலவில்லை. யாராலும் உறுதியாகக் கண்டு பிடிக்கவும் முடியாது. அதே தென்னம் கன்றுகளைப் போலவும் வேறாகவும் கூடத் தோன்றின. அவை எப்படி, எங்கிருந்து எடுத்து வரப்பட்டன என்று புரியவில்லை. காக்கா முருகனுக்குதான் தெரியும். அவனை வற்புறுத்தினாலும் சொல்ல மாட்டான். அது கடைசிவரை ரகசியமாயிருக்கும்.

தனி பெட்டிச் சாவி

மேலும் கீழும் வளைந்து பூவைப்போல் விரிந்திருந்தது வங்கி மோதிரம். நடுவில் சிவந்த கல். அழுக்கும் எண்ணெயும் ஊறி மங்கிவிட்டது. அதுதான் பொன்னம்மாவின் கடைசி நகை. திருமணத்தின்போது நூலைச் சுற்றி அணிந்திருந் தாள். நீண்ட காலத்தில் விரல் வளர்ந்து இறுகப் பிடித்தது. அப்பா இறக்கும் முன்பு செய்தது. அவர் வெல்லமும் நெல்லும் வாங்கி இருப்பு வைத்து விற்ற பெரிய வியாபாரி. வீட்டுக் கூடத்திலும் பின் பக்க வீட்டிலும் பண்டங்களைக் குவித்திருப்பார். வருடக் கணக்கில் காத்து நல்ல லாபத்துக்கு விற்பார். அப்போது பணத்துக்குத்தான் மதிப்பு. நிலத்துக்கும் பொன்னுக்கும் விலை குறைவு. அவர் வட்டிக்குப் பணம் தந்து எழுதப் படிக்கத் தெரியாதவர்களின் நிலங்களைப் பிடுங்கிக்கொள்வார். உயரமாக கறுப்பாகக் கம்பீரமாகயிருப்பார். வெள்ளை வேட்டிச் சட்டையுடன் தலைப்பாகை அணிந்து பரந்த திண்ணையில் அமர்வார். அவருக்கு மூன்று மனைவி, பதினாலு பிள்ளைகள். வீட்டில் பூசல்கள் நடக்காதவாறு எச்சரிக்கையாயிருந்தாராம். தினமும் வியாபாரம் முடிந்து, தூங்கும் பிள்ளைகள் சாப்பிட்டார்களா என்று வயிறுகளைத் தடவிப் பார்ப்பார் என்பாள் கடைசி மனைவியான அம்மா செல்லா.

பொன்னம்மாவுக்கு நினைவு தெரியத் தொடங்குகையில் அப்பா இறந்தார். தனித்தனியாகச் சொத்துகளைப் பிரித்து பத்திரம் எழுதியிருந்தார்.

அவருடைய இரும்புப் பெட்டியில் வட்டிக்குப் பணம் தந்த பத்திரங்கள் கற்றையாக அடுக்கியிருந்தன. புரியாத வண்ணம் கிறுக்கலாகக் கடுக்காய் மசியில் எழுதப்பட்டவை. இப்போதும் எழுத்துகள் அழியாமலிருந்தன. தன் பெண் குழந்தைகளுக்குத் தனித்தனியாக அலங்காரமான சிறிய பித்தளைப் பெட்டிகளில் நகைகள் போட்டு வைத்திருந்தார். அவளுக்கு ரொக்கப் பணம், ஜடை உச்சியில் சொருகிக்கொள்ள பில்லை, வெள்ளைக் கற்களும் சிவப்புக் கற்களும் பதித்த இரண்டு கம்மல்கள், நட்சத்திரமும் பூ வடிவமுள்ள மூன்று மூக்குத்திகள், கழுத்தை ஒட்டிய அட்டிகை, அம்மன் உருவம் பதித்த இரட்டை வட நீளச் சங்கிலி, மற்றொரு சாதாரண சங்கிலி, கை காப்புகளும், வளையல்களும், நெளி வங்கிகளும், இரு ஜதை வெள்ளிக் கொலுசுகளும். அவை உறுதியும் கனமுமானவை. ஆனால் நவீன நகைபோல் ஜொலிக்காது.

பொன்னம்மாவின் நகைகள் சுந்தரத்தின் இரும்புப் பெட்டியில் பத்திரமாயிருந்தன. அவள் கல்யாணமான புதிதில் அடிக்கடி திறந்துப் பார்த்துத் திருப்தியடைந்தாள். அது போன்ற ஜடை பில்லை வேறு யாரிடமுமில்லை. வீட்டில் இருக்கையிலும் தலைமயிரைப் பின்னிக் கொண்டையிட்டு நடுவில் திருகிக்கொள்வாள். தாலிக் கயிற்றுடன் தங்கச் சங்கிலி கழுத்தில் தொங்கியது. தூங்குகையிலும் குளிக்கையிலும்கூடப் பிரியவில்லை. தாலிக் கொடியில் காமாட்சி பொட்டும் குழல்களும் குண்டுகளும் காற்காசுகளும் கோர்த்திருந்தன. கயிற்றில் கனத்த புலிப் பல் தங்கத் தாலி. அவை செல்வத்தின் அடையாளம். எப்போதும் கழுத்தில் அணிந்திருக்க வேண்டும். சாமி கும்பிடுகையில் புடவைத் தலைப்பின் மறைவிலிருந்து எடுத்து கண்களில் ஒற்றிக்கொள்வாள். அம்மா மடியில் தாலியைத் தடவிப் பார்த்தபடி படுத்திருப்பது இளவயதில் மோகனுக்குப் பிடித்த விளையாட்டு. அது உலகத்திலேயே விலை உயர்ந்தது என்று நம்பிக்கொண்டிருந்தான்.

அக்கா பெண் கல்யாணத்துக்கு பொன்னம்மா அவசரமாகக் கிளம்பிக்கொண்டிருந்தாள். தூரத்து நகருக்கு இரயிலில் போக வேண்டும். முக்கிய இரயில் சந்திப்பையொட்டி நிறைய இரயில்வே ஊழியர்கள் குடியிருந்தார்கள். அதில் வேலை செய்பவருக்கும் அக்கா பெண்ணுக்கும்தான் கல்யாணம். பெரிய ஜவுளிக்கடை விற்பனையாளருக்கு அக்காவைக் கல்யாணம் முடித்திருந்தார்கள். அப்போது விவசாயியைவிட மாத சம்பளக்காரர் மேலானவர். கணவனிடம் பொன்னம்மா பெட்டிச் சாவியைக் கேட்டாள். சுந்தரம் தயங்கியபடி பக்கவாட்டு ஜேபியிலிருந்து எடுத்துத் தந்துவிட்டு நகர்ந்தார்.

இரும்புப் பெட்டியைத் திறந்து ஆமையோடு போலிருந்த நகைப் பெட்டியை வெளியில் எடுத்தாள். அதை மெல்லத் திறந்தாள். உள்ளே பூ வேலைப்பாடுகளுள்ள மற்றொரு நகைப்பெட்டி. அதிலேயே சிறிய சாவியிருந்தது. அதையும் திறந்தாள்.

பொன்னம்மா ஆவலுடன் நகைகளைக் கட்டிலில் பரப்பினாள். சங்கிலி, தோடுகள், மூக்குத்திகள் மட்டுமிருந்தன. கழுத்தில் அணியும் அட்டிகையைக் காணோம். மீண்டும் கவனமாக நகைகளை ஆராய்ந்தாள். நகைப்பெட்டியில் ஒளிந்திருக்குமென்று கவிழ்த்துப் பார்த்தாள். பதற்றத்துடன் சுந்தரத்தின் இரும்புப்பெட்டி மூடியை நன்றாகத் திறந்தாள். மேலேயிருந்த பையில் கைவிட்டுத் துழாவினாள். கீழே மடித்து வைத்த நாலைந்து கதர் வேட்டிகள், சட்டைகள், உட் கால் சட்டைகளிருந்தன. சுந்தரம் இடுப்பில் வெகு காலமாகக் கட்டியிருந்த தாயத்து, சிவப்பு அரணாக் கயிறு, முற்றிய ஏதோ விதை, அரசாங்கம் இலவசமாகத் தந்த ஆணுறைகள், சில பத்திரக் கட்டுகள், நாலைந்து கணக்கு நோட்டுகள், துளையுள்ள செல்லாத நாணயங்கள் போட்டு வைத்திருந்த சாக்லெட் டப்பா, கற்றைக் கடிதங்கள், சில திருமணப் பத்திரிகைகள், எல்லாமும் பாதுகாப்பாயிருந்தன. அந்த உறைப் பட்டைகளைக் கொஞ்ச நேரம் தடவிப் பார்த்தாள். பெட்டிக்குள் நகை விழுந்திருக்கலாமென மீண்டும் முழுவதுமாகத் தேடினாள். அவளுக்குப் பிடித்த விலையுயர்ந்த அட்டிகை மட்டுமில்லை.

சுந்தரம் அதைக் கூட்டுறவு சங்கத்தில் அடகு வைத்திருக்கலாம். ஓரிரு போகங்களுக்கு முன்பு அவர் நெல்லுக்கு உரம் போட பணமில்லாமல் நாலைந்து நாட்கள் அலைந்துகொண்டிருந்தார். முகம் வாடியிருந்தது. அந்த நாற்ற இழவை வயலில் போடாவிட்டால் என்னவென நினைத்தாள். சில நாட்களில் அவர் சங்கத்தில் மூட்டைகளை வாங்கி உரமிட்டார். நெல் அறுத்து விற்றாகிவிட்டது. வழக்கம்போல் குருசாமி தரகன் வாங்கியிருந்தான். இது நடந்து நிறைய நாட்களாகியிருக்கும். இன்னும் நகை மீட்கப்படவில்லை. அவள் வாய்விட்டு அழத் தொடங்கினாள். சுந்தரம் வாசப்படியில் வந்து நின்றார். சமாதானக் குரலில் "ரெயிலுக்கு நேரமாச்சு, சீக்கிரமா கௌம்பு. இல்லனா நாம கலியாணத்துக்குப் போவ முடியாது" என்றார். இன்னும் ஒரு மணி நேரத்தில் இரயில். அதை விட்டால் மறுநாளைக்கு அதே இரயில் அதே நேரத்தில்தான் வரும்.

பொன்னம்மா நகைகளை மீண்டும் நகைப்பெட்டிக்குள் அடுக்கினாள். காது கம்மல்களையும் சங்கிலியையும் தாலியையும் சேர்த்துக் கழற்றினாள். அவற்றையும் பெட்டியில் போட்டாள். வெறுங்கழுத்துடன் யாரோ போலிருந்தாள்.

"எந் நகைங்களைத் திரும்பக் கொடுத்தாதா வருவேன். இல்லாட்டி நா கல்யாணத்துக்கு வரலை" என்றாள் அழுத்தமாக. சுந்தரம் எதிர்பார்க்கவில்லை. அவளைப் பார்க்க அவருக்கு ஆத்திரமாகவும் பாவமாகவுமிருந்தது. உச்சபட்சமாகத் தாலியை அவிழ்த்ததின் கோபம் புரிந்தது. அவளுக்கு நகைகளென்றால் உயிர். கல்யாணமான ஏழெட்டு மாதங்களுக்குள் அவளுடைய இரண்டு கால் காசை அடகு வைத்தார். அவர் மிகவும் கெஞ்ச வேண்டியிருந்தது. அவற்றைக் கடைசிவரை மீட்க முடிய வில்லை. அதுதான் தொடக்கம். ஒவ்வொரு முறையும் நிச்சயமாக மீட்டுவிடலாம் என்ற நம்பிக்கையில்தான் நகைகளை அடகு வைத்தார்.

இரயிலுக்குப் போக வேண்டிய நேரம் நெருங்கிக் கொண்டிருந்தது. பொன்னம்மா அழத்தொடங்கினால் சீக்கிரத்தில் ஓய மாட்டாள். சுந்தரம் "அடுத்த போகத்துல மூட்டுக்கலாம். நேரமாவுது கௌம்பு" என்றார் தீர்மானமாக. பொன்னம்மா கூர்மையாகப் பார்த்தாள். அவ்வளவு நகைகளும் விவசாயத்தில் இழக்கப்பட்டிருக்குமாவென சந்தேகம் எழுந்தது. அவர் பக்கத்து ஊரிலுள்ள கோமதியிடம் அட்டிகையைக் கொடுத்திருக்கலாம் என்று நினைத்தாள். அவருக்கும் கோமதிக்கும் திருமணம் செய்ய பேச்சு நடந்திருந்தது. அவர் பூர்வீகம் அன்னியமானது என்பதால் நின்றதாம். மாமியார் சுப்பிக் கிழவி சொல்லியிருந்தாள். வேலையாள் அம்புலியும் ரகசியமாகக் கூறியிருந்தாள். கல்யாணமாகியும் அந்த வீட்டுக்குப் போகிறார் என்பதை நம்ப முடியவில்லை. அவர் நிராதரவாகப் பார்த்துக்கொண்டிருந்தார். அணிந்திருந்த கதர் சட்டையும் வேட்டியும் நிறைய சுருக்கங்களுடனிருந்தன. கல்யாணத்துக்குப் போய் சேர்வதற்குள் மேலும் கசங்கிவிடும். அவர் மேல் தப்பில்லை என்று தோன்றியது. விவசாயத்தில்தான் நகை அனைத்தும் பறி போயிருக்குமென்று நம்பினாள். அது புதைகுழி போன்றது.

இப்போது புறப்பட்டால்தான் இரயிலைப் பிடிக்க முடியும். பொன்னம்மா பொருமலுடன் வேகமாக நகைகளை மீண்டும் அணியத் தொடங்கினாள். கடைசியாகக் கொண்டையில் ஜடை பில்லையைத் திருகுகையில் திருப்தியேற்பட்டது. அதற்கும் பின்னால் தாலிக்கொடி. அக்காவிடமுள்ள நகைகள் குறைவுதான் என்று நினைத்தாள். அக்காவுக்கும் கல்யாணம் நடக்கையில் சமப் பங்கு நகைகள் கிடைத்திருந்தன. அவளுடைய கணவர் பெரிய ஜவுளிக் கடை மேலாளர் என்பார்கள். "அத உக்காந்துத் தின்னே அழிச்சாரு. எப்பவும் வாய் பேச்சு. எல்லாருக்கும் கடன் தந்தாரு" என்பாள் அக்கா. இப்போது அவர் வேறொரு ஜவுளிக்கடையில்

விற்பனையாளர். அவரும் நகைகளை விற்றிருப்பார். நகைகள் அடகு வைக்கத்தான் என்றும் தோன்றியது. கைக் கண்ணாடி யில் முகத்தைப் பார்த்தாள். கொஞ்சம் வயது குறைந்தது போலிருந்தது.

பொன்னம்மாவும் சுந்தரமும் பைகளுடன் வேகமாக நடந்தார்கள். ஆற்றைக் கடந்து நெடுஞ்சாலைக்கு வந்தார்கள். அவளுக்கு நகைகளை நீண்ட காலம் கழித்து அணிந்ததில் கூச்சமெடுத்தது. அவை சுமைகள்போலிருந்தன. உடலில் பொருந்தவில்லை. கழுத்தில் அட்டிகை உறுத்தியது. அவளை யாரும் கவனிக்கவில்லை. சிலர் பேருந்தின் வருகைக்குக் காத்திருந்தார்கள். நெரிசலான பேருந்தில் நிற்கவும் நகைகள் இடைஞ்சலாயிருந்தன. புடவைத் தலைப்பால் தோள்களைப் பாதுகாப்பாகப் போர்த்திக்கொண்டாள். இரயில் நிலையத்தை அடைகையில் நேரமாகிவிட்டது. இரயில் போயிருக்கும் என சுந்தரம் எண்ணினார். இரயில் வழக்கம்போல் மிகவும் கால தாமதமாக வந்திருந்தது. அவர்களுக்காகக் காத்திருப்பதுபோல் புகை கக்கியபடி கிளம்பத் தயாராயிருந்தது. சுந்தரம் அவசரமாகப் பயணச்சீட்டுகளை வாங்கினார். எதிர் பெட்டி முழுவதும் ஆட்கள் அடைத்திருந்தார்கள். அடுத்த பெட்டிக்குச் சென்றார். பொன்னம்மா தொடர்ந்து கொண்டிருந்தாள். அவர் கூட்டத்தில் புகுந்து ஏறினார். பின்னால் திரும்பிப் பார்த்தார். நடை பாதையில் பொன்னம்மா இல்லை. இரயில் மெதுவாகப் புறப்பட்டது. பெட்டி வாயிலோரமிருந்தவர்களின் ஒவ்வொரு முகமாகத் தேடினார். இரயில் ஒரு தரம் தீனமாகக் கூவியது. அவளை உள்ளேயும் காணவில்லை. அவர் பதற்றமாக "பொன்னா, பொன்னா" என்று அழைத்தார். கழிப்பறைச் சந்தில் ஒதுங்கியிருந்த பொன்னம்மாவுக்குத் தெளிவாகக் கேட்டது. வேறு யாரையோ கூப்பிடுவதைப் போலுமிருந்தது. அவள் உள்ளே புகுந்தாள். சுந்தரம் பரபரப்புடன் தொடர்ந்து தேடிக்கொண்டிருந்தார். அவளைக் கண்டதும் நிம்மதியுடன் புன்னகைத்தார். இருவரும் முன்னேறி பெட்டிக்குள் சென்றார்கள். எல்லா இடங்களிலும் ஆட்கள். இருக்கை முழுவதும் நிறைந்திருந்தார்கள். கிடைத்த சிறு பகுதிகளில் அசையாமல் அமர்ந்திருந்தார்கள். இரயில் நிலையங்களில் மேலும் ஏறி இறங்கிக்கொண்டிருந்தார்கள். அருகே இருக்கையில் அமர்ந்திருந்த வயதான தம்பதிகள் இறங்குகையில் கூப்பிட்டு இடம் தந்தார்கள். இருவரும் நெருக்கி உட்கார்ந்தார்கள். அந்த முதல் இரயில் பயணக் கதையைப் பல முறை பிள்ளைகளுக்குச் சொல்லி பொன்னம்மாவுக்கு அலுத்தது. "ரயிலுல பெரிய அடுப்பு எரியுது. கறுப்பா புகை வருது. அது நெறைய வீடுங்கள

இழுத்துப் போவுது ...” என்று ஆரம்பிப்பாள். பிள்ளைகள் சிரிப்பார்கள்.

இரண்டு நாட்கள் கல்யாணம் முடிந்து அவர்கள் மீண்டும் இரயிலில் புறப்பட்டார்கள். அதே இரயில் திரும்பி வந்திருந்தது. திருமணத்தில் பொன்னம்மா சுந்தரத்தைப் பார்க்கவில்லை. கல்யாணப் பெண் அறையிலேயே அடைந்திருந்தாள். தாலி கட்டுகையிலும் பொருட்களுக்குப் பாதுகாப்பாக உள்ளே உட்கார்ந்திருந்தாள். யார் அணிந்திருந்த நகைகளும் கண்ணில் படவில்லை. அண்ணன் சந்திரசேகரனின் மனைவி மட்டும் புதிய வைர மூக்குத்தியைப் பெருமையுடன் காண்பித்தாள். அவளின் பருத்த கழுத்தில் இறுகிய அட்டிகை பளபளத்தது. திரும்புகையில் இரயிலில் கூட்டமில்லை. அவள் இருக்கையில் கால்களை நீட்டிப் படுத்திருந்தாள். மாலையில் வீட்டை அடைந்தார்கள். பைகளை வைத்துவிட்டுக் கை கால் கழுவாமல் அறைக்குள் நுழைந்தாள். கட்டில் அடியிலிருந்த தன் பெட்டியை இழுத்தாள். அது அவள் திருமணத்திற்குச் சீதனமாகக் கொடுத்தது. கனத்தாலும் அப்போது தன் கையால் தூக்கி வந்திருந்தாள். அதைத் திறந்தே நீண்ட நாட்களாகின்றன. அவள் துணிகள் பொது மரப் பெட்டியில் முழுதாக அடங்கிவிடுகின்றன. இரும்புப் பெட்டியின் பூட்டில் சாவி தொங்கிக்கொண்டிருந்தது. நீல நிறமான உறுதியான பெரிய பெட்டி. கூண்டைப்போல் முதுகு வளைந்திருந்தது. உள்ளே வெள்ளி ஜரிகைகளுடன் கல்யாண பட்டுப் புடவை. அங்கங்கே பூச்சிகள் அரித்து நுண்ணிய துளைகளிருந்தன. அதற்கு ஏற்ற அரக்கு நிற ஜாக்கெட். மற்றொரு விலை குறைந்த பட்டுப் புடவை. நேர்த்தியாக மடிக்கப்பட்ட சில புடவைகள். யாரோ கொடுத்த தைக்காத ரவிக்கைத் துண்டுகள். அடுக்குக் கண்ணாடி வளையல்கள். மஞ்சள் கிழங்குத் துண்டுகள். எப்போதோ போட்டு வைத்த சிறிய மயிலிறகு வளராமல் அப்படியேயிருந்தது. கீழே விரித்திருந்த பழுப்பான செய்தித்தாள். ரசக் கற்பூர வாசனை முகத்தில் வீசியது. பெட்டியிலிருந்து கலவையான மணம் எழுந்தது.

சுந்தரத்தின் இரும்புப் பெட்டியையும் திறந்தாள். திருமணத்துக்குப் புறப்படும் அவசரத்தில் பூட்டில் விட்ட சாவி தொங்கிக்கொண்டிருந்தது. சிறிய நகைப்பெட்டியை எடுத்து நகைகளைக் கழற்றி அடுக்கினாள். பெரும் பாரம் குறைந்தாற்போலிருந்தது. சட்டென வெறுமையும் கவிந்தது. தன் முகத்தில் தெரிந்த வெளிச்சம் மங்கியதைப்போல். சிறிய நகைப்பெட்டியைப் பூட்டி, மற்றொரு நகைப் பெட்டியில் வைத்து, தன் நீலப்பெட்டிக்குள் புடவைகளின் அடியில் வைத்தாள். அந்தப் பெரிய பெட்டியையும் பூட்டினாள்.

கட்டிலின் கீழ் உட்புறம் தள்ளினாள். சாவியை எடுத்துச் சென்று சமையல் கட்டிலிருந்த கடுகு டப்பாவில் போட்டாள். தாழ்வாரத்திலிருந்தபடி சுந்தரம் அனைத்தையும் பார்த்துக் கொண்டிருந்தார். பொன்னம்மா வெளியேறியதும் திறந்து கிடந்த தன் இரும்புப் பெட்டியை மூடினார். சாவியைக் கூட எடுக்கவில்லை. இனிமேல் பொன்னம்மாவிடம் நகைகளை வாங்க முடியாதென நினைத்துக்கொண்டார்.

அடுத்த சில மாதங்களில் பொன்னம்மா தன் பெட்டியை மறுபடியும் திறக்க நேர்ந்தது. கூட்டுறவு சங்கத்துக்குப் புதிய செயலாளர் பதவியேற்றார். அவரைக் கறார் நாராயணசாமி என்றார்கள். அவர் பழைய கடனாளிகள் மேல் வழக்குத் தொடர்ந்து சம்மன்களை அனுப்பினார். ஜப்தி செய்ய உத்தரவும் வாங்கினார். கடைசியாகக் காக்கிச் சீருடையில் காவலர், அமீனாவுடன் ஜீப்பில் வந்தார். ஊர் முழுவதும் பரபரப்பானது. வில்லனாகவும் நாயகனாகவும் நாராயணசாமி ஒரே சமயத்தில் தெரிந்தார். இதுவரை யாரும் அப்படி செய்யத் துணியவில்லை. வரிசைப்படி கடனாளிகளின் வீடுகளுக்குச் சென்றார். வேடிக்கைப் பார்ப்பவர்களின் கூட்டம் சூழ்ந்தது. சிறுவர்கள் ஆவலுடனிருந்தார்கள். ஜப்தி நடவடிக்கை முன்கூட்டி அறிவிக்கப்பட்டிருந்தது. கடனாளிகள் தங்களுக்குள் கலந்தாலோசித்திருந்தார்கள். செயலாளரைத் திட்டி அனுப்ப எண்ணினார்கள். சுந்தரம் காலையிலிருந்து வீட்டில் காத்திருந்தார்.

மதியவேளையில் கதவு தட்டப்பட்டது. சுந்தரம் வேகமாக வெளியில் வந்தார். நாராயணசாமி அலுவலர்கள் சூழ நின்றிருந்தார். அமைதியாக நீதிமன்ற அறிவிப்பைக் காட்டினார். அதை வாங்கிக்கொள்ளாமல் சுந்தரம் கத்தினார். அவ்வளவு ஆவேசமடைவார் என்று வீட்டிலுள்ளவர்களும் எதிர்பார்க்கவில்லை. சன்னதம் வந்தவர் போலிருந்தார். “நாங்க ஒண்ணும் திருடங்க இல்ல. எங்களுக்கு வெள்ளாமை கொறைஞ்சி போச்சி. அடுத்த மகசூல்ல முடிஞ்சா கட்டறோம். இப்ப ஒரு தம்பிடிகூடத் தர முடியாது” என்றார். அவர் வேட்டியை மடித்துக் கட்டியிருந்தார். உள்ளே கதர் கால் சட்டை நீட்டியிருந்தது. எதிர்ப்பவர்களை அடிப்பார் போல் தோன்றியது. “நீ வீணாக் கத்தி பிரயோசனமில்ல. இப்ப ஏதாவது கொஞ்சம் பணத்தக் கட்டு. இல்லாட்டி ஜப்தி பண்ணுவோம்” என்றார் நாராயணசாமி நிதானமாக. அவர் பல கடனாளிகளைக் கண்டவர். விவசாயத்தைப் பற்றி அவருக்குக் கவலையில்லை. வாங்கிய கடனை நேர்மையாகத் திரும்பச் செலுத்த வேண்டுமென்பது அவரது எண்ணம். சிவப்புப் பட்டை,

தலைப்பாகை அணிந்திருந்த அமீனா தலைகுனிந்திருந்தார். காவலர் வேறெங்கோ பார்த்துக்கொண்டிருந்தார். சங்கத்தின் எழுத்தர் கையில் கோப்புடன் ஒதுங்கி நின்றிருந்தார்.

தெருவில் முனியனின் வாடகை மாட்டு வண்டி நின்றிருந்தது. அதில் ஜப்தி செய்த பெரிய பித்தளை அண்டா உட்கார்ந்திருந்தது. அடியில் அட்டையாகப் படிந்த கரி. அது கோபால் வீட்டுக்குச் சொந்தமானதாயிருக்கலாம். அண்டாவுக்குப் பக்கத்தில் நீண்ட வயர் வாலுடன் அகல வானொலிப் பெட்டி. மண்ணும் எண்ணெயும் படிந்த ஒரு சைக்கிள். வண்டியின் முளைக் கொம்புகளுடன் கயிற்றால் சேர்த்துக் கட்டப்பட்டிருந்தன. சுற்றிலும் கணேசனும் சேகரும் அக்கம் பக்கம் வீட்டுப் பெண்களும் பார்த்துக்கொண்டிருந்தார்கள். சிறுவர்கள் வாக்குவாதங்களை ரசித்துக்கொண்டிருந்தார்கள். சுந்தரத்துக்குப் பின்னால் அவருடைய பிள்ளைகள் பயந்து நின்றிருந்தார்கள். பொன்னம்மா கையைத் துடைத்தபடி வெளியே வந்தாள். சங்க செயலாளர் எந்த சலனமுமில்லாமல் வாசப்படியில் கால் வைத்து வீட்டினுள் புக எத்தனித்தார். பக்கத்தில் காவலர் கையில் லத்தியுடன் பாதுகாப்பாக நின்றார். கடைசிப் படியில் அமீனா.

சுந்தரம் உள்ளே நுழைந்து கதவைச் சாத்த முயன்றார். ஆவேசமாக “யாரும் உள்ள வரக் கூடாது” என்று மறித்தார். சிறிய தள்ளுமுள்ளு நடந்தது. கதவுக்குப் பின்னால் மொத்த குடும்பமும் திறக்கவிடாமல் பிடித்துக்கொண்டிருந்தது. காவலர் எச்சரிக்கைக்காக லத்தியைத் தரையில் ஓங்கித் தட்டினார். “இத பாருப்பா, சுந்தரம். நீ எங்கள வேல செய்ய விடாம தடுத்தா உன்ன கைது பண்ண வேண்டியிருக்கும்” என்றார் செயலாளர் அமைதியான குரலில். அவர் தன் அதிகாரத்தை நிலை நாட்டுவதில் குறியாயிருந்தார். அடையாளத்துக்கு ஒரு பொருளையாவது ஜப்தி செய்ய வேண்டும் என விரும்பினார். அது தனிப்பட்ட வெறுப்பென மற்றவர்கள் நினைத்தார்கள். நாராயணசாமி பக்கத்து நகரத்துக்காரர். முன்னாள் விவசாயி, ஊரில் பலருக்கு உறவினர். அதனால் காழ்ப்பில் நடவடிக்கை எடுக்கிறாரென்று பேசிக்கொண்டார்கள். சுந்தரத்துக்கு அவமானமாயிருந்தது. அவர் வீட்டுப் பரணிலும் பொங்கல் வைக்கும் கரி படிந்த பித்தளை அண்டாயிருந்தது. அது கௌரவ சின்னம். ஒருபோதும் தொடவிடக் கூடாது.

“சார், நா சாயந்திரத்துக்குள்ள எப்படியாவது கடனக் கட்டறேன் போங்க” என்ற வார்த்தைகள் சுந்தரத்திடம் திடீரென வெளிப்பட்டன. எப்படிக் கட்டுவது என்று தெரியவில்லை. தெருக் கதவை பாதி திறந்தார். “சரி, இதப் பிடி” என்று செயலாளர் நாராயணசாமி நீதிமன்ற உத்தரவை நீட்டினார்.

சுந்தரம் கையெழுத்திட்டு வாங்கிக்கொண்டார். பெரியவன் கார்த்தி படித்துப் பார்த்தான். அது நீதி மன்ற ஜப்தி உத்தரவு. செயலாளரும், அமீனாவும் காவலரும் அடுத்த கடனாளியிடம் சென்றார்கள். அது கடைசியிலுள்ள ராமு வீடு. கூட்டம் சிறிது ஏமாற்றத்துடன் தொடர்ந்தது. பின்னால் மாட்டு வண்டி மெதுவாக நகர்ந்தது. கணேசன் அருகில் வந்தார், “ஏதாவது நகைய சங்கத்துலயே அடகு வையி. கொஞ்சமாவது கட்டப் பாரு” என்றார் ஆறுதலாக. சுந்தரம் தலையாட்டினார். அவருக்கு அழுகை வரும்போலிருந்தது. அறைக்குள் நுழைந்து தன் இரும்புப் பெட்டியைத் திறந்தார். அதை வெறுமனே துழாவினார். ஒரு நகையும் கிடைக்கவில்லை. வெகு நாட்களுக்கு முன்பே பொன்னம்மா தன் நகைப்பெட்டியை எடுத்துவிட்டாள். அதில் என்னென்ன நகைகள் மீந்திருக்கும் என்று ஞாபகமில்லை. அதிலொன்றை அடகு வைப்பதைத் தவிர வேறுவழியில்லை. மதியம் சாப்பிடாமல் தலையில் கை வைத்தபடி பெட்டி முன் உட்கார்ந்திருந்தார்.

விஜயா வாசப்படியில் நின்று “அப்பா, சாப்புடறதுக்கு வா” என்று அழைத்தாள். சுந்தரம் திரும்பிப் பார்த்தார். மெதுவாக “உன் அம்மாவ அம்மன் சங்கிலிய தரச் சொல்லும்மா. இங்க சங்கத்துலய அடகு வெக்கலாம். அடுத்த கரும்பு வெட்டுக்குக் கண்டிப்பா மூட்டுடலாம். இல்லன்னா அசிங்கம்” என்றார். விஜயாவுக்கு மறுபடியும் தூதுவராக மாறியதில் உற்சாகம் எழுந்தது. சமையல்கட்டிலிருந்த அம்மாவிடம் போனாள். பின்னால் மோகனும் சென்றான். அங்கிருந்து கிண்ணங்களும் கரண்டிகளும் மோதும் ஒலிகள் எழுந்தன. கூடவே பொன்னம்மாவின் ஆங்காரக் குரல் கேட்டது. “நா உயிரோடிருக்க வரைக்கும் கால் காசு தர மாட்டேன் போ. எங்கம்மா வூட்டிலிருந்து எடுத்து வந்த சீரு. நா சாவுற வரைக்கும் யாரும் தொடக் கூடாது. நா எம் பொண்ணுங்களுக்குத் திருப்பி போடணும். அவங்க அவங்கப் பொண்ணுகளுக்கு . . .” தேம்பியபடி மூக்கை உறிஞ்சும் சிறிய இடைவெளி. அது முதலில் நெஞ்சை அறுத்தது. “பாவி, என் நகைங்கள எல்லாம் அழிச்சிடுவாம் போலிருக்குது, ஒண்ணைக்கூட விட்டுவைக்க மாட்டான். எல்லாத்தையும் எவளுக்காவது எடுத்துப் போயி மாட்டுவான். நாசமா போயிடுவான்.” பொன்னம்மாவின் அரற்றல் வீடு முழுக்க எதிரொலித்தது. அவருக்குள் ஆத்திரம் பீறிட்டது.

சுந்தரத்தால் மேலும் பொறுக்க முடியவில்லை. தொடர்ந்து வசவுகள் கேட்டன. அவர் வேகமாக எழுந்து சென்றார். விஜயாவும் சுமதியும் சமையல்கட்டின் கதவை உட்புறமாகச்

சாத்திக்கொண்டார்கள். மரக் கதவைத் தொடர்ந்து காலால் ஓங்கி உதைத்தார். கதவு, நிலைப்படி, ஜன்னல்கள், சுவர்கள், கூரை ஓடுகள் நடுங்கின. உத்திரங்களுடன் கம்பங்கள் ஆடின. சமையல் பாத்திரங்கள் அதிர்ந்தன. சாப்பாட்டுத் தட்டுக் கீழே விழுந்தது. ஒரு தம்ளர் உருண்டோடியது. வீடு பூகம்பத்தால் குலுங்கியது போலிருந்தது. "ஏ, நா என்ன எனக்கா கேக்கறேன். நீங்க உக்காந்து தின்ன ஒழைச்சி வந்து போடறேன். குடுத்தா குடு. இல்லாட்டி வூட்ட ஜப்தி பண்ணிப் போவட்டும்." சுந்தரத்தின் கத்தல் தூரத்திலிருந்த கூட்டுறவு சங்கத்தை எட்டியிருக்கும். உள்ளே உட்கார்ந்திருக்கும் செயலாளர் திருப்தியடைவார்.

சுந்தரம் திரும்பி தெருவுக்குச் சென்றார். சமையல்கட்டில் பொன்னம்மா அழுதபடி எழுந்தாள். மூலையில் அடுக்கி வைக்கப்பட்டிருந்த பானைகளை ஒவ்வொன்றாக இறக்கினாள். அவற்றில் கையை விட்டுத் தேடினாள். எதையோ எடுத்து சிறிது நேரம் உற்றுப்பார்த்துவிட்டு பழையபடி அதை பானையிலேயே போட்டாள். தன் பெட்டிச் சாவியை எங்கே வைத்தோம் என்று ஞாபகமில்லை. அடுக்கிலிருந்த மிளகு, சீரக, பருப்பு டப்பாக்களை சோதித்தாள். கடைசியாக கடுகு டப்பாவைத் திறக்கையில் கண்டுபிடித்தாள். வளையம்கூட இல்லாத, சிறிய தனியான சாவி. அதைக் கையில் பிடித்தபடி வாசலைக் கடந்து தாழ்வாரத்தை தாண்டி அறையை அடைந்தாள். தலை கலைந்து, அழுது கண்கள் வீங்கி, ஆடை குலைந்து, புத்தி பேதலித்தவளைப்போல் காணப்பட்டாள். வீடு முழுவதும் அவளைப் பார்த்துக்கொண்டிருந்தது.

பொன்னம்மா கட்டிலுக்குக் கீழிருந்த இரும்புப் பெட்டியை வெளியில் இழுத்தாள். நாலைந்து முறை சாவியை நுழைத்துத் திருப்பியும் பெட்டி திறக்கவில்லை. சுந்தரத்தினுடையது போலில்லாமல் பெட்டியுடன் பதித்த பூட்டு. பெட்டியைத் திறப்பது மறந்திருந்தது. நாட்பட்டுப் பூட்டின் வில் துருவேறியிருக்கலாம் என்று நினைத்தாள். மூடியைக் கெட்டியாகப் பிடித்துத் தூக்கினாலே திறக்கும் போலிருந்தது. சாவியை மாற்றி நுழைத்துத் திறக்க முயன்றாள். பூட்டின் கொக்கி மெல்லிய சப்தத்துடன் விடுபட்டது. மூடியைப் பாதித் தூக்கி நகைப்பெட்டியை உள்ளேயே வைத்துத் திறந்தாள். சாவி பூட்டிலேயே தங்கியிருந்தது. சில நகைகளை விலக்கி தங்க சங்கிலியை வெளியிலெடுத்தாள். கடைசியாக ஒரு முறை தடவிப் பார்த்தாள். இருபுறமும் தும்பிக்கைகள் உயர்த்திய யானைகளுடன் அம்மன் உருவம் விரல்களில் உறுத்தியது. அதை அணிந்தால் அம்மன் களை தானாக வந்துவிடுமென்பாள் அக்கா.

கழுத்துச் சங்கிலி திரும்பக் கிடைக்காது என்பதை பொன்னம்மா உணர்ந்திருந்தாள். அதனுடனான உறவு முடியப்போகிறது. தலைமை கூட்டுறவு வங்கிப் பெட்டகத்துக்குச் சென்று உறங்கிவிடும். துணைக்கு எண்ணற்ற நகைகள் அங்கு கிடக்கும். தவணைக் காலம் கடந்து, பல முறை எச்சரிக்கப்பட்டுப் பலனில்லாமல் ஏலமிடப்பட்டு மறையும். பெருமூச்சுடன் பெட்டியை மூடி காலால் உள்ளே தள்ளினாள். தங்கச் சங்கிலியைக் கட்டிலின் மேல் போட்டுவிட்டு வெளியில் வந்தாள். அனைவரும் ஆச்சரியத்துடன் கவனித்துக்கொண்டிருந்தார்கள். அவள் யாரையும் ஏறிட்டுப் பார்க்கவில்லை. மீண்டும் தன் சமையல்கட்டு மூலைக்குத் திரும்பினாள். அங்கு மிகவும் கதகதப்பாயிருக்கும். பல காலம் தேய்ந்து வழுவழுப்பான மனையில் உட்கார்ந்தாள். தலை அழுக்கு வட்டமாகப் படிந்த சுவரில் சாய்ந்தாள். எதிரில் மண்ணடுப்பில் தீ அணைந்து சாம்பல் பூத்திருந்தது. அதை மறுபடியும் மூட்ட வேண்டும்.

அனைத்தையும் நினைத்துப் பார்த்தவாறு பொன்னம்மா உட்கார்ந்திருந்தாள். இதுவரை யாருக்கும் தெரியாமல் விரலில் மோதிரம் மறைந்திருந்தது. அதை மெல்ல உருவினாள். இரண்டு மூன்று முயற்சிகளுக்குப் பிறகு சுலபமாக வந்தது. அடியில் தேய்ந்து மங்கியிருந்தது. கார்த்தி எதிரில் அமர்ந்து பார்த்துக்கொண்டிருந்தான். அதை வாங்கிக்கொள்ள அடுப்பங்கரைக்கு வந்திருந்தான். இரவு சாப்பிடுகையில் பிள்ளைகளும் அப்பாவும் பேசி முடிவெடுத்திருந்தார்கள். அனைவரின் நீண்ட நாள் ஆசைப்படி புதிய வானொலிப் பெட்டி வாங்க வேண்டும். ஊரில் நிறையப் பேர் வீட்டில் ஒலித்துக் கொண்டிருக்கிறது. அண்ணன் சந்திரசேகரன் வசிக்கும் நகரில் அவருடன் போய் சுந்தரம் விலைக்கு வாங்குவார். பொன்னம்மாவுக்கு மோதிரத்தின் இழப்பு பெரிதாகப்பட வில்லை. முதன்முறையாக வீட்டுச் செலவுக்கு நகை உபயோகப்படப்போகிறது. வானொலியின் வரவு, காலியான வாசல், தாழ்வாரங்களைக் கொண்ட வீட்டை நிரப்பும். தான் காலத்துடன் சேர்ந்து மாற வேண்டும். கார்த்தி சிறிய மோதிரத்தை உருட்டிப் பார்த்தபடி எழுந்து அப்பாவிடம் சென்றான். அவனால் நம்ப முடியவில்லை. எங்கிருந்தோ வரும் திரைப்படப் பாடல்கள், கதைகள், செய்திகளைக் கேட்கப்போவதில் மகிழ்ச்சியாயிருந்தது. அம்மாவின் விரலில் ஒட்டியிருந்த மோதிரத்தை இழந்து புது வானொலி வாங்குவதில் சற்று வருத்தமும் கலந்திருந்தது.

மொட்டை மாடிக் கொடி

நகரத்துக்குப் போகும் பேருந்து வர இன்னும் நிறைய நேரமிருந்தது. அது சில நாட்களில் வராமலும் போய்விடும். வேறுபேருந்தும் கிடையாது. இனியும் வீட்டில் தங்கியிருக்க பொன்னம்மா விரும்பவில்லை. நாலைந்து உடைகளை எடுத்துபையில் திணித்துக்கொண்டாள். பிள்ளைகளுக்குத் துணிகளைத் தேடி உடுத்தித் தலை வாரினாள். டப்பாக்களில் மறைவாகச் சேமித்திருந்த சில்லறைகள் முழுவதையும் கொட்டி எடுத்துக்கொண்டாள். அனைவரையும் வெளியில் அழைத்து வந்தாள். வீட்டைப் பூட்டி சாவியை எதிர்வீட்டில் கொடுக்கச் சென்றாள். வசந்தா அக்கா "எங்கமா போற? எதையும் மனசுல வைச்சுக்காதே" என்றாள் ஆறுதலாக. "இல்லக்கா, கொஞ்ச நாளைக்கி அம்மா வூட்ல இருந்துட்டு வரேன். இந்த மனுசனுக்கு அப்பவாவது புத்தி வருதா பாக்கலாம்" என்றாள் பொன்னம்மா கம்மிய குரலில். "பாத்துப் போம்மா" என்றாள் வசந்தா. பொன்னம்மா பிள்ளைகளுடன் தெருவில் நடந்து சென்று மறையும்வரை பார்த்துக்கொண்டிருந்தாள். "நல்லதங்கா மாதிரி குழந்தைகளோட போறா" என்று முணுமுணுத்துக்கொண்டாள்.

நேற்று சுந்தரமும் பொன்னம்மாவும் கோபமாகச் சண்டையிடும் குரல்கள் கேட்டன. புரியவில்லையானாலும் நகை, பணம் என்ற வார்த்தைகள் அடிபட்டன. நடுவில் மௌன இடைவெளி உருவானது. சுந்தரம் அடிக்கிறார்

என்று அர்த்தம். தண் தண்ணென்று சப்தம் எழுந்தது. பதிலுக்கு பொன்னம்மாவும் அடிக்க முயற்சிக்கிறாள். அவளிடமிருந்து உம் உம்மென்ற ஓசை வந்தது. மீண்டும் பெருங்குரலெடுத்து பொன்னம்மா அழும் ஒலி. வசந்தா அப்போது தலையிட்டு விலக்க நினைத்தாள். ஊரில் யார் வீட்டிலும் உரிமையுடன் புகுந்து சமாதானம் செய்யலாம்தான். அது சண்டையின் அளவைப் பொறுத்தது. வழக்கம்போல் சாதாரண சச்சரவு என்று வசந்தா எண்ணியிருந்தாள். ஆனால் அது முடிந்திருக்கவில்லை.

பொன்னம்மா பேருந்து நிறுத்தத்தில் பையுடன் நின்றாள். சுமதியும் விஜயாவும் பக்கத்திலிருந்தார்கள். பெரிய பெண் முகத்தில் துயரம் படிந்திருந்தது. விஜயாவின் கண்கள் அலைந்துகொண்டிருந்தன. கார்த்தியும் மோகனும் பேருந்து நிறுத்த இருக்கை முதுகில் ஏறியிருந்தார்கள். அவர்களுக்கும் கொஞ்சம் புரிந்திருக்கலாம். அம்மா, அப்பா சச்சரவுகளுக்குப் பின் செல்லம்மா ஆயா வீட்டுக்கு அம்மா அழைத்துச் செல்வது வழக்கம். நாலைந்து நாட்கள் தங்கியிருந்து திரும்புவார்கள். அதற்காகப் பெற்றோர்களுக்கிடையில் சச்சரவு நிகழ வேண்டுமென மோகன் உள்ளுக்குள் ஆசைப்பட்டிருக்கிறான். நகரத்திலுள்ள ஆயா வீட்டுக்குப் போவது அபூர்வமான சுற்றுலாவைப்போல். பள்ளி, பாட புத்தகங்களிலிருந்து சிறு விடுதலையும் கிடைக்கும். அங்கு ஆயாவுடன் சண்டையேற்பட்டால் பொன்னம்மா உடனே கிளம்பியும் விடுவாள்.

சாலையோர வீட்டுத் திண்ணையில் உட்கார்ந்து வேடிக்கைப் பார்த்துக்கொண்டிருந்தாள் விசாலாப் பாட்டி. தொங்கிய காதுகளில் கனத்த கம்மல்களுடன் தலை நடுங்கியது. மகன் கோபால் கொல்லைக்குப் போயிருந்தான். மருமகள் சமையலில் ஈடுபட்டிருந்தாள். அவள் வைக்கப்போகும் குழம்பை வாசனையால் தெரிந்துகொள்ள முயன்று தோற்றாள் விசாலா. பேருந்து நிறுத்தத்தில் சுவாரசியமில்லை. புதுப் பயணிகளில்லாமல் சாதாரணமாயிருந்தது. வழக்கமான வெட்டி நபர்கள் அமர்ந்திருந்தார்கள். அப்போது பொன்னம்மா பிள்ளைகளுடன் வந்தாள். முகம் வாடியுள்ளதைக் காண வருத்தம் ஏற்பட்டது. மருமகளின் நட்புக்காரி. மெல்ல எழுந்து அவளை நெருங்கினாள். பொன்னம்மாவை அளவெடுப்பதுபோல் மேலும் கீழும் பார்த்தாள். தீய்ந்த குடும்ப வாடை வீசியது. காரணத்தை அறிந்துகொள்ளாவிட்டால் தலை வெடிக்கும்போலிருந்தது. "எங்கப் போற, அம்மா வூட்டுக்கா, போ, போ, என்ன திடீர்னு?" என்றாள். அவளுக்குப் பதில் தேவையில்லை. "பத்தரமா போடிம்மா" என்றாள் மீண்டும். பொன்னம்மா

பதிலளிக்காமல் தலை குனிந்திருந்தாள். பிள்ளைகள் விசாலாப் பாட்டியை கண்டுகொள்ளவில்லை. வேறு சந்தர்ப்பமாயிருந்தால் மறைவாகப் பின்கொசுவத்தைப் பற்றி இழுப்பார்கள். ஓவென்று கத்துவார்கள். கிழவி தடியைத் தூக்கி வீசுவாள்.

பொன்னம்மா சாலையோரம் பின் கை கட்டி நின்றிருந்த சுப்புராயனிடம் "எப்ப பஸ்சு வரும்?" என்றாள். அவர் "இதோ இப்ப வந்துடும்" என்றார் நிதானமாக. எப்போது கேட்டாலும் இதே பதிலைத்தான் சொல்வார். தேநீர்க் கடையில் புகை சூழ நின்றிருந்த சாமண்ணன் "இன்னும் அர மணி நேரமாவுங்கா" என்றார். "இப்பதா போச்சி, திரும்பி வர ஒரு மணி நேரங்கூட ஆவலாம்மா" என்றார் பேருந்து நிறுத்த இருக்கையில் சாவதானமாக அமர்ந்திருந்த பழனி. விசாலாப் பாட்டி நகர்ந்து சென்றாள். பொன்னம்மாவுக்கு மீண்டும் வீட்டுக்குப் போய் அரை மணி நேரம் கழித்து வரத்தோன்றியது. அனைவருக்கும் நடுவில் நிற்கக் கூசியது. தங்கள் வீட்டுச் சண்டையை நிச்சயமாக அறிந்திருப்பார்கள். அதன் ஒவ்வொரு இணுக்கையும். ஆனால் வீட்டுக்குச் சென்றால் தான் மனம் மாறி தங்கி விடலாம். பையைக் கெட்டியாகப் பற்றியபடி தொடர்ந்து காத்திருந்தாள். சுமதியும் விஜயாவும் சாமண்ணனின் வீட்டுப் படிக்கட்டு ஓரம் நிழலுக்கு நகர்ந்திருந்தார்கள். அங்கு மேலும் நாலைந்து பேர் பேருந்துக்குக் காத்திருந்தார்கள்.

நீண்ட நேரம் பேருந்தின் சப்தம் கேட்டவாறிருந்தது. தூரத்தில் புழுதிப் படலம் எழுந்தது. புளிய மரத்தைத் தாண்டி சாய்ந்தபடி வந்துகொண்டிருந்தது. மோகன்தான் முதலில் கண்டுபிடித்துச் சொன்னான். அனைவரும் சாலையோரம் திரண்டு நின்றார்கள். கூட்டம் வழிய பேருந்து வந்து நின்றது. படிகளிலிருந்த நாலைந்து பேர் இறங்கி வழி விட்டார்கள். பொன்னம்மா பிள்ளைகளை ஏற்றிவிட்டு தானும் ஏறினாள். உள்ளே நெரிசலில் சேர்ந்து நின்றார்கள். நடத்துநர் கூட்டத்தில் நீந்தி வந்தார். பேருந்து சீட்டுகளை வாங்கி கார்த்தியிடம் தந்தாள். அவன் பத்திரமாகக் கால் சட்டைப் பைக்குள் சொருகிக் கொண்டான். அடிக்கடி நிறுத்தங்களில் நின்று பயணிகளை இறக்கி ஏற்றிக்கொண்டு பேருந்து சென்றது. பொன்னம்மாவுக்கு மயக்கமுடன் வாந்தியும் வரும்போலிருந்தது. நேற்று பகலில் சாப்பிட்டது. வாய் கசந்தது. அவள் கெட்டியாகப் பேருந்தின் கம்பியைப் பற்றிக்கொண்டாள். பக்கத்து இருக்கையிலிருந்த ஒருவர் எழுந்து இறங்கினார். உட்காரலாமா என்று யோசித்தாள். சுமதியையும் விஜயாவையும் சேர்த்து உட்கார வைத்தாள். பையை அவர்களிடம் தந்தாள். மோகன் நடுவில் நின்று கொண்டான்.

மு. குலசேகரன்

கடைசியாகப் பேருந்து நிலையம் வந்தார்கள். குறுக்கும் நெடுக்குமான பேருந்துகள் நடுவில் மனிதர்கள் பரபரப்பாக அலைந்தார்கள். அங்கங்கே தள்ளு வண்டி வியாபாரிகள். எல்லாவற்றையும் தாண்டி அவர்கள் சாலையோரம் வந்து நின்றார்கள். அங்குதான் கட்டணம் குறைந்த நகரப் பேருந்து நிற்கும். திடீரென வந்து நின்று ஆட்கள் நிரம்பியதும் கிளம்பிச் செல்லும். பொன்னம்மா பேருந்துகளின் ஊர்ப் பெயர்களைப் பார்த்துக்கொண்டிருந்தாள். கார்த்தியின் கையை சுமதி பிடித்திருந்தாள். மோகனுடைய கரத்தை பொன்னம்மாவும் விஜயாவும் பற்றியிருந்தார்கள். பேருந்துகள் வந்து சென்ற வண்ணமிருந்தன. சிறிது நேரம் கழித்து நகரப் பேருந்து வந்து நின்றது. ஒரே சமயத்தில் பலர் உள்ளே ஏற முயன்றார்கள். பொன்னம்மாவும் முண்டி பிள்ளைகளுடன் ஏறினாள். வெவ்வேறு இருக்கைகளில் இடம் கிடைத்து அமர்ந்தார்கள். இருக்கைகள் கிடைக்காதவர்கள் பேருந்துக்குள் கண்களால் துழாவிக்கொண்டிருந்தார்கள்.

வரிசையாகத் தின்பண்டங்கள் விற்பனைக்கு வலம் வந்துகொண்டிருந்தன. கம்மிய குரல்கள் வினோதமாக ஒலித்தன. புதிய வார்த்தைகள் போலிருந்தன. கவனித்துக் கேட்டால்தான் புரியும். மோகன் எதையாவது கேட்டு அடம் பிடிக்கலாமென்று பொன்னம்மா பயந்தாள். அவன் சூழ்நிலையை எண்ணி அமைதியாயிருந்தான். ஓர் இளைஞன் கற்றைப் புத்தகங்களுடன் பேருந்து நடுவில் வந்து நின்றான். ஓர் இதழை தூக்கிக் காட்டி சொற்பொழிவாற்றத் தொடங்கினான். நாடு ஏன் வறிய நிலையிலிருக்கிறது, திரைப்படங்கள் மனிதர்களை எப்படி சுரண்டுகின்றன, நாட்டில் எவ்வாறு சர்வாதிகாரம் கோலோச்சுகிறது என்று கத்தி சொன்னான். அவன் குரல் நம்பிக்கையோடு ஒலித்தது. பயணிகள் பார்த்துக்கொண்டிருந்தார்கள். சிலர் பத்திரிகைகளைக் காசு கொடுத்து வாங்கிப் புரட்டினார்கள். இளைஞன் பேருந்தில் நடந்தான். கார்த்தியிடமும் பத்திரிகையைக் காட்டினான். நாலைந்து பத்திரிகைகள் விற்றன. அவன் இறங்கி அடுத்த பேருந்தில் ஏறினான். இதைப் போல் எதிர்காலத்தில் மோகன் வளர்ந்தால் பெருமையாயிருக்கும் என்று பொன்னம்மா நினைத்தாள். சற்று நேரம் கழித்து பேருந்து புறப்பட்டது. முதல் பேருந்து நிறுத்தம் வந்ததும் இறங்கி நடக்கத் தொடங்கினார்கள். கார்த்தியும் மோகனும் வேகமாக முன்னால் சென்றார்கள். வீட்டை அடைந்து திரும்பிப் பார்த்துவிட்டு உள்ளே ஓடினார்கள். செல்லம்மா மெதுவாகக் கதவை முழுதாகத் திறந்தபடி வெளியில் வந்தாள்.

பொன்னம்மா கால்களைக்கூடக் கழுவாமல் பையுடன் கூடத்தில் உட்கார்ந்தாள். புடவைத் தலைப்பால் முகத்தை அழுத்தித் துடைத்துக்கொண்டாள். சற்றுத் தள்ளி மகள்கள் உட்கார்ந்தார்கள். எதிர்க் கூடத்திலிருந்த ஊஞ்சலை நோக்கி மகன்கள் ஓடினார்கள். "நாந்தான் முதல்ல, நீ ரெண்டாவது" என்றான் கார்த்தி. விமானம் ஓட்டும் போட்டி தொடங்கியது. செல்லம்மா மெல்ல பொன்னம்மாவின் அருகில் குத்துக்காலிட்டு அமர்ந்தாள். கன்னத்தில் கையை வைத்து கவலையோடு "என்னாச்சும்மா?" என்றாள். "ஒண்ணுமில்ல" என்று சட்டென்று எழுந்துகொண்டாள் பொன்னம்மா. அவளுக்கு அழுகை வரும் போலிருந்தது. அம்மாவிடம் சொல்லக் கூடாதென்ற வைராக்கியமும் எழுந்தது. செல்லம்மா பேத்திகள் பக்கம் திரும்பினாள். தலைகளைக் கரிசனத்துடன் நீவினாள். அவள் மிகவும் உயரமானவள். காலையில், இரண்டு கூடங்களிலிலும் வரிசையாயிருக்கும் கடவுள், தேசத் தலைவர்களின் படங்களுக்கு ஸ்டூலில் ஏறி பாராபட்சமில்லாமல் பூ வைப்பாள். கூரையில் தலை இடித்துக்கொள்வதைப் போலிருக்கும். புடவைத் தலைப்பால் தோள்களை மூடியிருப்பாள். கைகளில் தங்கக் காப்பு. மென்மையாக தெளிவாகப் பேசுவாள். தான் உயர்ந்த குடும்பத்தைச் சேர்ந்தவள் என்ற தோரணையிருக்கும்.

பொன்னம்மா சமையலறையில் நுழைந்து நாலைந்து தம்ளர் தண்ணீர் குடித்தாள். சொம்பில் மகள்களுக்கும் குடிக்கக் கொடுத்தாள். அடுப்படியிலிருந்த பாத்திரங்களைத் திறந்து பார்த்தாள். கொஞ்சம் சோறு ஒட்டியிருந்தது. சமையலறை மிகவும் சுத்தமாயிருந்தது. அம்மா முன்பே சாப்பிட்டு விட்டிருக்கிறாள். பொன்னம்மா வேகமாக அரிசியைக் களைந்து உலைக்கு வைத்தாள். பானையில் அரிசி ஒன்றிரண்டு வேளைக்குத்தானிருந்தது. பருப்பும் கொஞ்சம்தான். காய்கறிகள் ஏதுமில்லை. அம்மா அவ்வளவு பெரிய வீட்டில் தனியாயிருப்பதை நினைத்தால் பயமாயிருக்கும். அனைத்து மூதாதைகளும் பேய்களாக வாழ்கிற இடம். அவள் அவற்றுடன் இரவுகளில் பேசுகிறாள். அவளும் நரைத்த தலை, வெள்ளை ரவிக்கையுடன், உயரமாக, பேய் போலிருப்பாள். வீடும் பின் கட்டும் அமானுஷ்யமாயிருக்கும். அண்ணன் சந்திரசேகரன் வந்தாலும் உடனே கிளம்பிச் சென்றுவிடுவான். மாடிப் படிக்கட்டுகளில்தான் விரை வீக்க நோவு தாளாமல் தம்பி தூக்கிட்டு தற்கொலை செய்துகொண்டான். இன்னும் அவன் மூலைப் படிக்கட்டில் தொங்குவதுபோலிருந்தது.

செல்லம்மா மெல்ல எழுந்து பானையிலிருந்து காசை தேடியெடுத்துக்கொண்டு பையுடன் கடைக்குச்சென்றாள்.

புறநகருக்கு அனைத்துக் கடைகளும் வந்துவிட்டன. செல்லம்மா திரும்பி வருகையில் கைப்பை நிறைய அரிசியும் பருப்பும் காய்கறிகளையும் சுமந்து வந்தாள். கைப்பையின் மேல் காகிதத்தில் பணியாரப் பொட்டலம். அவள் உள்ளே நுழையும் போதே தெரிந்துவிட்டது. பலகார வாசனையும் சேர்ந்து வந்தது. ஊருக்கு வந்தாலும் தவறாமல் வாங்கி வருவாள். பிள்ளைகள் "ஊராயா வந்திட்டாங்க" என்று கத்துவார்கள். மோகனும் கார்த்தியும் வான்வெளியில் பறந்துகொண்டிருந்த ஊஞ்சலை உடனே நிறுத்தி ஓடிவந்தார்கள். அனைவருக்கும் பணியாரங்களைக் கொடுத்தாள். அருகில் உட்கார்ந்து தின்பதைப் பார்த்தாள். இந்தப் பணியாரங்கள் வேறு எங்கும் கிடைக்காது. பொன்னம்மா ருசித்து தின்றாள். சோறு வெந்துவிட்டது. குழம்பும் வைத்தாள். செல்லம்மா பானைகளில் தேடி கருவாட்டுத் துண்டுகளை எடுத்துத் தந்தாள். அவற்றையும் சமைத்து முடித்தாள்.

சமையல்கட்டில் கருவாட்டு மணம் பரவியது. பெரிய வீடெங்கும் நிறைந்தது. அம்மா கறி, முட்டை சாப்பிடுவதில்லை. ஆனால் அவற்றை நன்றாகச் சமைப்பாள். அனைவரும் சாப்பிட்டு முடித்தார்கள். செல்லம்மா மௌனமாக அவர்கள் சாப்பிடுவதைப் பார்த்துக்கொண்டிருந்தாள். மறுபடியும் மெதுவாக எழுந்துபோய் மாம்பழங்கள் வாங்கி வந்தாள். பெரியவர்களுக்குப் பெரிதாக, சிறியவர்களுக்குச் சிறிதாகத் தந்தாள். அவளுடைய பங்கீடு எப்போதும் விசித்திரமானது. மோகனும் கார்த்தியும் கைகளில் சாறு வழியத் தின்றார்கள். சுமதியும் விஜயாவும் தொடர்கதைகளைத் கிழித்துத் தைத்த புத்தகங்களைத் தேடி அக்கம்பக்க வீடுகளுக்குச் சென்றார்கள். பொன்னம்மா கூடத்தில் தலைக்குக் கையை வைத்துப் படுத்தாள். அக்காலத்து சிமெண்டு மெழுகிய தரை இதமான குளிர்ச்சியோடிருந்தது. செல்லம்மா தலையணையைக் கொண்டுவந்து தலையைத் தூக்கி வைத்தாள். பொன்னம்மா கண்களை மூடிக்கொண்டாள்.

நீண்ட நாட்களுக்குப் பிறகு கிடைத்த ஆழ்ந்த உறக்கம். கனவில் பொன்னம்மா நிறைய நகைகளை அணிந்து புகைப்படத்துக்குக் காட்சி தந்தாள். அது முன்பு நிஜத்தில் நடந்திருந்தது. கல்யாணமான புதிதில் சுந்தரம் நகரத்துக்கு அழைத்துச் செல்கையில் புகைப்படம் எடுத்துக்கொண்டார்கள். கறுப்பு, வெள்ளை புகைப்படம். அவள் ஒல்லியாக, சிரித்துக் கொண்டு, காதுகளில், கழுத்துகளில், கைகளில் நகைகளை அணிந்திருந்தாள். நெற்றிச் சுட்டி பெரிய நீர்த் துளியைப்போல தலையில் தொங்கியது. ஒரு கையைப் பூத் தொட்டித் தாங்கி மேல் வைத்திருந்தாள். இருவர் கண்களும் சிமிட்டாமல் உற்று

நோக்கிக்கொண்டிருந்தன. அதை வீட்டுச் சுவரில் தன் வகுப்பு மாணவர்களுடனுள்ள புகைப்படத்துக்குப் பக்கத்தில் மாட்டி வைத்திருந்தார் சுந்தரம். பள்ளி புகைப்படத்தில் வரிசைப்படி மாணவர்களின் பெயர்கள் அச்சிடப்பட்டிருந்தன. மற்றொரு படம் அவர் மட்டும் தனியாக முன்னால் கைகளைக் கட்டியபடி தொங்கியது.

பொன்னம்மாவின் கனவில் நீண்ட நேரம் புகைப்படம் எடுக்கப்பட்டுக் கொண்டிருந்தது. புகைப்படக் கருவியின் கறுப்புத் துணிக்குள் எடுப்பவர் தலையை நுழைத்துக்கொண் டிருந்தார். பக்கத்தில் சிரித்தபடி நின்றிருந்தார் சுந்தரம். முடிந்ததும் படமெடுப்பவர் தலையை வெளியிலெடுத்து அசைத்தார். சுந்தரத்தின் சிரிப்பு மறைந்தது. அவள் பக்கம் திரும்பி ஒவ்வொரு நகையாகக் கழற்றத் தொடங்கினார். முதலில் கழுத்து அட்டிகையின் பின்புறக் கொக்கியை மயிர்களில் சிக்காமல் திறமையாக விடுவித்தார். கைவளையல்களை வலிக்காமல் உருவினார். கொல்லனால்கூட அப்படியொரு நேர்த்தியைக் காட்ட முடியாது. அப்போதுதான் அணிவிப்பதை போல் இரு விரல்களிலிருந்த மோதிரங்களையும் லாகவத்துடன் கழற்றினார். வரவில்லையென்று காது ஜிமிக்கையை அவளாகவே தலையைச் சரித்து அவிழ்த்துக்கொடுத்தாள். கழுத்தில் தாலி மட்டும் மீந்திருந்தது. நகைகளையெல்லாம் சுந்தரம் கவனமாக உரச் சாக்கில் போட்டுக் கட்டினார். அதைத் தோளில் சுமந்தபடி அவளைக் கையைப் பிடித்து அழைத்துக்கொண்டு வேகமாகத் தெருக்களில் நடந்தார். பேருந்திலேறி நேராகக் கொல்லைக்குச் சென்றார். அங்கு அவளை நிற்க வைத்தார். பாட்டன், முப்பாட்டன்களைப் புதைத்த இடத்தில் அவரே ஆழக் குழி தோண்டினார். பள்ளத்தில் நகை மூட்டையைப் போட்டார். "இங்க ரொம்ப பத்திரமாயிருக்கும்" என்று மண்ணைத் தள்ளி மூடினார். மேட்டில் ஒரு மாலையை வைத்து இருவரும் வணங்கினார்கள். அவள் கண்களில் கண்ணீர் கோடாக வடிந்தது.

பொன்னம்மா சில்லென ஈரம்பட்டதில் விழித்துக் கொண்டு எழுந்து உட்கார்ந்தாள். பக்கத்தில் மகள்கள் இருவரும் சுருண்டு படுத்திருந்தார்கள். அவள் கண்களில் உண்மையில் கண்ணீர் வழிந்துகொண்டிருந்தது. யாரும் பார்க்கும் முன்னால் அதை அவசரமாகத் துடைத்துக்கொண்டாள்.

பொன்னம்மா எழுந்தாள். மனம் அலைகளடங்கி அமைதியாயிருந்தது. நீண்ட நாட்கள் கழித்து வந்த பிறந்த வீடு புதிதாயிருந்தது. சிறுவயதில் தன் பிறந்தவர்களுடன் விளையாடிய கூடங்களும், சிறுவாசலும், தாழ்வாரங்களும்

வெறுமையாயிருந்தன. நாலு புற அறைகளும் இருளடைந்து இருந்தன. வரிசையான மாடிப்படிகள் மேலே உயர்ந்து சென்றன. யாரோ கூப்பிட்டதைப்போல் அவற்றின் வழியாக மொட்டை மாடிக்கு ஏறிச்சென்றாள். அவளுக்கு நினைவு தெரிந்த நாளிலிருந்து பசுமையாகப் படர்ந்திருக்கும் மல்லிகைக் கொடி. நட்சத்திரங்களைப்போன்ற அன்றலர்ந்த பூக்கள் மயக்கும் மணம் வீசின. மாடியிலிருந்து பார்க்க வானம் மிக அருகில் தெரியும். கையால் எட்டித் தொட்டுவிடலாம்போல். மேகங்கள் ஒன்றிரண்டு தூரத்தில் அருக மலையை நோக்கி தவழ்ந்துகொண்டிருந்தன. மலைக்குப் பின்னால் சூரியன் சிவந்து நெருப்புப் பிழம்பாக இறங்கிக்கொண்டிருந்தது. அவள் மல்லிகைகளை நிதானமாகப் பறித்தாள். மடியில் கட்டிக்கொண்டாள். கீழே இறங்கி தொடுக்கத் தொடங்கினாள். செல்லம்மா மௌனமாகப் பார்த்துக்கொண்டிருந்தாள்.

பொன்னம்மா முகத்தைக் கழுவிக்கொண்டு இரு துண்டுகள் மல்லிகைச் சரத்தைக் கிள்ளி சாமி படத்துக்கும் அருகில் அப்பாவின் படத்துக்கும் வைத்தாள். மீதியை, மயிர்கள் நரைக்கத் தொடங்கியிருந்த தன் தலையில் செருகிக் கொண்டாள். அவளுடன் தன் வீட்டிலிருந்து இறங்கி தெருவில் நடந்தாள். பக்கத்து வீட்டு காஞ்சனா பள்ளியில்கூடப் படித்தவள். இருவரும் அதிகம் பேசிக்கொள்ள மாட்டார்கள். கைகளைக் கோர்த்துக்கொண்டு தினமும் பள்ளிக்குச் சென்று வருவார்கள். மீதி நேரங்களில் சிறு செப்புகளுடன் ஒன்றாக விளையாடுவார்கள். கல்யாணமாகிச் சென்ற பிறகு அவளைக் காண முடியவில்லை. இப்போது கணவன் இறந்து, மகன்களுடன் எங்கோ வெளியூரில் வசிக்கிறாள் என்று கேள்வி. எதிர் வீடு கமலம்மாவினுடையது. முன்னால் ஒரு தெருவில் நுழைந்தால் அடுத்த தெருவுக்குப் போகலாம். அது இளம் வயதில் பெரிய அதிசயம். அதற்காகவே அடிக்கடி செல்வார்கள். அவர்கள் பிள்ளைகள் ஒருவர்கூட இல்லை. எல்லோரும் வெளிநாட்டில் குடியிருந்தார்கள். இப்போது கணவனும் மனைவியும் மட்டும் தனிமையில் காலம் கழிக்கிறார்கள். வீடு திரும்புவதற்குள் அவர்களையும் சந்திக்க வேண்டும்.

மூன்றாவது வீடு, சொத்துத் தகராறில் யாருமில்லாமல் கூரையை இழந்து பாழடைந்து கிடந்தது. அதற்கடுத்தது சகாயம் ஆசிரியர் வீடு. அவர் தேவாலயத்தில் பிடில் வாசித்தவர். உள்ளே நுழைந்தால் வீடே ம்ம்மென்று சங்கீதத்தால் விம்முவது போலிருக்கும். தினம் நடக்கும் மாலைப் பிரார்த்தனையில் அவளாகப் போய் உட்காருவாள். அவளும் ஆண்டவரை மன்றாடி முடிக்கையில் இனம் புரியாத வேதனை கவியும். சிலர்

மௌனமாக அழுதுகொண்டிருப்பார்கள். அந்த வீடு முழுவதும் ஆட்கள் நிலவில் உலவுவதைப் போல் மெல்ல நடப்பார்கள், பேசுவார்கள். அங்கிருந்தவர்கள் வீட்டை முன்பே விற்றுவிட்டு தேவாலயமிருந்த தெருவுக்குக் குடிபெயர்ந்திருந்தார்கள். மூலையிலுள்ளது கணேசன் மாமா வீடு. அவ்வீட்டார் ஊர்த் திருவிழாவில் விரதமிருந்து கரகம் சுமந்து வருபவர்கள். அதிகமாகப் பழக்கமில்லை. ஆனாலும் அவர் அமைதி முகத்துடன் வேட்டி முனையைப் பிடித்தபடி அடிக்கடி தெருவில் நடப்பதைப் பார்ப்பாள். அவளுடைய அப்பாவுடன் தனக்கு நெருங்கிய நட்பிருந்ததைச் சொல்வார்.

கடைசி வீட்டில்தான் பரஞ்ஜோதி இருந்தான். தன் வீட்டுக்கு எதிரிலுள்ள கோயில் பிள்ளையாருக்குப் பூசை செய்யும் குடும்பத்தைச் சேர்ந்தவன். வயதான அப்பாவுக்குப் பதிலாகத் தினமும் தவறாமல் பூஜை செய்ய வருவான். நெற்றியில் பளீரிடும் திருநீற்றுக் கீற்றுகளுடன், இடுப்பில் துண்டு மட்டும் கட்டியிருப்பான். அதனால் வெட்கமுடன் சிறிதாகப் புன்னகைப்பான். கனத்த கருங்கல் பிள்ளையாரையும் பீடத்தையும் குடத்தில் நீர் சுமந்து வந்து கழுவுவான். பின் திருநீறு பூசி, இரண்டு மூன்று பூக்களைச் சூடி, விளக்கேற்றுவான். பண்டிகை நாட்களில் சூடம் ஏற்றி வெண்கல மணியை அடிப்பான். அவளும் அக்காவும் சப்தம் கேட்டதும் ஓடிச் சென்று வணங்குவார்கள். சில நாட்களில் காரணமில்லாமல் மணியை ஒலிப்பான். அது அவளை அழைப்பதைப்போலிருக்கும். தான் மட்டும் விரைந்து கோயிலுக்குச் செல்வாள். பிரகாரத்தில் நீண்ட நேரத்துக்கு அதிர்வு கேட்டுக்கொண்டிருக்கும். திருநீறு பிரசாதம் தருகையில் கண்களை ஏறிட்டு முறுவலிப்பான். மெல்லிய குரலில் "என்ன சாப்பிட்டாச்சா" என்று அர்த்தமற்ற சொற்களை உதிர்ப்பான். அவள் பேசாமல் தலையாட்டுவாள்.

தெரு அடியோடு மாறியிருந்தது. தரையில் கனத்த தார் போட்டிருந்தார்கள். மண்ணைக் காண முடியவில்லை. வீதியோரம் நின்றிருந்த சில மரங்களின் கிளைகள் ஒட்ட வெட்டப்பட்டிருந்தன. உயர்ந்த மாளிகைகள் ஒன்றிரண்டு முளைத்திருந்தன. நிறைய வீடுகளைப் புதிதாகக் கட்டி அழுத்தமான வண்ணங்களைப் பூசியிருந்தார்கள். பல வீடுகள் அடையாளமே தெரியவில்லை. மாரியம்மன் கோயில்வரை சென்று, கோயிலின் இரும்புக் கதவுக்கு வெளியிலிருந்தவாறு நின்று வணங்கிவிட்டுத் திரும்பினாள். திண்ணையில் அம்மா கன்னத்தில் கை வைத்தபடி உட்கார்ந்திருந்தாள். அவள் எதிர் திண்ணையில் அமர்ந்தாள். பிள்ளையார் கோயிலைப் பார்த்தபடி "சின்ன வயசுல ஒருத்தன் தினம் இங்க பூச பண்ண

வருவான், பாவம். இப்ப கோயில்ல பூசயே நடக்குறதில்லியா ?" என்றாள். பிள்ளையார் கோயில் சுவர்களும் மொட்டைக் கோபுரமும் காரை உதிர்ந்திருந்தன. கூரை மேல் செழிப்பாக அரச மரச் செடி முளைத்திருந்தது. சிறிய சுற்றுச் சுவர் எந்த வாகனமோ இடித்துச் சிதைந்திருந்தது. "அவன் வேல கெடைச்சு எங்கியோ குடும்பத்தோட போயிட்டான். இப்ப யாரும் கோயில தெறக்கறதுமில்ல. பண்டிகை நாளில மட்டும் விளக்கேத்துவாங்க" என்றாள் செல்லம்மா. பொன்னம்மாவுக்குக் கோயிலுக்குப் போய் விளக்கேற்றி வரும் எண்ணம் தோன்றி மறைந்தது.

இரவு தூக்கம் வர நீண்ட நேரமானது. பிறந்த வீடு புதிய இடமாக மாறியது போலிருந்தது. சுற்றிலும் மையிருட்டுச் சூழ்ந்திருந்தது. அதில் யார்யாரோ உலவினார்கள். இறந்த தம்பி நிற்காமல் சுற்றிக்கொண்டிருந்தான். அப்பா திண்ணைத் திண்டில் சரிந்திருந்தார். பொன்னம்மா விடியற்காலையில் தூங்கத் தொடங்கினாள். செல்லம்மா கையில் பையுடன் மெதுவாகக் கொல்லைக்குக் கிளம்பினாள். வழக்கம்போல் கதவை வெளியில் சாத்திக்கொண்டாள். நீண்டநேரம் கழித்துத் திரும்பும்வரை பொன்னம்மா உறங்கிக்கொண்டிருந்தாள். பிள்ளைகளும் விழிக்கவில்லை. ஊரில் கொல்லைக்குப் போகையில் சுந்தரம்தான் எழுப்புவார். அவர் காலடிச் சப்தத்தில் தரை அதிரும். வீட்டில் செல்லம்மா மௌனமாக நடமாடிக்கொண்டிருந்தாள். கால்கள் பூமியில் பாவாதவை போலிருந்தன. திறந்த ஜன்னல் வழியாகக் குருவிகள் உள்ளே பறந்து வந்து உத்திரங்களிலும் ஊஞ்சல் கொக்கிகளிலும் அமர்ந்து கீச்சிட்டன. பொன்னம்மா எழுந்து உட்கார்ந்தாள். மோகனும் கார்த்தியும் கால்களைப் பரப்பி ஓடுவதையும் குதிப்பதையும் போல் கிடந்தார்கள். சுமதியின் மேல் போர்வையை இழுத்துவிட்டாள். விஜயா பாய்க்கு வெளியிலிருந்தாள். மாலையில் வீட்டுக்குக் கிளம்பலாம் என்ற எண்ணம் எழுந்தது. பிள்ளைகளின் படிப்பு நிற்கக் கூடாது. அவர்களாவது நன்குப் படித்து முன்னேற வேண்டும்.

செல்லம்மா வீடு முழுவதும் பெருக்கினாள். மாடிப் படிக்கட்டுகளையும்கூட விடவில்லை. மௌனமாகப் பாத்திரங்களைக் கழுவினாள். தோசை சுட்டுத் தந்தாள். உயரமான ஸ்டூலில் ஏறி, கொல்லையில் பறித்த தங்க அரளிப் பூக்களை ஒவ்வொரு படத்துக்கும் வைத்தாள். நாற்காலியில் அமர்ந்திருந்த கணவனின் படத்துக்கும் பூவைச் சொருகினாள். நெற்றியில் திருநீறு பளிச்சிட்டது. வாய் ஏதோ மந்திரத்தை முணுமுணுத்துக்கொண்டிருந்தது. அந்த உயரமான ஸ்டூலிலிருந்து விழுந்தால் கை கால் உடைந்துவிடும். கண்டுபிடித்துக் காப்பாற்றவும் ஆளில்லை. கடைசியில் ஊதுபத்தியைக் கொளுத்தி

நடுநாயகமான சாமிப் படத்தின் சட்டத்தில் குத்தினாள். பூசை முடிகையில் மதியம் நெருங்கிக்கொண்டிருந்தது. காலை உணவைச் சாப்பிட்டு முடித்தாள். பையுடன் சென்று உயிருள்ள மீன்களை வாங்கி வந்தாள். அவற்றை வாசலில் வைத்து ஒவ்வொன்றாக வெட்டினாள். மீன்கள் கடைசிவரை துள்ளிக்கொண்டிருந்தன. குழம்பு வைத்துச் சோறும் வடித்தாள். அவளுக்கும் சாம்பார் கொதித்தது. பொன்னம்மா படுத்தபடி பார்த்துக்கொண்டிருந்தாள்.

அனைவரும் கூடத்தில் வட்டமாகச் சாப்பிட உட்கார்ந்தார்கள். வீடு முழுக்க மீன் குழம்பின் வாசனை வீசியது. செல்லம்மா தள்ளி அமர்ந்து சாப்பிட்டாள். அம்மா யாருக்கும் தெரியாமல் மாமிசம் சாப்பிடுகிறாளென்று அக்கா சொல்வாள். பொன்னம்மா ஒருமுறையும் பார்த்ததில்லை. அவள் மீன் சாப்பிட்டு நீண்ட நாட்களாகியிருந்தன. சுந்தரத்துக்குத் தெரியாமல் இரகசியமாகத்தான் தின்ன முடியும். ஒருமுறை மீன் குழம்புக் கரண்டி தவறுதலாக மாறி விட்டது. அவர் ரசத்துடன் சோற்றுத் தட்டைத் தூக்கி எறிந்துவிட்டு எழுந்தார். அந்தக் கறை சமையல் கட்டுச் சுவரில் எவ்வளவு தேய்த்தும் மறையாமலிருக்கிறது. பொன்னம்மா கவனமாக முட்களை நீக்கி மீனைத் தின்றாள். சுற்றிலும் கூரிய முட்கள் கிடந்தன. பிள்ளைகளும் பேசியபடி ருசித்துச் சாப்பிட்டுக்கொண்டிருந்தார்கள். சுந்தரம் கதவைத் திறந்து வீட்டுக்குள் நுழைந்தார். கையில் மடித்த மஞ்சள் துணிப்பை. செல்லம்மா எழுந்துகொண்டாள். பொன்னம்மா தட்டுடன் சமையலறைக்குள் சென்றாள். பிள்ளைகளும் பின் தொடர்ந்தார்கள். சுந்தரம் கூடத்தின் மூலையில் உட்கார்ந்தார். செல்லம்மா ஒன்றும் சொல்லாமல் கூடத்தை அழுத்தித் துடைத்தாள். நடுவில் மனை போட்டு இலையை விரித்தாள். “வாப்பா, வந்து சாப்பிடு” என்றாள் நிதானமாக. சுந்தரம் கைகால்களைக் கழுவிக்கொண்டு வந்தார். செல்லம்மா தனக்கு வைத்திருந்த குழம்பை ஊற்றினாள். அவரும் எதுவும் பேசாமல் சாப்பிடத் தொடங்கினார்.

முடிவில்லாத கதைப் புத்தகம்

வீட்டுக்குப் பின்னால் புழக்கடைத் தோட்டம் தனியாகச் சோலை போலிருந்தது. கீழே நாணயங்களை இறைத்ததைப் போன்ற ஒளித் துணுக்குகளுடன் முருங்கை மரம் நிழல் விரித்திருந்தது. அது பகல் முழுவதும் மறைவதில்லை. துணி துவைக்கும் அகன்ற கல் இதமாகக் குளிர்ந்தது. சுமதி நிம்மதியாக உட்கார்ந்திருந்தாள். நேற்று மாதவிலக்கு முடிந்திருந்தது. இன்று யாரும் தொந்தரவு செய்யாத விடுதலை. தலைக்குக் குளித்து மயிரைப் படரவிட்டிருந்தாள். பல மூட்டைகள் நெல்லை சுமந்ததைபோல் உடல் அசதியாயிருந்தது. அவள் கையில் கனமான, தைத்த புத்தகம். அறுநூறு, எழுநூறு பக்கங்களுக்கு மேலிருக்கும். ரோமி தந்திருந்தாள். வார இதழில் வெளியான தொடர்கதை. வாரந்தோறும் இதழ்களிலிருந்து எடுத்துச் சேர்க்கப்பட்டது. சிரத்தையாகக் கிழித்து, அடுக்கித் தைத்து, மேலும் கீழும் அட்டைகளுடன் சேலைத் துணி ஒட்டி உருவான நூல். ஊரில் ஆண்களுக்குத் தெரியாது நிறைய புத்தகங்கள் ரகசியமாக உலவின. பெண்கள் சேகரித்தும் பரிமாறியும் வாசித்தும் வருபவை. சில பையன்களுக்கு மட்டும் விதிவிலக்கு. அவர்கள் வெவ்வேறு தெருக்களுக்குப் போய் வருவதற்கான கையாட்கள். அந்தரங்க உலகின் வாயில் வரை நுழைய அனுமதியுண்டு. பெண்கள் கதைப்புத்தகங்களை வேகமாகப் படித்து திருப்பித் தர வேண்டும். கிறுக்க, கிழிக்க, ஆண்களிடம் கொடுக்கக் கூடாது.

புத்தகத்தை முடிக்கும் தறுவாயிலிருந்தாள் சுமதி. மூன்று நாட்களுக்கு முன்பு விலக்காக உட்காருகையில் தொடங்கியது. முக்கால் பாகத்துக்கு மேல் தாண்டியிருந்தாள். இன்னும் நூறு, நூற்றம்பது பக்கங்கள் பாக்கி. வள்ளியும் குமரனும் எப்படி இணைவார்கள் என்று சில அத்தியாயங்கள் கடந்தால் தெரியும். கதையில் மூழ்கினாலும் நடுவிலுள்ள விளம்பரங்களைப் படித்தவாறிருந்தாள். பெண்களுக்கு மட்டுமான பவுடர், சோப்பு, கண் மை, எண்ணெய் விளம்பரங்கள். புகழ் பெற்ற நடிகைகள் சிபாரிச் செய்தவை. அவற்றைப் பார்க்கும் ஆசையைக் கதை சுவாரசியமும் தடுக்காது. காதோர மயிரை விரலில் சுருட்டியபடி, மரத்துக் குருவிகள், காக்கைகள் சத்தங்களைக் கேட்டவாறு, வீட்டுக்குள்ளும் கண் வைத்தபடி வாசித்துக்கொண்டிருந்தாள். வெளியில் மனம் அலைந்தாலும் கதைக்குள் சம்பவங்களில், உரையாடல்களில் ஆழ்ந்திருந்தது. மற்றவர்கள் வாழ்க்கையைத் தான் வாழ்வதுபோல். தானே காதலிக்கப்படுவதுபோல், தடைகள் உருவாவதுபோல், அவை மெதுவாகக் கரைவதுபோல். இது முடிந்தால் வேறொரு புத்தகம் படிக்கக் காத்திருந்தது. இது இன்னொரு கைக்கு மாறும். பிறகு மற்றொருவருக்கு. அடுத்து ஒருவருக்கு. அதற்கு முடிவில்லை.

“ஏ, எழுந்து வாடி. மத்தியானம் உன்னப் பொண்ணு பாக்க வராங்க. உங்கப்பா சொன்னாரு” அம்மாவின் குரல் அசரீரியைப்போல் சமையல்கட்டிலிருந்து ஒலித்தது. சுமதி காதில் விழாதவளைப்போலிருந்தாள். மிகவும் தேவையானால் மறுபடியும் கூப்பிடட்டும். அவள் தொடர்ந்து படித்துக்கொண்டிருந்தாள். அணைக்கட்டுக் கட்ட ஒரு மலைக் கிராமத்திற்குப் பொறியாளன் வருகிறான். அவனும் அங்குள்ள படித்த பெண்ணும் விதியைப்போல் சந்தித்து காதலிக்கிறார்கள். இருவரும் திருமணம் செய்துகொள்ள விரும்புகிறார்கள். முதலிலேயே முரட்டு அண்ணனுக்குப் பொறியாளனைப் பிடிக்காது. அவன் காதலை எதிர்க்கிறான். கிராமத்துக்கும் நகரத்துக்கும் இடையில் நடக்கும் போராட்டம். பசுமையான மலைக் கிராமமும் இரண்டு மலைகளுக்கு இடையில் உருவாகப்போகும் அணைக்கட்டும் மேலிருந்து தண்டவாளங்களில் கீழிறங்கும் இரயில் போன்ற வண்டியும் நேரில் காண்பவை போலிருந்தன. கதையுடன் சித்திரங்களும் உண்மையில் நடப்பவையாகத் தெரிந்தன. கடைசியில் அண்ணனின் தடை நீங்குமா என ஊகிக்க முடியவில்லை.

இன்று பெண் பார்க்க வருகிறவர்களின் எண்ணிக்கை முப்பது, முப்பத்தைந்தாவது இடம். அவளுடைய அடர்த்தியில்லாத கூந்தலை, முதிர்ச்சி நிரம்பிய முகத்தை மறுபடியும் வேண்டாம்

என்பார்கள். வெவ்வேறு ஊர், மனிதர்கள் என்றாலும் கழுத்தில் கைகளில் நகைகளில்லாததை மறைமுகமாகச் சுட்டிக் காட்டுவார்கள். அவை தகுதியின் அடையாளம். பக்கத்துவீட்டு ரோஸ் அக்கா, அவள் மறுக்கப்படும்போதெல்லாம் சொல்வாள். இரவல் நகைகள் உடம்பில் ஒட்டாமல் தம்மை காட்டிக்கொள்ளும் என்பாள். அதை ஒரு பார்வையில் அறிந்துகொள்ளலாம். அதனால் எப்பாடுபட்டேனும் சொந்த நகைகளை அணிய வேண்டும். ஆனால் அவளுக்கென கணவன் எங்காவது பிறந்திருப்பான். அவன் தேடி வருவான் என்றும் சொல்வாள். அவள் பொறுமையாகக் காத்திருக்க வேண்டும். ரோஸ் அக்காவின் வார்த்தைகள் வலிக்கு இதமானவை.

சுமதி படிப்பதை நிறுத்தவில்லை. வரிகளில் படியாமல் மனம்`அலைந்தது. சில சமயம் கண்கள் வெறுமையாக ஓடின. அவளுக்குப் பயமேற்பட்டது. தான் வாசிக்கும் சக்தியை இழந்துவிட்டோமா? கதைகள்தான் வாழ்க்கையைச் சுவாரசிய மாக்குபவை. அவளுக்குப் புத்தகத்தை மூடி வைக்கத் தோன்றியது. அது முகத்தை மறைக்கும் திரை, இல்லாமலிருக்கவும் முடியாது. புத்தகத்துக்கு மேல் பார்த்தாள். சின்னவன் மோகன் தென்னைகளின் அடியில் குழியானைகளைக் கண்டு பிடித்துக்கொண்டிருந்தான். "ஆன, ஆன, வா, வா" என்று தொடர்ந்து சொல்லியபடியிருந்தான். அவை கேட்கும் என நம்பினான். மெலிந்து மிகச் சிறியவனைப்போலிருந்தான். அந்தப் புத்தகத்துக்காகக் காத்திருந்தான். விஜயாவுக்கு முன்னால் படிக்க வேண்டுமென்ற போட்டி. சின்ன அக்கா ஒன்றும் தீவிர வாசகியில்லை. தம்பிக்கு விட்டுக்கொடுத்துவிடுவாள். அவன் முழுப் புத்தகத்தையும் உட்கார்ந்து படிப்பது ஆச்சரியம். அப்போது அவனின் விளையாட்டுத்தனம் மறைந்து வேறொருவனாகிவிடுகிறான்.

மீண்டும் அம்மா கத்துவது கேட்டது. அவள் சமையல்கட்டு;ப பின் வாசலில் நின்றிருந்தாள். "சீக்கிரமா வா. உங்கப்பா திட்டுறாரு. அவங்க உடனே வந்திடுவாங்களாம்." அவள் கழுத்தில் நகையில்லை. இரவல் வாங்கும் நகையையும் மகளுக்கு அணிவிப்பாள். சுமதி ஆத்திரத்துடன் வேகமாகப் பக்கங்களைப் புரட்டினாள். கட்டுப் புத்தகங்களில் ஒரு வசதி. ஒவ்வொரு அத்தியாயத்துக்கும் ஓவியங்கள் வரையப்பட்டிருந்தன. கதையைப் படிக்காமலும் ஓரளவு புரிந்துகொள்ளலாம். அவளுக்குக் கதையில் மனம் லயிக்கவில்லை. படங்களைப் புரட்டிப் பார்த்தவாறிருந்தாள். இளம் ஆண், பெண் கோட்டுச் சித்திரங்கள். பெண் துளிக் குறையில்லாமல், மிக அழகாகத் திறமையுடன் வரையப்பட்டிருந்தாள். நீள் வட்ட முகம், விரிந்த கண்கள், சுளை

போன்ற இதழ்கள். அது வெறும் கதை. வாழ்க்கையைப் போலி செய்வது. அவை ஆழமான உண்மைகளைக் காட்டுவதில்லை என்று எண்ணியபடி சலிப்புடன் புத்தகத்தைக் கவிழ்த்தாள். இறங்கி உட்கார்ந்து கல்லின் மேல் தலை சாய்த்தாள். கல்லின் ஆழத்தில் புதைந்திருந்த குளிர்ச்சியை உணர்ந்தாள்.

சுமதியின் பின்னால் பக்கத்து வீட்டு ரோஸ் அக்கா வந்து உட்கார்ந்தாள். கை வாஞ்சையுடன் தலையை வருடியது. “எம்மா எழுந்திரு. முகம் கை கால கழுவி, தலை வாரிக்கோ. அட்டிகை எடுத்தாந்திருக்கேன், போட்டுக்கோ” என்றாள். சுமதியின் கழுத்தில் நகையை அணிவித்தாள். ஒவ்வொரு முறை பெண் பார்த்தலுக்கும் அவளுடையதுதான். சுமதி தலையைக் குனிந்து பார்த்தாள். மஞ்சளாக மினுக்கிய பதக்கத்தில் சிவப்பு, வெள்ளைக் கற்கள் ஒளிர்ந்தன. அம்மா முன்பு வைத்திருந்த அட்டிகையைப் போலிருந்தது. இதிலும் சிவப்புக் கற்களில், நடுவில் லட்சுமியும் இரு பக்கங்களிலும் யானைகள். அவள் பெருமையுடன் நிமிர்ந்து உட்கார்ந்தாள். இது போல் ஒரு நகை சொந்தமாயிருந்தால் நிறைவாயிருக்கும். “முகத்தக் கழுவி, வேற புடவையைக் கட்டு” என்றாள் ரோஸ் அக்கா. சுமதி நகையில்லாததால் பெண் பார்க்க ஒத்துக்கொள்ளாமல் குழந்தைபோல் அடம் பிடிக்கிறாள் என்று அவளுக்குத் தெரியும்,

சுமதி எழுந்து முகத்தைத் தேய்த்துக் கழுவினாள். இன்று மித மிஞ்சிய அதிர்ஷ்டத்தில் தன் கல்யாணம் முடியலாம். வேறொரு புதிய வாழ்க்கை கிடைக்கும். எதிர்காலத்தில் கணவன் நிறைய நகைகள் வாங்கியும் கொடுக்கலாம். அவள் வழக்கம்போல் அதே சிவப்புப் புடவையை உடுத்தினாள். மீண்டும் துவை கல்லில் உட்கார வைத்து ரோஸ் அக்கா தலை வாரினாள். அழுத்தி சீவியதில் இரு கொத்து மயிர்கள் சீப்போடு வந்தன. அவை பிய்ந்த குருவிக் கூட்டைப்போல் தினமும் திரண்டன. சடையிட்டு முடித்துப் பூச்சரத்தை அணிவித்தாள் ரோஸ். தன் தலையிலும் சிறு துண்டைச் சொருகிக்கொண்டாள். சுமதி ஞாபகமாக உதிர்ந்த ரோமங்களைச் சமையல்கட்டுப் பின் சுவரில் மாட்டியிருந்த பையில் திணித்தாள். பை ஏற்கெனவே நிறைந்திருந்தது. மொத்தமாகக் கொடுத்தால் தெருவில் வருகிற பெண் சவுரி கட்டித் தருவாள். பிறகு அதைத் தலைக்கு வைத்துக்கொள்ளலாம்.

“அவங்க வந்துட்டாங்க” அம்மா பரபரப்புடன் வந்து சொன்னாள். “போம்மா, கூட்டினு வர்றேன்” என்றாள் ரோஸ் அக்கா. சுமதியின் முகத்தில் நிதானமாகப் பவுடரைப் பூசினாள். அவள் வெளுத்து அழகாகத் தெரிந்தாள். கல்யாணப் பெண் சாயல் லேசாகப் படிந்தது. ரோஸ் தானும் பவுடரைத்

தடவிக்கொண்டாள். இருவரும் சமையல்கட்டில் நுழைந்தார்கள். ஒருக்களித்த கதவுக்குப் பின்னாலிருந்து சுமதி பார்த்தாள். வாசலில் பிள்ளை வீட்டார் கூட்டமாக உட்கார்ந்திருந்தார்கள். ஆண்கள் அனைவரும் ஒற்றுமையாக வெள்ளைச் சட்டை, வேட்டி அணிந்திருந்தார்கள். அப்பாவின் கதர்த் துணிகளைவிட வெண்மையானவை. அவர்களில் மாப்பிள்ளை யாரெனக் கண்டுபிடிக்க முடியவில்லை. பளபளக்கும் உடைகளுடன் பெண்கள். ரோஸ் அக்காவின் முதுகையொட்டி ஒவ்வொருவராக உற்றுப் பார்த்தாள்.

சுமதி பழக்கத்தில் துல்லியமாக அறியக் கற்றிருந்தாள். தோளில் துண்டணிந்தவர் பிள்ளையின் அப்பா. பக்கத்தில் மற்றொரு வயதானவர் பெரியப்பா. அடுத்துள்ளவர் சித்தப்பாவாயிருக்கலாம். இன்னும் நாலைந்து பேர் உறவினர்கள். பெண்களின் நடுவில், கழுத்து நகையோடிருந்தவர் பிள்ளைக்கு அம்மா. சற்றுத் தள்ளி தனியாக, முகத்தில் அம்மைத் தழும்புகளுடன் உயரமாயிருந்தவர் மாப்பிள்ளை. அவளுக்கு மிகுந்த ஏமாற்றமேற்பட்டது. பெண் பார்க்க வந்த முப்பது, நாற்பது முகங்கள் கண்ணெதிரில் எழுந்து மறைந்தன. அசட்டுத்தனமான, கறுத்த, இளிக்கும், ஒடுங்கிய, கடுமையான முகங்கள். ஒவ்வொன்றும் வெவ்வேறுவிதங்களில் கழிந்துவிட்டிருந்தன. அவற்றிலிருந்து விடுபட்டால்போதும் என்று ஒரு கணம் தோன்றியது. மனதினடியில் ஒவ்வாமை எழுந்தது. ஊரில் முதலில் கல்லூரிப் படிப்பை முடித்து, நீளக் கால்சட்டையுடன் உலவும், தன்னுடன் கொஞ்சம் பழகியவனுக்குச் சிறிதும் ஈடாக முடியாது. சுமதி பின்வாங்கி கழிவறைக்குச் சென்று கதவை மூடிக்கொண்டாள். சிறுநீர் கழித்தாள். வீட்டில் எந்த இடங்களையும்விடக் கழிவறை மிகவும் குளிர்ந்ததெனத் தோன்றியது. அங்கேயே காலம் முழுவதும் கழிக்கலாம்.

அம்மா மெதுவாகக் கதவைத் தட்டினாள். சிறிது நேரம் கழித்து "சுமதி, சுமதி" என்று அடித்தொண்டையில் கூப்பிட்டாள். ரோஸ் அக்கா "எம்மா, கதவைத் திற" என்றாள். அம்மா மீண்டும் கதவைத் தட்டினாள், பதைப்புடன், வேகமாக. பல்லைக் கடித்தபடி "மானம் போவுது, வெளிய வா" என்றாள். விஜயா தன் பங்குக்குச் சில முறைக் கதவை தட்டினாள். மோகன் கதவில் வாயை வைத்து "அக்கா, அக்கா" என்று கூப்பிட்டான். கார்த்தி அழுத்தமாகக் கதவை எட்டி உதைத்தான். வாசப்படி இற்று விழுவதைப்போல் நடுங்கியது. சிறிய ரேகைகள் போல் வெடிப்புகளுள்ள பழைய கதவு உடைவதைப்போல் ஆடியது. சலசலப்புகளைக் கேட்டு சுந்தரம் உள்ளே வந்தார். அவருக்கு

தங்க நகைப் பாதை

என்ன செய்வதென்று புரியவில்லை. கதவை நாலைந்து தரம் தட்டினார். உள்ளேயிருந்து எவ்வித பதிலுமில்லை. பிள்ளை வீட்டார் கிளம்பிச் செல்ல வேண்டிய பேருந்துக்கு நேரமாகிக் கொண்டிருந்தது. வெகு தொலைவிலிருந்து வந்தவர்களுக்கு எப்படியாவது பெண்ணைக் காட்டியாக வேண்டும். அதுதான் முறை.

கல்யாணத் தரகர் சிரித்தபடி சமையல்கட்டுக்குள் நுழைந்தார். அவர் இதுபோன்ற நாடகங்களை நிறையக் கண்டவர். பக்கத்து ஊரில் ஒருமுறை புறவாசல் வழியாகப் பெண் ஓடிப் போயிருந்தாள். கடைசியாக ஆற்றங்கரைப் புதரில் ஒளிந்திருந்தவளைக் கண்டுபிடித்து அழைத்து வந்தார்கள். ஒரு பெண் நீண்ட நேரம் இருண்ட பரணில் மறைந்திருந்தாள். குதிருக்குள் உட்கார்ந்திருந்த பெண்ணையும் பார்த்திருக்கிறார். அதை யாரும் எதிர்பார்க்கவில்லை. மாப்பிள்ளை ஒருவன் பெண் பார்க்க வரும் பாதி வழியில் தப்பித்துவிட்டான்.

தரகர் "பாப்பா வர மாட்டேன்னுது போல. ஏம்மா, இது நல்ல எடம். நெலம், மாடு, கன்னு உள்ளவங்க" என்றார் கதவிடுக்கில் பார்க்க முயன்றவாறு. பெண் வீட்டார் ஒருவரும் இல்லாமல், குழப்ப பேச்சுக் குரல்களைக் கேட்டு பிள்ளையின் அம்மா உள்ளே வந்தாள். பின்னால் அவள் கணவரும் தோள் துண்டை இழுத்துவிட்டபடி புகுந்தார். சற்று நேரத்தில் மற்றவர்களும் நுழைந்தார்கள். சமையல்கட்டு முழுவதுமாக நிறைந்துவிட்டது. புகையும் கரியும் அழுக்கும் படிந்த சுவர்கள் அனைவருக்கும் காட்சிப் பொருட்களாகிக்கொண்டிருந்தன. கறுத்த, நசுங்கிய பாத்திரங்களும் சட்டிகளும் இன்னும் கழுவப்படாமலிருந்தன. அடுப்புக்குப் பக்கத்தில் மட்டைகளும் ஓலைகளும் இறைந்து கிடந்தன. பொன்னம்மாவுக்கு நினைக்கவே அவமானமாயிருந்தது.

தரகர் நிலைமையைச் சமாளிக்க முயன்றார். "பாப்பாவுக்குக் கொஞ்சம் ஒடம்பு சரியில்ல, திடீர்னு வீட்டுக்கு விலக்கு, அதான்" என்றார். பிள்ளையின் அப்பா "அப்படினா பொண்ண வீணா தொந்தரவு பண்ணக் கூடாது. அப்புறமா எப்பவாவது பாத்துக்கலாம். தரகரு எல்லாத்தையும் சொல்லியிருக்காரு. எங்களுக்குப் பூரண சம்மதம்" என்றார். பின்னாலிருந்த மாப்பிள்ளை மூடிய கதவை வெறித்துக்கொண்டிருந்தார். "அப்ப உடனே நிச்சயம் பண்ணிக்குங்க" என்றார் கூட வந்தவர். உடனே திருமணம் கூடி வந்ததில் சுந்தரம் திகைத்து நின்றார். கழிவறைக்கு முன்னால் திருமணப் பேச்சு வார்த்தை முடிவை எட்டிக்கொண்டிருந்தது. "இப்ப எங்களால கல்யாணம்

பண்ணி வைக்க முடியாது. நாங்க முடிஞ்சளவு நகைதான் போடுவோம்" என்றார் சுந்தரம். அவர் அவசரமாக முடிவெடுக்க விரும்பவில்லை. கையில் எந்த நகையுமில்லை, பணமுமில்லை. முடிந்தளவு நாட்களைக் கடத்த வேண்டும். பிள்ளையின் அப்பா "உங்க பொண்ணுக்கு முடிஞ்சத செய்யுங்க. எங்களுக்குப் புள்ள வூட்டுல கல்யாணம் பண்ணறதுதான் வழக்கம். நாங்களே செஞ்சிக்குறோம்" என்றார் தீர்மானமாக. சுந்தரத்துக்கு மிகவும் திருப்தியேற்பட்டது. இது போல் சகல பொருத்தங்களுடன் இடம் வந்ததில்லை. சிரித்தபடி தலையாட்டினார்.

பொன்னம்மா தயக்கத்துடன் "எதுக்கும் பொண்ண ஒரு வார்த்தக் கேக்கணும்..." என்றாள். அவர்கள் எந்த வகைத் தாலி கட்டுபவர்கள் என்பதெல்லாம் தெரிய வேண்டும். "பெரியவங்க பாத்து முடிவுசெஞ்சா பாப்பா என்ன சொல்லப் போவுது? பேசாம ஆக வேண்டியத பாருங்க" என்றார் தரகர். "சரி, இருந்து சாப்பிட்டுப் போங்க" என்றார் சுந்தரம். அவர்கள் உணவுண்டால் கல்யாணம் உறுதியானதாக அர்த்தம். பிறகு திருமணத்தைப் பல மாதங்கள் கழித்து நடத்தலாம். பிள்ளை வீட்டார் போக வேண்டிய பேருந்து இதற்குள் ஊரைக் கடந்திருக்கும். மறுபடியும் பேருந்து சாயங்காலம்தான் வரும். அதுவரை பட்டினியாயிருக்க முடியாது. அவர்களுக்குப் சாப்பிடுவதைத் தவிர வேறு வழியில்லை. பிள்ளையின் அப்பா தயங்கினார். பதிலளிக்காமல் மனைவியைப் பார்த்தார். அவள் ஒப்புக்கொள்வதைப்போல் தலையாட்டினாள். அனைவரும் வாசலில் அமர்ந்தார்கள்.

சுமதி கழிவறைக் கதவைத் திறந்துகொண்டு வெளியில் வந்தாள். கண்கள் அழுது வீங்கியிருந்தன. முகத்தில் கழுவிய நீர்த் துளிகள் வழிந்துகொண்டிருந்தன. சமையல்கட்டுக்குச் சென்று மௌனமாக உட்கார்ந்தாள். அங்கு உணவு விடுதியைப்போல் வேலைகள் நடந்துகொண்டிருந்தன. முருங்கைக் காய்களை ரோஸ் அக்கா மும்முரமாக நறுக்கிக் கொண்டிருந்தாள். அம்மா உலையில் அரிசியைக் கொட்டிக் கொண்டிருந்தாள். விஜயா கண்ணீர் கசிய வேகமாக வெங்காயம் உரித்தாள். அடுப்புக் கொழுந்துவிட்டு எரிந்து கொண்டிருந்தது. அவளை யாரும் கவனிக்கவில்லை. அப்பா, வாசலில் பிள்ளை வீட்டாருடன் பேசிக்கொண்டிருந்தார். சிரிப்பு உள்ளே வரை கேட்டது. அவர்கள் பழைய உறவு முறைகளை ஆராய்ந்துகொண்டிருந்தார்கள். கடைசியில் தாங்கள் ஏற்கெனவே நெருங்கிய உறவினர்களென்பதைக் கண்டுபிடிப்பார்கள். தொலைவில் தம்பிகள் நின்றிருந்தார்கள். அனைவரும் மகிழ்ச்சியில் ஆழ்ந்திருந்தார்கள். அவளும் அப்படியிருக்க முயன்றாள்.

சுமதி தாழ்வாரத்திலிருந்த அறைக்குச் சென்று ஈர உடையை மாற்ற விரும்பினாள். எழுந்து வாசலைக் கடந்தாள். பிள்ளையின் அப்பா, பாராளுமன்ற உறுப்பினரான, மிகப் பெரும் செல்வந்தரான தன் நெருங்கிய உறவினரைப் பற்றி பேசிக்கொண்டிருந்தார். அவரை இவர் சமீபத்தில் நடந்த மற்றொரு திருமணத்தில் சந்தித்து நலம் விசாரித்திருந்தார். அனைவரும் சுவாரசியமாகக் கேட்டுக்கொண்டிருந்தார்கள். அவளைத் திரும்பியும் பார்க்கவில்லை. ஓரக்கண்ணால் மாப்பிள்ளையைப் பார்த்தாள். அவர் அம்மை வார்த்த பரிதாப முகத்தில் சிரிப்புடன் பெரியவர்களின் பேச்சைக் கேட்டுக்கொண்டிருந்தார். உயரமாக, ஒல்லியாக ஏணியைப் போலிருந்தார். அறைக் கதவைச் சாத்திவிட்டு சுமதி முகத்தைத் துடைத்து, தலை வாரி பவுடர் பூசிக்கொண்டாள். அப்படியும் கண்களின் கீழ் கருமை மறையவில்லை. அவளுக்கு உடனே கல்யாணமாகி வீட்டை விட்டு வெளியேறத் தோன்றியது. நல்ல வாழ்க்கை அமைவது வெறும் தற்செயல்தான். ஒரேயிடத்தில் பல காலம் உழன்றுகொண்டிருப்பது சலித்தது. அவளையறியாமல் முகத்தில் சிறிய புன்னகை அரும்பியதைக் கண்ணாடி காட்டியது. அருகில் ஜன்னல் திட்டிலிருந்த புத்தகம் கண்ணில்பட்டது. சமீபத்தில் வார இதழில் தொடர் கதையாக வந்ததைத் தைத்துக் கட்டியது. அதன் ஆரம்ப அத்தியாயங்களைப் படித்திருந்தாள். மறுபடியும் தொடர முடியவில்லை. அசுவாரசியத்தில் எங்கோ வைத்திருந்தாள். பிறகு தேடியும் கிடைக்கவில்லை. தங்கை ஒளித்துப் படித்து விட்டு மீண்டும் வெளியில் போட்டிருக்கிறாள். அந்தக் கனமான புத்தகத்தை எடுத்துப் புரட்டினாள். இனிமேல் ஆழ்ந்து படிக்க முடியாதெனத் தோன்றியது. கடைசி சில பக்கங்கள் கிழிந்திருந்தன. கதையின் முடிவைத் தெரிந்துகொள்ளவும் முடியாது.

நீண்ட ஒற்றையடிப் பாதை

சாலையோரம் சுமைதாங்கி கல்லிருக்கும் இடம்தான் கடைசி நிறுத்தம். பேருந்து நிறைமாத கர்ப்பிணியைப்போல் சிரமத்துடன் மேட்டிலேறி நின்றது. பெருமூச்சிட்டு எஞ்சின் அணைந்தது. பயணிகள் ஒவ்வொருவராக இறங்கத் தொடங்கினார்கள். பெரும்பாலோர் நகரத் துக்குப் போய் வந்தவர்கள். கைப்பைகளிலும் கூடை களிலும் மளிகைச் சாமான் பொட்டலங்கள் செய்தித்தாள்களால் சரடில் சுற்றப்பட்டு நிறைந்தி ருந்தன. நிறைய ஆண்கள் சட்டையில்லாமல், தலைப்பாகை கட்டி, புகையிலையுடன் வாய் மூடியிருந்தார்கள். உதட்டோரங்களில் ஈரம் மினுமினுத்தது. வயதான பெண்கள் கறுத்துச் சுருங்கிய வெற்று முதுகுகளுடன் புகையிலையை அடக்கியிருந்தார்கள். அனைவரும் இறங்கி வெவ்வேறு திசைகளில் செல்லத் தொடங்கி னார்கள். பேருந்து நிறுத்தத்தின் எதிரில் பழைய சத்திரத்தின் கல் மண்டபச் சுவர்களும் தூண்களும் தென்பட்டன. பக்கத்தில் ஒற்றையடிப் பாதை கொடியைப்போல் வளைந்து சென்றது. "இதுதா ஊருக்குப் போற குறுக்கு வழி" என்று ராஜசேகர் பெருமிதம் தொனிக்க அறிமுகப்படுத்தினார். சுமதிக்கு ஒரு கணத்தில் தன் எதிர்காலம் முழுவதையும் பார்த்துவிட்டாற்போலிருந்தது.

சிவந்த மண் பாதையில் கழுத்தில் மாலை களுடன் இருவரும் இணையாக நடக்கத் தொடங்கி னார்கள். ராஜசேகர் உயரமான கால்களை

எட்டி வைத்து வேகமாக முன்னால் சென்றார். பத்துப் பதினந்து அடிகள் நடந்ததும் மனைவி வரத் தயங்கி நின்றார். கணுக்கால் வரை தொட்டிருந்த வேட்டி காற்றில் பறந்தது. மற்றவர்கள் பின்தொடர்ந்தார்கள். சற்று நேரத்தில் சுமதி முகம் சுளித்தபடி கழுத்து மாலையைக் கழற்றி கையில் வைத்துக் கொண்டாள். ராஜசேகரும் முழங்கையில் மாலையை மடித்துப் போட்டுக்கொண்டார். அவர் காதில் விழ ரோஸ், “இப்பிடி பஸ்சுகூட இல்லாத ஊருல பொண்ணக் கொடுத்திட்டியேப்பா” என்றாள் சுந்தரத்திடம். அவளது கனத்த உடல் மூச்சிரைப்பால் மேலும் கீழும் ஏறியிறங்கியது. போய்சேர வேண்டிய நெடுந்தூரத்தை நினைத்துப் பயந்தாள். சுந்தரம் பதில் சொல்லாமல் நடந்துகொண்டிருந்தார். பொன்னம்மா கடைசி யாகத் தொலைவில் வந்தாள். எங்கும் காலி வயல்வெளிகள் தாறுமாறாக இழுத்த கட்டங்களாகக் கிடந்தன. நீள் கோடுபோல் பாதை வகிர்ந்திருந்தது. காய்ந்த மண்ணில் கால்வாய்கள் ஈரத்துடன் குறுக்கிட்டன. அங்கங்கே உருண்டு திரண்ட பெரும் பாறைகள். அவற்றைச் சுற்றிக்கொண்டு வழி சென்றது. ஓரமாக ஒன்றிரண்டு சிறிய குடிசைகளும், ஆடு, மாட்டுப் பட்டிகளும் தெரிந்தன. வெயில் வெம்மையுடன் வீசியது. அவ்வப்போது பெரிய நிலப்பரப்பில் அகன்ற மேக நிழல்கள் நகர்ந்தன. பாறைக் கிணறுகள் பெரிய பள்ளங்களைப்போல் தோன்றின. மோகன் ஓடிப்போய் ஒன்றை எட்டிப் பார்த்தான். நீர் எங்கோ ஆழத்திலிருந்தது. எப்போது வேண்டுமானாலும் வற்றிவிடும். அவன் புதிய பிரதேசத்தால் குதூகலப்பட்டான்.

பாதையோர அரசு, சந்தனம், வேம்பு மர இலைகள் சிறிதும் அசையவில்லை. சுமதி ஓய்ந்து நிழலில் குத்துக்காலிட்டு உட்கார்ந்தாள். முகத்தில் வேர்வைக்கோடுகள் கண்ணீரைப்போல் வழிந்தன. பொன்னம்மாவின் கண்கள் சேர்ந்து கலங்கின. அவளின் கால்கள் மிகவும் வலித்தன. “இன்னும் கொஞ்ச தூரந்தான்” என்றார் ராஜசேகர். அவருக்குத் தன் இடம் வந்துவிட்ட உற்சாகம் தாளவில்லை. கல்யாணமாகி நாலைந்து நாட்களாக மாமியார் வீட்டில் அடைந்து புழுக்கத்தால் தவித்திருந்தார். தாவி ஒரு பாறை உச்சியில் நிற்க வேண்டும் போலிருந்தது. மீண்டும் நடக்கத் தொடங்கினார்கள். நீண்ட நேரம் கழித்து மண் சாலையுடன் பாதை கலந்தது. “இந்த வழியா மாட்டு வண்டியிலகூட வரலாம்” என்று ராஜசேகர் சாலையைக் காட்டினார். “ஏம்பா, ஒரு வண்டி வைக்கக் கூடாது? எப்படி பொண்ணு கண் கலங்கறா பாரு” என்றாள் ரோஸ். ராஜசேகர் லேசாகத் திக்கியபடி “இதுக்கு மேல வண்டி – வண்டி – போவாது, நடுவுல பாறைங்கல்லாம் இடிக்கும்” என்றார். ஆடு மேய்ப்பவர்கள் துறட்டிக் கொம்புகளை ஊன்றி

மேட்டிலிருந்து வெறித்தார்கள். வீடும் மாட்டுக் கொட்டகை யாகவுமிருந்த குடிசையின் வெளிச்சுவரில் கை வண்டி ஒன்று சாய்ந்திருந்தது. ராஜசேகர் "இந்த சார வண்டியதான் அவசரத்துக்கு உபயோகப்படுத்துவோம். ஒருத்தர் உக்காந்து, ஒருத்தர் இழுத்துட்டுப் போறது" என்றார். கார்த்தி ஆச்சரியமாக நெருங்கிப் பார்த்தான். உறுதியான மரக் கழிகள் காட்டுக் கொடிகளால் கட்டப்பட்டு இழுக்கவும் உட்காரவும் வசதியா யிருந்தது. அதற்கு சக்கரங்களில்லை. அவனுக்குப் பழங்குடி களின் பொருட்களைக் காண்பதைப்போலிருந்தது. "புள்ளப் பொறக்கறதுக்குப் பொம்பளகள ஆஸ்பத்திரிக்கு எப்பிடி எடுத்துப் போவிங்க?" என்றாள் ரோஸ் ஆதங்கம் தாளாமல். "அவங்கள தூளி கட்டி, கட்டில்லகூட வச்சி எடுத்துப் போலாம் அத்த" என்று ராஜசேகர் விளக்கினார். அவருக்கு எதுவும் பிரச்சினையாகத் தெரியவில்லை.

சற்று தூரத்தில் பெரிய ஏரி பச்சையாக விரிந்திருந்தது. நீர்ப் பரப்பு கண்ணாடி போல் பளபளத்தது. நீல வானும் சாம்பல் மேகங்களும் துல்லியமாகப் பிரதிபலித்தன. அகன்ற பசும் இலைகளினூடே சிவந்த கிண்ணங்களப் போல் தாமரைகள் அசைந்தன. மொட்டுகள் சுடர்களாக வெளியில் நீட்டியிருந்தன. நாரைகள் கூட்டமாக அமர்ந்தும் எழுந்தும் கொண்டிருந்தன. கரைகளில் மென்மையான அலைகள் ஓய்வேயில்லாமல் மோதித் தளதளத்தன. அடர்ந்த மரங்கள் நீரில் எட்டி முகம் பார்ப்பதைப் போல் கவிந்திருந்தன. ஏரியை மண்ணும் கல்லும் கலந்த பாதை சுற்றிச் சென்றது. மறுபுறம் பள்ளத்தில் பல துண்டுகளாகப் பிரிந்த வயல்வெளிகள். பாதை முடிவில் தலை விரித்த பேய் போன்ற பெரிய ஆலமரம் மறித்தது. அதனூடே மேடும் பள்ளமுமாக தெரு புகுந்து சென்றது. இருபுறமும் கயிறுகளாக விழுதுகள் தொங்கின. நடுநடுவே பாறைகள் நிமிர்ந்திருந்தன. சிறு ஓடைகளாக நீர் சுரந்து ஓடின. நாலைந்து தெருக்கள் கிளை பிரிந்தன. மனித நடமாட்டமில்லாமல் ஊரே அமைதியாயிருந்தது. தெரு முனையில் சிறு மேடை மேல் குட்டிக் கோயிலுக்குள் மஞ்சள் குங்குமம் பூசிய கல். "எங்க குலதெய்வம் வீர பத்திர காளியம்மா" என்று ராஜசேகர் கைக் கூப்பி, கண் மூடி வணங்கினார். சுமதியும் கையெடுத்துக் கும்பிட்டாள்.

வீடு முன்புறம் மேடாக உள்ளே பள்ளமாயிருந்தது. இருபுறங்களிலும் நீண்ட திண்ணைகள். கோயிலைப் போல் சுண்ணாம்பு, செம்மண் பட்டைகள் தீட்டியிருந்தன. கீழே புற்கள் அரும்பியிருந்தன. ராஜசேகரின் அம்மா சிரித்தபடி ஆரத்தி எடுத்து வந்து சுற்றி வாசப்படி எதிரில் ஊற்றினாள். கற்பூரம் நின்று எரிந்தது. படிகளில் ஏறி இறங்கியதும் சதுரக்கற்கள் பாவிய பரந்த

வாசல். சிறு இடுக்குகளில் பசும் முளைகள். "எங்க கொல்லைக் களமும் இதான். அறுத்ததும் இங்க எடுத்தாந்துடுவோம். ஆயிரம் ரெண்டாயிரம் மரக்கா கம்பு காயப் போடலாம்" என்றார் ராஜசேகர். குரலில் பெருமை கூடியிருந்தது. வாசலைத் தாண்டி இரு பக்கமும் தாழ்வாரத்தையொட்டி அறைகள் கொட்டடி போலிருந்தன. சுமதி கை கால்களையும் கழுவாமல் அறைக்குள் நுழைந்தாள். பின்னால் ராஜசேகர் சென்று விளக்கைப் போட்டார். சூழ்ந்திருந்த இருள் விலகவில்லை. சுண்ணாம்பு பூசிய பெரும் குதிர்கள், பூதங்களைப்போல் உட்கார்ந்திருந்தன. அகலக் காதுகளுடன் பித்தளை அண்டாக்கள். மூலையில் சீதனமாகக் கொடுத்த இரும்புக் கட்டில். இன்னும் புதிய படுக்கை விரிக்கப்படவில்லை. வெறும் கட்டிலில் சுமதி சோர்ந்து படுத்தாள். ராஜசேகர் கதவை ஒருக்களித்துச் சாத்திவிட்டு வெளியில் வந்தார்.

மற்றவர்கள் தாழ்வாரத்தில் அமர்ந்திருந்தார்கள். மரப்பெஞ்சின் மேல் சுருட்டிய படுக்கையில் ராஜசேகரின் அப்பா துணி பனியனுடன் சாய்ந்து உட்கார்ந்திருந்தார். பக்கத்திலிருந்த ஜன்னல் கதவில் அவர் சட்டையும் துண்டும் மாட்டியிருந்தன. "அப்புறம், எல்லாரும் நல்லாயிருக்கீங்களா?" என்றார். அனைவரும் தலையாட்டினார்கள். அவர் கையில் பழைய பஞ்சாங்கம் வைத்திருந்தார். "நா பொழுது போக எப்பவும் இதத்தா படிச்சுகிட்டிருப்பேன். இன்னிக்கு மழ போட்டிருக்குது" என்றார் சிரிப்புடன். அதன் அட்டையிலிருந்த மயில் சித்திரங்கள் மோகனுக்கு வினோதமாயிருந்தன. "ஆமாமா, மழ வரும் போலத்தானிருக்கு" என்றார் சுந்தரம். பெண்கள் களைப்புடன் அமைதியாக உட்கார்ந்திருந்தார்கள். சற்று நேரத்தில் சுமதி வெளியில் வந்தாள். அவளும் மோகனும் கார்த்தியும் சமையலறைக்குள் சென்றார்கள். ராஜசேகரின் அம்மா ஆவி பறக்க சோறு வடித்துக்கொண்டிருந்தாள். இருட்டில் அவளது அடையாளம் தெரியவில்லை. அடுப்பில் தீச்சுவாலைகள் தாண்டவமாடின. பக்கத்தில் தென்னை மட்டைகளும் ஓலைகளும் குவிந்துகிடந்தன. அடர்ந்த புகைத் திரண்டு இருண்ட புகைப்போக்கியில் சென்றுகொண்டிருந்தது. சிறிய சமையலறை முழுவதும் கரி படிந்திருந்தது. எத்தனை முறை சுண்ணாம்பு அடித்தாலும் மறையாது.

சமையலறை வழியாகக் குளியலறைக்குப் போக வேண்டும். அதற்கு கதவு இல்லை. சுவரின் மேல் அழுக்கு வேட்டிகளும் புடவைகளும் கலந்து போடப்பட்டிருந்தன. உள்ளே நுழைந்து சுமதி முகம், கை, கால்களைக் கழுவிக்கொண்டாள். பாதி வெளிப்புறம் பதித்த அடுப்பில் பெரிய கரிய தண்ணீர் அண்டா

வாசலுக்கும் குளியலறைக்கும் நடுவில் குகை போன்ற கிணறு. சுற்றிலும் கரிய கடினப் பாறை. எங்கோ ஆழத்தில் தண்ணீர் மினுங்கியது. கழுத்தில் நீண்ட கயிறு கட்டிய நசுங்கிய குடம் கைப்பிடிச் சுவரின் மேல் காத்திருந்தது. கூரை இடைவெளியில் வெளிச்சம் வீசியது. மேலே சீமை ஓடுகள் விலகி வானம் துண்டுபட்டிருந்தது. சமையலைறையிலிருந்து ராஜசேகரின் அம்மா பார்த்துக்கொண்டிருந்தாள். கார்த்தி, மோகன் தலைகளும் தெரிந்தன. நாளையிலிருந்து சொந்த வீட்டைப் போல் நிர்வாணமாகச் சுதந்திரத்துடன் குளிக்க முடியாது என நினைத்தாள். ஒவ்வாமையும் வருத்தமும் தொண்டையை அடைத்தன.

சுமதி ஏதோ உறுத்த நிமிர்ந்து பார்த்தாள். உத்திரத்தில் பழுப்பு நிறத்தில் நீண்ட பாம்பு படுத்திருந்தது. ஆளை விழுங்கக் காத்திருப்பதுபோலிருந்தது. அவள் பயத்தில் உறைந்தாள். தன்னைத் திரட்டிக்கொண்டு “அய்யோ” என்று கத்தினாள். ராஜசேகர் முதலாவதாக வந்து சேர்ந்தார். “என்ன?” அவள் பாம்பை நோக்கி விரலை நீட்டினாள். அவர் சிரித்தபடி “அது தோலு” என்றார். காற்றில் தோல் லேசாக அசைந்தது. கனத்த பாம்பு நெளிவதைப்போலிருந்தது. “இங்க நெறைய பாம்பு இருக்குமா?” ஈரம் சொட்டும் முகத்துடன் சுமதி கேட்டாள். கார்த்தியும் மோகனும்கூட ஆவலுடன் பதிலை எதிர்பார்த்தார்கள். ராஜசேகர் பெருமையுடன் மேலே விரலைக் காட்டினார். நீண்ட மூங்கில் கொம்பு மின்னும் இரும்பு ஈட்டி முனையுடன் எரவாணத்தில் சொருகியிருந்தது. “எப்பவாவது வரும். ஒண்ணும் பண்ணாது. கீழ வந்தா அதால குத்திக் கொன்னுடுவோம். எந் அண்ணன் கையிலயே புடிச்சுடுவான்.” அவர் ஈட்டியைக் கையை எட்டி நீட்டி எடுத்துக் குத்துவதுபோன்று பாவனை புரிந்தார். அவள் உடல் பயத்தில் ஒரு முறை சிலிர்த்தடங்கியது. சுவரோடு ஒட்டி நின்றாள். மெல்ல “குளிக்கறதுக்கு ஒளிவு மறைவேயில்ல” என்றாள். ராஜசேகர் சிரித்தார். “அம்மா, அண்ணிலாம் அப்படித்தான் குளிப்பாங்க.” கைப்பிடிச் சுவருக்கு மேல் பல் தெரிய சிரிக்கும் அவருடைய அம்மாவின் தலை தெரிந்தது. மோகன் ஈட்டியை முதன்முறையாக நேரில் கண்ட வியப்பிலாழ்ந்திருந்தான்.

சுமதி முகத்தைத் துடைத்தபடி வெளியில் வந்தாள். மற்றொரு அறையும் இருண்ட கிடங்கு போலிருந்தது. பகலிலும் விளக்கு வெளிச்சம் போதவில்லை. மூலையில் சோளத்தை அம்பாரமாகக் குவித்திருந்தார்கள். பக்கத்தில் பளபளவென்ற மரக்கால். பானைகள் ஒன்றின் மேல் ஒன்றாகக் கூரைவரை நின்றிருந்தன. பரணில் பாத்திரங்களும், பழைய தொட்டிலும்,

மண்வெட்டிகளும் களைவெட்டிகளும் நிறைந்திருந்தன. மரக் கட்டிலுக்குக் கீழே முழுவதும் தானிய மூட்டைகள் அடுக்கியிருந்தன. மேலே புடவைகளும் வேட்டிகளும் இறைந்திருந்தன. உள்ளே வெக்கையுடன் வேர்வை மணம் வீசியது. அந்த அறை ராஜசேகரின் அண்ணனுடையது போலும். அவள் தாழ்வாரத்தின் மூலையிலிருந்த சிறிய பூசையறையில் நுழைந்தாள். உள்ளே ஒன்றிரண்டு பேர்தான் நிற்க முடியும். காமாட்சியம்மன் விளக்கின் சுடர் நடுங்கி அறை அசைவதை போலிருந்தது. சுவரில் வரிசையாகப் பழைய கல் ஆயுதங்களும் சூலமும் வாள்களும் சாய்ந்திருந்தன. மேலே சாமி படங்களும், இறந்த மூதாதைகளின் மங்கிய புகைப்படங்களும் தொங்கின. நடுவில் முகம் மட்டுமுள்ள நாக்கை நீட்டிய அம்மன் சிலை. எல்லாமும் ஒரே மாதிரி குங்குமப் பொட்டுடன், காய்ந்த பூக்களோடிருந்தன. சுமதியின் பின்னால் வந்து ராஜசேகரின் அம்மா துளி குங்குமம் எடுத்துத் தந்தாள். வீட்டிலேயே தயாரித்தது போலும், ரத்தச் சிகப்பாயிருந்தது.

வாசலின் பின்புறக் கதவு திறந்திருந்தது. அதன் வழியாக அகன்ற நிலப் பரப்பு சரிந்து சென்றது. பெரிதும் சிறிதுமான வயல்கள். நடுவில் சிறிய குன்றுகள். அங்கங்கே தனித் தனியாகக் கிணறுகள். வெகு தூரத்தில் நீல மலை உறைந்திருந்தது. "இங்க எல்லா நெலங்களும் நமதும் பங்காளிகளுதும்தாம்" என்றார் ராஜசேகர். வீட்டையொட்டிய நிலத்தில் செடிகளிடையில் இருவர் குனிந்திருந்தார்கள். "அவங்கதான் அண்ணன், அண்ணி. இது நம்ம கொல்லைதான். பாக்கலா வா" என்று ராஜசேகர் படிகளில் ஏறி இறங்கினார். வெக்கையான பெரிய எருக்குழியைக் கடந்து கொல்லையை அடைந்தார்கள். ராஜசேகரின் அண்ணனும் அண்ணியும் நிமிர்ந்தும் பார்க்கவில்லை. ஒருவருக்கொருவர் பேசிக்கொள்ளாமலும் மும்முரமாக களை கொத்திக்கொண்டிருந்தார்கள். கைகள் இடைவிடாமல் ஒரே சீராக இயங்கின. அடியிலிருந்து புதிய மண் மேலெழுந்து மலர்வதைப் போலிருந்தது. பாத்திகளில் வரிசையாகச் சிறிய கத்திரிச் செடிகள். கொஞ்சம் தவறினாலும் கால்களில் மிதிபடும். முன்னால் இன்னும் நிறையப் பாத்திகள் கொத்துவதற்கு விரிந்திருந்தன.

பெரிய கிணற்றில் சிறிய கிணறு, அதற்குள் மற்றொரு கிணறு என பாதாளம்போலிருந்தது. அடியாழத்தில் கொஞ்சம் தண்ணீர் மினுமினுத்தது. மேலே வெட்டியெடுத்த பழுப்பான பாறைத் துண்டுகள் மலை போல் குவிந்திருந்தன. செதில்களாகக் கடினக் கருங்கற் பாறைகள். "இங்க ஆளுங்க கெடைக்கறது கஷ்டம். நாங்கதான் குடும்பமா கிணத்த தெனமும் கொஞ்சம்

கொஞ்சமா வெட்டிக் கல்லுங்கள உடைச்சி வாரிக் கொட்டினோம். இதுக்குப் பல வருஷங்களாச்சு" என்றார் ராஜசேகர் பெருமூச்சுவிட்டபடி. சுமதி உடைத்தெடுத்த கற்களை ஏறிட்டுப் பார்த்தாள். அவளுக்கு வியப்பும் பயமுமேற்பட்டது. கிணற்றில் கமலை இரைக்கும் மரத்தடிகள் விழுந்துவிடுவனபோல் சாய்வாக நின்றிருந்தன. தோல் சாலைத் தூக்கி மேலே கட்டியிருந்தார்கள். எதிரில் மாடுகள் இழுத்தபடி இறங்கும் சரிவான பள்ளம். "அப்பப்ப கமல ஓட்டுவோம். எங்க அம்மா, அண்ணிகூடத் தனி ஆளா ஓட்டுவாங்க. அப்பாதா எதுவும் செய்ய மாட்டாரு. ஊர சுத்திக்கிட்டிருப்பாரு" என்றார் ராஜசேகர் புன்னகையுடன். கிணற்றின் பக்கத்தில் மின்சார மோட்டார், தென்னை ஓலைகளால் மூடி வைக்கப்பட்டிருந்தது. பிளாஸ்டிக் குழாய்கள் நீண்டு சென்றன. "கரண்டு வந்து, தண்ணி சுரந்து சேந்தாதா போடுவோம்." கிணற்றைச் சுற்றி தென்னை, கொய்யா, சீதா மரங்கள் வளர்ந்திருந்தன. ஒரு கொய்யாக் காயை எட்டி அறுத்து சுமதியிடம் கொடுத்தார் ராஜசேகர். பிஞ்சைப் போன்ற அதை அவள் வெறுமனே கைகளில் வைத்திருந்தாள்.

பக்கத்தில் கால்நடைகளின் கொட்டகை. மேடும் பள்ளமுமான தரையில் புழுக்கைகளும் சாணிக் குப்பல்களுமாயிருந்தன. அழுகிய இலை தழைகள், கார சிறுநீரின் குப்பென்ற நெடி. தீவனப் பட்டியிலிருந்து சாமை வைக்கோலை எடுத்துத் தின்றபடி மாடுகள் அசையிட்டுக் கொண்டிருந்தன. ஒரு காளை ராஜசேகரைத் தலை தூக்கிப் பார்த்து "ம்பா" என்றது. அவர் தட்டிக் கொடுத்தார். சொர சொரப்பான சிவந்த நாக்கை நீட்டி கையை நக்கியது. "ஆடுகள பையன் மலைக்கி ஓட்டிப் போயிருக்கான். இதலாம் நான்தான் பாத்துக்குவேன். ஒரு நாளுக்கூடப் பிரிஞ்சிருக்க முடியாது." கல்யாண பட்டுச் சட்டை, வேட்டியைப் பற்றிய கவலையில்லாமல் மாட்டின் கழுத்தை அணைத்துக்கொண்டார். பரணில் வைக்கோலும், தட்டைகளும், பொத்தலான பழைய கமலை சாலும் அடைத்திருந்தன. மேலே பாம்புகள் ஒளிந்திருக்குமென சுமதி பயந்தாள். மலைப்பாம்பு மறைந்திருந்து சப்தமில்லாமல் ஆளை விழுங்கினாலும் மற்றவர்களுக்குத் தெரியாது. ராஜசேகர் எக்கி கூரை ஓலையின் குறிப்பிட்ட இடத்தில் கையைவிட்டுக் கசங்கிய ரூபாய்த் தாள்களையெடுத்தார். வேட்டியை விலக்கி உள் கால் சட்டையில் போட்டுக்கொண்டார். "நா தனியா சேத்து வச்சது. இங்கதான் ஒளிச்சு வைப்பேன். இனிமே உம் பெட்டில வச்சுக்கலாம்" என்றார். இருவரும் வெளியில் வந்தார்கள்.

சற்றுத் தொலைவில் கசிவுக் குட்டையில் சேற்றைப்போல் நீர் தேங்கியிருந்தது. கரைச் சரிவுகளில் விலங்குகளின் எண்ணற்ற

குளம்படித் தடங்கள். வரப்புகள் முடிவில்லாமல் கிளைகளாகப் பிரிந்து சென்றன. அங்கங்கே பாறைகள் குவித்து வைக்கப் பட்டிருந்தன. அதற்கு நீண்ட காலம் பிடித்திருக்கும். அவை கடும் உழைப்பின் அடையாளச் சின்னங்களைப் போலிருந்தன. ஒரு வயல் முழுவதும் பாத்திகளின் மிளகாய்ச் செடிகளில் குறும் பூக்கள் அரும்பியிருந்தன. மற்றொன்றில் தளர்ந்த சிறிய தக்காளிச் செடிகள். இன்னொன்றில் பசுமையான கீரைகள். நிறைய வயல்கள் கடினமான கரம்பாயிருந்தன. அவற்றில் பல வகைக் களைகள் பூத்து செழித்திருந்தன. "இங்க தண்ணி பஞ்சம். இல்லைனா நல்லா வெளையும். நிறய வேல ஆளுங்களயும் வச்சுக்க முடியாது. அம்மா, அண்ண, அண்ணி எல்லாம் கொல்ல வேல செய்வாங்க. நீயும் கத்துக்கணும், என்ன?" என்றார் ராஜசேகர். "அப்ப கல்யாணம் கட்டறது கூலியில்லாம வேலக்கி ஆளு கிடைக்குறதால..." என்றபடி சுமதி வரப்புகளில் தடுமாற்றத்துடன் நடந்தாள். குரலில் கசப்பு கலந்திருந்தது. வரப்புகள் சில உடைந்து கிடந்தன. அவற்றைக் கவனமாகக் கடக்க வேண்டியிருந்தது. "அப்படியில்ல, இவ்வள பெரிய பூமி தரிசாயிருக்கக் கூடாது பாரு." ராஜசேகரும் பின்தொடர்ந்தார்.

இருவரும் மீண்டும் வீட்டை அடைந்தார்கள். சுமதியைப் பார்த்து "வந்ததுமே நல்லா காட்ட சுத்திப் பாத்துட்டியா?" என்றார் ராஜசேகரின் அப்பா சிரித்தபடி. யாரும் பதிலுக்குச் சிரிக்கவில்லை. அனைவருக்கும் நீண்ட தாழ்வாரத்தில் வீட்டில் தைத்த மந்தார இலைகள் விரிக்கப்பட்டன. ராஜசேகரின் அப்பாவுக்கு மட்டும் உட்கார்ந்திருந்த மரபெஞ்சிலேயே தட்டு வைக்கப்பட்டது. சோறு, சாம்பார், ரசம், பொரியல், இனிப்புகளைத் தனியாளாகச் சமைத்திருந்தாள் ராஜசேகரின் அம்மா. முகத்தில் சிறிதும் களைப்பு தெரியாமல் பரிமாறினாள். அவர்கள் சாப்பிட்டு முடித்ததும் ராஜசேகரின் அண்ணனும் அண்ணியும் வந்தார்கள். கை கால்களில் மண் அப்பியிருந்தது. வீட்டுக்குள் நுழையவில்லை.கைகளை மட்டும் அலம்பிக்கொண்டு வாசலில் உட்கார்ந்தார்கள். ராஜசேகரின் அம்மா தட்டுகளில் சாப்பாடு வைத்தாள். அவர்கள் அவசரமாக அள்ளித் தின்றார்கள். ராஜசேகரின் அண்ணன் நடுவில் திக்கியபடி "எல்லோரும் சாப்டாச்சா?" என்று சம்பிரதாயமாக விசாரித்தார். சுந்தரம் தலையாட்டினார்.

ராஜசேகரின் அண்ணனும் அண்ணியும் சாப்பிட்டதும் மீண்டும் கொல்லைக்குக் கிளம்பினார்கள். "காட்ல அவசர வேல. அவங்களால கல்யாணத்துக்குக்கூட வர முடியல. மாடு, கன்னுங்கள வேற பாத்துக்கணும்" என்றார் ராஜசேகரின் அப்பா. ராஜசேகரின் அம்மா நடந்து செல்கிற அவர்களின்

முதுகுகளைப் பெருமிதத்துடன் பார்த்து "அவங்க ரெண்டு பேரும் நல்ல பாட்டாளிங்க" என்றாள். "சின்னவங் கல்யாணத்துக்கு முன்னால நாங்க பாகம் பிரிச்சுட்டோம். மூணுல ரெண்டு பங்கு எம் மூத்த பையனுக்கும், எங்களுக்கும். ஒரு பங்கு சின்னவனுக்கு. வீடு சரி பாதி. கெணறு, வாசப்படி பொது" என்றார் ராஜசேகரின் அப்பா பெருமையுடன். அசந்தர்ப்பமாகப் பேசியதில் அவர் உடனே அமைதியானார். ராஜசேகரின் அம்மா எச்சில் இலைகளுடன் வெளியில் சென்றாள். இறுக்கமான மௌனம் சூழ்ந்தது. ராஜசேகர் தலைகுனிந்திருந்தார். சுந்தரம் கிளம்புகையில் "நாங்க உங்க குடும்பத்து விஷயத்துல தலயிடல. நியாயமாப் பாத்துப் பண்ணுங்க" என்றார். "எங்களுக்கு ரெண்டு புள்ளைங்களும் ரெண்டு கண்ணுங்க. ஆனா கொல்லையில நல்லா பாடுபடறவந்தான் உசத்தி" என்றாள் ராஜசேகரின் அம்மா. அனைவரும் புறப்பட்டார்கள். சுமதி அறையைவிட்டு வெளியில் வராமல் படுத்திருந்தாள்.

கை நிறைய கடிதம்

ஒவ்வொன்றாகக் கடிதங்கள் கிடைத்தன. தொலைக்காட்சிப் பெட்டியடி, மேசை இழுப்பறை, தலையணைகளையும் போர்வைகளையும் அடுக்கிய பரண், மாடங்கள், கதைப் புத்தகளுங் கிடையிலும்கூட கிடந்தன. சில அடுக்களையில் சமையல் பொருட்கள் போட்டு வைத்த டப்பாக்களினடியிலிருந்தன. அவற்றை அம்மாதான் கடைசியாகப் படித்து சொருகியிருப்பாள். விஜயா வீடு முழுக்கத் தான் எழுதிய கடிதங்களைத் தேடிக்கொண்டிருந்தாள். அவை தபாலில் சேர்த்தவை மட்டும். இன்னும் பெட்டிக்குள் மூடி வைத்த கடிதங்களுமிருந்தன. அடியில் ஒளித்திருந்த நாகேந்திரனின் சின்ன கடிதத் துண்டுகள். தம்பி மோகனின் கடிதம், எல்லாவற்றையும் சேகரித்து முடித்தாள். புழக்கடையில் சுடுநீர் வைக்கும் பெரிய அடுப்பெதிரில் உட்கார்ந்தாள். அவள்தான் அடுத்துக் குளிக்க வேண்டும். கடிதங்களை மேலோட்டமாகப் பார்க்கத் தொடங்கினாள். அவற்றில் நடந்தவை கனவுகளைப்போலிருந்தன. தான்தான் எழுதினோமோவென சந்தேகமாயிருந்தது. சில வரிகள் வெட்கமூட்டின. சில வேதனையையும் தந்தன. சிலவற்றைக் கண்டவுடன் கிழித்தாள். ஒவ்வொரு கடிதமாக அடுப்புக்குள் போட்டாள். கல்லூரியிலிருந்து எழுதிய முதல் கடிதம் கிடைத்ததும் இரண்டு மூன்று முறை படித்தாள். முதன்முறை கல்லூரி விடுதியில் தங்க சென்றது அப்போதுதான் நடந்ததுபோலிருந்தது. அது நீண்ட காலம் போலுமிருந்தது.

அன்று அதிகாலையில் வீட்டிலிருந்து புறப்பட்டாள். யாரிடமும் சொல்லிக்கொள்ள முடியவில்லை. ரோஸ் அக்காவிடம் மட்டும் நேற்று கூறிவிட்டாள். ஊரில் முதல் பெண்ணாகக் கல்லூரியில் படிப்பதில் பெருமையாயிருந்தது. எல்லோரும் பக்கத்து ஊரிலுள்ள பள்ளியிலிருந்த இறுதி வகுப்புடன் நின்றுவிடுவார்கள். ஊரைப் பிரிவதில் வருத்தம் ஏற்பட்டது. கிளம்புகையில் அம்மா அழுதாள். விஜயாவுக்கும் கண்ணீர்துளிர்த்தது. பக்கத்து வீட்டுக்கல்லுபள்ளியா ஆடுகளுடன் மேய்க்க வெளியில் வந்தாள். “படிக்கப் போறீயா தாயி, நல்லா படி” என்றாள். ஆடுகள் கூட்டமாகக் கத்தின. அம்மாவும் தம்பிகளும் வாசற்படியில் நின்று பார்த்துக்கொண்டிருந்தார்கள். அப்பா புதிய இரும்புப் பெட்டியைத் தூக்கிக்கொண்டார். அவள் கையில் பெரிய துணிப்பையை வைத்திருந்தாள். தொலைவுப் பேருந்தைப் பிடிக்க நெடுஞ்சாலைக்குப் போயாக வேண்டும். இருவரும் தெருக்களில் நடந்து ஆற்றிலிறங்கினார்கள். அங்கங்கே ஓடைகளாக நீர் ஓடியது. அவள் முன்பு சில முறை வெளியூருக்குப் போயிருக்கிறாளென்றாலும் தனியாகத் தங்கப் போவது இதுதான் முதல் முறை. அச்சமாகவும் கல்லூரிப் படிப்பில் ஆசையாயுமிருந்தது.

பேருந்து ஐந்தாறு நகரங்களைக் கடந்தது. பெரிய பேருந்து நிலையத்தில் இறங்கி மற்றொரு பேருந்தில் ஏறினார்கள். அதிலிருந்து இன்னொரு பேருந்து. மறுபடியும் நகரப் பேருந்து ஒன்று. இறங்கி நீண்ட தூரம் நடந்தார்கள். கல்லூரி வளாகம் மரம் செடிகொடிகள் அடர்ந்து காடு போலிருந்தது. சுற்றிலும் சிறைச் சாலையைப் போன்ற உயர்ந்த மதில். மேலே கூரிய கண்ணாடிச் சில்லுகள் மின்னின. இரும்புக் கதவுகளுடைய நுழைவாயி லிலிருந்து கல்லூரி மிகவும் தள்ளியிருந்தது. யாருமில்லாத வெறிச்சோடிய மண் பாதை. விஜயாவுக்கு வீட்டிலிருந்து வெகு தொலைவு வந்து விட்டதாகத் தோன்றியது. புதிய கல்லூரி தொடங்கிஇரண்டு,மூன்று வருடங்களாகியிருந்தன. கட்டடத்தின் ஒரு பகுதி இன்னும் முழுமையாகவில்லை. சாரம் கட்டி சுவர்கள் பூசப்படாமலிருந்தன. வரிசையாகக் கொட்டடிகள் போன்ற வகுப்பறைகள். வெளியில் சில மாணவிகள் கண்ணில்பட்டார்கள். அலுவலகத்தில் பணம் கட்டிவிட்டுத் தனியாயிருந்த விடுதிக்கு அப்பா அழைத்துச் சென்றார். சிமெண்ட் ஓடு வேய்ந்த சிறிய கட்டடம். சுற்றிலும் முட் புதர்கள். நீண்ட பொதுக்கூடம். எதிர் அறையில் கண்காணிப்பாளர் உட்கார்ந்திருந்தாள். கடும் முகத்துடன் சான்றிதழ்களை வாங்கி சரிபார்த்தாள். அப்பா பெட்டியை வைத்துவிட்டுப் புறப்பட்டார். “போய் வரேம்மா. நல்லாப் படி” என்றார். அவரும் சற்று கலங்கிவிட்டிருந்தார்.

விடுதிக் கூடத்தின் சுவரில் ஓய்ந்து உட்கார்ந்தாள் விஜயா. அவளையறியாமல் கண்ணீர் வழிந்தது. உடனே வீட்டுக்குத் திரும்பத் தோன்றியது. அங்கு வாசலில் வானம் விரிந்து தெரியும். நாலுபுறமும் நீண்ட தாழ்வாரங்கள். ஆட்களைப்போல் பானைகள் சூழ்ந்த அரையிருட்டு அறை. அம்மா, தம்பிகளின் நடமாட்டம். கூடவே கதைப்புத்தகங்களும் வானொலியும் கிடைக்கும். எங்கும் திரிந்தபடி சுதந்திரமாயிருந்த வீடு. அனைத்தையும் பிரிந்ததில் துக்கம் மேலிட்டது. ஆங்கிலம், இயற்பியல் பாடங்களை நினைத்தால் பயமேற்பட்டது. ஓர் ஆறுதல் விஷயம் கணிதம். அது மிகவும் பிடித்த பாடம். பள்ளியில் நூற்றுக்கு நூறு மதிப்பெண் வாங்கியிருந்தாள். அவள் தலைநிமிர்ந்தாள். நீண்ட கூடத்தில் யாருமில்லை. இரண்டு, மூன்று நாட்களுக்கு முன்புதான் விடுதி தனியாகத் தொடங்கப்பட்டதென கேள்விப்பட்டிருந்தாள். தங்கியிருந்தவர்கள் வகுப்புகளுக்குச் சென்றிருப்பார்கள். சுவரில் புறாக் கூடுகளைப் போன்ற திறந்த அலமாரிகள். சிலவற்றில் பெட்டிகளும் துணிகளும் வைக்கப்பட்டிருந்தன. தரையில் சுருண்ட பாய், தலையணைகள். மேலே உயர்ந்த கூரை. ஜன்னல்கள் எட்டாத உயரத்திலிருந்தன.

கண்காணிப்பாளர் காலணிகள் சத்தம் எழ கூடத்துக்கு வந்தாள். “ஒண்ணும் பயப்படாம தைரியமாயிரு. போய் சாப்பிடு, அப்புறமாக் கிடைக்காது” முகம் சற்று கனிந்திருந்தது. விஜயா எழுந்து கண்களைத் துடைத்துக்கொண்டாள். அவளுக்குப் பசியில்லை என்றாலும் சாப்பிட்டாக வேண்டும். பெட்டியிலிருந்து தட்டையும் தம்ளரையும் எடுத்துக் கொண்டாள். விடுதிக்குப் பின்புறத்தில் சமையல் கூடம் புகைப் பரவியிருந்தது. அரிசி மூட்டைகளும் காய்கறிகளும் விறகு களும் மூலையில் குவிந்திருந்தன. சாம்பல் நிறைந்த பெரிய அடுப்புகள். நாலைந்து மாணவிகள் தரையில் உட்கார்ந்து சாப்பிட்டுக்கொண்டிருந்தார்கள். விஜயா சமையல் மேடையில் தட்டை வைத்தாள். சோற்றையும் குழம்பையும் கரண்டி யால் ஆயா அளந்துபோட்டாள். பிசைந்து வாயில் வைக்கும் போதே கசந்தது. கற்கள் தட்டுப்பட்டன. தீய்ந்த மிளகாயுடன் கரிய வண்டு கிடந்ததுபோலிருந்தது. அவளுக்கு வாந்தி வந்தது. சமையல் கூடத்துக்கு வெளியில் ஓடினாள். மஞ்சளான திரவம் வாயிலிருந்து வழிந்தது. உள்ளே சாப்பிடும் பெண்கள் மௌனமாகப் பார்த்தார்கள். உணவை மண்ணில் கொட்டி விட்டுத் தட்டைக் கழுவினாள். மாலையில் மீண்டும் பசிக்கத் தொடங்கியது.

விடுதியில் இரவு பன்னிரெண்டு மணிக்குப் படுக்க வேண்டும் என்ற விதி. கூடத்து விளக்குகள் மூத்த மாணவியால்

அணைக்கப்பட்டன. உள்ளே வெளி விளக்கு வெளிச்சம் வீசியது. மாணவிகள் வரிசையாகப் படுத்தார்கள். கடைசிப் பாயில் மற்றொரு மூத்த மாணவி அழுதபடி எதையோ எழுதிக்கொண்டிருந்தாள். விஜயா நீண்ட நேரம் தூக்கம் வராமல் இருட்டைப் பார்த்துக்கொண்டிருந்தாள். வெளியில் பேய்க்காற்று சுழன்று வீசியது. முட்புதர்களில் கிழிந்து ஊளையிட்டது. அவள் எழுந்து தலைமாட்டிலிருந்த நோட்டை மெதுவாக எடுத்தாள். நடுத் தாளைக் கிழித்தாள். அது சப்தமாகக் கேட்டது. மீண்டும் படுத்துத் தலையிறங்கப் போர்த்திக்கொண்டாள். இருட்டிலேயே அப்பாவுக்குக் கடிதம் எழுதத் தொடங்கினாள். தனக்குத்தானே எழுதிக்கொள்வதாகத் தோன்றியது. சுயவிரக்கத்தில் அழுகை வந்தது. நீண்ட கடிதத்தை எழுதி முடித்ததும் சொற்கள் காலியாகின. அவளையறியாமல் கண்கள் மூடின. காகிதத்தை தலையணையடியில் பத்திரமாக மடித்து வைத்தாள். நாளை தபாலில் சேர்க்க வேண்டும். கல்லூரிக் கடையில் புதிய நோட்டு வாங்க வேண்டும். பெரியவர்களின் நாட்குறிப்புகளைப்போல்தான் கடிதங்கள் என்று எண்ணியபடி தூங்கினாள்.

"அன்புள்ள அப்பா. அம்மா, அக்கா, தம்பிகள் அனைவரும் நலமாயிருப்பார்களென நம்புகிறேன். இங்கு பாடங்கள் நன்றாகப் போதிக்கப்படுகின்றன. ஆழமாக மனதில் பதிகின்றன. ஒரு வகுப்புக்கு ஏழெட்டு மாணவிகள்தான் இருக்கிறோம். முக்கால் வகுப்பறை காலியாகக் கிடக்கும். நிறையப் பெண்கள் பள்ளியைத் தாண்டி படிக்க வருவதில்லை என்று பேராசிரியைகள் வருத்தப்படுகிறார்கள். அவர்கள் கடவுளைப் போன்றவர்கள். ஆனால் தங்கும் விடுதிக் கட்டடம் நரகமாகத் தோன்றுகிறது. அது கல்லூரியிலிருந்து தனியாகத் தொலைவிலுள்ளது. அங்கு கொஞ்சம்பேர்தான் தங்கியிருக்கிறோம். பெரும்பாலான மாணவிகள் தினமும் கல்லூரிக்கு வந்து செல்பவர்கள். எங்கள் இரவுகள் மிகப் பயங்கரமானவை. என் பக்கத்தில் படுத்திருப்பவள் தூங்கும்போது காதோடு கதைச் சொன்னாள். அவள் முதல் நாளே பேயைப் பார்த்தாளாம். சிறுநீர் கழிக்க நள்ளிரவில் கதவைத் திறந்திருக்கிறாள். வெளியே பேய் பயங்கரமாகச் சிரித்தபடி நின்றிருந்ததாம். அது வெண்மையாகப் புகைபோலிருந்ததாம். காற்றில் அசைந்தாடி பிடிக்க வந்திருக் கிறது. அவள் உடனே கதவைச் சாத்திக்கொண்டாள். பயத்தில் கத்தக்கூட முடியவில்லையாம். தலையிறங்கப் போர்த்திக் கொண்டு நடுங்கியபடி படுத்திருக்கிறாள். அப்போதிருந்து தூக்கமில்லையாம். போன வருடம் படிப்பு பிடிக்காமல் முதாலாண்டு மாணவி விடுதி மொட்டை மாடியிலிருந்து

குதித்துத் தற்கொலை செய்துகொண்டிருக்கிறாள். மற்றொருத்தி குடும்பப் பிரச்சினையால் கல்லூரி புளிய மரத்தில் தூக்கு மாட்டி செத்திருக்கிறாள். இன்னொருத்தி அதிக மாதவிலக்கு ரத்தப் போக்கால் மயங்கி உயிரிழந்திருக்கிறாள். முன்பே பல மரணங்கள் நடந்திருக்கின்றன. அவர்கள் அமைதியுறாத ஆவிகளாக அலைகிறார்கள். நாங்கள் மலம் சிறுநீர் கழிக்க வெளியில் போக வேண்டும். விடுதிக்குப் பின்னால் கழிவறைகள், குளியலறைகள் வரிசையுள்ளன. இருட்டில் தட்டுத்தடுமாறி நடக்க வேண்டும். விளக்குகளின் வெளிச்சம் போதவில்லை. சுற்றிலும் மரங்களும் செடி கொடிகளும் மண்டியுள்ளன. அங்கு நிறைய பாம்புகளும் தேள்களும் வசிக்கிறதாம். நான் முதல் நாள் இருட்டும் வேளையில் அவசரமாகக் கழிவறைக்குப் போய்கொண்டிருந்தேன். நடுவழியில் முதல்முறையாகப் பெரிய நட்டுவாக்கிலியைப் பார்த்தேன். அது பளபளவென கறுப்பு வண்ணம் பூசியதைப் போலிருந்தது. இரண்டு கத்திரிகளைப் போன்ற கொடுக்குகள். முனையில் முள்ளைப்போல் கூர்மையான நீண்ட வால். உடல் நிறைய கால்கள். அது சற்றும் அசையாமல் தவம்போல் கடிக்கக் காத்திருந்தது. நான் மிகவும் பயந்து திரும்பினேன். நாங்கள் இரவில் சிறுநீர், மலம் கழிக்க மாட்டோம். பெரும்பாடுபட்டு அடக்கிக்கொள்வோம். மிகவும் முடியவில்லையென்றால் மட்டும் உள்ளேயே வாளியில் சிறுநீர் கழிப்போம். அதை மூலையில் ஒளித்து வைத்திருக்கிறோம். நன்றாக விடிந்த பின்னால்தான் வெளியில் வருவோம். இரவில் விடுதிக் காப்பாளர் தங்குவதில்லை. தினமும் வீட்டுக்குப் போய்விடுகிறார். இங்கு முழுமையாகக் குளிக்க முடியாது. குளியலறைகளுக்கும் கழிவறைகளுக்கும் கதவுகள் இல்லை. பச்சை தண்ணீரில்தான் குளிக்க வேண்டும். சற்று தூரத்தில் இருண்ட அழுக்கான சமையலறை உள்ளது. வயதான ஆயாக்கள்தான் வேலைக்காரர்கள். அவர்கள் ஒழுங்காகச் சமைப்பதில்லை. கைகளைக் கழுவ மாட்டார்கள். தரையில் காய்கறிகளை நறுக்குவார்கள். கோணிப்பையில் சோற்றை வடிப்பார்கள். தினமும் கத்தரிக்காய் சாம்பார் வைப்பார்கள். தொட்டுக்கொள்ள ஊறுகாய்கூட கிடையாது. கொட்டைச் சோறு வேகாமல் ரேஷன் அரிசி போலுள்ளது. அதில் ஒவ்வொரு வாய்க்கும் கற்கள் கலந்திருக்கும். நீண்ட மயிர்கள் கிடக்கும். முதல் நாள் சாப்பாட்டில் கறுப்பான வண்டு விழுந்திருந்தது. நான் வாந்தியெடுத்தேன். இங்கு பட்டினியுடன், பயத்துடன் தங்கியிருக்க முடியவில்லை. நான் இறந்துவிடுவேன் என்று தோன்றுகிறது. இந்தக் கடிதம் கண்டதும் புறப்பட்டு வரவும். என்னைத் திரும்ப வீட்டுக்கு அழைத்துப்போகவும். இப்படிக்கு, உங்கள் அன்பு மகள், எஸ். விஜயா.”

முதல் கடிதத்தை பொன்னம்மாதான் தபால்காரரிடம் வாங்கியிருந்தாள். முழுதாகப் புரியவில்லையானாலும் தொடர்ந்து படித்தாள். கண்களில் நீர் வழிந்து மறைத்தது. கொல்லையிலிருந்து சுந்தரம் வந்ததும் "விஜி படிச்சது போதும், போயி கூப்பிட்டு வந்துடு" என்றாள். அவர் ஒருமுறை கடிதத்தைப் படித்துவிட்டுக் கை கால் கழுவச் சென்றார். திரும்பி அறைக்குள் போய் படுத்தார். அவள் தானே மகளுக்குக் கடிதம் எழுத நினைத்தாள். பேனாவையும் காகிதத்தையும் வீடு முழுக்கத் தேடினாள். கடைசியில் மோகனின் புத்தக மாடத்துக்குள் கிடைத்தன. அவள் எழுதி நீண்ட நாட்களாயிற்று. கைகள் நடுங்கின. "நீ படித்து ஒன்றும் ஆகப்போவதில்லை. உடனே புறப்பட்டு வா. இங்கே அம்மா காத்திருக்கிறேன்." பக்கத்துவீட்டு ஆடு குட்டி போட்டதை, பின்னால் பசலைக் கொடி மீண்டும் முளைத்ததை, தனக்குக் கால் வலியிருப்பதையும் சேர்த்து எழுதி முடித்தாள். கண்களைத் துடைத்துக்கொண்டாள். கார்த்தியிடம் கடிதத்தை மடித்துக் கொடுத்தாள். அவன் "உங் கையெழுத்து எறும்புங்க ஊர்ற மாதிரியிருக்குது" என்று ரசித்தான். சிரித்தபடி சட்டை உள்பையில் வைத்துக்கொண்டான். அந்தக் கடிதம் விஜயாவுக்குக் கிடைக்கவில்லை. வீட்டில் கார்த்திக்கும் மோகனும் விஜயாவின் கடிதங்களை எடுத்து சப்தமாகப் படிப்பார்களாம். அனைவரும் சாப்பிடுகையில் மோகன் மனப்பாடமாகச் சொல்லியிருந்தான். "அன்புள்ள அப்பா அவர்களுக்கு ... இங்கு சாப்பாட்டில் வண்டைப் போடுகிறார்கள். மிகவும் நன்றாயிருக்கிறது." அம்மா துக்கத்திலும் புன்னகைப்பாள். சுந்தரம் கல்லூரிக்குக் கட்டணம் கட்ட வந்தார். அவர் கடிதங்களைப் பற்றி பேசவில்லை. அவளும் ஒன்றும் சொல்லவில்லை. பல கடிதங்களை எழுதி பெட்டியில் வைத்துக்கொண்டாள். ஒன்றிரண்டை மட்டும் தபாலில் சேர்ப்பாள். இரண்டு வெள்ளைத் தாள் நோட்டுகள் காலியாகிவிட்டன.

இறுதித் தேர்வுகள் முடிந்து விஜயா வீட்டுக்கு வந்தாள். ஊர் முற்றிலும் மாறி விட்டதாகத் தோன்றியது. முன்பு காஞ்சனா அக்காவிடமிருந்து கோமதி அத்தைக்குக் கதைப் புத்தகங்கள் வரும். அங்கிருந்து ரோமி, மயிலை அண்ணி, பாண்டியம்மாவிடம் சென்று சுமதி சித்திக்குப் போகும். நடுவில் சுந்தரம்மாவும் கஜாம்மாவும் படிப்பார்கள். ஆண்களும் கிடைத்தால் எடுத்துப் படிக்கலாம். அடுத்து பங்கஜ அத்தை. பிறகு கலா அண்ணியிடமிருந்து விஜயாவுக்கு வரும். அவளிட மிருந்து பாருவிடம் போக வேண்டும். கதையைப் படிப்பது தன்னை ஒப்புக்கொடுப்பது போல். சாப்பிடும்போதும் மறு கையில் புத்தகமிருக்க வேண்டும். இல்லையேல் கதைக்குள்

புக முடியாது என்பாள் காஞ்சனா அக்கா. இப்போது விஜயாவுக்குப் புத்தகங்கள் கிடைப்பதில்லை. ஊரின் சங்கிலித் தொடர் நின்றுவிட்டிருந்தது. அவள் வீட்டின் பழைய புத்தகங்களை எடுத்துப் புரட்டினாள். முன்புபோல் நீண்ட கதைகளைப் பொறுமையாகப் படிக்க முடியவில்லை. அவை நினைவில் தங்கவில்லை. அவள் தினமும் கல்லூரித் தேர்வு முடிவை எதிர்பார்த்தாள். எப்போது வேண்டுமானாலும் கடிதம் வரும்.

அன்று மாடத்திலிருந்து ஒரு கதைப் புத்தகத்தை எடுத்தாள். சுமதி போட்டுவிட்டுச் சென்றது. ஒரு பக்கத்தில் மூலையை மடித்து அடையாளம் வைத்திருந்தது. "வண்டி நகர்ந்ததும் உயிரே போய்விட்டது போன்றதொரு உணர்ச்சியின் உந்துதலில் அவளையும் மீறி விக்கி அழுதபடி கேட்டைச் சாத்திவிட்டு உள்ளே வந்தாள். வாயிற்கதவைத் தாளிட்டுக் கொண்டு உள்ளே வந்தவளால் கட்டுப்படுத்திக்கொள்ள இயலவில்லை. தொப்பென்று முன்னறைச் சோபாவில் விழுந்தாள்..." அவள் பக்கங்களைப் புரட்டினாள். அங்கங்கே படித்துப் பார்த்தாள். காகிதங்கள் உயிரற்றுத் தோன்றின. அப்போது அப்பா புத்தகத்தின் மேல் ஒரு கடிதத்தை வைத்துவிட்டுச் சென்றார். அவரால் பிரித்துப் படிக்கப்பட்டிருந்தது. அதில் அவள் நிறைய மதிப்பெண்களுடன் தேர்வாகியிருந்தாள். மகிழ்ச்சியை அடக்க முடியவில்லை. ஊர் முழுவதும் கேட்கும்படி கத்திச் சொல்ல வேண்டும் போலிருந்தது. தான் மேற்படிப்புக்குக் கையில் புத்தகங்களுடன் புதிய உடையுடுத்தி நடக்கும் காட்சி மனதில் எழுந்தது. அறிவிப்புக் கடிதத்தை நீண்ட நேரம் கையில் வைத்திருந்தாள்.

அன்று முதல் நாள் விஜயா நியாய விலைக் கடை விற்பனை வேலைக்குச் சென்றாள். சங்கத் தலைவர் சிபாரிசால் கிடைத்தவேலை. வெளியில் நீண்ட வரிசை சர்க்கரைக்குக் காத்திருந்தது. தவறில்லாமல் அட்டையில் பதிந்து சரியாக அளப்பது கடினமானது. தராசு முள் நிற்காமல் அசைந்தது. தட்டுகள் மேலும் கீழும் ஆடின. சர்க்கரை மிகத் துல்லிய அளவிலிருக்க வேண்டுமென சங்க செயலாளர் எச்சரித்திருந்தார். ஆட்களை நிமிர்ந்து பார்க்கவும் நேரமில்லை. மாலையில் ஓய்ந்து வசூலான பணத்தை எண்ணத் தொடங்கினாள். மேஜை உள்பெட்டியில் தாள்கள் சுருண்டும் நைந்தும் மடிந்தும் கிடந்தன. கள்ள நோட்டைக் கலந்தாலும் தெரியாது. உள்ளே சிறிய காகிதம் தென்பட்டது. "நான் உன்னை உயிருக்குயிராகக் காதலிக்கிறேன்." கடிதத்தில் பெயர், ஊரில்லை. அது தனக்கு எழுதப்பட்டதா அல்லது தவறுதலாக வந்ததா தெரியவில்லை.

அடுக்குப் பதிவேடுகளை எடுத்து எழுத ஆரம்பித்தாள். அடிக்கடி சீட்டை எடுத்துப் பார்த்தாள். முதல் காதல் கடிதம். அழகான சாய்ந்த கையெழுத்து. ஒரு பிழையில்லை. யாரென அறியும் ஆவலும் ஆனந்தமும் எழுந்தது.

மறுநாள் விஜயா அட்டைகளையும் பணத்தையும் கவனமாகப் பெற்றுக்கொண்டிருந்தாள். அவன் பெயரை மறைத்துக்கொண்டதால் தன் கடிதத்தின் பின் விளைவுகளைக் காண கண்டிப்பாக வருவான். வரிசையிலிருந்த லுங்கி, புடவை, வேட்டிகளுக்கிடையில் கறுப்பு பேண்ட், சட்டையைக் கண்டாள். கையில் ரேஷன் அட்டை, ஒரு கிலோ கோதுமை வாங்கப் பை. அதே தெருவில் தன் சித்தி ராஜி வீட்டுக்கு நீண்ட நாள் விருந்தாளியாக வந்திருந்த நாகேந்திரன். அங்கு போனால் நிமிர்ந்தும் பார்க்க மாட்டான். அவளுக்குச் சந்தேகமேற்பட்டது. அவனின் கனத்த மீசை முகத்தில் வேர்வை துளிர்த்திருந்தது. ரூபாய்த் தாள்களுடன் மற்றொரு கடிதத்தைத் தந்தான். அவளால் ஆர்வத்தை அடக்க முடியவில்லை. பணத்தைப் பிரிப்பதைபோல் படித்தாள். நாலைந்து வார்த்தைகள் மட்டுமிருந்தன. "நான் உன்னைக் காதலிப்பதுபோல் நீயும் என்னைக் காதலிப்பாயா?" அவன் அதிகம் எழுதவில்லை. ஆனால் அதில் உண்மையிருந்தது. வார இதழ்களின் கற்பனைக் கதைகளில் மூழ்காதவனாயிருப்பான் என்று நினைத்தாள். விஜயா கோதுமையை அளந்து பையில் கொட்டுகையில் புன்னகைத்தாள். நாகேந்திரனால் நம்ப முடியவில்லை. அவன் கண்கள் வியப்பில் விரிந்தன.

இரவில் விஜயா முன் கூட்டியே படுத்தாள். போர்வையை இறங்கப் போர்த்திக்கொண்டாள். பதில் எழுதத் தொடங்கினாள். கும்மிருட்டிலும் கடிதம் எழுதும் அவளுடைய கல்லூரிக் காலத்துப் பழக்கம் மறக்கவில்லை. கண்களை மூடிக்கொண்டும் எழுத முடியும். மிகவும் யோசித்து அவன் பாணியிலேயே "என்னை நாளையே கல்யாணம் செய்துகொள்வாயா?" என்று எழுதினாள். கடிதத்தை நாலாக, எட்டாக மடித்து உள்ளாடைக்குள் சொருகிக்கொண்டாள். இரண்டு மூன்று நாட்களுக்குப் பின் நாகேந்திரன் வேறொரு குடும்ப அட்டை யுடன் வந்தான். நடை பாவனைகள் மாறியிருந்தன. நீண்ட நேரம் காத்திருந்து சர்க்கரை வாங்கினான். அட்டைக்குள் கடிதத்தை வைத்துத் திருப்பித் தந்தாள். அவன் புன்னகையுடன் வாங்கிக்கொண்டான். வேகமாக வெளியில் சென்றான். மீண்டும் வரிசையில் நின்று பதில் கடிதத்தைக் கொடுத்தான். விஜயா பணமிருக்கும் மேசை இழுப்பறையில் வைத்துப் பார்த்தாள். "உன் குடும்பம் ஒத்துக்கொண்டால் இப்போதே கல்யாணம்

செய்துகொள்வேன்." அவளுக்கு மகிழ்ச்சி பொங்கியது. கடையில் உட்கார்ந்திருக்க முடியவில்லை. அன்றிரவு தூக்கம் வரவில்லை. அதிகாலை இருட்டில் அப்பாவுக்கு நீண்ட கடிதத்தை எழுதினாள். அதைக் கிழித்துவிட்டு மற்றொன்றை எழுதினாள். அது சிறிதாகச் சுருக்கமாயிருந்தது. அவருடைய கசங்கிய கதர் சட்டையின் மேல் பையில் வைத்தாள்.

"அன்பு அப்பா, எனக்கு நாகேந்திரனை ஏனோ ரொம்பவும் பிடித்திருக்கிறது. அவர் பூவைப் போல் மென்மையானவர். நாங்கள் ஒருவரையொருவர் மிகவும் ஆழமாக நேசிக்கிறோம். அவருடன் வாழ்க்கை முழுக்க ஒன்றாயிருக்க ஆசைப்படுகிறேன். எங்களுக்கு உடனே திருமணம் செய்து வையுங்கள். இல்லை யெனில் நாங்கள் கண்காணாத இடத்துக்கு ஓடிப் போவோம். அங்கு சாவிலாவது இணைவோம். பிறகு எங்களைத் தேடக் கூடாது. உங்கள் மகள், விஜயா."

அப்பா கடிதத்துடன் கொல்லைக்கு சென்றதையும் படித்ததையும் பிறகு கேள்விப்பட்டாள். அவர் மேல் ஜேபியில் கடிதமிருப்பது தெரியாமலே வழக்கம்போல் அதிகாலையில் கொல்லைக்குச் சென்றிருந்தார். தென்னை மரங்களையும் வயல்களையும் வலம் வந்தார். நீண்ட நேரம் கழிந்தது. பெரிய முருகனுக்கு ஏர்க் கூலிப் பணம் தர சட்டையின் மேல்பையில் தேடினார். நாலாக மடித்த காகிதம் கண்ணில்பட்டது. ஏர் கூலிக் கணக்கு, நகரம் சென்ற பழைய பேருந்துச் சீட்டு, மசகு வாங்கிய சீட்டு, நீண்ட நாட்களாயுள்ள மளிகைப் பட்டியல். அவற்றுடன் கிடந்த புதிய தாள். எடுத்து கண்களைச் சுருக்கிப் படித்தார். கண்ணாடியை அணிந்து மீண்டும் கவனமாகப் படித்தார். அதே சொற்கள் பெரிதாயிருந்தன. பெரிய முருகனின் எதிரில் உணர்வுகளைக் கட்டுப்படுத்திக்கொண்டார். பெரிய முருகன் வேறெங்கோ பார்த்துக்கொண்டிருந்தார். "ஏர் கூலி நாளைக்குத் தர்றேன்" என்றார் சுந்தரம். அவருக்கு கடித வாசகங்கள் முதலில் புரியவில்லை. அவர்கள் முன்பே ஓடியிருக்கலாம், அல்லது கோயிலில் திருமணம் செய்து கொண்டிருக்கலாமென பயந்தார். ஊர்க்காரர்கள், உறவினர்கள் நடுவில் பெருத்த அவமானம் ஏற்படும். அவரால் கொல்லை யிலிருக்க முடியவில்லை. இன்று உரம் அளந்து கொடுக்க வேண்டும். அதை மறந்துவிட்டு வீட்டுக்குத் திரும்பினார்.

விஜயா காலையிலேயே நியாய விலைக் கடைக்கு சென்றிருந்தாள். நாற்காலியில் தலைகுனிந்து அமர்ந்திருந்தாள். பொன்னம்மா சமையல்கட்டில் மறைந்திருந்தாள். மோகன் வேலைக்குப் புறப்பட்டுக்கொண்டிருந்தான். அவன் தலை வாருகையில் அறையில் சந்தித்தார். விஜயாவின் கடிதத்தை

நீட்டினார். மோகன் ஆச்சரியமுடன் படித்துப் பார்த்தான். இருவரும் கட்டிலில் சற்று நேரம் மௌனமாக உட்கார்ந்தார்கள். அப்பா தன்னைப் பொருட்படுத்தியதில் மோகன் பெருமைப் பட்டான். "அப்பா, நா விஜிகிட்ட அவளுக்குப் புரியற மாதிரி பேசறேன். அவ ஒண்ணும் பண்ணமாட்டா" என்றான். அவர் ஆறுதலடைந்து கட்டிலில் சாய்ந்தார்.

மோகன் மாடத்திலிருந்து பழைய நோட்டை எடுத்தான். ஒரு நடுத் தாளைக் கிழித்தான். அதைக் கையில் வைத்துக் கொண்டு அறைக்குள் நீண்ட நேரம் உலவியபடி யோசித்தான். பிறகு உட்கார்ந்து எழுதத் தொடங்கினான். எழுதிக் கசக்கிப் போட்டான். இரண்டு மூன்று முறை எழுதினான். சுந்தரம் மௌனமாகப் பார்த்துக்கொண்டிருந்தார். அவன் கடிதத்தை மடித்து எடுத்துக்கொண்டு நியாய விலைக் கடைக்குச் சென்றான். அங்கு நீண்ட வரிசை ஏதுமில்லை. ஓரிருவர் கோதுமை வாங்கிக் கொண்டு போனார்கள். அவனைக் கண்டதும் விஜயா தலைகுனிந்தாள். தான் தவறு செய்துவிட்டதைப்போல் அழத் தொடங்கினாள். அவளைப் பார்க்கப் பாவமாயிருந்தது. உண்மையில் நாகேந்திரனை நேசிக்கிறாளா என்றும் புரிய வில்லை. கடிதங்களைத் தாண்டி உறவு உண்டாகியிருக்குமா எனத் தெரியவில்லை. அவள் உள்ளங்கையில் மடித்த கடிதத்தை பேசாமல் வைத்தான்.

"அன்புள்ள அக்கா, நீ யாரென்று தெரியாத ஒருவரை விரும்புகிறாயா? அவரை திருமணம் செய்துகொள்ளப் போகிறாயா? அப்போது நிலத்தை, வீடு, வாசலை, எங்களை வெறுக்கிறாயா? காதலிக்கும் விஷயம் தெரிந்தால் ஊரார் வாயிலிட்டு மென்று மகிழ்வார்கள். நமக்குதான் அவமானம். பிறகு என்ன நடக்கும் என்று சிந்தி. அப்பாவும் அம்மாவும் தற்கொலை செய்துகொள்வார்கள். நம் குடும்பம் கெடும். நீ காலமெல்லாம் வருத்தப்படுவாய். நீ மணக்க நினைப்பவருக்கு எந்த வேலையுமில்லை. அவருக்குச் சொந்தமாக வீடு இல்லை, முக்கியமாக காணி நிலமில்லை. உன்னைவிட குறைவாகப் படித்திருக்கிறார். அவர்கள் பழக்க வழக்கங்கள் வேறு. நம்முடையது வேறு. நீ எதை நம்பினாய் என்று புரியவில்லை. முடிவெடுக்கும் முன்பு விளைவுகளை நன்கு யோசி. வெறுமனே காதலித்துக் கல்யாணம் செய்துகொள்ள முடியாது. அது தொடர் கதைகளில் படிக்க நன்றாயிருக்கும். நிஜ வாழ்க்கையில் இல்லை. உன் முடிவை மாற்றிக்கொள்."

விஜயா கடிதத்தைப் படித்துவிட்டு மீண்டும் அழுதாள். அவளுடைய மேற்படிப்பு மறுக்கப்பட்டதில் தனிமையாகி விட்டிருந்தாள். வீட்டில் மற்றவர்களுடன் பேசி நீண்ட

நாட்களாகின்றன. மோகன்தான் விளையாட்டுகளில் உற்ற தோழன். அவளுடைய முதுகில் ஆறுதலாகத் தடவிக்கொடுத் தான். தனக்கு வயதானதைப் போல் அவனும் மிகவும் வளர்ந்திருந்தான். புதிய நபரைப் போலிருந்தான். தொடுகை வித்தியாசமாயிருந்தது. அவன் அவளுக்கு வேறு திருமணம் செய்து வைக்க அப்பாவிடம் தெரிவிப்பான். நியாய விலைக் கடையைச் சாத்திவிட்டு அவளை வீட்டுக்கு அழைத்துவந்தான்.

விஜயா கடிதங்களைப் படித்தும் படிக்காமலும் வெந்நீர் அடுப்பில் போட்டுக்கொண்டிருந்தாள். கடிதங்கள் மாளவில்லை. ஒருவேளை மற்றவர்கள் எழுதியவற்றையும் காகிதங்களையும் சேர்த்து எடுத்துவந்துவிட்டோமென சந்தேகப்பட்டாள். அப்பாவுக்கு யார் யாரோ கிறுக்கிய அஞ்சலட்டைகள், உள்நாட்டுக் கடிதங்கள், அக்கா எழுதிய நீண்ட கடிதங்கள், வங்கி அறிவிப்புகள், கல்யாண பத்திரிகைகள். அவை திக்கென்று பற்றிச் சுருண்டன. கணநேரம் நெருப்பாலானவைப் போலாகிக் கரிந்தன. மீண்டும் காகிதங்கள் மேலே விழுந்தபடியிருந்தன. நீலநிற ஜூவாலைகளுடன் எரிந்தன. மஞ்சள் தீப்பிழம்புகள் எழுந்து வெண்கலப் பாத்திரத்தில் படர்ந்தன. தீக்கொழுந்துவிட்டு எரிந்துகொண்டிருந்தது. கடைசியாகத் தனியாயிருந்த முதல் காதல் கடிதத்தை ஒரு முறை வேகமாகப் படித்துவிட்டு அடுப்பில் வீசினாள். அவள் அனைத்தையும் போட்டு முடித்தாள். முழங்கால்களைக் கட்டிக்கொண்டு அடுப்பைப் பார்த்தாள். உடல் முழுவதும் வெப்பம் பரவியிருந்தது. சற்று பாரம் குறைந்தாற்போலிருந்தது. அடுப்புக்குள் கருகிய கடிதத்தில் எழுத்துகள் மீண்டும் படித்துவிடலாம்போல் தோன்றின. நீர் தளதளவென்று கொதித்தது. அம்மா சமையலறைப் படிக்கட்டிலிருந்து எட்டிப் பார்த்தாள். “பேசாமப் போய் குளிடி” என்றாள் ஆதுரமான குரலில். விஜயா எழுந்து குளியலறையில் புகுந்து கதவைச் சாத்திக்கொண்டாள்.

குற்றவாளிக் கூண்டு

ஊர் புளிய மரங்களின் நிழலில் தங்கியிருப்பதுபோல் பட்டது. பல பாகங்களாகப் பிரிந்து கிடந்தது. ஒவ்வொன்றிலும் ஏழெட்டுத் தெருக்கள் மட்டும்தான். அனைவரும் கொல்லைகளுக்கும் நகரங்களுக்கும் சென்றுவிட்டிருக்கலாம். தலைமைக் காவலர் பேருந்திலிருந்து இறங்கினார். பேருந்து நிறுத்த பெஞ்சுகளில் காலை வேளையில் பொழுது போக்கிக்கொண்டிருந்தவர்கள் நழுவினார்கள். கள்ளச் சாராயம் குடித்திருந்த பொன்னன் தலைமறைவானார். சிறுவர்கள் சைக்கிள் டயரையும், கிட்டிப் புள்ளையும் போட்டுவிட்டு அருகில் வந்தார்கள். எதிரிலிருந்த சாமண்ணன் தேநீர்க் கடையை நோக்கி காவலர் நடந்தார். கடையிலிருந்தவர்கள் எழுந்து நின்றார்கள். சாமண்ணன் கையுயர்த்தி வணக்கம் தெரிவித்தார். காவலர் பதிலுக்கு வணங்காமல் கடையின் கருங்கல் பெஞ்சில் அமர்ந்தார். தொப்பியை எடுத்து மடியில் வைத்துக்கொண்டார். வழுக்கைத் தலையைக் கையால் துடைத்தபடி “இங்க சுந்தரம் வீடு எங்கயிருக்குது?” என்றார். “இப்படியே நேராப் போயி திரும்புனா பக்கத்துத் தெரு, சார்” என்றார் சாமண்ணன் பவ்யமாக. “ராஜிங்கிறவங்க?” என்று கேட்டார் காவலர். “அவர் வூட்டுக்குப் பக்கத்துல தங்கியிருக்க வெளியூருக்காரங்க. ஊருல ஆயா வேல செய்யுறவுங்க” என்றார் கடையிலிருந்த ஒருவர். காவலர் அவரைத் திரும்பிப் பார்த்தார். “அவங்கள்லாம் எப்பிடி?” என்றார். மீண்டும் சாமண்ணன் “சுந்தரம் குடும்பம் நல்லவங்க சார்”

என்றார். காவலர் "அப்படின்னா ராஜி கெட்டவுங்களா?" என்று கடைக்காரரைக் கூர்ந்து பார்த்தார். அவர் புத்திசாலித்தனத்தை வியந்து சாமண்ணன் இழுத்தார். "அப்படியில்லைங்க சார்..." காவலர் தொப்பியை அணிந்துகொண்டு எழுந்தார். "யாருனா வந்து எனக்கு வீட்டக் காண்பிங்க" என்றார். கடையிலிருந்தவர் முன்னால் சென்றார். காவலர் விறைப்பாகத் தெருவில் நடந்தார். சிறுவர்கள் பின்தொடர்ந்தார்கள்.

வழி காட்டியவர் தூரத்திலிருந்து சுந்தரத்தின் வீட்டை அடையாளம் காட்டினார். தலைமைக் காவலர் நெருங்கி ஒருக்களித்திருந்த கதவைத் தட்டினார். சுந்தரம் உள்ளேயிருந்து வந்தார். காவலர் வாசலை அடைத்தபடி உயரமாக நின்றிருந் தார். சுந்தரம் திகைத்தார். சற்று நேரம் கழித்துதான் "வாங்க சார்" என்று கூப்பிட முடிந்தது. காவலர் பளபளக்கும் கறுப்பு பூட்ஸ்களுடன் உள்ளே நுழைந்தார். அவை சதுர செங்கற்களில் டக்டக்கென்று சப்தித்தன. காவலர் தாழ்வார பெஞ்சில் உட்கார்ந்தார். கஞ்சி போட்ட சீருடை மிகவும் விறைத்திருந்தது. பித்தளை பித்தான்கள் தங்கம்போல் மின்னின. சட்டைப்பையில் சங்கிலி கோர்த்த விசில். அகல அரைக் கால் சட்டைக்குக் கீழே மயிரடர்ந்த கால்கள் தூண்களைப்போல் நீண்டிருந்தன. கால்களைப்போல் கனத்த கைகள். ஒரே அடியில் திருடனை வீழ்த்திவிடும். பெரிய கம்பளிப் பூச்சி மீசை. காதுகளில் குத்திட்ட ரோமங்கள். கூம்புத் தொப்பியைக் கழற்றிப் பக்கத்தில் வைத்தார். வழுக்கை வேர்த்து ஒழுகியது. தலை மயிர்கள் உடலெங்கும் பரவிவிட்டன போலிருந்தன.

தலைமைக் காவலர் கனைத்தபடி சட்டைப்பையிலிருந்த தாளை எடுத்துப் பிரித்தார். அதைப் பார்த்தவாறு "நீங்கதானே சுந்தரம்? பொண்ணு பேரு விஜயாதானே?" என்றார். "ஆமாங்க சார், நாங்கதான்" என்றார் சுந்தரம். "ராஜி வீட்டுக்குக் கத்தியோட போயிருக்கீங்க. கொலை செய்றதா மிரட்டியிருக்கீங்க. அவ எல்லார் மேலயும் புகார் தந்திருக்கா. உங்கள நாங்க கைது பண்ண வேண்டியிருக்கும்" என்றார் காவலர். அப்போதுதான் சுந்தரத்துக்குப் புரிந்தது. விஜயாவுக்குக் காதல் கடிதம் தந்தவனுடைய சித்தி காவல்துறைக்குப் புகார் தந்திருக்கிறாள். அவருக்கு அதிர்ச்சியாயிருந்தது. வீட்டுக்கு முதன்முறையாக காவல்துறை புகுந்திருக்கிறது. யாரும் காலணியோடு வீட்டுக்குள் நுழைந்ததில்லை. அவர் கைது செய்வதாகக் கூறியது பீதியைக் கிளப்பியது. குடும்பத்துடன் சிறையில் அடைக்கப்பட்டால் பெரிய அவமானம். "சார், நாங்க அவங்க வீட்டுக்குப் போகவேயில்ல. கத்தியெல்லாம் எடுத்தும் மிரட்டல" என்றார் சற்று தைரியத்தை வரவழைத்துக்கொண்டு. காவலர் மறுபடியும்

காகிதத்தைப் பார்த்து "உங்க முதல் பையன்தான் போய் கொலை பண்ணுவேன்னு மிரட்டியிருக்கான்" என்றார்.

பொன்னம்மா சமையலறையிலிருந்து வெளியில் வந்தாள். மோகன் பக்கத்தில் நின்றிருந்தான். கார்த்தி கொல்லைக்குப் போயிருந்தான். மோகன் ஆஜானுபாகுவான தலைமைக் காவலரைக் கண்டதும் முதலில் பயந்தான். அவர் மெல்லப் பேசியதில் அச்சம் குறைந்தது. விஜயா சாத்திய சமையலறைக் கதவு இடைவெளியில் பார்த்துக்கொண்டிருந்தாள். தன்னால் காவல்துறை வீட்டுக்கு வந்ததில் குற்றஉணர்வு ஏற்பட்டது. அப்பாவுக்கு கார்த்தி கத்தியுடன் ராஜி வீட்டுக்குப்போனது தெரியாது. வெறுமனே எச்சரித்ததாக பொன்னம்மா கூறியிருந்தாள். அதற்காக அவர் பெருமைப்பட்டிருந்தார். இப்போது அது தவறாகத் தோன்றியது. "ஆமாங்க சார். அவங்க வீட்டுக்குப் பையன் போனான். ஆனா மிரட்டல" என்றார். பொன்னம்மா சொம்பில் நீர் கொண்டுவந்து தந்தாள். காவலர் சொம்பை மேலே தூக்கிப் பிடித்துக் கடகடவென ஒரே மூச்சில் குடித்தார். தவளையைப்போல் பெரும் குரல்வளை ஏறியிறங்குவதை மோகன் வியப்புடன் கவனித்தான். நீர் துளி சிந்தவில்லை. அவர் "மத்தவங்க வீட்டுக்குள்ள நுழைஞ்சது தப்பு" என்றார் மீசையை நீவித் துடைத்தபடி. "உங்ககிட்ட அவ காசு கடனாக் கொடுத்திருக்காளாம். அதப் பல முறைக் கேட்டும் நீங்க தரலையாம். இப்ப கேட்டதுக்கு நீங்க அடிக்க வந்ததா சொல்லிஇருக்கா" என்றார் தொடர்ந்து. சுந்தரம் திகைப்புடன் அமர்ந்திருந்தார். பொன்னம்மாவையும் மோகனையும் இடுக்கில் விஜயாவையும் காவலர் பார்வையிட்டார்.

சுந்தரம் தயங்கியபடி "சார், எம் பொண்ணுகிட்ட அவங்க பையன் தொடர்ந்து தொந்தரவு குடுத்திருக்கான். பெரிய மகன் போயி நிறுத்தச் சொல்லியிருக்கான், அதான் காரணம்" என்றார். அவர் குடும்பத்தை, உற்றார் உறவினர்களைப் பற்றி தலைமைக் காவலர் நிதானமாக விசாரித்தார். சுந்தரம் வீண் வம்புக்குப் போகாத அகிம்சாவாதியெனத் தெரிந்தது. பழைய கதர்ச்சட்டையிலும் வேட்டியிலும் காட்சியளித்தார். அவர் சுற்றி வளைத்துத் தங்களுக்கு உறவுமாகலாம். காவலர் மேலும் கிளற விரும்பவில்லை. இதைப் போல் நிறைய வழக்குகளைக் கையாண்டிருக்கிறார். சுந்தரம் மோர் கொடுக்குமாறு பொன்னம்மாவிடம் சைகை காட்டினார். அறைக்குப்போய் தன் அலமாரியிலிருந்து இரண்டு வாழைப்பழங்களை எடுத்துவந்து தட்டில் வைத்தார். காவலர் இரண்டு மூன்று விள்ளலில் பழங்களை விழுங்கினார். சற்று நேரம் வழுக்கைத் தலையைத் தடவியபடி அமைதியாயிருந்தார். பரந்த வாசல் வழியாகக்

குளிர்ந்த காற்று இதமாக வீசியது. அவருக்கு வெயிலில் காலுறை, பூட்ஸ், சீருடை, தொப்பி அணிவதில் அசௌகரியமும் பெருமையும் கலந்திருந்தன. பேருந்து திரும்பி வருவதற்குள் புகாரளித்தவரையும் விசாரிக்க வேண்டும். "அவ ஸ்டேஷனுக்கு காசுகூடக் கொடுத்திருக்கா. நா அய்யாவிடம் சொல்றேன். நீங்க எல்லாரும் நாளக்கி வந்து ஆஜராயிட்டுப் போங்க" என்றார். சுந்தரம் தலையாட்டினார். அவருக்குப் பெருத்த அசிங்கம். மகளால் குடும்பம் காவல் நிலையப் படி ஏறப்போகிறது. அவள் பெயர் கெடுவதால் திருமணம் தடைபடும். அதுதான் ராஜியின் நோக்கமும் என்று எண்ணினார்.

தலைமைக் காவலர் மோரை அண்ணாந்து வாயில் ஊற்றிக்கொண்டார். சற்று வெப்பம் தணிந்தாற்போலிருந்தது. எழுந்து அரைக் கால் சட்டையை மேலேற்றிக்கொண்டார். கூம்புத் தொப்பியை அணிந்தார். அது ஓட்டுக்கூரையில் இடித்துக்கொள்ளும் போலிருந்தது. கால் சட்டை புடைக்க, கத்தி போன்ற சட்டை மடிப்புகள் புஜ கீர்த்திகள்போல் அசைய நடந்தார். தரை அதிர்ந்தது. குனிந்து வாசப்படியைக் கடந்து தெருவில் இறங்கினார். அவரைக் காண வெளியில் சிலர் காத்திருந்தார்கள். அவர் வேற்றுக்கிரக வாசியைப்போல் தெரிந்தார். காவலர்களின் நடையுடை பாவனைகள் மிகவினோத மானவை. அவர்கள் யாரை வேண்டுமானாலும் தாக்கி கைது செய்து இழுத்துச்செல்லலாம். தலைமைக் காவலர் ஒருவரையும் கவனிக்காமல் நடந்தார். அவர் ராஜி வீட்டில் நுழையும்வரை சுந்தரம் பார்த்துக்கொண்டிருந்தார். உள்ளே விஜயா அழுதுகொண்டிருந்தாள். அவளுக்குப் பக்கத்தில் பொன்னம்மாவும் மோகனும் உட்கார்ந்திருந்தார்கள். சுந்தரம் தலையில் கை வைத்து பெஞ்சில் அமர்ந்தார். கார்த்தியின் மேல் கடுங்கோபம் எழுந்தது. பிறகு விஜயாவின்மீது. ராஜி கொடுத்து வைத்திருந்த பணம் அதே போகத்தில் தீர்ந்துவிட்டது. அதற்கு வெளியில் கரும்பு விதைகள் வாங்கப்பட்டிருந்தன. அவள் அவ்வப்போது பணத்தைக் கேட்டுக்கொண்டுதானிருந்தாள். அவர் விளைச்சல் குறைவு, நோய் பாதிப்பு, தண்ணீரில்லை என்ற காரணங்களைத் தொடர்ந்து சொன்னார். கடைசிவரை தான் தராமல் ஏமாற்றலாம் என்று எண்ணியிருப்பாள். இப்போது வேறுவழியில்லாமல் திரும்பத் தரும் சூழ்நிலை உருவாகி விட்டது. அவர் பெருந் தொகையை எப்படித் திரட்டுவதென மலைத்தார்.

மறுநாள் ஊர் பேருந்து நிறுத்தத்தில் சுந்தரம் காத்திருந்தார். பேருந்து வரும் நேரம் கடந்துவிட்டது. நகரத்துக்குக் கால தாமதமாகப் போயிருந்தது. சாலையோரம் சாமண்ணா

வீட்டு நடையில் விஜயா உட்கார்ந்திருந்தாள். மோகனுக்கு முதன்முறையாகக் காவல் நிலையத்தைக் காணும் ஆவல். சுந்தரம் முன்பே ஊராருடன் தேங்காய் திருட்டு வழக்குத் தொடர்பாக ச் சில முறை சென்றிருக்கிறார். செய்யாத குற்றத்திலிருந்து மீண்டு வந்தது அதிசயம். கார்த்தி ரௌடிபோல் அலட்சியமாயிருந்தான். அவனுக்குக் கத்தியைக் கையிலெடுத்ததில் பெருமிதமுண்டாகியிருந்தது. அங்கிருந்தவர்கள் அவர்களை அனுதாபத்துடன் பார்த்தார்கள். எதையும் விசாரிக்கவில்லை. அனைவரையும் கண்காணிக்கும் விசாலாப் பாட்டியும் இறந்துவிட்டிருந்தாள். இந்தக் காதல் விவகாரத்தில் யாரும் தலையிட மாட்டார்கள்.

புழுதி மேகம் சூழ பேருந்து வந்து நின்றது. நிறையப் பேர் கைகளில் பைகளுடன் இறங்கினார்கள். சுந்தரம் குடும்பத்தினர் மட்டும் ஏறினார்கள். பேருந்தில் கூட்டம் குறைவாயிருந்தது. நால்வரும் கிடைத்த இடங்களில் உட்கார்ந்தார்கள். இருக்கைகள் கிடைப்பது அபூர்வம். பேருந்து மீண்டும் புழுதியைக் கிளப்பியபடி புறப்பட்டது. வழியில் பயணிகள் இறங்கிக்கொண்டிருந்தார்கள். நகரத்தை நெருங்குகையில் கூட்டம் அதிகமானது. ஓரிருவராக ஏறினார்கள். சிறு ஊர்களின் வழியாகப் பேருந்து நீண்ட நேரம் ஊர்ந்தது. காவல் நிலைய ஊர் முக்கிய இடம். பேருந்து சிறிது நேரம் நிற்கும். நடத்துநரும் ஓட்டுநரும் இறங்கிச்சென்றார்கள். பேருந்து ஏறக்குறைய காலியானது. சுந்தரம் கீழிறங்கினார். கார்த்தியும் மோகனும் கடைசியாக விஜயாவும் இறங்கினார்கள். முன்னால் ராஜி வேகமாகப் போய்க்கொண்டிருந்தாள். அவளும் அதே பேருந்தில்தான் வந்திருக்கிறாள். அவர்கள் கண்ணில் படாதது ஆச்சரியம்தான்.

தங்களை மற்றவர்கள் வேடிக்கைப் பார்ப்பதுபோல் அவர்களுக்கு தோன்றியது. விஜயா யாருடைய கண்களையும் சந்திக்கவில்லை. சுந்தரம் முன்னால் நடந்தார். காவல் நிலையம் சற்று தூரத்திலிருந்தது. வெளியில் பலர் குடும்பமாகக் காவல் நிலைய வாயிலைப் பார்த்தவாறு நின்றிருந்தார்கள். தலை கலைந்து, உடைகள் கசங்கியிருந்தன. பெண்கள் புழுதியில் உட்கார்ந்திருந்தார்கள். அவர்கள் நீண்ட காலம் காத்திருப்பவர்களைப்போல் தோன்றியது.இருபுறமும் கூட்டமாக சைக்கிள்கள், இரு சக்கர வாகனங்கள். புழுதி படிந்து, உறுப்புகள் உடைந்து, இருக்கைகள் கிழிந்து கேட்பாரற்றுக்கிடந்தன. மாட்டு வண்டிகள் பாழடைந்து வரிசையாக நின்றிருந்தன. பலவற்றின் சக்கரங்கள் மண்ணில் ஆழப் புதைந்திருந்தன. மோகனுக்கு ஆச்சரியமாயிருந்தது. அவை மீண்டும் ஒருபோதும் உபயோகப்படாது. புதிதாக வண்ணம் பூசிய காவல் நிலையம்

கோவைப் பழம் போல் சிவந்திருந்தது. உள்ளே கூடத்தின் நடுவில் காவல் ஆய்வாளர் உட்கார்ந்திருந்தார். முன்பு வீட்டுக்கு விசாரிக்க வந்திருந்த தலைமைக் காவலர் வராந்தாவில் அமர்ந்து கோப்பில் எதையோ தேடிக்கொண்டிருந்தார். எதிரே நீண்ட பெஞ்சைச் காட்டினார். சுந்தரமும் விஜயாவும் உட்கார்ந்தார்கள். "இருங்க அய்யா கிட்ட பேசலாம்" என்றார். அப்போது வந்த ராஜியை ஓரமாக நிற்க சைகை காட்டினார். அங்கு ஏற்கெனவே பலர் நின்றிருந்தார்கள். சில காவலர்கள் பரபரப்பாக வருவதும் போவதுமாயிருந்தார்கள்.

வராந்தாவில் வரிசையாகக் குற்றவாளிகள் சட்டைகளைச் சுருட்டிப் பிடித்துக்கொண்டு, கறுத்த உடம்பும் தாடி, மீசையுமாகத் தரையில் குத்துக்காலிட்டு உட்கார்ந்திருந்தார்கள். கண்கள் கலங்கியிருந்தன. உடல்களில் லத்தியில் அடித்த வரிகள். மோகன் அவர்களையே பார்த்துக்கொண்டிருந்தான். கார்த்தி வேறுபுறம் திரும்பிக்கொண்டான். ஓரத்துத் தாங்கியில் வரிசையாக நாலைந்து கட்டைத் துப்பாக்கிகள் நின்றிருந்தன. அவை அதிக வித்தியாசமில்லாமல் குறவர்கள் வைத்திருப்பவைப் போலிருந்தன. அருகில் வழுவழுப்பான நீண்ட தடிகள். உயரமான கம்பிக் கதவுடன் மறைவாக ஓர் அறை இருட்டாயிருந்தது. அதில் சிலர் பட்டி ஆடுகளைப்போல் அடைபட்டிருந்தார்கள். ஆவலாக வெளியில் பார்த்துக்கொண்டிருந்தார்கள். காவல் ஆய்வாளர் மேலோட்டமாகக் கோப்பைப் படித்தபடி எதிரில் நின்றிருந்தவர்களிடம் விசாரித்துக்கொண்டிருந்தார். மேசையில் நீண்ட கழி. முன்னால் நாற்காலி எதுவுமில்லை. அவர் குரல் சில சமயம் உயர்ந்து கூடத்தில் மோதி எதிரொலித்தது. எதிரிலிருந்தவர்கள் கைகளைக் கட்டி அடங்கிய தொனியில் பதிலளித்துக்கொண்டிருந்தார்கள். அவை அவருக்கு கேட்குமாவென சந்தேகமாயிருந்தது. நாலைந்து பேரும் சிறிது நேரம் கழித்து வெளியில் வந்தார்கள். மௌனமாகப் பிரிந்தார்கள். தலைமைக் காவலர் உள்ளே போய் பூட்ஸ் காலை உதைத்து பட்டென்று சல்யூட் அடித்தார். மறுபடியும் வெளியில் வந்து அவர்களை அழைத்துச் சென்றார்.

உள்ளே கூடத்தில் நால்வரும் வரிசையாக நின்றார்கள். விஜயா ஒடுங்கி முழுவதுமாகத் தலைகவிழ்ந்திருந்தாள். அவர்களை ஒரு தரம் காவல் ஆய்வாளர் ஏறெடுத்துப் பார்த்தார். முகம் இறுகியிருந்தது. மேசை மேல் ஏகப்பட்ட கோப்புகளும் தாள்களும் கிடந்தன. கிண்ணம்போல் அவருடைய தொப்பி தலைகீழாகக் கவிழ்ந்திருந்தது. தலைமைக் காவலர் காகிதக் கட்டு ஒன்றைத் தேடி அவருக்குப் பிரித்துக் கொடுத்தார். காவல் ஆய்வாளர் மேலாகப் படித்தார். பின் ஒவ்வொரு பெயராகக்

கேட்டார். "சுந்தரம்?" சுந்தரம் வணங்கி "நாந்தான் சார்" என்றார். "விஜயா, கார்த்தி?" என்றார். அவர்களும் ஒன்றாக "நாந்தான் சார்" என்றார்கள். சுந்தரத்தைப் பார்த்து "அந்தம்மா காசைத் திருப்பிக் கேட்டா கொடுக்க வேண்டியதுதான?" என்றார் ஆய்வாளர். "இல்லைங்க சார். அவங்க பொய் சொல்றாங்க" என்றார் சுந்தரம். "யோவ், பணத்தத் தந்தா எல்லாம் முடிஞ்சுது. எதுக்குச் சண்ட போடணும்?" என்றார் ஆய்வாளர் குரலை உயர்த்தி. சுந்தரம் "நாங்க எதுவும் தப்பா செய்யலைங்க சார்" என்றார். பெயரைப் பார்த்து "அவங்க ராஜியக் கூப்பிடு" என்றார் ஆய்வாளர். தலைமைக் காவலர் மீண்டும் காலை உதைத்து சல்யூட் வைத்தார்.

வெளியில் போய் ராஜியை அழைத்து வந்தார். அவள் புடவைத் தலைப்பை இழுத்து தோள்களைப் போர்த்திக் கொண்டு எதிர்ப்புறம் நின்றாள். அப்போதும் வாயில் புகையிலையை அடக்கியிருந்தாள். காவல் ஆய்வாளர் "ஏம்மா, அவங்க அடிச்சாங்களா?" என்றார். "அய்யா, என் வீட்டுக்குள்ள வந்து கத்தியைக் காட்டி கொல பண்றதா சொல்லி பாத்திரத்த ஒடைச்சாங்க" என்றாள் ராஜி. தலைமைக் காவலர் கனத்த பூட்சால் தரையை உதைத்தார். "இத பாரு, அவங்க உன்ன அடிச்சாங்களா? அய்யா கேட்ட கேள்விக்குப் பதில் சொல்லு" என்றார். ராஜி "இல்லைங்க, வந்து மெரட்டனாங்க" என்றாள். சுந்தரத்தையும் மற்றவர்களையும் பார்த்து "ஏன் பயமுறுத்தனீங்க? கொல முயற்சிக்கு என்ன தண்டனை தெரியுமா?" என்றார் காவல் ஆய்வாளர் உரக்க. தலைமைக் காவலர் குனிந்து அவர் காதில் மெதுவாக ஏதோ சொன்னார். கார்த்தியின் முகம் வேர்த்து வழிந்தது. காவல் ஆய்வாளர் "சரி, நீங்க வாங்குன பணத்த அவங்ககிட்ட உடனே திருப்பிக் கொடுக்கணும்" என்று சுந்தரத்தைப் பார்த்து சொல்லிவிட்டு, ராஜியிடம் "உனக்கு கொடுக்கலைன்னா வந்து சொல்லும்மா" என்றார். சுந்தரம் அரைகுறையாகத் தலையாட்டினார். அனைவரும் தப்பித்தோம் என்று நிம்மதியடைந்தார்கள்.

"சார், அவங்க எங்க கிட்ட பணத்த கேட்கலை. எங்க அப்பா நேர்மையானவரு. நாங்க தரத் தயாராயிருக்கோம். பொண்ணு பேர கெடுக்க முயற்சி பண்றாங்க" என்றான் மோகன் திடீரென்று. சற்று நேரம் காவல் நிலையத்தில் அமைதி நிலவியது. "நீ யாருப்பா?" என்றார் காவல் ஆய்வாளர். மோகனைக் கடிந்துகொள்வதை போல் சுந்தரம் பார்த்தார். "சார், நா அவரோட பையன்" என்றான் மோகன். "சரி, நீயெல்லாம் ஸ்டேஷன் பக்கமா வரக் கூடாது. எதுனா கேஸ் போட்டா பின்னால வேல கிடைக்காது" என்றார் காவல் ஆய்வாளர்.

ராஜியைப் பார்த்து "ஏம்மா, நீ ஒழுங்கா நடந்துக்கணும். இல்லாட்டி உள்ள தள்ளிடுவோம்" என்றார். காகிதக் கட்டை மூடி கயிற்றால் கட்டினார். தலைமைக் காவலர் விறைப்பாக மறுபடியும் சல்யூட் அடித்தார். அனைவரும் வெளியில் வந்தார்கள். அவர்களிடம் தலைமைக் காவலர் கோப்பில் கையெழுத்துகளைப் பெற்றுக்கொண்டார். ராஜி கையெழுத்திடுகையில் "இந்தப் பக்கம் திரும்ப வந்தா ஒதைப்பேன். அவங்கப் பேச்சுக்குப் போவக் கூடாது" என்றார். ராஜி தலை குனிந்தபடி கையெழுத்திட்டாள்.

சுந்தரம் குடும்பத்துடன் காவல் நிலையத்தைவிட்டு இறங்கினார். முகத்தில் வருத்தம் தோய்ந்திருந்தது. வெளியில் லுங்கியும் கை விலங்குமாக ஒருவன் பைத்தியம்போல் நின்றிருந்தான். இருபக்கமும் நீண்ட கட்டைத் துப்பாக்கிகளுடன் இரு காவலர்கள். "அவம் பக்கத்து ஊரு. ஒரடி நெலத்துக்கு வரப்புத் தகராறுல அண்ண அண்ணியக் கொல பண்ணிட்டான்" என்று விஜயாவிடம் மோகன் மெதுவாகக் கூறினான். அவர்கள் பேருந்து நிறுத்தத்தில் நின்றார்கள். ராஜிக்குப் பணம் தர வேண்டியதை எண்ணிக்கொண்டிருந்தார் சுந்தரம். "இப்ப பாரு உடனே கடனத் திருப்பிக் கொடுக்கணும். நீயேன்டா அப்படி பண்ண?" என்றார் கார்த்தியிடம். விஜயா பின்னால் தலைகுனிந்து நின்றிருந்தாள். மோகன் காவல் நிலையத்தில் பேசியதில் பெருமையோடிருந்தான். கார்த்தி தீவிரத்துடன் "நம்ம குடும்ப கௌரவம் என்னாவறது?" என்றான். "இப்ப எப்படி பணத்த தர்றது?" என்றார் சுந்தரம் கோபமாக. அவன் "அம்மாகிட்ட ஒரு தலை பில்லையிருக்குது. அத அடகு வச்சு கடன அடைச்சிடலாம்" என்றான் அலட்சியமாக. குரல் கரகரவென்றிருந்தது. அவருடைய உயரமிருந்தான். கறுப்பாக மீசை அரும்பியிருந்தது. அது சுந்தரத்துக்கு நல்ல யோசனையாகப்பட்டது. அவருக்குப் பொன்னம்மாவின் நகைகள் முழுவதுமாக மறந்திருந்தன. அவற்றைப் பார்த்து நீண்ட நாட்களாகிவிட்டன. "அத அவ உயிர் போனாலும் தர மாட்டா" என்று முனகினார். "நா கொடுக்கச்சொல்றே. இதுக்குத்தான நகைங்கள வச்சிருக்கோம்" என்றான் கார்த்தி உறுதியான குரலில். சுந்தரத்துக்கு நிம்மதியேற்பட்டது. முதலில் அந்த நகையை அடகு வைத்து ராஜிக்குப் பணத்தைக் கொடுக்க வேண்டும். அவர்கள் வீடு திரும்ப பேருந்துக்குக் காத்திருந்தார்கள். தூரத்தில் ராஜி தனியாக வெயிலில் நின்றிருந்தாள். விஜயா ஒருமுறை திரும்பிப் பார்த்தாள். அவள் தன்னைப் பகடைக் காயாக்கிவிட்டாளென சந்தேகமேற்பட்டது. நாகேந்திரனின் காதல் மட்டும் உண்மையாயிருக்கலாம் என்று தோன்றியது.

ஆளற்ற சாலை சந்திப்பு

காலை வேளையில் தென்னந்தோப்பு மிகவும் குளிர்ந்தது. திட்டுகளாகத் தரையில் நிழல் பரவியிருந்தது. உச்சிவேளையில் மண் வெப்பமடையும். பச்சையோலைகள் ஆவியுமிழும். காய்ந்த ஓலைகள் பற்றியெரியத் துடிக்கும். மாலைவரை தோப்பு உலை போலிருக்கும். எதிர் தென்னை மரத்தடியில் விஜயா ஓலை முடைந்து கொண்டிருந்தாள். வெயிலுக்கேற்ப மரத்தைச் சுற்றி உட்காருவாள். அருகே தொட்டியில் குழாயிலிருந்து நுரை பொங்க நீர் குதித்தது. துளிகள் மேலே பட்டு உடல் சிலிர்த்தது. கிணற்றில் சிறியநீரூற்றுகள் கொட்டின. பக்கத்தில் பால் போன்ற மணல் விரிந்து ஓடும். ஆறால் நீர் வற்றுவதில்லை. கோடையில் மட்டும் ஆற்றைப்போலவே கிணறும் வறளும். சிறிய மாடம் போன்ற தகரக் கூரை கொட்டகையில் வெயிலுக்கு அண்ட முடியாது. கடைசி தென்னை வயலுக்கு வாய்க்காலில் நீரைத் திருப்பியிருந்தாள். மின்சாரம் நிற்பதற்குள் பாய்ந்துவிடும். அவள் தலை நிமிராமல் மும்முரமாக ஓலை தைத்துக்கொண்டிருந்தாள். இன்று ஐந்து கட்டுகள் பின்ன வேண்டும். நாளை ஓலைத் தரகர் மொத்தமாக வண்டியில் வாங்கிப்போவார்.

தென்னந்தோப்பு ஆற்றையொட்டித் தனித்திருந்தது. முன்புறத்தில் வேலி போல் புதர்கள் அடர்ந்திருந்தன. உள்ளே நுழைய மூங்கில் படல் தடுப்பிருந்தது. எதிர்ப்புறக் கொல்லையில் தொலைவில் ஒரு குடிசை. உள்ளே காவல்காரர் குடும்பத்துடன் வசித்தார். விஜயா கல்யாணமான

ஓரிரு மாதங்களில் தனியாகக் கொல்லைக்கு வந்தாள். முதல் நாளன்று “என்னக்கா வேல செய்ய வந்துட்டீங்க?” என்றார் காவல்காரர் சிரித்தபடி. “சும்மா வீட்டுல இருக்க முடியலை, அதான்” என்றாள் விஜயா. அவள் குடும்பச் சூழலால் வேலைக்கு வருகிறாள் என்று அவருக்கும் தெரிந்திருக்கும். தோப்பைச் சுற்றி வேறு யாருமில்லை. விஜயாவுக்குப் பயம் ஏற்படுவதில்லை. கணவர் முத்து காலையில் கனத்த இரு சக்கர வாகனத்தை ஓட்டிக்கொண்டு மற்றொரு கொல்லைக்குப் போய் விடுவார். அங்கு நெல், கரும்பு பயிரிட்டிருக்கின்றன. மத்தியானம் சாப்பிட்டு வீட்டில் தூங்குவார். யாரும் எழுப்பக் கூடாது. மாலையில் கடைப் பக்கம் போவார். அங்கு இருட்டும் வரை காசு வைத்துச் சீட்டாடுவார்கள். முத்துவுக்கு ஒருபோதும் அதிர்ஷ்டமிருப்பதில்லை.

அவர்களுடைய திருமண நிச்சயதார்த்தத்துக்கு முன்தினம். சுந்தரம் கொல்லைக்குப் போயிருந்தார். முத்துவின் மாமா வீட்டுக்கு வந்திருந்தார். தரை புரள கட்சிக் கரை வேட்டிக் கட்டியிருந்தார். மோகனைத் தனியாக அறைக்குக் கூப்பிட்டார். கையில் ஒரு கடிதம். “யாரோ மொட்டக் கடுதாசி எழுதியிருக்காங்க. உங்க அக்காவுக்கும் வேறொருத்தருக்கும் முன்ன கல்யாணம் நடந்துச்சாம். அதனால இத தடுத்து நிறுத்தணுமாம்” என்றார். மோகன் பதற்றத்தை மறைத்துக் கொண்டு “அதெல்லாம் பொய். பக்கத்து வீட்ல ஒரு கிழவி அவ மகனுக்குப் பொண்ணு தரலைன்னு கோபத்துல எழுதியிருப்பா” என்றான். அவர் “அத நாங்க பெரிசா எடுத்துக்கலை. ஊரில பொறாமைல பண்ணுவாங்க. முத்துவப் பத்திக்கூட அப்படி நெறையப் பேச்சிருக்கு” என்றார். மதியச் சாப்பாடு தயாராகிக்கொண்டிருந்தது. அவர் இடுப்பிலிருந்து ஒரு பாட்டிலை உருவினார். சொம்பில் வைத்திருந்த நீரில் கலந்து குடித்தார். “கொஞ்சம் சாப்புடறியா?” என்றார். மோகன் “இல்ல, வேண்டாங்க” என்றான். அவர் “நாங்க வேற கட்சி ஆளுங்க, அதனால எதிர்க் கட்சிக்காரங்கக் கூடச் சதி செய்ய எழுதியிருப்பாங்க...” என்றார். ஞாபகம் வந்தவராக “சரி, முத்துவுக்கு ரொம்ப நாளா ஒரு மோட்டார் சைக்கிள் வாங்கணும்னு ஆசை. உங்க அப்பாகிட்ட கல்யாணத்துக்கு முன்னால அதுக்குப் பணம் கொடுக்கச் சொல்லு” என்றார். திருப்தியுடன் கடிதத்தைச் மடித்து சட்டைப் பையில் வைத்துக்கொண்டார். நாலைந்து பக்கங்களுள்ள கடிதம். அவ்வளவுக்கு என்ன எழுதப்பட்டிருக்குமென மோகன் யோசித்தான். அதைக் கேட்க நினைத்தான். அவர் தனக்கு அளிக்கும் மரியாதையைக் குலைக்கக் கூடாது. வெளியே விஜயா சாப்பிட அழைத்தாள். அவளிடம் தனியாக நடந்ததைச்

சொன்னான். “அவருக்கு மோட்டார் சைக்கிளுக்குப் பணம் வேணுமாம். உன் வாழ்க்கைல சங்கிலித்தொடர் மாதிரி கடிதம் வருது” என்று மோகன் கிசுகிசுத்தது இப்போதும் காதில் ஒலித்தது.

முத்துவின் வீட்டுக்கு எதிரில் தெரு முச்சந்தியில் திருமணம் நடந்தது. பள்ளியிலிருந்து எடுத்து வந்த பெஞ்சுகளும் நாற்காலிகளும் போடப்பட்டன. நடுவில் அலங்கரிக்கப்பட்ட உயரமான மேடை. பக்கத்தில் புதிய இருசக்கர வாகனம் மாலையுடன் நின்றிருந்தது. அதில் கட்சியின் சிறிய கொடி பறந்தது. மோகன் தன்னுடைய கல்லூரியின் தமிழ்ப் பேராசிரியர் களை அழைத்திருந்தான். தமிழ்த்துறைத் தலைவர் வாழ்த்திப் பேசிவிட்டுத் தாலி எடுத்துக்கொடுத்தார். திருமணம் முடிந்ததும் தெருவில் சாப்பாடு போடப்பட்டது. பேராசிரியர்களை ஓய்வெடுக்க முத்து வீட்டு மாடிக்கு மோகன் அழைத்துச் சென்றான். மாடி முகப்பில் கட்சிக் கொடியும் வீடு கட்டிய வருடமும் பொறித்திருந்தன. தேங்காய், நெல் கொட்டி வைத்திருந்த அறை பூட்டியிருந்தது. கூடத்தில் யாரோ சாப்பிட்ட இலையை எடுக்காமல் போயிருந்தார்கள். மோகன் அதை வெளியில் இழுத்துவிட்டுப் பாயை விரித்தான். பேராசிரியர்கள் வெற்றிலை, பாக்கு போட்டபடி சிரித்துப் பேசிக்கொண்டிருந்தார்கள். மாபெரும் கட்சித் தலைவரின் மண் சிலை கூடத்து மூலையில் சாய்ந்திருந்தது. “அது இன்னைக்கு அரசியல் நிலையக் காட்டற குறியீடு” என்று சிரித்தார் மூத்த பேராசிரியர். மற்றவர்களும் சிரித்து ஆமோதித்தார்கள். “அத ஒரு போட்டோ எடுக்கச் சொல்லு” என்றார். மோகன் சிலையை நிமிர்த்த முயற்சித்தான். அதன் பீடம் உடைந்திருந்தது. பின்புறம் காலி பிராந்தி பாட்டில் மறைந்திருந்தது. அவன் கீழே சென்றான். எங்கு தேடியும் கல்யாண புகைப்படக்காரர் கிடைக்கவில்லை. இன்னும் மணமகள் கோலத்துடனிருந்த விஜயாவிடம் சொன்னான். அவள் முத்துவிடம் தெரிவித்தும் புகைப்படக்காரர் வரவில்லை.

முதலிரவன்று விஜயாவின் வீட்டுக்கு முத்து இருசக்கர வாகனம் சத்தமிட நள்ளிரவில் வந்தார். அனைவரும் களைப்பில் தூங்கியிருந்தார்கள். அப்பாவின் அறைக் கட்டிலில் அவள் காத்திருந்தாள். முத்து வேட்டியை அவிழ்த்து லுங்கிக்கு மாற முயன்றார். இடுப்பில் சொருகியிருந்த மது பாட்டில் தொப்பென்று கீழே விழுந்து உடைந்தது. வெளியிலிருந்து கார்த்தி “என்ன சத்தம்?” என்றான். முத்து “ஒண்ணுமில்லப்பா” என்றார். அறை முழுதும் சாராய நெடி அடித்தது. ஏற்கெனவே முத்து மேல் வேர்வையும் மது வாடையும் கலந்து வீசும். அவளுக்கு நாகேந்திரனின் தெளிந்த உருவம் நினைவுக்கு வந்தது. அவன் நிச்சயம் குடிக்க மாட்டான் என்றும்

தோன்றியது. விஜயாவுக்கு நாற்றத்தில் தூக்கம் வரவில்லை. காலை நீண்ட நேரமானதும் சுந்தரம் கதவைத் தட்டி தன் இரும்புப் பெட்டியில் கணக்கு நோட்டை எடுக்க வந்தார். கடும் வாடையால் தலையில் அடித்துக்கொண்டு எதையும் எடுக்காமல் வெளியேறினார். முத்து போர்வையை இறங்கப் போர்த்தி ஆழ்ந்து உறங்கிக்கொண்டிருந்தார். அவள் எழுந்து தலைக்குக் குளிக்கச் சென்றாள்.

கல்யாணமான புதிதில் ஆற்றில் கிடைத்ததாகப் பை நிறைய மீன்களை முத்து வாங்கி வந்திருந்தார். அவற்றை விஜயா பொரித்துக்கொண்டிருந்தாள். இருட்டத் தொடங்கியதும் முத்துவின் அப்பாவும் அம்மாவும் ஒன்றாக மொட்டை மாடிக்குப் போனார்கள். அம்மாவின் கையில் சொம்பு நிறைய தண்ணீரிருந்தது. முத்து சமையல்கட்டுக்கு வந்து மீன்களை எடுத்தார். அவர் நடவடிக்கைகள் புரிந்தன. "என்ன விசயம்?" என்றாள். முத்து "நாங்க மேல போய் சாப்புடறோம்" என்றார். விஜயா மௌனமாகப் பார்த்தாள். முத்து தட்டு நிறைய மீன்களுடன் மாடிக்குப்போனார். அவள் மீதி சில மீன்களை வறுத்து முடித்து அடுப்பை அணைத்துவிட்டு மேலே சென்றாள். மாடிக் கதவு சாத்தியிருந்தது. அவள் தள்ளித் திறந்தாள். மொட்டை மாடியில் நிலவொளி பொழிந்தது. நடுவில் மூவரும் வட்டமாக உட்கார்ந்திருந்தார்கள். எதிரே தம்ளர்களில் பொன்னிற திரவம். அவளைக் கண்டதும் மாமனார் தலைகுனிந்தார். மாமியார் மறுபுறம் திரும்பிக்கொண்டாள். முத்து சிரித்தபடி "கொஞ்சம் தண்ணி சாப்புடறியா?" என்று தம்ளரைத் தூக்கிக் காட்டினார். அவள் பதில் சொல்லாமல் கதவைச் சாத்திக்கொண்டு கீழே இறங்கினாள். அவர்கள் ரசனையை எண்ணி வியக்காமலிருக்க முடியவில்லை. எதிர்காலத்தில் தனக்குப் பிறக்கப்போகும் பிள்ளைகளும் குடிகாரர்களாக மாறிவிடுவார்களென பயந்தாள். அவர்களை நன்றாகப் படிக்க வைக்க வேண்டும். அவள் மீனைச் சாப்பிடாமலே போய் படுத்துக்கொண்டாள்.

ஊர் திருவிழாவிற்கு முத்து நண்பர்களை வீட்டுக்கு அழைத்திருந்தார். அனைவருக்கும் பிளாஸ்டிக் கேனிலிருந்து கள்ளச் சாராயம் வழங்கப்பட்டது. சோறும் கறியும் சாப்பிட்டு விட்டுச் சென்றார்கள். அவர்களுடன் முத்துவும் புறப்பட்டார். ஊரைச் சுற்றி கரகம் வந்துகொண்டிருந்தது. திடீரென கூக்குரல்கள் கேட்டன, விஜயா வெளியில் வந்து பார்த்தாள். தெருமுனையில் கூட்டமாக நின்றிருந்தார்கள். நடுவில் காவல் துறைச் சீருடை அணிந்தவரை முத்து காலால் ஓங்கி உதைத்துக்கொண்டிருந்தார். அவருடைய நண்பரும் அடித்தார்.

அந்த உதவி ஆய்வாளர் முத்துவின் நண்பருடைய தங்கையின் கையை ஊர்வலத்தில் பிடித்து இழுத்துவிட்டார் என்றார்கள். அவர் எழுந்து தேநீர்க் கடைக்குள் ஓடினார். முத்து உள்ளே புகுந்து இழுத்து வந்தார். மறுபடியும் தெருவில் வைத்து உதைத்தார். ஆய்வாளர் கையெடுத்துக் கும்பிட்டும் விடவில்லை. பக்கத்துக் காவல் நிலையக் காவலர்கள் லத்திகளுடன் ஓடி வந்தார்கள். முத்துவும் நண்பரும் தப்பிச் சென்றார்கள். ஆய்வாளர் அரைகுறை உயிருடன் கிடந்தார். இன்னும் கொஞ்சம் தாமதமாகியிருந்தால் கொலை செய்யப்பட்டிருப்பார். அவரை அவசரமாக மருத்துவமனைக்குத் தூக்கிக்கொண்டுபோனார்கள். மாலையில் உயர் அதிகாரி தலைமையில் துப்பாக்கிகளுடன் அதிரடிப் படை வந்தது. எங்கு தேடியும் முத்து கிடைக்கவில்லை. கண்டவுடன் சுட முடிவெடுக்கப்பட்டது. ஆற்றில் நாணல் புதர்களில் முத்து ஒளிந்திருந்தார். காவல் துறை வந்தால் தூரத்திலிருந்து கண்டுபிடித்துவிடலாம். உதவி காவல் ஆய்வாளர் பிழைத்துக்கொண்டதால் கொலைக் குற்றத்திலிருந்து தப்பினார். ஊர்த் தலைவர் கண்ணன் அவரை வழக்கிலிருந்தும் மீட்டார்.

விஜயா தொடர்ந்து தென்னம் கீற்றுகளை முடைந்தவா றிருந்தாள். நடுவில் மின்சாரம் நின்றது. மதியம் சாப்பாட்டு வேளையில் தொட்டித் தண்ணீரை அள்ளிக் குடித்தாள். மாலையில் பிள்ளைகள் பள்ளியிலிருந்து வருவதற்குள் வீடு திரும்ப வேண்டும். மூன்று நான்கு கட்டுகளுக்கு ஓலைகள் முடிந்திருந்தன. அங்கங்கே தைத்தவையும் தைக்காதவையும் கிடந்தன. வெயில் விழாமலிருக்க மரத்தைச் சுற்றி உட்கார்வதில் கலைந்திருந்தன. பின்னியவற்றை எடுத்து அடுக்குகையில் வழக்கம்போல் மனம் நிறைந்தது. இதற்காகத்தான் ஓலை தைப்பது. விற்ற பணத்தை வாரச் சீட்டுக் கட்டுவாள். வீட்டுக்கு எதிரிலிருக்கும் நிதிக் கடைதான் சீட்டு நடத்துகிறது. அதில் முத்து ஆரம்ப காலப் பங்குதாரர். பிறகு பணம் வாங்கி கடனாளியாகிவிட்டார். மாதந்தோறும் வட்டி கட்டி வருகிறார். பிள்ளைகளைத் தென்னை ஓலைகளை விற்று மேற்படிப்பு படிக்க வைக்க வேண்டும். தன்னைப்போல் அரைகுறையாக நின்றுவிடக் கூடாது என்று மீண்டும் நினைத்துக்கொண்டாள். ஓலைகளைச் சேர்த்துக் கட்டத் தொடங்கினாள்.

அப்போது கொல்லை எதிரில் சைக்கிளில் ஒருவன் வந்து நின்றான். இறங்காமல் ஒரு காலை தரையில் ஊன்றியபடி மூச்சு வாங்கினான். அவன் மற்றொரு தூரத்துத் துண்டுக் கொல்லையிலிருக்கும் வேலையாளின் மகன். கனத்த கண்ணாடி அணிந்திருப்பான். எப்போதும் முத்துவுடன் சுற்றுவான். "அக்கா, உங்க வீட்டுக்காரரு வண்டியில ஒருத்தர இடிச்சிட்டாரு.

உடனே வாங்க” என்றான். விஜயா பதற்றமானாள். என்ன செய்வதெனப் புரியவில்லை. தைக்காத மீதி ஓலைகளைக் கட்டி முடிக்கலாமாவென யோசித்தாள். மோட்டார் அணைக்கப் பட்டிருக்கிறதாவென மறுபடியும் பார்த்தாள். சிறு தெளிவு மனதில் எழுந்து மறைந்தது. முகத்தை முந்தானையால் துடைத்தபடி வரப்பில் ஓடினாள். வேலிப் படலைச் சாத்தி அரைகுறையாகக் கட்டினாள். “எங்க, என்னவாச்சு?” என்று சைக்கிளின் பின்னால் உட்கார்ந்தாள். “ஒண்ணுமில்ல, பயப்பட வேணா. ஊரைத் தாண்டி போறப்ப இப்பதான் நடந்துச்சு” என்று மூச்சிரைத்தபடி அவன் சைக்கிளைக் கிளப்பினான். “இந்த ஆளுக்கு வேற வேலையில்ல” என்றாள் ஆசுவாசத்துடன். அவன் தடுமாறியபடி மிதித்தான். பாதைச் சரியாகத் தெரியவில்லை போலும். கீழே தள்ளிவிடுவானென பயந்தாள். அவள் தானே சைக்கிளை ஓட்ட நினைத்தாள்.

அவர்கள் ஊரைக் கடந்து இரு சாலைகளின் சந்திப்பை அடைந்தார்கள். இருபுறமும் புதர்களும் மரங்களும் மறைத்திருந்தன. சாலைகளில் எப்போதாவது ஓரிரு வாகனங்கள் ஓடின. முத்துவின் நண்பர்கள் வந்துவிட்டிருந்தார்கள். அவரின் கனத்த இரு சக்கர வாகனம் ஓரமாக நிறுத்தப்பட்டிருந்தது. மற்றொரு இரு சக்கர வாகனம் பக்கத்தில் விழுந்து கிடந்தது. ஒருவர் மரத்தில் கால்களை நீட்டி சாய்ந்திருந்தார். தலை தொய்ந்திருந்தது. கீழே செருப்புகள் சிதறியிருந்தன. நடு சாலையில் வண்டி இழுத்துச் சென்ற தடம். முத்து மரத்து வேரின் மேல் உட்கார்ந்து பதற்றமாக சிகரெட் பிடித்துக்கொண்டிருந்தார். கையிலும் காலிலும் இரத்தம் கசிந்தது. முட்டியில் கால் சட்டைக் கிழிந்திருந்தது. தலை கலைந்து மிகவும் பயந்தாற்போலிருந்தார். விஜயாவைப் பார்த்ததும் சிகரெட்டை கீழே எறிந்தார். கண்கள் கலங்க தலையைத் திருப்பிக்கொண்டார். அவள் நெருங்கி “என்னாச்சு, நிறைய அடிப்பட்டதா?” என்றாள். அவர் இல்லையெனத் தலையாட்டினார். மரத்தில் சாய்ந்து கிடந்தவர் பக்கம் கை காட்டினார்.

முத்துவின் நண்பர் அருகில் வந்தார். “ஒண்ணுமில்ல. நடந்தது நடந்தாச்சு. ஆவ வேண்டியதப் பாக்கணும். பாவம் ரொம்ப பயந்திருக்கான்” என்றார். “என்ன நடந்தது சொல்லுங்க” என்றாள் விஜயா. “முத்து வேகமா வந்திருக்கான். இங்கத் திரும்பியி ருக்கான். அவரும் எதிரில வேகமா வந்திருக்காரு. ரெண்டு பேரும் குடிச்சிருக்காங்கப் போலிருக்குது. நேருக்கு நேரா மோதிக்கிட்டாங்க” என்றார் நண்பர். “அவரு யாரு, எந்த ஊரு? அவரு சொந்தக்காரங்களுக்குச் சொல்லி அனுப்பியாச்சா?” என்று அடிபட்டவரை மறுபடியும் பார்த்தாள். அவரிடம்

எந்த அசைவுகளுமில்லை. சட்டையின் மேல் பொத்தான்கள் கழற்றிவிடப்பட்டிருந்தன. கைகள் தொங்க கால்களை நீட்டி யிருந்தார். நன்கு பருத்த உடல். விரலில் பெரிய மோதிரம். "அந்த ஆளு மோதினதும் செத்திருக்காரு. பக்கத்து ஊர்க்காரருதான். இனிமேதா சொல்லி விடணும். இதோ கண்ண அண்ணன் வரட்டும், பாக்கலாம்" என்றார் முத்துவின் மற்றொரு நண்பர். விஜயா திகிலுடன் சாலையோரம் உட்கார்ந்தாள். கணவர் ஒரு கொலை செய்திருக்கிறார். அதற்குக் காவல்துறை கைது செய்து தூக்குத் தண்டனை கொடுக்கும். முன்பொரு முறை உதவி ஆய்வாளரை அடிக்கையில் நடந்ததுபோல் தப்பிக்க முடியாது. தானே குடும்பத்தை நடத்த வேண்டியிருக்கும்.

சைக்கிளில் அழைத்து வந்தவன் எங்கிருந்தோ சொம்பில் நீர் எடுத்து வந்தான். "முத்துணா. இதக் குடி, தைரியமாயிரு" என்றான். நீர் சட்டையில் தளும்ப முத்து சொம்பைத் தூக்கி அண்ணாந்து குடித்தார். பாதி காலியானது. விஜயா இறந்தவர் அருகில் சென்று குனிந்து பார்த்தாள். சிறிய காயம்கூட இல்லை. மார்பு மெல்ல ஏறி இறங்குவதுபோல் தோன்றியது. ஆழ்ந்து தூங்குவதுபோலிருந்தார். நண்பர் பக்கத்தில் வந்தார். "நாந்தான் மொதல்ல வந்தது. நல்ல காலம் இந்தப் பக்கமாப் போயிட்டிருந்தேன். ரெண்டு பேரும் கீழ மயங்கி விழுந்து கெடந்தாங்க. யாரும் பாக்கலை. நா தூக்கிவிட்டேன். அவரு அப்பவே ஆளு காலி" என்றார். அவளுக்குப் பிணத்துடன் நெருங்கி நிற்பதற்குப் பயமாயிருந்தது. முத்துவின் வாகனத்திடம் வந்தாள். அது அவள் கல்யாண சீராக வற்புறுத்தி பெற்றது. முன் விளக்குக் கண்ணாடியில் விரிசல்கள்விட்டிருந்தன. முன்புறத் தடுப்பு நெளிந்திருந்தது. பெட்ரோல் தொட்டியில் அழுத்தமான கீறல்கள். கால் வைக்கும் பகுதிகள் வளைந்திருந்தன. வாகனத்திற்கு பெரிய சேதங்களில்லை. அவள் மீண்டும் முத்துவின் அருகில் வந்தாள். அவரின் கரிய தாடையில் மூன்று நாள் சவரம் செய்யாத தாடி. உடல் வேர்த்து ஒழுகியது. கூடவே சாராய நாற்றமடித்தது. அவள் தாள முடியாமல் பின்வாங்கினாள். "இப்படி ஒருத்தர அநியாயமாக் கொன்னுருக்கியே. இந்தப் பாவம் சும்மா விடுமா?" என்றாள். அவள் கண்களில் நீர் வழிந்தது. முத்துவும் அழுதார். "நா வேணுமுன்னுப் பண்ணல. அவருதான் தப்பான வழியில திரும்பி வந்தாரு" என்றார்.

இரவு நெருங்கிக் கொண்டிருந்தது. மரங்கள் இருட்டாகத் தெரிந்தன. பறவைகளின் குரல்கள் தீனமாகக் கேட்டன. அவர்கள் சாலையில் காத்திருந்தார்கள். மரத்தடியில் பிணம் சாய்ந்திருந்தது. பக்கத்தில் வாகனங்கள் குறுக்கு மறுக்காக நின்றிருந்தன. இறந்தவரின் வாகனத்தைத் தூக்கி நிறுத்தியிருந்தார்கள்.

சாலையில் பயணித்த சிலர் சந்தேகமேதுமில்லாமல் கடந்தார்கள். வாகனவோட்டி ஒருவர் மட்டும் திரும்பிப் பார்த்தபடி நிதானித்தார். முத்துவின் நண்பர் "நிக்காத போ" என்று கையாட்டினார். கொஞ்ச நேரத்தில் கண்ணன் இரு சக்கர வாகனத்தின் பின்னிருக்கையில் உட்கார்ந்து வந்தார். வாகனமோட்டுபவர் தோள் மேல் ஒரு கையை வைத்திருந்தார். அவர் பெரும் நிலச் சுவான்தார். நகரத்தில் நிறைய வணிக வளாகங்களை வாங்கிப்போட்டிருக்கிறார். அருகில் வந்து அமைதியாக இறங்கினார். முத்துவையும் விஜயாவையும் பிணத்தையும் பார்த்தார். முத்துவின் நண்பர்கள் நடந்தவற்றைச் சொன்னார்கள். கண்ணன் "செத்ததுப் பக்கத்து ஊரு மோட்டுக்கொல்ல பலராம் மகன்தான? நம்மாளு இல்ல. சரி, போலிசுக்குத் தகவல் சொல்லிடுங்க" என்றார். முத்துவை ஒரு நண்பர் நெருங்கினார். "ஏம்பா கண்ண அண்ணன் வந்திருக்காரு பாரு. போய் பேசு" என்றார். முத்துவுக்கு கண்ணன் தூரத்துச் சொந்தம். முத்துவின் அம்மாதான் இளமையில் கண்ணனை வளர்த்ததாக சொல்வார்கள்.

முத்து எழுந்து கண்ணனிடம் வந்தார். தலை குனிந்தபடி "தெரியாம நடந்துடுச்சு, நீதான் காப்பாத்தணும்" என்றார். கண்ணன் "பாத்து மெதுவா ஓட்டணும்" என்றார். வாகன மோட்டி வந்தவரிடம் "நீ நேரா போலிசுக்குப் போயிடு. இடிச்சதா ஒத்துக்க. வேற பழய வண்டிய ஒப்படைச்சுடு. போலிசே செத்தவரு வீட்டுக்குத் தகவல் சொல்லட்டும்" என்றார். வாகனமோட்டியவர் சலனமின்றி சரியெனத் தலையாட்டினார். முத்து கண்ணீர் மல்க கைக் கூப்பினார். விஜயாவும் வணங்கினாள். "நீ இங்க நிக்காதம்மா. ரெண்டு பேரும் வண்டிய எடுத்துட்டு வீட்டுக்குப் போங்க" என்றார் கண்ணன். அவர் தன் வாகனத்தை மற்றொருவர் ஓட்ட பின்னால் உட்கார்ந்துப் புறப்பட்டார். முத்துவும் கிளம்பி வாகனத்தை மெதுவாக ஓட்டிச் சென்றார். அவரிடம் தடுமாற்றம் வெளிப்பட்டது. இரு சக்கர வாகனம் வளைந்து நெளிந்து சென்றது. பின்னால் உட்கார்ந்திருந்த விஜயா இருக்கையை கெட்டியாகப் பிடித்துக்கொண்டாள். அவள் திரும்பிப் பார்த்தாள். இருள் கவியத் தொடங்கியிருந்தது. சாலை சந்திப்பு மங்கலாகத் தெரிந்தது. முத்துவின் நண்பர்கள் நிழல்களைப்போல் நின்றிருந்தார்கள். மரத்தடியில் கறுப்பு உருவமாகப் பிணம் தனியாகக் கிடந்தது.

புதிய காலடித் தடம்

வீட்டு வாசல் முழுவதும் வெயில் நிறைந்திருந்தது. அனைவரும் தத்தம் காரியங்களில் மூழ்கியிருந்தார்கள். அப்பா அறைக்குள் படுத்திருந்தார். தாழ்வாரத்துப் பெஞ்சில் சாப்பாட்டு அலுமனியத் தூக்கு காத்திருந்தது. கார்த்தி சட்டையை மாட்டிக்கொண்டான். பெரிய அக்கா கல்யாணத்துக்கு எடுத்த நீலச் சட்டை. அதைத் தினமும் அணிவது சலித்தது. மற்றொரு சட்டை மிகவும் பழையது. அது கல்லூரியில் படிக்கையில் தைத்தது. கழுத்துப்பட்டை நைந்து கிழிந்திருந்தது. பல நாட்கள் கட்டிய லுங்கி அழுக்காயிருந்தது. எதை உடுத்துவது என்ற கவலை எப்போதும் முள் போல உறுத்துவது. கிளம்பும்போதும் நடக்கும்போதும் பேசும்போதும் அதில் கவனம் குவிந்திருக்கும். நகரத்துக்குப் போட்டுப்போக நல்ல கால்சட்டை இல்லை. ஒரே உடையை அணிவது தாழ்வுணர்ச்சியை உண்டாக்கியது. கொடியில் அப்பா கழற்றிப்போட்ட வேட்டிகளில் ஒன்றை உருவி கட்டிக்கொண்டான். அழுக்கும் வேர்வை நெடியும் அடித்தது. ஊரில் அப்பாவைத் தவிர வேறு யாரும் கதர் அணிவதில்லை. கதரின் பரிதாபத் தோற்றமும் ஏழ்மைக் குணமும் தனக்கும் ஒட்டிக்கொண்டதாகத் தோன்றியது. அவன் தூக்கை எடுத்துக்கொண்டான். மற்றொரு கையில் ஒரு வாரம் முன்பு நகர நூலகத்தில் எடுத்து வந்த புத்தகம். அதில் கற்பனையும் துயரமும் கலந்த கவிதைகளிருந்தன.

ஆரம்பத்தில் சிலவற்றைப் படித்திருந்தான். "கூனல் பிறை யோரம் ..." என்ற வார்த்தைகள் மனதில் மேலெழுந்த வண்ணமிருந்தன. கவிதைகளைப் படிக்கையில் உணர்ச்சி ததும்பும். அவன் தெருவில் நடக்கத் தொடங்கினான்.

தெரு மூலையிலிருந்த மளிகைக் கடைக்காரர் ராமு சிறிதாகப் புன்னகைத்தார். மேலே தொங்கும் கயிற்றைப் பிடித்துக் கொண்டு ஒரு காலை திட்டில் வைத்திருந்தார். அவருக்கு யோசிக்கையில் ஒரு கண் சுருங்கும். எதிரிலிருப்பவரை ஏளனமாக நோக்குவதுபோல் தோன்றும். ஊரில் செய்தித்தாள் வாங்கப் படுவது அவர் மளிகைக் கடையில் மட்டும்தான். அங்கு படிக்க, பொழுதுபோக்கப் பலர் கூடுவார்கள். செய்தித்தாள்கள் பிறகு பொட்டலம் கட்டப்படும். திண்ணையில் குத்துக்காலிட்டுச் செய்தித்தாளை விரித்திருந்த கோவிந்தசாமி நிமிரவில்லை. "– ஜலசந்தியை – ஒரே மூச்சில் – நீந்தி – கடந்து – சாதனை" வாய்விட்டுப் படித்தார். பிறகு "ம், அதெப்படி முடியும், எங்கியாவது நடுவில நின்னிருப்பான்" என்றார். பக்கத்தில் முனிரத்தினம் "எல்லாம் பணத்துக்காயிருக்கும்" என்று அபிப்ராயப்பட்டார். சம்மணமிட்டிருந்த ஞானசேகரன், கார்த்தியிடம், "என்னப்பா கொல்லைக்கா?" என்றார். "ஆமாண்ணா," கார்த்தி புத்தகத்தையும் தூக்கையும் திண்ணை யில் வைத்தான். அவர் புத்தகத்தை எடுத்துப் புரட்டினார். கார்த்தியின் வேட்டியைப் பார்த்து ராமு புன்னகைத்தார். அவன் உடலுக்கு வேட்டி பொருந்தவில்லை. கீழே தழைந்திருந்தது.

திண்ணையில் எப்போதுமிருக்கும் வாரஇதழைக் காணவில்லை. பழையதாகிக் கிழிக்கப்பட்டுப் பொட்டலமாகி இருக்கும். கார்த்தி ஓரத்திலிருந்த செய்தித் தாளின் ஒற்றைத் தாளை எடுத்தான். அதில் ஆசிரியருக்குக் கடிதங்கள் பகுதியில் நிறையப் பெயர்களும் ஊர்களுமிருந்தன. அவை அடிக்கடி கண்ணில்படுபவை. அவர்கள் தொடர்ந்து கடிதங ்களை எழுதுவது வியப்பானது. அதற்குத் தனித் தகுதி வேண்டும் போலும். அந்தப் பெயர்களும் ஊர்களும் மனப்பாடமாகி விட்டன. பத்திரிகையில் அங்கங்கே விபத்துகள், கொலைகள், கொள்ளைகள் நிரம்பியிருந்தன. அவற்றை முன்பே படித்து விட்ட உணர்வு எழுந்தது. அப்போதுதான் தேதியைக் கவனித்தான், அது நேற்றைய செய்தித்தாள். கோவிந்து படிப்பது புதிய செய்தித்தாள். இரண்டுக்கும் பெரிய வித்தியாசங் களில்லாவிட்டாலும் யாரும் சொல்லாதது அவமானமா யிருந்தது. கோவிந்து ராகமுடன் மற்றொரு செய்தியை வாசித்தார். முனிரத்தினம் கேட்டுக்கொண்டிருந்தார். அவருக்கு நன்றாக படிக்கத் தெரிந்தாலும் கவனித்துக் கேட்டார். அவன்

படித்துக்கொண்டிருந்த செய்தித்தாளை மடித்துவைத்து விட்டுத் தூக்கை எடுத்தான். ஞானசேகரன் புன்னகையுடன் புத்தகத்தைத் திருப்பித் தந்தார்.

அப்பா வயிற்றுப் போக்கால் அவதிக்குள்ளாகிச் சில நாட்களாகின்றன. அவர் முன்பு தினமும் அதிகாலையில் கொல்லைக்குப் போய் வருவார். மறுபடியும் மத்தியானம் சின்ன முருகனுக்குச் சாப்பாடு எடுத்துச்செல்வார். அப்போது அவன் காலையில் மட்டும் கொல்லைக்குப் போனால் போதும். மாலையில் மளிகைக் கடை அல்லது நகர நூலகத்துக்குப் போவான். நடுவில் கிடைத்த புத்தகங்களைப் படிப்பான். இப்போது முழு நேரமும் கொல்லையில் தங்க வேண்டும். தான் அப்பாவைப்போல் மாறிக்கொண்டிருப்பதாக நினைத்தான். அவருடைய அம்மாவுக்கு அடுத்து அவருக்குச் சொந்தமான நிலம், பழைய அலுமனியத் தூக்குப் பாத்திரம், அழுக்கு வேட்டிகள் அவனுக்குக் கிடைத்திருக்கின்றன. கதரைக் கட்டினால் முதிர்ந்த தோற்றம் வரும். அவரைப்போல் முழு சவரம் செய்துகொள்வான். எப்போதாவது மீசையற்ற உதடு வேர்வை துளிர்க்கத் துடிக்கும். அவரைப்போல் அதே ஊரில் சாவான். அவரின் வாழ்க்கையை அவனும் வாழ்வான். அதில் சிறு வித்தியாசமும் இருக்காது. அவனுக்கு அலுப்பாயிருந்தது.

தினமும் நடக்கும் நாலைந்து தெருக்களையும் ஆற்றையும் கடந்தான். மதிய வேளையில் தெரு வெறிச்சோடியிருந்தது. ஆறு வெயிலில் கூசியது. அதே குறுகிய கானாற்று வழி. கரைகளில் கோரைகளும் வேம்பும் ஊமத்தைகளும் உண்ணிப் புதர்களும் அடர்ந்திருந்தன. சிறு மூக்குத்திகள் போன்ற எண்ணற்ற பூக்கள். அவற்றில் துளித் தேனைத் தேடி பூச்சிகள் சுற்றின. அதுவே போதும் போலும். ஏரிக் கால்வாயில் கசியும் நீர் சிறிது தூரம் ஓடைகளாக ஓடின. அவை கானாற்று மணலில் ஊறி மறைவது அபூர்வக் காட்சி. ஆறும் கானாறும் நிரந்தரமானவையானால் நீரோடுவது தற்காலிகமானது. அவனும் போய் வருபவன்தான். முப்பாட்டன், பாட்டன், தகப்பன் வழி வந்தவன். அவர்கள் உழுது விளைவித்த கொல்லையில் தானும் பயிரிட வேண்டும். அவன் மற்றொரு கண்ணியாக மட்டுமிருக்க விரும்பவில்லை. இதிலிருந்து விடுதலையாக வேண்டும்.

கார்த்தி கொல்லையை அடைந்தான். பழைய தென்னை மரங்களில் காய்கள் பழுத்திருந்தன. கரும்பும் நெல்லும் புதிதாகப் பயிரிட்டவை. அவை விதைகளால் தொடர்பவைதான். நிலத்தில் வேளாண்மை செய்ய ஆரம்பிக்கையில் உருவானது களம் என்று அப்பா சொல்வார். கிணறு பாட்டன் காலத்தது. அப்போது கொடுத்த கூலி மிகவும் குறைவாம். வேலையாட்கள் நாள்

முழுவதும் உழைத்தும் வயிறு நிறைய உண்ண முடியாது. அதைப் பற்றிய உணர்வும் இல்லை. உழைப்பு வற்புறுத்திப் பெறப்பட்டது என அப்பா தெரிவித்திருந்தார். அப்போது கிணற்றை வெகு ஆழத்துக்குத் தோண்டினார்கள். பாறை சரிந்து, தவறி விழுந்து மரணங்கள் ஏற்பட்டதாகக் கூறியிருந்தார். அதை விதியென ஏற்றுக்கொண்டார்கள். அவனுக்குத் தெரிந்து அப்பாவும் கிணற்றை மேலும் ஆழப்படுத்தினார். அவனுக்கு நன்றாக நினைவிருந்தது. ஆட்கள் குனிந்து பாறைகளில் ஆப்புகளை அறைந்துகொண்டிருந்தார்கள். கிணறு நிறைய வேர்வை வடியும் முதுகுகள் தென்பட்டன, மேலிருந்து பார்க்க நீரைப்போல் பளபளத்தன. ஒவ்வொரு சம்மட்டி அடியும் கிணற்றில் சுழன்று மோதி எதிரொலித்தது. சிறிது நேரம் கழித்து மேலே கேட்டது. இனி கிணற்றை ஆழமாக்க முடியாது. அது அடியை எட்டிவிட்டது.

இப்போது கொல்லை வேலைக்கு ஆட்கள் குறைந்து விட்டார்கள். சொற்ப கூலிக்கு நாள் முழுவதும் உழைத்துக் கொண்டிருக்க முடியாது என்ற எண்ணம் ஏற்பட்டுவிட்டது. விவசாயம் குனிவையும் பணிவையும் கோருகிறது. அதில் நிமிர்ந்து அமரும் நாற்காலிகளுக்கும் வெள்ளை ஆடைகளுக்கும் இடமில்லை. பிற செயற்கைப் பண்டங்களோடு சேர்ந்து உயராமல் விளைப் பொருட்களின் மதிப்பு பின் தங்குகிறது. பயிரிடுவதில் காலம் உறைந்துள்ளது. அதில் நிகழ்வது வெறும் பருவ மாற்றங்கள்தான். கார்த்திக்கு நடுவில் நகர முடியாமல் சிக்கியிருப்பதாகப்பட்டது. ஆனால் கண்ணெதிரிலுள்ள சாலை பெரும் மாற்றங்களைச் சந்தித்துக்கொண்டிருந்தது. அது பல புதிய சாத்தியங்களை அடக்கியது. ஒவ்வொரு கணமும் மாறிக்கொண்டிருந்தது. அவனுக்குத் தெரிந்து சாலை ஒன்றாயிருந்து இரு பாதைகளாயின. விரைவில் நாலு வழிகளும், ஆறு வழிகளுமாகும். சாலையில் புதுப்புது வாகனங்கள் விரைந்தன. அவற்றின் வேகம் கூடிக்கொண்டிருந்தது.

கார்த்தி கொல்லையின் மோட்டார் கொட்டகையை அடைந்தான். சின்ன முருகன் சாப்பாட்டுத் தூக்கை வாங்கிக் கொண்டான். அவன் கார்த்தியின் தலைமுறையைச் சேர்ந்தவன். அவன் அண்ணன் பெரிய முருகன் இடத்தில் முழுதாகப் பொருந்தினான். அசப்பில் அவரைப் போலிருப்பான். வாரப் படாத தலைமுடி, கையால் அளைதல். அதை அண்ணனைப் பார்த்துப் பின்பற்றுகிறானா அல்லது தானாக வந்ததாவெனத் தெரியவில்லை. சின்ன முருகன் கொல்லை வேலையை எந்த மாற்றமுமில்லாமல் செய்தான். அவன் வாங்கிய கூலியும் அவன் அண்ணனுக்குக் கிடைத்துதான். பெரிய முருகனைப்போல்

கேள்வி கேட்காதவன். அம்மா தந்தது ஊசிய பழைய சோறு, குழம்பாயிருக்கும். அதைத் தின்பானா, நாய்க்குப் போடுவானாத் தெரியாது. ஆனால் எதுவும் சொல்லாமல் வீட்டுக்கு எடுத்துப் போவான். அவனுடைய மூத்த சகோதரனைப்போல்.

சின்ன முருகனுக்கும் பெரிய முருகனுக்கும் சிறிய வித்தியாசமிருந்தது. இளம் வயதுச் சுதந்திரத்தில் சின்ன முருகன் கிடைத்த இடத்தில் நிம்மதியாகத் தூங்குவான். கொட்டகை, களம், தொட்டி, வயல் வரப்பு, மரத்தடிகள் அவனுக்குப் பிடித்த மானவை. ஒரு முறை இரவில் வீட்டிலிருந்து கொல்லைக்கு வந்து கொண்டிருந்தான். கீழே கானாறு ஓடும் நெடுஞ்சாலையின் கைப்பிடிச் சுவரில் கொஞ்ச நேரம் உட்கார்ந்தான். தொடர்ந்து செல்லும் வாகனங்கள் குளிர்ந்த காற்றை அள்ளி வீசின. வாகனங்கள் ஓடும் ஒலி தாலாட்டுப் போல. சுகமான தூக்கம் தழுவியது. கால்களை நீட்டி சுவர் மேல் படுத்தான். கொல்லையில் சுந்தரம் பதற்றத்துடன் காத்திருந்தார். அவன் கானாற்றுப் பக்கம் புரண்டு விழுந்தால் தலை சிதறியிருக்கும். சாலைப் புறம் சாய்ந்தால் போகும் வரும் வாகனங்களில் அடிபட்டுச் செத்திருப்பான். இரண்டும் நிகழாமல் அவன் காலையில் விழித்தெழுந்தான். கண்களைத் தேய்த்தபடி நேராகக் கொல்லைக்கு வந்தான். சுந்தரத்துக்குத் தெரிந்ததும் திகைத்தார். அவன் உயிருடனிருந்தது அதிசயம். சின்ன முருகன் கவலைப்படாமல் சிரித்தான்.

கொல்லையின் மோட்டார் கொட்டகைக்கும் வயதாகிக் கொண்டிருந்தது. சுவர்கள் உப்பு பூத்துக் காரை உதிர்ந்தன. மேலே உத்திரங்களை அரிக்கும் சத்தம் சதா கேட்டது. வாசப்படியில் கறையான் கோடுகளைத் தினமும் சுரண்டினாலும் திரும்ப வந்தன. அழிவதற்காகவே கட்டடம் உருவாக்கப்படுவதாகத் தோன்றியது. மோட்டார் கொட்டகைச் சிதைந்து மண்ணாகும். மறுபடியும் வேறு கொட்டகையாக எழும். அங்கு பழையபடி ஏரோட்டி விதைத்தால் பயிரும் முளைக்கும். அந்த நிதான சுழற்சியில் மாற்றமின்மையே தெரிந்தது. அவன் மனம் அலை பாய்ந்தது.

கார்த்தி கொல்லை வரப்புகளில் நடந்தான். நடு வரப்பு தேய்ந்து மண் தரையாகியிருந்தது. அதன் மேல் எண்ணற்ற காலடிகள் பட்டிருக்கும். கிளை வரப்புகளில் புற்கள் படர்ந்திருந்தன. அவற்றால் கொல்லை முழுவதும் நடக்கலாம். இடையிலுள்ள வேலிகளைக் கடந்தால் பக்கத்துக் கொல்லை, அடுத்தடுத்த கொல்லைகளுக்குப் போகலாம். வரப்புகளின் வழியாக உலகம் முழுக்கச் சுற்றி வந்துவிடலாம் என்று இளம் வயதில் அப்பா சொல்வார். அவனுக்கு ஒருநாளைக்கு

அப்படி போய்விடத் தோன்றியது. பக்கத்தில் வாய்க்கால்களும் துல்லியமாக வெட்டப்பட்டிருந்தன. அனைத்தும் மேட்டில் இருந்து பள்ளத்தை நோக்கிப் பாய்ந்தன. எங்கும் நீர் தேங்காது. மடைகளும் தீர்மானத்தோடு அமைக்கப்பட்டிருந்தன. ஒவ்வொரு வயலுக்கும் தனியாக மடை. முழுக் கொல்லையும் பல காலம் திட்டமிட்டு எழுப்பப்பட்டது. சிறு மாற்றமும் தேவையில்லை. அதைப் பாதுகாத்தால் மட்டும் போதும்.

நடுவில் கூட்டமாகச் சில தென்னைகள் மட்டும் உயரமாயிருந்தன. அந்த உடல்களில் முதிர்ச்சியின் எண்ணற்ற கரும் சுருக்கங்கள். மரங்கள் யாரோ முன்னோரால் வைக்கப்பட்டவை. மேலே ஏற முடியாது. உச்சியில் குறுகி குச்சியைப்போலிருந்தது. மரத்தில் வயதான கழுகுகள் குடியிருப்பதாகப் பெரிய முருகன் பயத்துடன் சொல்வார். சின்ன முருகன் சாதாரணமாக “மேல காக்காய்ங்க கூடு கட்டியிருக்குது. தொரத்தினா ஓடிப்போயிடும். ஒரு நாளைக்கு இந்த மரங்கள வெட்டணும்” என்பான். மரங்கள் தாமாக ஓலைகளையும் காய்களையும் உதிர்த்தன. ஒரு மரத்தின் கீழ் தேங்காய் நெற்று விழுந்திருந்தது. அதைக் கையிலெடுத்தான். காற்றைப்போல் எடையேயில்லை. நன்கு முற்றி ஓடாகியிருந்தது. உள்ளே துளி நீரிருக்காது. ஆனாலும் அதில் புதிய மரம் முளைக்கும்.

கார்த்தி திரும்பி நடந்தான். கால் மண்ணைக் கழுவினான். கொட்டகையின் கயிற்றுக் கட்டிலில் உட்கார்ந்தான். கயிறுகள் பழையதாகித் தொய்ந்து தொட்டிலாக ஆடியது. பெரும் பள்ளத்தில் விழுவதுபோல் தோன்றியது. அக்கட்டிலை மூத்த தொழிலாளி கிருஷ்ணன் செய்திருந்தார். சமீபத்தில் அப்பா உடல் நலமில்லாதிருக்கையில்தான் அவர் இறந்துவிட்டார். அவரை இளமையில் பார்த்திருக்கிறான். கிருஷ்ணன் முதலில் வேலியில் நன்கு வளர்ந்திருந்த வேப்ப மரத்தைத் தேர்ந்தெடுத்தார். நாலைந்து நீண்ட கிளைகளை வெட்டினார். கோணல் மாணாலாயிருந்தவற்றைச் செதுக்கினார். அப்படியும் சற்று வளைவு நெளிவுகளோடிருந்தன. குறுக்குக் கழிகளை இணைத்து நான்கு கால்களையும் நிற்க வைத்தார். ஒவ்வொரு கயிறாக இழுத்துப் பின்னினார். கடைசியில் முழுமையான மரக்கட்டில் பிறந்தது. அதில் படுத்தவுடன் உறக்கம் வரும். இப்போது கயிறுகள் அங்கங்கே அறுந்திருந்தன. குறுக்குக் கட்டைகள் தளர்ந்திருந்தன. நான்கு கால்களும் விரிந்திருந்தன. இருந்தாலும் குறுக்கும் நெடுக்குமான கயிறுகள் தாங்கின. கீழே விழ முடியாது. அப்பாவின் சால்வையை எடுத்து வந்திருக்கலாமென்று நினைத்தான். அவர் தினமும் கொல்லைக்கு வருகையில்

தோளில் போட்டு வருவார். மேலேயும் சுற்றிக்கொள்ளலாம். படுத்தால் போர்த்தியும் கொள்ளலாம். சால்வை தேவைக்கேற்ப பெரிதாகும். அதை எப்போதாவதுதான் துவைப்பார். உப்பு போன்ற வேர்வை நாற்றம் வீசும். கீழே விரித்தால் கட்டில் கயிறுகள் உறுத்தாமலிருக்கும். மேலே போர்த்திக்கொண்டால் குளிரைத் தடுக்கும். அவனுக்கு அனைத்தையும் மறந்து தன் அப்பாவைப்போல் கொல்லையில் ஆழ்ந்து தூங்கத் தோன்றியது.

கார்த்தி கொல்லையில் உட்கார்ந்திருந்தான். நெடுங்காலம் அமர்ந்திருப்பதைப் போன்ற பிரமை எழுந்தது. தூரத்தில் ஜவ்வாது மலைக் கூட்டம் உறைந்திருந்தது. வெவ்வேறு நீலங்களில் அடுக்கடுக்கான மலைகள். மேலே பரந்த ஆகாயம். கூரை போல் கவிந்த புளிய மரங்கள். எதிரில் செடி கொடிகளில்லாமல் வெறிச்சோடிய களம். எவ்வித மாற்றமு மில்லாமல் எப்போதும் கண்ணில்படுபவை. அப்பால் நீண்ட தேசிய நெடுஞ்சாலை. அது தொடர்ந்து நிகழும் நாடகம். உயரமான மேடையில் வாகனங்கள் முன் பின்னாக ஓடின. அவற்றுக்குச் சிறிதும் ஓய்வில்லை. ஒன்றையொன்று முந்த முயன்றன. எல்லாவற்றுக்கும் பொதுவில் வேகமிருந்தது. கீழே கறுத்த பரப்பு நீண்டிருந்தது. அது அவ்வப்போது அகலமாகிக்கொண்டிருந்தது. எதிர்காலத்தில் மேலும் பெரிதாகப் போகிறதென்ற பேச்சு உலவியது. அப்போது சுற்றிலும் கொல்லைகள் காணாமலாகும். பூமியில் சாலை மட்டும் தனியாகப் போய்க்கொண்டிருக்கும்.

கார்த்தி கண்களைத் திறந்து பார்த்தான். திடீரென சாலையோரம் ஒரு பெண் நடந்து வந்தாள். இடுப்பில் பிளாஸ்டிக் குடமிருந்தது. பழமையான கோயில் கற்சிலைபோலிருந்தாள். அவனுக்கு ஆச்சரியம் தாளவில்லை. தூக்கத்தில் கனவு காண்பதாக எண்ணினான். அவளை இதற்கு முன்பு கண்டதில்லை. ஊரில் உறவினர் வீட்டுக்கு வந்திருக்கலாம். அவள் சாலையிலிருந்து கீழே இறங்கினாள். மறுபடியும் மேட்டிலேறினாள். கொல்லையில் நுழைந்து களத்தைக் கடந்தாள். நன்கு பழகியவளைப்போல் தொட்டியை அடைந்தாள். அவனைச் சற்றும் கவனிக்கவில்லை. தொட்டியில் நீர் பாய்ந்து நீண்ட நேரமாகியிருந்தது. பாதி வடிந்து பாசி கலந்திருக்கும். அவள் தயங்கி நின்றாள். பின் மோட்டார் கொட்டகைக்கு வந்தாள். அவன் தொடர்ந்து பார்த்துக்கொண்டிருந்தான். புன்னகையுடன் "ஒரு கொடம் தண்ணி வேணும்" என்றாள். குரல் கெஞ்சலைப்போலிருந்தது. அவன் எழுந்து மோட்டார் பொத்தானை அழுத்தினான். கிணற்றின் அடியாழத்திலிருந்து நீர் மேலெழுந்து வந்தது. தொட்டியில் வேகமாகக் குதித்தது.

கால்வாயில் சலசலத்தோடும் சத்தம் கேட்டது. கொல்லையில் துணி துவைக்கவும் நீர் எடுத்துச் செல்லவும் முன்பு நிறைய பேர் வருவார்கள். எப்போதும் கால்வாயில் நீர் ஓடும். வயல்களில் தொடர்ந்து பாய்ந்துகொண்டிருக்கும். இப்போது கிணற்றில் நீர் வற்றிவிடுகிறது. பாதி நாள்தான் மின்சாரம்.

கார்த்தி கொட்டகைக்கு வெளியில் வந்தான். அவள் தொட்டியில் மூழ்கி எழுந்துகொண்டிருந்தாள். மேலிருந்து திரையைப்போல் நீர் வழிந்துகொண்டிருந்தது. கைப்பிடிச் சுவரின் மேல் குடம் காத்திருந்தது. அவன் வியப்புடன் பார்த்தான். அங்கு ஆண்கள் மட்டும்தான் குளிப்பார்கள். இதுவரை பெண்கள் குளித்ததில்லை. அவள் அண்ணாந்து தலைமயிரைத் தூக்கிப் பின்னுக்கு வீசினாள். சுற்றிலும் நீர்த் திவலைகள் தெறித்தன. ஒரு கணம் வானவில் தோன்றி மறைந்தது. ஆனந்தத்தில் பற்கள் ஒளிர சிரித்தாள். யாரைப் பற்றியும் கவலைப்படவில்லை. ஆசையுடன் பல முறை முங்கி எழுந்தாள். நீரைப் பிரிய மனமில்லாதவளைப்போல் தொட்டியிலிருந்து மெல்ல கீழிறங்கினாள். கண்களை மறைத்த நீரை கைகளால் துடைத்தாள். தலை மயிரும் உடைகளும் நனைந்து வழிந்தன. துணிகள் உடலுடன் சருமத்தைப்போல் ஒட்டியிருந்தன. எண்ணெய் தடவியதுபோல் கரிய உடல் மினுமினுத்தது. தோளிலும் முகத்திலும் மயிர்க்கோடுகள் நீளமாகப் படிந்திருந்தன. கால்களில் மொத்த நீரும் சொட்டியது. கீழே குளம் உருவாகியது. அவள் ஆடையில்லாமல் நிற்பதைப்போலிருந்தது. அவனுக்கு முதன்முறையாகப் பெண்ணின் நிர்வாணத்தைக் கண்ட பரவசம் எழுந்தது. அதையே பார்த்துக்கொண்டிருக்க விரும்பினான். அவள் நீர் நிரம்பிய குடத்தை இடுப்பில் வைத்துக்கொண்டாள். அவனைத் திரும்பியும் பார்க்க வில்லை. சாலையை நோக்கி நடக்கத் தொடங்கினாள். காலடிச் சுவடுகள் ஈரமாக மண்ணில் பதிந்தன.

நடுவிலுள்ள மேடை

ஊருக்கு நடுவில் மாரியம்மன் கோயில் குட்டைக் கோபுரத்துடன் நின்றிருந்தது. உள்ளே சுயம்பு வடிவிலான மஞ்சள் குங்குமம் பூசிய கல். தலை மட்டுமுள்ள மாரியம்மன் முன்னால் விழித்துப் பார்த்துக்கொண்டிருந்தாள். எதிரில் சூலம் நட்ட மண்டபம். ஊர் பஞ்சாயத்தார்களும் மற்றவர்களும் கூடியிருந்தார்கள். நேற்று ஒவ்வொரு வீட்டுக்கும் ஆளனுப்பி அழைப்பு விடுக்கப் பட்டிருந்தது. பலர் வேடிக்கைப் பார்க்க வந்திருந் தார்கள். தங்களுக்குள் ஓயாமல் பேசிக்கொண் டார்கள். குரல்கள் அர்த்தமில்லாமல் பேரிரைச்ச லாகக் கேட்டன. நாட்டாமை கங்கன் "பஞ்சாயத்து ஆரம்பிக்கப் போகுது. எல்லாரும் பேசாமலிருக்கணும். இல்லாட்டி இங்கிருந்துப் போங்க" என்று கத்தினார். எவ்வித பலனுமில்லை. கூட்டத்தைக் கட்டுப்படுத்த முடியாது என்று அனைவருக்கும் தெரியும். மண்டப மேடையில் கங்கன், தங்கவேலு, மணி, இன்னும் சிலர் நெருக்கி உட்கார்ந்திருந்தார்கள். கீழே விக்டர், மகி, ஜான் கூடி விவாதித்துக்கொண்டிருந்தார்கள். விக்டர் உரக்க "கூட்டங் கூடி ரொம்ப நேரமாச்சு. இன்னும் கூட சுந்தரம் ஆளு வரல" என்றான். அவன் உடனே தீர்ப்பு வழங்க வேண்டுமென நினைத்தான். வெளி ஆளை பஞ்சாயத்தால் கட்டுப்படுத்த முடியாது. "எல்லாரும் பஞ்சாயத்துக்கு மரியாதக் கொடுக்கணும்" என்றார் தங்கவேலு. "அவருக்கு நேத்தே தகவல் தந்தாச்சு. வர்றதா சொன்னாரு" என்றார் கங்கன். தங்கவேலு "ஒரு ஆள அனுப்பலாம்.

அதுதா மொறை" என்றார். "அவர நாங்க கூட்டியாறோம். மவன் கார்த்தியையும் சேத்து இழுத்து வரோம்" என்றான் ஜான். "அப்பா மட்டும் வந்தா போதும்பா" என்றார் மணி. "நீ வாய மூடு" என்றான் விக்டர். கூட்டம் சலசலத்தது. "மறுபடியும் போயி கூப்பிடலாம்" என்று ஒத்துக்கொண்டார் கங்கன். விக்டரும் சகோதரன் ஜானும் சைக்கிளில் கிளம்பினார்கள்.

நீண்ட நேரமாக சுந்தரம் கொல்லையில் காத்திருந்தார். பஞ்சாயத்துக் கூடிய பிறகு அழைத்தால் போக எண்ணினார். மோட்டார் கொட்டகைக்குள் கார்த்தி கட்டிலில் உட்கார்ந் திருந்தான். அவர் எதையும் கேட்கவில்லை. அவனுக்கு உணர்வுகள் அரும்பும் பருவம். கடந்த சில நாட்களாக கார்த்தியின் முகம் இனம் புரியாத பரவசத்தோடிருந்தது. கால்கள் மண்ணில் பாவாதது போல் நடந்தன. கையில் எப்போதும் புத்தகமிருந்தது. அவருக்குப் பஞ்சாயத்துக் கூடும் அறிவிப்பு கிடைத்த பின்னால்தான் தெரிந்தது. அவன் வெளியூர் பெண்ணுக்கு நிறைய காதல் கடிதங்கள் எழுதியிருக்கிறான். அது ஆதாரங்களுடன் நிரூபிக்கப்படும். இருவருக்கும் திருமணம் செய்ய வற்புறுத்துவார்கள். அல்லது பெருந்தொகையை அபராதம் விதிப்பார்கள். அவரால் முடிவெடுக்க முடிய வில்லை. எது நடந்தாலும் ஏற்றுக்கொள்ள வேண்டும். அவர் பிள்ளைகள் சுதந்திரமாயிருப்பதை விரும்பினார். எல்லை களை அவர்களாக உணர வேண்டும். கடுமையான வேலியிட்டால் மீறத் தோன்றும். அவர்கள் விஷயத்தில் பெற்றோர் தலையிடுவதும் நாகரீகமில்லை. ஆனால் பஞ்சாயத்துத் தீர்ப்புக்குக் கட்டுப்பட்டாக வேண்டும். அது தனி நியாயமுள்ளது.

சைக்கிளில் விக்டரும் ஜானும் கொல்லைக்குள் நுழைந்தார்கள். சுந்தரம் வெளிப்புற கல் திண்ணையில் உட்கார்ந்திருந்தார். மோட்டார் கொட்டகைக் கதவை கார்த்தி சாத்திக்கொண்டான். விக்டருக்கு ஆத்திரம் எழுந்தது. அவன் தங்கள் ஊருக்கு வந்த பெண்ணுக்குக் காதல் கடிதங்கள் எழுதிக் கொடுத்திருக்கிறான். அவளும் பதில் எழுதியிருக்கிறாள். வெளியாட்கள் எந்தக் கட்டுப்பாடுமில்லாமல் பெண்களை ஏமாற்றுவதைத் தடுக்க வேண்டும். அது ஊர் இளைஞர்களுக்கு அவமானம். தன்னைப்போல் கொஞ்சமாகப் படித்தவர் களுக்கு மேலும் அசிங்கம். கார்த்தி நிறைய கடிதங்களைத் தந்ததை நினைத்து ஆச்சரியமுண்டானது. ஒரே தடவையில் பத்துப் பக்கங்கள் எழுதியிருந்தான். அவை கண்மணிக்குப் புரிந்ததா என்பது சந்தேகம். அவளும் நாலைந்து கடிதங்களைத் தப்பும்தவறுமாகக் கிறுக்கியிருப்பாள். கார்த்தி கடிதம் எழுதுவதற்காகவே காதலித்திருப்பான். அவனுக்கும் தனக்கும்

சம வயதாகிறது. விக்டர் பெருமூச்சுவிட்டான். கண்மணி அவனுக்குத் தூரத்து முறைப் பெண். அவள் ஊருக்கு வந்தது முதலில் தெரியவில்லை. ஒரு நாள் தெரு முனையில் அவளிடம் கார்த்தி கடிதம் தந்ததைக் கண்டான். அவர்கள் யாரையும் பொருட்படுத்தவில்லை. அப்போது அவனைப் பிடித்துக் கோயில் மின் கம்பத்தில் கட்டியிருக்க வேண்டும். இரண்டு, மூன்று நாட்களுக்குச் சோறு, தண்ணீர் கொடுக்காமல் பட்டினி போட்டிருக்கலாம். இனிமேல் அந்நியர்கள் யாரும் ஊர்ப் பெண்களை அணுகக் கூடாது. இது பெண்களுக்குமான எச்சரிக்கை. அப்போது விக்டர் புளிய மரத்தடியில் பீடி புகைத்துக் கொண்டிருந்தான். மனதுக்குள் புழுங்கியபடி வேடிக்கைப் பார்க்கத்தான் முடிந்தது.

விக்டர் தன் நண்பர்களுடன் கலந்தாலோசித்தான். கடிதங்கள் எழுதிய கார்த்திக்கு உரிய தண்டனை தர வேண்டும். தன்னை கண்மணிக்கு நிரூபிக்க வேண்டும். அவள் விருந்தாளியாக வந்த வீட்டுக்குக் கூட்டாளிகளுடன் சென்றான். அவளுடைய சித்தப்பாவுக்கு நடந்ததை விளக்கினார்கள். அவர்களுக்குள் உடல் ரீதியான உறவு ஏற்படவில்லையென்பதில் அவருக்கு நிம்மதி. வெறும் காகிதத்தால் ஒன்றுமில்லை என்று நினைத்தார். இருவர் கடிதமெழுதிக்கொள்வது நல்லது என்று பேசாமலிருந்தார். "இவ எதுக்கு அவங் கொடுத்தா வாங்கணும்? திருப்பி மூஞ்சியில தூக்கியெறியக் கூடாதா? அவ ஊரில புகாரு பண்ணியிருக்கணும்" விக்டர் கத்தினான்.

கண்மணி நீண்ட சடையைப் பின்னியபடி முன்னால் வந்தாள். "இது என் சொந்த விஷயம். எங்களுக்குப் புடிச்சிருக்குது, கடிதம் எழுதிக்கறோம். நடுவுல நிக்க யாருக்கும் உரிமையில்ல" என்றாள். அவள் அனைவரின் கண்களையும் நேராகப் பார்த்தாள். விக்டரால் பதிலளிக்க முடியவில்லை. அவளைத் தொட்டு அடிக்க முயன்றான். சகோதரன் ஜான் கெட்ட வார்த்தைகளால் திட்டினான். கண்மணி விலகி தன் சித்தியின் பின்னால் ஒளிந்தாள். விருந்தாளியாக வந்த பெண்ணைக் காப்பாற்றுவது கடமையென "டே, எல்லாரும் வெளியே போங்கடா" என்றாள் சித்தி ஆவேசமாக. சித்தப்பா காதலுக்கு ஆதரவு தெரிவிக்கவில்லையென்றாலும் கண்மணியைச் சமையல் கட்டுக்குள் தள்ளினார். கையில் விறகுடன் பாதுகாப்பாக எதிரில் நின்றார். "பொம்பளப் புள்ளய வீட்டுக்குள்ள வந்து அடிச்சுப் பாருங்க தெரியும்" என்றார். விக்டரும் மற்றவர்களும் தோல்வியுடன் திரும்பினார்கள்.

சுந்தரம் கிளம்பத் தயாரானார். "கார்த்தியும் பஞ்சாயத்துக்கு வந்தாகணும். அவன் எப்படி எங்க பொண்ணுக்கு எழுதலாம்?"

என்றான் விக்டர். அவன் கொல்லையில் ஒரு முறை தம்பியுடன் சேர்ந்து கரும்பு வெட்டியிருக்கிறான். முன்பெல்லாம் தொட்டியில் குளிக்க வருவான். "நா வந்தா போதும். வா போகலாம்" என்றார் அவர். "அது நடக்காது, அவம் வந்துதா தீரணும்" என்றான் ஜான். மோட்டார் கொட்டகைக் கதவைத் திறந்து விக்டர் உள்ளே நுழைய முயன்றான். கார்த்தி கதவுக்குப் பின்னாலிருந்து அழுத்திப் பிடித்தான். சுந்தரம் இடையில் புகுந்து தடுத்தார். "விக்டரு. சொன்னா கேளுப்பா. நா பஞ்சாயத்துக்கு வர்றேன்" என்றார். ஜானும் கதவைத் தள்ளினான். அனைவருடைய பலத்தால் கதவு இற்று உடையும் போலிருந்தது. கடைசியாகத் திறந்துகொண்டது. கார்த்தியின் கையைப் பிடித்து விக்டர் இழுத்தான். "டே, ஆம்பிளை யாயிருந்தா வெளில வாடா" என்றான். ஜானும் மற்றொரு கையைப் பிடித்தான். சுந்தரம் "விக்டர் வேணாம். அவன விட்டுடு" என்றார். கார்த்தி வாசப்படியைக் கெட்டியாகப் பிடித்துக்கொண்டான். "டே, பஞ்சாயத்துக்கு வந்து அவ கழுத்துல அண்ணாக் கொடிய அவுத்து தாலி கட்டுடா" விக்டர் கத்தினான். "அதெல்லாம் கட்ட முடியாது. நாங்களே முடிவு செஞ்சிக்கறோம். நா ஒரு தப்பும் பண்ணல" என்று திமிறினான் கார்த்தி. கொஞ்ச நேரம் இழுபறி நடந்தது.

"இனிமே இப்பிடி நடக்காது. நா அவன் சார்பில மன்னிப்பு கேக்கறேன். அவன விடுங்கப்பா" என்றார் சுந்தரம். விக்டரும் ஜானும் தயங்கினார்கள். கார்த்தி "அவங்களால ஒண்ணும் பண்ண முடியாது" என்றான். சுந்தரம் "டே, வாய மூடிட்டு உள்ள போடா" என்று மகனை முதன்முறையாகத் திட்டினார். கார்த்தி மறுபடியும் மோட்டார் கொட்டகைக்குள் புகுந்து தாழிட்டுக்கொண்டான். சுந்தரம் பஞ்சாயத்து நடக்கும் இடத்தை நோக்கி நடக்கத் தொடங்கினார். வேறு வழியில்லாமல் விக்டரும் ஜானும் சைக்கிளைத் தள்ளியபடி பின் தொடர்ந்தார்கள். மாரியம்மன் கோயில் மண்டபத்தின் அடியில் செருப்பைக் கழற்றிவிட்டு சுந்தரம் படியேறினார். கூட்டம் நெரிந்தது. சிலர் ஒதுங்கி வழிவிட்டார்கள். தங்கவேலுவும் கங்கனும் மேடையில் நகர்ந்து இடம் தந்தார்கள். சுந்தரம் தலைகுனிந்தபடி உட்கார்ந்தார். அனைவரும் உற்றுப் பார்த்தார்கள். "இவருக்கு வந்து பொறுக்கிப் புள்ள வாச்சிருக்கு" என்ற குரல் தெளிவாக ஒலித்தது.

தங்கவேலு "சரி, ஆரம்பிக்கலாம். உங்க பையன் எங்க பொண்ணுக்கு நெறைய கடுதாசிங்க கொடுத்திருக்கான். அத விசாரிக்கலாமுன்னு..." என்றார். அவருக்கு இரயில் பாதை கண்காணிக்கும் வேலை. இன்று வார விடுமுறை. அதற்காக

இந்த நாள் தேர்ந்தெடுக்கப்பட்டது. "ஆமாண்ணா, பையனக் கண்டிக்கணும்" என்றார் கங்கன். "இப்பவே அவம் வந்து கண்மணி கழுத்துல தாலி கட்டணும்" என்றான் விக்டர் சத்தமாக. "இருப்பா, அவசரப்படாத. எல்லாரும் சம்மதிக்கணும்" என்றார் தங்கவேலு. "ஏம்பா, பொண்ணுகூடத்தான் எழுதியிருக்கா. யாரு மொதல்ல எழுதுனதுன்னு கண்டுபுடிக்கலாம்" என்றார் கங்கன். மணி "ஒடனே கலியாணம் கெட்டி வக்க முடியுமா? காலத்துக்கும் பொழைக்க வேணாம்?" என்றார். "நம்ம பொண்ணுக்கு அவம் எப்படி எழுதலாம்?" என்றான் விக்டர் மறுபடியும். ஒரே நேரத்தில் பஞ்சாயத்தாரும் மற்றவர்களும் பேசத் தொடங்கினார்கள். சுந்தரத்துக்கு மிகுந்த குழப்பம் ஏற்பட்டது. அவர் நேர்மையாக மகன் கல்யாணத்துக்கு ஒப்புக் கொள்ள வேண்டும். எதனாலும் மறுக்க முடியாது. கங்கன் மீண்டும் கத்தி பஞ்சாயத்தை அமைதிப்படுத்தினார்.

கண்மணியின் சித்தப்பாவை மேடை முன் நிறுத்தினார்கள். அவர் கைகட்டி நின்றார். விடுமுறையில் தன் வீட்டுக்கு வந்த பெண்ணுக்கு அவப்பெயருண்டாகக் கூடாதென பயந்தார். "எம் பொண்ணு மேல எந்தத் தப்புமில்லை. அவந்தான் மொதல்ல எழுதியிருக்கான்" என்றார். "அவ கையில வாங்கியிருக்கக் கூடாது" என்று மணி முணுமுணுத்தார். அது அனைவருக்கும் தெளிவாகக் கேட்டது. "அந்தப் பொண்ணு எங்க?" என்றார் கங்கன். தூரத்தில் கூட்டத்தில் ஒரு தலை நகர்ந்து ஒளிவதை சுந்தரம் பார்த்தார். அவள் சுருண்ட தலை முடியுடன், கரும் பளிங்கு வண்ணத்தில் அழகாயிருந்தாள். பல கடிதங்களின் நிறையச் சொற்களால் மிகவும் புகழப்பட்டதில் முகம் பொலிந்திருந்தது. தனக்குள் மகிழ்ந்து சிரிப்பதை போல் உதடுகள் திறந்திருந்தன. சிப்பிகளைப்போல் பற்கள் மின்னின. அகன்ற கண்கள் வெண்மையாகப் பளிச்சிட்டன. அவர் பார்வையை ஒரு கணம் சந்தித்து மீண்டன. அவளை அன்புடன் அருகில் அழைக்க நினைத்தார். தலையை ஆதுரத்துடன் தடவி "உனக்கு என்ன விருப்பம்னு சொல்லும்மா. அவனோடு சேந்து வாழ முடியுமா? இல்லை, இது வெறும் விளையாட்டா?" என்று கேட்க வேண்டும். அவள் கூட்டத்தில் நழுவி மறைந்தாள். உடல் செழுமையாக வளர்ந்த பசுங்கொடி போலிருந்தது. "சரிப்பா, கடுதாசிங்களையெல்லாம் எடுத்துக் காமி, பாக்கலாம்" என்றார் தங்கவேலு.

அருகில் மகி கனத்த மஞ்சள் கைப் பையைப் பாதுகாப்பாகப் பிடித்திருந்தான். அதை விக்டர் வாங்கினான். கற்றைக் காகிதங்களை வெளியிலெடுத்தான். பற்பல அளவுகளில் வெள்ளைத் தாள்கள். அவற்றில் மணிகளைக் கோர்த்தாற்போன்ற

எழுத்துகள் சிறு இடமும் விடாது நிறைந்திருந்தன. நூற்றுக் கணக்கான பக்கங்கள் எழுதியிருந்தன. ஒரு பெரும் நூலைப் போலிருந்தது. அனைவரும் வியந்தார்கள். கண்மணி ஊருக்கு வந்து நாலைந்து நாட்கள்தானாகின்றன. இருவரும் சந்திக்கும் வாய்ப்புகளும் குறைவு. அவன் இக்குறுகிய காலத்தில் அவளிடம் தீவிரமாக ஈடுபட்டது ஆச்சரியம். அவ்வளவு கடிதங்களை ஒருவன் எழுதிக் குவிக்க முடியுமென்பது அதிசயம். இரவும் பகலும் தொடர்ந்து எழுதினாலும் சாத்தியமில்லை. ஏற்கெனவே நீண்ட காலமாகப் பலர் எழுதியதைத் திருப்பி எழுதியிருக்கலாம். அவன் முன்பே வேறு யார் மேலுள்ள காதலிலாவது எழுதி வைத்திருக்கலாம். அவளை ஏற்கெனவே சந்தித்திருக்கலாம். அல்லது அவள் மேல் கொண்ட மிதமிஞ்சிய பித்தாயிருக்கலாம். கடிதங்களில் என்ன எழுதப்பட்டிருக்கிறதென அறிய முடியவில்லை. அவற்றை கண்மணி முழுமையாகப் படித்தாளா என்று தெரியவில்லை. எழுதுவதைப்போல் வாசிக்கவும் நெடுங்காலம் தேவை.

எண்ணற்ற கடிதங்கள் கிடைத்த கண்மணி அதிர்ஷ்டசாலி. அவள் இனிய நினைவுகளுடன் காலம் முழுக்கக் கழிக்கலாம். கூட்டத்திலிருந்த பெண்கள் ஆவலுடன் கடிதங்களை எட்டிப் பார்த்தார்கள். அவற்றின் சொற்கள் தங்களுக்காகவும் சேர்த்துக் கூறப்பட்டவைபோலிருந்தன. யாராவது கடிதங்களை வாசித்துக் கேட்க ஆசைப்பட்டார்கள். உள்ளூர பொறாமை எழுந்தது. ஒரே பெண்ணின்மீது ஆயிரக்கணக்கான புகழ் வார்த்தைகள் பொழியக்கூடாது. தாம் ஒரு கடிதமும் தமக்காகவென கிடைக்கப் பெறாதவர்கள். ஆண்கள் பிரமை பிடித்தவர்களைப் போலிருந்தார்கள். அவை ஒரே மாதிரி வெண் காகிதத்தில் எழுதப்பட்ட கடிதங்கள். அடித்தல், திருத்தல் இல்லாமல் அச்சடித்தாற் போலிருந்தன. அங்கங்கே அழகிய ஓவியங்கள் தெரிந்தன. நட்சத்திரங்கள், பூக்கள், பறவைகள். எல்லாவற்றையும் சேர்த்துப் புத்தகமாகப் போடலாம். அனைவருக்கும் இலவசமாக வழங்கலாம். அவர்கள் கார்த்தியைப் பலமுறை கொல்லையில் கண்டிருக்கிறார்கள். சாதாரணமாகக் கட்டிலில் கிடப்பான். இல்லாவிட்டால் மண்வெட்டியால் கால்வாயைச் செதுக்கிக்கொண்டிருப்பான். கரும்பாலையில் ஏதாவது வேலையில் மூழ்கியிருப்பான். இப்போது அவனைக் காண வேண்டுமென்ற ஆவலுண்டானது. அவன் அசாதாரணத்துக்காகத் தண்டிக்கப்பட வேண்டும்.

விக்டர் நீண்ட நேரமாகக் கடிதங்களைக் கைகளில் ஏந்தியிருந்தான். அவனுக்கு அவமானமாயிருந்தது. அவற்றைப் பஞ்சாயத்தார்களும் பார்வையாளர்களும் தொட்டும் பார்க்க

வில்லை. மகனின் கையெழுத்தை உறுதிப்படுத்த சுந்தரமும் கேட்கவில்லை. மற்றவர்கள் அந்தரங்கத்தில் நுழைவது தவறு என்று கருதுகிறார்கள் போலும். அவர்கள் மேன்மையான வர்களென நினைத்தான். தான் பொறாமையில் தவறிழைத்தோம். இத்தனைக் கடிதங்கள் தாக்கினால் எந்தப் பெண் மையலில் விழாதிருப்பாள்? முதலில் மறுத்தாலும் படிக்கும் ஆசை கொண்டிருப்பாள். பிறகு எழுதியவனைக் காதலிக்கத் தொடங்கி இருப்பாள். உரிய பதில் கிடைக்காவிட்டாலும் கார்த்தி கடிதங்களாக எழுதித் தள்ளியிருக்கிறான். ஊரின் உறுதியான கண்காணிப்பு வளையம் எப்படி மீறப்பட்டதெனவும் தெரியவில்லை. அவர்கள் ஊரில் காதலிப்பவர்களை ஏதாவது காரணங்களைக் காட்டி தொந்தரவு செய்வார்கள். முடிந்தளவு பிரிக்க முயற்சிப்பார்கள். அத்தகைய செயல்களை மாற்றிக்கொள்ள வேண்டும். விக்டர் கடிதங்களை மீண்டும் மஞ்சள் பையில் பத்திரமாகப் போட்டான். அவனும் அக்கடிதங்களைப் படிக்கவில்லை. ஒன்றிரண்டு இடங்களைச் சிரமப்பட்டு எழுத்துக் கூட்டிப் படித்துப் பார்த்தான். அவை கொஞ்சமும் புரிய வில்லை. ஆனால் அழகுறத் தோன்றியது. கண்மணியின் சித்தப்பாவிடம் பையை ஒப்படைத்தான்.

அக்கடிதங்கள் விக்டருக்குக் கிடைத்த விதம் எப்படியென தெரியவில்லை. ஒருவேளை கண்மணி தன்னைப் பற்றி வானளாவ புகழ்ந்து எழுதப்பட்டவை அனைவரும் படிக்கட்டு மெனக் விநியோகித்திருக்கலாம். அல்லது அவளின் சித்தப்பா பயந்து வீட்டில் ஒளித்து வைக்கப்பட்டிருந்தவற்றைக் கண்டு பிடித்துத் தந்திருக்கலாமென சுந்தரம் நினைத்தார். நூற்றுக் கணக்கான கடிதங்களின் மலையை மறைப்பது கடினம். பெருஞ்செயல் தானாக வெளிப்பட்டுவிடும். அவன் தீவிரமாகக் காதலித்ததால் எழுதியிருக்கிறான். அவருக்கு முதலில் மகன் மேல் கோபமேற்பட்டிருந்தது. இப்போது உள்ளூரப் பெருமைப்பட்டார். அவன் எழுதிய முறையை அறிந்துகொள்ள முடியவில்லை. வீட்டில் அமர்ந்து மணிக்கணக்கில் எழுதி யிருந்தால் குடும்பத்தினரால் தடுக்கப்பட்டிருப்பான். கொல்லையிலும் நிறைய நேரம் கிடைக்காது. வழக்கம் போல் போய் வந்துகொண்டிருந்தான். அவனிடம் நேராகக் கேட்கத் தயக்கமாயிருந்தது. அது அவன் தனியுலகில் பிரவேசிக்க முயலுவதாகும். நடந்ததை பொன்னம்மாவுக்கும் பிள்ளைகளுக்கும் தெரிவிக்க அவர் விரும்பவில்லை. மகன் வருத்தத்தில் ஆழ்ந்திருக்கையில் வீட்டில் அமைதி குலையும். அவருக்குக் கடிதங்களைப் படிக்க ஆசையுண்டானது. ஓர் உண்மைக் காதலை வாசித்த திருப்தி கிடைக்கும்.

கூட்டத்தில் துல்லிய அமைதி நிலவியது. அனைவரும் முடிவுக்குக் காத்திருந்தார்கள். கங்கன் மற்ற பஞ்சாயத்தார்களிடம் நீண்ட நேரம் ஆலோசித்தார். அவர்கள் பல தீர்வுகளை முன்வைத்தார்கள். அவருக்கும் குழப்பமேற்பட்டது. கடைசியில் மனதில் தோன்றுவதைக் கூற எண்ணினார். மற்றவர்களைக் கையமர்த்திவிட்டு உரத்த குரலில் தீர்ப்பு வழங்கத் தொடங்கினார். "நடந்தது நடந்து போச்சு. ரெண்டு பேரும்தான் ஒருத்தொருக்கொருத்தர் கடுதாசி எழுதியிருக்காங்க. வேற எதுவும் நடக்கல. மொதல்ல தப்பு பண்ணதால பையனுக்கு எரநூறு ரூபா அபராதம் விதிக்கறோம். அத மாரியம்மன் கோயிலுக்கு உடனே கட்ட வேண்டியது. அந்தப் பையன் ஊருக்குள்ள வரக் கூடாது. அந்தப் பொண்ணையும் சொந்த ஊருக்கு அனுப்பணும்." அவர் சொன்னதும் கூட்டத்தில் சலசலப்பு உண்டானது. ஒவ்வொருவரும் கருத்துத் தெரிவிக்க விரும்பினார்கள். "ரெண்டு பேருக்கும் கல்யாணமில்ல பண்ணி வைக்கணும்" என்றார் ஒருவர். "அவம் நேரில வந்து மன்னிப்பு கேட்கச் சொல்லியிருக்கலாம்" என்றார் மற்றொருவர். இன்னொருவர் "பஞ்சாயத்துத் தீர்ப்பு நியாயமில்ல. அபராதம் எர நூறு பத்தாது. ஆயிரம் போட்டிருக்கணும்." "ஒரு லச்சம் விதிக்கணும்" என்று பக்கத்தில் ஒரு குரல் எழுந்தது. "எங்க வீட்டிலேயிருந்து பொண்ணைத் தொரத்த முடியாது. என்ன வேணாலும் பண்ணிக்குங்க" என்றாள் கண்மணியின் சித்தி. "இல்ல, அவள அனுப்ப ஒத்துக்கறோம்" என்றார் சித்தப்பா. "பையனயும் தடுக்க முடியாது. அவன் ஊரு வழியாத்தான கொல்லக்கிப் போயாகணும்?" என்றார் பஞ்சாயத்துதாரர் மணி. விக்டரும் ஜானும் ஆட்சேபிக்க முடியாமல் நின்றார்கள். பஞ்சாயத்துத் தீர்ப்பை மாற்ற முடியாது என்பது தெரிந்ததுதான். சுந்தரம் தலை குனிந்திருந்தார். இப்போது அபராதத்தைச் செலுத்த பணமில்லை. உடனே பெருந்தொகையைத் திரட்டுவது கடினம். இதற்கும் பொன்னம்மாவின் எந்த நகையையாவது கேட்டு அடகு வைக்க வேண்டுமென்பதைத் தவிர வேறு வழியில்லை. எப்போது அபராதத்தைக் கட்டினாலும் பஞ்சாயத்தார் ஒப்புக்கொள்வார்கள். அவர் எழுந்து நின்று கைக் கூப்பி வணங்கினார். கோயில் மண்டபத்திலிருந்து கீழிறங்கி செருப்பை மாட்டிக்கொண்டு நடக்கத் தொடங்கினார்.

சிறிய பட்டுக் கூண்டு

மேலே இருண்ட வானம் கூரையைப் போலிருந்தது. மின்மினிக் கூட்டங்களாக நட்சத்திரங்கள் ஒளிர்ந்தன. சுற்றிலும் பேரமைதி நிலவியது. நாள் முழுவதும் கொல்லையிலிருந்து விட்டு வீட்டுக்குப்போய் திரும்ப வந்திருந்தான் கார்த்தி. பகலைக் காட்டிலும் இரவு நெருக்கமானது. மரமும் பயிரும் மண்ணும் இளைப்பாறுகின்றன. இமைகளைப்போல் இலைகள் மூடியிருப்பதாகத் தோன்றும். தென்னைகள் யானையைப்போல் நின்றபடி ஓலைகள் அசையாது உறங்கும். நெற்பயிர்த் தாள்கள் தளர்ந்து தொங்கும். வரப்புகளில் புற்கள் தலை சாயும். அவன் கட்டிலில் உட்கார்ந்தான். கொல்லை ஆழ்ந்த தூக்கத்திலிருந்தது. சிள்வண்டு களின் ஓயாத ஒலி மௌனத்தைக் கூட்டியது. இருட்டில் வெளிச் சப்தங்கள் மயங்கின. பசும் இலை தழைகளின் மணம். தொட்டியில் தண்ணீர் பனிபோல் குளிரும். தூரத்து மலைகள் உறைந்து கறுத்திருந்தன.

சில மாதங்களுக்கு முன்னால் கொல்லை யில் சுந்தரம் உட்கார்ந்திருந்தார். கார்த்தி கரும்பு உரமிட ஆயத்தமாகிக்கொண்டிருந்தான். எதிர் நெல் வயலுக்கு நீர் பாய்ந்துகொண்டிருந்தது. கிணறு வற்றும் தருவாயிலிருந்தது. பட்டுத்துறை அலுவலர் களத்தைக் கடந்து சைக்கிளை நிறுத்தி இறங்கினார். நகர அலுவலகத்திலிருந்து அடிக்கடி வருபவர். கொல்லையை ஒருமுறைப் பார்த்து "பழையபடி

நெல்லு, கரும்பு பண்ணாதீங்க. அதுல வருமானமில்ல. பட்டுப்புழு வளக்கறது சுலபம். நல்ல லாபம் கெடைக்கும்" என்றார். அதைப் பலமுறை தெரிவித்திருக்கிறார். சுந்தரம் வழக்கம்போல் கேட்டுக்கொண்டிருந்தார். ஒரே பயிர் செய்து சலித்தது. புதிய தொழிலுக்கு முதலீடு செய்யவும் முடியாது. தூரத்து வாத்தியார் வீட்டுக் கொல்லையிலும் பட்டு வளர்த்தார்கள். அங்கு பலர் வேலை செய்தார்கள். ஒரு தொழிற்சாலை போல் இயங்கியது. கார்த்தி "சரி, என்ன பண்ணனும் சொல்லுங்க" என்றான். அலுவலரிடம் பட்டு வளர்ப்பில் உபயோகிக்கும் அமிலவாடை வீசும். அதிக ஈடுபாட்டால் பேசுகையில் வாயில் நுரை பொங்கும். "பட்டு வளக்கறதுக்கு அரசாங்கம் கடனும் மானியமும் தருது. அத நாங்க வாங்கித் தர்றோம். கத்தும் குடுக்கிறோம்..." என்றார். விளக்கி முடித்து வாயைத் துடைத்துக்கொண்டார். கார்த்தி "நாமும் வளர்த்துப் பாக்கலாம்" என்றான். அவ்வெண்ணம் முன்பே சுந்தரத்துக்குத் துளிர்த்திருந்தது. அரசுக் கடனும் மானியமும் கிடைக்கிறது. அவர் தலையசைத்தார்.

கார்த்தி தூக்கம் வராமல் எழுந்தான். நெடுஞ்சாலை இரு புறமும் புளிய மரங்கள் கரும் பூதங்களைப்போல் நின்றிருந்தன. நடுவில் ஒளிக் கற்றைகள் ஓடின. கூடவே பேரிரைச்சல் எழுந்தது. வாகன அடையாளங்கள் தெரியவில்லை. அழுத்தத்தில் சாலை கொந்தளிப்பதுபோல் பட்டது. சுற்றிக் கொல்லைகள் தொடர்பில்லாத மோனத்திலிருந்தன. மோட்டார் கொட்டகை மேல் கலங்கரை விளக்கம்போல் மின் விளக்கு ஒளிர்ந்தது. களத்தில் புங்க நிழல் அசைந்தது. அதன் மேல் உலவினான். காலையில் மளிகைக் கடைத் திண்ணையில் வார இதழிலுள்ள கவிதைகளைப் படித்திருந்தான். ஒன்று தனியாகத் தெரிந்தது. ஞாபகத்தில் வரிகள் மோதி எதிரொலித்தன. வார்த்தைகள் தொடர்ந்து தோன்றின. அது விடுகதையைப் போலிருந்தது. அர்த்தம் உள்ளே ஒளிந்திருந்தது. அதைக் கண்டுபிடித்ததும் உற்சாகமுண்டானது. உன்னுடையதை எழுது என்றது.

கார்த்திக்கும் எதையாவது எழுதத் தோன்றியது. நூலகத்தில் மறைந்திருந்த கவிதைத் தொகுப்புகளைப் படித்திருக்கிறான். இன்று வார இதழில் வெளியானதில் வழக்கமான வானும் நிலவுமில்லை. அன்றாடம் புழங்கும் பொருளிருந்தது. பத்துப் பன்னிரண்டு வரிகள்தான். மென்மையான காதலுமில்லை. மிகவும் எளிய விஷயம். அது திகைப்பூட்டியது. அவன் புதிய ஒன்றைச் சொல்ல நினைத்தான். மனதில் ஆழத் தைக்க வேண்டும். ஒருவனின் புதிய பிறப்பைக் காட்ட வேண்டும். சாதாரணமானது படிமமாகி முழு வாழ்க்கையை உணர்த்தும் கவிதை. சவுக்குத் தோப்பில் காற்று பாய்ந்து ஓயும் ஒலியுடன்.

ஒரு சொல் போதும். அது வழி நடத்தும். அவன் மனதில் எழுதிப் பார்த்துக்கொண்டிருந்தான்.

தூரத்து உறவினரான மாமா எப்போதாவது வீட்டுக்கு வருவார். அவரை கார்த்தி ஆவலுடன் எதிர்பார்ப்பான். வளையல் வியாபாரியைப்போல் பெரிய காக்கிப் பையைத் தோளில் சுமந்திருப்பார். முதுகு கூன் போட்டிருக்கும். கவிதைகள், கதைகள், சுய முன்னேற்ற நூல்கள் பையில் நிறைந்திருக்கும். அவர் புத்தகங்களிலுள்ளதைப்போல் தெளிவாகப் பேசுவார். தலைநகரத்தில் வாடகை வீட்டு வராந்தாவில் சிறிய பதிப்பகம் நடத்தினார். நூலகங்களுக்கும் பள்ளிக்கும் கல்லூரிகளுக்கும் புத்தகங்களை விற்பார். மீதிப் புத்தகங்களை கார்த்தி வீட்டில் பாதுகாப்பாக வைத்துவிட்டுப்போவார். ஒருமுறை அவர் எழுதிய நாவலைக் கொடுத்தார். அவர் நகரத்தில் அம்மாவின் வீட்டில் பிறந்தவர். அம்மாவின் ஒன்றுவிட்ட நிறைய அண்ணன்களில் அவரும் ஒருவர். இந்த மண்ணை முதன்முதலாக எழுதியிருந்தார். உண்மைப் பெயர்களும் இடங்களும் பதிவாகியிருந்தன. அவர் உறவினர்களிடம் புகழடைந்தார். அவனுக்கும் தன் ஊரைப் பற்றி எழுதத் தோன்றியது.

பக்கத்து ஊர் வீட்டுத் திண்ணையில் தினமும் வார, மாத இதழ்களும் செய்தித்தாள்களும் வைக்கப்படும். அனைவரும் படிப்பார்கள். அதைக் கட்சி சார்பில் தன் சொந்த செலவில் வடிவேலு நடத்தினார். நாட்டு விடுதலைக்குப் போராடிய கட்சி என்பதில் அவருக்குப் பெருமை. திருமணம் செய்துகொள்ளவில்லை. தூய கதராடை உடுத்தினார். அங்கிருந்து அப்பா அவ்வப்போது புத்தகங்களை இரவல் வாங்கி வந்தார். கொல்லைக்கு எடுத்துப் போய் படித்தார். வீட்டில் யார் முதலில் படிப்பதென்ற போட்டி நிலவும். அதில் அம்மாவும் கலந்துகொண்டாள். அப்பா வேறு சில வார, மாத இதழ்களையும் வாங்கினார். அக்காக்களின் பழைய தைத்த கதைப் புத்தகங்கள் மறைந்தன. அவற்றைப் புதிய புத்தகங்கள் நிரப்பின. கார்த்தி எழுத ஆசைப்பட்டான்.

பட்டுப் புழுக்களுக்குத் கப தீனி வைக்கும் நள்ளிரவு நெருங்கியது. கார்த்தி கொட்டகைக்குள் நுழைந்தான். உயர்ந்த அடுக்குகள் நின்றிருந்தன. வட்ட மூங்கில் தட்டுகள் சொருகப்பட்டிருந்தன. அவற்றில் வெண் புழுக்கள் அரவம் கேட்டுச் சிலிர்த்தன. சிறிய வாய்கள் திறந்தன. அவை எப்போதும் உணவுக்குத் தவித்தன. கீழே பச்சைக் கழிவுகள் படுக்கை போலிருந்தன. இலைகள், கழிவுகள் வாசம் ஒன்றாகக் கலந்திருந்தன. இலைக் குவியலருகில் சின்ன முருகன் மூட்டைபோல் சுருண்டிருந்தான். கட்டியிருந்த லுங்கியை அவிழ்த்து இறங்கப்

போர்த்தியிருந்தான். கார்த்தியின் காலடி சப்தத்தில் விழித்தான். பாதித் திறந்த கண்களுடன் எழுந்தான். அரையுறக்கத்தில் மல்பெரி இலைகளை மூடியிருந்த ஈர சணல் பைகளை விலக்கினான்.

கொட்டகையில் இலை மணம் நிரம்பியது. பட்டுப் புழுக்கள் நாகங்களைப் போல் தலை நிமிர்ந்தன. படத்தைப்போன்ற சிறிய பழுப்பு வாய், கண் புள்ளிகள். புழுக்களின் உடல்கள் பரபரப்பாகின. இரை பிடிக்கத் தயாராயின. இலைகளைப் போட்டதும் கவ்வி உண்ணும். அவை தட்டுகளை விட்டுத் தரையிறங்கி வரும் என்று தோன்றும். உண்டு வளர்ந்து முற்றி, தன்னைத் தானே சுற்றி கூட்டை அமைத்துக்கொள்ளும் தீவிரம். பரிணாம வளர்ச்சியின் ஒரு பகுதி. பட்டுப் புழுக்களுக்கு உணவில்லையென்றால் பசியால் தன்னையும் சின்ன முருகனையும் தின்பதாக ஒருமுறை கார்த்தி கனவு கண்டான். விழிக்கையில் உண்மையில் கால் மீது புழு ஒன்று ஏறிக் கொண்டிருந்தது. அருவருப்புடன் தட்டிவிட்டான். அது தொலைவில் விழுந்து ஏதும் நடவாததுபோல் எழுந்து ஊர்ந்தது.

கார்த்தியும் சின்ன முருகனும் ஒவ்வொன்றாகத் தட்டு களை இழுத்து இலைகளைப் பரப்பினார்கள். அனைத்திலும் தீனியிட்டு முடித்தார்கள். இருவரும் ஓய்ந்து நின்றார்கள். எங்கும் அமைதி நிலவியது. புழுக்கள் மேல் இலைகள் மூடியிருந்தன. அவை வேகமாக உண்ணத் தொடங்கின. மழை பொழிவதைப் போல் சப்தம் எழுந்தது. ஒரே நேரத்தில் ஆயிரக்கணக்கான வாய்கள் இரையை அரைக்கும் ஒலி. பேரோசையாக மாறி கொட்டகையை அடைத்தது. வேறு சப்தங்கள் காதில் விழவில்லை. அதுவே சிந்தை முழுவதும் பரவியது. உயிர் வாழும் ஆவேச ஒலி உலுக்கியது. காது செவிடாகும் போலிருந்தது. எப்போதும்போல் கார்த்திக்குப் பயமெடுத்தது. அங்கு நிற்க முடியவில்லை. கொட்டகையிலிருந்து வெளியில் வந்தான்.

முதலில் பட்டுப்புழு அலுவலகம் மணல் போன்ற முட்டை களைத் தருகிறது. ஊசிகளைப்போல் புழுக்கள் பிறக்கின்றன. தளிர்களை உண்ணத் தொடங்குகின்றன. ஓயாமல் தின்று வளர்கின்றன. பருவத்தை அடைகின்றன. தம்மைச் சுற்றி பட்டிழைகளைப் பின்னிக்கொள்கின்றன. பொன்னிற கூண்டுக்குள் மறைகின்றன. பட்டுப் பூச்சியாக மாறக் காத்திருக் கின்றன. அப்போது கூடுகள் எடைபோட்டு விற்கப்படும். உள்ளிருக்கும் புழுக்கள் வெந்நீரில் சாகடிக்கப்படும். நூல்களைப் பிரித்தெடுத்து விலையுயர்ந்த பட்டுத் துணிகளை நெய்வார்கள். மனிதர்கள் பகட்டாக உடுத்திக்கொள்வார்கள். இயற்கையில் புழுக்கள் தாமாகத் தின்று வளர்ந்து பருவமெய்தி கூடு கட்டி

பூச்சியாகின்றன. இறுதியில் கூண்டைத் துளைத்துக்கொண்டு வெளியேறிப் பறக்கும். இணை சேர்ந்து முட்டையிடும். மீண்டும் புழுவாகப் பிறக்கும். அது மாபெரும் சுழற்சி. அப்படி ஒரு பெரும் புழுவை கார்த்தி நள்ளிரவில் தற்செயலாகக் கண்டிருக் கிறான். கொட்டகையின் உத்திரத்தில் மிகவும் நீளமாக, தடித்து, எங்கோ நெளிந்து சென்றது. மலைப் பாம்பைப் போலிருந்தது. அவன் அச்சத்தில் உறைந்து புழு மறையும்வரை பார்த்துக் கொண்டிருந்தான்.

புழுக்களினுடையது சிறு வாழ்வு. அவற்றின் வளர்ப்புக்குத் தான் பொறுப்பு, இறப்புக்குக் காரணமில்லையென்றாலும் அடிக்கடி குற்றவுணர்வு எழுந்தது. அவன் கட்டிலில் படுத்தான். ஆழ்ந்த உறக்கத்தின் நடுவில் எழுந்தான். தலைமாட்டிலிருந்த தாளை எடுத்தான். "செருப்பு" என்ற தலைப்பிட்டு வரிகளை எழுதினான். அவை மனதில் திருத்தப்பட்டு தயாராயிருந்தன. பிறகு வார இதழுக்கு அனுப்பினான். அட்டை பின் பக்கத்தில் ஓவியத்துடன் கவிதை வெளியானது. கீழே பெயரும், ஊரும். தன் பெயரை முதன் முதலில் அச்சில் கண்ட பரவசம். தான் படைப்பவன் என்ற உணர்வு எழுந்தது. அனைவர் நடுவிலும் உயரத்தில் நிற்பது போலிருந்தது.

காலையில் கார்த்தி கண் விழித்தான். அருகில் தாள்களும் பேனாவும் கிடந்தன. கனவு நினைவுக்கு வந்தது. உண்மையாக நடந்தாற்போல் தோன்றியது. தாள்களைப் பரபரப்புடன் புரட்டினான். முன்பு எப்போதோ அடித்துத் திருத்தி எழுதிய சில கவிதைகள் மட்டுமிருந்தன. இரவு எழுதியதைக் காணவில்லை. அவன் மீண்டும் தேடினான். அது கிடைக்காது என்பதை உணர்ந்தான். கனவில் எழுதியதெனில் கவிதையும் கனவில் தோன்றியிருக்கும். அந்தக் கனவு துல்லியமாக ஞாபகமிருந்தது. ஒவ்வொரு வரியாக நினைவிலிருந்து எழுதினான். முடித்த பிறகு வியப்பேற்பட்டது. மிகவும் தெளிவாயிருந்தது. தான் எழுதியதா என்று சந்தேகித்தான். அதில் ஒரு வார்த்தையும் மாற்ற விரும்பவில்லை. அந்த வார இதழுக்கு உடனே அனுப்பினான். மனம் தவித்தது. அடுத்த மாதம் மளிகைக்கடைக்காரர் கூப்பிட்டு இதழைக் காண்பித்தார். கனவு கண்டதைப் போல் பின்னட்டையில் கவிதை காணப்பட்டது. ஒருவேளை தான் கனவைக் கற்பனை செய்திருக்கலாம் என்று எண்ணினான். சாப்பாட்டுத் தூக்குப் பாத்திரத்தைப் பற்றிய கவலையில்லை. பழைய சட்டை, லுங்கியை மறந்தான். அவை சாதாரணம் எனத் தோன்றியது. உயர்ந்த ஒன்று இருக்கிறது. தபால்காரர் இதழையும் சொற்பத் தொகையையும் வீட்டில் தந்தார். முதன்முதலாகப் பெற்ற ஊதியம். அவன் கொல்லைக்குப் போகையிலும்

வருகையிலும் இதழை வைத்திருந்தான். நாலைந்து நாட்களில் நைந்து கசங்கியது. இனி பக்கங்கள் கிழியும். அதை வீட்டின் மாடத்தில் போட்டான்.

வெளியே கயிற்றுக் கட்டிலில் கார்த்தி உட்கார்ந்திருந் தான். பட்டுப் புழுக்களைத் திரும்பியும் பார்க்கவில்லை. கொட்டகைக்குள் புகவில்லை. எப்போதாவது எழுந்து நடந்தான். அவன் இரவிலும் படித்தும் எழுதியும் கொண்டிருந்தான். முன்பு கண்மணிக்குக் காதல் கடிதங்களாகக் குவித்ததைப்போல். அப்போது மகிழ்ச்சியேற்பட்டது. இப்போது இனம்புரியாத துயரம். பெரும் பாரத்தைச் சுமப்பது போலிருந்தது. சின்ன முருகன் நடுவில் கூப்பிட்டான். “எப்பவும் எதையோ எழுதிட்டிருக்கே, பைத்தியம் புடிக்கப்போவுது. வந்து வேலயப் பாரு.” கார்த்தியின் காதில் விழவில்லை. பித்துப் பிடித்தவனைப் போலிருந்தான். புழுக்கள் உணவின்றித் தவித்தன. தட்டுகளிலிருந்து கவலையோடு தலையை நீட்டி அவனை எட்டிப் பார்த்தன. சிறிய உடல்களால் கீழிறங்கி வர முடியவில்லை. அவற்றால் நீண்ட தூரத்தைக் கடக்க முடியாது. கடும் பசியோடிருந்தன. சுதந்திரமாக விட்டால் தோட்டத்துக்கு ஊர்ந்து செல்லும். அங்கு மல்பெரி இலைகளை ஆனந்தமாக தின்னும். சின்ன முருகன் முடிந்தளவு இலைகளைப் பறித்துப் போட்டான். அவை பட்டிழைகளைச் சுரக்க போதவில்லை. வயிற்றுப்போக்கு நோய் தாக்கியது. தம் உணவின் மேல் கழிந்து செத்தன. கொட்டகை நாற்றத்தில் மூழ்கியது. சின்ன முருகன் இறந்தவற்றை வாரி குழி தோண்டிப் புதைத்துக்கொண்டிருந்தான்.

மீதி பட்டுப் புழுக்கள் பழுத்துப் பைத்தியம் பிடித்தவைப் போல் தலையசைத்தன. அவற்றை யாரும் எடுத்துக் கூட்டுத் தட்டில்விடவில்லை. வேறுவழியில்லாமல் உணவுத் தட்டின் காய்ந்த இலைகளில் கூடு கட்டத் தொடங்கின. சில பருவமுறாமல் நெளிந்துகொண்டிருந்தன. சின்ன முருகன் வேகமாகத் தட்டுகளை இழுத்துப் புழுக்களை பொறுக்கினான். கூட்டுத் தட்டுகளில் விட்டான். எல்லாவற்றையும் எடுக்க முடியவில்லை. கடைசித் தட்டை முடிக்கையில், முதல் தட்டில் புழுக்கள் இழைகளைச் சுரக்கத் தொடங்கின. முன்புபோல் தட்டுகள் அதிகமுமில்லை. பாதிக்கும் குறைவுதான். ஆனாலும் போதிய அளவு உணவு தர முடியவில்லை. புழுக்கள் வளராமல் தளர்ந்திருந்தன. நிறைய செத்து அழுகி நாற்றமெடுத்தன. சின்ன முருகன் தொடர்ந்து பட்டுப் புழுக்களைப் பொறுக்கினான். தூக்கத்தில் கண்கள் கிறங்கின. பழுத்தவற்றுக்கும் பழுக்காதவற்றுக்கும் வித்தியாசம் தெரியவில்லை. அனைத்துப் புழுக்களும் வேறிடத்தைத் தேடி ஊர்ந்தன. அவற்றுடன் தட்டுகளும் அடுக்குகளும் நெளிந்தன.

கொட்டகையும் சேர்ந்து அசைந்தது. சின்ன முருகன் உட்கார்ந்த நிலையில் உறங்கத் தொடங்கினான்.

அதிகாலையில் கார்த்தி புறப்பட்டான். கையில் ஏற்கெனவே வீட்டிலிருந்து எடுத்து வந்து மோட்டார் கொட்டகையில் ஒளித்து வைத்த பையிருந்தது. அதற்குள் அவன் எழுதிய கவிதைகள் அடங்கிய நோட்டு பத்திரமாயிருந்தது. மேலும் சில உடைகள். கொல்லையிலிருந்து சாலையை அடைந்ததும் ஒரு பேருந்து வந்தது. கையைக் காட்டவும் நின்றது. அவன் ஏறிக்கொண்டான். ஜன்னலில் கொல்லையும் கொட்டகையும் விளக்கும் தெரிந்தன. அப்பா அம்மாவிடம் சொல்லிக்கொண்டு வந்திருக்கலாமென எண்ணினான். அவர்கள் எதையாவது சொல்லி தடுப்பார்கள். அதை மறுக்க முடியாது. அவர்களை மீறிச் செல்வதும் ஒரு நோக்கம். அவன் முதல்முறையாகத் தலை நகருக்குப் பயணிக்கிறான். அங்கு எண்ணற்ற மக்களுடன் உயர்ந்த மாட மாளிகைகளும் பெரும் வணிக நிலையங்களும் பிரம்மாண்ட தொழிற்சாலைகளும் ஓயாது இயங்கும். அவனுக்கு நினைக்கவே பயமேற்பட்டது.

பேருந்து ஜன்னலில் பொழுது விடிந்துகொண்டிருந்தது. இதற்குள் வீட்டில் அப்பா எழுந்திருப்பார். கார்த்தி இல்லாததை அம்மா கண்டுபிடித்திருப்பாள். அவன் வழக்கம்போல் கொல்லைக்குச் சென்றிருப்பான் என்று நினைப்பாள். அப்பா அர்த்தமில்லாமல் மளிகைக் கடைதிண்ணைக்குப் போய் பார்ப்பார். பிறகு கொல்லை முழுக்க தேடுவார். அவன் எங்குமில்லாதது உறுதிப்படும். எந்தப் பெண்ணையாவது திருமணம் செய்துகொண்டு மகன் ஓடியிருக்கலாம் என்றும் எண்ணுவார். அனேகமாகப் பழைய காதலி கண்மணியாயிருக்கலாமென ஊகிப்பார். அக்காக்களிடம் மோகன் கடிதமெழுதி விசாரிப்பான். அம்மா தட்டில் சோற்றுடன் சாப்பிட முடியாமல் அவனை நினைத்து அழுவாள். அப்போது தபால்காரர் கதவைத் தட்டி ஒரு கடிதத்தைத் தருவார். மேலே கார்த்தியின் கையெழுத்தில் வீட்டு விலாசமிருக்கும். அனுப்புநர் இடத்தில் அவன் பெயரும் தலைநகரின் முகவரியுமிருக்கும். அவள் நடுங்கும் விரல்களால் சிக்கலான கடிதத்தைப் பிரிப்பாள். அப்படியும் கடிதம் மூன்று துண்டுகளாகக் கிழியும். உள்ளே கார்த்தி சுருக்கமாக எழுதியிருப்பான். அவன் எழுத்தாளரும் சிறிய பதிப்பகத்தை நடத்துபவருமான மாமாவின் வீட்டில் தங்கியிருக்கிறான். ஒரு வேலை தேடுகிறான். அது கொஞ்ச நாட்களில் கிடைக்கும். அதுவரை அவனுடைய செலவுகளுக்குப் பணம் அனுப்பி வைக்க வேண்டும் என்று கடிதம் முடியும்.

தொலைந்த பணப் பை

இரயில் நிலையம் ஊருக்கு வெளியில் தனித்திருந்தது. சுற்றிலும் புராதன மரங்கள் மட்டுமிருந்தன. பயணிகள் யாருமில்லாமல் கைவிடப்பட்டதைப்போல் வெறிச்சோடியிருந்தது. நுழைவு வாயிலில் பழைய துணி மூட்டைகளும் பிச்சைக்காரர்களும்கூட இல்லை. பயணச் சீட்டு வழங்கும் ஜன்னல் மூடியிருந்தது. சுவரில் இரயில் எண்களும் பெயர்களும் நிரம்பிய பெரிய அட்டவணைப் பலகைத் தொங்கியது. அதன் இருபத்துநான்கு மணி நேரக் காலக் கணக்குக் குழப்பமூட்டியது. சுந்தரத்துக்குத் தலை நகருக்குச் செல்லும் இரயிலின் நேரம் சரிவரத் தெரியவில்லை. காலையில் புறப்பட வேண்டுமென்று மகன் கார்த்தி சொல்லியிருந்தான். தான் போக வேண்டிய இரயிலைப் பட்டியலில் கண்டுபிடிக்க முடியவில்லை. உள்ளே நிலைய அதிகாரியின் அறையிலும் ஒருவருமில்லை. நடுவிலிருந்த நாற்காலியில் கருப்பு கோட் தொங்கியது. மேசையில் கிடந்த கோப்புகளுடன் சிவப்பு, பச்சைக் கொடிகள் சுருட்டி வைக்கப்பட்டிருந்தன.

பக்கத்தில் கட்டுப்பாட்டு அறை திறந்திருந்தது. மேசை மின்னணுப் பலகையில் இரயில் பாதையின் படம் வரைந்திருந்தது. அதில் வண்ண விளக்குகள் மின்னின. தொலைத் தொடர்புக் கருவிகளில் கரகரப்பான குரல்கள் அசரீரிகளைப் போல் ஒலித்தன. அவை இரயில் நிலையம் இயங்குவதின் அடையாளம். சுந்தரத்துக்கு ஆறுதலாயிருந்தது.

ஆனால் அக்குரல்களுக்குப் பதிலளிக்க ஆளில்லை. இரண்டு நடை மேடைகளும் காலியாக நீண்டிருந்தன. இருக்கைகளிலும் யாருமில்லை. அங்கங்கே கிளைகள் வெட்டப்பட்ட மரங்கள் குறுகியிருந்தன. இருபுறமும் பளபளக்கும் தண்டவாளங்கள் கண்ணுக்கெட்டிய வரையிலும் வெறுமனே ஓடின. தொலைவில் கைக்காட்டி கம்பங்கள் காத்திருந்தன. மேலே செல்லும் கனத்த கம்பிகள். அவற்றில் இனம்புரியாத ஒலி தொடர்ந்து கேட்டுக் கொண்டிருந்தது. அவருக்கு இரயில் வருமா என்று சந்தேகமேற்பட்டது.

சுந்தரம் மெதுவாக நடைமேடையில் நடந்தார். தகரக் கூரை நிழலில் பெஞ்சில் உட்கார்ந்தார். பக்கத்தில் இரண்டு மூன்று சட்டை வேட்டிகளுள்ள பையை வைத்தார். மறுபடியும் சட்டையின் வெளிப் பையிலிருந்த துண்டுக் காகிதத்தை எடுத்துப் பார்த்தார். கார்த்தியின் புதிய கடை விலாசம் முழுமையா யிருந்தது. பெயர், எண், தெருப் பெயர், நகரின் பெயர். அனைத்தையும் நினைவில் வைத்துக்கொள்ள முடியாது. அந்த இடத்தை அடைய ஏழெட்டு மணி நேரமாகும். இருட்டும் முன்னால் போய் விடலாம். இரயில் நிலையத்துக்கு வந்து கார்த்தி அழைத்துச் செல்வதாகக் கூறியிருந்தான். சட்டையின் உள் பையைத் தொட்டுப் பார்த்துக்கொண்டார். போக்குவரத்துச் செலவுக்குப் பணம் சிறு தோல் பர்சில் பத்திரமாயிருந்தது. அதில் வீட்டுக் கொல்லைக் கணக்குக் காகிதத் துண்டுகளுமிருந்தன. தன் பெயர், முகவரி அடங்கிய சீட்டுமிருந்தது.

கார்த்தி புதிய கடை திறக்கப்போகிறான். அதற்காகத் தலைநகரில் முக்கிய இடத்தைத் தேர்ந்தெடுத்திருந்தான். அவனுக்கு இதுவரை நாலைந்து கடைகளில் வேலைசெய்த அனுபவமேற்பட்டிருந்தது. எழுத்தாளர் மாமா கூறியபடி முதலில் குளிர்பதன சாதனங்களைப் பழுது பார்ப்பதைப் பற்றிப் படித்திருந்தான். கவிதைகள் எழுதுவதைக் கைவிட்டிருந்தான். ஒரு கைத்தொழில் கற்பதுதான் நல்லது என்பார் மாமா. பதிப்பகமும் வேளாண்மையும் ஒன்று என்று அடிக்கடி கூறுவார். இரண்டிலும் உரிய பலன் கிடைக்காது. அவன் படித்து முடித்ததும் சிலரிடம் வேலை செய்தான். பின் தனியாகத் தொழில் செய்ய விரும்பினான். அதற்குக் கடைக்கு முன்பணம் தர வேண்டும். இரண்டு மூன்று முறை வீட்டுக்கு வந்தான். அம்மாவிடம் கெஞ்சினான். அவளிடம் எந்த நகைகளுமில்லை. சுந்தரத்திடம் கோபத்தில் சண்டையிட்டான். “சும்மா பேர சொல்றதுக்குத் தான் அப்பாவா?” கடைசியில் அவர் தேங்காய் வெட்ட தோப்பை இரண்டு வருட ஒப்பந்தம் போட்டார்.

கிடைத்த பணத்தை கார்த்தியிடம் தந்தார். இனி தோப்பிலிருந்து வருமானம் வராது. கார்த்தி பணத்தை வீணே செலவழிப்பான் என்று சந்தேகித்தார். அவன் கடை முகவரிச் சீட்டை எழுதித் தந்து நேரில் வந்து பார்க்கச் சொன்னான். அவருக்குத் தலைநகரையும் கடையையும் காண ஆசையாயிருந்தது. மகனின் கடை கல்லாவில் உட்கார்ந்து பணம் வாங்கும் வேலை செய்யலாம். அதற்கு ஊதியம் கிடைக்கும். இனி பழைய விவசாயத்தைத் துறக்கலாம். நாலைந்து நாட்களுக்கு முன்பே சட்டைகளையும் வேட்டிகளையும் பையில் மடித்து வைத்துக்கொண்டார். முகவரிச் சீட்டைக் கவனமாக எடுத்துக்கொண்டார். தலைநகரம் மிகக் கடுமையானது. அதன் பரபரப்பில் நியாயத்துக்கும் நேர்மைக்கு இடமில்லை. கொஞ்சம் ஏமாந்தால் உயிர் பறிக்கப்படலாமென பயந்தார்.

இரயில் வரும் அறிகுறியில்லை. தூரத்துக் கைக்காட்டி மரங்களில் மங்கலாகப் பச்சை விளக்குகள் எரிந்தன. தண்டவாளத்தில் வெயில்பட்டுக் கண்கள் கூசின. அவர் ஏற்கெனவே பொன்னம்மாவுடன் அவள் அக்கா பெண் கல்யாணத்துக்குச் செல்ல இங்கு வந்திருக்கிறார். குறித்த நேரத்துக்கு மிகவும் பின்னால்தான் வர முடிந்தது. அதிர்ஷ்டவசமாக இரயில் போயிருக்கவில்லை. இருவரும் ஒன்றாக உட்கார இருக்கைகளும் கிடைத்தன. அவர்கள் நகைகளைப் பற்றிய கடும் மனவுளைச்சலில் மூழ்கியிருந்தார்கள். ஆனாலும் பயணம் நிம்மதியைத் தந்தது. இரு நாள் கலகலப்பான கல்யாணத்தில் கலந்துகொண்டார்கள். முடிந்ததும் அதே இரயிலில் திரும்பி வந்தார்கள். அப்போது வரிசையாக விற்ற தின்பண்டங்களில் எதையோ வாங்கித் தின்றது ஞாபகமிருந்தது. காரமாக ருசியாயிருந்தது. பிறகு இருக்கைகளில் சாய்ந்து கண்ணுறங்கினார்கள். இரயில் பெட்டி தொட்டிலைப் போல் ஆடியது. அவ்வப்போது கூவென்று இசை வேறு. இப்போது நினைக்கையிலும் இரயில் பயணம் மகிழ்ச்சியைத் தந்தது.

சுந்தரம் இரயில் வரும் நேரத்தைத் தெரிந்துகொள்ள விரும்பினார். "எப்ப வந்து, எப்ப போய்ச் சேரும்?" என்று கேட்க நினைத்தார். திடீரென பயணிகள் கூட்டமாக வந்துகொண்டிருந்தார்கள். நிறைய தோள் பைகள், கைப் பைகளுடன் பரபரப்பாயிருந்தார்கள். அவர்களில் பதிலளிப்பவராக ஒருவரும் தென்படவில்லை. அவசரமாக அவரைக் கவனிக்காமல் கடந்துகொண்டிருந்தார்கள். இரயில் வரும் நேரம் நெருங்கியிருக்கலாம். அவர் எழுந்து பயணச் சீட்டு வழங்குமிடத்துக்குச் சென்றார். நீண்ட வரிசை காத்திருந்தது. தான்

வரும்போது அதில் நின்றிருந்தால் முதல் ஆளாயிருக்கலாம். அவர் வரிசைக் கடைசியில் போய் நின்றார். பின்னால் மேலும் இருவர் வந்ததில் திருப்தியேற்பட்டது. அவர் அருகிலிருந்தவர்களைக் கேட்டார். "இரயிலு எத்தன மணிக்கு வரும்?" யாரும் பதிலளிக்க வில்லை. முன்னாலிருப்பவர் பின்னிருப்பவரிடமும், அவர் முன்னிருப்பவரிடமும் கேட்டதாக எண்ணியிருப்பார்கள். சுந்தரம் தொடர்ந்து காத்திருந்தார்.

பயணச்சீட்டு வழங்கும் இடத்தை நெருங்குகையில் வரிசை பரபரத்தது. முன்னாலிருந்தவர் பையை இழுத்துக்கொண்டு ஓடினார். சுந்தரம் சீட்டை வாங்கியபடி திரும்பக் கேட்டார்: "இரயில் எத்தன மணிக்கு?" பயணச்சீட்டுத் தருபவர் "சீக்கிரமா போங்க,வந்தாச்சு" என்றார். சுந்தரம் அதிர்ந்து பையுடன் வேகமாக நடந்தார். எதிர் நடைமேடையில் இரயில் மூச்சிரைத்தபடி நின்றிருந்தது. இஞ்சின் அடியில் திறந்த காற்று சீறியது. அதன் தலையும் வாலும் நடை பாதையைவிட நீண்டிருந்தன. பெட்டி வாயில்களில் மக்கள் ஏற முண்டிக்கொண்டிருந்தார்கள். சிலர் அங்குமிங்கும் அவசரமாக அலைந்தார்கள். ஜன்னல்களோரம் விரையும் தேநீர், தின்பண்ட விற்பனையாளர்கள். உள்ளே இருக்கைகளில் உட்கார்ந்திருந்தவர்களின் நிம்மதியான தோற்றம். தூரத்தில் நிலைய அதிகாரி கையில் சுருட்டிய கொடிகளுடன் கண்காணித்துக்கொண்டிருந்தார்.

சுந்தரம் கூட்டம் குறைந்த அடுத்த பெட்டிக்கு நடந்தார். எங்கோ ஊதல் ஒலி கேட்டது. இரயில் பதிலுக்குக் கூவியது. பெட்டிகள் குலுங்கி நகர ஆரம்பித்தன. உடனே வேகம் அதிகரித்தது. அவர் இரண்டு பெட்டிகளின் வாயில்களுக்கு நடுவிலிருந்தார். இரயில் மேலும் வேகமானது. வாசல் கம்பியைப் பிடிக்கக் கையை நீட்டினார். வாயிலில் பிதுங்கிக் கொண்டிருந்தவர்களின் மேல் கை பட்டது. அவர் இரயிலுடன் சில தப்படிகள் ஓடினார். கீழே விழுவோம் என்று தோன்றியது. திரும்பவும் ஊதல் ஒலித்தது. இரயில் கிறீச் கிறீச்சிட்டு நிதானித்து நின்றது. எதிரில் ஓர் இரயில் பெட்டியின் வாயில் தென்பட்டது. அவர் ஏற முயன்றார். சிலர் கைக்கொடுத்து மேலே தூக்கிவிட்டார்கள். இரயில் மறுபடியும் வேகமெடுத்தது. அவருக்காக நிலைய அதிகாரிதான் ஓடும் இரயிலை நிறுத்தியிருக்கிறார். கைகளில் கொடிகளுடன் ஜன்னலில் அந்த அதிகாரி கணத்தில் தோன்றி மறைந்தார்.

இரயில் பெட்டிக்குள் சுந்தரம் நகர்ந்தார். கண்கள் காலியிடத்துக்கு அலைந்தன. இருக்கைகளில் பயணிகள் நெருக்கி அமர்ந்திருந்தார்கள். சிறு இடைவெளிகளில், வழிகளில்,

கழிவறைப் பகுதியில் எங்கும் நின்றும் உட்கார்ந்துமிருந்தார்கள். மேலே பைகள் வைக்கும் இடங்களிலும் ஆட்களிருந்தார்கள். உட்கார சிறு இடமில்லை. அவர் ஓர் இருக்கை முதுகைக் கெட்டியாகப் பிடித்தபடி நின்றார். அருகில் உட்கார்ந்திருந்தவர் அரையுறக்கப் பாவனையில் பார்த்துக் கண்களை மூடிக் கொண்டார். இரயில் குலுங்கியபடி ஓடிக்கொண்டிருந்தது. பெட்டியில் சற்று இடைவெளி கிடைத்தாற் போலிருந்தது. நின்றிருந்த சிலர் கீழே உட்கார்ந்தார்கள். அவரும் கால்களை மடக்கி அமர்ந்தார். பயணிகளும் விற்பவர்களும் தாண்டி போய் வந்துகொண்டிருந்தார்கள். தேநீர் குடுவைகள், தின்பண்டங்கள், துணிகள், பழங்கள், காது துடைக்கும் குச்சிகள், சிறு ஊக்குகள் சுற்றிக்கொண்டிருந்தன. மேலும் பலர் ஏறிக்கொண்டிருந்தார்கள். ஒரு நிறுத்தத்தில் பக்கத்து இருக்கையிலிருந்தவர் இறங்கினார். உடனே சுந்தரம் ஏறி உட்கார்ந்தார். மிகவும் ஆசுவாசமாயிருந்தது. தூக்கம் கண்களைச் சுழற்றியது. இருக்கையில் தலை சாய்த்து தூங்கத் தொடங்கினார்.

இரயில் மாலையில் தலைநகரை அடைந்தது. மிகப் பெரிய இரயில் நிலையம் பரபரப்பாக இயங்கிக்கொண்டிருந்தது. எங்கும் மனிதர்கள் நிரம்பியிருந்தார்கள். கூடவே கனத்த பைகள். இரயில்கள் தொடர்ந்து போய் வந்துகொண்டிருந்தன. பயணிகள் ஏறியும் இறங்கியும்கொண்டிருந்தார்கள். நிலையம் முழுவதும் நெரிசலாயிருந்தது. கூட்டத்தில் கார்த்தி எப்படி அடையாளம் காண்பான் எனப் புரியவில்லை. அவரால் பையுடன் நகர முடியவில்லை. எந்தப் பக்கம் வெளியேறுவதென குழம்பினார். சற்று நேரம் கூட்டத்தின் நடுவில் காத்திருந்தார். அனைவரும் ஒரே திசையில் சென்றார்கள். அந்தப் பக்கம் நடந்தார். நடை பாதையையும் அகன்ற காத்திருக்குமிடத்தையும் கடந்தார். அவரை மற்றவர்கள் பின்புறம் தள்ளிக்கொண்டிருந்தார்கள். கடைசியில் உள்வாயிலை அடைந்தார். பரிசோதகர் பயணச் சீட்டுகளைப் பரிசோதித்துக்கொண்டிருந்தார். சுந்தரத்திடம் கேட்காமல் போகுமாறு கையசைத்தார்.

வெளியில் கார்த்தியைத் தேடினார். அவன் உருவம் கண்ணில்படவில்லை. நீண்ட பாதையில் நடந்து நுழைவாயிலுக்குச் சென்றார். அங்கும் அவன் காணப்பட வில்லை. எதிரிலிருந்த சாலைக்கு வந்தார். கார்த்தி தென்பட வில்லை. குறுக்கும் மறுக்குமாக வாகனங்கள் விரைந்து கொண்டிருந்தன. அவன் புதிய கடையைத் திறக்கும் வேலையில் வராமலிருக்கலாம். அவர் வருவதை மறந்துமிருக்கலாம். தானாகத் தேடிச் செல்ல நினைத்தார். ஆட்டோவில்

ஏறினால் நேராக அவன் வீட்டுக்குப் போகலாம். சட்டைப் பையிலிருந்த முகவரிச் சீட்டை எடுத்தார். உள் சட்டைப் பையைத் தொட்டுப் பார்த்தார். அதில் ரூபாய் தாள்கள் அடங்கிய சிறிய பை இல்லாததை உணர்ந்தார். மீண்டும் தேடிப் பார்த்தார். அதை சுலபமாக எடுக்க முடியாது. அவர் ஆழ்ந்து தூங்குகையில் திருடியிருக்கலாம். அல்லது கீழே குனிகையில் தவறி விழுந்திருக்கலாம். அவருக்குப் பதற்றமேற்பட்டது. நெஞ்சடைக்கும்போலிருந்தது. தலை சுற்றியது. சற்று நேரம் அமைதியாக நின்றார். இனி மகன் வருகைக்குக் காத்திருக்கலாம். அல்லது ஆட்டோவில் சென்று வாடகையை அவனிடம் வாங்கித் தரலாம். இல்லாவிட்டால் காவல் துறையை அணுகலாம். அவர்கள் பணத்தைக் கண்டுபிடித்துத் தருவார்கள். யாருக்காவது கிடைத்து காவல் நிலையத்தில் ஒப்படைத்திருப்பார்கள்.

சுந்தரம் மூலையிலிருந்த சிறிய புறக் காவல் நிலையத்துக்குச் சென்றார். பலகைத் தடுப்புகளுக்குள் தொலைத்தொடர்பு கருவியின் பேச்சுகளைக் காவலர் உன்னிப்பாகக் கேட்டுக் கொண்டிருந்தார். மற்றொரு காவலர் வெளியில் கண்காணித்துக் கொண்டிருந்தார். தன் பணம் சுலபத்தில் கிடைக்கும் என்று நம்பிக்கையேற்பட்டது. காவலரிடம் விளக்கிக் கூறினார். “அதத் திருடவே முடியாது, கீழ எங்கியாவது விழுந்திருக்கலாம். யாருனா எடுத்துத் தந்தாங்களா?” என்றார். காவலர் சிரித்தார். “என்ன பெரிவரே, இப்பிடியிருக்கீங்க?” என்றார். அந்த நகைச்சுவையை மற்றொரு காவலரிடமும் பகிர்ந்துகொண்டார். இருவரும் அவரை வேடிக்கைப் பார்த்தார்கள். முதல் காவலர் “எங்க போகணும்?” என்றார். சுந்தரம் தன் மகனின் விலாசம் அடங்கிய துண்டுச் சீட்டைக் காட்டினார். காவலர் அதை உரக்கப் படித்தார். “இதுல போன் நம்பரக்கூடக் காணோமே” என்றார். சுந்தரத்துக்குக் கடை முகவரியும் தவறாயிருக்கலாமென பயமேற்பட்டது.

காவலர் நீண்ட யோசனையில் ஆழ்ந்தார். பின் தன் முரட்டுக் காக்கிக் கால் சட்டைப் பையிலிருந்து உப்பிய தோல் பர்சை உருவினார். ரூபாய்த் தாள்களை எடுத்து நீட்டினார். “இத வாங்கிட்டு மகன் வீட்டுக்குப் போங்க” என்றார். சுந்தரம் ஆச்சரியமுற்றார். “இல்ல, எம் பணம் கெடைச்சா போதும்” என்றார். “அது திரும்ப வராது. இத வச்சுக்குங்க” என்றார் காவலர். சுந்தரம் வேறுவழியில்லாமல் தயக்கத்துடன் பெற்றுக் கொண்டார். “நா எப்படி திருப்பித் தரணும்?” என்று கேட்டார். “நீங்க திரும்பி வந்தாக் கொடுங்க. இல்லாட்டி எனக்குத் தபாலில் அனுப்புங்க. தராமக்கூடப் போங்க பரவாயில்ல” என்றார்

காவலர். அவரின் முகவரிச் சீட்டை சுந்தரம் வாங்கிக்கொண்டார். இருவரையும் கைக் கூப்பி வணங்கினார். அவர்கள் சொன்ன ஆட்டோவில் ஏறிப் புறப்பட்டார். காவலர்கள் திரும்பவும் வேலையில் மூழ்கினார்கள்.

நீண்ட சாலையில் ஆட்டோ ஓடியது. சந்துபொந்துகளில் நுழைந்து சென்றது. எங்கும் கடைகளும் வீடுகளும் நிறைந்து இருந்தன. தலைநகரின் நாலைந்து இடங்களில் கார்த்தி வேலை செய்திருக்கிறான். வெவ்வேறு பகுதிகளில் வசித்திருக்கிறான். அவருக்கு அனைத்து இடங்களும் ஒன்று போலிருந்தன. அவன் இங்கு வாழ்வதை எண்ணி வியந்தார். ஆட்டோக்காரர் முகவரியிலிருந்த இடத்தைக் கண்டுபிடித்து நிறுத்தினார். எதிரில் கடையின் பெயர்ப் பலகையைக் காட்டினார். சுந்தரம் இறங்கி ஆட்டோக் கட்டணத்தைக் கொடுத்தார். பெயர்ப் பலகையில் மகனின் பெயர் எழுதியிருந்தது. அவருக்குப் பெருமையுடன் நிம்மதியுண்டானது. கடையின் மேல் கதவு திறந்திருந்தது. எதிரில் குறுக்குப் பலகை வைக்கப்பட்டிருந்தது. அதைத் தள்ளித் திறந்து உள்ளே சென்றார். ஆள் படுக்குமளவு சிறிய கடை. விளக்குகள் எரிந்துகொண்டிருந்தன. தீய்ந்த வாசனை வீசியது. இயந்திரங்கள் ஓடும் ரீங்காரம் விடாமல் கேட்டுக்கொண்டிருந்தது. துருப்பிடித்த, வண்ணமிழந்த பழைய குளிர் சாதனப் பெட்டிகள் நிரம்பியிருந்தன. பல திறந்து கிடந்தன. சிக்கல் மிகுந்த உள்ளுறுப்புகள் வெளியில் தெரிந்தன. அவற்றைப் பழுது பார்ப்பது மிகக்கடினம் என்று தோன்றியது. கீழே உதிரி பாகங்கள் இறைந்திருந்தன. நாற்காலியிலும் மேசையிலும்கூடப் போடப்பட்டிருந்தன. பரண் முழுவதும் திணிக்கப்பட்டிருந்தன. வாசல்வரை குளிர்சாதனப் பெட்டிகளும் பாகங்களும் அடைத்திருந்தன. அவற்றால் முழுக் கடையும் ஆக்கிரமிக்கப்பட்டிருந்தது. பழுது பார்க்க மட்டும் எதிரில் சிறிய இடைவெளியிருந்தது. வாடிக்கையாளர் அமரவும் இடமில்லை. தேவைப்பட்டால் ஒரு குளிர் சாதனப் பெட்டி பாகத்தின்மீது உட்காரலாம்.

வளைவான குழாய் போன்ற பொருளை எடுத்துக் கீழே வைத்துவிட்டு சுந்தரம் நாற்காலியில் உட்கார்ந்தார். எதிரில் மேசையிலிருந்தவற்றைத் தள்ளி கைப்பையை வைத்தார். தரையில் கருகிய சிகரெட் துண்டுகளும் தீக்குச்சிகளும் கிடந்தன. குளிர் பதனப் பெட்டிகளின் சந்துகளில் காலி மது பாட்டில்கள் ஒளிந்திருந்தன. ரீங்கரித்த பழைய குளிர் பதனப் பெட்டியைத் திறந்து மூடினார். உள்ளே பாதியளவு மதுவுடன் பாட்டிலிருந்தது. அவருக்கு அவசரமாகச் சிறுநீர் வந்தது. வெளியில் எங்கு

போவதெனத் தெரியவில்லை. சிறுநீரை அடக்க முடியவில்லை. மூலையிலிருந்த நீளமான பச்சை பாட்டிலை எடுத்தார். குளிர் பதனப் பெட்டிகளின் இடைவெளியில் திரும்பி நின்றார். வேகமாகப் பாட்டிலில் சிறுநீரைக் கழித்தார். கீழே துளிகள் சிந்தின. பாட்டில் முழுவதுமாக நிரம்பியது. பார்ப்பதற்கு மது நிறைந்ததைபோலிருந்தது. பாட்டிலுடன் கடையிலிருந்து கீழிறங்கினார். சாலையில் போக்குவரத்துப் பரபரத்தது. சுற்றிலும் கடைகள் மும்முரமாக இயங்கிக்கொண்டிருந்தன. அவரை யாரும் கவனிக்கவில்லை. எதிரில் ஓடிய சாக்கடைக் கால்வாயில் சிறுநீரைக் கொட்டினார். நெடுநேர அழுத்தத்தைக் கழித்த நிம்மதியேற்பட்டது. அருகிலிருந்த குப்பைத் தொட்டியில் பாட்டிலைப் போட்டார்.

சுந்தரம் திரும்பி நாற்காலியில் சாய்ந்து அமர்ந்தார். இரயிலில் ஒடுங்கி உட்கார்ந்த களைப்பு மேலிட்டது. கண்களை மூடிக்கொண்டார். "அப்பா" என்ற குரல் கேட்டது. அது மகனின் குரல்தான். கனவில் ஒலிப்பதுபோலிருந்தது. மெய் மறந்து தூங்கிவிட்டதை எண்ணி வெட்கினார். சுற்றிலும் நன்கு இருட்டியிருந்தது. எதிரில் வேர்வை வழிய கார்த்தி நின்றிருந்தான். சட்டை அங்கங்கே நனைந்திருந்தது. தலைநகர் எப்போதும் கொதிக்கிறது போலும். அவருக்கும் வேர்த்து ஒழுகிக்கொண்டிருந்தது. "நா இப்பதா வந்தேன்" என்றார் முகத்தைத் துடைத்தபடி. அவன் கழற்றிய குளிர் பெட்டி பாகத்தின் மேல் உட்கார்ந்தான். கையில் பழுது நீக்கும் உபகரணங்களடங்கிய பிதுங்கிய பை. அதை ஓரமாக வைத்தான். "உன்ன கூப்பிட்டு வரத்தா போயிருந்தேன். எல்லா இடத்திலும் தேடிப் பாத்தேன். எப்படி வந்தப்பா?" என்றான். "ஒரு பிரச்சினையுமில்ல, நேரா வந்துட்டேன்" என்றார் சுந்தரம். "சரிப்பா, ரொம்ப பசியோட இருப்ப. முதல்ல வா சாப்பிடலாம்" என்று எழுந்தான். அவர் பையைத் தூக்கிக்கொண்டு வெளியில் வந்தார்.

கார்த்தி வரிசையாகப் பொத்தான்களை அழுத்தினான். விளக்குகளும் மின்விசிறியும் அணைந்தன. ஒரு குளிர் சாதனப் பெட்டிக் கருவியின் விளக்கு மட்டும் மின்னியது. கதவை ஓசையுடன் இறக்கிப் பூட்டினான். பழைய பைக்கை உதைத்துக் கிளப்பினான். அவர் பின்புறக் கைப்பிடியைக் கெட்டியாகப் பிடித்துக்கொண்டு உட்கார்ந்தார். கார்த்தி வேகமாக ஓட்டினான். சாலை முழுவதும் வாகனங்கள் ஓடிக்கொண்டிருந்தன. அவற்றுக்கிடையில் சிறு சந்துகளில் புகுந்து சென்றான். இருபுறமும் பெரிய அலங்காரக் கூடங்களும் கட்டடங்களும்

கடைகளும் உணவு விடுதிகளும் ஒளியில் நிரம்பியிருந்தன. பல வண்ணங்களில் பெயர்ப்பலகைகள் மின்னின. அவை இரவிலும் ஓயாது. அந்த ஊர் உறங்காதெனப்பட்டது. "ஏம்பா, நா காத்தால கிளம்புறேன்" என்றார். கார்த்திக்குத் தெளிவாகக் கேட்கவில்லை. "என்னப்பா?" என்றான். அவர் உரக்க "நாளக்கி காலைல புறப்படறேம்பா. கொல்லைக்குப் போகணும். உனக்கும் நிறைய வேலயிருக்கும்" என்றார். கார்த்தி வாகன வேகத்தை மெதுவாக்கி "நாளைக்கு மறுநாள் கடை மாத்தி பூஜ போடணும்பா. நீ இருக்கணும்" என்றான். "பரவாயில்ல, இன்னொரு நாள் வரேன்" என்றார். தன் வீட்டுக்குச் சென்றதும் காவலருடைய முகவரிக்கு எப்படியாவது பணத்தைத் திருப்பி அனுப்ப வேண்டுமென நினைத்துக்கொண்டார்.

புது கைக்கடிகாரம்

அப்பா பள்ளியில் படிக்கும்போது வாங்கிய பழைய சைக்கிள். பல பாகங்கள் வண்ணமுதிர்ந்து அதிர்ந்துகொண்டிருந்தன. பின்புற பற்சக்கரங்கள் அவ்வப்போது பிடிப்பற்று சுழலும். இருக்கை கல்லைப் போலிருக்கும். அதை ஆற்றில் இறங்கித் தள்ளியும் ஊர் வழியாக மிதித்தும் வந்தான் மோகன். கடைசியாகக் கொல்லையை அடைந்தான். தொலைவிலிருந்தே உயர்ந்த தென்னை மரங்கள் தெரிந்தன. நெருங்கிய பிறகுதான் தென்னைச் செடிகள் கண்ணில்பட்டன. காய்க்க நீண்ட காலமாகும். இரண்டு வயல்களில் மல்பெரிச் செடிகள் காடு போலிருந்தன. எதிர் வயலில் பார்த்தீனியமும் ஊமத்தைச் செடிகளும் அடர்ந்திருந்தன. கொட்டகையில் இரு மர அடுக்குகள் மட்டுமிருந்தன. தட்டுகளில் பட்டுப் புழுக்கள் நெளிந்தன. தீனி வைக்கும் வேளை நெருங்கியது. மூலையில் துணி போர்த்திய பசும் இலைகளின் குவியல். சின்ன முருகன் ஆளில்லை. மோகன் ஓர் இலையை எடுத்து புழுக்களின் மேல் வைத்தான். நீரில் விழுந்ததைப் போல் இலை மூழ்கியது. புழுக்கள் பற்றித் தின்றன. அவற்றை நினைக்கப் பாவமாயிருந்தது. சிறிது நேரத்தில் கூடு கட்ட ஆரம்பிக்கும். ஓரிரு நாளில் முழுவதுமாகக் கட்டி முடித்துவிடும். பிறகு வெந்நீரில் ஊறவைத்துச் சாகடிக்கப்படும். நடுவில் நோய்வாய்ப்பட்டும் இறக்கும். அவன் இலைகளை வாரி தீனியிடத்

தொடங்கினான். சின்ன முருகன் வழக்கம்போல் எங்கோ படுத்துத் தூங்கிவிட்டு கண்களைக் கசக்கியபடி வந்தான்.

மதிய வேளையில் புழுக்கள் தலையைத் தூக்கி ஆடின. சிறு கண்கள் மூடியிருந்தன. இலைகளைத் தின்ன மறுத்தன. பொன்னிறமாக மாறிய புழுக்களைச் சின்ன முருகன் பொறுக்கித் தட்டில்விட ஆரம்பித்தான். அவை வேகமாகக் கூடு கட்டத் தொடங்கின. மோகனும் மேலே பழைய சட்டையைப் போட்டுக் கொண்டு புழுக்களை எடுத்துக்கொண்டிருந்தான். அப்போது அப்பாவின் பழைய நண்பரான ஜெயராமன் கொட்டகைக்குள் நுழைந்தார். வீட்டுக்கு வந்தால் அப்பாவுடன் நீண்ட நேரம் மெதுவாகப் பேசிக்கொண்டிருப்பார். அவர்கள் தீவிரமாக என்ன பேசிக்கொள்கிறார்களெனத் தெரியாது. “அப்பா இல்லையா?” என்றார். குரல் மெல்ல ஒலித்தது. அவருடைய சட்டைப் பொத்தான்கள் தங்கம் போல் மின்னின. மோகன் கையிலிருந்த புழுவைத் தட்டில் விட்டுவிட்டு அருகில் சென்றான். “அவருக்கு உடம்பு சரியில்ல, வீட்டிலிருக்காரு” என்றான். ஜெயராமன் மேலும் கீழும் பார்த்தார். கண்ணாடியின் தங்க சட்டங்கள் பளபளத்தன. அமைதியாக “என்ன படிச்சிருக்க?” என்றார். அவன் பதிலளித்ததும் தலையசைத்துப் புறப்பட்டார்.

மறுநாள் அப்பா சொன்னவாறு தொழிற்சாலை அலுவலகத்துக்குப் புறப்பட்டான். அவர் நண்பர் ஜெயராமன் வேலைக்குச் சிபாரிசு செய்திருந்தார். மோகன் போகுமுன்பு கொல்லைக்கு வந்தான். நிறையப் பட்டுப்புழுக்கள் கூடுகளில் செத்துக் கறுப்பாக மிதந்துகொண்டிருந்தன. அருங்காட்சியகங்களில் வைக்கப்பட்டிருக்கும் கண்ணாடிக் குழாய்களிலுள்ள கருக்குழந்தைகளைப்போலிருந்தன. அவனுக்கு மிகுந்த பயமேற்பட்டது. அங்கிருந்து தப்பிப்பதைப் போல் வேகமாக நடந்து பேருந்திலேறினான். அந்த அலுவலகம் நகரில் பேருந்து நிலையத்திலிருந்து சற்று தூரத்திலிருந்தது. கூடத்தில் மேலாளரும் மற்றவர்களும் உட்கார்ந்திருந்தார்கள். அவனுடைய அப்பாவிடம் ஜெயராமன் சொல்லியபடி நேராக அறைக்குள் சென்றான். உரிமையாளர் கால் மேல் காலிட்டுக் கடிதங்களைக் கூர்ந்து படித்துக்கொண்டிருந்தார். வெளிநாட்டில் மேற்படிப்புப் படித்தவர். அவருடைய ஆஜானுபாகுவுக்குக் கண்ணாடியிட்ட மேசை சிறிதாயிருந்தது. அவனை ஏறெடுத்தும் பார்க்கவில்லை. அனைத்துக் கடிதங்களிலும் வேகமாகக் கையெழுத்திட்டு முடித்து நிமிர்ந்தார். அவன் வணங்கினான். “ஓ, ஜெயராமன் சொல்லியனுப்பிச்சாரா?” என்று பாதி எழுந்து கை குலுக்கினார். அது வெளிநாட்டுப் பாணிதான். டென்னிஸ் விளையாடுவதற்கான சட்டை, அரைக் காற்சட்டையிலிருந்தார். மயிரடர்ந்த

கனத்த கால்கள். அவன் "ஆமாங்க சார்" என்றான். "சரி, இத எழுது பார்ப்போம்" என்று ஓர் அறிக்கையை நீட்டினார். அது படிக்காத ஊழியர் எழுதிய அன்றாட விற்பனைக் கணக்கு. தப்பும் தவறுமாகக் கிறுக்கியிருந்தது.

மோகன் வெளியில் வந்தான். மேலாளர் எழுத காகிதம் எடுத்துத் தந்தார். அவனுக்கு நிறையக் கதைப் புத்தகங்கள் படித்த பழக்கம் துணை செய்தது. பிழைகளில்லாமல் வேகமாக எழுதினான். பக்கத்தில் கணக்கு நோட்டைப் பார்த்து மேலாளர் பெரிய பேரேட்டைப் புரட்டி பதிந்துகொண்டிருந்தார். இரண்டும் எண்கள் மயமாயிருந்தன. அவர் கண்கள் எழுதி யெழுதி யானையினுடையவைப்போல் இடுங்கியிருந்தன. தலையைத் திருப்பாமல் "அதில இருப்பு எவ்வளவுன்னு பாத்துவச்சுக்க" என்று முணுமுணுத்தார். மீண்டும் கணக்கில் அமிழ்ந்தார். அவன் ஆச்சரியப்பட்டான். அவை அனுபவம் தோய்ந்த சொற்களாகப்பட்டன. அறிக்கையில் பல இலக்கங் களுடனிருந்த தோல்களின் இருப்புக் கணக்கை மனப்பாடம் செய்துகொண்டான்.

மோகன் அறிக்கையை எழுதி முடித்தான். இறுதிப் பரீட்சையை எழுதியது போலிருந்தது. உரிமையாளர் மேசையில் தாளை வைத்தான். அவர் கையிலெடுக்காமலே பார்த்தார். ஆங்கிலத்தில் "நல்ல கையெழுத்து, உன்னை ஊக்குவிக்க வேண்டும். சரி, அதில் இருப்பென்ன உள்ளது?" என்றார். அவன் நிதானமாக "ஒரு லட்சத்து முப்பதாயிரத்து இருபது சார்" என்றான். அவர் ஒரு கணம் கூர்ந்து நோக்கினார். தான் தவறாகக் கூறிவிட்டோமென சந்தேகித்தான். அல்லது மேலாளர் தனக்குச் சொன்னதை அவர் கவனித்திருக்கலாம். ஆனால் இது ஒரு போட்டி என்று அவருக்குத் தெரிந்திருக்கும். "நல்லது. இன்றைக்கு நல்ல நாள். உடனே வேலையில் சேர்" என்றார். அவன் மகிழ்ச்சியுடன் "நன்றி சார்" என்று வணங்கிவிட்டு வெளியில் வந்தான். உண்மையில் மேலாளருக்கு நன்றி தெரிவிக்க வேண்டும். அவரை ஓரக்கண்ணால் பார்த்தான். முதுகுக்குப் பின்னால் உரிமையாளர் தன்னைக் கவனித்துக்கொண்டிருக்கலாம். மேலாளர் எந்தப் பலனையும் எதிர்பாராமல் கனத்த பேரேட்டில் கவிழ்ந்திருந்தார்.

தொழிற்சாலை ஆளுயுர மதிலுடனும், பெரிய இரும்பு வாயிற்கதவுடனும் சிறை போலிருந்தது. சுற்றியுள்ள மரங்களில் கட்டடம் மறைந்திருந்தது. சீருடைக் காவலாளி கதவுத் துவாரம் வழியாக விசாரித்தார். அவர் தலை துண்டிக்கப்பட்டதைப்போல் தனியாகத் தெரிந்தது. பக்கக் கதவைத் திறந்து அனுமதித்தார்.

பெயரையும் கையெழுத்தையும் நேரத்தையும் நோட்டில் பதிந்துகொண்டார். தூரத்தில் இயந்திரங்களின் ஓலம் கேட்டுக்கொண்டிருந்தது. அவன் கூடத்தில் நுழைந்தான். உள்ளே வரிசையாகப் பெரும் இயந்திரங்கள் பேரோசையோடு இயங்கிக்கொண்டிருந்தன. அவற்றினூடே தொழிலாளர்கள் சிறு உருவங்களாகத் தெரிந்தார்கள். ஒருவர் கைக் காட்டினார். நடுவிலிருந்த மேலாளரிடம் சென்றான். தன் பெயரைத் தெரிவித்தான். அவர் தலையாட்டி எதையோ கூறிவிட்டுச் சென்றார். அவனுக்குப் புரியவில்லை. பக்கத்திலிருந்த தொழிலாளி கத்தி மொழிபெயர்த்தார். “சரின்னு சொல்றார்.”

கூடத்தின் கடைசியில் வரிசையாக ராட்சத பீப்பாய்கள் சுழன்றுகொண்டிருந்தன. காது செவிடாகும்படி ஓசையிட்டன. உள்ளே நீரில் தோல்கள் புரண்டன. அருகில் அப்போதுதான் குளித்தவர்களைப் போல் தொழிலாளர்கள் நனைந்திருந்தார்கள். அவ்வப்போது பீப்பாய்களை நிறுத்தி இரசாயனங்களை அளந்து ஊற்றினார்கள். பக்கத்தில் மேற்பார்வையாளர் கவனித்துக்கொண்டிருந்தார். மீண்டும் பீப்பாய்கள் மூடப்பட்டன. அனைத்தும் ஒன்றாகக் கலந்துகொண்டிருந்தன. உயருகையிலும் தாழ்கையிலும் கடல் அலைகள் குமுறுவதைப்போன்ற ஒலி எழுந்தது. பீப்பாய்க்குள் ஓர் ஆள் தாராளமாக நுழையலாம். உள்ளே சிக்கினால் மீள முடியாது. அவ்வப்போது பின் குழாய் வழியாகச் சிறுநீரைப்போல் கழிவுநீர் பீய்ச்சியது. உள்ளே மறுபடியும் புதிய நீர் பாய்ந்தது.

மோகன் தொழிற்சாலையின் பின் புறம் நடந்தான். பெரும் திறந்த வெளி தென்பட்டது. மேலே ஓலைக் கீற்றுகள் போட்டிருந்தன. காக்கைகளும் பருந்துகளும் பொறுமையாகக் காத்திருந்தன. அரைகுறையாக வெயில் வீசியது. அங்கங்கே ரோமங்கள் மண்டிய உப்புத் தோல்கள் குவிந்திருந்தன. ஆடுகள் பட்டியில் கூட்டமாக நெருக்கி நிற்பதைப் போலிருந்தது. காரமான மூத்திரம், அமில நாற்றம் வீசியது. அகன்ற சுண்ணாம்புத் தொட்டிகளில் தோல்கள் ஊறின. இடுப்பில் கோணிப்பைகளைக் கட்டி ஆதிவாசிகளைப்போல் தொழிலாளர்கள் அவற்றை வெளியில் எடுத்துக்கொண்டிருந்தார்கள். மற்றொரு தொட்டியில் சாய்ந்த மரத் துண்டுகளில் தோல்களை விரித்து சீவிக்கொண்டிருந்தார்கள். கைகளில் இருபுறமும் பிடிகளுடன் கத்திகள் பளபளத்தன. கீழே மாமிசத் துண்டுகளைப்போல் தோல் சவ்வுகள் சிதறியிருந்தன. பருந்துகளும் காக்கைகளும் அவ்வப்போது பாய்ந்து இறங்கிக் கொத்திச் சென்றன.

பந்தலில் பெண்கள் கால்களை நீட்டி உட்கார்ந்திருந்தார்கள். மடி மேல் தோல்களைப் பரப்பி முடிகளைச் சிரத்தையாகப்

பித்தார்கள். ஒவ்வொரு விரலுக்கும் உறைகளைப்போல் ரப்பர் பலூன்களை மாட்டியிருந்தார்கள். பக்கத்தில் செம்பட்டை ரோமக் குப்பல்கள். திறந்த வெளியில் தேங்காய் நார்களைப்போல் காய்ந்துகொண்டிருந்தன. அந்த இடம் தடை செய்யப்பட்ட பகுதிபோலிருந்தது. மயான அமைதி நிலவியது. மேற்பார்வையாளர்கள் ஒருவருமில்லை. தூரத்துத் திண்ணையில் வயதானவர் கூன்போட்டு அமர்ந்து கணக்கெழுதிக்கொண்டிருந்தார். அழுகிய மாமிசமும் சுண்ணாம்பும் கலந்த வாடை சூழ்ந்திருந்தது. கீழே ரத்தத்தைப் போல் சிவந்த நீர் சிற்றோடைகளாக வழிந்தது. பெரிய கால்வாயில் கலந்து ஓடியது.

மோகன் பக்கத்தில் நீண்ட கூடத்துக்குச் சென்றான். அந்த இடம் முழுவதும் ஒரே தோற்றத்தில் தோல்கள் வரிசை யாகத் தொங்கின. அவ்வப்போது உயிர்பெற்றவைப்போல் அசைந்தன. அடுத்த கூடத்துக்கு வந்தான். ஓர் இயந்திரத்தில் தொழிலாளி இடைவிடாமல் தோலைச் செலுத்திக்கொண் டிருந்தார். கூரிய கத்தி மெலிதாகச் சீவிக்கொண்டிருந்தது. மற்றொரு இயந்திரத்தின் பெரும் உருளைகள் தோலை அழுத்தியபடியிருந்தன. கொஞ்சம் தவறினாலும் கைச் சிக்கிக்கொள்ளும். ஒவ்வொரு தரமும் சம்மட்டி அடிபோல் சத்தம் எழுந்தது. தொடர்ந்து கேட்டால் மயக்கம் வரும். பின்புறம் மற்றொரு தொழிலாளி தோல்களை வேகமாக எடுத்து அடுக்கிக்கொண்டிருந்தார். அவனை எடைபோடுவதுபோல் ஓரக்கண்ணால் பார்த்தார். அவர் கைகள் தாமாக இயங்கிக் கொண்டிருந்தன. இடைப்பட்ட கணத்தில் ஒரு கையை உயர்த்தி வணங்கினார். அது அவனைச் சோதிக்கும் முயற்சியா யிருக்கும். அவனும் பதிலுக்கு வணங்கினான்.

மூலை இயந்திரத்தின் அகலப் பட்டையில் தோல்கள் தொடர்ந்து சென்றுகொண்டிருந்தன. மேலே துல்லிய அளவுகள் தெரிந்தன. அருகில் மேற்பார்வையாளர் நின்றிருந்தார். மற்றொரு இயந்திரம் தோல்களுக்கு வண்ணம் பூசியது. பக்கத்தில் இன்னொரு இயந்திரம், கோடுகள், கட்டங்கள், வளைவுகள், வட்டங்கள், புள்ளிகளை வரைந்துகொண்டிருந்தது. கடைசியில் முழுமையான தோல்கள் வெளிப்பட்டன. உயர்ந்த பட்டுத் துணிகளைப் போலிருந்தன. மிக விலையுள்ளவையாகத் தோன்றின. அவை சாதாரண பொருட்களைப்போல் கூடத்தின் மூலையில் தூக்கி அடுக்கப்பட்டன. சிறு குன்றுகள்போலிருந்தன. தொழிற்சாலைகளில் கடும் பாதுகாப்பிருந்தும் தோல்கள் திருடுபோவதும் மீட்பதும் நடக்கும். அவற்றைத் திருட தனியாகக் குழு உண்டு என்றும் கேள்விப்பட்டிருந்தான்.

தேநீர் இடைவேளை மணி ஒலித்தது. அனைத்து இயந்திரங்களும் அணைக்கப்பட்டன. தொடர்ந்து எழுந்த ஓசைகள் நின்றன. பெரும் கொள்கலன்கள் மட்டும் நிற்காமல் சுழன்றுகொண்டிருந்தன. கழிவுநீர் தொடர்ந்து ஓடியது. அளவை இயந்திரத்தில் தோல் பாதியில் நின்றது. அதை இயக்குபவர் சிரித்தபடி சீருடையைக் களைந்தார். உள்ளே ஆடை கிழிந்து அழுக்காயிருந்தது. சீருடைகளில்லாமல் தொழிலாளர்கள் வெவ்வேறு நபர்களாகத் தெரிந்தார்கள். அனைவரும் மூலையில் கூடினார்கள். பேச்சுக் குரல்கள் தெளிவாகக் கேட்டன. தேநீர் குடிப்பது பெரும் கொண்டாட்டம் போலிருந்தது. தேநீர் ஊற்றுபவரை ஒரே நேரத்தில் தம்ளர்களுடன் தொழிலாளர்கள் சூழ்ந்தார்கள். மேலாளர் புன்னகையுடன் இயந்திர மேடையிலிருந்து இறங்கி வந்தார். மோகனிடம் "வேலை பிடிச்சிருக்கா?" என்றார். அவன் இயந்திரங்களிடும் சப்தங்களின் ஞாபகத்தில் தலையாட்டினான். பின் "ஆமா சார்" என்றான். மேலாளரும் மேற்பார்வையாளர்களும் அலுவலகத்தில் சென்று அமர்ந்தார்கள். அனைவரையும் மேலாளர் அறிமுகப்படுத்தினார்.

அலுவலகம் வீட்டு வரவேற்பறை போலிருந்தது. நாற்காலிகளும் பெரிய மேசையும் போடப்பட்டிருந்தன. அலமாரிகளில் கணக்கு நோட்டுகளும் கோப்புகளும் நிறைந்திருந்தன. தோல்களின் மாதிரித் துண்டுகள் அடுக்கி யிருந்தன. மூலையில் உயர்ந்த மரத்தாலான பழைய சாய்வு நாற்காலி கிடந்தது. அதற்குத் திறந்து மூடும் கைப்பிடி. தலை, கால்கள், வாலுடன் புலித்தோல் மேலே விரித்திருந்தது. அதில் பழுப்பு வரிகள் நெளிந்துகொண்டிருந்தன. கண்கள் கோபமாகப் பார்த்தன. வனத்தின் ஆழத்தில் சுதந்திரமும் ரௌத்திரமுமாகப் பெருமையுடன் வாழ்ந்து, இப்போது வெறும் காட்சிப்பொருளாயிருப்பதை ஆட்சேபிப்பதைப் போலிருந்தது. இதில் உனக்கும் பங்குண்டு என்றது. மேலாளர் சிரித்தார். "உண்மையான புலித்தோல். பண்ணை வீட்டில சும்மா கிடந்ததாம். இங்க எடுத்து வந்து போட்டிருக்காங்க" என்றார்.

மோகனுக்கு மேலே படுத்துப் பார்க்கத் தோன்றியது. பளபளப்பை, மென்மையை, மாபெரும் விலங்கின் தன்மையை உணர வேண்டும். ஆனால் திடீரென அது உயிர் பெற்றுவிடலாமென பயந்தான். அவனுக்கு அமர கூச்சமா யிருந்தது. அந்தச் சாய்வு நாற்காலி உடமையாளரின் இருப்பை எப்போதும் உணர்த்த வைக்கப்பட்டிருக்கும். மேலாளர் சிறிது இடைவெளிவிட்டு "நான் நாளையிலிருந்து வேலைக்கு வர மாட்டேன். கொஞ்ச நாளில வேற கம்பெனிக்குப் போறேன். இனிமே நீங்கதான் கவனிக்கணும்" என்றார். அதிர்ச்சியுடன்

அவரைப் பார்த்தார்கள். "இதெல்லாம் பெரும்பாலும் தொழிலாளிங்க தானா செய்ற வேலைதான். நாம வெறுமனே கண்காணிச்சா போதும்" என்றார். மேலும் நடைமுறைகளை விளக்கிக்கொண்டிருந்தார். அவர்களுக்குக் கோப்பைகளில் தேநீர் வந்தது. மௌனமாகக் குடித்தார்கள். அவனுக்குத் தேநீரில் தோல் நாற்றம் வீசுவதுபோல் தோன்றியது.

மறுநாள் காலை எட்டு மணியாகிக் கொண்டிருந்தது. மோகன் அவசரமாகத் தொழிற்சாலைக்குள் நுழைந்தான். தொழிலாளர்கள் நிதானமாக ப் பேசியபடி வந்துகொண்டிருந்தார்கள். மற்ற மேற்பார்வையாளர்கள் இன்னும் வரவில்லை. வெளியில் வெளிநாட்டுக் காரின் சங்கீத ஒலி கேட்டது. காவலாளி இரும்பு வாயிற் கதவை இருபுறமும் விரியத் திறந்தார். ஓரமாக நின்று விறைப்பாக சல்யூட் அடித்தார். உள்ளே படகைப்போல் கார் மிதந்து வந்தது. கட்டடத்துக்கு அருகில் நின்றது. கதவைத் திறந்து உரிமையாளர் குனிந்து வெளியில் வந்தார். தோளில் தொங்கும் தோல் பையுடன், ஜீன்சும் முழு காலணிகளும் அணிந்திருந்தார். மோகன் வணங்கினான். அவர் பதிலுக்குக் கையை உயர்த்தினார்.

உரிமையாளர் காலணிகள் சப்திக்க தொழிற்சாலைக் கூடத்தின் நடுவில் நின்றார். அங்கு மயான அமைதி நிலவியது. இயந்திரங்கள் ஓடாமல் மௌனித்திருந்தன. தொழிலாளர்கள் வேலையைத் தொடங்கவில்லை. உரிமையாளர் வெளிநாட்டுத் தோரணையில் அதிருப்தியுடன் தோள்களைக் குலுக்கினார். "இன்னும் ஏன் வேலைய ஆரம்பிக்கல?" அவர் கண்கள் குளிர் கண்ணாடியின் வழியாகக் கோபமாக மின்னின. மோகன் தொழிற்சாலை சுவரில் தொங்கிய பெரிய கடிகாரத்தைப் பார்த்தான். ஓரிரு நிமிடங்கள் பாக்கியிருந்தன. பெரிய வினாடி முள் ஒவ்வொரு நொடியாக நகர்ந்துகொண்டிருந்தது. "சார், எட்டு மணியாகலை, அதான்" என்றான். அவர் தன் முழுக்கைச் சட்டையின் முனையை இழுத்து கைக்கடிகாரத்தைக் கவனித்தார். "இல்லை, நேரம் ஆயிட்டது. ஒவ்வொரு வினாடியும் முக்கியம். அதனால மொத்தமா விளையற பாதிப்பு பெரிசாயிருக்கும்" என்றார். அவன் தலைகுனிந்தான். "நாம் தவறுகளுக்குக் காரணம் சொல்லக் கூடாது. அவற்றை ஒப்புக்கொள்ள வேண்டும்" என்றார் ஆங்கிலத்தில்.

மோகன் என்ன செய்வதெனப் புரியாமல் நின்றான். தொழிலாளர்கள் ஒவ்வொருவராக உள்ளே நுழைந்தார்கள். ஒரு தொழிலாளி முதலில் வரிசையாக விளக்குப் பொத்தான்களை அழுத்தினார். தொழிற்சாலை முழுவதும் வெளிச்சமடைந்தது.

பெரிய பதனிடும் இயந்திரத்தின் மறைவில் நின்று அதை இயக்குபவர் சாவதானமாகச் சட்டையைக் கழற்றத் தொடங்கினார். மற்றொருவர் கணக்கிடும் இயந்திரத்தின் துளைகளில் மெதுவாக எண்ணெய் விட்டார். இன்னொருவர் தன்னுடைய இயந்திரத்தை நீவித் துடைத்தார். வேறொருவர் அளக்கும் இயந்திரத்தின் கீழுள்ள இடைவெளியில் நீட்டிப் படுத்து சுத்தம் செய்துகொண்டிருந்தார். அனைத்துத் தொழிலாளர்களும் நிதானமாகச் சீருடைகளை அணிந்தார்கள். சுவர்க் கடிகாரத்தின் முள் சரியாக எட்டு மணியை அடைந்தது. உடனே இயந்திரங்களின் பொத்தான்கள் அழுத்தப்பட்டன. தண்ணீர் மோட்டார்கள் துரிதமாக இயங்கின. அனைத்து இயந்திரங்களும் மந்திரம் போட்டதுபோல் ஓடத் தொடங்கின. மாபெரும் சக்கரங்கள் சுழன்றன. அவற்றின் நீண்ட பட்டைகள் சுற்றின. பெரிய கொள்கலன்கள் சுழலத் தொடங்கின. தொழிற்சாலை முழுதும் பேரிரைச்சலில் மூழ்கியது. சற்று முன் அமைதியாயிருந்த தொழிற்சாலையா என்று சந்தேகமேற்பட்டது.

உரிமையாளர் திருப்தியுடன் தலையாட்டினார். காலணிகள் ஒலிக்க வேகமாக அலுவலக அறையில் நுழைந்தார். மோகன் பின்தொடர்ந்தான். அவர் அமர்ந்து உற்பத்திப் பட்டியலை எடுத்துப் பார்த்தார். கச்சாப் பொருட்கள் இருப்பை மேலோட்டமாக ஆராய்ந்தார். பிறகு மேற்பார்வையாளர், தொழிலாளர்களின் வருகைப் பட்டியலைப் பார்வையிடத் தொடங்கினார். யோசனையுடன் "இன்னும் மற்ற மேற்பார்வையாளர்கள் வரவில்லை போலிருக்கிறது? நீதான் கண்டிக்க வேண்டும்" என்றார் ஆங்கிலத்தில். அவன் பதிலளிக்கவில்லை. கொஞ்சம் முன்பு உரிமையாளர் கடிந்ததை நினைத்துக்கொண்டிருந்தான். அவர் ஞாபகம் வந்தவராகத் தோல் பையிலிருந்து கடிகாரம் ஒன்றை எடுத்து நீட்டினார். அகன்ற பட்டையும் வட்ட முகப்போடுமிருந்தது. அதில் மணி, நிமிடம், நொடிகள் துல்லியமாக மின்னின. "இனிமே சரியான நேரத்துக்கு வேலை ஆரம்பிக்கணும்" என்றார் எழுந்தபடி. அவன் கடிகாரத்தை வாங்கிக்கொண்டான். அதைப் பார்த்தவாறு முன்பு நடந்ததை அவருக்கு விளக்க முயன்றான். "சார், கம்பெனி கடிகாரக் கணக்குப்படி வேலை தொடங்கியாச்சு. அவங்க அதன்படிதான் செய்வாங்க." உரிமையாளர் அவன் சொன்னதைக் காதில் வாங்கவில்லை. "இனிமே இரவு வேலையும் சேத்துப் பாத்துடு" எனக் கூறியவாறு நடக்கத் தொடங்கினார். காரில் உட்கார்ந்து கதவை அறைந்து சாத்தினார். கார் அசைந்தாடியபடி வாயிலைக் கடந்தது.

இரவு நேர வேலையும் முடிந்தது. தொழிலாளர்கள் தூக்கக் கண்களுடன் கலைந்து சென்றார்கள். அவன் உடனே வீட்டுக்குச் சென்று உறங்க விரும்பினான். தொழிற்சாலையிலிருந்து வெளியேறி நெடுஞ்சாலையோரம் நின்றான். புதிய கைக்கடிகாரத்தை சட்டைப் பையிலிருந்து எடுத்தான். இரவிலும் நேரம் தெரியும் வெளிநாட்டுக் கடிகாரம். எண்களும் முட்களும் ஒளிர்ந்தன. அந்தப் பின்னிரவு வேளையில் பேருந்துகள் கிடையாது. பசியில் அடிவயிறு வலித்தது. வாகனங்கள் வரிசையாகச் சக்தி வாய்ந்த விளக்கொளிகளுடன் விரைந்தன. கண் கூசியதில் ஒன்றும் தெரியவில்லை. எல்லா வாகனங்களையும் நிறுத்திக்கொண்டிருந்தான். ஒரு லாரி கிடைத்தால் போய்விடலாம். சில கார்கள் மோதுவதைப்போல் வந்தன. மீண்டும் கைக்கடிகாரத்தைப் பார்த்தான். இன்னும் ஓரிரு மணி நேரம் காத்திருந்தால் விடியற் காலைப் பேருந்துகள் புறப்பட்டு வரும். ஏறி வீட்டை அடையலாம். சாப்பிட்டுப் படுத்துக் கொஞ்ச நேரம் தூங்கலாம். மீண்டும் காலையில் கிளம்பி தொழிற்சாலைக்கு வர வேண்டும். கடிகார முட்கள் போட்டியிட்டு வேகமாகத் துரத்துவதைப்போலிருந்தன.

மோகன் வீட்டை அடைந்தான். இன்னும் இருட்டுக் கருமையாகச் சூழ்ந்திருந்தது. தெருக் கதவு தாழிடாமல் சாத்தியிருந்தது. சோர்வோடு திறந்து உள்ளே நுழைந்தான். மூலை அறையில் அம்மா தூங்கிக்கொண்டிருந்தாள். மெலிதான குறட்டைச் சத்தம் கேட்டது. அப்பா வழக்கம்போல் அதிகாலையில் கொல்லைக்குப் போயிருந்தார். தட்டில் சாப்பாடுப் போட்டு பெஞ்சில் மூடி வைக்கப்பட்டிருந்தது. கூடவே வேகவைத்த முட்டை, தம்ளரில் ஆடை கட்டிய பால். அவற்றைக் காண வெறுப்பேற்பட்டது. பசி மறைந்துவிட்டிருந்தது. உடனே படுத்துத் தூங்கத் தோன்றியது. யாராவது வீட்டில் நுழைந்து பொருட்களைத் திருடிக்கொண்டு சாப்பிட்டுவிட்டுப் போனாலும் அம்மாவுக்குத் தெரியாது. தான் தின்றதாகத்தான் நினைப்பாள். அவன் கோபத்துடன் முட்டையைத் தூக்கி வாசலில் எறிந்தான். சாப்பாட்டைத் திறக்கவில்லை. ஆறிய பாலைக் குடித்துவிட்டுப் படுத்தான்.

மோகன் விடிந்த பிறகும் தூங்கிக்கொண்டிருந்தான். அம்மா நேரமாவதைக் கண்டு அருகில் வந்து கூப்பிட்டாள். “ஏம்பா, வேலைக்கிப் போவ வேணாமா?” அவன் வேகமாக எழுந்து குளித்தான். நேற்று அணிந்த கசங்கிய மேல், கால் சட்டைகளை உடுத்திக்கொண்டான். வேறு நல்ல உடைகளில்லை. முதல் சம்பளத்தில் இரண்டு மூன்று ஆடைகள் வாங்க வேண்டும்.

ஞாபகமாக உரிமையாளர் தந்த புதிய கைக்கடிகாரத்தைக் கையில் கட்டிக்கொண்டான். அதன் முகப்பு மணிக்கட்டில் பொருந்தாமல் பெரிதாயிருந்தது. ஓர் அடையாள வில்லை போலிருந்தது. தட்டில் இட்லிகளும் குழம்பும் பெஞ்சில் வைக்கப்பட்டிருந்தன. பக்கத்தில் காத்திருந்த அம்மா "சாப்பிட்டுப் போ" என்றாள். அவனுக்கு வாய் கசந்தது. "நீயே சாப்புடு, நேரமாச்சு" என்று கிளம்பினான். "ராத்திரிகூடத் தின்னக் காணோம். இந்தா, பாலையாவது குடிடா" என்று தம்ளரை நீட்டினாள். அதை வேகமாக வாயில் ஊற்றிக்கொண்டான். காலில் அவசரமாகச் செருப்பை மாட்டிக்கொண்டு புறப்பட்டான். பின்னால் வாசப்படியில் "ராத்திரி பகலா என்ன வேல? இதப் பிடிக்கலைன்னா விட்டுடு. போவாதே" அம்மாவின் குரல் ஒலித்தது. அதைக் கேட்க மிகவும் ஆறுதலுண்டானது. அப்போதுதான் கொல்லையிலிருந்து வந்த சுந்தரம் மௌனமாகப் பார்த்துக்கொண்டிருந்தார்.

ஆழ உழுத பேய்

தண்ணீர் குழாய் சொட்டி நின்றது. மோட்டார் அதிர்ந்து இரைச்சலிட்டது. கிணறு வற்றி அடியில் கரும்பாறைகள் புலப்பட்டன. பெரிய முருகன் மோட்டாரை அணைத்துவிட்டுப் புங்க மர நிழலில் உட்கார்ந்தார். நீர் ஊற நீண்ட நேரமாகும். நெடுஞ்சாலையில் வாகனங்கள் வேகமாக ஓடிக்கொண்டிருந்தன. முனியன் ஓரமாக நடந்து வந்தார். கொல்லைக்குள் இறங்கி களத்தைக் கடந்தார். கையில் துணிப்பைத் தொங்கியது. அவர் அரசாங்கத் தோல் தொழிற்சாலையில் நீண்ட கால வேலையாள். அங்கு எண்ணிக்கைக் கணக்கில் வேலை செய்தார்கள். இரண்டு, மூன்று மணிநேரத்தில் முடித்தால் வெளியேறிவிடலாம். எட்டு மணிநேர வேலையில்லை. முனியனுக்கு ஆற்றுப் புறம்போக்கில் சில வாய்க்கால்கள் நிலமிருந்தது. ஒருமுறை ஊர் பஞ்சாயத்தில் மேல் கொல்லை கோவிந்தசாமி எதிர்த்தார். "அதெப்படி, ஊரு உலகுக்குப் பொதுவான ஆத்த சொந்தம் கொண்டாட முடியும்? உங்கப்பன் சம்பாதிச்சதா?" என்றார். "அது பாட்டன் காலத்துலயிருந்து வருது. பேசாம உடுண்ணா" என்றார் முனியனுக்கு ஆதரவாக நாட்டாமை கங்கன் மாமா.

முனியன் வேலை முடிந்து தன் கொல்லைக்கும் சென்று வந்திருந்தார். உடம்பில் தோல் வாடை ஒட்டியிருந்தது. "முருகா கொஞ்ச நேரம் கழிச்சி தண்ணி போடு" என்றார். பையை பெரிய

முருகன் பக்கத்தில் மரத்தடியிலும் சோப்புப் பெட்டியைத் தொட்டிச் சுவரிலும் வைத்தார். பையில் சலவை வேட்டிச் சட்டைகள் நீலமிட்டு வெண்மையாக எட்டிப் பார்த்தன. தொழிற்சாலையின் கணிசமான சம்பளத்தில் வாங்கியவை. அவற்றை வேலை நேரத்தில் அணிய முடியாது. முனியன் தொட்டியில் இறங்கி மூழ்கினார். கைப்பிடிச்சுவரில் நீர் சொட்ட எழுந்து உட்கார்ந்தார். உடல் சிலிர்த்தது. சோப்பை நிறைய நுரை எழத் தேய்த்தபடி “ராவும் பகலுமா இந்தக் கொல்லையில கெடக்கறியே. சொந்தமா பயிர் செய்யி. உழைக்கறதுக்கு ஏத்த பலன் கெடைக்கும். மக பெத்த புள்ளைங்களக் கரையேத்தலாம்” என்றார்.

பெரிய முருகன் பதிலளிக்காமல் உட்கார்ந்திருந்தார். முனியனின் கரு மேனியில் நுரை எழுந்தது. சுற்றி சந்தன சோப்பு வாசம் வீசியது. பெரிய முருகன் சோப்பு போட்டுக் குளிப்பதில்லை. கொல்லைத் தொட்டியிலும் இறங்க மாட்டார். அதில் ஆடு மாடுகள் நீரருந்துவதால் தூய்மையாயிருக்க வேண்டுமென நினைப்பார். கால்வாயின் கணுக்கால் நீரில் உட்கார்ந்து குளிப்பார். இருகைகளாலும் அள்ளி ஊற்றிக் கொள்வார். தேங்காய் நாராலும் கூழாங்கல்லாலும் உடலைத் தேய்ப்பார். முனியன் தலைக்கும் முகத்துக்கும் சோப்பிட்டுக் கண்களை மூடியிருந்தார். பெரிய முருகன் எழுந்து மோட்டாரைப் போட்டார். தொட்டியில் தண்ணீர் குதித்தது. முனியன் குழாயில் தலையைக் காட்டினார். நீர் வெளியில் சிதறியது. சுந்தரம் பார்த்தால் கிணற்றில் விழுகிறதென ஆட்சேபிப்பார். முனியன் எழுந்து வண்ணத் தேங்காய்ப்பூ துவாலையால் துடைத்துக்கொண்டார். தலை மயிரை உதறினார். குளிர்ந்த துளிகள் பெரிய முருகன் மேல் பட்டன. முனியன் வேட்டியை எடுத்துக் கட்டினார். அங்கங்கே சிறிதாக ஈரம் படர்ந்து நீலம் பாரித்தது. பெரிய முருகனுக்கும் குளிக்கும் ஆசை எழுந்தடங்கியது. “டே, பொண்ணு வீட்டோட வந்துட்டா. உனக்குதா வளத்து ஆளாக்கற கடம” என்றார் முனியன். அரசியல்வாதிபோல் துவாலையை இரு தோள்களிலும் சேர்த்து காயப்போட்டுக்கொண்டார். “எந் சும்மா கெடக்கற கொல்லய் வாரக் குத்தகையா வச்சுக்க, போ” என்று நடக்கத் தொடங்கினார். சாலை மேட்டிலேறி மறைந்தார். நெடுநேரம் சந்தன மணம் கமழ்ந்தது.

எல்லாவற்றையும் எண்ணியபடி பெரிய முருகன் கமலை ஓட்டிக்கொண்டிருந்தார். தனியாயிருந்தாலும் யாரோ உடனிருக்கும் உணர்வு. அது சமீபகாலமாக அடிக்கடி

தோன்றிக்கொண்டிருந்தது. தொண்டையைச் செருமிக்கொண்டு எருதிடம் "பின்னால வா, வா…" என்றார். நீண்ட நேரம் பேசாமல் உதடுகள் ஒட்டியிருந்தன. முனியனின் கொல்லை ஆற்றங்கரையோரம் ஒதுங்கியிருந்தது. சிமெண்டு உறைகளை இறக்கிய மணற் கேணியில் நீர் வற்றுவதில்லை. ஆற்றில் நீரோடினால் குனிந்து மொள்ளலாம். வெள்ளம் கரை புரளுகையில் கிணறு பொங்கி வழியும். கொல்லை முழுவதும் ஓடி மீண்டும் ஆற்றில் கலக்கும். இந்த நிலத்தை உழத் தொடங்கி கொஞ்ச காலமாகிறது. சுந்தரத்தின் கொல்லையிலிருந்து விலகியதும் வந்தது. இங்கு மணல் கலந்த மண் வெண்மையானது. அள்ளினால் கையிடுக்குகளில் உதிர்ந்தன. அவர் ஒரு கணமும் ஓயவில்லை. முதலில் பயிரிட்டு சோளம், கேழ்வரகு அறுத்திருந்தார். விளைச்சல் மிகவும் குறைவு. ஆனால் கரும் பச்சைத் தாள்கள் நீண்டு, அகன்று, அசாதாரணமாயிருந்தன.

பெரிய முருகன் புதிதாக நட்ட கத்தரி நாற்றுகளுக்கு மடை திருப்பியிருந்தார். இப்போதே இலைகள் நன்கு விரிந்திருந்தன. வெறுமனே கமலையில் நீரிறைத்துக்கொண்டிருந்தால் போதும். கால்வாயில் நீரோடும். ஒவ்வொரு பாத்தியாகப் பாயும். ஈரம் பட்டதும் நாற்றுகள் உயிர் பெற்றவை போல் சட்டெனத் தலை நிமிரும். சுந்தரம் கொல்லையில் போலில்லாமல், ஒரே நாளில் நீரில்லாவிட்டால் காய்ந்துவிடும். அவர் கமலைக் கயிறில் உட்கார்ந்து வேகமாகச் சரிவில் இறங்கினார். மீண்டும் மெல்ல நடந்து திரும்பினார். வாய் வரை பாட்டுகள் புறப்பட்டு வந்தன. தொண்டையிலிருந்து வெளியேறவில்லை. கரகரவென "சோ, சோ" என்றார். அதையே நீட்டி பாட்டாக்கினார். எங்கோ பட்டு அமானுஷ்யமாக எதிரொலித்தது. சுற்றிலும் பசுமையான தட்டுகள் சூழ்ந்திருந்தன. உட்கார்ந்தால் ஆள் மறையும் சோளக்கொல்லை. அவரும் மாடும் கிணறும் வெளியில் தெரிய மாட்டார்கள். ஒற்றை மாடு கண்களை மூடி அசையிட்டு நடந்துகொண்டிருந்தது.

பெரிய முருகன் குத்தகை உழவுக்குப் புதிய மாடு வாங்கியிருந்தார். அது ராஜியால்தான் நிறைவேறியது. அவள் அடிப் பானை, பழைய இரும்புப் பெட்டி, கடுகு டப்பாவிலும், தன் பெரியப்பாவிடமும் சிறுக பணம் சேர்த்திருந்தாள். ஓர் உறவுப் பெண்ணிடம் இரண்டு மாதச் சீட்டுகள் என்றும் சேமித்திருந்தாள். சீட்டுக்காரியிடமிருந்து சீட்டுப் பணம் திரும்பப் பெறுவது கடினமாயிருந்தது. கடைசியில் அவளும் நிலைமையை உணர்ந்து தந்துவிட்டாள். பெரிய முருகன் பலரிடம் பணம் கேட்டுக் கெஞ்சுகையில்தான் அறிந்திருந்தாள்.

தான் வைத்திருந்த பணத்தை மஞ்சள் பையில் சாதாரணமாகப் போட்டுத் தந்தாள் ராஜி. தொடர்ந்து தென்னை ஓலைகள் பின்னி விற்ற காசு. அப்போது அவள் முகத்தில் பெருமை வழிந்தது. தரகர் தனபாலுடன் பெரிய முருகன் சந்தையில் மாடு வாங்கி வந்தார். மாடு முழு வெண்மையாக, கண்களில் மை தீட்டியது போலிருந்தது. கொம்புகள் கூராக வளைந்திருந்தன. முகத்தில் பசு மாட்டைப்போன்ற சாந்தம். கண்ணன் என்று ராஜி பெயர் வைத்தாள். அவர் சில சமயங்களில் லட்சுமி என்பார்.

பெரிய முருகன் இரவில் கிணற்றுக்குப் பக்கத்தில் சின்ன குடிலில் படுப்பார். எண்ணெய் தீரும்வரை லாந்தர் எரியும். பிறகு நிலவு, நட்சத்திரங்கள் துணையிருந்தன. வானைப் பார்த்தபடி தனக்குக் கிடைத்த கொல்லையை எண்ணி பெருமைப்படுவார். விளையும் பயிர்கள் தன் உடமையாகிவிட்டன. அடுத்து சோளம் அறுத்து தக்காளியும் வெண்டையும் போட வேண்டும். அவை ஆற்றங்கரை மணலில் செழித்து வளரும். எண்ணிக்கைக் குறைந்தாலும், பூசணி, சுரைக் காய்களைப்போல் மிகப் பெரிதாயிருக்கும். நல்ல விலைக்கு விற்கும். கோடையிலும் கிணறு வற்றாது. ராட்சசத்தனமாகப் பயிர்கள் வளரும். அபரிமிதமாகத் தானியங்கள் கொட்டும். அவர் சிறுகச் சிறுகப் பணம் சேர்ப்பார். தான் இறந்த பின்னால் மகளும் பேரப் பிள்ளைகளும் கவலையில்லாமலிருப்பார்கள். பேரன் படித்து மருத்துவராக ஊருக்குத் தலை நிமிர்ந்து வருவான். அவர் விழித்தபடி கனவு கண்டார்.

அன்று மேகங்கள் சூழ்ந்து வானம் இருண்டிருந்தது. பெரிய முருகன் குடிலுக்குள் தலையிறங்கப் போர்த்திப் படுத்திருந்தார். திடீரென ஆழ்மனம் உறுத்த விழித்துக்கொண்டார். சுற்றிலும் உற்றுப் பார்த்தார். எதிரில் சோளப் பயிர் கரும்சுவர் கட்டியது போலிருந்தது. கிணறும் கம்பங்களும் மரமும் லேசாகத் துலங்கின. அருகே சிறிய தொட்டியில் ஓர் உருவம் தண்ணீர் குடித்துக்கொண்டிருந்தது. முதலில் கொல்லைச் சொந்தக்காரர் போல் தெரிந்தது. முனியன் அகாலத்தில் வர மாட்டார். அதற்கு மிகவும் தாகம் போலும். அவருக்குள் பச்சாதாபம் எழுந்தது. பிறகு பயத்தால் அனிச்சையாகக் குரலெழுப்பினார். தொண்டையில் சப்தம் சிக்கிக்கொண்டது. அது தலையைத் திருப்பிப் பார்த்தது. முகத்தில் எவ்வித உணர்ச்சிகளுமில்லை. கண்கள் இருண்டிருந்தன. நீரை அள்ளாமல் இரு கைகளும் அந்தரத்தில் நின்றன. வாயிலிருந்து நீர் ஒழுகியது. தொட்டியிலிருந்து மெல்ல எழுந்து வந்தது. அவர் நகர முடியாமல் படுத்திருந்தார். அவரை முகர்ந்து பார்த்து மறுப்பதுபோல் தலையாட்டி

நிராசையுடன் வாயை அகலத் திறந்து கத்தியது. அதற்கும் ஓசை எழவில்லை. அவர் கண்களை இறுக மூடிக்கொண்டார். ஏதாவது விலங்காயிருக்கலாம் என்று எண்ணினார். அல்லது சுடுகாட்டில் திரியும் எண்ணற்ற பேய்களில் ஒன்றாயிருக்கும். அந்த உருவம் நகர்ந்தது. அவர் கண்களை மெல்லத் திறந்தார். அது விலகி கொல்லைக்குள் செல்வது தெரிந்தது. அங்கு நீண்ட நேரம் குனிந்து மண்ணிலிருந்து செடிகளைப் பிடுங்கியது. அவர் அச்சத்துடன் உற்றுப் பார்த்துக் கொண்டிருந்தார். அசதியில் தூங்கியும் விட்டார். பொழுது நன்றாக விடிந்தது. எழுந்து திருடு நடந்திருக்கிறதா என்று தெரிந்துகொள்ள கொல்லையைச் சுற்றி வந்தார். அந்த உருவத்தால் எந்த சேதமும் விளையவில்லை. சோளக் காடு முழுக்க முளைத்திருந்த களைகள் வேரோடு பிடுங்கப்பட்டிருந்தன. ஒன்று கூட விடுபடவில்லை. அவை அங்கங்கே குப்பல்களாக ஈரமான மண் ஒட்டிக் கிடந்தன. அவர் நேற்றுதான் அவற்றைப் பிடுங்க திட்டமிட்டிருந்தார். சோர்வில் பிறகு பார்த்துக்கொள்ளலாம் என்று நினைத்தார். இப்போது பேயால் களைகளெல்லாம் முழுதாக அகற்றப்பட்டுவிட்டன. அவருக்குத் திருப்தியுண்டானது.

பெரிய முருகன் நடந்ததை யாரிடமும் சொல்லவில்லை. அதை நம்ப மாட்டார்கள். தனக்குத் தனியாயிருந்து பைத்தியம் பிடித்துவிட்டது என்பார்கள். நடுவில் வீட்டுக்குப் போகையில் ராஜியிடமும் தெரிவிக்கவில்லை. அவருக்குப் பேயைப் பார்த்தது பற்றி சந்தேகம் ஏற்பட்டது. தான் கண்டது கனவு என்றும் தோன்றியது. அவரே முன்தினம் முழு உத்வேகத்துடன் களையெடுத்திருக்கலாம். அவளைப் பயமுறுத்த விரும்பவில்லை. கொல்லைக்குப் போகக் கூடாதென அழுவாள். அவர் மீண்டும் புறப்படும் முன் பேரப்பிள்ளைகளுடன் படுத்தார். சின்னவள் வயிற்றின் மேல் காலைத் தூக்கிப் போட்டாள். "புதுசா ஒரு கத சொல்லு தாத்தா" என்றாள். அவர் கொஞ்ச நேரம் யோசித்தார். மனதில் தோன்றியதைச் சொல்லத் தொடங்கினார்.

கதை சரளமாக வெளிப்பட்டது. "ஒரு ஊர்ல ஒரு பேயிருந்துச்சு. அதுக்கு ஒரு நா பாவம் ரொம்பத் தாகம். எங்கியும் தண்ணி கெடைக்கல. ஆறு கரையெல்லாம் தேடி அலைஞ்சது. ஒரு கொல்லைல கவல எறைச்சு தொட்டில தேங்கிய தண்ணியப் பாத்தது. வச்ச வாய எடுக்காமக் குடிச்சது. எல்லாத் தண்ணியும் காலியாயிட்டது. கொல்லைக் காவல்காரன் அதப் பாத்து பயந்துட்டான். கத்தி தொரத்த முயற்சி பண்ணான். தெரிஞ்ச மந்திரங்கள சொல்லி ஜெபிச்சான். அப்பவும் அது போகல. அங்கியே சுத்தி வந்துச்சு. அவனுக்குப் பயம் போயிட்டது.

இப்ப பேயும் அவனும் ஒண்ணாயிட்டாங்க. ரெண்டுபேரும் ஒத்துமையா கொல்லயில வாழறாங்க...”

கதையைக் கேட்டுப் பிள்ளைகள் திகைத்தார்கள். அவர்களுக்குக் கொஞ்சமும் புரியவில்லை. பதில் குரலே எழவில்லை. அப்படியே தூங்கியும்விட்டார்கள். சின்னவள் தூக்கத்தில் ஒரு தரம் “உம்” கொட்டினாள். அவளின் காலை கவனமாகத் தூக்கிவைத்துவிட்டு பெரிய முருகன் எழுந்தார். பேய்கள் புறப்பட்டு உலவும் நள்ளிரவாகிவிட்டது. லாந்தரை எடுத்துக்கொண்டு கிளம்பினார். ராஜி கதையைக் கேட்டுப் பயந்திருந்தாள். மெதுவாக “இத மடியில வச்சிக்க, பாத்துப்போ” என்று துருப்பிடித்த ஆணி ஒன்றைத் தந்தாள். கையில் இரும்பிருந்தால் கண்டிப்பாகப் பேய் பிடிக்காதென்று சொல்வார்கள். அதை இடுப்பில் சொருகிக்கொண்டார். வாசலில் பேச்சி சிரித்தபடி கோலூன்றி நின்றிருந்தாள். அவளுக்குக் கதை மிகவும் பிடித்திருந்தது. அவளேக் கட்டிச் சொன்னது போலிருந்தது.

பெரிய முருகன் இரவில் ஓய்ந்து படுத்தார். இரண்டு வாய்க்கால்களில் சோளக் கதிர்களைத் தனியாளாக அறுத்திருந்தார். கிணற்றுக்குப் பக்கத்தில் சிறிய இடத்தில் கதிர்கள் கோபுரமாகக் குவிந்திருந்தன. நாளைக் காலையில்தான் உதறத் தொடங்க வேண்டும். முடிக்க மாலையாகிவிடும். எவ்வளவு விளைச்சலெனப் பார்க்க ஆவலேற்பட்டது. கதிர்களை அடித்து உதிர்த்துத் தூற்றுவது கடினமான வேலை. துணைக்கு ராஜியை அழைத்து வந்தால் கொஞ்சம் சுலபமாயிருக்கும். தானியங்கள் குறைவாக விழும்போலிருந்தன. நிறைய வெறும் பதர்களாயிருந்தன. மறுநாள் வீட்டுக்கு மூட்டையில் எடுத்துச் செல்ல வேண்டுமென எண்ணியபடி உறக்கத்தில் ஆழ்ந்தார். கமலை இறைக்கும், உழும், விதைக்கும் கனவுகள் தோன்றியபடியிருந்தன. பின்னிரவில் தொலைவில் காலடிச் சப்தம் மெல்லக் கேட்டது. கொஞ்ச நேரத்தில் கொல்லையை நெருங்கியது. வரப்புகளில் அழுத்தமாக நடக்கும் ஒலி துல்லியமாக எழுந்தது. பிறகு களத்தில் உலவியது. கனத்த காலடியோசை தொடர்ந்து கேட்டுக்கொண்டிருந்தது. அது முன்பு வந்த பேய்தான் என எண்ணினார். அவர் பயத்துடன் துப்பட்டியை இழுத்துப் போர்த்திக்கொண்டு மூட்டைபோல் சுருண்டார். எது வேண்டுமானாலும் நேரட்டும் என்று தீர்மானித்தார்.

வெளியில் பலவகை ஓசைகள். அவர் மூச்சை அடக்கிப் படுத்திருந்தார். அப்படியே அரையுறக்கத்தில் அமிழ்ந்தார்.

அடிக்கும் மோதும் கொட்டும் சப்தங்கள் தொடர்ந்து கேட்டுக் கொண்டிருந்தன. நீண்ட நேரத்துக்குப் பிறகு ஓய்ந்தன. அவரால் எழ முடியவில்லை. முன்பு போல் கொல்லையில் பேய் தீவிரமாக உழைத்திருக்கும் என நினைத்தார். அந்தப் பேய் விவசாயத்தில் மிகுந்த ஈடுபாடும் பழக்கமும் கொண்டதாயிருக்கும். அவர் மீண்டும் தூங்கத் தொடங்கினார். விடிந்ததும் மிகவும் எதிர்பார்ப்புடன் கண் விழித்தார். களத்தில் சோளக் கதிர்கள் முழுமையாக அடித்து முடிக்கப் பட்டிருந்தன. இரண்டு மூன்று மூட்டைகள் கொட்டி நிரம்பியிருந்தன. தவிடு தனியாகக் குவிந்திருந்தது. கதிர்கள் மற்றொரு புறம். வெள்ளாமை குறைவுதானெனினும் அடுத்த போகத்தில் கூடுமென நம்பினார். அவருக்கு உடல் முழுவதும் வலித்தது. கை, கால்களை நீட்டி முறித்துக்கொண்டார்.

பக்கத்தில் நாலைந்து ஊர்களுக்குச் சேர்த்து சுடுகாடிருந்தது. அவ்வப்போது பிணங்களைப் புதைப்பார்கள். சிலவற்றை ஆற்றில் எரிப்பார்கள். கொல்லை மேல் ஒளி பாய்ந்து பேய்போல் ஆடும். மயிர் கருகும் நாற்றமும் ஊனுருகும் வாடையும் வீசும். திடீரென சிதையில் பிணம் விறைத்து எழுந்து அமரும். காவலுக்கிருப்பவர்கள் அடித்துப் படுக்க வைப்பார்கள். சவம் சற்று நேரம் கால் நீட்டி உட்கார்ந்திருந்து சாயும். முதலில் கண்டபோது பெரிய முருகன் தூக்கம் வராமல் தவித்தார். பிறகு பழகிவிட்டது. இந்தக் கொல்லையும் முன்பு சுடுகாடாயிருந்தது என்பார்கள். அப்போது ஆறு மிகப் பெரியது. அடிக்கடி வெள்ளம் பெருக்கெடுக்கும். நீர் குறையும்தோறும் கரைகளும் குறுகின. கரையோர நிலங்கள் பெரிதாகின. அங்கங்கே பிணங்களைப் புதைத்தார்கள். இப்போது ஊர்க்காரர்களால் மயானத்துக்கு எல்லை வகுக்கப்பட்டது. பெரிய முருகன் கொல்லையைக் குத்தகை எடுத்த புதிதில் தன்னை மறந்து ஏர் ஓட்டிக்கொண் டிருந்தார். கரை வரப்போரத்தில் திடீரென கலப்பையில் உருண்டையான பொருள் இடித்தது. கார் முனையில் எதுவோ சிக்கியது. அது மண் படிந்து நிறம் மாறியிருந்தது. ஓட்டைத் தேங்காயாக அல்லது பழைய பாத்திரமாயிருக்குமென நினைத்தார். ஏர் மேற்கொண்டு நகரவில்லை. அதைக் கையிலெடுத்துப் பார்த்தார். மாடு கடைக்கண்ணால் கண்டு வெருண்டது. அது மனித மண்டையோடு. அவரை நோக்கி இளித்தது. இந்த மண்ணில் நிலையாயிருப்போமெனக் கருதிய எந்த மனிதனுடையதெனத் தெரியவில்லை. அதைச் சுடுகாட்டுப் பக்கம் தூக்கி எறிந்தார். தொடர்ந்து ஏரோட்டுவதில் முனைந்தார்.

அடுத்த போகம் முடியும் தருவாய் நெருங்கியது. கொல்லைச் சொந்தக்காரர் முனியன் மாலை வேளையில் வந்தார். திடீரென முன்னால் நின்றதும் பெரியமுருகன் பயந்துவிட்டார். முதலில், அசந்தர்ப்பமாக நுழைந்த பேய் என்று நினைத்தார். அவர் கொஞ்சமும் எதிர்பார்க்கவில்லை. மிகவும் செழித்த சோளத் தாள்கள், கத்திரிச் செடிகள்மீது முனியனின் கண்கள் படிந்தன. குடிலின் பக்கத்தில் வைத்திருந்த தென்னை மரங்கள் குறுகிய காலத்தில் உயர வளர்ந்திருந்தன. மட்டைகள் பருத்திருந்தன. இன்னும் தேங்காய்கள் அரும்பவில்லை. அந்த ஆற்றோரக் கொல்லை பசுஞ்சோலையைப்போல் தோன்றியது. தனக்குச் சொந்தமானது என்று நம்ப முடியவில்லை. மற்றவர்கள் சொல்கையில் மிகைப்படுத்தல் என எண்ணியிருந்தார். அவர் கேட்காவிட்டாலும் அவர்கள் பொறாமையுடன் கூறினார்கள். பெரிய முருகன் கடுமையாகப் பாடுபட்டிருப்பதை ஒப்புக்கொள்ள வேண்டும். அவருடைய வேர்வையில் மண் பண்பட்டுள்ளது. முனியனுக்கு உடனே தன் நிலத்தைப் பெற ஆசையேற்பட்டது. பேசாமல் திரும்பிவிடவும் எண்ணினார். பெரிய முருகன் வேலையை நிறுத்தவில்லை. கைகள் களைகளைத் தேடிப் பறித்தன. கொல்லைக்கு யாராவது ஆட்கள் வந்தால் அவர் நேராகப் பார்ப்பதில்லை. கண்கள் கூசும். சோளப் பயிருக்குப் பின்னால், மரத்தை ஒட்டி, எருதுக்குப் பக்கத்தில் நின்று பேசுவார். சுந்தரத்துடன் பெரும்பாலான உரையாடல்கள் அப்படித்தான் நடந்தன. எங்கோ பார்த்தபடி சுந்தரம் சொல்வார். பெரிய முருகன் தலை சொறிந்தவாறு பின்னாலிருந்து கேட்டுக்கொள்வார்.

பெரிய முருகன் சோளக் கொல்லைக்குள் நகர்ந்தார். அவர் தலை தெரியவில்லை. மீண்டும் முனியனுக்குக் கேட்காமல் திரும்பிவிடத் தோன்றியது. ஆனால் வேறு வழியில்லை. அவருடைய வேலை எதிர்பாராமல் பறி போயிருந்தது. எல்லா தொழிலாளர்களும் வேலை இழந்திருந்தார்கள். அரசாங்கத் தோல் தொழிற்சாலை நஷ்டத்தில் இயங்கியது என்று சொல்லப் பட்டது. அரசு உடனே மூடிவிட்டது. பெரும் ஊழல் நடந்ததாகப் பேசிக்கொண்டார்கள். தரமில்லாத தோல்கள் விற்காமல் குவிந்திருந்தன. வாங்கிய மட்ட இரசாயனங்கள் மறுபக்க கிடங்கு முழுக்க நிரம்பியிருந்தன. இனி தான் பழையபடி கௌரவமாகக் காலம் கடத்த வேண்டும். வெள்ளை வேட்டிச்சட்டையுடன் உலவ வேண்டும். அவர் மனதைத் திடப்படுத்திக்கொண்டு “இதப் பாரு பெரிய முருகா. நீ குத்தகையிருந்தது போதும். இனிமே நானே உழப்போறேன். எனக்கு வேல போயிடுச்சி” என்றார்.

சோளப் பயிர்களின் உள்ளேயிருந்து எந்தப் பதிலும் வரவில்லை. நீளத் தட்டைகள் சிறிதும் அசையவில்லை.

கொஞ்ச நேரம் கழித்து பெரிய முருகன் சோளப் பயிருக்குள்ளிருந்து வெளிப்பட்டார். முனியனை ஏறெடுத்துப் பார்க்காமல் “சரி, நா போயிடறேன்” என்றார். கொட்டகை யோரம் கட்டியிருந்த மாட்டை அவிழ்த்தார். அதன் முதுகின் மேல் கைப்பிடிக் கயிறைப் போட்டார். மண்வெட்டியைக் கையில் ஏந்திக்கொண்டார். போர்வையை எடுத்து தோளில் போட்டுக்கொண்டார். மற்றொரு கையில் லாந்தர். அவர் கிளம்பத் தயாரானார். அதைக் காண முனியனுக்கு வருத்தமேற்பட்டது. “நீ இப்பவே போவாத. நாலைஞ்சி நாளு கழிச்சுக் காலி பண்ணா போதும்” என்றார். “இது உங் கொல்ல. ஆனா, போகம் முடியறப்பதா திரும்பக் கேட்டிருக்கணும்” என்றார் பெரிய முருகன். அவர் கடுமையாக எதிர்ப்பார் என்று முனியன் எதிர்பார்த்திருந்தார். “சரி, அப்பிடிதா கதிரு அறுக்கறவரைக்கும் இருந்துக்கோ” என்றார். பெரிய முருகன் தலைகுனிந்தவாறு “இல்ல, உரிய ஆளு வாய்விட்டுக் கேட்ட பின்ன நா திருப்பித் தர்றதுதா நாயம்” என்றார். முனியன் தான் தவறு செய்துவிட்டதாக நினைத்தார். ஆனால் பெரிய முருகன் உடனே காலி செய்வதுதான் நல்லது. பிறகு யாராவது சொல்லித்தந்து அவர் வெளியேற மறுப்பார். பயிர்கள் அறுவடையானதும் நியாயப்படி சிறு பங்கு கொடுத்தால் போதும். முனியன் மௌனமாக நின்றார். பெரிய முருகன் திரும்பிப் பார்க்காமல் கொல்லையிலிருந்து நடந்தார். அவருக்கு முன்னால் எருது தலையாட்டியபடி சென்றது.

வீட்டுத் திண்ணையில் பெரிய முருகன் தொடர்ந்து உட்கார்ந்திருந்தார். சுவரில் சாய்ந்து தெருவைப் பார்த்துக் கொண்டிருந்தார். நீண்ட காலமாக இரண்டு மூன்று கொல்லை களில் தன் காலத்தைக் கழித்தவர். நாலைந்து நாட்களாக வீட்டில் அடைபட்டுக்கிடந்தார். அவர் எதையும் சொல்லவில்லை. பேச்சியம்மா ஊகித்துக்கொண்டாள். பிள்ளையை அப்படியே விடக் கூடாது என்று நினைத்தாள். அவனுக்குப் புத்தி பேதலித்துவிடும். பெரிய முருகனுக்குப் பக்கத்தில் சென்று உட்கார்ந்தாள். அருகில் கைத்தடியை கிடத்தினாள். தலை முடி கலைந்து, தாடி மண்டிய மகன் முகத்தைத் திருப்பினாள். “ஏம் இப்படி உக்காந்திருக்க? நாம எப்பவும் சும்மாயிருக்கக் கூடாது. இல்லாட்டி பேய் வந்து புடிச்சுக்கும்” என்றாள். அவள் எதையும் வித்தியாசமாகச் சொல்வாள். அவருக்குப் புரிந்தது போலிருந்தது. “உம் வீட்டுக்காரிய நெனைச்சிப் பாரு. அவ

உள்ளுக்குள்ள எவ்வள வேதனை? எல்லாத்தையும் ஓலையத் தச்சி மறக்கறா" என்றாள் தொடர்ந்து. வாசப்படியில் கை வைத்து ராஜி அழுதவாறு பார்த்துக்கொண்டிருந்தாள். "உம் பேரப் பிள்ளைங்க உன்னப் பாத்துப் பயப்படுதுங்க. உங் கிட்ட வரதில்ல. கத கேக்க மாட்டதுங்க." பெரிய முருகனின் கண்கள் கலங்கின. "செரி, விடு. போயி பழய கொல்லைக்காரரு சுந்தரத்தப் பாத்து வேலயில சேரு. நா சின்னவங் கிட்ட ஒடனே நிக்கச் சொல்றேன்." பேச்சியம்மா மேலும் பேசிக்கொண்டிருந்தாள். "முன்ன ஒரு பஞ்ச காலம் வந்துச்சு. பல நாளு பட்டினி கெடந்தோம். மண்ணக் கூடத் தின்னோம். வேற தேசங்களுக்குப் பொழைக்கப் போனோம். நாம அதலாம் தாண்டிதா வந்திருக்கோம்."

முளையில் கட்டிய கயிறு

தூரத்து ஜவ்வாது மலைக்குப் பின்னால் வானம் வெளுத்தது. தெருவெங்கும் வெளிச்சம் பரவியது. பொன்னைப் போன்ற வெயில் புழுதியில் படிந்தது. நெடுஞ்சாலையும் வாகனங்களும் மின் கம்பங்களும் துலங்கின. ஒளி பெருகிய வண்ணமிருந்தது. பெரிய முருகன் வழக்கம்போல் அதிகாலையில் எழுந்துகொண்டார். மண் திண்ணை பனிக்கட்டியைப் போல் குளிர்ந்தது. போர்வையை ஓரமாகச் சுருட்டி வைத்தார். இன்னும் சிலர் வீட்டுத் திண்ணைகளில் தூங்கிக்கொண்டிருந்தார்கள். சிலர் கொல்லை, தோல் தொழிற்சாலை வேலைகளுக்குப் போகத் தொடங்கினார்கள். அவரை ஒருவரும் கண்டுகொள்ளவில்லை. தினம் கொல்லைக்கு வந்து குளிக்கும் ராபின் திரும்பியும் பார்க்கவில்லை. வெளிச்சத்தில் கண்கள் கூசின. நிறையப் பேரை அடையாளம் தெரியவில்லை. மண்ணில் நிழல்கள் நீளமாக விழுந்தன. அனைவரும் சாலைக்குச் சென்று மறைந்தார்கள். மாடு நின்றும் படுத்தும் கிடந்த இடம் வெறுமையாயிருந்தது. அதைக் கயிறில் கட்டிய முளை மட்டும் வெளியில் நீட்டியிருந்தது. நேற்றும் எருது அங்குதானிருந்தது. எழுந்தவுடன் எதிரில் சுவர் போல் நிற்கும். அதற்காகத்தான் திண்ணையில் படுக்கத் தொடங்கியது. அதை மறக்க சாக்கடைக் கால்வாயில் கொத்தித் திரியும் கோழியைக் கவனித்தார். குஞ்சுகள் எண்ணிக்கை குறைந்திருந்தன. தாயின் அடியொற்றி நடந்தன. வானில் மிதக்கும் மேகங்களைப் பார்த்தார்.

ஒட்டாமல் பஞ்சுகள் போல் மிதந்தன. இன்று கண்டிப்பாக மழை வராது.

அவர் தொடர்ந்து இலக்கில்லாமல் பார்த்துக்கொண் டிருந்தார். பேரப் பிள்ளைகளைச் சாலையோரமிருந்த பள்ளிக்கு மகள் அழைத்துச் சென்றாள். அவையும் தாத்தாவிடம் முன்பு போல் நெருங்குவதில்லை. தெரு முழுக்க வெறிச்சோடியது. வீட்டுக்குள்ளிருந்து ராஜி கூவினாள். "உக்காந்து கெடக்காம எழுந்து கையி கால கழுவு. சாப்பிடுவ" மற்றொரு திண்ணையி லிருந்த பேச்சி எழுந்து தெருவுக்குச் சென்றாள். கைத் தடி தரையில் அழுத்தமாகப் பதிந்தது. நடுத்தெருவில் புகையிலை எச்சிலை பீய்ச்சினாள். ஆடியபடி திரும்பி வந்தாள். பெரிய முருகன் அசையாமல் சுவரில் சாய்ந்திருந்தார். கை, கால்களைக் கட்டி குறுகியிருந்தார். மகன் உள்ளுக்குள் குமைகிறான். அவனுக்குச் சொல்ல முடியாத துக்கம் போலும். ஆற்றோரம் குத்தகை எடுத்திருந்த நிலத்துக்கு நாலைந்து நாட்களாகச் செல்லவில்லை. சுந்தரம் கொல்லைக்கும் போகவில்லை. திண்ணையில் கட்டிப்போட்டதுபோல் நகராமலிருந்தான். அங்குதான் சாப்பிடுவதும் படுப்பதும். அவன் சிரத்தையுடன் மண்ணில் பாடுபடுபவன். பேய் பிடித்திருந்தாலும் எளிதாக மீண்டு வருவான் என்று நம்பினாள். அவள் ஊன்றுகோலைத் தரையில் போட்டு கைகளையூன்றி அமர்ந்தாள். ராஜி இருவருக்கும் உணவுத் தட்டுகளையும் சொம்பையும் எடுத்து வந்து வைத்தாள். பெரிய முருகன் எழுந்து முகம் கழுவி வாய் கொப்பளித்தார். ஈரக்கையால் தலையைக் கோதிக்கொண்டார். நாலைந்து வாய் சோற்றைத் தின்றார். நேற்றைய புளிக் குழம்பு நன்றாகச் சுண்டியிருந்தது. தட்டை நகர்த்திவிட்டு எட்டி கையைக் கழுவினார். கிழவி அதக்கி தின்றுகொண்டிருந்தாள். அவர் மீண்டும் திண்ணையில் சாய்ந்தார். மயக்கம் வரும்போலிருந்தது. அவர் ஆழ்ந்து தூங்கி நிறைய நாட்களாகின்றன.

நேற்று நள்ளிரவும் பெரிய முருகன் அரையுறக்கத்தில் திண்ணையில் உட்கார்ந்திருந்தார். முன்பு ஆற்றோரக் கொல்லையில் கண்டிருந்த பேய் தோன்றியது. வெறுமனே தெருவெங்கும் சுற்றியது. பிறகு திண்ணையில் வந்து அமர்ந்தது. அருகில் சற்று நேரம் படுத்தது. அதைத் தொட்டு வருடலாம் போலிருந்தது. அதனுடன் பேச மனம் துடித்தது. தன்னைப் பிரயாசைப்பட்டுக் கட்டுப்படுத்திக்கொண்டார். யாரிடமும் சொல்லாமல் எழுந்து சாலையை நோக்கிப்போனார். பின்னால் பேய் தொடர்ந்தது. "எங்கூட வந்து தொந்தரவு பண்ணாத. கொஞ்சந் தனியாயிருக்க வுடு" என்றார். அது சிரித்தபடி அவருக்கு முன்னால் ஓடிப் போய் நின்றது. பிறகு அவர் வரும்

வரை காத்திருந்து உடன் நடந்தது. அதற்கு அது விளையாட்டாக மாறியிருந்தது. கொஞ்சமும் களைப்படைவதில்லை. பேருந்து நிறுத்த பெஞ்சுகள் காலியாகக் கிடந்தன. அவர் சாலையைப் பார்த்தபடி ஒருக்களித்துப் படுத்தார். வாகனங்களால் வீசும் காற்று உடலைத் தழுவிச் சென்றது. முகப்பு விளக்கு வெளிச்சங்கள் பிரகாசமாக ஓடின. சக்கரங்கள் முடிவில்லாமல் சுழன்று கொண்டிருந்தன. தலை மாட்டில் உட்கார்ந்திருந்த பேய் தப்பும் தவறுமாக அவற்றை எண்ணுவதை உணர்ந்தார். கணக்கு இலட்சத்தைத் தாண்டிக்கொண்டிருந்தது. அப்படியே தூங்கியும் விட்டார். காலையில் பெரிய மகன் சுப்பிரமணி தேடிக்கொண்டு வந்தான். “உன்ன எங்கல்லாம் தேடறது?” என்றான் கோபமாக. அவன் நகரத்துக்குத் தோல் தொழிற்சாலை வேலைக்குப் போகும் அவசரத்திலிருந்தான். அவருடைய கையைப் பிடித்து வீட்டுக்கு இழுத்துச் சென்றான். “அய்யோ, உம்பாட்டுக்கு வேளக்கித் தின்னுட்டு வூட்ல கெடக்க வேண்டியதுதானே. நீ எந்த வேலைக்கும் போவாத” என்று ராஜி கண்ணீர்விட்டாள். மகள் உள்ளிருந்தபடி அழுதாள். சின்னவன் ரமேஷ் “அவரு கண்ணுக்குத் தெரியாத யாரிட்டயோ பேசறாரு. பைத்தியம்தா புடிச்சிருக்குது” என்று முணுமுணுத்தான்.

“டே அப்படியில்ல. அவம் ஏதோ காத்து கருப்பு கிட்டப் பேசறான். தனியா கொல்லயிலயிருக்கப்ப பழக்கமாயிருக்கும்” என்றாள் பேச்சி. அனைவரும் பீதியுடன் பெரிய முருகனைப் பார்த்தார்கள். அவர் தலை தாழ்த்திக்கொண்டார். “அது ஒண்ணும் பண்ணாது. தானா வுட்டுப் போயிடும். மாட்ட வேற வித்துட்டிங்க. அதாவது தொணைக்குக் கெடக்கும்.” சம்பந்த மில்லாது உளறும் கிழவியை சுப்பிரமணி முறைத்தான். அப்பா கொல்லைக் குத்தகையை இழந்ததும் ஒற்றை எருதின் தேவையிருக்கவில்லை. அவர் திண்ணையில் உட்கார்ந்து வெறுமனே வெறித்துக்கொண்டிருந்தார். கண்ணெதிரில் மாடு கத்தினாலும் அழைத்துப்போய் மேய்ப்பதில்லை. அது சாணி போட்டு உழன்றாலும் எடுப்பதில்லை. அவன் தோல்களைத் தூக்கிக் களைத்து வருகையில் மாட்டைக் கவனிக்க அலுத்தது. அம்மா பகலில் வைக்கோல் போடுவாள். புண்ணாக்குக் காலியாகிவிட்டது. அவன் இரவில் தவிட்டு நீர் வைப்பான். அதைக் கரைப்பதற்குள் எருது பொறுமை இழக்கும். பெரிய முருகனின் நினைப்பில் கையை நக்கும். அதன் நாக்கு உப்புத் தாள் போலிருந்தது. தொட்டியிலிருந்து தலையைத் தள்ள முடியாத வலுவோடிருந்தது. அவன் தனபால் தரகர் மூலமாக மாட்டை விற்றான். வீட்டிலுள்ளவர்கள் அனைவருக்கும் புதுத்துணிகள் கிடைத்தன. பெரிய முருகன் மாட்டை விற்க அவிழ்த்துச்

செல்கையிலும் பேசாமலிருந்தார். கண்களைச் சிமிட்டாமல் பார்த்துக்கொண்டிருந்தார். அவரும் மாடு தேவையில்லை என்பதை உணர்ந்திருப்பார்.

பெரிய முருகன் எல்லாவற்றையும் கவனித்துக்கொண் டிருந்தார். சின்ன முருகன் சாப்பிட்டுவிட்டு சுந்தரத்தின் கொல்லைக்குக் கிளம்பினான். அவரிடம் எதுவும் சொல்லிக் கொள்ளவில்லை. அவர்தான் வேலையில் சேர்த்திருந்தார். தான் வேலையிலிருந்து நின்ற கடைசி நாளில் கடைசித் தம்பியை வலுக்கட்டாயமாக அழைத்துப் போனார். அவன் நடுவில் மூன்று நான்கு பேர் இறந்த பிறகு பிறந்தவன். அதனால் அவருடைய பெயரை சேர்த்து வைத்திருந்தார்கள். அவன் தனக்கு மூத்த மகன்போலிருந்தான். கொல்லையில் சுந்தரம் மதிய வெயிலில் சோர்ந்து தனியாகப் படுத்திருந்தார். கட்டில் கயிறுகள் தொய்ய எழுந்து உட்கார்ந்தார். குழப்பமாக "என்ன?" என்றார். பெரிய முருகன் "நா வேலையிலிருந்து நின்னுக்கறேண்ணா. சொந்தமா குத்தகைக்கி கொல்ல எடுக்கலாமுன்னு பாக்கறேன். என்ன விட்டுடணும்" என்றார் தலைமயிரை அளைந்தபடி. சுந்தரத்தால் நம்ப முடியவில்லை. உடனே பதிலளிக்கவில்லை. அதை பெரிய முருகன் முன் கூட்டியே தெரிவித்திருக்க வேண்டுமென எண்ணினார். களத்தை உற்றுப் பார்த்தார். பெரிய முருகனின் அப்பன், பாட்டன் காலத்திலிருந்து தலைமுறைகளாகக் காவலுக்கிருந்து வரும் குடும்பம். என்ன காரணம் என்று அவருக்குத் தெரிந்திருந்தது. கலாசி தங்கவேலு பேச்சுவாக்கில் தகவலைச் சொல்லியிருந்தார். பல காலம் அவரிடம் உழைத்தவரின் முன்னேற்றத்தைத் தடுக்கக் கூடாது. பெரிய முருகன் வார்த்தையைத் தட்டவும் முடியாது. "இவன வேலக்கி வச்சுக்கணுமா?" என்றார் சின்ன முருகனைக் காட்டி. பெரிய முருகன் தலையாட்டினார். "சரி, போயிட்டு வா" என்றார் சுந்தரம்.

நெல் அறுவடை நடக்கையில் பெரிய முருகன் வேட்டியை உருவி தலைப்பாகையாகக் கட்டிக்கொள்வார். கீழே காக்கி அரைக் கால் சட்டை நீட்டியிருக்கும். அப்போது ஆளே மாறியிருப்பார். அவருக்குக் கொல்லை சொந்தம் என்பதுபோலிருக்கும். அவர்தான் கூலி அளவை நிர்ணயிக்கிறார் என்று பேசிக்கொள்வார்கள். கூலியாட்கள் அறுப்பதையும் உதறுவதையும் தொடர்ந்து கண்காணிப்பார். போன முறை அங்கச்சி நெல் அறுக்கையில் நாலைந்து அடிகளுக்கு ஒரு தரம் நெல்லைப் புடவை மடியில் உதிர்த்துக் கொண்டிருந்தாள். வயிறு நிறை மாத கர்ப்பிணியுடையதைப் போலிருந்தது. பார்த்துக்கொண்டிருந்த பெரிய முருகனால்

பொறுக்க முடியவில்லை. பொதுவாக அனைவரும் கேட்கும் வண்ணம் கத்தி சொன்னார். “இதப் பாருங்க. யாரும் ஒத்த நெல்ல எடுக்கக் கூடாது. மீறிப் பண்ணா வேற மாதிரி ஆயிடும்.” அங்கச்சி பொருட்படுத்தாமல் மேலும் நெல்லைச் சேகரித்துக்கொண்டிருந்தாள். அவள் பெரிய முருகனின் ஒன்றுவிட்ட சித்தி. அவள் வீட்டில்தான் மகள் சிறியவளாயிருக்கையில் விளையாடுவாள். அவர் கவலைப்படவில்லை. இனி யாரும் வயலில் திருடக் கூடாது. அவளுக்குக் கடுமையான பாடம் கற்பிக்க விரும்பினார்.

களத்தில் நெல் பொலி போட்டார்கள். வரிசையாக ஆட்கள் கூலி நெல்லைப் பெற்றுக்கொண்டு போனார்கள். அங்கச்சியின் முறை வந்தது. அவள் அளப்பவரின் முன்னால் முந்தானையை விரித்து நீட்டினாள். பக்கத்திலிருந்த பெரிய முருகன் நிதானமாக “முதல்ல மடியிலிருக்க நெல்லக் கீழக் கொட்டு. அப்புறமா புடிச்சிக்க” என்றார். அவள் “நா எதுவும் எடுக்கல, நீ சும்மா பழி போடற” என்றாள். “அப்ப அவுத்துக் காட்டு” என்றார் பெரிய முருகன். அங்கச்சி “டே, என்னயா தெறந்து காட்டச் சொல்ற? எம் பாலக் குடிச்சு வளந்தவன்…” என்று நகரத் தொடங்கினாள். பெரிய முருகனுக்கு அனைவர் முன்னிலையிலும் தன் சொல்லை நிரூபிக்க வேண்டிய கட்டாயம். யாரும் எதிர்பாராதவாறு பாய்ந்து அங்கச்சியின் மடியை இழுத்தார். அவர் அப்படி பேசுபவரும் செய்பவருமல்ல. அனைவரும் திகைத்து நின்றார்கள். சேலை அவிழ்ந்து கீழே நெல் கொட்டியது. ஒரு படிக்கு மேலிருக்கும். பெண் கூலியாட்கள் வெட்கத்துடன் கண்களைத் திருப்பிக்கொண்டார்கள். ஆண்கள் திகைத்தார்கள். சுந்தரம் வருத்தத்துடன் “உச்” என்று திரும்பி நின்றார். அங்கச்சி அவமானத்தில் தலைகுனிந்தாள். புடவையை அள்ளிக்கொண்டு கூலி வாங்காமல் சென்றாள். அவளுக்குரிய கூலி நெல்லை சுந்தரம் வேறொருவரிடம் கொடுத்தனுப்பினார். அங்கச்சிக்கும் பெரிய முருகன் குடும்பத்துக்கும் உறவு முறிந்தது.

பெரிய முருகன் மனைவியின் தம்பிக்கும் மகளுக்கும் நாலைந்து வருடங்கள் முன்பு திருமணம் நடந்திருந்தது. அவன் பக்கத்து மாநிலத்தின் தலைநகரில் கொத்தனாராயிருந்தான். அது தகவல் தொழில் நுட்பத்துறை வேகமாக வளரும் பகுதி. பெருங்கட்டடங்கள் காளான்களைப்போல் முளைத்துக் கொண்டிருந்தன. அங்கு நிறைய சம்பளம் கிடைத்தது. கூடுதல் வேலை நேரத்துக்கு ஒன்றரை மடங்குக் கூலி. பலர் சித்தாள்களாகவும் வேலையாட்களாகவும் சென்றார்கள். அவன் சிறு ஒப்பந்ததாரராகவும் மாறினான். வார விடுமுறைகளில் முழு

கால்சட்டை, முழுக்கை சட்டை, காலணிகளுடன் வீட்டுக்கு வந்தான். கண்களில் குளிர் கண்ணாடி அணிந்திருந்தான். கல்வி கற்று அலுவலகத்தில் வேலை செய்கிறவர்களைவிட வசதி யாகத் தோன்றினான். அவனுக்கு மோட்டார் சைக்கிளைச் சீதனமாகத் தந்தார் பெரிய முருகன். அதில் அவன் நீண்ட தூரம் பயணித்து வேலைக்கும் ஊருக்கும் போய் வந்தான்.

அந்தக் கல்யாணம் வீட்டெதிரில் தெரு முழுக்கப் பந்தலிட்டு விமரிசையாக நடந்தது. அப்போதுதான் முதன்முறையாகப் பெரிய முருகன் கொல்லைக் காவலுக்கு ஒரு நாள் மட்டும் வரவில்லை. சுந்தரமும் கார்த்தியும் மொய் எழுதி, காய்கறி பிரியாணி சாப்பிட்டுப் போனார்கள். சில நாட்களில் புதுமணத் தம்பதிகள் கிளம்பிச் சென்று வேலை செய்யுமிடத்தில் தனிக்குடித்தனம் நடத்தினார்கள். முதல் குழந்தை பிறப்புக்கு மகள் புகுந்த வீடு வந்தாள். அங்கேயே தங்கிவிட்டாள். கணவன் வேலை செய்கிற பகுதியில் குடியிருக்க இடமில்லை. சாலையோர தகரக் குடிசையில் வசிக்க வேண்டும். வேலை செய்கிறவர்கள் மட்டும் பணியிடத்தில் தங்கலாம். அரைகுறைக் கட்டடத்தின் அருகில் கூடாரத்துக்குள் அடைப்பார்கள். அந்த மண்ணில் சுதந்திரமாக வாழ முடியாது. மகளுக்கு இரண்டாவது பெண் குழந்தை பிறந்தது. அவன் பார்க்க வரவில்லை. ஞாயிற்றுக் கிழமையும் வேலை என்று தொலைபேசியில் கூப்பிட்டுச் சொன்னான். பல அடுக்கு மாடியை முடித்தாக வேண்டும். அதைச் சில நாட்களில் திறக்கவிருக்கிறார்களாம். திடீரென அவன் இறந்ததாகத் தகவல் வந்தது. எங்கு, எப்படி உயிரிழந்தான் என்று தெரியவில்லை. உயர்ந்த கட்டடத்தின் உச்சியில் வேலை செய்கையில் கீழே விழுந்ததாகப் பிறகு தெரிவித்தார்கள். அவன் தினமும் வேலை முடிந்து மிதமிஞ்சிக் குடித்தான் என்றார்கள். உடலில் சிறு காயமில்லை. நள்ளிரவில் தனியாக வேலை செய்கையில் பேய் அடித்ததாகவும் வதந்தி உலவியது. இல்லை அது திடீர் மாரடைப்பு என்றார்கள். பெரிய முருகன் உறவினர்களுடன் போய் உடலை எடுத்து வந்து அடக்கம் செய்தார்.

மறுநாள் கொல்லைக்கு வந்தார். வழக்கம்போல் இரவில் மும்முனை மின்சாரத்துக்குக் காத்திருந்தார். கூரையில் விளக்கு எரிந்தது. உடனே மோட்டாரைப் போட்டார். கிணற்று நீர் தொட்டியில் குதித்தது. மண்வெட்டியை எடுத்துக்கொண்டு கால்வாயில் நடந்தார். விளக்கொளி மங்கலாக வீசியது. இயற்கை வெளிச்சத்தில் மண் மினுமினுத்தது. தவளைகள் பயந்து வரப்பிலிருந்து இருமருங்கும் குதித்தன. நண்டுகள் வளைகளில் அவசரமாகப் புகுந்தன. நீருடன் நடந்து கடைசி

வயலுக்குச் சென்றார். பயிரடியில் மண் காய்ந்து மெலிதான வெடிப்புகளோடிருந்தது. நேற்று நீர் பாயவில்லையென்று அர்த்தம். மடையைத் திருப்பிவிட்டுக் குத்துக்காலிட்டு வரப்பில் அமர்ந்தார். நீர் மெல்லப் பரவியது. ஒவ்வொருமுறையும் போல் மண் மணம் எழுந்தது. ஆழமாகச் சுவாசித்தால்தான் தெரியும். கூடவே தாவர வாசனை சேர்ந்தது. வயல் நனைந்து தவளைகள் சத்தமிடத் தொடங்கின. கொஞ்ச நேரத்தில் கூட்டிசையாக மாறின. பற்பல சிற்றுயிர்களும் கலந்துகொண்டன. சிறு இடைவெளியில்லை. கொல்லை முழுவதும் சப்தத்தில் மூழ்கியது. அவர் தொடர்ந்து வரப்பில் உட்கார்ந்திருந்தார். பூச்சிகள் அடைகளாக உடலில் படிந்தன. அவர் அசையாமலிருந்தார். நீர் நிரம்பியதைப் பரிசோதிக்கத் தேவையில்லை. குறிப்பிட்ட நேரத்தில் மடையைத் திருப்பினால் போதும். கண்டிப்பாக அந்த வயல் பாய்ந்திருக்கும். அடுத்த வயலுக்கு மடை மாற்றிவிட்டு அனைத்தையும் மறந்து வரப்பில் படுத்தார்.

பெரிய முருகன் பல நாட்கள் வீடு திரும்பவில்லை. களை பறித்தும் கால்வாய்களைச் செதுக்கியபடியுமிருந்தார். கைகள் ஓய்கையில் வரப்புகளில், தென்னை மரத்தடிகளில் உட்கார்ந்தார். மின்சாரத்துக்காக உச்சி விளக்கைத் தேடுவதைப்போல் கண்கள் அலைந்தன. அவரைத் தேடி ராஜி கொல்லைக்கு வந்தாள். புங்க மரத்தடியில் அமர்ந்தாள். அங்கு குவிந்திருந்த ஓலைகளைக் கிழித்து முடையத் தொடங்கினாள். பக்கத்தில் பெரிய முருகன் குத்துக்காலிட்டு உட்கார்ந்தார். தேவைப்படுகையில் கீற்றுகள் கிழித்துத் தந்தார். தொட்டி நீரைத் தெளித்து ஊற வைத்தார். தைத்தவற்றை எண்ணி கட்டுகள் கட்டினார். ராஜி தொடர்ந்து ஓலைகளை முடைந்தவாறிருந்தாள். அவளும் வீட்டுக்குச் செல்லவில்லை. இரவில் தூக்கம் பிடிக்காமல் எழுந்து தைத்தாள். கண்கள் கிறங்கி மூடினாலும் விரல்கள் தம் பாட்டுக்குப் பின்னின. தோப்பில் விழும் ஓலைகள் போதாமல் விலை கொடுத்து வாங்கினார்கள். ராஜி கால்களை நீட்டியபடி எல்லாவற்றையும் தைத்தாள். மரத்தடியில் ஓலைக் கட்டுகள் குவிந்தன. புங்க மரத்தின் பாதியளவுக்கு உயர்ந்தன. பேரப் பிள்ளைகளுடன் இருவரையும் பார்க்க மகள் வந்தாள். மூத்த பேத்தி கழுத்தைக் கட்டித் தொங்கினாலும் ராஜி வேலையை நிறுத்தவில்லை. சின்ன பையன் தாத்தாவுடன் கால்வாயில் நடந்தான். அங்கேயே மடைக்குப் பக்கத்தில் உட்காருவான். நீண்ட நேரமானாலும் திரும்ப மாட்டான். அவர் மகன்களைப் பார்த்தும் பல நாட்களாகிவிட்டன.

அடுத்த கரும்பு வெல்ல ஒப்பந்த வேலையில் பெரிய முருகனும் சேர்ந்தார். வெல்ல உருண்டைகள் அடுக்கப்பட்டு

மோட்டார் கொட்டகை பூட்டப்பட்டது. அவர் மூலை வயலுக்கு நடக்கையில் சட்டைப் பையில் சாவி குலுங்கியது. ஆலை முடிந்ததும் மண்டிக்குப் போக கொட்டகையிலிருந்த வெல்ல உருண்டைகளை வண்டியில் ஏற்றினார்கள். நாகலிங்கமும் பீட்டரும் இரண்டிரண்டாகப் பாடி எண்ணினார்கள். கடைசியில் வெல்லக் கணக்கு குறைந்தது. நோட்டிலுள்ள எண்ணிக்கை யுடன் பொருந்தவில்லை. பெரிய இடைவெளி விழுந்தது. மறுபடியும் எண்ணத் தொடங்கினார்கள். ஜேம்சும் முத்துவும் கண்காணித்தார்கள். நூறுக்கும் மேல் வெல்ல உருண்டைகள் இல்லையென்பது உறுதியானது.

சுந்தரம் "நல்லா பாரு, எப்பவும் மாதிரி தப்பா எழுதி வச்சிருப்ப" என்றார். நாகலிங்கத்தின் கோழிக் கிறுக்கல் கையெழுத்தில் எண்கள் கோணும். மூன்றுக்கும் எட்டுக்கும், ஏழுக்கும் ஒன்றுக்கும் பெரும் வித்தியாசமிருக்காது. அதற்கு முன்முறை கணக்கிலிருந்ததைவிட வெல்ல இருப்பு அதிகமாயிருந்தது. அது அனைவருக்கும் நகைச்சுவையானது. "வெல்லம் எங்கியாச்சும் குட்டி போடுமா?" என்றார் ஜேம்ஸ். "அதிகமானப் பரவாயில்ல, கொறையக் கூடாது இல்ல?" என்பது நாகலிங்கத்தின் வாதம். "இப்ப கணக்குதா சரியில்ல" என்றார் சுந்தரம். அவரை நாகலிங்கம் தனியாகக் கூப்பிட்டார். "நாலைஞ்சு நாளு முன்னால, ராத்திரி கடைசி மெயிலு போற நேரம். முருக அண்ணன் எதையோ சாக்குப் பையில தூக்கிப் போனத ரெண்டு கண்ணாலப் பாத்தே" என்றார். அதை சுந்தரத்தால் நம்ப முடியவில்லை. "நா கும்புடற மாரியம்மா சத்தியமா சொல்றே. அவருக்கு நெறைய பேர காப்பாத்துறத் தேவை" என்றார் நாகலிங்கம். அவர்கள் பேசுவதைப் பெரிய முருகன் ஊகித்தார். தலையை வேகமாகச் சொறிந்து கொண்டார். சுந்தரம் "அப்படியேயிருந்தாலும் அது ஒரு வார சாப்பாட்டுக்குக் காணாதே?" என்றார். நாகலிங்கம் "அது ஒரு வகை ஆசைண்ணா" என்றார். சுந்தரம் மண்டிக்கு வண்டிகள் கிளம்பக் கையாட்டினார். பிறகு அதைப்பற்றி பேசவில்லை. இப்போது அதை சுந்தரம் நிச்சயமாக மறந்திருப்பார்.

பெரிய முருகன் திண்ணையிலிருந்து எழுந்துகொண்டார். உள்ளேயிருந்த ராஜி வாசப்படிக்கு வந்து பார்த்தாள். பேச்சியும் புகையிலையை அதக்கியபடி கவனித்தாள். இருவரிடமும் அவர் ஒன்றும் சொல்லிக்கொள்ளவில்லை. தோள் துண்டை உதறி தலைப்பாகைக் கட்டிக்கொண்டார். நீண்ட தெருவில் நடந்தார். வழக்கம்போல் கூடவே வரும் பேயையும் காணவில்லை. அது எங்காவது சுற்றப்போயிருக்கும்.

அவரவர் வீட்டுத் திண்ணைகளில் நாலைந்து நாட்களாகத் துணைக்குக் கிடந்தவர்கள் வியப்பாகப் பார்த்தார்கள். அவர் எதைப் பற்றியும் கவலைப்படவில்லை. நேராக சுந்தரத்திடம் சென்றால் பழையபடி வேலையில் சேர்த்துக்கொள்வார். அவர் மிகவும் நம்பிக்கையோடிருந்தார். சின்ன முருகனும் தானாக நின்றுவிடுவான். சுந்தரம் காரணத்தைக் கேட்க மாட்டார். அவருக்கு வேளாண்மையில் அனைத்தும் சாதாரணம்தான் என்று தெரியும். பெரிய முருகன் கனவில் நடப்பதைப்போல் தொடர்ந்து போய்க்கொண்டிருந்தார். அவர் கால்கள் தாமாகத் தெருவைக் கடந்து நெடுஞ்சாலையில் ஏறி சுந்தரம் கொல்லையை அடைந்தன.

சூதாட்டக் களம்

கயிற்றுக் கட்டில் தொய்ந்து தொட்டிலைப் போலிருந்தது. கொட்டகை முன்னால் ஓலை சாய்ப்பு நிழல் பரப்பிக்கொண்டிருந்தது. புங்க மரக் காற்று குளிர்ச்சியாக வீசியது. சுந்தரம் ஆழ்ந்து தூங்கிக்கொண்டிருந்தார். இந்த உறக்கம் வீட்டிலும் வாய்ப்பதில்லை. தன்னையறியாது குறட்டை எழுந்தது. கதர் சட்டையைக் கழற்றி வைத்திருக்கவில்லை. எழும்போது முழுக்கக் கசங்கியிருக்கும். மோகன் கண்டால் திட்டுவான். "ஒரு கம்பீரம் இல்லாம, பானையிலிருந்து எடுத்த மாதிரி. இந்தக் கதர் போடறதுதா ஆடம்பரம். காப்பாத்தறது ரொம்பக் கஷ்டம்." அவருடைய உறக்கத்தில் செடி கொடிகளின் பிம்பங்கள் அசைந்தன. சாலை வாகனங்களின் ஓயாத சப்தம். "ஏன்ணா" என்ற குரல் கனவில் கேட்பது போலிருந்தது. பெரிய முருகனோ, ஜேம்சோ எதற்கோ அவசரமாகக் கூப்பிடுகிறார்கள். அவர்கள் பொதுவாக எழுப்ப மாட்டார்கள். பெரியமுருகன் பக்கத்தில் பொறுமையாகக் காத்திருப்பார். மீண்டும் குரல் வர சுந்தரம் எழுந்து உட்கார்ந்தார். களத்தில் மோட்டார் பைக் நின்றிருந்தது. கட்டிலருகில் உயரமாக ஒருவர் தெரிந்தார். ஆடை வெண்மையில் கண் கூசியது. வேட்டி போல் கால் சட்டை பெரிதாயிருந்தது. நீண்ட முழுக்கைச் சட்டை. இந்தப் புழுதி மண்ணுக்கு அந்நியமாகத் தோன்றினார்.

சுந்தரம் "என்ன ?" என்றார் கொட்டாவியுடன். அவரைத் தேடி வரும் தரகர்களில் ஒருவராய்

இருக்கலாம். அவர்கள் தொடர்ந்து வருகிறார்கள். நிலத்தை விற்கச் சொல்லி ஓயாமல் வற்புறுத்துகிறார்கள். வந்தவர் “ஒண்ணு மில்லண்ணா. சும்மாதா” என்று கட்டிலில் உட்கார்ந்தார். சுந்தரம் அசைந்து இடம் கொடுத்தார். வந்தவர் “நெலத்துல கொஞ்சம் இடம் வாடகைக்கு வேணும். ஒரு தொழில் செய்யணும். சீக்கிரத்தில காலி பண்ணிடுவேன்” என்றார். நகரிலிருந்து இவ்வளவு தூரம் கடந்து வாடகைக்கு வருவது அபூர்வம். அருகில் தேசிய நெடுஞ்சாலை ஓடுவதுதான் காரணம். அதனால் சுலபமாக எங்கும் போய் வரலாம். கொல்லையில் புதிதாக எதுவும் பயிரிடவில்லை. பழைய தென்னை மரங்களும் இளம் செடிகளும் மட்டும்தானிருந்தன. அவருக்குச் சொற்ப வாடகை கிடைத்தாலும் போதும்.

மாணிக்கம் நகரில் சீட்டாட்ட கிளப் வைத்திருப்பதாகச் சொன்னார். சந்துக்குள் பாழடைந்த கட்டடத்தில் நடத்தினார். அடிக்கடி காவல்துறையினர் கையூட்டுக் கேட்டார்கள். அவர்களும் வந்து நீண்ட நேரம் விளையாடினார்கள். ஆட்டத்தில் தோற்று மற்றவர்களை மிரட்டினார்கள். அதனால் மாணிக்கம் நகரிலிருந்து விலகி நெடுந்தொலைவு தாண்டி மறைவாக சீட்டாட்டத்தை நடத்த விரும்பினார். அப்போதுதான் வாடிக்கையாளர்கள் ஆட்டத்தில் மூழ்குவார்கள். பணம் போவது தெரியாது. இழந்ததை மீட்க தொடர்ந்து வருவார்கள். இங்கிருந்து வீடுகள் வெகுவாகத் தள்ளியிருப்பதால் நினைத்தபோது வெளியேறவும் முடியாது. மாதந்தோறும் வாடகையும் ஒரு வருட முன்பணமும் கொடுப்பதாக உறுதியளித்தார் மாணிக்கம். சுந்தரம் மிகவும் திருப்தியடைந்தார். உடனே அதற்கு ஒத்துக் கொண்டார். அதிகமாகக் கேட்டால் அவர் மறுத்துப்போய் விடலாம்.

சுந்தரம் “எங்க இடம் வேணும்?” என்றார். “இங்க எதிரில கொட்டாய் போட்டா போதும்” என்றார் மாணிக்கம். உட்கார்ந்திருந்த இடத்தைச் சுற்றிக் கை காண்பித்தார். நீள, அகலங்களைக் காற்றில் வரைந்தார். அவர் கொல்லை முழுவதையும் சுட்டிக் காட்டியதாகத் தோன்றியது. பெரிய முருகன் ஆச்சரியமாகப் பார்த்துக்கொண்டிருந்தார். அவருக்கு முதலிலிருந்தே மாணிக்கத்தைப் பிடிக்கவில்லையெனத் தெரிந்தது. தான் முழுதாக மாறிவிட்டதாகவும், கொல்லைக்கு வழக்கம் போல் வருவதில்லையெனவும், முன்புபோல் விவசாயத்தில் முழு மனதோடு ஈடுபடுவதில்லையெனவும் ஜேம்சிடம் சொல்லியுமிருந்தார். நீண்ட காலமாக மின்கொட்டகை மூலையிலிருந்த வாழை மரங்களும் அலரிச் செடிகளும் அழிந்து விடும் என்றும் அவர் நினைப்பார். “இத உடனே ஆரம்பிக்கணும்.

இன்னும் நெறைய வேலையிருக்கு" என்று மாணிக்கம் எழுந்தார். சுந்தரம் அனிச்சையாகத் தலையாட்டினார். மாணிக்கம் "தொழில் ஆரம்பிக்கட்டும். ஒருநாளைக்குப் பிரியாணி செஞ்சு எடுத்து வரேன், நல்லாயிருக்கும்" என்றார். "நா கறி சாப்புடறதில்ல" என்று சுந்தரமும் எழுந்து நின்றார். மாணிக்கம் உள் ஜேபியில் கையைவிட்டு மடித்து வைத்திருந்த பணத்தை எடுத்துக்கொடுத்தார். சுந்தரம் வாங்கி சட்டைப் பையில் வைத்துக்கொண்டார். மாணிக்கம் மோட்டார் பைக்கில் ஏறிச் சென்றார். சுந்தரம் வீட்டுக்குப் புறப்பட்டார். பெரிய முருகனிடமும் சொல்லிக்கொள்ளவில்லை. உடனே மளிகைக் கடைக்குச் சென்று பாக்கிக் கொடுக்க வேண்டும். மேலும் அரிசி மூட்டையும் செலவுகளும் வாங்க வேண்டும் என்று எண்ணியபடி வேகமாக ஆற்றில் நடந்தார். அவற்றால் பொன்னம்மா கொஞ்சம் திருப்தியடைவாள்.

சுந்தரம் மறுநாள் கொல்லைக்கு வந்தார். அதற்குள் மோட்டார் கொட்டகையின் பக்கத்தில் கழிகள் நட்டு ஓலைக் கொட்டகை போட்டிருந்தது. மாணிக்கம் சுட்டிக்காட்டியதை விட மிகவும் அகலமாகவும் உயரமாகவுமிருந்தது. அதன் நுழைவாயில் சாலைக்கு எதிர்ப்புறமாக ஒளிந்திருந்தது. சுவர்களைப்போல் அடுக்கடுக்காக ஓலைப் படல்கள் சூழ்ந்திருந்தன. தென்னை ஓலைகள் நெருக்கமாகப் பின்னி யிருந்தன. எங்கும் சிறு சந்துகூட இல்லை. மேலேயும் ஓலைக் கூரை. முன்னால் இறுக மூடியிருந்த ஓலைக் கதவு. உள்ளேயிருந்து சப்தம் கேட்காது. வெளியிலிருந்து பார்த்தாலும் தெரியாது. கொல்லை விவசாய இணைப்பிலிருந்து தற்காலிகமாக மின்சாரம் இழுக்கப்பட்டிருந்தது. கொட்டகை எதிரில் ஐந்தாறு இரு சக்கர வாகனங்கள் நின்றிருந்தன. கொல்லையின் மோட்டார் கொட்டகை முழுதாக மறைந்துவிட்டிருந்தது. அதற்கு நேராகப் போகவும் வழியில்லை.

சுந்தரம் சீட்டுக் கொட்டகையைச் சுற்றி வந்தார். "பெரிய கொட்டாயா போட்டிருக்காரு. கொல்ல முழுசையும் புடிச்சிடுவாராட்டம் இருக்குது" என்றார். "அவராக் கட்டிகிட்டாரு. நா சொன்னாக்கூடக் கேக்கல" என்றார் பெரிய முருகன். "உள்ள என்னதா நடக்குது?" என்றார் சுந்தரம். "எப்பவும் மாணிக்கம் தங்கியிருக்காருண்ணா. ஆளுங்க வந்து நாளு முழுக்கச் சீட்டு ஆடறாங்க. அவங்க சாப்பாட்டுக்குக் கூடப் போறது இல்ல, ஒண்ணுக்கும் எழறது இல்ல. சீட்டுல என்ன இருக்குதோ தெரியல" என்றார் பெரிய முருகன் அங்கலாய்ப்புடன். அதுதான் சூதாட்டத்தின் ரகசியம். விளையாடுபவர்களை மீள முடியாத ரசிகர்களாக்கும்.

காரண காரியங்களுடன் இயங்கும் உலகில் சூதாடிகள் தங்கள் அதிர்ஷடத்தைத் தொடர்ந்து பரிசீலிப்பார்கள். அதை பெரிய முருகனால் புரிந்துகொள்ள முடியாது. இரண்டு மூன்று நாட்கள் சாப்பிடாமல் சீட்டாடுபவர்களைப் பற்றியும் சுந்தரம் கேள்விப்பட்டிருந்தார். மனைவி, பிள்ளைகள், தொழில் எல்லாவற்றையும் மறந்துவிடுவார்கள். அவர்களைப் பணயம் வைத்தும் ஆடுவார்கள்.

சுந்தரம் கொட்டகைத் தட்டியைத் தள்ளி நுழைந்தார். உள்ளே அரையிருட்டாயிருந்தது. மேஜைகள் மேல் மட்டும் விளக்குகள் ஒளி வீசின. சுற்றி சிலைகளைப்போல் ஆட்கள் உட்கார்ந்திருப்பது சற்று நேரம் கழித்துதான் தெரிந்தது. வெள்ளைச் சட்டை, பைஜாமாவுடன் மாணிக்கம் மூலையில் படுத்திருந்தார். அவர் நிறையக் குடித்திருக்கலாம் என்றுபட்டது. எங்கும் மயான அமைதி நிலவியது. கொட்டகையில் தீப்பிடித்ததைப்போல் புகை மண்டலம் பரவியிருந்தது. ஒருவர் சிகரெட்டை வாயிலிருந்து எடுக்காமல் புகைத்துக்கொண்டிருந்தார். சாம்பல் தொங்கியது. புகை சுருள் சுருளாகப் பறந்தது. அனைவரும் விடாமல் புகைத்தபடி யிருந்தார்கள். சாம்பல் நிற கோடுகள் விளக்கொளியில் அலைந்தன. அவர்கள் கைகளில் விசிறிகளைப்போல் சீட்டுகளை பிடித்திருந்தார்கள். அவரை ஏறெடுத்தும் பார்க்கவில்லை. கண்கள் நிலை குத்தியிருந்தன. கவனம் முழுதும் ஆட்டத்தில் குவிந்திருந்தது. ஒருவரையொருவர் நிமிர்ந்து பார்க்காமல் தவமியற்றுவதைப் போலிருந்தார்கள். அவர்களைச் சுலபத்தில் கலைக்க முடியாது என்று நினைத்தார். பெரும் இயற்கை உற்பாதங்கள் நேர்ந்தாலும் நிறுத்த மாட்டார்கள் என்று தோன்றியது.

சுந்தரம் கொட்டகையிலிருந்து மூக்கைப் பிடித்தபடி வெளியில் வந்தார். “நீ போயி அவர எழுப்பிக் கூட்டினு வா” என்றார். பெரிய முருகன் உள்ளே சென்று மாணிக்கத்தை அழைத்து வந்தார். அப்போதுதான் உறக்கத்திலிருந்து எழுந்தாலும் மாணிக்கம் உற்சாகமாயிருந்தார். அவரிடம் எந்த வாடையும் அடிக்கவில்லை. அருகில் நின்று “என்னன்ணா விஷயம்?” என்றார். சுந்தரம் “இத சட்ட விரோதம்னு சொல்றாங்க. இங்க நடத்தறதால பிரச்சன வராதா?” என்றார். மாணிக்கம் பதிலளிக்காமல் புன்னகைத்தபடி கொட்டகைக்குள் நுழைந்தார். கையில் கண்ணாடிச் சட்டமிட்ட பெரிய சான்றிதழுடன் வெளியில் வந்தார். அதைத் தூக்கிக் காட்டினார். மாணிக்கத்தின் பெயரும் சீட்டாட்டம் நடத்துவதற்கான அனுமதியும் அச்சிடப்பட்டிருந்தது. காவல் துறை ஆணையர்,

ஆட்சியர், செயலர்கள் பச்சை நிறக் கையெழுத்துக்களைப் போட்டிருந்தார்கள். வட்டமான அரச முத்திரைகள் குத்தப் பட்டிருந்தன. அது போலிச் சான்றாயிருந்தாலும் தொழில் செய்யப் போதுமானது. உண்மையில் சூதாட்டம் லஞ்சத்தால் நடப்பதுதான். சுந்தரம் சான்றிதழைத் திருப்பித் தந்தார். மாணிக்கம் மீண்டும் கொட்டகைக்குள் புகுந்து ஓலைக் கதவை சாத்திக்கொண்டார்.

பெரிய முருகன் சங்கடத்துடன் தலையைச் சொறிந்தார். "இதுக்கு வாடகைக்கு விட்டிருக்கக் கூடாதுண்ணா. உள்ள சூது நடக்குது. நெறைய பேரு ஏமாறுறாங்க. இது பெரிய பாவம்" என்றார். கடைசி மகன் மோகனும் முன்பே சொல்லியிருந்தான். அது சுந்தரத்தின் வீழ்ச்சியென்றும், கதராடை அணிபவர் நேர்மையுடனிருக்க வேண்டுமென்றான். சூதாட்டம் சட்ட விரோதமென்று காவல் துறை தடுக்கலாம், வாடகைக்கு இடம் தந்தவரைத்தான் முதலில் கைது பண்ணுவார்கள் என்றான் பெரிய மகன். ஆனால் காவல் துறையினர்தான் முக்கிய வாடிக்கையாளர்கள் என்றார் மாணிக்கம். அவர் ஒழுங்காக வாடகை கொடுத்து வந்தார். ஒருவர் விரும்பிதான் சூதாடுகிறார். அதில் யாரும் ஏய்க்கப்படுவதில்லை. இது அறிவையும் தற்செயலையும் ஒன்றாக நம்பும் விளையாட்டு. பலர் பொருளை இழந்தால், பதிலுக்குச் சிலர் ஈட்டுகிறார்கள். மாணிக்கம் சீட்டாடுவதில்லை. அவர் கட்டணம்தான் பெறுகிறார். சுந்தரம் தன்னைச் சமாதானப்படுத்திக்கொள்ள முயன்றார். அவருக்கும் வாடகைதான் கிடைக்கிறது. சிறிதும் பாவத்தில் பங்கில்லை.

ஓரிரு வருடங்களுக்கு முன்புதான் அது நடந்தது. மாலையில் சுந்தரம் வீட்டுக்குக் கிளம்பத் தயாராக மோட்டார் சத்தத்தைக் கேட்டபடி உட்கார்ந்திருந்தார். ஓசை மாறுபட்டால் கிணற்றில் நீர் வற்றியதாக அர்த்தம். கார் சாலையிலிருந்து திரும்பியது. நேராக வந்து களத்தில் நின்றது. இஞ்சினுக்கு நீரூற்ற வந்திருக்கலாம். ஓட்டியவர் வேட்டி நுனியைத் தூக்கிப் பிடித்தபடி இறங்கினார். கொல்லையைச் சுற்றும் முற்றும் பார்த்தார். "எம் பேரு வர்கீஸ். இங்க ஓட்டல் ஒண்ணு வைக்கலாமுன்னு நெனைக்கிறேன். என்ன சொல்றீங்க?" என்றார். அவர் பேச்சில் மலையாள வாடை வீசியது. அவரையும் காரையும் கண்டு கிளர்ச்சியடைந்திருந்தார் சுந்தரம். "தாராளமா செய்யுங்க" என்றார். "நல்லாப் போகுமா?" என்றார் வர்கீஸ். சுந்தரம் "அதுக்கென்ன போவும்" என்றார். கிணற்றில் நீர் வடியவும் பெரிய முருகன் மோட்டாரை அணைத்தார். வர்கீஸ் சுருக்கமாகச் சொன்னார். அவர் சாலையில் போய் வருகையில்

கொல்லையைக் கண்டாராம். தேசிய நெடுஞ்சாலையை ஒட்டி வாகன ஓட்டிகளின் பார்வை படும் இடம். வரிசையாக வாகனங்கள் நின்று புறபட்டுச் செல்ல தோதான பகுதி. வேறு உணவு விடுதிகள் மிகத் தொலைவிலிருந்தன. அவருக்குச் சில சாலையோர உணவு விடுதிகளை நடத்திய அனுபவமிருந்தது. "அதுக்கு எதிரிலிருக்க ரெண்டு மூணு வாய்க்கால் இடம் வேணும். வியாபாரம் நல்லாயிருந்தா தொடர்ந்து நடக்கும். எவ்வள வாடகன்னு சொல்லுங்க" என்றார் வர்கீஸ். அங்கு புளிய மர நிழல் விழுவதால் விளைச்சல் குறைவு. ஓரிரு வயல்களில் களைகள் முளைத்துக் கரம்பாயிருந்தன. சுந்தரம் தோராயமாக மனதில் கணக்கிட்டு வாடகையையும் முன் பணத்தையும் சொன்னார். அதுவே அதிகமென நினைத்தார். இலாபகரமாக விடுதி இயங்கினால் வாடகையைப் பிறகு உயர்த்திக்கொள்ளலாம். உடனே வர்கீஸ் சரியெனத் தலையாட்டிவிட்டு எழுந்தார். இன்னும் கூடுதல் வாடகை சொல்லியிருக்கலாமென சுந்தரத்துக்குப் பட்டது.

கொஞ்ச நாட்களில் பெரிய தொழிற்சாலையைப்போல் விடுதி உருவானது. சுற்றிலும் சுவர்களும் மேலே தகரக் கூரையும் வேயப்பட்டன. உள்ளே மேசைகளும் நாற்காலிகளும், எதிரே புளிய மர நிழலில் வரிசையாகக் கயிற்றுக் கட்டில்களும் போடப்பட்டன. பக்கத்தில் வட்டமான ஓலைக் குடில்கள் கட்டப்பட்டன. வர்கீஸ் பெயரில் தனி மின் இணைப்புப் பெறப்பட்டது. மேலே "வர்கீஸ் மோட்டல்" என்று மூன்று மொழிகளில் பெயர்ப் பலகை மாட்டப்பட்டது. கொல்லை அடையாளம் தெரியாதளவு மாறியது. சுந்தரம் திகைப்புடன் தினமும் பார்த்துக்கொண்டிருந்தார். எதிர் காலத்தில் உணவு விடுதி நன்கு போகும். அவருக்குக் கணிசமான வாடகை வரும். நிலம் முழுக்கவும் உணவு விடுதியை விரிவாக்கலாம். இனிமேல் விவசாயத்தை நம்பியிருக்கத் தேவையில்லை என எண்ணினார். முதலில் வர்கீஸ் அவராக முன் பணம் தருவாரென நினைத்தார். பிறகு அவரைப் பார்க்க முடியவில்லை.

சுந்தரம் வழக்கம்போல் அதிகாலையில் கொல்லைக்கு வந்தார். இன்று வர்கீஸிடம் பணம் கேட்டுவிட வேண்டுமென தீர்மானித்துக்கொண்டார். கொல்லையைச் சுற்றிவிட்டு உணவு விடுதிக்கு சென்றார். அது அப்போதுதான் தொடங்கப் பட்டிருந்தது. வாயிலில் நீண்ட பூமாலைத் தொங்கியது. கட்டில்களில் சிலர் உட்கார்ந்திருந்தார்கள். கல்லாவில் வர்கீஸ் பட்டு வேட்டிச் சட்டையுடனிருந்தார். சுந்தரத்தைக் கண்டதும் வணங்கி தட்டிலிருந்து இனிப்பை எடுத்துத் தந்தார். உள்ளே நாற்காலியில் உட்காரச் சொன்னார். பரிசாரகர் கண்ணாடித்

தம்ளர் நிறைய தேநீரை வைத்துவிட்டுச் சென்றார். சுக்கு தூள் வாசனையுடன் தேநீர் வித்தியாசமாயிருந்தது. சுந்தரம் மெதுவாகக் குடித்தார். மூலையில் ஒருவர் அதிவேகமாக வெங்காயம் நறுக்கிக்கொண்டிருந்தார். சற்று தவறினாலும் விரல் வெட்டிக்கொள்ளும். மற்றொருவர் அடுப்பில் அகன்ற பாத்திரத்தில் துழாவிக்கொண்டிருந்தார். இன்னொருவர் வெளியில் புதைக்கப்பட்ட பானையில் கரித்துண்டுகளைப் போட்டு நெருப்பு மூட்டிக்கொண்டிருந்தார். கடைசி மேசையில் ஒருவர் உரித்த கோழியை வெட்டிக்கொண்டிருந்தார். சற்று முன் உயிரோடிருந்த சிவந்த மாமிசம் சிறு துண்டுகளாகிக் கொண்டிருந்தன. அவற்றை வர்கீஸ் மேற்பார்வையிட்டுக் கொண்டிருந்தார். சுந்தரம் "சரி நா வரேன். தொழில் நல்லா நடக்கட்டும்" என்று எழுந்தார். வர்கீசும் புன்னகையுடன் எழுந்து நின்றார். "ரொம்ப நன்றிங்க. இருந்து சாப்பிட்டுப் போகலாம்" என்றார். "நா கறி சாப்பிடறதில்ல" என்றார் சுந்தரம். வர்கீஸ் கைக் கூப்பினார். சுந்தரம் வெளியில் வந்தார். ஆரம்ப நாளில் முன் பணம் கேட்கத் தயக்கமாயிருந்தது. வர்கீஸ் பாதியாவது தருவார் என்று எதிர்பார்த்திருந்தார். விடுதி எதிரில் சற்று நேரம் நின்றுவிட்டு நகர்ந்தார். தூரத்தில் பெரிய முருகன் மடை மாற்றிக்கொண்டிருந்தார். "அவரிட்ட அப்புறமா நா சொன்னதா பணம் கேளு" என்று கத்திச் சொன்னார் சுந்தரம். அங்கிருந்தே பெரிய முருகன் தலையாட்டினார்.

உணவு விடுதி திறந்து நீண்ட நாட்களாகிவிட்டன. இன்னும் முன் பணம் கிடைக்கவில்லை. அதைக் கேட்க சுந்தரம் மதிய வேளையில் வந்தார். சாலையோரம் பிரம்மாண்ட லாரிகள் வரிசையாக நின்றிருந்தன. அவற்றின் முன்புறம் வண்ண மயமான அலங்காரத் தோரணங்கள் தொங்கின. அலங்காரமான அறைகளைப்போல் ஓட்டுமிடங்கள் பளபளத்தன. ஆஜானுபாகுவான ஓட்டுநர்கள் கயிற்றுக் கட்டில்களில் சம்மணமிட்டுப் பலகைகளின் மேல் தட்டுகளை வைத்து ரொட்டிகளைப் பிய்த்துத் தின்றுகொண்டிருந்தார்கள். பக்கத்தில் பெரிய கிண்ணங்களில் வெங்காயமும் குழம்பும். எலும்புகளை மென்று கீழே துப்பினார்கள். சுந்தரம் தலைகுனிந்தபடி உள்ளே சென்றார். பானை அடுப்புக்குள் ரொட்டிகள் புகைந்துகொண்டிருந்தன. நாற்காலிகளில் சிலர் சாப்பிட்டுக்கொண்டிருந்தார்கள். புகை மூட்டத்தில் இரண்டு மூன்று பேர் வேலை செய்துகொண்டிருந்தார்கள். அவர்களே சமைத்து, பரிமாறி, எச்சில் தட்டுகளையெடுத்தார்கள். மேசையைத் துடைத்துவிட்டு வந்த ஒருவர் கல்லாவில் பணம் வாங்கிப் போட்டார். அவரிடம் சுந்தரம் மெதுவாக "வர்கீஸ்

பணம் ஏதாவது தந்தாரா?" என்றார். வேலையாள் ஒரு கணம் தயங்கினார். பிறகு கல்லாவை திறந்து பணத்தை தேடியெடுத்துக் கொடுத்தார். "இந்தாங்க இந்த மாச வாடகைய வச்சுக்குங்க. நா அவரிட்ட சொல்லிக்கறேன். மத்தத அப்புறமாப் பாத்துக்கலாம்" என்றார். சுந்தரம் பணத்தை எண்ணியபடி உணவு விடுதியில் இருந்து வெளியில் வந்தார்.

அன்று நகரத்துக்குப் போய்விட்டு சுந்தரம் உணவு விடுதிக்கு வந்தார். மாலை கவிந்து கொண்டிருந்தது. புல் வெளியில் தனியான குடில்களில் பலர் உட்கார்ந்திருந்தார்கள். ஓரிரு வேலையாட்கள் உணவுத் தட்டுகளுடனும் மது பாட்டில்களுடனும் நடமாடிக்கொண்டிருந்தார்கள். அப்பால் தென்னம் தோப்பிலும் வாடிக்கையாளர்கள் குடித்துக்கொண் டிருந்தார்கள். உள்ளூர் விவசாய, தோல் தொழிலாளர்கள் ஒன்றாகக் கட்டில்களில் படுத்துப் பேசியவாறு புகைப் பிடித்துக் கொண்டிருந்தார்கள். அவரைக் கண்டதும் எழுந்து உட்கார்ந்தார்கள். பீடிகள் மறைக்கப்பட்டன. ஒருவர் வாய் புகையைக் குனிந்து மறைவாக ஊதினார். சுந்தரம் நேராகப் பார்த்தபடி "அவரு வர்கீஸ் இல்லியா? வாடகை பாக்கி யிருக்குது பாருங்க" என்றார். உள்ளே வெங்காயம் உறித்துக் கொண்டிருந்தவர் கையைத் துடைத்தபடி வந்து வாடகையை எடுத்துத் தந்தார். "அவரு முன் பணம் தரணும். ஆளே கிடைக்கறதில்ல. நீயே குடுத்திடு" என்றார் சுந்தரம். "வேற பணமில்ல. நா அவருகிட்ட சொல்றேன்" என்று சமையல்காரர் மீண்டும் வேலையில் முனைந்தார்.

நீண்ட காலமாகியும் வர்கீஸைக் காண முடியவில்லை. "அவரு வேற எடத்துல ஓட்டலு ஆரம்பிக்கப் போறாராம். அதுக்காகச் சுத்தறதா சொல்றாங்க. நா மொதல்லயே இத வேணான்னேன்" என்றார் பெரிய முருகன். அப்போது உணவு விடுதியில் கூச்சல் கேட்டது. சுந்தரம் தயங்கியபடி உள்ளே நுழைந்தார். கல்லா எதிரில் நாலைந்து பேர் நின்றிருந்தார்கள். மது வாடை சூழ்ந்திருந்தது. அவரைத் திரும்பியும் பார்க்கவில்லை. ஒரு மேசையில் எலும்புத் துண்டுகளும் காலித் தட்டுகளும் கிடந்தன. ஒருவர் குழறியபடி "கையில காசில்ல. அப்புறமாத் தரேன், கணக்கு எழுதி வச்சுக்க" என்றார். வேலையாள், "அதெல்லாம் முடியாது. இப்ப தந்தாகணும்" என்றார். "எத்தன தரம் சொல்றது? குடுக்க முடியாது. என்ன வேணுமானாலும் செஞ்சுக்க" என்றார் அவர்களில் மற்றொருவர். இன்னொருவர் "ஓட்டலக் காலி பண்ணிடுவோம்" என்றார். வேலையாள் பரிதாபமாக "எங்க சம்பளம் தரக் கூட பணமில்லைங்க. இத குடுத்திட்டுப் போங்க" என்றார். பின்னாலிருந்த ஒருவர்

தங்க நகைப் பாதை

அவரை அடிக்க கை நீட்டினார். அப்போது வர்கீஸ் இரு சக்கர வாகனத்தில் வந்திறங்கினார். அவருக்கு யாராவது தகவல் தெரிவித்திருக்கலாம். அல்லது எதேச்சையாக வந்திருக்கலாம். பணச் சீட்டைப் பார்த்துவிட்டு சாதாரணமாக "சரி, போங்க" என்றார். கூட்டத்தினர் கலைந்தார்கள். அவரிடம் சுந்தரம் சென்றார். "ரொம்ப நாளா வாடகையும் முன் பணமும் வரணும். இப்பவே தாங்க" என்றார் கெஞ்சுவதைப்போல். வர்கீஸ் யோசித்து "கவலப்படாதீங்க. நானே ஓட்டல மூடலான்னு நெனைக்கிறேன். போறப்ப மீதி வாடகைய தந்திடறேன்" என்றார். அவரும் குடித்தாற்போலிருந்தார். அழுகிய பழ நாற்றம் வீசியது. முகத்தில் கொஞ்சமும் வருத்தமில்லை. சுந்தரம் வெளியில் வந்தார்.

நாலைந்து நாட்களாக உணவு விடுதியை திறக்கவில்லை. அதற்கு முதலில் கதவுகள் வைக்கப்படவில்லை. அப்போது எந்நேரமும் திறந்திருக்கும். அங்கேயே ஆட்கள் தங்கினார்கள். நள்ளிரவுகளிலும் உணவு சமைத்துத் தந்தார்கள். வெளி விளக்குகளை அணைத்தால்தான் மூடியதாக அர்த்தம். பிறகு இரட்டைக் கதவுகள் பொருத்தப்பட்டன. அவை அவ்வப்போது பூட்டப்பட்டன. சில நாட்களில் துணை சமையல்காரர் வர மாட்டார். மாஸ்டர் அடிக்கடி நின்று விடுவார். உணவு தயாரிக்க பொருட்கள் இருக்காது. கோழிக் கறி வாங்கப்பட்டிருக்காது. அப்போதெல்லாம் விடுதி மூடப்படும். ஓட்டுநர்கள் லாரிகளிலிருந்தபடி விசாரித்துச் சென்றார்கள். உணவு விடுதிக் கதவுகள் தொடர்ந்து பூட்டியிருந்தன. தகவலறிந்து சுந்தரத்தை மோகன் திட்டினான். "உனக்குப் பைத்தியம்தான் பிடிச்சிருக்கு. யாராவது ரொம்ப காலத்துக்கு ஒப்பந்தம் எழுதி தருவாங்களா? காலி பண்ணாலும் எடம் அவங்களுக்குச் சொந்தமாயிடும்" என்றான். "கொல்லைப் பேரே கெட்டுப் போச்சு. உம் மேல வச்சிருந்த மரியாதைய நீயா கெடுத்துகிட்ட" என்றான் பெரியவன் கார்த்தி தொலைபேசியில். அவர் "குடும்பச் செலவுக்குப் பணந்தேவை. நா வாடகைக்கு விட்டே. அதுல என்ன தப்பு?" என்று பொன்னம்மாவிடம் முணுமுணுத்தார். அவள் பதிலளிக்கவில்லை.

சுந்தரம் வழக்கம்போல் அதிகாலையில் கொல்லையை அடைகையில் பெரிய முருகன் பதற்றமாயிருந்தார். "நேத்து நடு ராத்திரியில ஓட்டல்காரங்க வந்தாங்க. உள்ளயிருந்த பழைய பாத்திரங்க, மேசைங்க, கட்டிலுங்க எல்லாத்தயும் வண்டியில ஏத்திட்டுப் போயிட்டாங்கண்ணா" என்றார். "எடுத்துப் போவட்டும் வுடு" என்று சுந்தரம் உணவு விடுதிக்குச் சென்றார். அதை முழுதாகப் பார்த்து நீண்ட காலமாகிவிட்டது.

விடுதிக் கதவில் சிறிய பூட்டுத் தொங்கியது. அதை உடைக்கச் சொன்னார். பெரிய முருகன் இழுத்ததும் பூட்டுக் கையோடு வந்துவிட்டது. உள்ளே அரையிருட்டு சூழ்ந்திருந்தது. கூரை ஓட்டைகளின் வழியாக வெயில் கற்றைகள் பாய்ந்தன. விடுதி வெறுமையாயிருந்தது. சிமெண்டுத் தரை வெடித்துப் பசும் களைகள் முளைத்திருந்தன. இரு நாற்காலிகளின் கால்கள் முறிந்திருந்தன. ஓர் உணவு மேசையின் கல் இரண்டாகப் பிளந்திருந்தது. கயிறுகள் தொங்க கட்டில் சரிந்திருந்தது. சுவரில் சுண்ணாம்பு உதிர்ந்து மண் திட்டுகள் தெரிந்தன. மூலையில் பெரிய குளிர் சாதனப் பெட்டி தனியாக நின்றிருந்தது. மறுநாள் சுந்தரம் வீட்டிலிருந்து பெரிய பூட்டை எடுத்து வந்து பூட்டினார்.

உணவு விடுதிக்குள் திருடர்கள் கூரை வழியாக இறங்கியதாக பெரிய முருகன் மற்றொரு நாள் சொன்னார். உள்ளே குளிர் சாதனப் பெட்டியைத் தவிர வேறொன்றுமில்லை என்று சுந்தரத்துக்குத் தெரியும். நாலைந்து பேரில்லாமல் தூக்க முடியாது. அதை அவர் மிகவும் விரும்பினார். நீல நிறத்தில் பீரோவைப் போலிருந்தது. திறந்தால் சிறிய விளக்கெரியும். உட்புறம் வெண்மையான பனி மலை பள்ளத்தாக்குகளை நினைவூட்டும். அதை வீட்டின் நடுவில் அனைவரும் பார்க்கும்படி நிறுத்தலாம். வெயில் காலத்தில் குளிர்ச்சியான நீர் குடிக்கலாம். பொன்னம்மா சோறும் குழம்பும் மீந்தால் பாதுகாப்பாக வைத்துக்கொள்ளலாம். அது கொல்லை உணவு விடுதியின் நினைவுச் சின்னம் போலிருக்கும். பல மாத வாடகைப் பாக்கிக்கு ஈடுசெய்யும். பெரிய முருகனிடம் சாவியைத் தந்து விடுதியைத் திறக்கச் சொன்னார். உள்ளே குளிர் சாதனப் பெட்டி மேலும் புழுதி படிந்திருந்தது. அதை ஜேம்சின் வண்டியிலேற்றி வீட்டுக்கு எடுத்துச்சென்றார். தாழ்வாரத்தில் இறக்கியதும் அவரே கழுவித் துடைத்தார். கடைசியில் உள்ளே ஒரு தம்ளர் நீரை வைத்தார். மின்னிணைப்பு தந்ததும் மாவு இயந்திரம்போல் இரைந்தது. மெதுவாகக் குளிரத் தொடங்கியது. அருகில் காத்திருந்து கதவைத் திறந்தார். உள்ளே ஒளிர்ந்தது. பனிக்கட்டி பாளமாக உறைந்திருந்தது. மெலிதாகப் பனிப் புகை வீசியது. பொன்னம்மா அதிசயமாகப் பார்த்தாள். அது வீட்டில் இருப்பதில் சுந்தரத்துக்குப் பெருமையேற்பட்டது.

உணவு விடுதிச் சுவர்கள் நீண்ட நாட்கள் உறுதியாக நின்றன. கூரையின் பெரும்பகுதி விழுந்துவிட்டது. எதிர்காலத்தில் நான்கு வழிச் சாலை போடப்பட்டால் அந்தச் சிதைந்த கட்டடத்துக்கு நஷ்டஈடு கிடைக்கும். அது நிலத்துக்குத் தருவதை விடக் கூடுதலாயிருக்கும். சீட்டாட்டக் கொட்டகை நிலத்தில் வடுவைப் போலிருந்தது. கறையான்கள் அரித்து ஓலைகள்

மண்ணாகியிருந்தன. சூதாடிகளின் வருகை மெல்லக் குறைந்து நின்றுவிட்டது. மாணிக்கம் உயிரோடிருக்கிறாரா என்று தெரியாது. சுந்தரம் இரண்டு வாடகையும் பறிபோன வருத்தத்தி லிருந்தார். பெரிய முருகன் ஒரு நாள் ஆறுதலளிப்பதைப் போல் சொன்னார். "நாகன் மகன் மணிக்குக் கொல்ல மூலயில எடம் வாடகைக்கு வேணுமாம். டயர் பஞ்சர் கடை போடறானாம். போய்க் கூட்டியாறேன்" என்றார். சுந்தரம் தலையாட்டினார். மணி முன்பு எப்போதாவது வந்து தொட்டியில் குளிப்பான். அதிகம் பேச மாட்டான். அவன் பெரிய முருகனுடன் தயங்கியபடி வந்தான். புங்க மரத்துக்குப் பின்னால் பாதி மறைந்து நின்றான். "என்னப்பா வாடகத் தருவ?" என்றார் சுந்தரம். அவன் காய்ந்து கரம்பான வாய்க்கால் மூலையில்தான் கடை வைக்கப்போகிறான். அதனால் அவருக்கு ஒன்றுமில்லை. அங்கு புதிதாகச் சில தேங்காய் செடிகளைப் பெரிய முருகன் நட்டிருந்தார். அவையும் வாடியிருந்தன. மணி விரலால் மரத்தைச் சுரண்டியபடி "வருமானம் வர்றதப் பாத்துத் தரேண்ணா" என்றான் மெல்ல.

சுந்தரம் அன்று அரசு மருத்துவமனையிலிருந்து கொல்லைக்கு வந்தார். நாலைந்து நாட்களாகக் கால்கள் வலித்தன. அவருக்கு வலி நிவாரண ஊசியைப் போட்டார்கள். அதனால் அரை மயக்கமேற்பட்டது. சாலையிலிருந்து மங்கிய கண்களால் தேடினார். ஒரு முறை கூப்பிட்டார். பெரியமுருகன் வீட்டுக்கு அல்லது கொல்லை மூலைக்குப் போயிருக்கலாம். மெதுவாகப் பஞ்சர் கடைக்கு நடந்தார். சாலையோரத்தில் சிறிய கொட்டகை சரியும் போல் நின்றிருந்தது. நாலைந்து ஓலைகள் பரப்பிய கூரை. முன்புறம் நடைபாதையில் நீட்டியிருந்தது. பழைய ஓட்டல் மின்னிணைப்பிலிருந்து வயர்கள் நீண்டிருந்தன. எதிரில் "இங்கு பஞ்சர் ஒட்டப்படும்" என்று கோணல்மாணலாக எழுதப்பட்ட லாரி டயர் பெரிதாகத் தொங்கியது. கொட்டையான இ, ஒ எழுத்துகள். மற்றவை சிறியவை. கீழே கோபுரம்போல் அடுக்கப்பட்ட பழைய தேய்ந்த பிய்ந்த டயர்கள். சிறிய கலங்கலான நீர்த் தொட்டி. உள்ளே டேப் ரிக்கார்டரிலிருந்து திரைப்படப் பாடல் அலறியது. பிளாஸ்டிக் கயிற்றுக் கட்டில் மேல் நண்பர்களுடன் அரட்டையடித்தபடி மணி கிடந்தான். சுந்தரத்தைக் கண்டதும் உடனே எழுந்து வந்தான். அவர் "இங்க கொஞ்சம் உக்காந்துக்கறேம்பா" என்றார். மணி பழைய இரும்பு நாற்காலியை எடுத்துப்போட்டான். அவர் உட்கார்ந்து கால்களை நீட்டிக்கொண்டார். சிறிய கூரை நிழல் இதமாயிருந்தது.

அப்போது இரு சக்கர வாகனத்தை ஒருவர் தள்ளிக் கொண்டுவந்து நிறுத்தினார். மணி இயந்திரம்போல் சக்கரத்தைக் கழற்றினான். குடலைப்போன்ற டியூபை உருவினான். தொட்டியின் அழுக்குத் தண்ணீரில் முக்கினான். ஓரிடத்தில் காற்றுக் குமிழிகளிட்டன. அங்கு பலமுறை தேய்த்து ரப்பர் துண்டை ஒட்டினான். அதே நேரம் எதிர்ப்புறத்தில் லாரி வந்து நின்றது. அதை மணியின் நண்பர்கள் ஓடிச் சென்று பரிசோதித்தார்கள். அனைத்து சக்கரங்களையும் தட்டினார்கள். பின்புற சக்கரங்களில் ஒன்றைக் கழற்றத் தொடங்கினார்கள். மணி இரு சக்கர வாகனத்தின் சக்கரத்தை மாட்டிக் கிளப்பினான். "வாண்ணா போலாம், உங்கள வீட்ல விடறேன்" என்றான். சுந்தரம் தயக்கத்துடன் வாகன உரிமையாளரைப் பார்த்தார். அவர் சம்பந்தமற்றவரைப் போல் பேசாமல் நின்றிருந்தார். சுந்தரம் பின்னால் ஏறி உட்கார்ந்தார். அவன் தோளை இறுகப் பற்றிக்கொண்டார். ஆற்றிலும் தெருக்களிலும் வேகமாக சென்று வீட்டை அடைந்தான். அவர் மெல்ல இறங்கினார். அவன் சட்டையிலிருந்து பணத்தை எடுத்து நீட்டினான். "இந்த மாச வாடக வச்சுக்கண்ணா" என்றான். சுந்தரம் வாங்கிக்கொண்டு படிகளிலேறினார். அவருக்குத் தலைசுற்றி மயக்கம் வந்தது. உள்ளே கட்டிலில் படுத்தார்.

தடையுண்ட கை

அந்த மருத்துவமனை முன்பு பாரம்பரியம் மிக்கவீடு.இப்போதுவாடகைக்குவிடப்பட்டிருந்தது. அங்கு வருபவர்களுக்கு சற்று ஆறுதலான வீட்டுணர்வு தோன்றும். நீண்ட கூடம்தான் வெளி நோயாளிகள் காத்திருக்கும் இடம். அறைகளில் உள் நோயாளிகளுக்கு வரிசையான கட்டில்கள். நடுவில் வெளிச்சம் பொழியும் வாசல் விரிந்திருந்தது. கடைசி அறையில் சுந்தரம் கண்களை மூடிப் படுத்திருந்தார். மாவுக்கட்டுப் போட்ட இடது கை, பெற்ற குழந்தையை போல் அருகில் கிடந்தது.குழாய் வழியாக மருந்து சீராக இறங்கிக்கொண்டிருந்தது. சின்னவள் விஜயா ஒவ்வொரு துளியையும் உற்றுப் பார்த்தபடி பக்கத்தில் உட்கார்ந்திருந்தாள். அவளுக்கு இரவுக்குள் வீட்டுக்குப் போயாக வேண்டும். பெரிய மகள் பள்ளிக்கும் சென்று, சமையலும் செய்து, கணவனையும் வீட்டையும் கவனித்துக்கொள்வாளென்றாலும் மருத்துவமனை யில் ஒரு நாளைக்கு மேல் தங்க முடியாது. செவிலியர்கள் அங்குமிங்கும் திரிந்துகொண்டி ருந்தார்கள். அடுத்த கட்டிலில் வயதான நோயாளி கிடந்தார். மூச்சைச் சிரமத்துடன் இழுத்துவிட்டுக் கொண்டிருந்தார். மார்பு உயர்ந்து தாழ்ந்தது. கால் கனத்த கட்டுகளுடன் உயரத் தொங்கியது. அடுத்ததாகப் படுத்திருந்த இளைஞனுக்கு, தலை, கை, காலெல்லாம் கட்டுகள். பாட்டிலில் ரத்தம் ஏறிக்கொண்டிருந்தது. கட்டுப்போட்ட கை மார்பிலும், கீழே கால்களும் தொங்க

மு. குலசேகரன்

இன்னொரு கட்டிலில் ஒருவர் உட்கார்ந்திருந்தார். ஆவலுடன் மற்றவர்களை உற்றுப் பார்த்தார். அதற்கேற்ப கண்கள் அசைந்தன. வாசலையொட்டிய படுக்கையில் மெலிந்த சிறுவன் இரு கால்களிலும் கட்டுகளுடன் படுத்திருந்தான். அவனுடைய மருந்து இறங்கும் கையை அசையாதவாறு அம்மா கவலையுடன் பற்றியிருந்தாள்.

அறைக்குள் பார்வையாளர்கள் நுழைந்தார்கள். ஒவ்வொரு படுக்கையாக சுந்தரத்தைத் தேடினார்கள். கண்டுபிடித்து அருகில் வந்தார்கள். அவர் தூங்குவதைக் கண்டு மௌனமாக நின்றார்கள். சற்று நேரம் கழித்துப் பக்கத்துக் கொல்லைக்காரர் கோபால் "எப்படியிருக்காரு?" என்றார் விஜயாவிடம். "இப்பதான் கட்டுப்போட்டுப் படுக்க வைச்சிருக்காங்க. மயக்கம் தெளிய நேரமாகும். இவ்வள நேரம் தம்பிகூடத் தானிருந்தான்" என்றாள் விஜயா. "சரி, பயப்படாதம்மா" என்றார் சேகர். மற்றொருவர் "நல்ல காலம், வேறெதுவும் ஆகல" என்றார். விஜயா கண்களைத்துடைத்துக்கொண்டாள். சுந்தரம் எழுந்தால் ஆறுதல் தெரிவிக்க அவர்கள் மேலும் சிறிது நேரம் காத்திருந்தார்கள். செவிலியின் குரல் "கூட்டம் போடாதீங்க, போங்க" என்று தூரத்திலிருந்து உரக்கக் கேட்டது. கோபால் "இவராலத்தான் மணல் திருடங்களக் கண்டு பிடிச்சோம். யாராவது வந்து மிரட்டினாப் பயப்படாதிங்க. அவங்களால ஒண்ணும் பண்ண முடியாது" என்றார். விஜயா "இவருக்கு எதுக்கு இந்த வேல? இதனால எல்லாருக்கும் தொல்ல" என்றாள் சிறிய சலிப்புடன். "அப்படிலாம் இல்ல. அவரு நல்லதுதா செஞ்சிருக்காரு. இனிமே மணல் திருட பயப்படுவாங்க" என்றார் ராமு. பிறகு அவர்கள் கிளம்பிச்சென்றார்கள்.

அன்றும் சுந்தரம் அதிகாலையில் எழுந்திருந்தார். முகம் கை கால் கழுவிக்கொண்டு கொல்லைக்குப் புறப்பட்டார். பல வருடப் பழக்கத்தை அவரால்விட முடியாது. என்ன நேரமென்றும் கவனிக்கத் தேவையில்லை. தானாகத் தூக்கம் கலையும். சில சமயம் நள்ளிரவு கடந்தவுடன் கிளம்பியிருக்கிறார். இதுவரை கொல்லைக்குப் போவது ஓரிரு நாட்கள்தான் தவறின. நோய், சாவு, கல்யாணம் போன்ற தவிர்க்க முடியாத காரணங்கள். இருப்பினும் சமீப காலமாகச் சிறு தயக்கமுண்டாகிறது. அதை மீறிச் செல்ல வேண்டும். அவர் கண்கள் இருட்டுக்குப் பழகியிருந்தன. கதவை மெல்ல சாத்திக்கொண்டு தெருவில் இறங்கினார். வானில் மின்மினிகளைப்போல எண்ணற்ற நட்சத்திரங்கள் ஒளிர்ந்தன. தெரு விளக்குகள் மங்கலாக எரிந்தன. அவை இரவுகளில் கனிந்த பழம் போல் தொங்கும்.

திண்ணைகளில் மூட்டைகளைப்போல் சிலர் சுருண்டிருந்தார்கள். வீட்டுக் கதவுகள் அடைபட்டிருந்தன. தினமும் புதிதாகத் தோன்றும் காட்சிகள். சுந்தரம் தெருக்களையும் எல்லையம்மன் கோயிலையும் கடந்தார்.

தூரத்தில் ஆறு முழுவதும் நீரோடித் ததும்புவதைப் போல் தோன்றியது. அரையிருட்டில் மணல் அலையலையாகத் தெரிந்தது. கரையில் பிணங்களைப் புதைத்த மண் மேடுகள் மனிதர்களைப்போல் நீட்டிப் படுத்திருந்தன. எதிலும் புதிய மாலைகளில்லை என்பது ஆறுதல். ஆற்றின் தொடக்கத்தில் கரிந்த பிணமெரிக்கும் இடங்கள். அங்கங்கே குப்பைக் குன்றுகள். உடைந்த கட்டடச் சிதைவுகள். ஆற்றில் கலக்கும் தன் ஊரின் சாக்கடைக் கால்வாய். சிறு ஓடை போல் வற்றாது ஓடும் தொழிற்சாலைகளின் கழிவு நீர். ஆறு ஒரு பெரிய குப்பைத் தொட்டியைப் போலிருந்தது. ஒவ்வொரு முறை கண்ணில் படுகையிலும் வேதனையுண்டாகும்.

அவர் ஆற்றில் இறங்கி நடந்தார். நெடுங்காலம் நீரால் கழுவப்பட்ட மணல் பாலைப்போல் வெண்மையானது. அதுதான் ஆற்றுக்குப் பெயர் வந்த காரணம். எப்போதோ நீர் நிறைந்திருந்ததின் அடையாளமாகச் சிறிய சிப்பிகளும் சங்குகளும் கலந்திருக்கும். மணல் ஒன்றுடன் ஒன்று ஒட்டாது. நீரோடுகையில் குளிர்ந்த மாமிசம் போலவும், வறட்சியில் தணலைப் போலுமிருப்பதை அனுபவித்திருக்கிறார். முன்பு நிறைந்திருந்த மணலில் சக்கரங்கள் அமிழும். அதனால் பழைய தடத்தில் செல்வார்கள். அது தழும்பைப்போலிருக்கும். கால்கள் ஆழப் புதையும். காலணிகளை அணிந்து நடக்க முடியாது. கழற்றி கையில் பிடித்துக்கொள்வார்கள். அப்படியும் கணுக்கால்கள் நோவெடுக்கும். கோடையின் நண்பகலில் மணல் நெருப்பாக மாறும். அவர் ஒரு முறை செருப்பு பிய்ந்து தாள முடியாமல், தென்னை மரப் பன்னாடைகளை மாற்றி வைத்து ஆற்றைக் கடந்திருக்கிறார். மாலை மணலில் இதமான சூடிருக்கும். அது ஆற்றில் விரிந்த மெத்தைப் படுக்கை. அவர் சிலசமயம் காலை நீட்டி படுப்பார். மேலே பிரம்மாண்டக் கூரையாக நீல வானம் விரிந்திருக்கும். தான் ஒரு புள்ளியாகச் சுருங்கியது போலிருக்கும். மனதிலுள்ள எடை குறைந்து காற்றில் மிதப்பார்.

அக்காலத்தில் ஆறு வறளாது. எப்போதும் நீரோடிக் கொண்டிருக்கும். மழை நாட்களில் இருகரைகளையும் தொட்டு வெள்ளம் புரளும். மற்ற பருவங்களில் சிறு ஓடைகளாகச் செல்லும். சிறுவர்கள் ஆற்றில் சேர்ந்து விளையாடுவார்கள். குழி பறித்து ஊற்று நீரை அள்ளிக் குடிப்பார்கள். கீழே படுத்து

வாயால் பருகுவார்கள். நீருக்குள் மணல் போன்ற பரல் மீன்கள் நீந்துவது துல்லியமாகத் தெரியும். பச்சைப் பட்டுத் துணி களாகப் பாசிகள் படர்ந்திருக்கும். ஆளுயுரத்துக்கு மேல் உயர்ந்த கரைகள். புன்னை, வேப்பம், அரச மரங்கள் கவிந்திருந்தன. அவற்றின் கிளைகளை நீர் தொடும். தலை மயிர்களைப் போல் நுண்ணிய வேர்கள் அலையும். அவருக்கு ஆற்றைக் கடக்கையில் பழைய நினைவுகள் தோன்றியவாறிருக்கும்.

ஊருக்குச் சிறிது தள்ளி தரைப் பாலம் நீண்டிருந்தது. நீண்ட காலப் போராட்டத்துக்குப் பிறகு சமீபத்தில் கட்டப்பட்டது. அதுவரை நெடுஞ்சாலைக்கு ஆற்று வெள்ளத்திலும் மணலிலும் சென்றார்கள். இல்லாவிட்டால் பல ஊர்களின் வழியாக மேடும் பள்ளமுமான சாலையில் நகரத்துக்குப் போவார்கள். அதன் வழியாக செல்லும் பேருந்துக்கு குறித்த நேரம் கிடையாது. அடிக்கடி வராமலும் போய்விடும். அந்தச் சாலை மரம் விழுந்தும் வெள்ளத்தாலும் துண்டிக்கப்பட்டால் ஊர்கள் தீவுகளாகும். பாலம் கட்டிய பிறகு பெண்கள் தினமும் வேலைக்குப் போகத் தொடங்கினார்கள். நள்ளிரவு வேளைகளிலும் தனியாகப் பயமின்றித் திரும்பினார்கள்.

சுந்தரம் தொடர்ந்து நடந்துகொண்டிருந்தார். ஆறு சுயமாக வீசும் மங்கிய ஒளியுடன் விரிந்திருந்தது. அதுவே இருட்டிலும் தடுமாறாமல் வழி நடத்தும். தூரத்தில் பாலம் கறுத்துத் தெரிந்தது. அப்பின்னணியுடன் கரிய உருவங்கள் அசைந்தன. அவை பேய்களைப்போல் தோன்றின. அவருக்கு முதலில் ஒன்றும் புரியவில்லை. பிரமையாயிருக்கலாம் என நினைத்தார். பிறகு நிழல்களைப்போல் மாட்டு வண்டிகளும் டிராக்டர்களும் வரிசையாக நிற்பது புலப்பட்டது. அவற்றில் மணலை நிரப்பிக் கொண்டிருந்தார்கள். அவை மௌனப்படக் காட்சிகள் போலிருந்தன. ஒரு டிராக்டர் முன்பக்கச் சிறிய விளக்குகள் மட்டும் எரிய சிரமத்துடன் கரையேறியது. மண் பாதையில் ஊர்ந்து பாலத்தை அடைந்தது. பிறகு நெடுஞ்சாலையை நோக்கிச் சென்றது. அதன் சிறு சப்தமும் தேய்ந்து மறைந்தது. மீண்டும் அமைதி கவிழ்ந்தது.

அவர் முன்பே மணல் திருட்டைப் பற்றி கேள்விப் பட்டிருந்தார். இந்த மணல் மிகவும் மதிப்பு வாய்ந்தது. பெரும் செல்வந்தர்கள் செயற்கை மணலை விரும்புவதில்லை. இதை அதிக விலை கொடுத்து வாங்குவார்கள். வணிகர்களுக்கு மணல் வெறும் பொருள் மட்டும்தான். ஆற்றின் ரத்தமும் சதையுமில்லை. அதை விற்று சம்பாதித்தால் போதும். இதுவரை ஊரருகில் மணல் அள்ளப்படவில்லை. அங்கிருப்போர்

மட்டும் மாட்டு வண்டியில் தேவைக்கு வாரிப் போவார்கள். அதற்கு எந்த விலையுமில்லை. வண்டி வாடகை மட்டும்தான். இயற்கைப் பொருளை விற்பது பாவம் எனப்பட்டது. ஆனால் நகரத்துக்கு அருகில் இரவுகளில் ஆற்று மணல் அள்ளப்பட்டுக் கரைக் கொட்டகைகளில் பதுக்கிவைக்கப்படுமாம். அவை சிறு குன்றுகளைப் போலிருக்கும். பிறகு ரகசியமாக வெளி நாடுகளுக்குக் கடத்தப்படும். நகரத்தில் முழுமையாக மணல் வாரப்பட்டுவிட்டது என்றார்கள். மண் தரை தட்டிவிட்டதாம். ஆறு பெரும் பள்ளமானது. அதில் நிரம்பிய மழை நீரில் குதித்து விளையாடிய சிறுவர்கள் இறந்திருக்கிறார்கள். அவர்களை இயற்கைக்குப் புறம்பான குழிகள் சிக்க வைத்து அழித்திருக்கும்.

இப்போது ஊருக்குச் சொந்தமான இடத்தில் மணற் கொள்ளை கண்ணெதிரில் நடந்துகொண்டிருந்தது. பாலத்தை யொட்டி பள்ளங்கள் தோண்டப்பட்டுக்கொண்டிருந்தன. ஆறு தாழ்ந்துவிட்டதைப் போலிருந்தது. அங்கு எதிர்காலத்தில் மணல் முழுவதுமாக வற்றும். நிலத்தடி நீர் ஊறாது. இறங்க முடியாதளவு ஆழமாகும். பாலத்தின் அடித்தளம் பலவீனமாகும். தூண்கள் சரிந்து விழும். நகரத்துக்குப் பழையபடி சுற்றிப் போக வேண்டும். பாலம் இல்லையெனில் அதிகம் பாதிக்கப்படப்போவது பெண்கள்தான். அவர் தடுக்க நினைத்தார். அங்கு விடியலில்தான் நடமாட்டம் தொடங்கும். இதைத் தடுக்க தான் ஊருக்குப் போய் ஆட்களை அழைத்துவரலாம். அதற்குள் வாகனங்கள் சென்றுவிடும். அவர் மணல் அள்ளும் இடத்தை நோக்கி விரைந்தார். கால்கள் புதைந்து வலித்தன.

அங்கங்கே டிராக்டர்களும், மாட்டு வண்டிகளும் நின்றிருந்தன. ரகசியமாகப் பெரும் தொழிற்சாலை இயங்குவது போலிருந்தது. இருட்டுக்கு மிகவும் பழக்கப்பட்டவர்களைப் போல் ஆட்கள் தொடர்ந்து மணல் வாரிக்கொண்டிருந்தார்கள். சங்கிலித் தொடர் போல் அள்ளுவதும் தூக்குவதும் கொட்டு வதும் நடந்தன. கைகளைப் பற்றி நிறுத்தினாலும் விடுவித்துக் கொண்டு தொடர்ந்து ஈடுபடுவார்கள். அவர்களுக்குச் சற்று கூடுதல் கூலி கிடைக்கலாம். அவரை ஒருவரும் பொருட்படுத்த வில்லை. ஒருபோதும் அந்நியரை எதிர்பார்த்திருக்க மாட்டார்கள். டிராக்டர்கள் நிறைந்து சிறு விளக்குகள் எரிய முனகல்களுடன் புறப்பட்டன. மணல் மேல் கனத்த கித்தான்கள் மூடியிருந்தன.

அவர் குழிகளை நெருங்கினார். ஒவ்வொன்றிலும் ஒருவர் மண்வெட்டியால் மணலை வாரித் தட்டில் நிரப்பிக் கொண்டிருந்தார். அதை மற்றொருவர் மேலே தூக்கித் தந்தார்.

மு. குலசேகரன்

பெண்கள் வாங்கி வண்டிக் கூடைகளில் கொட்டினார்கள். மீண்டும் தட்டுகள் திரும்பி வந்தன. இடைவிடாத சுழற்சி. அனைவரும் மௌனமாக ஈடுபட்டிருந்தார்கள். ஒரு வார்த்தையும் பேசிக்கொள்ளவில்லை. பக்கத்தில் நின்றாலும் நிமிர்ந்து பார்க்கவில்லை. தன்னைச் சக வேலையாளாக அவர்கள் எண்ணியிருக்கலாம். வண்டிகள் பூட்டி கிளம்பத் தயாராயிருந்தன. பின்னாலிருந்த பெரும் மூங்கில் கூடுகள் வேகமாக நிறைந்தன. மாடுகள் நகராமல் மூக்கணாங் கயிறுகளை வண்டிக்காரர்கள் பற்றியிருந்தார்கள். அவர்களும் அவரைக் கவனிக்கவில்லை. இருட்டில் அடையாளம் தெரியவில்லை போலும். அல்லது யாரும் குறுக்கிட மாட்டார்களென்ற அதி தைரியம் கொண்டிருக்கலாம்.

கீழே பிணங்களைப் புதைப்பதைப் போன்ற குழிகளிருந்தன. அவற்றின் சிறிய இடைவெளிகளில் மெல்ல நடந்தார். சற்று தவறினாலும் விழ நேரிடும். கால்களை மணல் இழுத்தது. சமநிலைப் பேண இயலவில்லை. அவருக்குத் தடுமாறியது. யாரோ முதுகில் கைவைத்துத் தள்ளியது போலுமிருந்தது. குழியில் சரிந்து விழுந்தார். சிறு வயதில் கால்வாய்களில் எளிதாக இறங்கி ஏறியிருக்கிறார். இப்போது கைகால்களையும் அசைக்க முடியவில்லை. உடல் வினோத கோணத்தில் கிடந்தது. மேலேற முடியாதெனப்பட்டது. தனக்கு வயதாவதின் அறிகுறி தெரிந்தது. உள்ளே பழைய பானை ஓடுகளும் சிறு கற்களும் தட்டுப்பட்டன. சிறிய வளையல் துண்டுகளும் கிடந்தன. ஆற்றை ஆழத் தோண்டுகையில் அவ்வப்போது கிடைப்பவை. மணல் மிக நுண்மையாயிருந்தது. இன்னும் அகழ்ந்தால் மண்தான் வரும்.

சுந்தரம் கண்களை மூடி சுருண்டிருந்தார். சற்று நிம்மதியாகக் கருபையிலிருப்பதைப்போலிருந்தது. பிணக் குழியில் உயிரோடு பார்த்துக் கொண்டிருப்பதைப் போலவுமிருந்தது. மேலே மணல் மூடினால் யாருக்கும் தெரியாது. மற்றொருவர் துணையின்றி வெளியேற முடியாது. மணலில் சறுக்கி விழ வேண்டும். தலையை உயர்த்திப் பார்த்தார். மேலே யாரும் தென்படவில்லை. அவர் வலியில் முனகினார். மனைவி, பிள்ளைகள் முகங்கள் கண்ணில் தோன்றி மறைந்தன. அடைபட்ட விலங்கைப்போல் கத்தினார். "யாராவது தூக்குங்க." அதையே மந்திரம்போல் தொடர்ந்து சொன்னார். குரல் மெல்லத் தேய்ந்தது. பிறகு வரப்போகும் மரணத்துக்கு முன்னறிவிப்பு கிடைத்திருக்கிறது. இப்போதே இறந்து விடுவோம் என்றும் தோன்றியது.

திடீரென மேலே மங்கிய அசைவுண்டானது. ஆள் நடமாட்டம் நிழல் போல் தெரிந்தது. "மேல தூக்கி விடுங்க,"

சுந்தரம் சக்தியைத் திரட்டி இரைந்தார். "இதப் பிடிங்க" என்ற சப்தம் கேட்டது. அவர் உடல் மேல் பாம்பைப்போல் கயிறு ஊர்ந்தது. அவர் கைகளில் பட்டு உரசியது. மெதுவாக நகர்ந்து கயிற்றைப் பிடித்தார். அது மெலிதானாலும் மிக உறுதியானதாகத் தெரிந்தது. "கெட்டிமாப் பிடிங்க," மேலிருந்து குரல் ஒலித்தது. அவர் கைகள் கயிற்றை இறுகப் பற்றின. தோளிலும் முட்டிகளிலும் வலி தெறித்தது. அவரால் நம்ப முடியவில்லை. கயிறு மெல்ல இழுபட்டது. அது நீண்டு முறுக்கேறிய சாட்டைக் கயிறு. அடியில் குஞ்சம் வைத்திருந்தது. மணலில் சறுக்கியபடி மேலே வந்தார். ஒரு கை அவரைப் பற்றி வெளியில் இழுத்தது.

சுந்தரம் மணலில் கிடந்தவாறு நிமிர்ந்துப் பார்த்தார். இருட்டில் எதிரில் நிற்பவரின் அடையாளம் தெரியவில்லை. ஒரு மாட்டு வண்டிக்காரராயிருக்கலாம். கையிலிருந்த சாட்டை தரையைத் தொட்டது. யாராவது குழியில் தன்னைத் தள்ளி யிருக்கலாம் என்ற சந்தேகம் மீண்டும் எழுந்தது. அந்நியர் ஒருவர் பிரவேசித்ததற்குத் தண்டணை வழங்கப்பட்டிருக்கிறது. மணல் அள்ளுவதைக் கண்டதற்குப் பழி வாங்கலாகவுமிருக்கும். யாரும் தலையிடக் கூடாது என்ற எச்சரிக்கை விடப்பட் டிருக்கிறது. சுந்தரம் கையைக் கீழே ஊன்ற முயற்சித்தார். எழ முடியால் தவித்தார். இடது கை உடைந்ததைப்போல் தோன்றியது. உள்ளே ஊசியால் குத்துவது போல் வலித்தது.

வண்டிக்காரர் கை கொடுத்துத் தூக்கினார். அவர் முகத்தைப் பார்க்க முயன்றவாறு சுந்தரம் எழுந்து நின்றார். வண்டிக்காரர் இல்லையெனில் பள்ளத்தில் கிடந்திருப்பார். அந்த இடத்துக்கு ஒருவருக்கும் வரும் தேவையில்லை. குரல் கொடுத்தாலும் கேட்டிருக்காது. மணல் மூடினால் கண்டுபிடிக்க முடியாது. அவர் உயிருடன் குழியில் புதைந்திருப்பார். பிறகு வெளியே எங்கும் தேடப்படுவார். "நா குழிக்குள்ளயிருக்கது எப்படித் தெரியும்? நீதான் தள்ளினியா?" சுந்தரம் கேட்டார். "இல்ல, நீங்க விழுந்ததைப் பாத்தேன்" என்றார் வண்டிக்காரர். அவர் பொய் சொல்வதாகப்பட்டது. மற்ற வேலையாட்களும் கூடத் தள்ளியிருக்கலாம். "சரி, நீ போ" என்றார் சுந்தரம். வண்டிக்காரர் தயங்கினார். "உங்களுக்கு அடிபட்டிருக்குது. வீட்டுக்குக் கூட்டினுபோயி விடறேன்." "வேணாம், உங்காளுங்க சந்தேகப்படுவாங்க" என்று சுந்தரம் தடுமாறியபடி நடந்தார். இடது கையை மற்றொரு கையால் பிடித்துக்கொண்டார். இரு கால்களிலும் வலித்தது. அரையிருட்டில் வழி ஓரளவுக்குப் புலப்பட்டது. கரை மேலேறி பாதையில் நடந்து பாலத்தை அடைந்தார். வீட்டுக்கு யார் துணையுடனாவது போக

கைப்பிடியில் சாய்ந்து காத்திருந்தார். கீழே வண்டிக்காரர் கவனித்துக்கொண்டிருந்தார்.

பொழுது விடிந்துகொண்டிருந்தது. ஆற்றில் மாட்டு வண்டிகள் ஒன்றன் பின் ஒன்றாக ஊர்ந்தன. கரையேறி பாதையில் நகர்ந்து பாலத்தில் சென்று மறைந்தன. கீழே குகை களைப்போன்ற குழிகள் தெளிவாகத் தெரிந்தன. ஒரே இரவில் பெரும் பள்ளங்கள் உருவாகியிருந்தன. அவை தினமும் பறிக்கப்பட்டிருக்கலாம். ஆறு முழுவதும் குழிகள். ஒன்றில் தான் வீழ்ந்து மீண்டதை அவரால் நம்ப முடியவில்லை. அது எதுவெனத் தெரியவில்லை. இதற்குள் தான் இறந்திருக்கலாம். மேலும் வெளிச்சம் கூடிக் கொண்டிருந்தது. சுந்தரம் தொடர்ந்து காத்திருந்தார். ஊரிலிருந்து சக கொல்லைக்காரர் கோபால் சைக்கிளில் வந்துகொண்டிருந்தார். இந்நேரத்தில் வழக்கம்போல் கொல்லைக்குச் செல்பவர். அருகில் சைக்கிளை நிறுத்திக் காலூன்றி நின்றார். “என்னாச்சு?” என்று பதறினார். சுந்தரம் சுருக்கமாக நடந்ததைக் கூறினார். கோபால் திகைத்தார். “அது பெரிய பள்ளமாச்சே. எப்பிடி மேல வந்த?” என்றார். “ஒரு மணல் வண்டிக்காரர்தான் காப்பாத்தினாரு” என்றார் சுந்தரம் வலியில் பல்லைக் கடித்தவாறு. சைக்கிளின் பின்னால் ஏறி உட்கார்ந்தார். கோபால் மூச்சிரைக்க மிதிக்கத் தொடங்கினார். “சரி, ஊரில சொல்லி ஆத்துல மணல் வார விடாம தடுக்கலாம்” என்றார் கோபால். சுந்தரத்துக்கு நிம்மதியேற்பட்டது. கோபால் சைக்கிளை வேகமாக மிதித்தார். சுந்தரம் வலியில் முனகினார். ஆற்றில் மணல் அள்ளுவது பெரும் வணிகம். அதை செய்பவர்கள் பெரிய ஆட்கள். அவர்கள் ஒருபோதும் நிறுத்த மாட்டார்கள். எந்தத் தடைகளையும் அழிப்பார்கள். டிராக்டரின் கனத்த பற் சக்கரம் தன் மேலேறி நசுக்கிச் செல்வதைப் போல் தோன்றியது. அவர் பயத்தில் தன்னையறியாது நடுங்கினார்.

சுந்தரம் மருத்துவமனைக் கட்டிலில் தொடர்ந்து படுத்தி ருந்தார். பக்கத்துத் தலையணை மேல் கட்டுப்போட்ட கை நீண்டிருந்தது. பாட்டிலில் மருந்து காலியாகும் தருவாயிலிருந்தது. அது முடிந்ததும் சொல்ல செவிலி கூறியிருந்தாள். விஜயா தொடர்ந்து உற்றுப் பார்த்துக்கொண்டிருந்தாள். கடைசிச் சொட்டு விழுந்ததும் செவிலியிடம் போய் தெரிவித்தாள். அவள் வேறு பாட்டிலை மாட்டி குழாயில் இணைத்தாள். மீண்டும் மருந்துத் துளிகள் இறங்கத் தொடங்கின. சுந்தரம் லேசாக அசைந்தார். கனத்து மூடிய இமைகள் திறந்தன. கனவிலிருந்து விழித்தது போலிருந்தது. அவருக்கு நடந்தவை ஒவ்வொன்றாக ஞாபகம் வந்தன. அருகில் மகள் கண் கலங்க உட்கார்ந்திருந்தாள்.

அவர் கட்டுப்போட்ட கையை மெதுவாக உயர்த்தினார். "என் கை நல்லாதானிருக்கு" என்றார். அவள் மேலும் அழத் தொடங்கினாள்.

ஒவ்வொரு படுக்கையாகப் பார்த்தபடி மருத்துவர் வந்தார். சுந்தரத்தின் அருகில் நின்றார். செவிலியர் கோப்புகளை எடுத்துத் தந்தார்கள். மருத்துவர் விளக்கு வெளிச்சத்தில் எக்ஸ்ரே படத்தை உயர்த்திப் பிடித்தார். "பழையபடி கைய உபயோகப்படுத்தக் கூடாது" என்றார் மிகச் சாதாரணமாக. சுந்தரம் கையைத் தூக்கிக் காட்டினார். "இல்ல, கொஞ்சந்தான் வலிக்குது" என்றார். அவர் நம்பிக்கை இழக்காமலிருக்க முயன்றார். மீண்டும் விதைகளை ஊற வைக்க முடியாது. மண்வெட்டியைத் தொட இயலாது. அடிக்கடி கொல்லைக்குப் போக விருப்பம் எழாது. அவருக்குத் தன் மேலேயே வெறுப்பேற்பட்டது. இது வீழ்ச்சியின் ஆரம்பமாயிருக்கலாம் என்று தோன்றியது. மருத்துவர் எதுவும் சொல்லாமல் அடுத்த படுக்கைக்கு நகர்ந்தார். விஜயா முந்தானையால் வாயைப் பொத்தி அழ ஆரம்பித்தாள்.

சுந்தரம் எழுந்து உட்கார்ந்து சுற்றிலும் பார்க்கத் தொடங்கினார். பக்கத்துக் கட்டிலில் ஒருவர் சங்கடமான முகத்துடன் படுத்திருந்தார். பெரிய கட்டுப்போட்டக் கால் மேலே தொங்கியது. கீழே அவர் மனைவி குறுகி அமர்ந்திருந்தாள். அவர் குளியலறையில் வழுக்கி விழுந்திருக்கலாம். தூரத்துக் கட்டிலில் உடல் முழுவதும் கட்டுகளுடன் இளைஞன் கிடந்தான். முன் கையில் மருந்து தடவிய சிராய்ப்புகள். அவன் இரு சக்கர வாகனத்தை வேகமாக ஓட்டியதில் விபத்தேற்பட்டிருக்கும். வாசல் பக்கத்துச் சிறுவனின் இரு கால்களிலும் கட்டுகள் போட்டிருந்தன. அவர் பார்வையைக் கண்டு விஜயா "அவன் விளையாடறப்போ விழுந்துட்டானாம்" என்றாள். அனைவருக்கும் தற்செயலாக விபத்து நடந்திருக்கிறது. தான் மட்டும் ஆபத்தை தேடிச் சென்றிருக்கிறோம்.

அப்போது சுந்தரத்தின் கட்டிலருகில் ஒருவர் வந்து நின்றார். தோளில் கசங்கிய துண்டைப் போட்டிருந்தார். அவருடன் நீண்ட நாட்கள் பழகியதைப்போல் தோன்றியது. "சும்மாதான் பாக்க வந்தேன்" என்றார் அந்தப் பார்வையாளர். சுந்தரத்துக்கு நன்கு ஞாபகமிருந்தது. அவர் அதிகாலை இருட்டில் கண்ட மாட்டு வண்டிக்காரர் தான். மணற் பள்ளத்திலிருந்து தன்னை மீட்டவர். அவரை ஒருபோதும் மறக்க முடியாது. சுந்தரம் "நீதான் என்னக் காப்பாத்தினே" என்றார் நன்றி தெரிவிப்பதைப் போல். வண்டிக்காரர் "எங்களப் புடிச்சதும்

விட்டுட்டாங்க. நாங்க கூலிக்கு மணல் அள்ளறோம். இப்ப பயந்து வேற இடத்துக்கு மாறியாச்சு. அன்னைக்கு உங்களக் கொன்னிருப்பாங்க. இதுல தலையிடாதிங்க" என்றார் மெதுவாக. சுந்தரம் தான் காட்டிய சிறு எதிர்ப்புக்கு பலனிருந்ததை உணர்ந்தார். அது மிகவும் தற்செயலாக நடந்தது. இப்போது தன் உயிர் போயிருந்தாலும் பரவாயில்லையெனப்பட்டது. உள்ளூர சற்று நம்பிக்கையேற்பட்டது. வண்டிக்காரர் "நா போறேன்" என்றார். சுந்தரம் கட்டுப்போட்ட கையைச் சிரமத்துடன் தூக்கிக் காண்பித்தார். "எனக்கு ஒண்ணுமில்ல. இது சரியாகிடும். நா கொல்லைக்குத் திரும்ப வருவேன்," என்றார்.

மாறிய மண்

கிணற்றில் விழுந்த கல்

சிறிய புங்க மரம் குடை போல் கவிந்திருந்தது. நிழல்கள் திட்டுகளாக விழுந்தன. எதிர்ப்புறத்தில் ஒதுங்க வேறு இடமில்லை. பெரிய முருகன் நிலைகொள்ளாமல் உட்கார்ந்திருந்தார். கண்கள் மோட்டார் கொட்டகை மேலிருந்த மின் விளக்கை அடிக்கடி நாடின. அது மின்சாரம் வந்தால் ஒளிரும். உடனே மோட்டாரை உயிர்ப்பித்துத் தென்னை களுக்கு நீர் பாய்ச்ச வேண்டும். பக்கத்தில் வழக்கம் போல் ராஜி ஓலை பின்னிக்கொண்டிருந்தாள். நான்கு வழிகளிலும் வாகனங்கள் விரையும் நெடுஞ்சாலையிலிருந்து பார்த்தால் அவர்கள் எப்போதும் நடைபாதையோரம் அமர்ந்திருப்ப தாகத் தோன்றும். சாலை விரிவாக்கத்துக்கு இடம் பறி போகும் முன்னால் கொல்லை பெரிதா யிருந்தது. எதிரில் பனை, வேப்பிலை மரங்களும் நொச்சி, உண்ணிச் செடிகளும் வேலியிட்டிருந்தன. மைதானம் போல் களம் விரிந்திருந்தது. அதன் மூலையில் முதிர்ந்த புங்க மரம் கிளை பரப்பியிருந்தது. இப்போது வெறுமையான சாலையோர நடைபாதை. அதை ஒட்டி கொல்லை தாழ்ந்திருந்தது. மிகவும் சுருங்கிவிட்டது போல் ஆறேழு வயல்கள் மட்டுமிருந்தன. முன்புறத்தில் கரிந்த மண்ணைப்போல் பழைய சாலையின் சிதைவுகள் குவிந்திருந்தன. நடுவில் ஒற்றையடிப் பாதை சரிந்தது. அதில் மாட்டு வண்டிகளும் நான்கு சக்கர வாகனங்களும் ஏறியிறங்க முடியாது.

பழைய உணவு விடுதி இடிபாடுகள், பட்டுப் புழுக் கொட்டகை, களம் அனைத்தும் சாலைக்கடியில் புதைந்தன. பெரிய புங்க மரமும் அழிந்திருந்தது. அப்பால் தள்ளி பிள்ளை போல் நின்ற புங்கம் செடி பிழைத்துக்கொண்டது. அது தப்பு விதையால் முளைத்திருக்கும். அல்லது யாராவது தீர்க்கத்துடன் நட்டிருக்கலாம். கொஞ்ச நாட்களில் மரமாக வளர்ந்துவிட்டது. தன் தாயைப் போல் குளிர்ந்த நிழல் பரப்பியது. கீழே திட்டு களாக வெயில் விழுந்திருந்தது. அது நகர்வதற்கேற்ப ராஜி வேர்வை ஒழுக இடம் மாறினாள். கூடவே பெரிய முருகனும் தள்ளி அமர்ந்தார். அந்த அடி மரத்தில் தழும்புகள் தெரிந்தன. அவர்களின் பேரப் பிள்ளைகள் வெறுமனே கிறுக்கியவை. பெரிய முருகனும் கையில் கத்தி பிடித்திருக்கையில் ஒரு கோட்டை இழுத்திருந்தார். கீழே முரம்பு மண் உறுத்தியது. கிணறு தோண்டுகையில் அகழ்ந்தெடுக்கப்பட்டது. நெடுங்காலமாகியும் இன்னும் மண்ணோடு முழுதாகக் கலக்கவில்லை. அது கிணற்றின் அடியாழத்தை நினைவூட்டுவது.

அக்காலத்தில் அப்பா ராஜா கமலையில் நீரிறைக்க நாளெல்லாம் முன் பின்னாக ஓயாமல் நடந்திருந்தார். அளந்தால் கால் நடையாக உலகைச் சுற்றி வரும் தூரம். அவர் வடக்கயிற்றின் மேல் ஆரோகணித்து "சோ, சோ" வென வரும் காட்சியை மறக்க முடியாது. ஒவ்வொரு முறைக்கும் கிணற்று நீர் மேலே கொட்டும். நுரை பூத்துக் கால்வாயில் ஓடும். வயல்கள் மெல்ல நிறையும். நாலைந்து கழனிகள் பயிர் செய்ய இரவு பகல் பாடுபட வேண்டும். நீண்ட காலத்துக்குப் பிறகு புகை கக்கி ஓடும் டீசல் எஞ்சின் வந்தது. அதை முடுக்குவது பெரும்பாடு. எழும் சப்தம் மலைகளில் மோதி எதிரொலிக்கும். அதற்கு ஊற்ற மண்ணெண்ணெயும் கிடைக்காது. பின் ஒவ்வொரு கொல்லையாகக் கம்பங்கள் நட்டு மின்சார இணைப்பு வந்தது. சுந்தரம் வங்கியில் கடன் பெற்று மோட்டார் வாங்கினார்.

கொல்லையில் கமலை மாடுகள் ஓடிய தடம் அழியவில்லை. கிணற்றடியில் புதைந்திருந்த கற்களாலான கால்வாய் விளிம்பு வெளியில் தெரிந்தது. ஊன்று கால்களுக்கான துளைகளுடன் கற்கள் கிணற்றில் நீட்டியிருந்தன. அதை ஒட்டிய நீண்ட பள்ளம் முழுதாக நிரப்ப முடியாதது. இன்னும் முதிர்ந்த முருங்கை மரம் நடுக்கொல்லையில் நின்றிருந்தது. அங்குதான் ராஜா குடியிருந்தார். அவர்கள் தாத்தா காலத்திலிருந்து குத்தகைதாரர்களாக இருந்தார்கள். படுக்கவும் சமையல் செய்யவும் பகுதிகளாகப் பிரித்த பெரிய மண் குடிசை. மேலே கரும்புச் சோகை வேயப்பட்டிருந்தது. படிப்பு முடிந்ததும் இளம் சுந்தரம் தினமும் கொல்லைக்கு வரத் தொடங்கினார். கதர்

அணிந்து வித்தியாசமாயிருந்தார். ஆனால் அவருக்கு வயல் நடுவிலிருந்த குடிசை உறுத்தியது. முதல் சில நாட்களிலேயே "நா உங்கள நம்புறேன். ஆனா மத்தவங்க கொல்லையில குடியிருக்கக் கூடாதுன்னு சொல்றாங்க. அது சட்ட விரோதம்" என்றார் ராஜாவிடம். நிலத்தில் நீண்ட காலம் குடியிருந்தால் சொந்தம் கொண்டாடுவார்கள் என அவர் எண்ணியிருப்பார்.

முதலில் ராஜா வேறு வழியில்லாமல் ஒத்துக்கொண்டார். எனினும் கொல்லையை விட்டு வெளியேற பயந்தார். அங்கேயே குடியிருப்பதை முடிந்தளவு தொடர்ந்தார். அதன் உரிமையாளருக்குக் கட்டுப்பட்டாக வேண்டும் என்றும் தோன்றியது. அடிக்கடி சுந்தரம் சொல்லிக்கொண்டிருந்தார். புதுக் குடிசை கட்டும் செலவையும் தந்தார். படுக்கை, பாத்திரங் களைத் தூக்கிக்கொண்டு அலைந்தது பெரிய முருகனுக்கு மங்கலாக நினைவிருந்தது. பல காலம் வாழ்ந்த கொல்லையைப் பிரிய பேச்சிக்கு மனமில்லை. பிள்ளைகளுக்குச் சுற்றி வயல் வரப்புகள் இல்லாதது வெறுமையைத் தந்தது. ராஜா சாலைப் புறம்போக்கிலும் பின் ஊரிலும் பெரிய குடிசை கட்டினார். சமையலுக்கும், படுக்கவும் தனிப் பகுதிகள். ஒதுக்குப் பறமாகத் தட்டிகளாலான குளியலறை. பெரிய முருகனுக்குக் கல்யாணமான பிறகு குடிசையைப் பிரித்து ஓட்டு வீடாக்கி னார்கள். கொல்லையிலிருந்த குடிசைச் சுவர்கள் நீண்ட காலம் மொட்டையாக நின்றன. பிறகு சரிந்து மண்ணோடு மண்ணாயின. அப்பா ராஜா நட்ட முருங்கை மரம் இப்போதும் அடையாளச் சின்னம்போலிருந்தது. கீரை ருசியாயிருப்பதாக சுந்தரத்தின் மனைவி பொன்னம்மா சொல்வாள். கொல்லைக்கு வருகையில் மறக்காமல் பறித்துச் செல்வாள்.

மோட்டார் கொட்டகையின் நெற்றியில் கட்டிய வருடம் பொறித்திருந்தது. சுந்தரத்தை விடவும் பத்துப் பன்னிரண்டு வருடங்கள் இளையது. ஏறக்குறைய தன் வயது. அப்பா ராஜா காலத்தில் கட்டியது. இள வயதில் அது உருவாகையில் ஆச்சரியமுடன் பார்த்துக்கொண்டிருந்தது பெரிய முருகனுக்குப் பூர்வ ஜென்ம ஞாபகம்போலிருந்தது. மின்னிணைப்பு கிடைத்தும் நெடுங் காலம் ஓலைக் கொட்டகையாகக் கிடந்தது. அதற்குத் தார்சு போட்டது நவீனமான தொழில் நுட்பம். வேலிப் பனை மரத்தை வெட்டித் தராய்கள் கட்டி குறுக்கில் செங்கல் பரப்பினார்கள். சுவர்கள் வழுவழுப்பான காரையால் இழைக்கப்பட்டன. அக்காலத்தில் விலை மதிப்பு மிக்க சிமெண்டால் தரை பூசப்பட்டது. முதலிலிருந்தே இரட்டைக் கதவுகளைப் பூட்டுவதில்லை. எப்போதும் பூட்டுத் துளையில் இரும்புச்சாவி பேனாக் கத்திபோல் பளபளவென தொங்கும்.

இப்போது மோட்டார் கொட்டகை இடிந்து விழும் நிலையிலிருந்தது. அங்கங்கே சுண்ணாம்பு உதிர்ந்திருந்தது. காயம்பட்டவைபோல் உள்ளே செங்கற்கள் தெரிந்தன. கூரையில் ரேகைகளைப்போல் வெடிப்புகள். அவற்றை சுந்தரம் பலமுறை அடைக்க வைத்தார். இக்கால சிமெண்ட் கலக்க வில்லை. மீண்டும் வெடிப்புகள் தோன்றின. அவ்வப்போது சுவர்களுக்கு சுண்ணாம்பு பூசப்பட்டது. அது ஒன்றோடு ஒன்று ஒட்டவில்லை. கட்டடம் முழுக்கக் கொடிகளைப்போல் வெடிப்புகளோடின. சன்னலையும் வாசப்படியையும் கறையான்கள் அரிக்கத் தொடங்கின. அவற்றின் மண் கோடுகள் தராய்களுக்கும் கிளைகளாகப் பரவின. தினமும் சுரண்டினாலும் மறுபடியும் தோன்றின. கலங்கரை விளக்கம்போலிருந்த மேல் மின் விளக்குத் திடீர் திடீரென அணைந்தது. அப்போது முழுக் கொல்லையும் இருளில் மூழ்கியது. அக்கால மோட்டார் கருவிகள் மட்டும் ஒழுங்காக வேலை செய்துகொண்டிருந்தன. அவை பழமையான ஆங்கிலேய கம்பெனியால் தயாரிக்கப் பட்டவை. இன்னும் பழுதாகாமல் ஓடியது. கிணற்று மோட்டார் மட்டும் நாலைந்து முறை தீய்ந்தது. நகரத்துக்கு எடுத்துப்போய் பழுது பார்த்ததும் சீரானது.

நெடுஞ்சாலை மேட்டிலிருந்து பார்த்தால் மோட்டார் கொட்டகை தீப்பெட்டி போலிருக்கும். மேல் பூச்சு அழிந்து பல நிறங்களிலிருந்தன. கடப்பாரையின் மெல்லிய ஒரு தீண்டலுக்குக் குப்புற விழும். அப்படியே விட்டால் காலத்தில் உறையும். பல்லாண்டுகள் கழித்து மெல்லக் குமுங்கிச் சரியும். உள்ளே தேய்ந்த மண்வெட்டி, கடப்பாரை, அரிக்கேன் விளக்குகளை மண் மூடும். கூடவே, அழுக்குத் தலையணையும் மடித்த போர்வையுடனுமிருந்த தொய்ந்த கயிற்றுக் கட்டிலும் புதையும். வெளியிலிருந்த உட்கார்ந்து தேய்ந்த கற்பலகையும் மறையும். அங்கு கொட்டகையிருந்த சுவடு தெரியாது. அதன் உரிமையாளர் சுந்தரமும் காலமாகியிருப்பார்.

பெரிய முருகன் மர நிழலில் குத்துக்காலிட்டுத் தொடர்ந்து உட்கார்ந்திருந்தார். பக்கத்தில் ராஜி ஓலைகளை முடைந்தபடி இருந்தாள். அவள் வீட்டிலிருந்து விடியலில் வந்துவிட்டிருந்தாள். மகளும் பிள்ளைகளும் தூங்கிக்கொண்டிருந்தார்கள். மரத்தடிக்கு வந்ததும் கால்களை நீட்டி அமர்ந்தாள். நேற்று கிழித்து ஊற வைத்த கீற்றுகள் மென்மையாயிருந்தன. எடுத்துத் தைக்கத் தொடங்கினாள். கைகள் வேகமாக அசைந்தன. விரல்கள் ஈரமாக வெளுத்திருந்தன. வலக்கை விரலில் துணி சுற்றியிருந்தாள். தைத்த, தைக்காத ஓலைகள் இரு குவியல்களாக மாறி மறைத்துக்கொண்டிருந்தன. அவள் அவற்றில் ஒளிந்து

கொண்டாற்போலிருந்தது. திடீரென பெரிய முருகனால் கண்டுபிடிக்க முடிவதில்லை. ஒரு நாள் கொல்லையில் நெடுநேரம் தேடி அலைந்திருந்தார். கொட்டகை, தென்னை மரங்கள், வேலிப் புதர்கள் எங்கேயும் காணவில்லை. கிணற்றில் விழுந்துவிட்டாளா என்று எட்டிப் பார்த்தார். அவர் சலித்து மீண்டும் மரத்தடியில் அமர்ந்தார். ராஜி ஓலைக் குன்றுகளின் நடுவிலிருந்தாள். "எங்க போன?" என்றார் பெரிய முருகன் குரல் தழுதழுக்க. "நா இங்கதாயிருந்தே. வேற எங்க போப் போறேன்?" என்றாள். அவள் தம்பியும் மருமகனுமானவன் இறந்த பின்னால் மிகவும் மாறிவிட்டிருந்தாள்.

ராஜி ஓலைகளை முடைந்து பக்கத்தில் வைத்துக் கொண்டிருந்தாள். அவளுக்கு எண்ணத் தெரியாது. பெரிய முருகன் அடுக்கிக் கட்டினார். தரகர் தனபால் கடைசியில் கணக்கிடுவார். உள் ஜேபியில் கைவிட்டுக் கற்றைப் பணத்திலிருந்து சில தாள்களை நீட்டுவார். அவள் அவரிடம் சேமித்தும் வந்தாள். தனபால் அனைத்தையும் மனக்கணக்காக வைத்திருப்பார். "இதோட பன்னிரண்டாவது மாசம். முப்பத்தாறாம் நடை. பன்னிரண்டு, முப்பத்தாறு, மூணு தரம். ஒவ்வொண்ணும் பத்து, கூட இரண்டு, நாலு, ரெண்டு கட்டுங்க. ஒண்ணுத்துக்குன்னா மொத்தம்... நீ நடுவுல வாங்குனது கழிச்சி ஆக மொத்தம்... உனது இவ்வளதா எங்கிட்டிருக்கறது..." ராஜி புரியாமல் நிற்பாள். அவள் தைக்காத கீற்றுகளைப் பார்ப்பாள். இன்னும் நிறைய முடைய வேண்டும். கொல்லையில் ஓலைகளுக்குப் பஞ்சமில்லை. அவை தொடர்ந்து கிடைத்தன. தென்னை மரங்களுக்கு நோய் பீடித்து ஓலைகள் காய்ந்து தொங்கின.

பெரிய முருகன் மீண்டும் கொட்டகை உச்சியைப் பார்த்தார். மின்சாரம் வந்தால் வயல்வெளிக்குப் போகலாம். நீண்ட நேரம் வெறுமனே உட்கார்ந்திருக்க முடியவில்லை. ராஜி பொறுக்காமல் "சும்மா கெடக்கறப்போ நாலு கீத்து தெத்து. அப்பதா நாலு காசு கண்ணில பாக்க முடியும்" என்றாள். அவர் பதிலளிக்காமல் எழுந்து வரப்பில் நடக்கத் தொடங்கினார். கொல்லையில் தென்னைகள் மட்டுமிருந்தன. இன்னும் அதன் செடிகள் காய்க்க ஆரம்பிக்கவில்லை. இப்போது கரும்பையும் நெல்லையும் பயிரிடுவதில்லை. பெரிய முருகன் ஒரு முறை சுந்தரத்தைக் கேட்காமல் ஒரு வயலில் மட்டும் கேழ்வரகு விதைத்தார். வீட்டிலிருந்து ராஜிக்குத் தெரியாமல் எடுத்து வந்தது. அவற்றை பேச்சியம்மா பத்திரமாக வைத்திருந்தாள். சுந்தரம் நீண்ட நாள் கழித்துக் கொல்லைக்கு வந்தார். மண்ணெங்கும் சிறு வரகு முளைகள் அப்பியிருந்தன. தீவிர யோசனையுடன் பார்த்தார். "இதெல்லாம் வேணாம் முருகா. நீயா பயிரு பண்ணக் கூடாது.

ஓடனே ஏர் ஓட்டி அழிச்சிடு" என்றார் திரும்பி நடந்தபடி. பெரிய முருகன் மறு நாள் ஆழமாக ஏரோட்டினார். பிறகும் சில கேழ்வரகுச் செடிகள் முளைத்து வளர்ந்தன. பெரிய முருகன் கடைசி வயல் வரப்பில் வந்து உட்கார்ந்தார். அது முழுதாகக் காய்ந்திருந்தது. இன்று நீர் பாய்ச்ச வேண்டும். மீண்டும் நாளை முதலிலிருந்து தொடங்க வேண்டும். அதற்கு எப்போதும் முடிவில்லை. சில சமயம் பாய்ச்சிய வயலுக்கு மறுபடியும் நீரைத் திருப்பியிருக்கிறார். அதனால் பாதிப்பில்லையென்றாலும் தெரிந்து நொந்துகொண்டிருக்கிறார். தனக்கு மோட்டார் கட்டடத்துடன் சேர்ந்து வயதாவது நினைவு வரும்.

இரு சக்கர வாகனம் ஒன்று மெல்ல கொல்லைக்குள் நுழைந்தது. அதன் சத்தம் மோட்டார் ஓடுவதுபோல் கேட்டது. புங்க மரத்தடியில் வந்து நின்றது. அதிலிருந்து இறங்கியவர் கொல்லையைச் சுற்றும் முற்றும் பார்த்தார். அவர் வங்கி அல்லது வேளாண் துறை ஊழியராக அல்லது வழிப்போக்கராயி ருக்கலாம். பெரிய முருகன் அலுப்புடன் வாய்க்காலிலிருந்து திரும்பினார். வாகனத்தில் வந்தவர் மரத்தடியில் நின்றார். "இந்தக் கொல்லய வித்தாச்சா? என்ன வெலை போச்சு?" என்றார். பெரிய முருகன் ஆச்சரியமடைந்தார். கொல்லை ரகசியமாக விற்கப் பட்டுவிட்டதை அவரால் நம்ப முடியவில்லை. ராஜி ஓலை முடைவதை நிறுத்தினாள். "நா ஒருத்தருக்குக் கேட்டேன். சுந்தரண்ணன் தரல. இப்ப வேற ஆளுக்குக் குடுத்திருக்காரு. எனக்கு நல்ல கமிசன் கிடைச்சிருக்கும்" என்றார் வந்தவர். பெரிய முருகன் புரிந்துகொள்ள முயன்றார். வாகனத்தில் வந்தவர் தொடர்ந்தார். "நம்ம மாவட்டத்து மந்திரியோட ஆளுதான் நெலத்த கேக்கறாரு. அவருக்கு ரொம்ப ஆச. இத வாங்காம விட மாட்டாரு." அவர் நகர்ந்து கிணற்றை எட்டிப் பார்த்தார். ஆழத்தில் நீர் அமைதியாக ப்பளபளத்தது. கீழே கிடந்த சிறு கல்லை எடுத்து எறிந்தார். "ப்ளப்" என்ற சத்தம். "ரொம்ப ஆழம் போலிருக்கு." பெரிய முருகன் முகத்தைச் சுளித்து "அப்பிடி கல்லப் போடக் கூடாது" என்றார். அதை வந்தவர் பொருட்படுத்தவில்லை. கண்கள் ஆவலுடன் மீண்டும் கொல்லையை சுற்றின. "இங்க சென்ட்டு எவ்வள வெல போவும்? பக்கத்துல ராமுதகூடப் பேசறாங்க. கோபாலுதும் அடிபடுது. நாலுவழியானப்புறம் எல்லாரும் விக்கறாங்க" என்றார். பெரிய முருகனுக்கும் ராஜிக்கும் நில அளவைகள் தெரியாது. பெரிய முருகன் மையமாகத் தலையசைத்தார். "கொல்லக்காரர் வந்தா ஞாபகமாப் பேசச் சொல்லுங்க" என்று சட்டைப்பையிலிருந்து அச்சிட்ட துண்டுச் சீட்டை எடுத்து நீட்டினார். பிறகு கைப்பேசியை எடுத்தார். "ஹலோ, ஹலோ" என்று கத்தினார். கொல்லைக்கு அலைவரிசை அரைகுறையாகத்தான் எட்டும்.

ஒருமுறை கார்த்தியும் அலைந்து மிகவும் அவதிப்பட்டிருந்தான். அவர் வாகனத்தில் புறப்பட்டுச் சென்றார்.

முன்பு சுந்தரம் சொன்னது பொய்யாகிவிட்டது. அன்று காலையில் வந்திருந்த தரகரைப் பற்றி அவரிடம் பெரிய முருகன் தெரிவித்தார். அப்போது சுந்தரம் உணர்ச்சி வயப்பட்டார். “நா உயிரோடிருக்கவரை கொல்லய விக்க மாட்டேன். அது சோறு போடற மண்ணு. பின்னால வச்சிருக்கதும் விக்கறதும் பிள்ளைங்களோட விருப்பம்” என்றார். வழக்கம்போல் கொல்லையை விற்றது வெறும் வதந்தியாகவுமிருக்கலாம். அது உண்மையானால் அவர்கள் கொல்லையிலிருந்து உடனே வெளியேற்றப்படுவார்கள். ராஜி ஓலைக் குவியல்களின் நடுவில் கலக்கத்தோடு எழுந்தாள். “இத வித்துட்டா நாம எங்க போறது? என்னால ஓலை தெத்தாமயிருக்க முடியாது” என்றாள் வருத்தமுடன். இங்கு போல் இலவசமாகத் தென்னை ஓலைகள் வேறிடங்களில் கிடைக்காது. “கவலப்படாத, நாம வெலைக்கி வாங்கிக்கலாம்” என்றார் பெரிய முருகன். ராஜி பெருமூச்சுவிட்டாள். அவர் ஆறுதலாகத் தொடர்ந்தார். “நா கூலிக்கிப் போவே. வேற வேல நெறயயிருக்குது. தெனம் வருமானம் வரும்.” பள்ளி முடிந்து பேரப் பிள்ளைகள் சாலையோரமாக நடந்து வந்தார்கள். பெரியவள் தாத்தாவின் மடியில் உட்கார்ந்தாள். சின்னவள் ராஜியின் கழுத்தைக் கட்டிக்கொண்டாள். அவளைக் கொஞ்சியபடி உட்கார்ந்து ராஜி மீண்டும் ஓலைகள் முடையத் தொடங்கினாள்.

கொட்டகை மேல் மின் விளக்கு ஒளிவிட்டது. பெரிய முருகன் பேத்தியை இறக்கிவிட்டு எழுந்தார். தண்ணீர் மோட்டாரை இயக்கினார். தேன்கூட்டைக் கலைத்ததுப்போல் மின்சாரம் ரீங்காரித்தது. தொடர்ந்து கேட்டால் மயக்கம் வரும். அது கண்ணுக்குத் தெரியாத சக்தி. மரணத்தை விளைவிக்கும் என்ற பயம் பெரிய முருகனுக்கு எழுந்ததில்லை. மின் கம்பி அறுந்து விழுந்தபோது அருகில் சென்று குச்சியால் வரப்பிலிருந்து தள்ளியிருக்கிறார். கிணற்றில் மோட்டார் இரைந்தது. தொட்டியில் தண்ணீர் குதித்தது. பொங்கி வழிந்து கால்வாயில் ஓடியது. அவர் நீரோட்டத்துடன் சேர்ந்து நடந்தார். கால்வாயில் ஒரு நண்டும் தவளையும் கண்ணில்பட வில்லை. முன்பு காலடியோசை கேட்டால் தவளைகள் வரப்பிலிருந்து குதிக்கும். அவற்றைப் பார்த்து நீண்ட நாட்களா யிருந்தன. சிறு பூச்சிகளும் தும்பிகளும் இல்லை. கிணற்றுச் செடிகளில் தூக்கணாங்குருவிகளும் கூடு கட்டுவதில்லை.

பெரிய முருகன் கடைசி வயலுக்கு மடை மாற்றினார். நீர் உற்சாகமாகப் பாய்ந்தோடியது. வழக்கம்போல் மண்

வாசனை எழுந்தது. அது வெறும் பிரமைதான் என்றும் நினைத்துக்கொண்டார். பளபளத்த மண்வெட்டியை மடை மீது வைத்தார். எதிரில் தென்னைச் செடிகளின் ஓலைகள் சிலிர்த்தன. காதில் மனைவியின் குரல் ஒலித்தது. அவர்கள் குடும்பம் தலைமுறைகளாகக் கொல்லைக் காவலிருந்தது. அவரால் வேறு வேலை செய்ய முடியாது. தோல் தொழிற்சாலைக்குப் போக விருப்பமில்லை. முன்பொரு நாள் அதில் நுழைகையில் நாற்றமும் இரசாயனங்களும் தொந்தரவு செய்தன. தோல்கள் உயிர் பெற்று கத்தின. கனத்தால் தோள்கள் வலித்தன. கூலி வாங்காமல் பாதியில் திரும்பி வந்துவிட்டார். அவர் தொடர்ந்து நீர் பாய்வதைப் பார்த்துக்கொண்டிருந்தார். தென்னை மரங்களினூடாக ஈரம் மெல்லப் பரவியது. அதை மண் கண்ணிமைக்கும் நேரத்தில் உறிஞ்சியது.

நெடுந்தூரம் நடந்த கால்

அறைக்குள் வெளிச்சம் கூடிக்கொண் டிருந்தது. சுற்றிலும் ஒலிகள் அதிகரித்தபடியிருந்தன. ஒரு கட்டத்தில் தாள முடியவில்லை. சுந்தரம் கட்டிலில் எழுந்து உட்கார்ந்தார். அவரால் முன்புபோல் அதிகாலையில் கொல்லைக்குப் போக முடிவதில்லை. இரு கால்களும் நீண்ட தூரம் நடக்கத் தயங்கின. உடைந்து விடும்போல் வலித்தன. முன்பு குழியில் விழுந்து முறிந்த கையே பரவாயில்லை. ஓரளவுக்கு ஒத்துழைத்தது. பாதங்கள் ஒவ்வொரு அடிக்கும் நோவெடுத்தன. ஆற்றைக் கடக்கையில் நடுவில் படுத்துவிடத் தோன்றும். அடைந்த பிறகு கொல்லையிலிருந்து வீட்டுக்குத் திரும்ப முடியுமா என்று சந்தேகமேற்படும். அவர் மெல்ல புழக்கடைக்குப் போய் வந்தார். பொன்னம்மா அடுப்படியில் உட்கார்ந்திருந்தாள். வீடு அமைதியாயிருந்தது. அதைப் போக்கத் தொலைக்காட்சியை இயக்கி சாய்விருக்கையில் உட்கார்ந்தார். பெரிய மகன் வாங்கித் தந்த பழைய மரப்பெட்டி போன்ற தொலைக்காட்சி உயிர் பெற நீண்ட நேரமானது.

நிலத் தரகர்கள் அன்புமணியும் மார்க்க பந்துவும் உள்ளே வந்தார்கள். அவர்கள் நுழைந்தது முதலில் சுந்தரத்துக்குத் தெரியவில்லை. இருவரும் பக்கத்துப் பெஞ்சில் உட்கார்ந்தார்கள். சுந்தரம் வரவேற்பதைப்போல் தலையசைத்துவிட்டுத் தொலைக்காட்சியைத் தொடர்ந்து பார்த்தார்.

மார்க்கபந்து பேச்சைத் தொடங்கினார். "என்னண்ணா, கொல்ல பாதி போயி சின்னதாயிடுச்சு. மீதியும் சும்மாதா கெடக்குது. பேசாம கொடுத்திடறீங்களா?" சுந்தரம் பதிலளிக்கவில்லை. நீலத்திரையில் இருவர் வேற்று மொழியில் எதையோ பேசிக்கொண்டிருந்தார்கள். அந்தக் கேள்வியைப் பல முறை சந்தித்திருந்தாலும் குத்தியது. மார்க்கபந்து மறுபடியும் உரக்கக் கேட்டார். சுந்தரம் தொலைக்காட்சியிலிருந்து கண்களை எடுக்கவில்லை. "அதெல்லாம் விக்கப் போறதில்ல" என்றார் உறுதியாக. "இல்ல, எங்கியுமே விவசாயமில்ல. அக்கம்பக்கத்துல எல்லாம் கொல்லய வித்துட்டாங்க. இன்னும் நீங்கதான் பாக்கி" என்றார் அன்புமணி.

சுந்தரம் கண்களைச் சுருக்கி தொலைக்காட்சியைப் பார்த்தார். அதில் இருவரும் நிதானமாகத் தொடர்ந்து பேசிக் கொண்டிருந்தார்கள். சுந்தரத்துக்கு மார்க்கபந்துவை நன்கு தெரியும். நகரத்திலுள்ள அவருடைய நகலகத்துக்கு நிறைய முறை போயிருக்கிறார். சாலை விரிவாக்கத்துக்குப் பறிக்கப் பட்ட நிலத்துக்கு நஷ்ட ஈடாகச் சொற்பத்தொகைதான் நிர்ண யிக்கப்பட்டது. கூடுதல் பணம் கேட்டுச் சங்கம் வழக்குத் தொடுத்தது. அதற்கு நிறைய சான்றுகளை சுந்தரம் வழங்க வேண்டியிருந்தது. பத்திரம், பட்டா, வரி ரசீதுகளுக்கு மார்க்க பந்துவிடம் நூற்றுக்கணக்கான நகல்களை எடுத்திருந்தார். பழைய உணவு விடுதிக் கட்டடத்துக்கும் கற்றையாகச் சான்றுகளின் நகல்களைத் தந்தார். சுந்தரம் தனக்கும் சேர்த்துச் சில நகல்களெடுத்துப் பாதுகாப்பாக வைத்துக்கொள்வார். அவை அலமாரியில் நிறைந்திருக்கின்றன. அவர் நகலகத்தின் முக்கிய வாடிக்கையாளரானார். அங்கு ஒரு புறம் தட்டச்சுப் பயிற்சியும் கற்றுத் தரப்பட்டது. இளம் பெண்கள் படு வேகத்தில் தட்டச்சிடுவார்கள். மார்க்கபந்துதான் சுந்தரத்தின் பல நில ஆவணங்களால் ஈர்க்கப்பட்டு முதன்முதலாகக் கொல்லையை விற்றுவிடும் யோசனையைத் தெரிவித்தவர். "நா உயிரோடிருக்க வரை தர மாட்டேன்" என்று சுந்தரம் பதிலளித்திருந்தார். மார்க்கபந்து எப்போதும் கறுப்புச் சட்டை அணிவார். கட்சியின் நீண்ட நாள் உறுப்பினர். தட்டச்சுடன் நாத்திகக் கருத்துகளை யும் மாணவர்களுக்கு நகைச்சுவையாக எடுத்துச்சொல்வார். அது அவருக்குச் சேவைபோல. நிலம் வாங்கி விற்கும் தரகுத் தொழிலிலும் தீவிரமாயிருந்தார். தொழில்முறை தரகர் அன்புமணியும் அவரும் பள்ளி நண்பர்கள்.

தொலைக்காட்சியில் விளம்பரம் சப்தமாக ஓடியது. சுந்தரம் எழுந்து குறைக்கவில்லை. அவர்களுக்கிடையில்

மற்றொரு நபரைப்போல் தொலைக்காட்சி இயங்கியது. "இந்தக் காலத்துல யாருமே விவசாயம் செய்யறதில்ல. அதனால நஷ்டம்தான் வருது..." என்று மார்க்கபந்து மீண்டும் தொடங்கினார். அதற்குக் காரணம் விவசாயம் மட்டுமல்ல என்று எண்ணிக்கொண்டார் சுந்தரம். "எல்லாரும் வித்துட்டாங்க. இப்பவும் முழுசா பெரிய எடம் ஒண்ணு வந்திருக்குது. கூட்டு ரோடுல கொல்லை முக்கா பாகம் போயிடுச்சு. அத அப்படியே கொடுத்துட்டாங்க" மார்க்கபந்து மேலும் சொன்னார். சுந்தரம் மறுக்காமல் கேட்டுக்கொண்டிருந்தார். அது ஒரு விதத்தில் ஆமோதிப்பதுபோல். மார்க்கபந்து ஊக்கம் பெற்று "இப்ப நிலம் நல்ல வெலை போகுது. பொதுவா சந்தை நல்லாயிருக்குது. இந்த ஆட்சி மாறினா குறைய வாய்ப்பிருக்குது" என்றார். சுந்தரத்துக்கு அத்தகைய சொற்களைத் தொடர்ந்து கேட்க வேண்டும் போலிருந்தது. அது தன் நிலத்தின் பெருமையை அறிவதற்கு நல்ல வாய்ப்பு.

அன்புமணி கைப்பேசி அழைக்கவும் வெளியில் சென்று பேசிவிட்டு வந்தார். உள்ளே இணைப்பு தெளிவாக கிடைக்க வில்லை. அவர் கடைசியில் பொறுமையின்றி எழுந்தார். "கடைசியா எவ்வளவு வந்தா கொடுப்பீங்க?" என்றார். சுந்தரம் திரும்பிப் பார்க்காமல் ஒற்றை விரலைக் காட்டினார். தரகர்கள் புரியாமல் அந்த விரலை நோக்கினார்கள். பிறகு, ஒருவரையொருவர் பார்த்துக்கொண்டார்கள். சுந்தரத்தின் வாய் நிதானமாக "ஒரு கோடி" என்றது. இருவரும் திகைத்து நின்றார்கள். சுந்தரம் நீட்டிய விரலை மடக்கவில்லை. அவருக்குப் புத்தி பேதலித்திருக்கலாமென்ற சந்தேகத்துடன் மீண்டும் பார்த்துக்கொண்டார்கள். சிறிய நிலத்துக்கு மிகப் பெரிய விலை. அந்தத் தொகை இன்னும் உள்ளூர் சந்தையில் புழக்கத்துக்கு வராதது. அதை வாங்குபவர்களிடம் சொன்னால் சிரிப்பார்கள். சுந்தரத்துக்குக் கொல்லையை விற்க விருப்பமில்லையென்று தெரிந்தது. அதை முடிந்தளவு தள்ளிப்போட நினைக்கிறார். தரகர்கள் எதுவும் சொல்லாமல் புறப்பட்டார்கள். சுந்தரம் சாய்விருக்கையில் சரிந்தார். அவருக்கு நிலத்தின் மதிப்பு உயர்ந்ததெனத் தெரியும். அதைக் கற்பனை செய்ய முடியாது. அவருக்கு முதன்முறையாக உள்ளுக்குள் சந்தேகமும் துளிர்த்தது.

சுந்தரம் வழக்கம்போல் மறுநாள் அதிகாலையில் எழுந்தார். அப்போதே கொல்லையைப் போய் பார்த்துவிட்டு வர வேண்டுமெனத் தோன்றியது. கூப்பிட்டுச் செல்ல மோகனிடம் கேட்டால் மறுப்பான். யாராவது சைக்கிளில் வருகிறார்களாவென தெருவில் வந்து நின்றார். அன்றொரு நாள்

இரு சக்கர வாகனத்தில் வந்த கோபாலின் மகன் அழைத்துச் சென்றிருந்தான். மணலற்ற ஆற்றை வாகனம் சுலபமாகக் கடந்தது. நேராகப் போய் கொல்லையில் இறக்கிவிட்டான். பெரிய முருகன் ஆச்சரியமாகப் பார்த்தார். சுந்தரத்துக்குப் பெருமையாயிருந்தது. இப்போது பொழுது விடிந்தும்விட்டது. நீண்ட நேரமாகியும் ஒருவரும் வாகனத்தில் வரவில்லை. பலர் நடந்து சென்றார்கள். அவரும் தெருவிலிறங்கி மெல்ல நடக்க ஆரம்பித்தார். பள்ளிப்படிப்பை முடிக்கையில் கொல்லைக்குச் செல்லத் தொடங்கியது. இன்னும் முற்றுப்பெறவில்லை. நீண்ட தெருக்களிலும் ஆற்றிலும் நடந்தார். தலையில் வெயில் வெப்பமாக உறைத்தது. கால்களில் வலியும் சோர்வும் பரவியது. போய்ச் சேருவதில் சந்தேகமேற்பட்டது. நான்கு வழிச் சாலை வருவதற்கு முன்பிருந்த கொல்லை நினைவில் அழுத்தமாகத் தங்கியிருந்தது. அது கண்ணுக்கெட்டிய தூரம் வரை நீண்டிருக்கும். உயரமான மரம், செடிகளுடன் பசுமையான பயிர்களுடன் மனதில் நிழலாடியது. ஒரு வாய்க்காலும் காலியாயிருக்காது. கிணற்றடியில் எப்போதும் கூட்டமிருக்கும். குழாயில் தண்ணீர் சீறிப் பாயும். மாடுகள் தலையாட்டியபடி நாடி வரும். மோட்டார் கொட்டகை நிறைய தானியம் கொட்டியிருக்கும். அவர் ஆற்றில் தொடர்ந்து நடந்தார்.

நீண்ட நேரத்துக்குப் பிறகு சுந்தரம் கொல்லையை அடைந்தார். சாலை மேட்டிலிருந்து முழுமையாகப் பார்த்தார். அதனுடனான பந்தம் விற்பனைக்குக் கேட்ட பிறகு அதிகமானதைப்போலிருந்தது. பழுப்பு மண் இறுகி வெளுத்திருந்தது. பல கிளைகளாகப் பிரிந்த வரப்புகள் சிதைந்திருந்தன. நடு வரப்பு தேய்ந்து ஒற்றையடிப் பாதையாகி யிருந்தது. இரு புறமும் புற்களும் களைகளும் கவிந்திருந்தன. தண்ணீர்க் கால்வாய்கள் காய்ந்திருந்தன. களத்தில் தூவிகளைப்போல் சிறிய புற்கள் அரும்பியிருந்தன. பக்கத்தில் மோட்டார் கட்டடம் காரை பெயர்ந்து விரிசலுற்றிருந்தது. தடுப்புச் சுவர் இடிந்த அகன்ற கேணியில் யாராவது தெரியாமல் உள்ளே விழுந்தால் ஆபத்து. தண்ணீர்த் தொட்டி பாளமாக உடைந்திருந்தது. உள்ளே அடர்த்தியாகப் பாசி தெரிந்தது. அதில் பாதி நிரம்பிய நீர். வயல்கள் வெறுமையாகக் கிடந்தன. பல வகை களைகள் பூத்துப் பயிர்களைப் போல் அடர்ந்திருந்தன. பின் புறம் மூப்படைந்த தென்னைகள் அசைந்தன. பழுத்துத் தொங்கிய ஓலைகள் காற்றிலாடின. இளந்தென்னைகள் காய்க்க நீண்ட காலமாகும். கானாற்றுப் பக்க வேலியில் வாடிய செடிகொடிகள். பெரிய பண்ணைகளோடு ஒப்பிடுகையில்

மு. குலசேகரன்

தன் நிலம் கையகலம் மட்டும்தான். ஆனாலும் மிக மதிப்பு வாய்ந்தது. அதற்கு யாராலும் விலை நிர்ணயிக்க முடியாது.

கொல்லையை விற்றால் ஒருபோதும் திரும்ப வாங்க முடியாது என்று அவருக்குத் தெரியும். அதை ஆடு மேய்க்கும் இடையர்களிடமிருந்து அம்மா சொற்ப விலைக்கு வாங்கியிருந்தாள். அக்காலத்தில் மேய்ப்பர்கள்தான் பெரும் செல்வந்தர்கள். அவர்களே பெரும் நிலத்தை உடமையாக வைத்திருந்தார்கள். கொல்லையைக் காட்டிலும் கால்நடைகள் அதிக மதிப்புள்ளவையாயிருந்தன. விவசாயம் இரண்டாம் பட்சத் தொழில்தான். அதனால்தான் கொல்லையை விற்றுத் தீர்த்திருந்தார்கள். பின் காலம் மாற அவர்களின் பெருமை குறைந்தது. அது போன்ற பல கதைகளை சுந்தரம் கேட்டிருந்தார். அவர் இறந்த பிறகு தன் உடலை இங்கு புதைக்க வேண்டுமென்று விரும்பினார். தன் இளம் வயதில் இழந்துவிட்ட அப்பாவை இம்மண்ணில்தான் புதைந்திருந்தார்கள். அவர் கொல்லை மூலையில் அடக்கம் செய்யப்பட்டார் என்றும் சொல்வார்கள். அங்கு மட்டும் வேப்பமும் நொச்சியும் தும்பையும் அதிகமாக அடர்ந்திருந்தன. அவருடன் சேர்ந்து நிம்மதியான தூக்கத்தில் ஆழ வேண்டும். அதற்காகவாவது தன் உயிரிருக்கும்வரை கொல்லையை விற்கக் கூடாது.

சுந்தரம் கொல்லையில் இறங்கி வரப்பில் நடந்தார். லேசாக மயக்கம் வரும் போலிருந்தது. சற்றே கால்கள் தடுமாறின. இருப்பினும் நிலம் முழுக்கச் சுற்றிப் பார்க்கும் ஆசை மறையவில்லை. பெரிய முருகன் கண்ணில் படவில்லை. அவர் எங்காவது தென்னை மரச் செடிகளின் பின்னால் மறைந்திருப்பார். எப்போதும் ஓலை முடைந்தபடியிருக்கும் அவர் மனைவி ராஜியையும் காணவில்லை. சுந்தரம் வரப்பில் நடந்துகொண்டிருந்தார். வழி முடிவில்லாமல் நீண்டது. நடுவில் சற்று சரிந்தது. அது வரப்புகள் கூடும் நாற்சந்தியைப் போன்றது. அங்குதான் முன்பு ராஜா குடிசை கட்டியிருந்தார். இளம் வயதில் பார்க்க மாளிகை போலிருக்கும். இப்போது முதிய முருங்கை மரம் மட்டுமிருந்தது. சுற்றிலும் நிழல் விழாமலிருக்க கிளைகள் குட்டையாகத் தறிக்கப்பட்டிருந்தன. சுந்தரம் வரப்பில் இறங்குகையில் சறுக்கியது. கால்கள் தடுமாறின. பாதங்களை அழுத்தமாக ஊன்ற முடியவில்லை. “அம்மா . . .” எனக் கத்தியபடி விழுந்தார். கடைசி வாய்க்காலில் நின்றிருந்த பெரிய முருகன் ஓடி வந்தார். சுந்தரம் கால்வாய் பள்ளத்தில் கிடந்தார். “இருண்ணா . . .” என்று பெரிய முருகன் தூக்க முயன்றார். சுந்தரத்தால் எழ முடியவில்லை. உடல் முழுவதும்

பயத்துடன் நடுங்கியது. பெரிய முருகன் அவரை வரப்பின் மேல் சாய்த்து உட்கார வைத்தார்.

பெரிய முருகன் “ஏ ...” என்று கத்தினார். குரல் எங்கோ மோதி எதிரொலித்தது. சிறிது நேரத்தில் கொல்லையைத் தாண்டி வீட்டிலிருந்து ஜேம்சின் பதில் வந்தது. “ஏய், என்னப்பா ?” “அண்ணங் கீழ விழுந்துட்டாரு, வா” கூவினார் பெரிய முருகன். சுந்தரம் வலி தாளாமல் முனகிக்கொண்டிருந்தார். ஜேம்சும் முத்துவும் வெவ்வேறு திசைகளிலிருந்து ஓடி வந்தார்கள். முத்துவின் மேல் அங்கங்கே சேறு ஈரமாகப் படிந்திருந்தது. மூவரும் சுந்தரத்தின் கை கால்களைப் பிடித்துத் தூக்கினார்கள். மெதுவாகச் சென்று மோட்டார் கொட்டகை கயிற்றுக் கட்டிலில் கிடத்தினார்கள். சுந்தரம் தன்னையறியாமல் அரற்றினார். முட்டிக்குக் கீழே வலி கூடிக்கொண்டிருந்தது. மீண்டும் நடக்கவே முடியாது என்று தோன்றியது. தான் இறந்துகொண்டிருப்பதாக அரை மயக்கத்தில் எண்ணினார். முன்பு மணற்குழியில் விழுந்து கை உடைகையில் சாவைச் சந்தித்தது நினைவு வந்தது. இது மற்றுமொரு முன்னறிவிப்பு.

சுந்தரம் முனகியபடி கயிற்றுக் கட்டிலில் நீட்டிப் படுத்திருந்தார். நீண்ட நாளைக்குப் பிறகு மோகன் கொல்லைக்கு வந்தான். இரவு வீடு திரும்புகையில் அம்மா தகவல் சொல்லியிருந்தாள். கல் திண்ணையில் பெரிய முருகன் அரை உறக்கத்திலிருந்தார். கட்டிலில் படுத்திருந்த சுந்தரத்திடம் குனிந்து நின்று “அப்பா, என்னாச்சு ?” என்றான். சுந்தரம் கண்களைத் திறந்தார். “ஒண்ணுமில்லப்பா, கால்சுளுக்குப் புடிச்சிருக்கும். கொஞ்ச நாளில சரியாப் போவும்” என்றார். அவன் வேட்டியை நீக்கிப் பார்த்தான். மங்கிய விளக்கொளியில் கால் வீங்கித் தெரிந்தது. இரத்தக் காயங்கள் எதுவுமில்லை. உள்ளாடைக்குள் குறி பழுத்து புடைத்திருந்தது. “வேற எங்கினா நோவுதா ?” என்றான். சுந்தரம் இல்லையெனத் தலையாட்டினார். தோள்பட்டையையும் கை தடவிக் காட்டியது. வெளியிலிருந்த பெரிய முருகன் “முழங்காலு முறிஞ்சிருக்குமாம். கோபாலு வந்திருந்தாரு. எடுத்துப் போயி தழைக்கட்டு போட்டு வரச் சொன்னாரு” என்றார். “அதெல்லாம் வேணாம்பா, தானா நல்லாயிடும்” என்றார் சுந்தரம்.

மோகன் சிறிய களத்தில் நின்று கைப்பேசியில் பேசினான். கொல்லையில் பெரும்பாலும் இணைப்பு கிடைப்பதில்லை. ஜேம்ஸ் வரப்புகளில் மெதுவாக வந்தார். “இங்க உள்ளூரில கூட பத்துப் போடற ஆளிருக்குது. ஒரே மாசத்துல எலும்பு கூடிடும்” என்றார். அவன் “இல்ல, வெளியில போட்டுக்கலாம்”

என்றான். நீண்ட நேரம் கழித்து வாடகைக் கார் சாலையில் வந்து நின்றது. "அப்பா, பயப்படாத, போயி கட்டுப் போட்டு வரலாம்" என்றான். சுந்தரம் மெல்ல முனகினார். "எனக்கு எதுவுமில்ல. ரெண்டு மூணு நாளில நடக்க முடியும்." ஜேம்ஸ் "பத்துப் போட்டாதா நல்லாவும்ணா, பேசாமயிரு" என்றார். சுந்தரத்தை இரு கைகளாலும் குழந்தையைப்போல் தூக்கினார். கார் பின்னிருக்கையில் மெல்லப் படுக்கவைத்தார். பெரிய முருகன் கட்டிலிலிருந்த தலையணையை எடுத்து வந்து காலுக்கு வைத்தார். மோகன் முன்னால் ஏறிக்கொண்டான். கார் மெதுவாகக் கிளம்பி நெடுஞ்சாலைப் போக்குவரத்தில் கலந்தது.

அந்த ஊர் எலும்பு முறிவு சிகிச்சைக்குப் புகழ்பெற்றது. அங்கு விடியலில் வந்து சேர்ந்தார்கள். அந்த நேரத்திலும் கடைகளும் உணவு விடுதிகளும் திறந்திருந்தன. ஒரே இரவில் முற்றிலும் புதிய பிரதேசத்துக்கு வந்துவிட்டாற்போலிருந்தது. பல ஊர்களிலிருந்தும் வந்தவர்கள் காத்திருந்தார்கள். சிலர் பழைய கட்டுகளைப் பிரித்துப் புதிதாகக் கட்டிக்கொள்பவர்கள். சற்று குணமானதில் மௌனமாக மற்ற நோயாளிகளை வேடிக்கைப் பார்த்தார்கள். அங்கங்கே எலும்பு உடைந்தவர்கள் வலியால் துடித்துக்கொண்டிருந்தார்கள். ஒருவருடைய கை மடிந்திருந்தது. ஒரு கிழவியின் முதுகு சுருண்டிருந்தது. இன்னொருவர் கால் முழுதாகத் திரும்பியிருந்தது. அவர்கள் வாய்கள் ஓயாமல் அரற்றிக்கொண்டிருந்தன. உடல்கள் வினோதமாக நீண்டும் வளைந்தும் முறுக்கியும் கிடந்தன. அவை கவனக் குறைவான விபத்துகளாகத் தெரியவில்லை. வேண்டுமென்றே வரவழைத்துக்கொண்டவை போலிருந்தன. தான் மட்டும் தனியாகக் கீழே விழவில்லை. தன்னுடன் பலரும் சேர்ந்து விழுந்திருக்கிறார்களென சுந்தரத்துக்கு ஆறுதலேற்பட்டது. தனக்கும் சீக்கிரம் குணமாகும். மோகன் இருக்கையில் தொடர்ந்து உறங்கிக்கொண்டிருந்தான். அவனுக்கு நன்றாக விடிந்த பிறகுதான் எழுந்து பழக்கம். ஓட்டுநர் காரிலிருந்து இறங்கிச் சென்றார். சுந்தரம் காலை இழுத்துச் சற்று நிமிர்ந்து உட்கார்ந்தார். ஆவலுடன் வெளியில் பார்த்தார். பனி பெய்வதுபோல் கண்ணாடி ஜன்னலில் காட்சிகள் மங்கித் தெரிந்தன. அரையிருட்டில் விளக்குகள் அங்கங்கே வெளிச்சம் பரப்பின. சுற்றுப்புறம் வேகமாக இயங்கிக்கொண்டிருந்தது. தங்களைப் போன்றவர்கள் விதிவிலக்குகள் என எண்ணிக்கொண்டார்.

எலும்பு முறிவு சிகிச்சை நிலையத்தின் மர வாயில்கள் திறந்தன. எதிரில் அதன் நிறுவனரின் சுதையாலான புழுதி

படிந்த ஆளுயுர சிலை நின்றிருந்தது. கழுத்தில் காய்ந்த மாலை தொங்கியது. அனைவரும் ஒரே நேரத்தில் உள்ளே நுழைய முயன்றார்கள். ஒருவரையொருவர் இடித்துக்கொண்டதில் அங்கேயே விபத்து நடக்கும் போலிருந்தது. அடிபட்டவர்களைக் கைகளால் தூக்கிக் கொண்டும் சிலரை பலகையிலும் சக்கர நாற்காலியில் வைத்தும் அழைத்துச் சென்றார்கள். காலுடைந்த ஒரு சிறுவன் அம்மாவின் இடுப்பில் அமர்ந்திருந்தான். சிலர் தாங்களாக மெல்ல நொண்டியபடியும் கைகளைத் உயர்த்தியபடியும் நடந்தார்கள். கூடவே துணையாயிருப்பவர்கள் வந்தார்கள். காரின் பின் கதவுகளைத் திறந்து சுந்தரத்தைத் தூக்கினார்கள். மோகன் கால்களையும் ஓட்டுநர் தலைப் பக்கமும் பிடித்தார்கள்.

கூடத்தில் நோயாளிகள் வரிசையாகக் கிடந்தார்கள். பெரும்பாலும் முதிய ஆண்களும் சிறுவர்களும். ஓரிரு கிழவிகள். சுந்தரத்தைக் கிடைத்த இடத்தில் படுக்க வைத்தார்கள். பச்சிலையும் எண்ணெயும் கலந்த நெடி வீசியது. அக்கட்டடம் மெலிதாக முனகிக் கொண்டிருப்பதைப் போல்பட்டது. அவ்வப்போது பெருங்குரலில் ஓலங்கள் எழுந்து அடங்கின. வெள்ளை அங்கியணிந்த மருத்துவர்கள் உள்ளே நுழைந்தார்கள். அவர்களின் முகங்கள் பிறர் நோவைச் சதா நீக்குவதில் கனிந்திருந்தன. ஒவ்வொரு நோயாளிகளாகச் சிகிச்சையளித்த படி வந்தார்கள். கை கால்களை நீவியும் அழுத்தியும் மூலிகை களைத் தடவி கட்டும் போட்டார்கள். ஒரு முதியவருக்குச் சறுக்கியதில் முதுகெலும்பு முறிந்திருந்தது. வில் போல் கூனிக்கிடந்தார். குழி போன்ற வாயால் முனகினார். அதற்கும் திராணியில்லை. அவரை இரண்டு மருத்துவர்கள் சேர்ந்து முதுகை நிமிர்த்தி எலும்புகளைப் பொருத்தினார்கள். கிழவர் “அ, அ” என கத்த முயன்றார். வலியில் வார்த்தைகள் எழவில்லை. சிறிது நேரத்தில் நிம்மதியுடன் மயங்கினார். அவர் ஆழ்ந்து உறங்குவதுபோலிருந்தது.

சுந்தரத்தினுடைய முறை வந்தது. மருத்துவர் சைகையில் விசாரித்தார். மோகன் “நேத்து வரப்பில நடக்கறப்ப வழுக்கி விழுந்திட்டாரு. எழக்கூட முடியல. முட்டியில ரொம்ப நோவுதாம்” என்றான். சுந்தரம் “எனக்கு ஒண்ணுமில்ல, கால்ல லேசா அடி” என்றார். மருத்துவர் கண் மூடியபடி சுந்தரத்தின் காலை தடவினார். “வயசாயிட்டாதால சுலபத்துல எலும்பு கூடாது. மூணு நாலு கட்டுப் போட்டுக் குணமானாலும் பழையபடி நடக்க முடியாது. நெறைய காலுக்கு ஓய்வு கொடுக்கணும்” என்றார். உதவியாளர்கள் சுந்தரத்தைப் பலமாகப்

பிடித்தார்கள். மருத்துவர் முழங்காலை மெல்ல நீவி திடீரென அழுத்தினார். சுந்தரம் அலறிப் பின் மெதுவாக அமைதியானார். மருத்துவர் பசும் மூலிகைச் சாறை காலில் தடவினார். மூங்கில் பட்டைகளை வைத்தார். பழைய துணியால் நிதானமாக சுற்றினார். உதவியாளர்களும் சேர்ந்து கால் முழுவதும் துணிகளைக் கட்டினார்கள். சுந்தரம் தன் காலை யாருடையதோ போல் பார்த்துக்கொண்டிருந்தார். அது கொஞ்ச நேரத்தில் துணிப் பொதியைப் போலாகியது. பெரும் பளுவோடிருந்தது. சற்றும் தூக்கவும் அசைக்கவும் முடியவில்லை.

சுந்தரம் மெதுவாகக் கண் விழித்தார். தன் வீட்டின் அறைக்குள் கட்டிலில் படுத்திருப்பது தெரிந்தது. வழக்கம்போல் கொல்லைக்குப் போகும் அதிகாலையாகிவிட்டது. சிறிது நேரம் கழித்துப் பறவைகளின் இரைச்சல் கேட்டது. பிறகு கல்லுபள்ளியாவின் ஆடுகள் பட்டியிலிருந்து மகிழ்ச்சியுடன் கத்தியபடி வெளியேறுகிற சப்தம். அவர் அப்படியே கிடந்தார். நீண்ட நேரம் கழித்துப் பிள்ளைகள் விளையாடும் ஓசை எழுந்தது. சமையல்கட்டில் பாத்திரங்களின் ஒலி. அவர் கட்டுப் போட்ட காலை எடுத்துக் கீழே வைத்தார். பெரிய துணி மூட்டை போலிருந்தது. கோலை ஊன்றியபடி கழிவறைக்குப் போய்வந்தார். உடைந்த காலை தூக்குவது கடினமாயிருந்தது. தொலைக்காட்சியை இயக்கிவிட்டுக் காலை நீட்டியபடி சாய்வு நாற்காலியில் உட்கார்ந்தார். வாசல் வெளிச்சத்தை உமிழ்ந்தது. தொலைக்காட்சியில் புரியாத மொழியில் சிலர் பேசிக்கொண்டிருந்தார்கள். குரல்கள் ஏற்றம் இறக்கமில்லா திருந்தன. தொலைக் காட்சியில் வீடு ஒளியும் நிழலுமுடன் சிறிதாகப் பிரதிபலித்தது.

அவருக்குக் கொல்லைக்குச் செல்லத் தோன்றியது. அல்லது காலாற நடக்க வேண்டும். ஊன்று கோலை வைத்துவிட்டுச் சுவரைப் பிடித்தபடி சென்றார். ஒரு கால், ஒரு கை போதுமெனப் பப்பட்டது. தாழ்வாரம் ஓரமாக வாசலை அடைந்தார். பத்துப் பதினைந்து புட்டிகள் நெல் தாராளமாக உலரும் வாசல் வெறுமையாயிருந்தது. துணிகள், தானியங்களையும் பொன்னம்மா காயப் போடவில்லை. கல்லிடுக்குகளில் முளைகள் கருகியிருந்தன. முன்பெல்லாம் ஏதாவது பயிர்கள் துளிர்த்திருக்கும். மேலே ஆகாயம் பெரிதாக விரிந்திருந்தது. வெயில் குவியாடியில் வருவதுபோல் சுட்டது. அவர் மீண்டும் சுவர்கள் வழியாகச் சமையலைறையில் நுழைந்தார். பொன்னம்மா அடுப்பைப் பார்த்தபடி குத்துக்காலிட்டு அமர்ந்திருந்தாள். தீ பற்றியெரிந்தது. கூடவே கரும் புகைச்

சுருள்கள். சுற்றிலும் சோற்று வாசனை கமழ்ந்தது. அவள் திரும்பியும் பார்க்கவில்லை.

சுந்தரம் பின்புற தோட்டத்துக்குச் சென்றார். செடி கொடிகள் மண்டிக் காடு போலிருந்தது. உள்ளே நுழைய முடியாது. இரு தென்னை மரங்களும் அசைந்தன. அணில்களும் காக்கைகளும் குருவிகளும் ஓயாமல் கத்தின. அடிநாதமாகப் பூச்சிகளின் மெல்லிய சப்தம். அதைத் தொடர்ந்து கேட்டால் பேரிரைச்சல் போலாகும். அங்கிருந்து நகர்ந்தார். சுவர்களைத் தொட்டபடி மெல்லத் திரும்பினார். அடுப்படியில் பொன்னம்மா தனக்குத்தானே முணுமுணுத்தாள். "இந்த மனுசன் ஒரேயிடத்துல சும்மா கெடக்காம, அங்கலாப்புல இப்பிடி அலையறாரு." அவருக்குத் தெளிவாகக் கேட்டது. அவள் தொடர்ந்து தன்னை கவனித்துக்கொண்டிருக்கிறாள். அவர் நிதானமாகத் தெருவுக்குச் சென்றார். மகன்கள் திண்ணைகளை அழித்துக் கட்டிய கைப்பிடிச்சுவர். அதைப் பிடித்தபடி நின்றார். தெரு வறண்டிருந்தது. கிழக்கும் மேற்குமாக நீண்ட தெருவில் உதயம், அந்தி இரண்டும் நிகழும். இரண்டையும் இதுவரை பார்க்க நேர்ந்ததில்லை. தூரத்தில் ஓரிரு சிறுவர்கள் தீவிரமாக விளையாடிக்கொண்டிருந்தார்கள். தெருப்படிகளில் சில பெண்கள் உட்கார்ந்து கதைப் பேசிக்கொண்டிருந்தார்கள். எங்கிருந்தோ சுப்புராயன் யானைக்காலை இழுத்தபடி மெதுவாக நடந்து வந்தார். நடுவீதியில் சுந்தரத்துக்கு எதிரில் நின்றார். "என்னண்ணா, மழ வருமா?" என்று வானத்தை அண்ணாந்தார். சுந்தரமும் தலை தூக்கிப் பார்த்தார். வானம் துண்டு மேகமுமில்லாமல் வெறிச்சோடியிருந்தது. "சரிதா, மழ வந்தாலும் வரும்" என்றார். சுப்புராயன் பதில் கிடைத்த திருப்தியில் மீண்டும் தயங்கியபடி நடையைத் தொடர்ந்தார். தெரு முனையில் திரும்பி மறைந்தார். அவர் காலும் மிகுந்த பளுவோடிருக்குமென சுந்தரத்துக்குத் தோன்றியது. கல்லுபள்ளியாவின் ஆடுகள் காட்டிலிருந்து துள்ளி வந்தன. அவள் வீட்டில் முண்டியடித்து நுழைந்தன. சில படிகளைத் தாவி உள்ளே குதித்தன. தெருவில் புழுதி மஞ்சள் ஒளி படர எழுந்தது. பின்னால் கல்லுபள்ளியா வந்துகொண்டிருந்தாள். பல காலமாக ஆடு மேய்க்கிறாள். அவளுக்கு வயது கொஞ்சமும் கூடுவதில்லை. அவர் சிறுவனாயிருக்கும் போதிருந்து பார்த்துகொண்டிருக்கிறார்.

சுந்தரம் மீண்டும் படுக்கைக்குத் திரும்பினார். பெரும் கட்டுடனான கால் மிகவும் வலித்தது. அதை சுமந்து செல்வ

சிரமமானது. சங்கிலியில் பிணைத்த இரும்புக் குண்டை சுமப்பதுபோல். மருத்துவர் சொன்னவாறு வயதான எலும்புகள் பழையபடி ஒட்டுவது சந்தேகம்தான். பல ஆண்டுகள் நிலத்துக்கு அழைத்துப்போன கால்கள். தம் வலிமையை இழந்திருந்தன. அவை நீண்ட தூரத்தைக் கடக்காது. அதைத் தான் முதலில் ஒத்துக்கொள்ள வேண்டும். ஒட்டியிருந்த கொஞ்ச நம்பிக்கையும் அகன்றது. சில அடிகள் நடக்கையில் உடல் தளர்ந்தது. இனி கொல்லைக்குப் போக முடியாது. அந்த மண்ணைப் பார்க்க இயலாது. அதன் உறவு முழுதாக அறுந்ததுபோல் தோன்றியது. அவர் கட்டிலில் சாய்ந்தார்.

எதிரெதிர் சந்திப்பு

நெடுஞ்சாலையில் பளபளப்பான கார் வழுக்கிச் சென்றுகொண்டிருந்தது. சிறு குலுக்கல், அதிர்வு இல்லை. நாலு வழிகள் அமைக்கப் பட்டதற்குப் பின்னால் சாலை பளிங்குபோல் மாறியிருந்தது. அதில் கண்ணை மூடிக்கொண்டு பறக்கலாம். முன்னிருக்கையிலிருந்த உரிமையாளர் கண்ணன் மௌனமாக முன்னால் பார்த்துக் கொண்டிருந்தார். சாலையோரங்களில் பெரும் பாலும் கொல்லைகள் கண்ணில்படவில்லை. எங்கும் கட்டடங்களும் வீடுகளுமாயிருந்தன. விவசாய நிலங்களின் விலைகள் மிகவும் உயர்ந்தி ருந்தன. கண்டிப்பாக மேலும் அதிகமாகும். அதற்கு முன்னால் ஒன்றிரண்டு இடங்களை வாங்கிப் போட வேண்டும். கைப்பேசி ஒலிக்கவும் எடுத்துப் பேசினார். "நா சொன்னத செய்யி" என்றார் மெது வாக. அது காரோட்டிய ஆசாரிக்கும் கேட்டிருக்காது. அவர் கண்ணனிடம் தச்சு வேலைகள் செய்ய நிரந்தரமாயிருப்பவர். சொல்லும் அனைத்துப் பிற வேலைகளையும் முடிப்பார். எப்போதும் கைப்பையில் உளிகளையும் இழைப்புளியையும் கொட்டாப்புளியையும் போட்டு வைத்திருப்பார். கண்ணன் நேரில் பேசுகையிலும் கூர்ந்து கேட்டால் தான் புரியும். பஞ்சாயத்துகளில் அவர் தாழ்ந்த குரலில் தீர்ப்புகளைக் கூறுவதால் மற்றவர்கள் அமைதியாகிக் கவனித்துக் கேட்பார்கள். அதனால் மதிப்பு கூடுகிறது. அனைவரும் ஏற்றுக் கொள்ளும் கட்டாயமுண்டாகிறது. பெரும் சொத்துகளை வாங்கும் பேரங்களிலும் குறைவாகப் பேசுவார்.

அது மீனுக்குக் காத்திருக்கும் கொக்குத் தன்மையைப் போன்றது. மாவட்டத் தலை நகரில் நடக்கும் அரசு அதிகாரி மகள் திருமண வரவேற்புக்குச் செல்ல இன்னும் நீண்ட நேரமிருந்தது. கல் குவாரி அதிபர் சேகரும் வழக்குரைஞரும் பின்னிருக்கையில் சாய்ந்திருந்தார்கள். கண்ணன் ஏதாவது வேலையைச் சேர்த்து முடிக்க திட்டமிட்டிருக்கலாம். விருந்துக்குக் காலதாமதமாகப் போனாலும் பரவாயில்லை.

சேகரும் யோசனையுடன் வெளியில் பார்த்தபடியிருந்தார். நான்கு வழிச் சாலை வந்த பின் இடங்கள் தத்தம் அடையாளங்களை இழந்திருந்தன. நடைபாதை மிக தூரமாகிவிட்டிருந்தது. இருபுறமும் மரக்கன்றுகள் சிறிதாக நின்றன. அவை பழையபடி வளர நூறு வருடங்களாகும். நகரத்தைத் தாண்டியதும் புகழ் வாய்ந்த கோயில் வந்தது. முன்பு சாலை விரிவாக்கத்தில் முழுதாக இடிக்கப்பட்டது. பிறகு உட்புறமாகத் தள்ளிக் கட்டப்பட்டது. அதற்கு அரசாங்கத்தின் இழப்பீடும் தாராளமான நன்கொடைகளும் கிடைத்தன. சுலபத்தில் நிறைய பணம் சேர்ந்தது. அகன்ற நுழைவாயில், பளபளக்கும் தரை, உயர்ந்த கோபுரத்துடன் கோயில் முன்பைவிடப் பெரிதானது. ஒரு வள்ளலின் பக்தி மிகுதியால் சிற்பங்களின் ஒவ்வொரு உறுப்புகளுக்கும் தனித்தனி நிறங்கள் பூசப்பட்டன. கண்கள் கறுப்பாக, உதடுகள் சிவப்பாக, கச்சுகள் ஒரு நிறத்திலும், சேலைகள் மற்றொரு வண்ணத்திலும். மாயக் காம உறுப்புகள் தனித்தனி சாயங்களையும் ஏற்றிருந்தன. கோபுரம் வண்ண மயமானது. கோயிலுக்குள் மரங்களும் பூச்செடிகளும் வளர்ந்திருந்தன. அந்த நிலத்தை ஒரு விவசாயிடமிருந்து வற்புறுத்தி வாங்கினார்கள். அவர் வேறு வழியில்லாமல் விற்றார். அத்தெய்வம் கேட்டதைக் கொடுக்கும் சக்தி வாய்ந்தது என்று நம்பினார்கள். இப்போது புகழ் மேலும் கூடிவிட்டது. கார் கடக்கும்போது சேகர் மோவாயைத் தொட்டு வணங்கிக்கொண்டார்.

கோயிலை ஒட்டி பக்கச்சாலை சென்றது. அதி நவீனத் தொழில் நுட்பங்கள் கொண்ட தோல் தொழிற்சாலையும் தோல் பொருள் தொழிற்சாலையும் அடுத்தடுத்திருந்தன. அவற்றில் வெளிநாட்டுப் பெரும்புள்ளிகள் முதலீடு செய்திருப்பதாகச் சொல்வார்கள். அருகில் நிறைய கடைகளுடன் கிராமங்கள் நெடுஞ்சாலைக்கு இரு புறமும் விரிந்திருந்தன. நடுவில் பெரிய சாலை சந்திப்பு எதிர்ப்பட்டது. அங்கிருந்து பல கிராமங்களுக்கு வழிகள் பிரிந்தன. அதுவரை பெண்கள் நடந்தும் வாகனங்களிலும் வந்து, தொழிற்சாலைகளுக்குச் சொந்தமான பேருந்துகளிலேறி வேலைக்குப் போனார்கள். அதைக் கடந்ததும் நாலைந்து தெருக்கள் நீண்ட மற்றொரு சிறிய கிராமம்.

சாலை உயரமானதால் பள்ளமாகிவிட்டது. ஓரத்தில் சிறிய தொடக்கப்பள்ளி கட்டடம். சாலையை அகலமாக்குவதில் தப்பித்தது. அதை இடித்திருந்தால் புதிதாகக் கட்டியிருக்க மாட்டார்கள். பக்கத்தில் வறண்ட கானாறு ஓடியது. அதைத் தாண்டியதும் சுந்தரத்தின் கொல்லை. அதன் மேல் சேகருக்குப் பெரும் ஈர்ப்பிருந்தது. சாலையில் போகையில் வருகையில் கண்ணில் பட்டு உறுத்தியது.

சேகர் தொடர்ந்து பார்த்துக்கொண்டிருந்தார். கொஞ்ச தூரத்தில் அவருடைய பெட்ரோல் நிலையம் வரும். முக்கிய மாகத் தன் கல்குவாரியின் சொந்த வாகனங்களுக்கு எரிபொருள் போடவென்று ஆரம்பித்தது. அக்கொல்லையை வாங்கி வைத்திருந்த ஐவுளிக் கடைக்காரர் எண்ணெய் நிறுவனத்துக்கு நீண்ட கால வாடகைக்கு விட்டிருந்தார். இரண்டு மூன்று கொல்லைகளுக்கு முன்னால்தான் சுந்தரத்தின் கொல்லை தனியேயிருந்தது. அவர் பெட்ரோல் நிலையம் செல்லும்போதெல்லாம் பார்ப்பார். அது விளையாட்டு மைதானம்போல் சதுரமானது. ஒரே நேரத்தில் ஏழெட்டு வாகனங்கள் நுழையுமளவு முன்புறம் விரிந்தது. விலைக்கு வாங்கினால் பெட்ரோல் நிலையத்தைச் சொந்த இடத்துக்கு மாற்றலாம். அல்லது கல்லறுக்கும் தேங்காய் நார் கயிறு திரிக்கும் தொழில் செய்யலாம். உணவு விடுதிக்கு, வணிக நிலையங்களுக்கு வாடகைக்கும் விடலாம். மனைவி விரும்பினால் திட்டமிட்டபடி வீடும் கட்டலாம். அந்தக் கொல்லையின் மதிப்பு எதிர்காலத்தில் பன்மடங்கு உயரும். அவருடைய ஆழ்மனம் உடனே வாங்கச் சொன்னது.

சேகர் “இங்க ஒரு நிலமிருக்குது, பாக்கணும்” என்றார் கண்ணனிடம். அவர் சாதாரணமாக நிறுத்தச் சொல்லி கேட்பவரல்ல. கண்ணன் கையசைக்கவும் கார் நின்றது. சேகர் கதவைத் திறந்து பேசாமல் நடந்தார். கண்ணனும் இறங்கி கைகளைத் தூக்கி சோம்பல் முறித்தார். வழக்குரைஞர் கைப்பேசியைத் துழாவியபடி உள்ளே உட்கார்ந்திருந்தார். சுந்தரத்தின் கொல்லை சாலையிலிருந்து தாழ்ந்திருந்தது. பெரிய ஒற்றை வயல் போலிருந்தது. எதிரில் பாழடைந்த மின்கொட்டகை. பக்கத்தில் அகன்ற கிணற்றுச் சுவர் இடிந்திருந்தது. ஏழெட்டு வாய்க்கால்களில் நோய்ப்பட்ட தென்னைகள் நின்றிருந்தன. பெரியளவு விவசாயம் செய்ய முடியாத சிறிய கொல்லை.

நிலத்தின் நெற்றியில் “விற்கப்படும்” என்று எழுதப் பட்டது போலிருந்தது. அவரை வாங்க அழைத்தது. கண்ணன் புன்னகைத்தார். அந்தப் பழுப்பு மண்ணின்

மேல் மோகமேற்பட்டது. அதை வாங்கினால் தனக்குச் சொந்தமான கொல்லை எண்ணிக்கையில் ஒன்று கூடும். அதைத் தேவைப்படும்வரை ஒன்றும் செய்யாமல் ஆறப்போடலாம். நீண்ட காலத்துக்குப் பிறகு பிரம்மாண்ட வணிக வளாகம் கட்டி வாடகைக்கு விடலாம். இப்போது புறநகர்களில் கடை போடுவதுதான் புதிய பாணி. சேகர் விரும்பினால் அதையே அவருக்கு அதிக லாபத்துக்கு விற்கலாம். விலையுயர்ந்த நிலத்தைக் குறைந்த விலையில் அடைவது சாகசம். பெரும் போரை வென்ற மனக்கிளர்ச்சியூட்டும். அந்த உச்சகட்டத்துக்கு வேறெதுவும் ஈடில்லை. மற்ற தொழிலதிபர்களுக்குத் தெரிந்தால் வியப்பில் மூழ்குவார்கள்.

கண்ணனுக்கு சிகரெட் பிடிக்கத் தோன்றியது. அவர் உற்சாகமான அல்லது யோசிக்கும் தருணங்களில் அபூர்வமாகப் புகைப்பார். திரும்பிப் பாராமல் கையை நீட்டினார். ஆசாரி முகப்புப் பெட்டியிலிருந்து சிகரெட்டையும் தீப்பெட்டியையும் எடுத்துத் தந்தார். கண்ணன் புகைத்தபடி முன்னால் நகர்ந்தார். கைப்பேசியில் தன் அடியாள் போன்ற தரகரை அழைத்தார். உடனே அதிசயமாக அலைவரிசை கிடைத்தது. “சேகர் பெட்ரோல் பம்பிலேயிருந்து முன்னால மூணாவது கொல்லை. என்னன்னு பாரு.” அதைப் பெற சிறிய தரகர்கள் வழியுண்டாக்குவார்கள். நகரில் பாதி வணிக வளாகங்கள் அப்படி வாங்கியவை. நெடுங்காலம் கடைகளில் வாடகை யிருப்பவர்கள் காலி பண்ணாமல் வழக்காடி சொற்ப வாடகை தருவார்கள். உரிமையாளர்கள் தங்களுக்குள் சில்லறை சச்சரவிலிருப்பார்கள். இடங்கள் தாமாக கண்ணனைத் தேடி வரும். அவர் இரு தரப்பையும் சமாதானப்படுத்தி மட்ட விலைக்கு வாங்குவார். பழைய கடைக்காரர்களை ஒவ்வொருவராக வெளியேற்றுவார். ஒருமுறை, பிடிவாதமாயிருந்த ஒரு கடை எதிரில் ஆட்களைவிட்டு ஆழமாகச் சாக்கடைக் கால்வாய் வெட்டினார். கடைக்காரர் இரவெல்லாம் உணவும் தண்ணீரு மில்லாமல் தவித்தார். மறுநாள் காலி செய்துவிட்டார். ஒரு கிழவர் சின்ன வயதிலிருந்து உலர் சலவைக் கடை வைத்திருந்தார். பரபரப்பான வியாபாரப் பகுதியில் பார்க்க அவலட்சண மாயிருந்தது. கண்ணாடிப் பெட்டியில் நாலைந்து பட்டுப் புடவைகள் தொங்கும். அவருக்குச் செலவாகும் சாவு, காரியங் களுக்கு தருவதாக நஷ்ட ஈடுப் பணத்தை மேசையில் எறிந்தார் கண்ணன். கிழவர் பயந்து வெளியேறினார்.

கண்ணன் தன் ஊரைச் சுற்றியிருந்த பெரும்பாலான கொல்லைகளை வாங்கியிருந்தார். கிராமம் மொத்தமும் அவருக்குச் சொந்தம். காலையில் பழைய சோற்றைக் கரைத்துக்

குடித்துவிட்டுப் பெரிய இரு சக்கர வாகனத்தில் சத்தத்தோடு சுற்றிப் பார்க்கக் கிளம்புவார். மதிய சாப்பாட்டு வேளைக்குத் திரும்புவார். தொடர்ந்து பஞ்சாயத்து தலைவர் தேர்தல்களில் போட்டியில்லாமல் தேர்ந்தெடுக்கப்பட்டார். எதிர்த்து யாரும் வேட்பு மனு தாக்கல் செய்ய மாட்டார்கள். ஊரில், தார் இழைத்த தெருக்களும், சுத்தமான சாக்கடை கால்வாய்களும், வரிசையான விளக்குக் கம்பங்களும், வண்ணம் பூசிய கோயில் கோபுரமும் அவர் உருவாக்கியவை. நிறைய கட்டில்களுடன் அரசு சுகாதார மையமுமிருந்தது. மருத்துவர்களும் செவிலியர் களும் எப்போதும் பணியிலிருந்தார்கள். அவர்களுக்கு விடுமுறை தேவைப்பட்டால் கண்ணனிடம் அனுமதி கேட்க வேண்டும். அவர் சாதாரணமாக “உங்கள ஏழைங்க நம்பி யிருக்காங்க, வந்துடுங்க” என்பார். நகர நோயாளிகளும் தனியார் மருத்துவமனைக்குப் போகாமல் சுகாதார நிலையத்தைத் தேடி வந்தார்கள். அவருக்குத் திடீரென தான் விவசாயத்தையே சார்ந்திருப்பதாக எண்ணமேற்பட்டது. அதிலிருந்து வெளியேற வேண்டும். எதிர்காலத்தில் தன் மகன்கள் தொழில் துறையில் ஈடுபட வேண்டும். தான் பெரிய தொழிலதிபர் என்ற அந்தஸ்தை அடைய வேண்டும். பக்கத்தில் சுந்தரம் கொல்லையை வாங்கி சேகரைப்போல் பெட்ரோல் நிலையம் நடத்தலாம். தன் செல்வாக்கால் அதற்கு அனுமதி பெறுவது சுலபம்.

சாலையிலிருந்து இறங்கி கொல்லைக்குள் சென்றார் சேகர். யாரும் கண்ணில் படவில்லை. புங்க மரத்தடியில் தென்னங்கீற்றுகள் இறைந்திருந்தன. தைத்த தென்னை ஓலை பாதியில் கைவிடப்பட்டிருந்தது. மின் கொட்டகை சாத்தப்பட்டுக் கதவில் சாவி தொங்கியது. அவருக்கு நீண்ட வரப்பில் நடக்கத் தோன்றியது. அவர் பிறந்த வீடு கிராமத்தில் தொழுவம் போன்றது. அப்பா பரம்பரை மாட்டுத் தரகர். மாட்டின் பல்லைப் பிடித்துப் பார்த்துத் துல்லிய விலை சொல்வார். மாடுகளுடன் தொலை தூரங்களுக்கும் கால்நடையாகச் செல்வார். அவருக்கு மாட்டின் மொழி தெரியும். அவை கத்துவதற்கேற்ப வினோத மொழியில் பேசிக்கொண்டிருப்பார். அவரிடம் மாட்டின் வாடையடிக்கும். வீட்டுத் தாழ்வாரத்தில் எப்போதும் இரண்டு மூன்று மாடுகளைக் கட்டி வைத்திருந்தார். மண் தரையில் சாணியும் கோமியமும் கலந்து சகதியாயிருக்கும். அம்மா வாரியெடுக்கும் போதெல்லாம் திட்டுவாள். பிறகு குடிசையை ஒட்டி அப்பா காரை வீடு கட்டினார். முன்புறம் பங்களா போலிருக்கும். நான்கு பிள்ளைகளுக்குச் சேர்த்து இரண்டு அறைகள் மட்டுமிருந்தன. சம்மணமிட்டுச் சாவகாசமாக வியாபாரம் பேச வழவழத்த இரு பக்க திண்ணைகள். அங்கேயே சாப்பிட்டுத் தூங்குவார். சேகர் போனால் மரியாதைக்குத் திண்ணையில் சிறிது நேரம்

உட்கார்வார். அது தொழில் கற்ற பள்ளி. அப்போதும் மாட்டின் வாசம் போகவில்லை என்பாள் சேகரின் மனைவி.

அவர் நகரத்தில் வசிக்கும் வீடு, முன்பே கட்டப்பட்டு, வாங்கிய பழைய வீடு. தெற்கு நோக்கிய வாயில். அக்கம் பக்கத்திலும் மாடுகள் வளர்ப்பதில்லை. அப்படியும் மனைவி "மாடுகளின் நாத்தம் துரத்துது" என்றாள். அடிக்கடி வீட்டைக் கழுவினாள். சாமியார்களை அழைத்து பூஜை செய்தாள். வீடு முழுக்க ஊதுவத்தி, சாம்பிராணி மணம் கமழும். "மாட்டு வாசனை தெரியல. ஆனா அப்பா மேல எப்பவும் தூசி ஒட்டியிருக்கு" என்றாள் மூத்த மகள் சிந்தியா. அவள் பிடிவாதமாக அப்பாவின் கையைப் பிடித்து கல்குவாரிக்கு வருவாள். பிறப்பிலேயே வளைந்த கால்கள் தடுமாறும். மலைகளின் மேல் திறந்த வெளியில் பெரும் இயந்திரங்கள் நின்றிருந்தன. ஒன்றன் பின் ஒன்றாகப் பெரும் கற்கள் கீழிருந்து உருண்டு சென்றன. மேலேறி உடைந்து துண்டுகளாகின. புகை மண்டலம்போல் தூசி பறந்தது. கரகரவென்று பற்களைக் கடிப்பதுபோல் ஓயாத சப்தம் எழுந்தது. போகும்போதெல்லாம் சிந்தியா பிரமிப்புடன் பார்த்தாள். உயரத்திலிருந்து ஜல்லிகள் அரைபட்டுச் சல்லடைகளில் இறங்கின. கீழே சிறு குன்றுகளாகக் கொட்டின. அவற்றைத் தன்னை மறந்து பார்த்துக்கொண்டிருந்தாள். அவள் உடம்பிலும் தூசி படிந்தது. திரும்புகையில் தலைமயிர்கள் சாம்பல் பூசியதுபோலாகிவிடும். அவளுடன் நிற்கும் கொஞ்ச நேரத்தில் சேகரின் வெள்ளைச் சட்டையும் நிறம் மங்கும். ஒவ்வொருமுறையும் அவர் கையைப் பிடித்து இழுக்கும்வரை நகராதிருந்தாள். அவளால் சிறிய குன்றுகள் காணாமலாவதைப் புரிந்துகொள்ள முடியவில்லை. சிறிய கற்கள் கோபுரம்போல் குவிந்திருந்ததைக் காட்டி "இதுதா முன்பு மலையா இருந்தது" என்று சேகர் விளக்கினார். அவள் திருப்தியுறாமல் "நீ பொய் சொல்ற. இதுல செடிகொடிங்க, பூச்சி பறவைங்க இல்ல" என்றாள். சேகர் "இல்லம்மா, நாம பாறைங்களையும் மலைங்களையும் அழிச்சி மண்ணாப் பண்றோம். முன்ன நமக்கு மூத்தவங்க அதத்தா பண்ணாங்க. அதனால விவசாயத்துக்கு நெலம் சேருது" என்றார். அவளுக்குப் புரிவதில்லை. சிறு கல்லை எடுத்து இயந்திரத்தின் மேல் வீம்புடன் வீசினாள். அது பயனில்லாமல் மோதி வீழ்ந்தது. அவள் வாய் கோணுவதைக் கண்டு தொழிலாளிகள் ரகசியமாகச் சிரித்தார்கள். அவர் வெறியோடு தொடர்ந்து மலைகளை ஏலம் எடுத்து உடைத்தார். அனுமதி கொடுக்கப்பட்டதற்கும் அதிகமாக.

சேகர் வரப்பில் மெல்ல நடந்தார். சுந்தரத்தின் கொல்லையை மனதில் அளந்தார். முதலில் சுற்றிலும் கருங்கற்களாலான மதில்

கட்ட வேண்டும். பிறகு கொட்டகைவரை இருப்பு வைக்குமிட மாக்கலாம். மீதிப் பகுதி முழுக்கக் கற்பலகை தயாரிக்கலாம். நாடு முழுவதிலுமிருந்து பெரும் பாறைகளை வாங்கி கொல்லையில் அடுக்கலாம். அவை பெரும்பாலும் துணியால் மூடி கள்ளத்தனமாக எடுத்து வருபவை. மிக உயர்ந்த மலைக் கற்கள். பல வித உலோகங்கள் கலந்தவை. அடிமாட்டு விலைக்கு வாங்கலாம். இயந்திரத்தில் மெருகூட்டும்தோறும் மின்னும். பெரிய சக்கர இயந்திரத்தால் கற்களைப் பலகைகளாக வெட்டவேண்டும். அது நாளெல்லாம் ஓடும். "உம்ம்ம்" என்று ஆமோதிக்கும் சப்தம் இனிமையாகக் கேட்கும். கழுவவும் குளிர்விக்கவும் தேவையான நீர் கிணற்றில் தாராளமாகக் கிடைக்கும். பெரும் பாளங்களை பலகைகளாக வெட்டி தேய்த்துப் பளபளப்பாக அடுக்கி வைக்க வேண்டும். அவற்றில் சுற்றுப்புறம் பிரதிபலிக்கும். பலவகை கற் பலகைகளை வெளிநாடுகளுக்கு அனுப்பலாம், அது நாட்டை ஏற்றுமதி செய்வதுபோல். உள்ளே அலுவலக அறையில் உட்கார்ந்தபடி பார்க்கலாம். சிலர் மட்டும் வேலைக்குப் போதும். கற்களை மாபெரும் கிரேன்கள் எளிதாகத் தூக்கும். சிறு கற்களைத் துகள்களாக உடைப்பதை நிறுத்தலாம். இந்தத் தொழிலில் எவ்வித நாற்றமுமில்லை, தூசியும் குறைவு. என்றைக்கும் மாறாத நவீனமானது. உள்ளூர் ஏலத்தில் போட்டியிடத் தேவையில்லை. தன் செல்ல மகள் கல்லறுக்கும் தொழிற்சாலையை மெச்சுவாள். கற்பலகைகள் கன கச்சிதமானவை. மிக ஒழுங்கானவை. ஜல்லிக் கற்கள்போல் வடிவமற்றவையில்லை. அவள் கைதட்டுவாள். கற்பலகையில் கையை வைத்துக் கிறீச்சிட்டு வழுக்கினால் மகிழ்வாள். அவளது கோணல் முகம் தெரியும். அது கண்ணாடி பரப்பென்று ஏமாறுவாள். இங்கு கிழக்குப் பார்த்து வாசல் வைக்கலாம். இடம் முழுக்கவும் இயந்திரங்களுள்ள தொழிற்கூடம். வெளியில் கற்பாளங்களை அடுக்கலாம். எதிர்ப்புறம் மரப் பலகைகளைப் போன்று வெட்டிய கற்பலகைகள். ஓதுக்குப்புறமாகப் பளு தூக்கும் வாகனம். எதிரில் நீண்ட சங்கிலியும் ராட்டினமுள்ள கிரேன். கொல்லையை ஒட்டிய கானாற்றில் கழிவுநீரைச் சுலபமாகக் கலந்துவிடலாம். அது அப்படியே ஆற்றுக்குப் போகும். யாரும் கேட்க மாட்டார்கள். நாளெல்லாம் வீட்டை மறந்து வேலையில் மூழ்கலாம். மகளைப் பார்க்கவும் பதில் சொல்லிக்கொண்டிருக்கவும் கூட நேரமிருக்காது.

நெடுஞ்சாலையில் நின்றிருந்த கண்ணன் கைபேசியை எடுத்துப் பார்த்தார். அதில் ஒரு அழைப்புமில்லை. அனேகமாக அலைவரிசை எட்டியிருக்காது. காருக்குள் வழக்குரைஞர் மும்முரமாகக் கைபேசியில் எதையோ தேடிக்கொண்டிருந்தார். நீண்ட நேரமாகியும் சேகர் வரவில்லை. கண்ணன் ஆர்வமுடன்

சரிவில் இறங்கினார். சிறிய களத்தில் நின்று பார்வையிட்டார். கொல்லை வெறிச்சோடியிருந்தது. அது என்னை எடுத்துக் கொள் என்பது போலிருந்தது. பசுமையான பயிர்களும் மரங்களும் கண்ணில்படவில்லை. அவருக்குள் மண்ணைத் தழுவிக்கொள்ளலாம்போல் வாஞ்சை எழுந்தது. நாலாபுறமும் தரகர்களை ஏவிவிட வேண்டும். நிலத்தைக் கைப்பற்றி முதலில் சுற்றி ஆளுயர முள் கம்பி வேலியிட வேண்டும். கடும் இரசாயன உரங்களையும், இயற்கை இலை தழைகளையும் சாணத்தையும் கொட்ட வேண்டும். பின் பழைய தென்னைகளை வேரோடு அகழ்ந்துவிட்டு முழுக்க வீரியமானவற்றை நட வேண்டும். பெரிய முலைகளைப் போன்ற தேங்காய்கள் காய்த்துத் தொங்கும். அவற்றை அறுத்துக் களத்தில் குவிக்க வேண்டும். ஒவ்வொரு பெரு விவசாயியும் அப்படிதான் நினைப்பார். அவருக்குள் வெறி மூண்டது. கொல்லையில் ஆட்களில்லை. சேகரும்கூட மறைந்துவிட்டிருந்தார். யாரையாவது பார்க்கப் பின்புறக் கொல்லைக்குச் சென்றுவிட்டிருப்பாரெனத் தோன்றியது. கண்ணன் நடுவரப்பில் நடந்தார். செருப்பைக்கழற்றிவிடலாமென யோசித்தார். வெறுங்காலுடன் போவதுதான் புனிதம். கால்களுக்குச் சுகமானது. ஆனால் அறிமுகமில்லாத கொல்லையில் கல்லும் முள்ளும் இறைந்திருக்கும். நடுக்கொல்லையில் வரப்பு கீழிறங்கியது. கவனமாகக் காலடி வைக்காவிட்டால் சறுக்கும். உயரமான மூத்த தென்னை மரங்கள் காற்றில் முறிந்துவிடுவதைப்போல் ஆடிக்கொண்டிருந்தன. பெரிதும் சிறிதுமாக இளம் தென்னைகள் ஒழுங்கற்று அங்கங்கே நின்றிருந்தன. அவர் வரப்பின் கடைசிவரை போய்ப் பார்த்து வர எண்ணினார். திடீரென சேகர் முட்டிக்கொள்வதைப்போல் எதிரில் நின்றார். கண்ணன் சற்றும் எதிர்பார்க்கவில்லை. அவரால் மேற்கொண்டு செல்ல முடியாது. திகைப்புடன் “எங்க போயிட்ட?” என்றவாறு வந்த வழியில் திரும்பினார்.

சேகரும் வியப்புடன் கண்ணனைப் பார்த்தார். அவர் காரிலிருந்து இறங்கி வருவார் என்று எதிர்பார்க்கவில்லை. அவர் பின்னால் நடந்தபடி “இங்கதான் சும்மா சுத்திட்டிருந்தேன்” என்றார். இருவரும் சேர்ந்து காரில் வந்தமர்ந்தார்கள். கார் புறப்பட்டது. யாரும் பேசிக்கொள்ளவில்லை. சேகர் நிலை கொள்ளாமல் தவித்தார். கண்ணனின் நாட்டம் மிகுந்த மனம் நன்கு புரிந்தது. அவர் கணத்தில் தீர்மானித்துவிடுவார். அதற்கும் முன்னால் தான் முந்திக்கொள்ள வேண்டும். அப்போது கண்ணன் விட்டுக்கொடுக்க வேண்டிய நிலையை அடைவார். சேகர் மெல்ல “இங்க ஒரு வீடு கட்டணும்” என்றார். பக்கத்திலிருந்த வழக்குரைஞர் ஆச்சரியமுற்றார். “இவ்வளவு தூரத்துலயா? ரொம்பத் தனியாயிருக்க மாதிரியிருக்கும். நீங்க

வேற எடம் பாக்கலாம்." அவரும் பகுதி நேர வீட்டு மனைத் தரகர். உடனே நகருக்கு மிக அருகிலிருக்கும் ஒரு வீட்டுமனை என்று சொல்லி கணிச தரகுக்கு விற்றுவிடலாம். கண்ணன் கைப்பேசியை கால் சட்டையில் சொருகினார்.

சேகரைத் திரும்பிப் பார்த்தார். அவர் தனக்கு முன்னால் விருப்பத்தைத் தெரிவித்துவிட்டதை உணர்ந்தார். அவருடைய எண்ணங்கள் துல்லியமாகப் புரிந்தன. இருவரும் ஒற்றை வழியில் நடக்கிறோம். தான் நியாயப்படி போட்டியிலிருந்து விலகிக்கொள்ள வேண்டும். அவரைக் காட்டிலும் தனக்கு நிறைய நிலங்கள் சொந்தமாயிருக்கின்றன. இந்த வியாபாரத்தில் லாபம் மட்டும் கிடைத்தால் போதும். இதற்குள் சிறிய தரகர்கள் கொல்லை உரிமையாளரை நெருங்கியிருப்பார்கள். "அதுக்கென்ன, நாம வாங்கிப் போடலாம்" என்று தலையாட்டினார். "இதுக்கு எவ்வளவானாலும் பரவாயில்ல, எனக்கு வேணும்" என்றார் சேகர். "கொல்லைக்குச் சொந்தக்காரங்க நிச்சயமா நமக்குத் தெரிஞ்சவங்களாயிருக்கும். விசாரிச்சுப் பாக்கலாம்" என்றார் கண்ணன். வழக்குரைஞர் "இங்க தரகர் யார் மூலமாவது கேட்கலாம்" என்றார். கண்ணன் "நாம ரொம்ப ஆசைப்பட்டா இது கிடைக்கப்போவுது. அதுவரைக்கும் பொறுமையா காத்திருக்கணும். நிலம் தானா கைக்கு வரும்" என்றார் நிதானமாக. சேகருக்கு மிகவும் திருப்தி ஏற்பட்டது. கண்ணனின் வியாபாரக் குணம் சற்று புரிந்தாற்போலிருந்தது. கார் தொடர்ந்து சென்றுகொண்டிருந்தது. தேசிய நெடுஞ்சாலை முடிவில்லாமல் முன்னால் நீண்டது.

மறந்துவிட்ட நிலம்

நெடுஞ்சாலையின் இரு புறமும் ஒரே மாதிரி தோற்றமளித்தது. அங்கங்கே பேருந்து நிறுத்தங்களும் வீடுகளும் விவசாய நிலங்களுமிருந்தன. சில இடங்களில் மூடிய தொழிற்சாலைகள். இஸ்மாயிலும் நசீரும் இரு சக்கர வாகனங்களில் கொல்லையைத் தேடியபடி வந்தார்கள். சுந்தரத்தின் கொல்லையைக் கண்டுபிடித்ததும் நின்றார்கள். இஸ்மாயில் தனக்குத் தெரிந்த அடையாளங்களுடன் அதை ஒப்பிட்டார். கானாறுப் பக்கத்தில், சதுரமான கொல்லை, எதிரில் இற்றுப்போன மோட்டார் கொட்டகை. அவர் "இதுதான்" என்று தலையாட்டினார். இருவரும் சாலை சிதிலங்கள் வழியாகக் கவனமாக இறங்கினார்கள். சிறிய களத்தில் வாகனங்களை நிறுத்தினார்கள். அங்கிருந்தபடி நிலத்தை விழுங்குவதைப்போல் பார்த்தார்கள். இதை விற்கவும் வாங்கவும் வைத்தால் தரகுப் பணம் கொட்டும். ஆட்கள் நெரிந்த பெரிய குடும்பத்தில் புதிய வெளிச்சம் கசிந்தது போலிருக்கும். நகருக்கு மிக அருகில் என்று ஓரிரு சிறு மனைகளாக விற்றுக்கொண்டிருந்த தங்களின் தரகுத் தொழிலில் திருப்பமேற்படும். அதன் பிறகு தங்களின் புகழைக் கண்டு பெரிய பேரங்கள் நாடி வரும். பொய்யும் மெய்யுமாகத் தாங்களே கண்டுபிடிக்க முடியாதளவு நிறையப் பேசியிருக்கிறார்கள். காலி விற்பனை நிலத்துக்காகக் காட்டிலும் மேட்டிலும் தேடியிருக்கிறார்கள். ஒருவர் தளர்ந்தாலும் மற்றவர் ஊக்குவிப்பார். அவர்களைத் திருமண மறு விருந்துகளில் ஒன்றாகச்

சந்திக்கையில் கேலியாகவும் புகழ்ச்சியாகவும் இரட்டைப் பிறவிகள் என்று சொல்வார்கள். இதுவரைத் தனித்தனியாக தரகு செய்ததில்லை. தேசிய நெடுஞ்சாலையில் சுந்தரத்தின் கொல்லை விடாமல் விவசாயத்தைப் பற்றியிருந்தது. காலத்தில் மிகவும் பின் தங்கிவிட்டது. அதை மாற்ற வேண்டும். தொழிற்சாலையாக, வணிக வளாகமாக உருவாகும் லட்சணம் கொண்டது அது. தேநீர்க்கடையில் மற்ற தரகர்களேடு பேசிக்கொண்டிருக்கையில் கசிந்த தகவல் அவர்களை நெடுந்தூரம் அழைத்து வந்துவிட்டது.

இருவரும் சட்டைப் பைகளில் வைத்திருந்த வரைபடங் களை எடுத்தார்கள். அவை நிறைய முறை விரித்துப் பார்த்தில் கிழியும் நிலையில் இருந்தன. அப்படியும் கொல்லை பல வண்ணங்களில் மிளிர்ந்தது. உரிமையாளர் பெயர், அளவை எண்கள், நீள, அகலங்கள், மொத்த அளவுகள் துல்லியமா யிருந்தன. கூடவே அக்கம் பக்க நிலவுடமையாளர்கள் பெயர்களும், அளவை எண்களுமிருந்தன. குமாஸ்தாவுக்குக் காசு கொடுத்து தாலுக்கா கிட்டங்கியிலிருந்து எடுத்தது. அவர்கள் எப்போதும் தரகை முழு ஈடுபாட்டோடு செய்பவர்கள். சிறிய களத்தில் நின்று ஆளுக்கொன்றாக வரைபடங்களை விரித்துப் பிடித்தார்கள். அவற்றின்படி நேராக நடந்தார்கள். இடது பக்கத் தொட்டியில் தண்ணீர் ஊற்றாகக் குதித்தது. அதன் அருகில் சென்றார்கள். நீர் சுவர் வெடிப்புகளில் கசிந்து தொட்டியில் பாதியளவுதான் நிரம்பியது. இஸ்மாயில் ஒரு கை அள்ளிப் பருகினார். “வாயில வைக்க முடியல, ஒரே உப்பு” என்று திரும்பி துப்பினார். அந்தரத்தில் நீர்த் துளிகள் தெறித்தன. சிறிய வானவில்கள் கணத்தில் தோன்றி மறைந்தன. நசீர் மகிழ்ச்சியில் சிரித்தார். நிலத்தின் ஒவ்வொரு குறையும், விற்கும் சாத்தியத்தை அதிகப்படுத்தும். தொட்டியிலிருந்து இறங்கிய சிமெண்ட் கால்வாயும் உடைந்திருந்தது. நீர் வீணாக வெளியேறி மீண்டும் கால்வாயில் கலந்தது. துணி துவைக்கும் கல்லில் காய்ந்த சோப்புக் கறை. மண் கால்வாய் பராமரிப்பில்லாமல் புற்களும் செடிகளோடும் நீண்டது. பாம்பைப்போல் கொல்லைக்குள் ஊர்ந்து மறைந்தது.

இருவரும் கைகளைக் கோர்த்துக்கொண்டு கிணற்றை எட்டிப் பார்த்தார்கள். மோட்டார் சப்தம் கிணறு முழுக்க எதிரொலித்தது. பெரிய வட்டக் கைப்பிடிச் சுவர் சிதைந்திருந்தது. கிணறு இடிந்து விழும் போலிருந்தது. குறுக்கே பனைமரத் தண்டில் கட்டியிருந்த ரப்பர் குழாய் அதிர்ந்தது. மறுமுனை அடியாழத்துக்குத் துழாவிச் சென்றது. கீழே பாதாளம்போல் இருட்டு. எங்கோ வெளிச்சமாக நீர் மின்னியது. கண்கள்

பழகியதும் பாறையிடுக்குகளில் பளபளவென நீர்க் கசிவு தெரிந்தது. அது கொல்லை முழுவதுக்குமான ஒரு நல்ல அம்சம். ஆழத்தில் பாறைகள் கத்தி விளிம்புகள்போலிருந்தன. சுற்றுச் சுவர் அங்கங்கே செங்கற்கள் பொடிந்து குழிகளாகியிருந்தன. அதில் பசுமையான அரச மரம் ஒட்டி முளைத்தெழுந்திருந்தது. செடி போலிருந்தாலும் பல ஆண்டுகள் முதிர்ந்தவை. கிணறு கட்டப்படுகையிலேயே இயற்கையால் விதை ஊன்றப் பட்டிருக்கும். இலைகள் ஒவ்வொன்றும் முற்றியிருந்தன. கயிறு போன்ற வேர்கள் கற்களை இறுகப் பற்றியிருந்தன. எதிர்காலத்தில் மரம் வளர்ந்து கிணற்றை ஓடுபோல் நொறுக்கிவிடும். சிறிய மரக்கிளைகளில் வெற்றுக் குருவிக் கூடுகள் காற்றிலாடின. இருவரும் பாதுகாப்பாகப் பின் வாங்கினார்கள்.

இஸ்மாயிலும் நசீரும் களத்து மேட்டில் நின்று கொல்லை மேல் கண்ணோட்டினார்கள். சுற்றிலும் யாரும் தெரியவில்லை. திறந்து கிடந்த மோட்டார் கொட்டகைக்குச் சுண்ணாம்பு பூசி நீண்ட காலமாகியது போலிருந்தது. நிலம் முழுக்க களைகளும் செடி கொடிகளும் மண்டியிருந்தன. பெரும்பாலான வயல்கள் பயிரில்லாமல் வெறுமையாயிருந்தன. தூரத்தில் தென்னைகள் தனிமையில் நின்றிருந்தன. அவற்றின் ஓலைகள் தொங்கும் நெடுங்கரங்களைப் போல் அசைந்தன. எதிரில் சிதிலமான ஓலைக்குடிசை சரிந்திருந்தது. மேடும் பள்ளமுமான களத்தில் செறிந்த புற்கள். முழுக் கொல்லையும் கைவிடப்பட்டதாகத் தோன்றியது. மனிதத் தன்மை குறைந்து இயற்கை மீண்டும் ஆளத் தொடங்கிவிட்டது. இருவரும் திருப்தியுடன் புன்னகைத்துக்கொண்டார்கள்.

பெரிய முருகன் தூரத்தில் வரப்பில் வந்துகொண்டிருந்தார். தலை மயிர் அடர்ந்து முகத்தில் பல நாள் தாடி. கையில் மண்வெட்டி தொங்கியது. அதுவரை மரங்களுக்கிடையில் பதுங்கி வெளிப்பட்ட ஆதிவாசி போலிருந்தார். கைகால்களில் புழுதி படிந்திருந்தது. அவர் கை தம்மையறியாது முண்டாசை அவிழ்த்தது. புதர்க் காடான தலையைச் சொறிந்தார். “நீங்கலாம் யாரு?” என்று அர்த்தம். நசீர் “சும்மா கொல்லையப் பாக்க வந்தோம்” என்றார். பெரிய முருகனுக்குப் புரிந்தாற்போலிருந்தது. இப்போது கொல்லையைத் தேடி நிறையப் பேர் கனவுகளுடன் வருகிறார்கள். தொழில் முறை தரகர்களும், தரகர்களாக மாற விரும்புகிறவர்களும். பழுத்த தரகர்கள் வேலையாட்களிடம் எதையும் பேசாமல் இறுகியிருப்பார்கள். “முதலாளி என்ன விலை சொல்லுறாரு?” என்றார் இஸ்மாயில். பெரிய முருகன் கண்களில் ஆசை மின்னி மறைந்தது. நிலத்தின் உண்மை மதிப்பை அவரால் ஒருபோதும் அளக்க முடியாது. பலரும்

பலவிதமாகச் சொல்லிக் குழப்பினார்கள். கொல்லை விற்கப்பட்டால் அவருக்கும் சிறிய பங்கு கிடைக்கும். "அது எனக்குத் தெரியாதுங்க. சின்ன முதலாளியத்தான் கேக்கணும்" என்றார். "அவங்க வீடு எங்க?" என்றார் இஸ்மாயில். பெரிய முருகன் "இப்படியே போயி, கானாத்துல திரும்பி, ஆத்த தாண்டி அந்தப் பக்கமாப் போனா, ஊரிலேயிருக்குது" என்றார். அவர் சொன்னது நடந்து செல்லும் பாதை. இரு சக்கர வாகனத்தில் போக வேறு வழியிருந்தது. இஸ்மாயில் கேட்டுக்கொண்டார்.

நசீர் கையிலிருந்த வரைபடத்தை மீண்டும் விரித்தார். அதில் விரலையோட்டி நிலத்துடன் ஒப்பிட்டார். தலை கீழாயிருந்த படத்தைத் திருப்பிப் பிடித்தார். அப்படியும் அதன் எல்லைகள் சரியாகப் பொருந்தவில்லை. சதுரமான கொல்லை, வரைபடத்தில் செவ்வகமாக மாறிவிட்டது. அங்கங்கே எல்லைகள் தாறுமாறாக நீட்டியிருந்தன. படத்தில் கானாற்றோரம் வில்போல் மிகவும் வளைந்திருந்தது. உண்மையில் கரை முன்னும் பின்னும் நெளிந்து சென்றது. அரசு அளவையின்படி சாலை தொலைதூரத்திலிருந்தது. நேரில் காண களத்திலிருந்து தொட்டுவிடலாம்போலிருந்தது. நசீர் பட்டா நகலை மடித்துச் சட்டைப்பையில் செருகிக்கொண்டார். "தோல் கம்பெனி வைக்க ஏத்த இடம். அப்படியே சுத்தி சுவர் கட்டலாம். சுத்திகரிச்ச கழிவு தண்ணிய பக்கத்துக் கானாத்துல விடலாம்" என்றார். இஸ்மாயில் ஆமோதிப்பாகத் தலையாட்டினார். "விலைய விசாரிச்சி தெரிஞ்சிகிட்டுக் காக்கா கிட்ட சொல்லலாம். நிச்சயமா வாங்குவார்" என்றார். இருவரும் பீடிகளைப் புகைத்தவாறு நீண்ட நேரம் நின்றார்கள். நடுவில் ஓரிரு உற்சாக வார்த்தைகளைப் பகிர்ந்துகொண்டார்கள். அவர்களுக்குக் கொல்லையைத் தாங்களே வாங்கிவிட்டதைப்போல் தோன்றியது. அளவற்ற அருளால், அளவற்ற கருணையால் உழைப்புக்கேற்ற ஊதியம் கிடைக்கும். அதை இரண்டாகப் பங்கிட்டுக்கொள்ளலாம். அவர்கள் நெடுங்காலமாக இணைந்து தொழில் புரிபவர்கள். இனியும் தொடர்ந்து ஈடுபடுவார்கள். இருவரும் திருப்தியுடன் வாகனத்தில் ஏறிப் புறப்பட்டார்கள்.

அவர்கள் சாலையில் மறையும்வரை பெரிய முருகன் பார்த்துக்கொண்டிருந்தார். இந்த முறையாவது பேரம் முடியுமாவெனத் தெரியவில்லை. நீண்ட காலமாக விற்பனை பேச்சு உலவுகிறது. இக்கொல்லைக்காகப் புதிதாக நிறையத் தரகர்கள் உருவாகியிருந்தார்கள். அவர்கள் நள்ளிரவிலும் நிலத்தைத் தேடி வந்தார்கள். பைத்தியம் பிடித்தவர்களைப்போல் சாலையில் அலைந்தார்கள். உள்ளே சுற்றிப் பார்த்துவிட்டும்

சென்றார்கள். விற்பவருக்கும் வாங்குபவருக்கும் இடையில் பணம் ஈட்டும் நப்பாசை மட்டும் போதுமில்லை. சுந்தரம் வீட்டுக்குத் துணிந்து ஆற்றைக் கடந்து சிலர்தான் சென்றார்கள். அவரை நேரில் சந்தித்தவர்கள் மேலும் குறைவு. அவர் தாமாகத் தங்களைத் தேடி வர வேண்டுமென எதிர்பார்த்தார்கள். சுந்தரத்துக்கு கொல்லையை விற்கும் முழு எண்ணமில்லை. அவரால் வெகு தொலைவைக் கடக்க முடிவதில்லை. அவர் வீட்டுக்குச் சென்றாலும் சாத்திய கதவைத்தான் காண வேண்டும். சுந்தரத்தின் மனைவி பொன்னம்மாவுக்குக் காது கேட்பதில்லை அல்லது சொல்வதைக் காதில் போட்டுக்கொள்வதில்லை. நீண்ட நேரம் கதவைத் திறக்க மாட்டாள். உள்ளே எங்காவது மூலையில் சுருண்டிருப்பாள். பார்வையாளர்கள் அழைத்தும் தாழ்ப்பாளைத் தட்டியும் அலுத்துத் திரும்புவார்கள். பொன்னம்மா சிலசமயம் எழுந்து கதவை கொஞ்சமாகத் திறந்து எட்டிப் பார்ப்பாள். நிலத் தரகர்களென்று தெரிந்தால் திட்டுவாள். "அத விக்கறதா யார்றா சொன்னது? நாங்க எப்பவும் கொடுக்க மாட்டோம், போடா." முகத்தின் மேல் கதவை அறைந்து சாத்துவாள். வேறு சமயங்களில் கணவர் இல்லையென்று பொய் சொல்வாள். "மூலைக் கடைக்கிப் பேப்பர் படிக்க இல்லாட்டி கொல்லக்கிப் போயிருக்கலாம், போயி பாரு." தரகர்கள் வீணாகத் திரிந்து திரும்புவார்கள்.

சுந்தரத்தின் வீட்டின் நடைக் கதவு அதிர்ஷ்டமிருந்தால் திறக்கும். அவரது மருமகள் பேசாமல் தாழ்ப்பாளை விலக்கிவிட்டுப் போய்விடுவாள். இவ்விவகாரத்தில் அவள் தலையிட விரும்புவதில்லை. சுந்தரம் சாய்விருக்கையில் படுத்துத் தொலைக்காட்சியில் ஆழ்ந்திருப்பார். அவர் சில நேரங்களில் வாய் திறந்து தலை சரிய தூங்கியிருப்பார். வீடு முழுக்கத் தொலைக்காட்சி சப்தம் நிறைந்திருக்கும். அவர் உட்கார்ந்த நிலையில் இறந்துவிட்டது போல் தோன்றும். தரகர்கள் துணுக்குற்று உரக்கக் கூப்பிடுவார்கள். சுந்தரம் வேற்று ஒலியால் கவரப்பட்டு விழிப்பார். உடனே ஏறெடுத்துப் பார்க்க மாட்டார். எதிரே பெஞ்சில் பொறுமையாக அமர்ந்திருக்க வேண்டும். அவர் காட்சி முடிந்து விளம்பர இடைவேளையில் அந்நியர்களைப் பார்ப்பது போல் நிமிர்ந்து நோக்குவார். அவர்கள் கொல்லையை விற்க வேண்டுமென உரக்க கேட்பார்கள். அவர் விற்க முடியாது என்பார் மெதுவாக. தரகர்களின் ஆசை வார்த்தைகளைக் காது கொடுத்து கேட்பதில்லை. மிகவும் நச்சரித்த குட்டித் தரகரை ஊன்றுகோலால் அடித்திருக்கிறார். இல்லையெனில் வாய்க்கு வந்தபடி திட்டுவார். அதைக் கடந்து காத்திருக்கும் தரகர்களிடம் பொறுமையாகப் பேசுவார். சாதாரணமாக

விலையைச் சொல்வார். "பத்து கோடி." அதை உடனடியாக உயர்த்தியும்விடுவார். "பதினைந்து கோடி." அவற்றைக் கேட்டு தரகர்கள் அதிர்ச்சியடைந்து பேசாமல் திரும்புவார்கள். எல்லோரிடமும் பெரியவருக்குப் புத்தி பேதலித்துவிட்டது என்று சொல்வார்கள்.

ஆற்றின் அக்கரையிலிருந்த ஊரை நசீரும் இஸ்மாயிலும் அடைந்தார்கள். அவர்களுடைய தொப்பிகளால் பதற்றமாகி தெரு நாய்கள் ஒன்றுகூடிக் குரைத்தன. இஸ்மாயில் மொதுவாக வாகனத்தைச் செலுத்தினார். நாய்கள் அமைதியுற்றன. முச்சந்தியில் வண்டியை நிறுத்தினார்கள். தெருவில் நாலைந்து பேர் நடமாடிக்கொண்டிருந்தார்கள். எதிர் திண்ணையில் ஒருவர் உட்கார்ந்திருந்தார். அவர் முன்பே அறிமுகமானவரைப் போலிருந்தார். தங்கள் மூலம் ஏதாவது சிறிய நிலம் விற்றவராயிருக்கலாம். இஸ்மாயில், "சுந்தரம் வீடு எங்கிருக்குது?" என்றார். அவர் திண்ணையிலிருந்து எழுந்து, காட்டறேன், வாங்க" என்று நடந்தார். உண்மையில் கிராமத்து ஜனங்களுக்கு உதவும் மனப்பான்மை அதிகம் என நினைத்தார் நசீர். பின்னால் இருவரும் வாகனத்தைத் தள்ளிச் சென்றார்கள். அவர் மற்றொரு தெருவுக்குத் திரும்பினார். நடுவில் சுந்தரத்தின் ஓட்டு வீடு பச்சை வண்ணம் பூசியிருந்தது. திண்ணைகளுக்குப் பதிலாகக் கைப்பிடிச்சுவர்கள் நின்றிருந்தன. தெருக் கதவு ஒருக்களித்துச் சாத்தியிருந்தது. அழைத்து வந்தவர் கதவின் நாதாங்கியைத் தட்டினார். சற்று நேரம் கழித்து ஒரு பெண் எட்டிப் பார்த்தாள். "இவங்க சின்ன மகன் மோகனோட சம்சாரம்" என்று அறிமுகப்படுத்தினார். "ஏம்மா சந்திரா, தேடி வந்திருக்காங்க பாரு" சொல்லிவிட்டு நகர்ந்தார். "நெலம் விக்கறதப் பத்தி பேசணும்" என்றார் நசீர். "வீட்டுக்காரர் வெளில போயிருக்காரு" என்றாள் சந்திரா. "அவரு நம்பர் குடுங்க. பேசறோம்" என்றார் இஸ்மாயில். அவள் தெருக் கதவை முழுதாகத் திறந்தாள்.

சுந்தரத்தின் வீட்டுக்கு நிறைய இடைத் தரகர்கள் வந்துபோயிருப்பார்கள். நீண்ட காலம் கொல்லையை விற்கும் பேச்சு நடக்கிறது. இதற்குள் கணவனும் மனைவியும் விரக்தி யுற்றிருப்பார்கள். "ரொம்ப பெரிய ஆளுகிட்ட சொல்லியி ருக்கோம். அவருக்குப் பிடிச்சிருக்கு. கண்டிப்பா வாங்குவாரு" என்றார் இஸ்மாயில். சந்திரா துண்டுக் காகிதத்தைத் தேடியெடுத்துக் கைப்பேசி எண்ணை எழுதித் தந்தாள். "நீங்க அவரிட்டப் பேசுங்க" என்றாள். "நாங்க வந்ததா சொல்லுங்க" என்று பெயர், கைப்பேசி எண் எழுதிய அட்டையைத் தந்தார் இஸ்மாயில். அவள் உடனடியாக நிலத்தை விற்றுவிட விரும்புவாள். கிடைக்கும் பணத்துடன் நகரத்துக்கு இடம்

பெயர நினைப்பாள், அங்கு கண்டிப்பாக ஒரு வீடு கட்ட ஆசைப்படுவாள். இந்த வியாபாரம் அனேகமாக முடியுமென இஸ்மாயில் எண்ணிக்கொண்டார். தன் கணிப்பு தவறாகாது. "பெரியவருகிட்ட ஒரு வார்த்தை கேட்டுப் போயிடறோம்" என்றார். "சரி" என்று சந்திரா நடைக் கதவை திறந்தாள். அவர்கள் தாழ்வாரத்தில் நுழைந்தார்கள். அவள் மூலை அறையைக் காண்பித்தாள்.

இஸ்மாயில் தாழிட்டிருந்த கதவைத் திறந்தார். நாட்பட்ட மூத்திரமும் மலமும் கலந்த நெடி வீசியது. ஜன்னல்கள் மூடி இருட்டு சூழ்ந்திருந்தது. கொடியில் கசங்கிய கதர் வேட்டி சட்டைகள் திரைகளைப்போல் தொங்கின. பழைய மரக்கட்டிலில் குழந்தையைப் போல் சுந்தரம் கிடந்தார். உடல் வற்றிச் சுருங்கியிருந்தது. அழுக்குக் கதர் வேட்டி விலகி, குறி சிவப்பாக நெற்று போலிருந்தது. கை கால்கள் எலும்புகளாகி யிருந்தன. கண்களும் வாயும் குழிகள். முகம் மண்டையோடு போல் தோன்றியது. சற்று முன் இறந்த பிரேதம் போல் தெரிந்தார். அவரை இஸ்மாயில் இதற்குமுன் ஒருமுறை சந்தித்திருக்கிறார். தரகருக்குச் சொந்தமான நகல் கடையில். அப்போது கேட்டபோது "அது விவசாயம் பண்ற பூமி" என்று சுந்தரம் சொல்லியிருந்தார். அவர் உயிரோடிருக்கும் வரையிலும் கொல்லையை விற்க மாட்டார் என்று நினைத்தார் இஸ்மாயில். அறைக்குள் மரணம் சுந்தரத்தை குனிந்து உற்றுப் பார்த்துக் கொண்டிருப்பது போலிருந்தது. தூரத்தில் மாத்திரைகளும் சொம்பும் தம்ளர்களுமிருந்தன. அவரிடம் பேசிப் பயனில்லை. இஸ்மாயில் கேட்கத் தயங்கினார். இதுவரைத் தேடி வந்தாயிற்று. வேறுவழியில்லாமல் குனிந்து "பெரியவரே, நிலத்த குடுக்கறீங்களா, நல்ல ஆளுங்க வந்திருக்காங்க" என்று இரண்டு மூன்று முறை கேட்டார்.

சுந்தரத்தின் உடல் லேசாக அசைந்தது. மெதுவாகக் கண்களைத் திறந்தார். இஸ்மாயில் அதே கேள்வியை உரக்கக் கேட்டார். சுந்தரம் வெறுமனே பார்த்தார். மங்கிய நினைவுகளில் அடையாளம் தேடினாற்போலிருந்தது. வாழ்க்கையில் கடந்துவந்த எண்ணற்ற முகங்களில் ஒன்று. உலர்ந்த உதடுகளை நாக்கு தடவியது. மிக மெல்ல "என்ன?" என்றார். குரல் கிணற்றிலிருந்து ஒலித்ததுபோலிருந்தது. இஸ்மாயில் "உங்க நிலம்..." என்று கொல்லையிருந்த திசையைக் காட்டினார். மண்ணில் ஏரோட்டுவதைப் போல் அபிநயித்தார். மேலே விதை முளைத்து விருட்சமாக வளர்வதைப்போல் சைகை செய்தார். இப்போது சுந்தரத்துக்கு எதுவும் ஒரு பொருட்டாயிருக்காது. அவர் கையை அசைத்து "இல்ல..." என்று முனகினார். இதற்குப்

பெரும் சக்தி விரயமாகிருக்கும். களைப்புடன் கண்களை மூடினார். அவருக்குக் கொல்லை நினைவு அழிந்துவிட்டிருந்ததா அல்லது விற்க மறுக்கிறாரா என்று தெரியவில்லை.

இஸ்மாயிலும் நசீரும் அறையிலிருந்து வெளியேறி தாழ்வாரத்து பெஞ்சில் உட்கார்ந்தார்கள். முகங்கள் வருத்தத்தில் தோய்ந்திருந்தன. சந்திரா சமையல்கட்டிலிருந்து வந்தாள். இஸ்மாயில் தொப்பியை எடுத்துத் தலையைத் துடைத்து அணிந்துகொண்டு "உங்க வீட்டுக்காரர் எப்ப வருவாரு?" என்றார். சந்திரா சலிப்பு தொனிக்க "அவர் எப்ப வீட்டுக்குத் திரும்புவாருன்னு தெரியாது. நடுராத்திரிக்குக்கூட வருவாரு. வேலையிருந்தா அங்கியே தங்கி விடுவாரு" என்றாள். இஸ்மாயிலும் நசீரும் குனிந்து தங்கள் மொழியில் மெல்லப் பேசிக்கொண்டார்கள். "கொஞ்சம் தண்ணி குடும்மா" என்றார் நசீர். சந்திரா சொம்பில் நீரைக் கொண்டு வந்து பக்கத்தில் வைத்தாள். இருவரும் ஒருவர் பின் ஒருவராகச் சொம்பில் வாய் வைத்து முழுதாகக் குடித்தார்கள். "உங்க வீட்டுக்காரரிட்ட பேசறோம்" என்றார் இஸ்மாயில். சந்திரா பேசாமல் எதிரில் நின்றிருந்தாள்.

இஸ்மாயில் கைப்பேசியில் மோகனின் எண்களை அழுத்தினார். அணைத்து வைக்கப்பட்டிருந்தது அல்லது தொடர்பு கிடைக்கவில்லை என்று கேட்டது. இரண்டு மூன்று முறை அழைத்த பிறகு எடுக்கப்பட்டது. "நாங்க நெலம் வாங்க வந்தோம். இங்க உங்க வீட்டுலதான் இருக்கோம். எப்ப வர முடியும்?" என்றார். மோகன் மறுமுனையில் பதிலளித்தான். "சரிங்க, நாங்க நேரில வர்றோம்" என்று அழைப்பை நிறுத்தினார். "நம்ம வரச் சொல்றாரு. போவலாம்" என்றார். இருவரும் எழுந்தார்கள். அறையினுள் சுந்தரம் எதையோ முனகிக்கொண்டிருந்தார். "வேணாம், வேணாம்" என்ற சொல்வதுபோலிருந்தது. அவர் நிலத்தை விற்கக்கூடாதென்பதில் உறுதியாயிருந்தார் என்று கேள்விப்பட்டிருந்தார்கள். அவர் எப்போது வேண்டுமானாலும் இறந்துவிடலாம். இஸ்மாயில் கண்களைத் துடைத்துக்கொண்டார். மூலை அறைக் கதவை சந்திரா மீண்டும் சாத்தினாள். மற்றொரு மூலை அறையிலிருந்து மூதாட்டி ஒருவர் எட்டிப் பார்ப்பது தெரிந்தது. இருவரும் வேகமாகக் கிளம்பினார்கள்.

விற்ற முன் பணம்

மலையுச்சியிலிருப்பதைப்போல் அங்குத் தனிமை சூழ்ந்திருந்தது. காற்று வேகமாகச் சுழன்று வீசியது. கீழேயுள்ளவைச் சிறுத்துத் தோன்றின. முதல் நாள் புது இடத்துக்கு வாடகைக்கு வந்திருந்தான் மோகன். அது மூன்றாவது மாடியிலுள்ள சிறிய கடைசிக்கடை. மற்றவற்றைவிடக் குறைந்த வாடகை. கீழிருந்து சுழல் இரும்புப் படிகளில் ஏறிவர வேண்டும். கடை முழுக்கப் பொருட்களை அடுக்கி யாகிவிட்டது. அவன் கணினியில் மும்முரமாகத் தட்டச்சிட்டுக்கொண்டிருந்தான். எழுத்துப் பலகையில் விரல்கள் விரைவாக அசைந்தன. திரையில் வார்த்தைகள் ஓடின. அது வேலை வேண்டும் விண்ணப்பமும் தன் விவரக் குறிப்பு களுமுள்ள கடிதம். சிறு தவறு நேர்ந்தாலும் விண்ணப்பிப்பவருக்கு வேலை கிடைக்காது. சாதாரண விஷயமும் தெரியவில்லையென்று பெரிய நிறுவனம் நிராகரித்துவிடும். எழுதியிருந்த தாளைப் பார்த்துக் கவனமாகத் தட்டச்சிட்டான். காலையில் கதவைத் திறக்கையில் ஒருவர் கொடுத்தது. "ரொம்ப அவசரம், இதோ போய் வரேன்" என்று சொல்லிவிட்டுச் சென்றிருந்தார். இன்னும் சற்று நேரத்தில் வரலாம். அடுத்தது ஒரு வாடகை ஒப்பந்த பத்திரத்தை அச்சிட வேண்டும். பழைய வரைவில் சில மாற்றங்களைச் செய்தால் போதும். பெயர், முகவரியில் தவறுகளிருந்தாலும் கண்டுபிடிக்க மாட்டார்கள், தொகை மட்டும் சரியாயிருக்க வேண்டும். பிறகு ஒரு திருமண அழைப்பிதழை உருவாக்க வேண்டும். அவன் சில

நாட்களாக இடம் மாறுவதில் முனைந்திருந்தான். கணினியைப் பொருத்தி உட்கார முடியவில்லை. கையிலிருந்த சொற்ப வேலைகளையும் செய்யவில்லை. இப்போது முழுதாக இடம் பெயர்ந்தாகிவிட்டது. முக்கிய சாலையின் ஓரத்திலுள்ள கட்டடம். இதற்கு முன் ஒரு முட்டுச் சந்திலிருந்தான். அது சாலையிலிருந்து பிரிந்த வீதியில் மறைவான பகுதி. புதிதாக யாரும் தேடி வருவதில்லை. வேலை மிக குறைவாகத்தான் கிடைக்கும். சிலசமயங்களில் தோல் தொழிற்சாலை வேலையிலிருந்து நின்றது தவறெனத் தோன்றும். தொடர்பில்லாமல் கணினியைக் கற்றதும் தேவையற்றது.

கடையில் ஒரு நாற்காலி, மேசையும் எதிரில் இரு நாற்காலி களும் போடுமளவுதான் இடம். அதற்குக் கணிசமான முன் பணமும் தந்திருந்தான். வருடந்தோறும் வாடகை உயர்த்தப் படுமென்றும் ஒப்பந்தம் போட்டிருந்தது. கொல்லையை விற்றால் துணிவுடன் பெரிய கடைக்கு மாறலாம். அனைவர் கண்ணிலும் படும் இடமாயிருக்கும். துணைக்கு மற்றொரு கணினி வாங்கலாம். மோகன் தொடர்ந்து தட்டச்சிட்டுக்கொண்டிருந்தான். உள்ளே இருவர் நுழைந்தார்கள். அவர்களின் பாவனைகளில் தரகர்களென்று தெரிந்தது. முன்பொரு முறை ஒருவர் மட்டும் வந்ததாக நினைவு. தரகர்களைச் சந்திக்க பயமாயிருந்தது. அவர்களுக்கு முதலில் கொல்லை எப்படி சொந்தம் என்று தெளிவுபடுத்த வேண்டும். நிலத்தின் பரப்பைக் கேட்பார்கள். நீள, அகலங்களை விசாரிப்பார்கள். பத்திரங்கள், ஆவணங்களை ஆராய்வார்கள். கடைசியில் ஓரடி விலையை வினவுவார்கள். பிறகு மொத்த விலையைச் சொல்ல வேண்டும். அந்த விலைக்கு நகரத்தில்தான் விற்கும் என்பார்கள். பதிலுக்கு எல்லா இடங்களும் சமமென வாதிட வேண்டும். அனைத்தையும் ஞாபகம் வைத்திருந்தால் தலை வெடிப்பது போலிருக்கும். தவறி ஒரு சொல் விழக் கூடாது. அதை கெட்டியாகப் பிடித்துக் கொள்வார்கள்.

மோகனுக்குச் சலிப்பாயிருந்தது. நிலம் விற்கும் எண்ணம் மனம் முழுக்க நிரம்பியிருந்தது. வேலை செய்கையிலும் உறங்குகையிலும் நிற்காமல் ஓடிக்கொண்டிருந்தது. கடைசியாகச் சில நாட்.களில் கொல்லையை விற்காவிட்டால் பைத்தியம் பிடிக்குமெனத் தோன்றியது. அதை வந்த விலைக்குத் தரும் ஆத்திரமேற்பட்டது. தனக்கு நாலில் ஒரு பங்கு கிடைக்கும். இப்போது கொல்லையில் வருமானமில்லை. தண்ணீர் மோட்டார் பழுது பார்க்க, ஏரோட்ட சொந்தப் பணத்தைச் செலவழித்துக்கொண்டிருந்தான். அவற்றைக் கணக்கெழுதி வைக்க வேண்டும். அண்ணன் கார்த்தி சொந்தமாக வீடு கட்ட

நினைத்துக்கொண்டிருந்தான். அவன் மனைவிக்கு மிகவும் ஆசை. அதற்குக் கொல்லையை விற்ற பணம் வேண்டும். தலைநகரத்தில் நிலத்தின் மதிப்பு வேகமாக உயர, மற்ற இடங்களில் மாறாதிருந்தது. இரு அக்காக்களுக்கும் சிறு பங்கு கொடுத்தால் போதும். அவர்களின் திருமணங்களுக்கு அப்பா பெரும் பணம் செலவு செய்திருந்தார். தனக்குக் கிடைக்கும் பணத்தில் கீழுள்ள வாடகை கடைக்குக் போகலாம். நிறைய நாற்காலிகள் போடுமளவு பெரிதாயிருக்க வேண்டும். தான் அமர்வதற்குச் சுழல் நாற்காலி. எதிரில் அகல மேசையும் தேவை. அதற்குக் கொல்லையின் கதை முடிய வேண்டும்.

மோகன் தட்டச்சிடுவதை நிறுத்தி தரகர்களைப் பார்த்தான். அவர்கள் தன் வீட்டிலிருந்து கைப்பேசியில் பேசியவர்கள். தரகு குணம் குறைந்து தெரிந்தது. இருவரும் எதிரில் அமர்ந்தார்கள். இஸ்மாயில் நேரடியாகப் பேசினார். "நிலத்தை நல்ல ஆளுங்க கேக்கிறாங்க. தோல் கம்பெனி வைக்கணுமாம். என்ன விலைக்கு வந்தா தருவீங்க?" அவனுக்குத் தான் முன்பு வேலை செய்த தோல் தொழிற்சாலை ஞாபகம் வந்தது. கொல்லையில் புதிய தொழிற்சாலை அமைந்தால் தனக்கு மேலாளர் வேலை கேட்கலாம். இச்சிறிய கணினி அச்சுத் தொழிலைக் கைவிடலாம். அவரிடமே பதிலைப் பெற நினைத்தான். அவனுக்குப் போதிய விற்பனை அனுபவம் கிடைத்திருந்தது. "நீங்க என்ன விலைக்கு வாங்குவீங்க?" "நாலைஞ்சு கொல்லை தள்ளியிருக்க நிலத்த கோபால் வித்திருக்காரு. அந்த விலைக்கு வச்சுக்கலாம்" என்றார் அவர். அது நிலத்தின் மதிப்பை அளக்க ஏற்ற முறைதான். "சரி, அண்ணங்கிட்ட பேசிப் பாக்குறேன்" என்றான்.

மோகன் கடை வராந்தாவுக்குச் சென்று கைப்பேசியில் அழைத்தான். கார்த்தி எடுக்கவில்லை. குளிர் சாதனப்பெட்டி களின் பழுதுகளை நீக்குவதில் முனைந்திருப்பான். அது தவம் இயற்றுவதைப்போல. அப்போதுதான் நுட்பமான கோளாறுகளைக் கண்டுபிடிக்கமுடியும். மோகன் கீழே பார்த்தான். நகரச் சாலை பள்ளத்தாக்குப் போலிருந்தது. இருபுறமும் கடைகள் வரிசையாகக் கதவுகளை விரித்துக் காத்திருந்தன. பாதி வழி வரை தாறுமாறாக வாகனங்கள் நின்றிருந்தன. இடைவெளியில் மனிதர்களும் வாகனங்களும் சிறிய உருவங் களாக ஊர்ந்தார்கள். பல வண்ணங்களிலும் வடிவங்களிலு மிருந்தார்கள். மௌனப் படக் காட்சி போலிருந்தது. அவற்றை நாள் முழுவதும் வேடிக்கைப் பார்த்து பொழுது போக்கலாம். மறுபடியும் கைப்பேசியில் அழைத்தான். மறுமுனையில் கார்த்தி "என்னடா?" என்றான் அவசரமாக. "இல்ல, நிலத்த வாங்க வந்திருக்காங்க" என்றான் மோகன். "இது எப்பதான் முடியும்

தெரியல. ஒரு கோமணம் மாதிரி துண்டு நிலம். நீயே பேரம் பேசி வந்த விலைக்கு முடி" என்றான் கார்த்தி சினம் தணிந்து. மோகன் திரும்பிப் பார்த்தான். அச்சொற்கள் தரகர்களுக்கு எட்டியிருக்காது.

மோகன் மீண்டும் கடைக்குள் நுழைந்து "சரி. வாங்குறவங் களை நேரில கூட்டி வாங்க பேசலாம்" என்றான். "அவரிருக்க இடத்துக்கு நீங்க வந்தா நல்லாயிருக்கும்" என்றார் இஸ்மாயில். நசீர் தலையாட்டி ஆமோதித்தார். "இல்ல, நா வரக் கூடாது. வாங்குறவங்க தேடி வரதுதான் முறை" என்றான். தரகர் களிருவரும் வராந்தாவுக்குச் சென்றார்கள். பீடி புகைத்தபடி கலந்தாலோசித்தார்கள். இறுதியில் இஸ்மாயில் கைப்பேசியை எடுத்து பணிந்த குரலில் பேசினார். அவனிடம் வந்து "காக்கா சாயிப் கிட்ட சொல்லியிருக்கோம். அரை மணி நேரத்துல வந்துடுவார்" என்றார். அவர்கள் பீடி புகைத்தவாறு வெளியில் காத்திருந்தார்கள். மோகன் கணினியை உயிர்ப்பித்து பாதியில் நின்றதைத் தட்டச்சிடத் தொடங்கினான். அதைப் பெற வேலை விண்ணப்பதாரர் எப்போது வேண்டுமானாலும் வரலாம்.

முதலில் கார்த்தியும் மோகனும் நிலத்தை விற்க முடிவெடுக்கையில் உள்ளூர்க்காரர்கள் வாங்க மாட்டார்கள் என்று நினைத்தார்கள். அவர்களிடம் போதிய பணமிருக்காது. தலைநகர் அரசியல்வாதிகள், திரைப்பட நடிகர்கள், பெரு முதலாளிகளால்தான் வாங்க முடியும். அவர்களிடம் நிறைய கறுப்பு பணமிருக்கும். மோகன் தெரிந்த தினசரி பத்திரிகை நிருபரிடம் சென்றான். அவர் தன் நாளிதழில் விற்பனை விளம்பரம் செய்வதை ஊக்குவித்தார். "வெளியூர்க்காரங்க படிச்சு போட்டிப் போட்டு நிலம் வாங்க வருவாங்க. வெளிநாட்டிலிருக்கவங்களும் வாங்கிப் போட முயற்சிப்பங்க." அவன் ரத்தினச் சுருக்கமாக விளம்பர வாசகங்களையும் தொடர்புக்குத் தன் கைப்பேசி எண்ணையும் எழுதித் தந்தான். அதிகமாக விற்கும் இரண்டு ஆங்கில நாளிதழ்களில் ஞாயிற்றுக்கிழமை வெளியிட ஏற்பாடு செய்வதாக நிருபர் சொன்னான். அன்றுதான் ஆங்கிலம் தெரிந்த செல்வந்தர்கள் காலை காபியுடன் செய்தித்தாளைப் படித்தபடி ஓய்வாக உட்கார்ந்திருப்பார்கள். பத்திரிகையில் ஒரு வரியையும்விட மாட்டார்கள். விளம்பரத்தைக் கண்டு தொடர்புகொள்வார்கள். பிறகு நேரில் வந்து உயர்ந்த விலைக்கு நிலம் வாங்குவார்கள். அப்போது தரகுப்பணம் கொடுக்கும் தேவையுமில்லை.

அன்று பத்திரிகை விளம்பரங்கள் வெளியாகின. மிகச் சிறிய எழுத்துகளில் நாலைந்து வரிகளில் மட்டும்தான். அதனுடன் நூற்றுக்கணக்கான விளம்பரப் பத்திகள். ஒரு பழைய நாலு

சக்கர வாகனத்தை விற்கும் விளம்பரத்துக்குப் பக்கத்தில் இருந்தது. யார் கண்ணிலாவது படுமாவென்பது சந்தேகம். மோகன் ஆவலுடன் கைப்பேசி அழைப்புகளுக்காகக் காலையில் குளித்து முடித்துக் காத்திருந்தான். அவசரமாகக் கணினியில் கண்ணீர் அஞ்சலி அச்சுப்படியெடுக்க ஒருவர் அழைத்தார். அவரிடம் வெளியூர் போயிருப்பதாகப் பொய் சொன்னான். பெரும் எதிர்பார்ப்புடன் நேரம் கழிந்தது. சந்திரா கூப்பிட்ட பின்னால் மதியம் சாப்பிடுகையில் கைப்பேசி ஒலித்தது. ஒரு புதிய எண்ணின் அழைப்பு. மோகன் உற்சாகமடைந்தான். "அந்த நெலம் ரோட்டில சரியா எங்கிருக்குது? தோராயமா என்ன விலை போகும்?" என்றது வெண்கலக் குரல். ஓர் ஓய்வுபெற்ற உயர் சாதி உயரதிகாரியாயிருக்கலாம். அவன் இடத்தைத் தெரிவித்தான். "நேரில வந்தா பாத்துட்டு விலையப் பேசிக்கலாம்" என்றான். "சும்மா தெரிந்துகொள்ளதா கேட்டேன்" என்றார் அழைத்தவர் சோம்பலாக. இலட்சக்கணக்கான பத்திரிகை வாசகர்களிடமிருந்து அந்த அழைப்பு மட்டும்தான் வந்தது.

மோகன் நம்பிக்கையுடன் மேலும் பல நாட்கள் காத்திருந்தான். வேறெந்த விசாரணையும் வரவில்லை. அந்தப் பத்திரிகை விளம்பரத்தைப் பெரிதாக்கிப் பத்துப் பதினைந்து நகல்கள் எடுத்தான். அவற்றை உள்ளூரிலுள்ள பெரிய தொழிற்சாலைகளுக்கு அஞ்சலில் அனுப்பினான். முகவரிகளை ஊகித்து எழுதினான். கடிதங்களுக்குப் பதில் கிடைக்கவில்லை. அவை சேர்ந்ததா, பிரித்துப் படிக்கப் பட்டதா என்றும் தெரியவில்லை. யாருக்கும் நிலம் வாங்கும் எண்ணமில்லை போலும். கடைசிவரை கொல்லை விற்காமல் போய்விடலாமென்று பயம் எழுந்தது. பிறகு அதைக் காலமெல்லாம் வைத்துக் காப்பாற்ற வேண்டும். கொஞ்சமும் லாபமில்லையென்றாலும் தொடர்ந்து பயிரிட வேண்டும். கடைசிவரை விருப்பங்கள் நிறைவேறாமல்போகும்.

மோகன் தொடர்ந்து தட்டச்சிட்டுக்கொண்டிருந்தான். மனம் ஒன்றாமல் நிறைய பிழைகள் ஏற்பட்டன. அங்கங்கே எழுத்துகள் மாறின. நடுவில் முழுதாக ஒரு வரி விடுபட்டது. அனுப்புபவர் பெயரே தவறானது. பலமுறை திருத்தி தட்டச்சிட்டான். மதிய உணவு வேளை நெருங்கியது. எதிர் வராந்தாவில் இஸ்மாயிலும் நசீரும் கைப்பிடி சுவரில் சாய்ந்து நிறைய பீடிகளை பிடித்திருந்தார்கள். கீழே கருகிய துண்டுகளும் தீக்குச்சிகளும் கிடந்தன. அவற்றைக் காலையில் பெருக்கி வார வேண்டும். திடீரென அவர்கள் பரபரப்பானார்கள். தொப்பியைச் சீராக அணிந்தபடி வேகமாகக் கீழே இறங்கிச் சென்றார்கள். மோகன் பதற்றத்தில் கணினியைச் சட்டென

அணைத்தான். இதுவரை தட்டச்சிட்டதைச் சேமிக்காததை உணர்ந்தான். இனி மறுபடியும் முதலிலிருந்து தட்டச்சிட வேண்டும். மேலும் படபடப்புக் கூடியது. காக்கா சுபையரைப் பற்றி மிகவும் கேள்விப்பட்டிருந்தான். இந்தப் பகுதியை ஆண்ட நவாப் வம்சத்தைச் சேர்ந்தவர். நாலைந்து தோல், தோல் பொருள் தொழிற்சாலைகளுக்கு உரிமையாளர். கழிவுநீர் சுத்திகரிப்புச் சங்கத்தின் தலைமை இயக்குநரும் உள்ளூர் கல்லூரி கல்விக்குழு செயலாளரும்கூட. அவர் வெள்ளிக்கிழமைகளில் தன் வீட்டுக்கு வெளியில் காத்திருக்கும் ஏழைகளுக்குப் பணமும் உணவுப் பொருட்களும் தானம் வழங்குவார். அவற்றைப் பெற மத வேறுபாடில்லாமல் மக்கள் நீண்ட வரிசையில் காத்திருப்பார்கள்.

காக்கா சுபையர் மற்றவர்கள் பின் தொடர கடைக்குள் நுழைந்தார். சுழல் படிகளில் ஏறி மூன்றாவது மாடிக்கு வர மிகவும் சிரமப்பட்டிருப்பார். மோகன் எழுந்து நின்று வணங்கினான். அவர் ஆழ்ந்த கரு நிற, விலையுயர்ந்த நீண்ட மேல் கோட்டு பாணி ஆடை அணிந்திருந்தார். தலையில் பளபளப்பான கறுப்பும் வெள்ளையும் கலந்த தொப்பி. அத்தரின் மிதமான நறுமணம் சுற்றிலும் கமழ்ந்தது. கடைக்கு வெளியில் காலணிகள் விட்டிருந்ததைக் கண்டு தன்னுடையதையும் கழற்றினார். அவருடன் மற்றொருவரும் தோல் கைப்பையுடன் வந்திருந்தார். இருவரும் எதிரிலிருந்த நாற்காலிகளில் அமர்ந்தார்கள். தரகர்களுக்கு உட்கார இடமில்லாததால் நின்றார்கள். தன் இடத்தில் தான் உட்கார்ந்திருக்க மற்றவர்கள் நிற்பது நாகரீகமில்லை என்று பட்டது. அவர்களை உள்ளே அழைத்தான். கணினி அச்சு இயந்திரத்தைக் கீழே இறக்கிவிட்டு ஸ்டூலை வாசலில் போட்டான். அதில் இஸ்மாயில் உட்கார்ந்தார். பக்கத்தில் காகிதக் கட்டுகளிருந்த சிறு ஸ்டூலைக் காலியாக்கினான். நசீர் அமர்ந்தார். அவன் தன் நாற்காலியில் சற்று நிம்மதியுடன் உட்கார்ந்தான். சிறிய அறை முழுவதும் நிறைந்துவிட்டது. இனி ஒருவர் நிற்கவும் இடமில்லை.

அப்போது விண்ணப்பம் தட்டச்சிடத் தந்தவர் வேகமாக வந்தார். கடை முழுதும் ஆட்கள் நிரம்பியிருந்ததைக் கண்டு தயங்கினார். வாசலில் நின்று மோகனைப் பார்த்தார். அவன் மன்னிப்புக் கோருவதைப்போல் "இன்னும் முடிக்கல. கொஞ்ச நேரம் கழிச்சத் தரேன்" என்றான். அவர் "நா உடனே போகணும், அவசரம்" என்றார். அவரால் உள்ளே புக முடியவில்லை. கதவருகில் இஸ்மாயில் தாடியை வருடியபடி அமர்ந்திருந்தார். "வெளியில இருங்க, கூப்பிடறேன்" என்றான். அவர் நகராமல் அங்கேயே நின்றிருந்தார். "இங்க முக்கிய விசயமா பேசறோம்.

முடிஞ்ச பின்னாலதா செய்யணும்” என்றான். வந்தவர் “அத இப்பவே முடிச்சுத் தாங்க, உடனேத் தேவை. இவ்வள உயரம் ஏறியிறங்க முடியாது” என்றார். சுபையரும் மற்றவர்களும் அமைதியாயிருந்தார்கள். “அவசரமுன்னா எடுத்துப் போங்க” என்றான் மோகன். பாதிக்கு மேல் தட்டச்சிட்டதின் கையெழுத்துப் பிரதியைத் தேடினான். கணினிக்கு அருகிலும் மேசையிலும் காணவில்லை. காகிதங்களைச் சொருகி வைக்கும் அட்டையிலும் இல்லை. கீழே விழுந்திருக்கலாமென குனிந்து பார்த்தான். தரையிலும் கண்ணில்படவில்லை. விசைப் பலகையை இழுத்தான், அடியில் விண்ணப்பப் படிவம் பத்திரமாயிருந்தது. அதை எடுத்துக் கொடுத்தான். அவர் கடும் முகத்துடன் பறிப்பதைப் போல் வாங்கிக்கொண்டு புறப்பட்டார்.

காக்கா சுபையர் சாகிப் முகம் மாறுபடாமல் காத்திருந்தார். தாடி, மீசையை நன்கு மழித்த முகம் சிவந்திருந்தது. மையிட்டதைப்போல் கரிய பெரிய விழிகள். நவாப் வம்ச கூரிய நாசி. மேசை மேல் கோர்த்திருந்த வெளுத்த கைகள். இளமையில் கூடுதல் பெண்மையுடன் மிகவும் அழகாயிருந்திருப்பார். அவரிடம் இஸ்மாயில் தம் மொழியில் எதையோ கூறினார். உடனே காக்கா புன்னகையுடன் அவனைப் பார்த்து “சரி, நீங்க சொன்ன விலைக்கே நிலத்தை வாங்கிக்கறோம்” என்றார். அவர் சிரிப்பு வசீகரமாயிருந்தது. கொல்லையின் விலையை உயர்த்திக் கேட்க நினைத்ததை மோகன் மறந்தான். அவருடன் வந்தவர் தோல் பையைத் திறந்து பணக்கட்டை எடுத்து அவரிடம் கொடுத்தார். காக்கா சுபையர் எழுந்து மோகனிடம் தந்தார். தன்னையறியாமல் எழுந்து நின்று இருகைகளாலும் பெற்றுக்கொண்டான். அவன் கையைப் பற்றிக் குலுக்கினார். பதப்படுத்திய உயர்ந்த தோலைப் போன்ற மென்மையான கரங்கள். அவரிடம் கூடுதல் விலை கேட்டுக் கெஞ்ச நினைத்தான். இது எங்கள் பல தலைமுறைகளுக்குச் சொந்தமான கொல்லை. அதை உங்களுக்கு வேறுவழியில்லாமல் விற்கிறோம். அதன் உண்மை மதிப்பு தெரியவில்லை. எங்களால் உறுதியான முறையில் பேரம் பேச முடியவில்லை. மேலும் அதிகப் பணம் கொடுங்கள், அப்போதுதான் எங்கள் ஒவ்வொருவருக்கும் உரிய பங்கு கிடைக்கும். எங்களுக்கு விற்க வேறு நிலமுமில்லை என்று கேட்க வேண்டும். அவன் தயக்கமுடன் நின்றான். அவர் பணத்தைக் கொடுத்துவிட்டு உட்கார்ந்தார்.

சிறிது நேரத்தில் கொல்லை விற்கப்பட்டுவிட்டதை மோகனால் நம்ப முடியவில்லை. முதன்முதலாக நடந்த ஒரு பேரமே முடிந்துவிட்டது. அது நல்ல விலைதான் என்று எண்ண விரும்பினான். காக்கா சாகிப்பிடம் முன் பணம் பெற்றதும்,

அவருடனிருந்தவர் ஒப்புதல் பத்திரத்தில் கையெழுத்து வாங்கியதும், இருவரும் வணங்கி விடைபெற்றதும் கனவில் நடப்பவைப் போலிருந்தன. தரகர்களும் சொல்லிவிட்டுச் சென்றார்கள். அவர்கள் நிலத்தின் ஆவணங்கள் அனைத்தையும் கொடுப்பதற்கு நீண்ட பட்டியலைத் தந்திருந்தார்கள். மூலப் பத்திரம், நில ஆவணங்கள், சொத்து வரி ரசீது, மின்சார இணைப்பு படிவம், வாரிசுச் சான்று என்று நீண்ட வரிசையிருந்தன. அவற்றைத் தந்ததும் நில விற்பனையைப் பதிவு செய்யலாம். அதற்கு உரிமையாளர்கள் அனைவரும் வர வேண்டும். நிலத்தில் யாரும் குடியிருக்கக் கூடாது. யாராவது வாடகைக்கிருந்தாலும் வெளியேற வேண்டும். அப்போதுதான் விற்ற தொகை முழுதாகக் கிடைக்கும். அவனுக்கு வேகமாக நடந்து முடிந்த காட்சிகள் கற்பனைபோலிருந்தன. அவை நிகழ்ந்ததற்குச் சாட்சியாகப் புதிய பணக்கட்டு மேசை மேலிருந்தது. அதுதான் நிலத்தை விற்ற அடையாளம். இனி கொல்லையைத் திரும்பப் பெற முடியாது.

இறுகப் பற்றிய கை

கணினியில் புதிய எழுத்துகள் உருவாகின. அவை நீண்ட வாக்கியமாகின. பிறகு வரிகளாக மாறின. மோகனின் விரல்கள் தாமாக விசைப் பலகையில் எழுத்துகளை அழுத்தின. பக்கத்துத் தாளில் கண்கள் பதிந்திருந்தன. எங்கோ மனம் அலைந்துகொண்டிருந்தது. ஒருவர் கண்ணீருடன் மாவட்ட ஆட்சியருக்கு மனு எழுதி அச்சிடத் தந்திருந்தார். மனைவி கழுத்தில், காதில், கைகளில் அணிந்திருந்த நகைகளைத் தூரத்து உறவினர் ஏமாற்றிப் பிடுங்கியதையும் அவற்றை எப்படியாவது மீட்டுத் தரும்படியும் கெஞ்சியிருந்தார். அந்த ஐந்தாறு பக்கங்களை முழுக்கப் படிக்க ஆட்சியருக்கு நேரமிருக்காது. ஏராளமான பிழைகளை நீக்கி தட்டச்சிட்டுக்கொண்டிருந்தான். அவர் எந்நேரத்திலும் மனுவைப் பெற வரலாம்.

சொந்த நிலத்தை விற்றதனால் பெரிய மாற்றங்கள் ஏதும் அவனுக்கு தெரியவில்லை. ஜவ்வாது மலைக்குப் பின்னால் வழக்கம்போல் சூரியன் உதித்தது. அப்பா மரக்கட்டிலில் இறுதி மூச்சு விட்டுக்கொண்டிருந்தார். அவரால் எதையும் அறிந்துகொள்ள முடியாது. அம்மாவுக்கு எல்லாம் ஒன்றுதான். சந்திரா மிகக் கிளர்ச்சியடைந்திருந்தாள். அவளுக்கு நகரில் பெரிய வீடு கட்ட வேண்டும். அவன் நினைவு அடிக்கடி கொல்லை மண்ணுக்குச் சென்றது. நீண்ட கால உறவு முடிந்தாற்போலிருந்தது. தலைமுறைகளுக்குத் தான் தவறு இழைத்ததாகத் தோன்றியது. குற்ற உணர்வு எழுந்தது. ஆனால் விற்பதைத் தவிர வேறுவழியில்லை.

அப்போது எதிரில் நிழல்களாடின. இரண்டாவது அக்காவின் கணவர் முத்து, நிலச்சுவான்தாரர் கண்ணன், தரகர் நசீர், முன்பு ஒருமுறை வந்திருந்த மற்றொரு தரகர் கடைக்குள் நுழைந்தார்கள். ஒரு படையெடுப்பு நிகழ்வது போலிருந்தது. முத்து வருவதாக ஏற்கெனவே கைப்பேசியில் தெரிவித்திருந்தார். நிலம் விற்றதைப் பற்றி பேச தனியாக வருகிறார் என்று நினைத்தான். குழுவைக் கண்டதில் விசைப் பலகையில் கைகள் அசையவில்லை. எழுந்து நின்று அவர்களை உட்காரச் சொன்னான். முன்பு நிலம் விற்கையில் கடையில் பலரை அமர செய்த ஏற்பாடுகள் கலையவில்லை. அச்சு இயந்திரமும் காகிதக் கட்டுகளும் மேசையில் ஒதுங்கியிருந்தன. நாற்காலிகளும் ஸ்டூல்களும் காலியாகக் காத்திருந்தன. அனைவரும் உட்கார அறை நிரம்பியது. மற்றொருவர் வந்தால் வெளியில் நிற்க வேண்டும். முத்து பக்கத்தில் அமர்ந்திருந்தார். அவரிடம் லேசாக மது நெடியடித்தது. “ஏம்பா, இவருக்கு கண்டிப்பா நம்ம நிலம் வேணுமாம். அதனால நமக்குக் கொடுக்கறதத் தவிர வேற வழியில்ல” என்றார். அதை எதிர்பார்க்காததால் மோகன் அதிர்ச்சியடைந்தான். சற்று நேரத்துக்குப் பேச முடியவில்லை. இதைக் கைப்பேசியில் தெரிவித்திருந்தால் சந்திப்பு நிகழாமல் தவிர்த்திருக்கலாம். கடைக்கு வரவில்லை, காகிதம் வாங்கப் போயிருக்கிறேன், உடல் நலம் சரியில்லை என்று பொய் சொல்லியிருக்கலாம். கால் சட்டைப் பையில் காக்கா சுபையர் தந்த முன்பணம் உறுத்தியது. “இல்லைங்க, கொல்லையத் தந்து முன்பணம்கூட வாங்கியாச்சு. அதக் கேட்டா எப்படி?” என்றான். “அது இவருக்கு இப்பதான் தெரிஞ்சது. இருந்தாலும் பரவாயில்ல தரணும்னு சொல்றாரு” என்றார் முத்து. காக்கா சாகிப்பின் புன்னகை முகம் கண்ணில் தோன்றி மறைந்தது. “வியாபாரம் முடிஞ்சு போனதைத் திரும்ப விக்கறது நியாயமில்ல” என்றான் அவன். கத்தியை மறைத்து வைத்துள்ள அமைதியுடன் கண்ணன் பார்த்தார். “இன்னும் அதப் பதிவு பண்ணலையே. நா அதே விலையக் கொடுக்கறேன்.” அவன் “நா கை நீட்டிப் பணம் வாங்கி, கையெழுத்தும் போட்டுத் தந்தாச்சு. அத விட்டுடுங்க” என்றான் கெஞ்சும் குரலில்.

கண்ணனின் கண்கள் மட்டும் சுருங்கின. அவை காட்டில் மறைந்திருந்து அனைத்து அசைவுகளையும் கூர்ந்து பார்க்கும் விலங்குகளுடையவைப் போல் சிறியவை. ஆனால் அதை அறிய முடியாது. “அதெல்லாம் பிரச்சினையில்ல. நா பாத்துக்குறேன். நிலத்தக் கொடுக்க முடியுமா, முடியாதா?” என்றார். குரல் மெலிதாக நடுங்கியது. மறுபடியும் தன் நிதானத்தை வருவித்துக்கொண்டார். “நீங்கத் தந்தாகணும். இல்லாட்டி எனக்கு வாங்கத் தெரியும்” என்றார் மென்மையாக.

மோகன் மிகவும் பயந்தான். அவர் சொத்தை வாங்கவும் விற்கவும் கொலையும் செய்வார். முன்பு சுபையர் சாகிப்புக்கு நிலத்தை விற்பதில் தரகரான நசீரும் தயங்காமல் முதுகில் ஒரு குத்தை சொருகுவார். அவரிடம் "காக்கா எதுவும் சொல்ல மாட்டாரா?" என்றான். "அவரு ரொம்ப நல்லவரு" என்றார் நசீர். அவனுக்கு கண்ணனுக்கும் சுபையருக்கும் நிகழும் யுத்த களத்தின் நடுவில் சிக்கியது போலிருந்தது. எப்பக்கம் செல்வது எனத் தெரியவில்லை. மறுத்தால் தன் உடன்பிறந்தவர்களை வற்புறுத்தி முத்து சம்மதிக்க வைப்பார். முன்பே யாருக்கு வெற்றி என்பது தீர்மானிக்கப்பட்டுவிட்டது. மோகன் தயக்கத்துடன் தலையாட்டினான். "இப்ப விலையையாவது கொஞ்சம் ஏத்திக் கொடுங்க" என்றான். அவனிடமிருந்து வார்த்தைகள் தாமாக வெளிப்பட்டுவிட்டன. இதற்காக வேறெங்கெங்கோ அலைந்திருக்கின்றன. கண்ணன் எழுந்து நின்றார். ஒற்றை விரலை பிரம்பைப்போல் நீட்டினார். "இந்த விலை அதிகம். உங்களுக்குத் தரகுப் பணம் மிச்சம். வேற செலவுமில்ல. நல்ல லாபம்." அவரும் மற்றவர்களும் வேகமாக வெளியேறிச் சென்றார்கள். கடைசியில் முத்து மாமா நின்றார். "நா ஒண்ணும் பண்ண முடியாது. அவர் கூப்பிட்டதும் உடனே வா" என்று மெல்ல சொல்லிவிட்டு அவர்களைப் பின் தொடர்ந்தார். கடை முழுவதுமாகக் காலியானது.

மோகன் வெறுமனே உட்கார்ந்திருந்தான். மீண்டும் தட்டச்சிட முடியவில்லை. அனைத்து எழுத்துகளும் மறந்துவிட்டன. கணினி உறைந்துவிட்டாற்போல் தோன்றியது. சற்று நேரத்தில் கைப்பேசியில் முத்து அழைத்தார். "கண்ணன் புதுசா வாங்கியிருக்க கட்டடத்துக்கு வந்துடு" என்றார் கட்டளையைப்போல். மோகன் கடை வாயிலில் நாற்காலியை இழுத்து வைத்துவிட்டுப் புறப்பட்டான். நகை பறிபோன மனுதாரர் வந்தால் கடை மூடப்படவில்லையென்று ஆறுதலடைவார். கண்ணன் சமீபத்தில் வாங்கிய வணிக வளாகம் பேருந்து நிலையத்தையொட்டிய மையமான இடத்திலிருந்தது. பல அண்ணன் தம்பிகளுக்குச் சொந்தமான பரம்பரைச் சொத்து. அவர்களுடைய கௌரவப் பிரச்சினையால் நீண்ட காலமாக வழக்கில் சிக்கி பாழடைந்திருந்தது. கடைசியாக கண்ணனிடம் வந்தது. அது அவருக்காகக் காத்திருந்தது. அவர் தலையிட்டுச் சமரசம் செய்து குறைந்த விலைக்கு வாங்கினார் என்று கேள்விப்பட்டிருந்தான். வளாகத்தினுள் பழுது பார்க்கும் வேலைகள் மும்முரமாக நடந்துகொண்டிருந்தன. அது அவருடைய தனிப்பாணி. கட்டடத்தைத் தேவைப்படுமளவு மட்டும் மாற்றுவார். தேவைப்படாததில் கை வைக்க மாட்டார். பிறகு கட்டடம் புதிதாகவும் பழையதாகவும் ஒருங்கே தோன்றும்.

கீழ் தளத்தில் புதிய மரக் கட்டைகள் அடுக்கின் மேல் கண்ணன் கால்களைத் தொங்கவிட்டு அமர்ந்திருந்தார். பெரிய காடு போல் வளாகம் மர வாசனையால் மணத்தது. சற்று தூரத்தில் கல் குவாரி தொழிலதிபர் சேகர் மெழுகுச்சிலை முகத்துடன் நின்றிருந்தார். அவருக்காகத்தான் கொல்லை வாங்கப்படுகிறது போலும். வெளிப்படையாக இடைத் தரகில் கண்ணன் பெரிய ஆதாயம் பெறுவார். அங்கு ஒரு நாற்காலியுமில்லை. முத்துவும் தரகர்களும் சுவரோரம் நின்றிருந்தார்கள். நடுவில் ஆசாரி மரம் இழைப்பதில் ஆழ்ந்திருந்தார். கண்ணனின் விசுவாசக் காரோட்டி, உதவியாளர், நிரந்தர ஆசாரி என்ற கலவையானவர். யாரையும் நிமிர்ந்தும் பார்க்கவில்லை. ஆனால் ஒவ்வொருவரையும் கூர்ந்து கவனித்திருப்பார். வளாகத்தின் பழைய ஜன்னல் சட்டம் போலவே ஒன்றை உருவாக்குவதில் முனைந்திருந்தார். கடையெங்கும் இலைச் சருகுகளைப்போல் மரச் சுருள்கள் உதிர்ந்திருந்தன. வெளியே பேருந்து அலறல்கள் அண்மையில் கேட்டன.

கண்ணன் சற்று நேரம் இடைவெளிவிட்டு மோகனைத் திரும்பிப் பார்த்தார். “கொல்லய வித்த மொத்தப் பணத்தையும் இப்பவே வாங்கிக்க. நாலைஞ்சு நாளில பதிவு பண்ணிக்கலாம்.” அவரைப் போலவே மொழியும் மாறிவிட்டது. ஆசாரியிடம் சைகை செய்தார். இழைப்பதை நிறுத்திவிட்டு உட்கார்ந்தபடி மரக்கட்டைகளுக்குப் பின்னாலிருந்த மஞ்சள் துணிப்பையை எடுத்து மோகனிடம் நீட்டினார் ஆசாரி. பெரிய பையில் பணக் கட்டுகள் நிறைந்திருந்தன. அவன் திடீரென பெரும் பணத்தைக் கண்டு திகைத்தான். வாங்கிக்கொள்வதா வேண்டாமா என்று குழம்பினான். அனைவர் முன்னாலும் ஒழுங்காக எண்ண முடியாது. கண்டிப்பாக கைகள் நடுங்கும், கணக்குத் தவறும். தாள்கள் ஒன்றோடொன்று ஒட்டிக்கொள்ளும். அவர்கள் முன்னால் தான் வேடிக்கைப் பொருளாகக் கூடாது. அது கண்ணன் தனக்கு வைத்த பரீட்சை. அவன் கைகள் நீள மறுத்தன. “இல்லைங்க. இது நாலு பேரோட பணம். என் பேங்கு கணக்குல கட்டிடுங்க. நாங்க அப்புறமா பிரிச்சுக்கறோம்” என்றான். கண்ணன் ஒரு கணம் உற்றுப் பார்த்தார். “டே, இத அவர் கணக்குல போடு” என்றார் ஆசாரியிடம். மறுபடியும் வேலையில் மூழ்கியிருந்த ஆசாரி இழைப்புளியை இழைத்த இடத்தில் நிறுத்திவிட்டு எழுந்தார். மேலெல்லாம் மரத் தூசிகள் ஒட்டியிருந்தன. அவற்றை லேசாகத் தட்டிவிட்டுக்கொண்டு கனத்த பையுடன் கிளம்பினார். அனைவரும் வெறுமனே பார்த்துக்கொண்டிருந்தார்கள். “சரி. இன்னொரு நாளைக்குப் பதிவ வச்சுக்கலாம். எல்லாரையும் வரச் சொல்லிடு” என்றார் கண்ணன் அமைதியான குரலில்.

மோகன் கடைக்குத் திரும்பினான். கதவை உட்புறம் சாத்திக் கொண்டு கண்களை மூடி அமர்ந்தான். நாடகம் நடந்து முடிந்ததுபோலிருந்தது. தான் கொல்லைக்குக் குறியீடான எளிய பாத்திரம். அதனால் கதைப்போக்கை தீர்மானிக்க முடியாது. ஆனால் கொஞ்சம் கற்பனையுடன் பங்கேற்றிருக்கலாம். துளிக் கண்ணீர் சிந்தியிருக்கலாம். உதடுகள் துடிக்க வார்த்தைகளை இழந்து நின்றிருக்கலாம். கூடுதல் விலை கேட்டுக் கைகளை ஏந்தியிருக்கலாம். பல பக்க வசனங்களை மனதுக்குள்ளாவது நினைத்துக்கொண்டிருக்க வேண்டும். பார்வையாளர்களுக்குத் தெரியாது என்றாலும் மேடையில் பிற பாத்திரங்கள் அதை உணர்ந்திருக்கும். அவை எதிர்வினை செய்யும் கட்டாயம் நேரும். காட்சித் தன்மை வேறாகியிருக்கும். நகர நெரிசலுக்கு நடுவில் நிகழ்ச்சி நடத்த ஒத்துக்கொண்டிருக்கக் கூடாது. அதைச் சொந்த மண்ணில் அரங்கேற்றியிருக்க வேண்டும். தங்களுக்கு உரிய கொல்லை ஏற்ற களமாகியிருக்கும். அப்போது நாடகம் ஆழமானதாக மாறிவிடும். நிலத்தை இழக்கும் மற்றொரு காட்சியில் தான் நடிக்கும் தேவையிருந்திருக்காது. மஞ்சள் பையிலுள்ள பணம் பார்வையாளருக்குத் தெரிந்திருக்காது. அப்பா நடமாட முடியாவிட்டாலும் கதைநாயகனாயிருப்பார். மௌன சாட்சியாக அம்மா தோன்றியிருப்பாள். அப்பா கொல்லையை விலை மதிக்காதது என நம்புபவர். அவரை உப பாத்திரம் போல் பாவிக்க முடியாது. இந்த முழுக்கதையின் சூத்திரதாரியாகியிருப்பார். அதனால் கொல்லையின் விலை கொஞ்சம் கூடியிருக்கும்.

மோகன் கண்களைக் கசக்கியபடி எழுந்தான். கொல்லையை விற்றதை அப்பாவுக்குத் தெரிவிப்பது தன் கடமை. எப்படி சொல்வதென யோசித்தான். அவரிடம் வார்த்தைகள் பொருளிழந்திருந்தன. ஒன்றிரண்டு காதில் விழுந்தாலும் பதிலளிப்பதில்லை. மாத்திரை போடவும் சாப்பிடவும் சைகை களில் சொல்ல வேண்டும். இப்போது கைகளால் உழுது விதைத்து அறுவடை செய்து அவை இல்லையென காற்றில் விரிக்க வேண்டும். அந்தச் சொற்ப விலையைக் கூறினாலும் புரியாது. அப்பா படுக்கையில் விழுந்து நீண்ட நாட்களாகின்றன. சிறுநீர், மலம் கழிக்கவும் எழுவதில்லை. அவைத் தாமாகக் கட்டிலில் கழிந்துகொண்டிருந்தன. அவற்றைச் சுத்தம் செய்ய அனைவருக்கும் அருவருப்பாயிருந்தது. அவர் எப்போதாவது கொஞ்சம் கஞ்சி மட்டும் குடித்தார். முதுகுப் புண்கள் மரத்து வலியால் குரலெழுப்புவதையும் நிறுத்தியிருந்தார். அவ்வப்போது அவர் கை மரக் கட்டிலைத் தட்டிக்கொண்டிருந்தது. "தட்... தட்..." சப்தம் வீடு முழுக்க எதிரொலித்தது. "கொல்லய விக்க வேணாம், வேணாமுன்னு சொல்ற மாதிரியிருக்குது" என்று

பெரிய அக்கா மொழி பெயர்த்தாள். அவள் அப்பாவைக் கவனிக்க வீட்டுக்கு வந்து நாலைந்து நாட்களாகின்றன. "ராத்திரில தூங்க முடியல. அவரு தட்டாட்டியும் சத்தம் காதுக்குள்ள கேக்குது. எவ்வள நாளூ காத்திருக்கறது" என்றாள் சந்திரா.

அப்பாவுக்குச் சுய நினைவிருக்கும்வரை கொல்லையை விற்க சம்மதிக்கவில்லை. இப்போது அவரின் ஒப்புதல் தேவை இல்லை. அவரால் விற்பனைப் பத்திரத்தில் கையெழுத்திட முடியாது. அவர் இறக்கும் முன் பணத்தைக் காட்டி தெரிவிக்க வேண்டும். அவன் வீட்டுக்குப் புறப்பட்டான். கால் சட்டைப் பையைத் தொட்டுப் பார்த்துக்கொண்டான். நிலம் வாங்க நேற்று காக்கா சாகிப் கொடுத்த முன் பணம் பாதுகாப்பாயிருந்தது. ஆட்சியரிடம் நகைகளை மீட்கக் கோரும் மனு கண்ணில்பட்டது. இனி தந்தவர் வர மாட்டார் என்று நினைத்தான். கடைசியாகக் கொண்டிருந்த சிறு நம்பிக்கையையும் அவர் இழந்திருக்கலாம். கணினியின் இணைப்பை நிறுத்தினான். வரிசையாக மின்சார பொத்தான்களை அணைத்தான். சாவிகளை எடுத்துக் கொண்டான்.

மோகன் கடைக் கதவை இறக்குகையில் கைப்பேசி ஒலித்தது. இரு பக்கமும் பூட்டிய பிறகு எடுத்தான். மனைவி சந்திராவின் அழைப்பு நின்றிருந்தது. அவளிடம் நிலம் விற்றதைச் சுருக்கமாகக் கூற முடியாது. அதை விவரித்துச் சொல்லவும் வார்த்தைகள் எழவில்லை. அது மீண்டும் நிகழ்வதைப்போலிருக்கும். எவ்வளவு விளக்கினாலும் முழுக்க புரிய வைக்க முடியாது. சந்திராவிடம் நேரில் கூற எண்ணினான். மறுபடியும் கைப்பேசி அழைத்தது. அவள் நினைத்தவுடன் பேசுவதில் பிடிவாதமாயிருப்பாள். பதிலளிக்கும் வரை தொடர்ந்து கூப்பிடுவாள். அவன் எடுத்துச் சலிப்புடன் "இதோ வரேன், நேரில பேசறேன்" என்றான். அவசரமாக சந்திரா "இல்ல, உங்க அப்பாவுக்கு மூச்சு வாங்குது. உடனே வாங்க" என்றாள். அப்பா கடைசிக் கட்டத்தை எட்டி விட்டதாக எண்ணினான். அவனுக்கு அழுகை முட்டியது. ஆழத்தில் சிறு மகிழ்ச்சியும் எழுந்தது. அவன் நெடுஞ்சாலையில் மெதுவாக இரு சக்கர வாகனத்தை ஓட்டினான். உடலைக் குளிர்ந்த காற்று தழுவியது. உல்லாசப் பயணம் போவது போலிருந்தது. நான்கு வழிகளிலும் வழக்கம்போல் போக்குவரத்து மும்முரமாயிருந்தது. பலர் கடந்து சென்றார்கள். முன் பணத்தைத் தொட்டுப் பார்த்துக்கொண்டான். அப்பா நோய்ப் படுக்கையில் நெடுநாள் கிடப்பதைவிட இறப்பது மேல். அவருக்கும் மற்றவர்களுக்கும் விடுதலை கிடைக்கும். முதுமை எய்திய பின்னால் வெறும் உயிரோடிருப்பது கடுந்தண்டனை. அப்பா இல்லாத அம்மாவை நினைக்கையில் இரக்கம் தோன்றியது.

மோகன் வீட்டை அடைந்தான். தெருவிலும் படிக்கட்டு களிலும் செருப்புகள் இறைந்திருந்தன. பலர் தாழ்வாரத்தில் கூடியிருந்தார்கள். அப்பா இறந்துவிட்டிருக்கலாமென நினைத்தான். அவன் வாகனத்தை ஓட்டி வருகையில் பதற்றப்படக் கூடாதென மனைவி பொய் சொல்லியிருக்கலாம். காலையில் அவன் புறப்படுகையில் அப்பா உறங்கிக்கொண்டிருந்தார். அப்போது அவன் “அப்பா எதுனா வேணுமா?” என்றான் உரக்க. அவரின் கண்கள் லேசாகத் திறந்து கூழாங்கற்களைப்போல் உணர்ச்சியில்லாது உருண்டன. அவருக்கு முன்பே காக்கா சுபையருக்குக் கொல்லையை விற்றதை தெரிவிக்காமல் தவிர்த்திருந்தான். அதை எப்படி கூறுவதென தெரியவில்லை. ஆனால் அவருக்குப் புரியாவிட்டாலும் சொல்லியிருக்க வேண்டும். அவன் கண்கள் கலங்க அறைக்குள் நுழைந்தான். அப்பாவை கட்டிலிலிருந்து இறக்கி பாயில் படுக்க வைத்திருந்தார்கள். அவர் நெஞ்சு வேகமாக உயர்ந்து தாழ்ந்து கொண்டிருந்தது. அம்மா மூலையில் தளர்ந்து உட்கார்ந் திருந்தாள். அருகில் சலிப்புடன் பெரியக்கா. சந்திரா பக்கத்தில் நின்றிருந்தாள். எதிர் வீட்டுப் பெரியம்மா பாலாடையால் அப்பாவைப் பாலைக் குடிக்க வைக்க முயன்று கொண்டிருந்தாள். அப்பா வாயிலிருந்து வெண் கோடுகள் இறங்கின. அவ்வப்போது ஆழமாகக் காற்றை இழுத்துவிட்டுக்கொண்டிருந்தார். தலையணை ஈரத்தில் ஊறியிருந்தது. பெரியம்மா முடித்ததும் மற்றொருவர் சிறிது பாலை வாயில் ஊற்றினார். புதிதாக வந்தவர்களும் புகட்டினார்கள். சொம்பில் மேன்மேலும் பாலும் நீரும் கலக்கப்பட்டன. அப்பாவின் தலைமாட்டில் துளசி இலைகள், தேங்காய், மரக்கால் நெல், கற்பூரம் தயாராயிருந்தன. காமாட்சியம்மன் விளக்குடன், தீப்பெட்டியையும் வைத்திருந்தார்கள். “கொஞ்ச முன்ன உயிரு போயிடுச்சுனு நெனைச்சோம். அதனால எடுத்து வச்சோம். அவரு உனக்குதான் காத்திருக்காரு” என்றாள் வசந்தா பெரியம்மா.

மோகனிடம் ஒருவர் “நீ பால விடு” என்றார். அவன் குனிந்து அப்பாவின் வாய்க் குழியில் பாலாடையால் ஊற்றினான். பல காலமாகப் புழங்கிய அலுமினியப் பாலாடை. அம்மா பரணில் எப்படியோ தேடிக் கண்டெடுத்திருந்தாள். அப்பாவின் தொண்டைக்குள் பால் இறங்கவில்லை. சுய நினைவை இழந்திருந்தார். கண்கள் இறுக மூடியிருந்தன. மூச்சு இரைந்துகொண்டிருந்தது. முகத்தில் பால் துளிகள் வழிந்தன. கூட்டத்தின் பின்னாலிருந்து “அவருக்குச் சொந்தமான கொல்லை மண்ணைக் கொஞ்சம் கரைச்சு ஊத்திப் பாருங்க” என்று குரல் வந்தது. “யாராவது போய் எடுத்து வாங்கப்பா”

என்று இன்னொருவர் கூறினார். அவனிடம் கேட்காமலே அருகாமை வீட்டு இளைஞர் உடனே வாகனத்தில் கிளம்பினார். பெரியம்மா "அதுக்குள்ள காசைக் கழுவிக் குடிப்பாட்டுங்க" என்றாள். நாணயத்தைக் கழுவிய நீரை மோகன் கையில் தந்தார்கள். அப்பாவின் வாயில் சில சொட்டுகளைச் சிந்திவிட்டு எழுந்தான். அடுத்து அவன் மனைவி மற்றும் அக்கம் பக்கத்தினர். அப்பா மூச்சுத் திணறி இறந்துவிடுவார்போலிருந்தது.

பலர் துணை நிற்பது ஆறுதலளித்தது. மோகனின் பள்ளிப் பருவ நண்பர் "இப்பவே எல்லோருக்கும் தகவல் தந்திடு. தூரத்திலிருந்து புறப்பட்டு வர சரியாயிருக்கும். செலவுக்குப் பணம் தேவைப்பட்டா கேளு" என்றார். அவன் தலையாட்டினான். அனைத்து நெருங்கிய உறவினர் எண்களையும் கைப்பேசியில் தேடியெடுத்துத் தகவல் சொன்னான். "அப்பா இன்னும் சாகலை. ஆனால் உயிர் போகும் போலிருக்குது." அது முன்னறிவிப்பு என்பதால் யாரும் திடுக்கிடவில்லை. ஒருவர் "இன்னைக்கு நல்ல நாளு. செத்தா நல்லதுதான்" என்றார். அவர்களுடைய பழைய கொல்லை மண் எடுத்து வரப்பட்டது. நீரில் மண்ணைக் கரைத்துத் தந்தார் பெரியம்மா. அப்பாவின் வாயில் வைத்துப் புகட்டினான். உதடுகளின் மேல் மண் பழுப்பாகப் படிந்தது. இருபுறமும் நீர் வழிந்தது. அவரின் மூச்சிரைப்பு அடங்கியது. அவன் கண்கள் கசிய நின்றான். அம்மாவிடம் அப்பாவுக்கு நீர் விடக் கூப்பிட்டார்கள். "கடைசியா ஒரு தரம் வுடு, வா" என்றாள் பெரியம்மா. அம்மா கைகளையூன்றி மெதுவாக எழுந்தாள். முகத்தில் வெறுப்பு தோன்றி மறைந்தது. கணவர் உதடுகளில் அழுதபடி நீர் வார்த்தாள். மறுபடியும் தலையில் கைவைத்து மூலையில் அமர்ந்தாள். அவளிடம் இதுவரையில்லாத பெரும் அமைதி குடிகொண்டிருந்தது. அனைத்தையும் மௌனமாகப் பார்த்துக்கொண்டிருந்தாள்.

ஒருவர் வசந்தா பெரியம்மாவின் காதில் தாழ்ந்த குரலில் ஆலோசனை சொன்னார். அவள் சந்திராவிடம் அதைத் தெரிவித்தாள். மோகனிடம் மெல்ல "அவர் கையில பணத்த கொடுத்துப் பாக்கலாம். அது அவருக்குச் சொந்தமான கொல்லைய வித்தது. ரொம்ப ஆசையிருந்தா உயிர் போகாதாம்" என்றாள் சந்திரா. அவன் நிலம் விற்றதை அதற்குள் அனைவரும் அறிந்திருக்கிறார்கள். எப்படி செய்தி பரவியதென புரியவில்லை. அதை ஊகமாகவும் சொல்லியிருக்கலாம். கால் சட்டைப் பையில் கையை நுழைத்தான். காக்கா சாகிப் தந்த முன் பணம் பத்திரமாயிருந்தது. அதை அப்பாவின் கையில் வைத்தான். அவரின் தளர்ந்த கை கொழுகொம்பை நாடுவதுப்போல் கெட்டியாகப் பிடித்துக்கொண்டது. மின்சாரம் பாய்ந்தது போல்

உடல் நடுங்கியது. அனைவரும் அவரது உயிர்ப் போராட்டத்தை வியப்புடன் பார்த்துக்கொண்டிருந்தார்கள். அவர் கையிலிருந்த புதிய பணக்கட்டையும் பொறாமையுடன் கவனித்தார்கள். அப்பாவின் மூச்சு மெல்லக் குறைந்தது. சற்று நேரத்தில் முழுமையாக நின்றது. அனைவரிடமும் அழுகைக் குரல் அலை போல் எழுந்தடங்கியது. அவரின் கை பணத்தை உறுதியாகப் பற்றியிருந்தது. ஒருவர் குனிந்து இழுத்துப் பார்த்தார். சற்றும் பணக் கட்டு விடுபடவில்லை. ஒவ்வொன்றாக விரல்களைப் பற்றி விரித்தார். எவ்வளவு முயன்றும் பணக்கற்றையை எடுக்க முடியவில்லை. அது சேதமாகாதவாறு விரல்களைப் பலமாக வளைத்துப் பிரித்தார். எலும்புகள் முறிபடும் மெலிதான ஓசை கேட்டது. அவர் எழுந்து மோகனிடம் பணத்தைத் தந்தார். அவன் அழுதபடி அதை மீண்டும் அப்பாவின் கையில் வைத்தான். இப்போது அவரால் பற்றிக் கொள்ள முடியாது.

நான்கு பாகப் பிரிவு

அந்த விலையுயர்ந்த கார் வெயிலில் மின்னியபடி ஊருக்குள் நுழைந்தது. சுற்றுப் புறத்துக்குக் கொஞ்சமும் பொருந்தவில்லை. மேடும் பள்ளமுமான தெருவில் படகைப்போல் அசைந்தது. முன்னிருக்கையில் நிலச்சுவான்தார் கண்ணன் எவ்வித உணர்ச்சியும் காட்டாமல் உட்கார்ந்திருந்தார். ஆசாரி காரை மிகவும் மெல்ல ஓட்டினார். காரின் வேகத்தைக் கண்டு அஞ்சி அடிவயிற்றிலிருந்து குரைக்கும் தெருநாய்கள் மெதுவாக வரும் காரைப் பார்த்தும் புரியாமல் அமைதியாயின. சுந்தரத்தின் பழைய ஓட்டு வீட்டெதிரில் கார் நின்றது. கண்ணன் அசையாமல் அமர்ந்திருந்தார். பின்னாலிருந்த முத்து இறங்கி அவரை அழைத்துச் சென்றார். உள்ளே பெஞ்சில் உட்கார்ந்தார்கள். வீடு புதிதாகத் தெரிந்தது. தாழ்வாரங்களும் வாசலும் பசும் சாணத்தில் மெழுகி கோலமிட்டிருந்தன. மூக்கில் கண்ணாடி நழுவிய சுந்தரத்தின் மார்பளவு புகைப்படம் தாழ்வாரச் சுவரில் சாய்ந்திருந்தது. மேலே ரோஜா மாலை அப்போதுதான் மலர்ந்ததைப்போல் தோன்றியது. எதிரில் பழைய கதர் வேட்டிச் சட்டைகள், மூக்குக் கண்ணாடி, கைக்கடிகாரம், தம்ளர் நிறைய தண்ணீர் வைக்கப்பட்டிருந்தன. கார்த்தியும் மோகனும் அறையிலிருந்து சந்தேகத் துடன் வெளிப்பட்டார்கள். சமையல் கட்டிலிருந்து கைகளைச் சேலையில் துடைத்தவாறு விஜயா வந்தாள். சுமதி அப்போதுதான் குளித்துத் தலை

துவட்டியவாறு பார்த்தாள். பொன்னம்மா முழுக்க வெளுத்த தலை மயிரை விரித்துக் காயப் போட்டபடி வாசல் வெயிலில் கால்களை நீட்டி உட்கார்ந்திருந்தாள். அவள் தலை நிமிரவில்லை. பிள்ளைகள் குதூகலத்துடன் ஓடிப்பிடித்து விளையாடிக் கொண்டிருந்தன. ஒரு பையன் அவர்கள் உட்கார்ந்திருந்த பெஞ்சுக்குக் கீழே வந்து ஒளிந்தான்.

கண்ணன் நிதானமாக அறிவித்தார். “இப்பவே கொல்லைய வாங்கினத பதிவு பண்ணிக்கலாம். எல்லோரும் புறப்படுங்க. உடனே போய் வந்துடலாம்.” சுந்தரத்தின் காரியம் முடிந்த பிறகுதான் பதிவு அலுவலகம் செல்வதென முன்பு தீர்மானிக்கப்பட்டிருந்தது. இப்போது கண்ணன் தன் விருப்பப்படி முடிவை மாற்றியுள்ளார். மோகன் தயங்கியவாறு “எதயும் சாவுத் தீட்டுக் கழிஞ்ச பின்னாலதான் பண்ணனும்னு சொல்வாங்க…” என்றான். “அதெல்லாம் சும்மா பேசறது” என்றார் கண்ணன் குறுக்கிட்டு. சுந்தரத்தின் புகைப்படத்தை முத்து வெறித்துக்கொண்டிருந்தார். அருகில் சுந்தரம் உட்காரும் சாய்வு நாற்காலி வெறுமையாகக் கிடந்தது. அது தொய்ந்து பெரும் பள்ளமாகியிருந்தது. “இன்னைக்கு அப்பாவுக்குப் படைக்கணும். நாளைக்குப் போகலாம்” என்றான் மோகன் கெஞ்சுவதைப்போல். கார்த்தி ஆமோதித்துத் தலையசைத்தான். “அத வந்து பாத்துக்கலாம். எல்லாரையும் கூப்பிடு, புறப்படலாம்” என்றார் கண்ணன். கார்த்தி எதுவும் பேசவில்லை. மோகன் மெல்ல “கொஞ்சம் விலை சேத்துக்கொடுங்க. அந்த நெலம் இன்னும் நிறைய போகுமுன்னு சொல்றாங்க. உங்களுக்குத் தந்தது ரொம்பக் குறைவு” என்றான். கண்ணனின் கண்கள் ஒருகணம் கடுங்கோபத்தில் பெரிய நோயாளிகளினுடையவை போல் ஒளிர்ந்தன. பின் அமைதியை வரவழைத்துக்கொண்டார். “நா வேறொருத்தருக்குப் பேசின விலைக்குதா வாங்கனே. அதும் மதிப்பு அவ்வளவுதான். மொத்த பணமும் தந்தாச்சு. மேல கொடுக்க முடியாது. நாம போகலாம்.” அவர் முகத்தில் வேட்டைத் தனம் தெரிந்தது.

கார்த்தியும் மோகனும் பயத்தால் எதுவும் பேசவில்லை. விஜயா அப்பாவியைப்போல் இடையில் புகுந்தாள். “அப்பாவுக்குப் படையல் போடணும். அவருக்குப் பிடிச்ச பருப்பு, பாயசம், வடை, கொழுக்கட்டை, வறுத்த கடல, எள்ளுருண்ட, வாழக்கா பொரியலு, அவுத்திக் கீரையெல்லாம் செய்யணும்…” என்றாள் ரசித்து. முத்து மனைவியை உரிமையுடன் கோபித்தார். “அதான் உடனே போயிட்டு வரலாமுன்னு சொல்றாருல்ல.” சுமதி காலால் தரையைக் கீறினாள். அம்மா வாசலிலிருந்து “இவனுங்களுக்கு என்ன அப்பிடி அவசரம்?” என்று முனகினாள்.

அதை யாரும் பொருட்படுத்தவில்லை. மோகன் தைரியமடைந்து "அப்புறமாத்தான பதிவு பண்றதாயிருந்துச்சு?" என்றான். கண்ணன் திரும்பி சீறினார். "எனக்குத் தேவைப்படறப்பதா பண்ண முடியும். இதுக்குள்ள யாரும் உள்ள வந்து குழப்பக் கூடாது. அதனாலதான் பதிவ உடனே முடிக்கணும்." விஜயா மறுபடியும் நுழைந்து "அப்ப சும்மாவாவது கற்பூரம் ஏத்தி படைச்சுட்டு வந்துடறோம்" என்றாள். கண்ணன் தணிந்து "இல்லம்மா, நேரமாவுது போயிட்டு வரலாம்" என்றார். கணவர் முத்துவின் கண்களை விஜயா சந்தித்தாள். அவள் உடனே புரிந்துகொண்டாள். அவளிடம் "நீ எல்லாருக்கும் எடுத்துச் சொல்லும்மா. படைக்கறத நாளைக்குக்கூட வச்சுக்கலாம்" என்றார் கண்ணன். விஜயா திடீரென "இல்லைங்க, எங்க ரெண்டு பேருக்கும் எவ்வளவு குடுக்கறதுன்னு தெரிஞ்சாதா வர முடியும்" என்றாள். வீடு நிசப்தமானது. புறக்கடையிலிருந்து பிள்ளைகளின் விளையாட்டுக் குரல்கள் தெளிவாகக் கேட்டன. கண்ணன் புன்முறுவலுடன் வேடிக்கைப் பார்த்தார்.

மோகன் தலை குனிந்தான். அவனும் கார்த்தியும் அக்காக்களுக்குப் பத்தில் ஒரு பங்கு பணம் தர கணக்கிட்டிருந்தார்கள். அவர்கள் பாசத்தால் கொடுத்ததை மறுக்காமல் ஏற்றுக்கொள்வார்கள். இருவருக்கும் நகைகளுடன் அப்பா திருமணம் செய்திருக்கிறார். அவர்கள் விற்பனைப் பத்திரத்தில் சொல்கிற இடத்தில் கையெழுத்திடுவார்கள் என்று நம்பினார்கள். இப்போது சட்டப்படி சமபங்கு கேட்பார்களென்று சந்தேகமேற்பட்டது. அக்காக்கள் முன்பே நன்கு திட்டமிட்டிருக்கிறார்கள். "அப்புறமா நமக்குள்ள பிரிக்கறதப் பத்தி பேசலாம். முதல்ல போயி பதிவு பண்ணிட்டு வரலாம்" என்றான் கார்த்தி. "கடைசில நீங்க ஒண்ணும் தராம போயிட்டா என்னடா பண்றது?" என்றாள் விஜயா. "அப்ப எங்க மேல நம்பிக்கை இல்லயா?" என்றான் மோகன். "எப்பனாலும் முடிவெடுத்துதானே ஆகணும்" என்றார் முத்து மாமா குறுக்கிட்டு. இதுவரை அறைக்குள் அமைதி காத்த சந்திரா வெளிப்பட்டாள். "அது அவங்க அப்பா சொத்து, அவங்களுக்குள்ள பேசிக்கட்டும்" என்றாள். முத்து இறுகிய முகத்துடன் வேகமாக வெளியேறினார். அவர் அவ்வப்போது புகைப் பிடிக்கத் தெருவுக்குச் செல்வது வழக்கம்.

கண்ணன் கை கட்டி காலாட்டியபடி காத்திருந்தார். தனியாக கார்த்தியும் மோகனும் ஆலோசித்தார்கள். கார்த்தி "மொத்தம் கால் பங்கு தர ஒத்துக்கறோம். சண்ட போடாம வந்து கையெழூத்துப் போடுங்கக்கா" என்றான். விஜயா வாயைப்

பொத்தி அழுகையை அடக்கியபடி சமையலறைக்குள் புகுந்தாள். முன்பே வந்துவிட்ட முத்து கோபத்தில் மறுபடி வீட்டிலிருந்து வெளியேறும் முன் “இதப்போயி உங்க அக்காங்களுக்கு தர்றேன்னு சொல்ல வாயி கூசலையா ?” என்றார். சுமதி கண்களை மூடி தன்னைத் திடப்படுத்திக்கொண்டாள். உறுதியான குரலில் கண்ணனிடம் “எங்களுக்குச் சரி பங்கு வேணும்” என்றாள். “அவ்வளதான் தர முடியும். அப்புறமா எங்களுக்கு நெறைய செலவிருக்குது” என்றான் மோகன். “நாங்க மட்டும் பொம்பளப் புள்ளைங்கள வச்சுகிட்டு அவதிப்படணுமா ? கையெழுத்துப் போட மாட்டோம் போங்கடா” என்று சுமதி குரல் நடுங்க இரைந்தாள். விஜயா வந்து அவள் தோளை அணைத்து அமைதிப்படுத்தினாள். பொன்னம்மா அனைவரையும் வெறுப்புடன் பார்த்தாள்.

கண்ணன் நிலைமை கை மீறிப் போனதால் எழுந்தார். குடும்பப் பிரச்சினையில் ஓரளவுக்கு மேல் தலையிட முடியாது. வெள்ளைச் சட்டையின் கைகளை மேலே இழுத்து விட்டுக்கொண்டார்.மோகனிடம்“சரி,உங்க அப்பா எதுனா உயில் எழுதி வச்சிருந்தா எடுத்தாங்க, நாம போகலாம்” என்றார். அதை முத்து வழியாகத் தெரிந்துகொண்டிருப்பார். முத்துதான் நிலம் வாங்க உதவியவர். இப்போது அவரையும் நிராகரித்துவிட்டார். கண்ணனின் வியாபாரக் குணம் குரூரமானது என மோகன் நினைத்துக்கொண்டான். “அப்பா கொல்லைய ஆம்பளைப் பிள்ளைகளுக்கு மட்டும் தர்றதா உயில் எழுதித் தந்திருக்காரு” என்றான். கார்த்தி “ஆனா அது தேவையில்லாததால நாங்க பதிவு பண்ணல” என்றான். “அதனால பரவாயில்ல. இப்ப நீங்க ரெண்டு பேரு போதும். நிலத்த வித்ததா பதிவு செய்யலாம்” என்று கண்ணன் புறப்பட ஆயத்தமானார். முத்து முகம் சுருங்க மறுபடியும் தெருவுக்குப் புகைக்க சென்றார். மோகனின் குரல் தழுதழுத்தது. “அதெல்லாம் வேணாம். நியாயப்படி மூணுல ஒரு பங்க அக்காக்களுக்குத் தரோம்” என்றான். கார்த்தியும் தலையாட்டினான். கண்ணன் “ஆம்பளைகளுக்கு ரெண்டு பங்கு. மீதி ஒரு பங்குல சாவு, காரியம், அம்மாவப் பாத்துக்கற செலவு போக பொம்பளைகளுக்குன்னு சொல்றாங்க” என்று விளக்கினார். இரு அக்காக்களும் தலைகுனிந்தபடி மௌனமாக நின்றார்கள். பிள்ளைகள் விளையாட்டை நிறுத்திவிட்டுக் கவனித்தார்கள்.

கண்ணன் “சரி, புறப்படுங்க. பொம்பளைங்க எங்காரில வாங்க” என்று வெற்றி பெற்ற திருப்தியுடன் கிளம்பினார். தெருவில் முத்து அவசரமாகப் புகையைத் தாழ்த்தி ஊதி சிகரெட்டைக் கீழே போட்டு வெறுங்காலில் தேய்த்தார்.

மோகன் அசல் பத்திரத்தையும் பட்டா புத்தகத்தையும் கவனமாக எடுத்துக்கொண்டான். தூளாகும் நிலையிலிருந்த பத்திரத்தைக் கையால் ஒரு முறை தடவினான். நீண்ட காலமாக பீரோவின் இழுப்பறைக்குள் பாதுகாப்பாக வைக்கப் பட்டிருந்தது. இன்றுடன் பிரியப்போகிறது. இப்போது சுபையர் சாகிப்புக்கு விற்கத் தேவைப்பட்ட வேறு ஆவணங்கள் தேவையில்லை. புறப்படுகையில் அனைவருக்கும் கேட்பதுபோல் அறைக்குள்ளிருந்து சந்திரா உரக்க “உங்க அக்காக்களுக்கு மேல எதுவும் தராதிங்க. இதுவே அதிகம்” என்றாள். கார்த்தி மனைவியிடம் கைப்பேசியில் பேசி சமாதானம் செய்திருந்தான். பொன்னம்மா தலை மயிரை வாரி முடித்திருந்தாள். அவளுக்கு அபூர்வமான கார் பயணம் கிடைத்திருந்தது. அனைவரும் சிரித்துப் பேசியபடி பின்னிருக்கைகளில் உட்கார்ந்தார்கள். குடும்பமாக சுற்றுலா போவது போலிருந்தது. மோகனும் கார்த்தியும் இரு சக்கர வாகனத்தில் புறப்பட்டார்கள். கார் சென்று மறையும் வரையிலும் பிள்ளைகள் கையசைத்துக்கொண்டிருந்தார்கள்.

பதிவு அலுவலகம் மிகவும் பரபரப்பாயிருந்தது. ஒருவரையொருவர் இடித்துக்கொண்டு வாயிலருகில் பெருங்கூட்டம் நின்றிருந்தது. பலர் வராந்தாவிலும் மரத்தடி களிலும் தரகர் கடைகளிலும் காத்திருந்தார்கள். பெரும்பாலும் வெறுமை முகங்களுடன் சிறு விவசாயிகள். விலைக்கு வாங்குவோர் நேரில் வரத் தேவையில்லை என்று மோகன் கேள்விப்பட்டிருந்தான். தினமும் நிறைய சொத்துகள் வாங்கு வதும் விற்பதுமாக இருப்பது ஆச்சரியம். தட்டச்சுப் பொறிகள் வேகமாக இயங்கின. எழுத்துகளைத் தட்டும் ஓசைகள் எங்கோ மோதி எதிரொலித்தன. அனைத்துக்கும் காரண கர்த்தாக்களான தரகர்கள் அலட்சியமாக அங்குமிங்கும் நடமாடிக்கொண்டிருந்தார்கள். கைகளில் கற்றைகளாகப் பச்சைக் காகிதங்கள். முன்பு சாமானியர்களால் படிக்க முடியாதவாறு பத்திரங்களைக் கிறுக்கலாக எழுதுவார்கள். அவற்றின் மொழியும் புரியாது. இப்போது தெளிவாகத் தட்டச்சிடப்படுகின்றன. ஆனால் பழைய பாஷை தொடர்கிறது.

பதிவு அலுவலக வளாகத்தில் மரங்களின் கீழ் பாய்களில் பத்திர எழுத்தர்கள் உட்கார்ந்திருந்தார்கள். ஒவ்வொருவரையும் சுற்றிச் சிறு கூட்டம். சிவப்பு ஒற்றை நாமத்துடனிருந்த பத்திர எழுத்தரை கண்ணன் நெருங்கினார். பக்கத்தில் சம்மணமிட்டு அமர்ந்தார். மற்றவர்கள் பின்னால் நின்றார்கள். தட்டச்சுப் பொறியில் அடிப்பதை எழுத்தர் நிறுத்தினார். பக்கத்தில் கிடந்த காகிதங்களைத் தள்ளி ஒதுக்கினார். மோகனிடமிருந்து கண்ணன் மூலப் பத்திரத்தை வாங்கித் தந்தார். பழுத்து

வெடிப்பதுபோலிருந்த அதை எழுத்தர் மேலோட்டமாகப் புரட்டினார். அங்கங்கே ஊன்றிப் படித்தார். "பத்திரத்துல சுந்தரம், த/பெ. அய்யாசாமின்னு போட்டிருக்கு. ஆனா பட்டாவுல அப்பாசாமின்னு எழுதியிருக்கு" என்றார் தலையை உயர்த்தாமல். மோகனும் கார்த்தியும் எட்டிப் பார்த்தார்கள். இதுவரை யாரும் கண்டுபிடிக்காத பெருந்தவறு. பல்லாண்டு களுக்கு முன்னால் கிறுக்கலைப் போல் எழுதப்பட்ட பத்திரம். சுழிகள் மேலும் கீழும் வினோதமாக இழுபட்டிருந்தன. எழுத்துகள் தேவையில்லாமல் நீண்டிருந்தன. சில குறுகியிருந்தன. சொற்களைத் தெளிவாகப் படிக்க முடியாமல் இரண்டு பெயர்களும் ஒன்று போலிருந்தன. இது ஒரு பொருட்டல்ல என்பதைப் போல் கண்ணன் சலனமில்லாது உட்கார்ந்திருந்தார். "சரி, இந்தப் பத்திரம் வேணாம். பட்டா மட்டும் கொடுத்தாப் போதும். நீங்க போட்டோ எடுத்து வாங்க, பதிவ முடிக்கலாம்" என்றார் எழுத்தர். கண்ணன் தலையாட்டினார்.

பக்கத்துக் கடையில் "ஒரே நிமிடத்தில் பாஸ்போர்ட் போட்டோ" என்று பெரிய எழுத்துகளில் விளம்பரப் பலகை வைக்கப்பட்டிருந்தது. அத்துடன் நகலெடுக்கும் தொழிலும் நடந்தது. நாலைந்து பேர் வெளியில் காத்திருந்தார்கள். ஐவரையும் தனித்தனியாக நகல் இயந்திரத்துக்குப் பக்கத்தில் நிற்க வைத்துப் புகைப்படங்களை எடுத்தார்கள். புகைப்படம் கிடைக்க நீண்ட நேரமாகும். மோகன் சுற்றும்முற்றும் பார்த்தான். நீதி மன்றம், சிறைச்சாலை, காவல் நிலையங்கள், வட்டாட்சியர் அலுவலகம், பத்திரப்பதிவு அலுவலகம், வரி அலுவலகம், அதிகாரிகள் குடியிருப்புகளால் வளாகம் நிறைந்திருந்தது. அவை ஒன்றோடொன்று தொடர்புடையவைப் போலும். உள்ளே வந்தால் ஒரேயிடத்தில் எல்லா வேலைகளையும் முடித்துக்கொள்ளலாம். ஒரு முழு வாழ்க்கை வட்டமாகத் தோன்றியது. மோகன் வளாகத்துக்கு வெளியில் வந்தான். அங்கு கொண்டை ஊசியைப்போல் சாலை வளைந்தது. ஓரமாக நடந்துகொண்டிருந்தவர் தெரிந்தவர் போலிருந்தார். அவனைக் கண்டு நெருங்கினார். அவர் முன்பு கொல்லையில் கூலி வேலை செய்த காக்கா முருகன். அப்போது பார்த்ததைப் போல் மாற்றமில்லாமலிருந்தார். ஒன்று சுருங்கி, மற்றொன்று கூர்மையாக நோக்கும் கண்கள். அவர் வயது நிர்ணயிக்க முடியாதது. மோகனின் கைகளைத் துக்கம் விசாரிப்பதைப்போல் பற்றினார். "என்னப்பா, இப்படி கொல்லைய ரொம்பக் கொறைச்ச வெலைக்குக் கொடுத்திட்டீங்களே. அப்பாயிருந்தா தந்திருக்க மாட்டாரு. அதும் மதிப்பு உங்களுக்குத் தெரியாது" என்றார். அவர் கண்கள் பனித்தன. நன்றாகக் குடித்திருந்தார்.

மோகன் "இனி ஒண்ணும் பண்ண முடியாது" என்றான். அவர் சிறு தள்ளாட்டத்துடன் மீண்டும் நடக்கத் தொடங்கினார்.

எல்லோரது புகைப்படங்களும் ஒரே உறையில் போட்டுத் தரப்பட்டன. புகைப்படங்களைத் தேடி எடுத்துப் பார்த்தார்கள். ஏமாற்றமுடன் திரும்பச் சொருகினார்கள். அவை அந்நிய முகங்களைப்போல் தோன்றின. ஒன்றிலும் சிறிய புன்னகையுமில்லை. இனம் புரியாத பயத்துடனிருந்தன. பொன்னம்மாவின் முகம் வெறுமையாயிருந்தது. மீண்டும் பத்திர எழுத்தரிடம் சென்றார்கள். கண்ணன் பக்கத்தில் தொழிலதிபர் சேகர் பாயில் அமர்ந்திருந்தார். அவரை மோகன் பணம் பெறும்போது பார்த்தது. பெரிய கல்குவாரி உரிமையாளர், அரசாங்க கட்டுமானத் தொழில் ஒப்பந்ததாரர், இன்னும் பல தொழில்களைச் செய்பவர். அவரைப் பற்றி கார்த்தியிடம் சொன்னான். இப்போதும் கண்ணன் அவரை அறிமுகப்படுத்தவில்லை. அவர்களை சேகர் திரும்பியும் பார்க்கவில்லை. இருவரும் மெல்லப் பேசிக்கொண்டிருந்தார்கள். எட்டத்தில் ஓட்டுநர் ஆசாரி நின்றிருந்தார். பத்திர எழுத்தர் தாளில் குறிப்பெழுதிக்கொண்டிருந்தார். அனைவரும் நின்றிருந்தார்கள். பொன்னம்மாவுக்கு மட்டும் நாற்காலி போடப்பட்டு உட்கார்ந்திருந்தாள். மேலே மரங்களில் பறவைகள் தொடர்ந்து கீச்சிட்டுக்கொண்டிருந்தன.

தொழிலதிபர் சேகரிடம் புதிய இடம் வாங்கும் மகிழ்ச்சி துளியுமில்லை. அவர் தொழிற்சாலையில் உடைக்கும் கல்லைப் போலிருந்தது முகம். பல இடங்களை வாங்கிப்போட்ட பழக்கம். அதே நிலத்தை அவரும் நல்ல லாபத்துக்கு விற்பார். அதை மற்றொருவர் வாங்கி இன்னொருவருக்கு விற்பார். அவர் சங்கிலியைப்போல் பிறிதொருவருக்கு. விவசாயிகளுக்குச் சொந்தமாயிருக்கும் வரைதான் நிலம் நிரந்தரமானது. பிறகு பலரிடமும் போகும் வணிகப் பொருளாகிறதென மோகனுக்குத் தோன்றியது. அதற்கு முடிவில்லை. தட்டச்சுப் பொறியில் பத்திரத்தைச் செருகி பத்திர எழுத்தர் வேகமாகச் சாவிகளைத் தட்டினார். மோகன் ஆச்சரியமாகப் பார்த்தான். கணினியிலும் இப்படி விரைவாகத் தட்டச்சிட முடியாது. இந்தக் கணினி யுகத்திலும் பத்திர எழுத்தர்கள் தட்டச்சு இயந்திரத்தை உபயோகிப்பது அதிசயம். கொஞ்ச காலம் முன்னால் கையால் எழுதினார்கள். இப்போது தட்டச்சுப் பொறிகள் வந்துவிட்டன. எதிர்காலத்தில் முற்றிலும் கணினி மயமாகும். சுற்றிலும் ஏகப்பட்ட தட்டச்சுப் பொறிகள் பொரிந்தன. குட்டையில் தவளைகள் ஒரே சமயத்தில் கத்துவதைப்போலிருந்தது.

எழுத்தர் பத்திரத்தை அச்சிட்டு முடித்து உருவினார். ஒரு முறை மேலோட்டமாகப் பார்த்துவிட்டுப் பத்திர அலுவலகத்துக்குள் சென்றார். அவருடைய மெலிந்த உடல் கூட்டத்தில் சுலபமாகப் புகுந்தது. கூட்டத்தில் நுழைந்து அறையில் மறைந்தார். கண்ணனும் சேகரும் தங்களுக்குள் தாழ்ந்த குரலில் தொடர்ந்து பேசிக்கொண்டிருந்தார்கள். சுமதி "இந்நேரத்துக்கு ஒரேயடியா அப்பாவுக்குப் படைச்சி சாப்பிட்டு வந்திருக்கலாம். இப்ப ரொம்ப பசிக்குது" என்று முணுமுணுத்தாள். விஜயா காதில் விழாதவளைப் போலிருந்தாள். கார்த்தியும் மோகனும் தள்ளி நின்றிருந்தார்கள். சற்று நேரத்தில் பத்திர எழுத்தர் வெளிப்பட்டார். வராந்தாவிலிருந்து கையை அசைத்துக் கூப்பிட்டார். அவர்கள் பதிவுத்துறை அலுவலர் அறைக்குள் நுழைந்தார்கள். நீண்ட வரிசையில் நின்றார்கள். பதிவு அதிகாரி உயர்ந்த பீடத்தில் நீதிபதியைபோல் அமர்ந்திருந்தார். தலை வெட்டுப்பட்டதைப் போல் மேலே தனியாகத் தெரிந்தது. மேசை முழுவதும் கனத்த நோட்டுகளின் அடுக்குகள். எதிரில் பத்திரங்களும் பதிவேடுகளும் பவ்யமாகத் தொடர்ந்து நீட்டப்பட்டுக்கொண்டிருந்தன. அவர் சிறு பரிசீலனைகளுக்குப் பிறகு கையெழுத்துகளைக் கிறுக்கிய வண்ணமிருந்தார். அனைவரும் தாழ்ந்த குரலில் பேசினார்கள். அதற்கு ஈடுசெய்வதைப் போல் அறை மூலையில் பெரும் சப்தம் எழுந்துகொண்டிருந்தது. ஒருவர் இடைவெளியில்லாமல் ஓங்கி காகிதங்களில் முத்திரைகளைக் குத்தியபடியிருந்தார். அந்த இடம் தொடர்ந்து அதிர்ந்துகொண்டிருந்தது. அதைத் தவிர உள்ளே ஒலியில்லை. அவர்கள் முறை வந்தது. கனத்த பதிவேட்டிலும் பத்திரத்தின் பக்கங்களிலும் கையெழுத்து களையும் கைரேகைகளையும் பதித்தார்கள்.

பதிவு அதிகாரி பத்திரத்தை மேலோட்டமாகப் பார்த்துக் கையெழுத்திட்டபடி அவர்களை ஏறிட்டுப் பார்த்தார். மீண்டும் குனிந்து ஒவ்வொரு பெயரையும் படித்தார். பதில் எதிர்பாராத சம்பிரதாயக் குரலில் "எல்லாருக்கும் பணம் கிடைச்சுதா?" என்றார். அனைவரும் பேசாமல் தலையாட்டினார்கள். முன்னால் பொன்னம்மா பயத்துடன் நின்றிருந்தாள். அங்கு உண்மையான பதிலைக் கூறியாக வேண்டுமென்று நினைத்தவளைப்போல் "எனக்கு எதுவும் கொடுக்கலைங்க" என்றாள். பதிவு அறை ஸ்தம்பித்தது. அதிகாரி கையெழுத்தைப் பாதியில் நிறுத்தினார். அவர் மூக்கில் கண் கண்ணாடி நழுவுவதைப்போல் நின்றது. முத்திரை குத்தல்கள் ஓய்ந்தன. பதிவுத்துறை அலுவலகம் ஒரு கணம் மயான அமைதியில் மூழ்கியது. தொழிலதிபர் சேகர் கொஞ்சம் அசைந்தார். கண்ணன் என்ன சொல்வதெனத்

தெரியாது தவித்தார். பொன்னம்மாவின் அப்பாவி முகத்தை ஏறிட்டார். கார்த்தியும் மோகனும் ஒருவரையொருவர் பார்த்துக் கொண்டார்கள். அக்காக்களுக்குச் சிறு திருப்தியேற்பட்டது, இருவரும் புன்னகைத்தார்கள். மூலையில் முத்திரைகள் குத்துமிடத்திலிருந்த நாமத் தரகர் நிலைமையைச் சமாளித்தார். "ஏம்மா, அதான் மகன் கணக்குல போட்டாச்சில்ல?" என்றார் இயல்பாக. பொன்னம்மா ஞாபகம் வந்தவளாக "ஆமா, ஆனா கையில தரலை" என்றாள். பதிவு அதிகாரி குனிந்து மீண்டும் வேகமாகக் கையெழுத்துகளிட்டார். புதிய பத்திரக் காகிதங்களைத் தூக்கி மேசையில் போட்டார். சுந்தரம் குடும்பத்தினர் மௌனமாகப் பார்த்துக்கொண்டிருந்தார்கள். அவர்களுக்கும் கொல்லைக்குமான நெடிய உறவு முடிவுக்கு வந்துவிட்டது.

மூடிய கதவுச் சாவி

மோட்டார் கொட்டகை ஓயாமல் ரீங்காரித்துக்கொண்டிருந்தது. கூடவே நீர் குதிக்கும் ஒரே மாதிரி ஒலி. உள்ளே மண்ணின் புராதன நெடி. கயிற்றுக் கட்டிலில் தொய்ந்து முத்துவும் கார்த்தியும் ரகசியம் பேசிக்கொண்டிருந்தார்கள். மலைக்குப் போகும் விரதத்தில் முத்து மாமா தூய கறுப்புச் சட்டை, வேட்டியிலிருந்தார். கறுப்பு வெள்ளைத் தாடி மீசையும் அமைதியும் முகத்தில் தோன்றியிருந்தன. மோகன் உள்ளே அடைந்திருக்க முடியாமல் வெளியில் வந்தான். கொல்லை யாருடையதோபோல் விரிந்திருந்தது. கடைசியாக ஒரு முறை சுற்றிப் பார்க்க விரும்பினான். வகிடு போன்ற நடு வரப்பில் மெல்ல நடந்தான். அங்கங்கே வரப்புகள் கிளை பிரிந்தன. இரு புறமும் பசுமையான களைகள் காலில் உரசின. சுற்றி பழுப்பு மண் உறைந்திருந்தது. வெப்பமான ஆவி எழுந்தது. தென்னம் கன்றுகளும் முதிர்ந்த மரங்களும் ஒன்று கலந்திருந்தன. கொல்லை மூலையில் கானாற்றை ஒட்டி வெயிலிலும் மழையிலும் சிதைந்த புற்று கண்ணில்பட்டது. அவற்றின் துளைகள் விழித்துப் பார்த்தன. அதில் பல காலம் நல்ல பாம்பு வசிப்பதாக அப்பா நம்பினார். சுற்றியுள்ள கொல்லை களுக்குக் காவல் தெய்வம். பெரிய தோகை போல் படம் விரிக்குமாம். சரசரவென வளைந்தோடிய நீண்ட வாலை மட்டும் அப்பா பார்த்திருக்கிறார். இரவுகளில் வெளியாட்கள் புகாதவாறு கொல்லை களை வலம் வருமாம். இதுவரை யாரையும் தீண்டியதில்லை. "அதப் பத்தி நமக்குக் கொஞ்சம்

தான் தெரியும். ஆனா, அது நம்மைப் பல மடங்கு புரிஞ்சி வைச்சிருக்கும்" என்பார் அப்பா. அவனால் பாம்பின் இருப்பை உணர முடிந்தது. புற்றுக்குப் பக்கத்தில் மூதாதைகள் புதைக்கப் பட்டதாகவும் சொல்லியிருந்தார். பிறகு பிண மேடுகள் ஏரோட்டி பயிரிடவும்பட்டன. அங்கு மற்ற இடங்களைவிட அதிகம் விளைந்தது.

இதே மண்ணில் அப்பாவையும் புதைக்க நினைத்தார்கள். ஆனால் தலைச்சனை எரிக்க வேண்டும் என்றார் கண்ணீர் உகுத்தபடி அவரின் தோழர் கோபால். சுந்தரத்துக்கு முன்னால் இரண்டு பேர் பிறந்து இறந்ததாக எதிர் வீட்டுப் பெரியம்மா சொன்னாள். அப்பாதான் உயிர்த்திருந்த ஒற்றைப் பிள்ளை. மற்றொருவருக்கு மண்ணை விற்கையில் நம் அடையாளம் பொதிந்திருக்கக் கூடாது என்றார் ஊர் பெரியவர். ஆற்றைக் கடந்து தொலை தூரம் பூதம் போல் கனக்கும் பிணத்தைத் தூக்கிப் போகவும் முடியாது. கடைசியில் உடலை ஆற்றங்கரை சுடுகாட்டில் எரித்தார்கள். அப்பாவின் சின்ன ஆசை நிறைவேறவில்லை. அது மேலும் தன்னைத் தக்க வைத்துக்கொள்ளும் முயற்சிதான். பிறர் நினைவுகளில் நீடிக்கும் விருப்பம். மீண்டும் இயற்கைக்குத் திரும்பிச் செல்லும் எண்ணமுமாயிருக்கலாம். அப்பா செத்த பின்னால் எல்லாம் ஒன்றுதான். அவன் தன்னைத் தேற்றிக்கொண்டான்.

மோகன் திரும்பி சிறிய களத்து மேட்டுக்கு வந்தான். செருப்பைக் கழற்றி புல் முளைத்த மண்ணில் நடந்தான். இது நாலு வழி நெடுஞ்சாலையானதில் நிலம் பறிபோன பிறகு எஞ்சிய இடம். நெடுங்காலமாக விரிந்திருந்த களத்தில் மீந்தது. சாணியில் மெழுகியும், நெல்லைத் தூற்றியும் அளந்ததுமுமான பூமி. உபயோகத்தில் இல்லையென்றாலும் தன் தன்மையை இழக்கவில்லை. கல்லும் முள்ளுமில்லாது சருமம் போல் மென்மையோடிருந்தது. இந்தக் கொல்லையை விற்றால்தான் அண்ணன் புதிய வீடு கட்டுவான். நெரிசலான தலைநகருக்கு அருகில் என்று விற்கும் எண்ணற்ற நகர்களின் ஓரிடத்தில். அதற்குப் பணம் போதாது. தம்மிடமுள்ள அனைத்து நகைகளையும் விற்க வேண்டும். மேலும் கடன் பெற்றுதான் வீடு கட்ட முடியும். தானும் நகரத்தில் குடியிருக்கும் பழைய வீட்டை வாங்கி இடித்துப் புதிதாகக் கட்ட வேண்டும். அது வங்கி கடனால்தான் சாத்தியமாகும். இந்த நிலத்தை விற்ற பணம் எதற்கும் போதாது. அதனால் புதிய பிரச்சினைகள் எழும். இது தீராத் துயர்களுக்கு இட்டுச் செல்லும் ஒரு வழிப் பாதை. இரு அக்காக்களும் சொற்ப பங்குப் பணத்தில் எதுவும் செய்ய முடியாது. அவர்கள் வெறுமனே கையில் வைத்திருப்பார்கள்.

பிள்ளைகள் வளர்ந்ததும் கல்விக்கும் திருமணத்துக்கும் உபயோகப்படலாம்.

மோகனுக்குத் தாகம் எடுத்தது. வீட்டிலிருந்து வந்து நீண்ட நேரமாகிவிட்டது. கொல்லை மோட்டார் இரைந்து கொண்டிருந்தது. நிலத்தை விற்ற பிறகும் இப்படி விவசாயம் செய்வது அபத்தமானது. தொட்டியில் பாதிக் குழாயளவு தண்ணீர் குதித்தது. அவன் குனிந்து இரு கைகளாலும் நீரை ஏந்திக் குடித்தான். அடி நாக்கு வரை உப்புச் சுவை உறைத்தது. வாயிலிருந்த நீரை துப்பினான். இளமையில் பதநீர்போல் சுவையாயிருந்த தண்ணீர். இந்தக் குறுகிய காலத்தில் முழுக்க மாறிவிட்டது. நீரும் நிலமும் நஞ்சாகியிருந்தன. மீட்க முடியாதவாறு மாசாகிவிட்டன. அவற்றுடன் தொடர்புடைய மனித எண்ணங்களும் திரிந்துள்ளன. அவை ஒன்றையொன்று புரிந்து திருத்திக்கொள்வதுதான் வழி. அவனுக்குக் கொல்லை ஒரு சுடுகாடுபோல் தோன்றியது. இனி வைத்துக் காப்பாற்றுவது மிகவும் கடினம். இதை விற்பதே மேல்.

தூரத்தில் பெரிய முருகன் மும்முரமாக நீர் பாய்ச்சிக் கொண்டிருந்தார். அநேகமாகக் கடைசி வாய்க்கால். அது முடிந்ததும் மறுபடியும் முதலிலிருந்து தொடங்க வேண்டும். ஒரு பெரிய வட்டத்தில் நிற்காமல் சுற்றி வருவது போல். பெரிய முருகனின் குனிந்த முதுகில் வேர்வை பளபளத்தது. அவருடைய உடல் நிரந்தரமாகக் கூனிவிட்டது. பக்கத்தில் இளம் தென்னை மரக் கன்றுகள் அசைந்தாடின. அவற்றின் நடுவில் ஒளிந்தால் கண்டுபிடிக்க முடியாது. பெரிய முருகன் வேலையில்லாவிட்டால் கிழிந்த பன்னாடைகளை ஓலைகளை எட்டித் தறித்துக்கொண்டிருப்பார். இல்லாவிட்டால் உட்கார்ந்து குச்சியால் மண்ணைக் கிளறுவார். அவர் தலையில் தன் மகள் எண்ணமே நிறைந்தாற்போலிருந்தது. அவளையும் அவள் பிள்ளைகளையும் முடிந்தளவு பாதுகாக்க வேண்டும் என்று நினைத்துக்கொண்டிருப்பார். அவனைத் திரும்பியும் பார்க்கவில்லை. புங்க மரத்தடியில் ராஜி தென்னை ஓலையை மடி மேல் போட்டுப் பின்னிக்கொண்டிருந்தாள். அவள் கண்கள் மூடியிருந்தன. அந்த நிலையிலேயே முழுமையாக முடைய அவளால் முடியும். ஒரு பக்கம் தைத்த ஓலைகளும் மறு பக்கம் கீற்றுகளும் குன்றுகளாகக் குவிந்திருந்தன. அவற்றைப் பின்ன முழு நாள் தேவைப்படும். இருவருக்கும் நிலம் விற்கப்பட்டதும் இப்போது வெளியேற்றப்படப் போவதும் தெரியாது. பெரிய முருகன் வாழ்நாள் முழுக்க இந்தக் கொல்லைக்குக் காவலிருந்திருக்கிறார். இதற்குப் பிறகு என்ன செய்வாரெனத் தெரியவில்லை. இந்த நிலம் தனக்கு யார் துணையைத்

தேர்ந்தெடுக்குமென புரியவில்லை. மோகன் பார்த்தபடி நின்றிருந்தான்.

அப்போது நாகன் மகன் மணியும் சங்கரனும் கை கோர்த்தபடி வந்தார்கள். மோட்டார் கொட்டகைக்குக் கொஞ்சம் தொலைவில் சிறிய புங்க மரத்தடியில் நின்றார்கள். சங்கரனுக்குப் பின்னால் மணி மறைந்திருந்தான். இருவரும் குடித்திருக்கிறார்களெனப் பட்டது. கார்த்தி நிமிர்ந்து உட்கார்ந்து "என்ன விஷயம்?" என்றான். "நா பஞ்சர் கடைக்கு முன்பணமா நிறைய குடுத்திருக்கேன்..." என்றான் மணி மெதுவாக எட்டிப் பார்த்து. நாக்குக் குழறியது. அவன் சொல்வது தெளிவாகக் கேட்கவில்லை. முத்து "என்னவாம்?" என்றார். அருகிலிருந்த மோகனுக்குப் புரிந்தது. நிலம் விற்ற செய்தி எங்கும் பரவியுள்ளது. அது கைமாறுவதற்குள் கொடுத்த பணத்தைத் திரும்பப் பெற அவர்கள் வந்திருக்கிறார்கள். "நம்ம கொல்லையிலதான் மணி பஞ்சர் கடை வாடகைக்கு வச்சிருக்காரு. அப்பாவுக்குத் தந்த முன் பணத்த திரும்பக் கேக்கறாரு" என்றான்.

கார்த்தி மிரட்டுவது போல் உரக்க "எவ்வளன்னு கேளு" என்றான். "அதுக்கு கணக்கு இல்லண்ணா. உங்க அப்பாவுக்குதா தெரியும்" என்று மணி முனகினான். அப்பா முன்பணம் வாங்கியதை அம்மா சொல்லி மோகன் கேள்விப்பட்டிருந்தான். அவர் மருத்துவச் செலவுகளுக்கு அவனைத்தான் தேடிச் செல்வார். கையிலிருப்பதை மறுக்காமல் தருவான். இரு சக்கர வாகனத்தில் அப்பாவை அழைத்துக்கொண்டு நிறைய முறை வீட்டில் வந்து விட்டிருக்கிறான். உள்ளே வர மாட்டான். மணியும் சங்கரனும் மரத்தடியில் தலைகுனிந்து தொடர்ந்து நின்றிருந்தார்கள். முத்து மாமா "ஏதோ கொஞ்சம் குடுத்துவுடு" என்றார். கார்த்தியும் தலையசைத்தான். மோகன் கொல்லையை விற்று ஒதுக்கிய பொதுப் பணத்திலிருந்து இரு மாத வாடகைப் பணத்தை எடுத்துக்கொடுத்தான். மணி இரண்டு கைகளையும் நீட்டிப் பெற்றுக்கொண்டான். அதை எண்ணியும் பார்க்கவில்லை. அவனிடம் மது நாற்றமடித்தது. கண்கள் கலங்கியிருந்தன. "அப்பாவ மறக்கவே முடியாது" என்று முணுமுணுத்தான்.

மணியை ஒட்டியிருந்த சங்கரன் முன்னால் வந்தான். "நா மாணிக்கங்கிட்ட வேலை செய்றேன். அவரு இத குடுத்தனுப்பிச்சாரு" என்றான். சட்டைப்பையிலிருந்த கிழிந்த தாளை எடுத்து நீட்டினான். மோகன் வாங்கி வாய்விட்டுப் படித்தான். "சீட்டாட்ட கொட்டகை வாடகை முன் பணமாகப் பெற்றுக்கொண்டது..." என்று எழுதி சுந்தரம் கையெழுத்திட் டிருந்தார். பல வருடங்களுக்கு முன் எழுதிய காகிதம்.

ஆங்கிலத்தில் எழுத்துகளைக் கோர்த்துப் போட்ட கையெழுத்து. இப்போது சீட்டு விளையாடும் கொட்டகை இற்று விழுந்திருந்தது. கீழே பரப்பிய மணலும் செல்லரித்த கம்பங்களும் ஓலைகளும்தான் அடையாளம். கார்த்தி சந்தேகமாக "சீட்டாட்ட எடத்துல நீ என்ன வேல பாத்த?" என்றான். சங்கரன் "சீட்டு வெளையாடறவங்களுக்கு டீயும் சிகரெட்டும் வாங்கிக் குடுக்கறது. அவங்களுக்கு அதுதான் சாப்பாடு. உக்காந்தா எழ மாட்டாங்க" என்றான். "அப்பா இன்னும் எவ்வளோ பேருகிட்ட பணம் வாங்கியிருக்காருன்னு தெரியல" கார்த்தி சலித்துக்கொண்டான். "எல்லாத்தையும் என்ன செஞ்சாருன்னும் புரியல" என்றார் முத்து. "டே, இதயும் குடுத்தனுப்பு" என்றான் கார்த்தி. சீட்டுக்கொட்டகைக்குக் கிடைத்த முன்பணத்தை கார்த்திக்குத் தந்ததை அப்பா கூறி புலம்பியிருக்கிறார். அதைச் சொன்னால் கோபமடைவான். சீட்டிலிருந்த பணத்தை எண்ணி சங்கரனிடம் கொடுத்தான் மோகன். "ரெண்டு கொட்டாயும் கொல்லையில இருந்த அடையாளமேயிருக்கக் கூடாது. உடனே காலி பண்ணணும்" என்றார் முத்து. அவர்களிருவரும் தலையாட்டிவிட்டுப் பேசி சிரித்தபடி புறப்பட்டுச் சென்றார்கள்.

சற்று நேரத்தில் முன்னாள் கலாசி தங்கவேலு வேறெங்கோ போவதுபோல் சாலையோரம் நடந்து வந்தார். மேட்டிலிருந்து சரிவில் மெல்ல இறங்கினார். முன்பு எப்போதோ பார்த்ததைப் போல் மாற்றமில்லாமலிருந்தார். அவருக்கு ஊர் பஞ்சாயத்தில் நியாயமான பல தீர்ப்புகளை வழங்கி நிதானம் வந்துவிட்டிருந்தது. நீண்ட காலம் ரயில்வேயில் தண்டவாளப் பாதையைக் கண்காணிக்கும் வேலையிலிருந்து ஓய்வுபெற்றவர். முன்பு முதுகுப் பையில் சுருட்டிய சிவப்பு, பச்சைக் கொடிகளும் கையில் நீண்ட சுத்தியலுமாகக் காலையில் வீட்டிலிருந்து கிளம்புவார். மீண்டும் சாயங்காலம் திரும்புவார். போகும் வழியெல்லாம் தண்டவாளத்தை இணைக்கும் பிடிப்புகளைச் சுத்தியலால் அடித்துக்கொண்டு மெதுவாகச் செல்வார். மறுபடியும் தட்டியபடி திரும்புவார். அவருக்கு ஏன் அதை அடிக்கிறோமெனத் தெரியாது என்று சின்ன முருகன் சொல்லி சிரிப்பான். எந்த வேலையும் செய்யாமல் சர்க்கார் சம்பளம் வாங்குகிறார் என்பான்.

தங்கவேலு நிறைய மாடுகளும் வளர்த்தார். அவை தினமும் கொல்லையில்தான் தண்ணீர் குடித்தன. சாயங்கால வேளையில் காட்டிலிருந்து தாமாக இறங்கி தலையாட்டியவாறு தொட்டியை அடையும். அவற்றைத் தொடர்ந்து மேய்க்க முடியாமல் விற்றுவிட்டார். அவர் நெருங்கி வேட்டியில் முடிந்திருந்த

சீட்டை எடுத்துத் தந்தார். அது பல துண்டுகளாக மடிந்திருந்தது. கொஞ்ச நாட்களில் முழுதாக நைந்துவிடும். அப்போதும் அழிந்த எழுத்துகளுடன் பத்திரமாக மடியில் வைத்திருந்திருப்பார். முத்து சத்தமாகப் படித்தார். "நான் என் குடும்ப செலவுக்காகக் கீழ்க்கண்ட தொகையைப் பெற்றுக்கொண்டேன். திருப்பிக் கேட்கும்போது தருவேன்..." கீழே கையெழுத்துக் கிறுக்கல். "இது என்னது?" என்றார் முத்து. "அது சுந்தர அண்ணன் செலவுக்கு வாங்கினது. நா மாடு கன்ன வித்தப்போ தந்தேன்" என்றார் தங்கவேலு. மோகன் சீட்டை வாங்கிப் பார்த்தான். கீழே அப்பாவின் சங்கிலி போல் கோர்த்த அழகிய கையெழுத்து. அவர் தெளிவாக நீண்ட கடிதங்களை எழுதக் கூடியவர். அவனுக்கு மிகவும் பழகிய எழுத்துகள்.

"சரிங்க, ஏன் முன்னால கேக்கல?" என்றான் கார்த்தி. "அவருகிட்ட காசு இல்லன்னு தெரியும். இப்ப செத்தும் போயிட்டாரு. நம்பிக்கையிருந்தா குடுங்க. எனக்கு வட்டிலா வேணாம்" என்றார் தங்கவேலு கம்மிய குரலில். அவர் அப்பாவின் நெடு நாள் நண்பர். அவர் கொல்லைக்குக் குளிக்க வருகையில் இருவரும் நீண்டநேரம் களத்தில் கால் மாற்றி நின்று சிரித்துப் பேசிக்கொண்டிருப்பார்கள். அவர் அப்பாவுக்குச் செய்தது பெரும் பண உதவி. மோகன் "பொதுப் பணத்துல கொடுக்கலாம்" என்றான். கார்த்தி எதுவும் சொல்லவில்லை. அவன் சந்தேகப்பட்டான் போலிருந்தது, அப்பா சீட்டை வாங்கிக்கொள்ளாமல் பணத்தைத் திரும்பக் கொடுத்திருக்கலாம். அல்லது பொய்க் கையெழுத்தாயிருக்கும் என நினைத்திருப்பான். மோகன் தொகையைக் கணக்கிட்டுத் தந்தான். தங்கவேலு பணத்தைப் பெற்று மடியில் வைத்துக்கொண்டார். "உங்க அப்பாகிட்ட நா வாய் வார்த்தை போதும்னேன். அவரா எழுதித் தந்தாரு. நீங்க கொல்லைய வித்துட்டுதா கேள்விப்பட்டேன், நல்லாயிருங்க" என்று கை கூப்பினார். அவர் சாலை மேடேறும் வரை பார்த்துக்கொண்டிருந்தார்கள். கொல்லையை விற்றது அனைவருக்கும் உடனே தெரிந்துவிட்டது ஆச்சரியம்தான். மேலும் வேறு யாராவது வரலாம். இன்னும் பெரிய முருகன் நிலம் விற்றதை அறிந்திருக்க மாட்டார். அவரைப் பொறுத்தவரை விற்பதும் விற்காததும் ஒன்றுதான்.

கார்த்தி "நம்ம முத்து மாமாவுக்குக் கொல்லைய வித்து தந்ததுக்கு ஏதாவது கொடுக்கணும்" என்றான். மோகன் வியப்படைந்து முத்துவைப் பார்த்தான். அவர் "அதுலாம் எனக்கு ஒண்ணும் வேணாம். எல்லாம் நல்லா முடிஞ்சா செரி" என்றார். பணம் வேண்டும் என்பதைப் போல் தயக்கத்துடன் சிரித்தார். கார்த்தி கை விரல்களைத் தூக்கி சைகை செய்தான். அதன்படி

மோகன் பணத்தைக் கொடுத்தான். அவர் வாங்கி பத்திரமாகக் கறுப்புச் சட்டையின் உள்பையில் வைத்துக்கொண்டார். அவர்களிருவரும் ரகசிய ஒப்பந்தம் செய்துகொண்டிருக்கலாம் என்று பட்டது. முத்து பதிலுக்கு கார்த்திக்கு பங்கீட்டில் சலுகைகள் புரிவார். சுற்றிலும் சதி வலைகள் பின்னிக் கிடந்தன போல் தோன்றியது. மோகன் கணக்குச் சீட்டில் மாமாவுக்குத் தரகு தந்ததை எழுதிக்கொண்டான். கையில் பணமிருந்தால் செலவுகள் ஒவ்வொன்றாகத் தேடி வரும் போலும். கடைசியில் காலியானதும்தான் முற்றுப்பெறும்.

முத்து மாமா உற்சாகமாக "சரி, காவல்காரரக் கூப்புடு. பேசி முடிக்கலாம்" என்றார். பெரிய முருகனை அழைக்க மோகன் மீண்டும் நிலத்தின் மூலைக்குச் சென்றான். அவனைப் பார்த்தும் அவர் எதிர்நோக்கி வரவில்லை. தலையைத் தாழ்த்தியபடி வயலில் உட்கார்ந்திருந்தார். எதிரில் சிறிய தென்னம் செடி நின்றிருந்தது. எட்டிப் பறிக்கலாம் போல் பிஞ்சுகள் தொங்கின. அவர் அரைகுறையாகப் பின்னால் மறைந்திருந்தார். அனைவரிடமிருந்தும் ஓடி ஒளிந்துகொண்டாற்போலிருந்தது. கால்வாயில் நீர் சுழித்துத் திரும்பிக்கொண்டிருந்தது. ஒரு பெருங் கடலில் உருவாவதைப் போல். அதையே பார்த்தவாறிருந்தார். "அவங்க ஏதோ பேசணுமா, வாப்பா" மோகன் கூப்பிட்டான். பெரிய முருகன் சற்று தயங்கினார். வரப்பிலிருந்த மண்வெட்டியை மடையில் அணைத்து வைத்துவிட்டுப் பின்தொடர்ந்தார். மோட்டார் கொட்டகைக்கு வெளியில் நின்றார். "போதும் அத நிறுத்திடு" மோட்டார் மின் பலகையைக் காட்டினார் முத்து. பெரிய முருகன் உள்ளே வந்து சிவப்பு பொத்தானை அழுத்தினார். தண்ணீர் மோட்டார் இரைச்சல் ஓய்ந்தது. கடைசி வாய்க்கால் பாய நீண்ட நேரமாகும்.

மௌனத்தை உடைப்பதைப்போல் முத்து "இந்த நிலத்த வித்தாச்சு. நீங்க உடனே காலி பண்ணணும்" என்றார். பெரிய முருகனுக்கு முதலில் புரியவில்லை. தலைமயிர்களை வெறுமனே அளைந்தார். பிறகு அவர் கை கால்கள் நடுங்கின. கொல்லை விற்பனை செய்யப்படுவதாக நீண்ட காலம் பேசப்பட்டது. அது விற்கவே போவதில்லையென நினைத்திருந்தார். இப்போது உண்மையாக நடந்துவிட்டது. அவர் சற்றும் எதிர்பார்க்கவில்லை. அதற்குத்தான் அவர்கள் திட்டமிட்டதாகத் தோன்றியது. பெரிய முருகன் அவசரமாக மனைவியைக் கை அசைத்து அழைத்தார். ராஜி பாதி முடைந்த ஓலையைக் கீழே போட்டு ஓடி வந்தாள். அவள் தைக்க உட்கார்ந்தால் எடுத்த ஓலையை முழுதாக முடித்துத்தான் எழுவாள். அவள் அசம்பாவிதத்தை உணர்ந்திருந்தாள். இருவரும் மோட்டார் கட்டட வாயிற்படியில்

நின்றார்கள். முன்பு சொன்னதையே முத்து திரும்பக் கூறினார். அவர்களால் நம்ப முடியவில்லை. கடைசியில் நிலம் விற்கப்பட்டுவிட்டது. அவர்களுக்கு தமக்குச் சொந்தமான உடமையை இழந்தாற்போலிருந்தது.

கார்த்தி எழுந்து நின்று இரு கைகளாலும் பணத்தை எடுத்து நீட்டினான். அதை முன்பே கணக்கிட்டுத் தயாராக வைத்திருந்தான். “கொல்லைய ரொம்ப குறைஞ்ச விலைக்குதான் வித்தோம். எங்களுக்கு வேற வழியில்ல. அதனால முடிஞ்சத கொடுக்கறோம். மறுக்காம வாங்கிக்குங்க” என்றான். பெரிய முருகனும் ராஜியும் திகைப்புடன் பணத்தைப் பார்த்தார்கள். தீயைக் கண்டு பயந்தவர்களைப்போல் பின்னால் நகர்ந்தார்கள். “தயவுசெஞ்சி வாங்கிக்கணும்” என்றான் மோகன். ராஜி சமாளித்துக்கொண்டு “இதுல எவ்வளயிருக்குது?” என்றாள். “நீங்களே பாத்துக்குங்க” என்றார் முத்து. பெரிய முருகனின் நடுங்கும் கைகளில் பணத்தைத் திணித்தான் கார்த்தி. அவர் அதை இரண்டு மூன்று முறை மெதுவாக எண்ணிப் பார்த்தார். நடுவில் கணக்கை மறந்து மறுபடியும் முதலிலிருந்து தொடங்கினார். புதிய தாள்கள் விரல்களில்படாமல் வழுக்கின. அவை ஒன்றோடொன்று ஒட்டிக்கொண்டிருந்தன. கைகளில் அகப்படாமல் கீழே விழும் போலிருந்தன.

மூவரும் பெரிய முருகன் எண்ணுவதைப் பார்த்துக் கொண்டிருந்தார்கள். கடைசியில் அவர் பணத்தைப் பேசாமல் திருப்பிக்கொடுத்தார். கையில் ரூபாய்கள் குப்பையைப் போல் கலைந்திருந்தன. ராஜி கண் கலங்க வேறுபுறம் திரும்பிக் கொண்டாள். கொஞ்சநேரம் அமைதி நிலவியது. மோகன் கால் சட்டைப்பையிலிருந்து மேலும் சில பணத்தாள்களை எடுத்து சேர்த்துத் தந்தான். பெரிய முருகன் அப்படியும் வாங்கிக்கொள்ளவில்லை. கொல்லையை திரும்பிப் பார்த்தார். “ரொம்ப நாளா தாத்தா, பாட்டி காலத்திலிருந்து இருக்கோம். இப்ப திடீர்னு நெலமை மாறிடுச்சு. இத விட்டு எங்க போறதுன்னு தெரியல” என்றார் தழுதழுத்த குரலில். அவர் வாயிலிருந்து வார்த்தைகள் தாமாக வெளிப்பட்டன. உணர்ச்சிகளால் பொங்கிக்கொண்டிருந்தார். ராஜியின் கண்களிலிருந்து நீர் வழிந்தது. மூவருடைய கண்களும் சேர்ந்து கலங்கின. அனைவரும் சொற்களை இழந்து மௌனமாயிருந்தார்கள். கொல்லைமீது பெரும் துக்கம் கவிந்தது.

மோட்டார் கொட்டகையிலிருந்து மோகன் கண்களைத் துடைத்துக்கொண்டு வெளியில் வந்தான். பெரிய முருகனின் கைகளைச் சேர்த்துப் பிடித்தான். அவற்றில் பணத்தை வைத்து

மூடினான். அவரால் அதைத் திருப்பித் தர இயலவில்லை. கீழே போடவும் முடியவில்லை. பேச முடியாமல் தவிப்புடன் கையில் பிடித்துக்கொண்டிருந்தார். ராஜி தொடர்ந்து அழுதுகொண்டிருந்தாள். முத்துவும் கார்த்தியும் எழுந்தார்கள். "இன்னும் இத மாதிரி பழைய கடன் நெறையயிருக்கும். உண்மையா பொய்யா தெரியாது. நாம யாருனா தேடி வர்றதுக்கு முன்னால போகலாம்" என்றார் முத்து. கறுப்பு வேட்டியை மடித்துக்கட்டினார். இருவரும் வெளியில் வந்தார்கள். மோட்டார் கொட்டகைக் கதவில் சாவி பளபளவென தொங்கியது. முத்து இரு கதவையும் சாத்திப் பூட்டினார். சட்டைப்பையில் சாவியை வைத்துக்கொண்டார். "நா கண்ணங்கிட்ட குடுக்கணும்" என்றார். பெரிய முருகனிடம் "கொல்லைய வாங்குனவங்க வருவாங்க. அதுவரையிலும் பத்திரமா பாத்துக்குங்க. இனிமே இது அவங்களுது" என்றார். கார்த்தியும் மோகனும் கை கூப்பி விடைபெற்றார்கள். திரும்பிப் பாராமல் வாகனங்களில் ஏறிப் புறப்பட்டார்கள். களத்தைக் கடந்து மேட்டைத் தாண்டி நான்கு வழி நெடுஞ்சாலையை அடைந்தார்கள். அதில் வாகனங்கள் எதிரும் புதிரும் ஓயாமல் ஓடிக்கொண்டிருந்தன. அவர்கள் தொலைவில் சென்று மறைந்தார்கள். பெரிய முருகனும் ராஜியும் மோட்டார் கொட்டகை வாசலில் நீண்ட நேரம் பார்த்தபடி நின்றிருந்தார்கள்.

தலையிழந்த ஊன்றுகோல்

இரவில் வீடு வேறாகத் தெரிந்தது. நாற்புறமும் சுவர்கள் கறுத்திருந்தன. ஒரு வாசலையும் காணவில்லை. பொன்னம்மா தூக்க மயக்கத்தி லிருந்து திடீரென விழித்தெழுந்தாள். யாரோ தொட்டு எழுப்பியது போல் தோன்றியது. சுற்றிலும் இருள் நிரம்பியிருந்தது. மறுபடியும் கண்களை அழுத்தி மூடினாள். அப்படியும் உறக்கம் வரவில்லை. மீண்டும் இருட்டைப் பார்த்தபடி நீண்ட நேரமாகக் காத்திருந்தாள். முதலில் புழக்கடைத் தோட்டத்தில் பறவைகளின் குரல்கள் மெல்ல எழுந்தன. பிறகு அங்குமிங்கும் பறக்கத் தொடங்கின. அடுத்ததாகப் பக்கத்து வீட்டு ஆடுகள் செருமின. அவை நிலைகொள்ளாமல் தவித்தன. கடைசியாக கல்லுபள்ளியா கதவைத் திறந்து காட்டை நோக்கி அவற்றை ஓட்டிச்சென்றாள். இனி மாலைதான் திரும்புவாள். நெடு நேர அமைதிக்குப் பின் தெருவில் எதையோ கூவி விற்கும் சப்தம். அதன் அர்த்தம் புரியவில்லை. வெளியில் பொழுது முழுதாக விடிந்துவிட்டது. அறைக்குள்ளும் வெளிச்சம் சற்று பரவியது. இறுகச் சாத்தியிருந்த கதவு திறக்கப்படவில்லை. வீட்டில் யாருமில்லை என்பதை உணர்ந்தாள். சின்னவள் விஜயாவும் தன் வீட்டுக்குத் திரும்பிப் போயிருக்கிறாள். பொன்னம்மாவுக்கு மிகவும் தாகமெடுத்தது. நாக்கு உலர்ந்து வாயில் ஒட்டியிருந்தது. தொலைவிலிருந்த பித்தளைச் சொம்பை எடுக்க முயன்றாள். அதை கை விரல்கள் தொட்டும் தூக்க முடியவில்லை. நேற்று தண்ணீர் குடிக்கையில் பக்கத்தில்தானிருந்தது.

தூக்கத்தில் தானாக நகர்ந்து சென்றிருக்கிறது. அதன் ஒரு துளி போதும் உடலை நனைக்க.

பொன்னம்மா ஊன்று கோலைத் தேடினாள். அது தன் மற்றொரு கையையும் காலையும் போன்றது. அது எதை வேண்டுமானாலும் செய்யும். தடுமாற்றமில்லாமல் நடக்க இயலும். பொருள்களைத் தொட்டு உணர முடியும். எடுத்து உபயோகப்படுத்தவும் பயன்படும். தனிமையில் துணையாகப் படுத்துக்கொள்கிறது. தன்னுடன் ரகசியமாகப் பேசுகிறது. வளைந்த கைப்பிடியால் சொம்பைப் பிடித்து இழுக்கலாம். பிறகு இரு கைகளாலும் பற்றி நீரைக் குடிக்கலாம். கோல் கிடைத்தால் தரையில் தட்டி யாரையாவது கூப்பிடலாம். ஒருநாளைக்கு ஊன்றுகோலால் சோற்றை அள்ளி சாப்பிடலாம் என்றும் தோன்றும். யானையின் லாகவமாக அசையும் துதிக்கை. கைத் தடிக்கு உயிருண்டு என நம்பினாள். வாசப்படியில் வைக்கப்படும் உணவை பாம்பைப் போல் பாய்ந்து விழுங்குகிறது. அவளை அவ்வப்போது ஊன்றுகோல்தான் பத்திரமாக வழி நடத்துகிறது. தாழ்வாரத்தையும் வாசலையும் சமையலறையையும் மெல்லக் கடந்து தோட்டத்துக்கு அழைத்துச் செல்கிறது. அங்கு கழிவறையின் கதவைத் திறக்கிறது. மலம் கழித்த பின்னால் கழுவி விடும் என்றும் எதிர்பார்ப்பாள். ஆனால் அதனால் முடியவில்லை. அவளாக நீரை மொண்டு அரைகுறையாகக் கழுவிக்கொள்வாள். ஊன்றுகோல் மீண்டும் படுக்கைக்குக் கூட்டிப்போகும். அது நன்கு தேய்ந்து மெருகேறியிருந்தது. கைப்பிடி மழுங்கி பாம்புத் தலை போலிருந்தது. அது முதிர்ந்த கருங்காலி மரத்தால் செய்தது. சுந்தரத்துக்குக் கடைசி காலத்தில் பரணிலிருந்து சின்ன மகன் தேடி தந்திருந்தான். அது அவருடைய அம்மா உபயோகப்படுத்தியது. கணவன் இறந்த பின்னால் மீண்டும் போட்டிருந்தார்கள். மறுபடியும் மோகன்தான் எடுத்துத் தந்திருந்தான்.

கைத்தடி அடிக்கடி காணாமல் போய்விடுகிறது. போர்வை மடிப்புகளில், பாய் அடியில், அறை மூலைகளில் ஒளிந்து கொள்கிறது. வீட்டிலுள்ளோர்தான் மறைத்து வைக்கிறார்கள் என்று எண்ணினாள். அதை ஒவ்வொரு முறையும் தேட வேண்டும். அவள் ஞாபகம் வந்தவளாகத் தலைமாட்டில் தடவினாள். வழுவழுப்பான சருமம் போல் கையில் பட்டது. அருகில் மெல்ல இழுத்துவந்தாள். அதன் மேல் விரல்களையோட்டினாள். நீண்ட நேரமாகியும் தலையையும் அடியையும் அறிய முடியவில்லை. கடைசியில் ஊன்றுகோலின் வளைந்த கைப்பிடி இல்லாததைக் கண்டுபிடித்தாள். அது தானாக உதிர்ந்ததா, அல்லது தான் வீட்டைவிட்டுச் செல்லக் கூடாதென சில நாட்களுக்கு முன்

வந்த மருமகள் சந்திரா உடைத்தாளா என்று தெரியவில்லை. இனிமேல் கைத்தடியால் எந்த உபயோகமுமில்லை. தன் நடக்கவியலாத கால்களைப்போல் தான் அது கிடக்கும்.

சில நாட்களுக்கு முன்பு ஊன்றுகோலுடன் தைரியமாக வீட்டைவிட்டு வெளியேறியது பொன்னம்மாவுக்கு நினைவு வந்தது. அப்போதும் வீட்டில் யாருமில்லை. தொண்டை வறள பல முறை கூப்பிட்டும் கோலால் தரையைத் தட்டியும் பயனில்லை. உடனிருந்த பெரிய மகள் சொல்லாமல் திடீரென தன் மகளிடம் திரும்பிச் சென்றிருந்தாள். பழகிய அறைகளும் தாழ்வாரமும் வாசலுமாக விரிந்த வீடு தனிமையில் பயமுறுத்தியது. வீடு பேயாக மாறி விழுங்கிவிடும்போலிருந்தது. தான் கேட்பாரற்றுச் செத்துக் கிடக்க வேண்டியதுதான். அவளுக்குச் சுயவிரக்கத்தில் கண்ணீர் கசிந்தது. தான் பிறந்த நகரத்து வீட்டின் மொட்டை மாடியில் ஆடிப் பாடியதையும், இரட்டை சடையுடன் பள்ளிக்கு ஓடிச் சென்றதையும், சிறுமியாயிருக்கையிலேயே மணமாகி இந்த வீட்டுக்கு வந்ததையும், பெரிய வாசலில் உலவியதையும், தூரப் பிரதேசத்தின் கோயில் நதியில் முக்குளித்ததையும் நினைத்துக்கொண்டாள். கணவனையும் நிலத்தையும் இழந்த பின்னால் வாழ்க்கையுடனான தொடர்புகள் அறுந்துபோனதை உணர்ந்தாள். மகன்களையும் மகள்களையும் எப்போதோ பார்த்து பேசியது. அவளுக்கு ஏங்கி அழுத பின்னால் கழுவிவிட்ட வீடு போல் மனம் தெளிந்தது.

ஊன்றுகோலுடன் மெல்ல எழுந்து சாத்திய அறைக் கதவைத் திறந்தாள். சமையலறைக்குச் சென்று தேடினாள். சாப்பிடவும் குடிக்கவும் எதுவும் கிடைக்கவில்லை. தட்டுகளும் தம்ளர்களும் பாத்திரங்களும் மாயமாக மறைந்திருந்தன. சில நசுங்கிய பாத்திரங்களும் பிளாஸ்டிக் குடங்களும் மூலையில் உருண்டிருந்தன. அடுப்பில் சாம்பல் படிந்திருந்தது. வழக்கமாக அம்மிக் கல்லில் பிரிமணை மேல் உட்கார்ந்திருக்கும் தண்ணீர் குடத்தையும் காணவில்லை. புழக்கடைக் கதவு உட்புறம் தாழிட்டிருந்தது. மற்றொரு அறையில் இரும்புப் பூட்டுத் தொங்கியது. வாசல் வெறுமையாக விரிந்திருந்தது. நீண்ட தாழ்வாரம் வெறிச்சோடியிருந்தது. அவளுக்கு என்ன செய்வதென புரியவில்லை. தான் தனித்திருக்கிறோம் என்ற எண்ணம் தகித்தது. உடல் முழுவதும் பசி பரவியது. தாகத்தில் வாய் வறண்டது.

கைத்தடியைப் பற்றியபடி நடந்து கனத்த தெருக்கதவை அடைந்தாள். அது வெறுமனே மூடி வைக்கப்பட்டிருந்தது. ஊன்றுகோலின் வளைந்த தலையால் இழுத்துத் திறந்தாள்.

மு. குலசேகரன்

வெளியில் வந்து மீண்டும் கதவை மூடினாள். படிகளில் கோலை ஊன்றி இறங்கினாள். தெருவைக் கண்டதும் ஆசுவாசமாயிருந்தது. வெளிக்காற்றை ஆழமாகச் சுவாசித்தாள். ஊர் காலி செய்யப் பட்டதைப்போல் அமைதியாயிருந்தது. தெருவில் ஒருவரும் தென்படவில்லை. மண்ணில் ஊன்றுகோலைப் பதித்தபடி நிதானமாக நடந்தாள். முதலில் அண்டை வீட்டை அணுகினாள். ஆசாரியின் மனைவி முன்பெல்லாம் தன்னுடன் நிறைய கதை பேசுபவள். பண்டிகை நாட்களில் தன்னிடம் பலகாரங்களுடன் உணவு வாங்கிப்போவாள், வீட்டிலுள்ளவர்கள் எல்லோரும் சாப்பிடுமளவுக்கு. "பாரதா, உள்ளயிருக்கியா? கொஞ்சம் சாப்பாடு இருந்தாதாடி" என்றாள். உள்ளிருந்து எந்த பதிலுமில்லை. அப்போதுதான் வெளிப்புறம் கதவு பூட்டியிருந்ததைக் கவனித்தாள். பாரதா குடும்பமாக வெளியூர் சென்றிருக்கலாம். அவளுக்கு ஏமாற்றமேற்பட்டது.

அடுத்தது மற்றொரு ஆசாரி வீடு. கவனிப்பாரற்று புழுதி படிந்திருந்தது. அவர்களும் பாரதா குடும்பத்தின் உறவினர்கள். அனைவரும் பக்கத்து மாநிலத்துக்குக் குடிபெயர்ந்திருந்தார்கள். அங்கு கைவேலைக்காரர்களுக்கு நிறைய வேலையும் கூலியும் கிடைக்கின்றன. அதற்குப் பக்கத்து வீட்டுக்குச் சென்றாள். அங்கு முன்னாள் பஞ்சாயத்து தலைவர் கோவிந்தசாமியும் பிள்ளையும் மட்டுமிருக்கிறார்கள். மனைவி கஜாம்மா இறந்து நீண்ட நாட்களாகின்றன. அவர்கள் சாலையோரக் கடையில் வாங்கியுண்டு அரைப்பட்டினி கிடப்பார்கள். பொன்னம்மா அதற்கடுத்த வீட்டில் நின்றாள். தலைசுற்றி மயக்கம் வந்தது. எச்சிலைக் கூட்டி விழுங்கி திடப்படுத்திக்கொண்டாள். கதவை ஊன்றுகோலால் மெல்ல தட்டினாள். ஓர் இளம்பெண் சந்தேகத்துடன் வெளியில் வந்தாள். அவளுக்கு அடையாளம் தெரியவில்லை. தன்னைப் பிச்சைக்காரியாகஎண்ணியிருக்கலாம். அவள் கதவை அறைந்து சாத்தினாள். காற்று முகத்தில் அடித்தது. பொன்னம்மா திகைத்து நின்றாள்.

கடைசியில் ரோஸ் மகளிடம் செல்ல முடிவெடுத்தாள். அவள் அடுத்த தெருவில் குடியிருக்கிறாள். அவளை உள்ளூரில் சொந்தத்தில் கல்யாணம் செய்து தந்திருந்தார்கள். அவர்கள் கொல்லைக்குக் குடிபெயர்ந்து செல்லும்வரை தங்கள் வீட்டுக்குப் பின்னால் நீண்ட காலம் வசித்தவர்கள். இடையில் சிறிய தடுப்புச் சுவரைத் தாண்டி சுலபமாகப் போய் வரலாம். அப்போது அவர்கள் வீட்டுக்கு மின்சாரம் கிடைத்திருக்கவில்லை. தங்கள் சமையலறை மின் இணைப்பிலிருந்துதான் ஒயர் நீண்டு சென்றது. மாதத்துக்குச் சொற்பக் கட்டணம் தருவார்கள். இரு வீட்டாரும் அவ்வப்போது உணவு பரிமாறிக்கொள்வார்கள்.

அதில் தந்ததுதான் அதிகம். ரோஸூக்குத் தான் வைக்கும் காபி மிகவும் பிடிக்கும்.

மகள்களைப் பெண் பார்க்க வருகையில் அவர்களுக்கு ரோஸ் தன் கழுத்து நகைகளை அணிவிப்பாள். தலை வாரி பூச்சூட்டுவாள். சேலை அணிவிப்பாள். தோழி போல் உடன் நடந்து வருவாள். அன்று முழுவதும் பொன்னம்மாவின் வீட்டில் சாப்பிட்டுத் தங்குவாள். சுமதிக்கும் விஜயாவுக்கும் அந்தரங்க ஆலோசகரைப் போன்றவள். அவளுடைய மகள் மகேஸ்வரி "அத்த" என்று பொன்னம்மாவின் கழுத்தைக் கட்டிக் கொள்வாள். மகன்களில் ஒருவனை அவளுக்குக் கல்யாணம் செய்து வைக்க பொன்னம்மா ஆசைப்பட்டாள். அவளிடமும் விளையாட்டாகச் சொல்லியிருக்கிறாள். அவளுக்கு இளவயதில் புரியாவிட்டாலும் வெட்கப்படுவாள். சில சமயங்களில் மானசீக மருமகளாக நடத்தியிருக்கிறாள். மகேஸிடம் சென்றால் தன்னை ஏற்காமலிருக்க மாட்டாள். அங்கு சில தினங்களை நிம்மதியாகக் கழிக்கலாம்.

மதிய உணவு வேளை தாண்டியது. பொன்னம்மா இரண்டு தெருக்களைத் தள்ளாட்டத்துடன் நடந்து கடந்தாள். வழியில் திண்ணைகளிலிருந்த சில பெண்கள் பேச்சை நிறுத்தி உற்று நோக்கினார்கள். அவள் திரும்பியும் பார்க்கவில்லை. மகேஸ் வீட்டை அடைகையில் ஆளில்லை. தெருக்கதவு விரியத் திறந்திருந்தது. பொன்னம்மா ஒவ்வொரு படிகளாக ஏறினாள். தாழ்வாரத்தில் கால் நீட்டி உட்கார்ந்தாள். கொஞ்ச நேரத்தில் தண்ணீர் குடத்துடன் வந்த மகேஸ் சிரித்தாள். "வா அத்த" என்றாள். பிளாஸ்டிக் குடத்தை இறக்கி மூடினாள். பொன்னம்மா "இன்னிக்கி என்ன கொழம்பு வச்ச?" என்றாள் வாயில் எச்சிலூற. மகேஸ் தட்டில் சோறும் பழைய சுண்டக் குழம்பையும் போட்டு வைத்தாள். பொன்னம்மாவுக்கு மிகவும் பிடித்த குழம்பு. அதைச் சாப்பிட்டு நீண்ட நாட்களாகின்றன. தின்றுவிட்டுத் தட்டில் கைக் கழுவினாள்.

மாலையில் மகேஸின் மகன்கள் பள்ளியிலிருந்து திரும்பினார்கள். பொன்னம்மாவின் கைத்தடியில் பாம்புத் தலையைத் தொட்டுக் கடிக்குமா என அதிசயித்தார்கள். அக்கம் பக்க உறவினர்கள் ஒன்று கூடினார்கள். மகேஸின் மாமியார் "அத்தினி புள்ளைங்க எங்க? ஒரு மருமவளும் பாக்கிறதில்லயா? கொல்லய வித்து ஒனக்கு என்ன பலனு?" என்று ஆதங்கமுடன் பக்கத்தில் உட்கார்ந்தாள். பொன்னம்மாவுக்கு அவளறியாது உண்மையும் கற்பனையும் கலந்து தோன்றின. மற்றவர்களிடம் பேசியே பல நாட்களாகின்றன. "சின்ன மருமக வந்தா வெறும் அரிசிக் கஞ்சியிலதா காபி தூளும் சக்கரையும்

போட்டுத் தருவா. நா கண்டுபுடிச்சி மகங் கிட்ட சொல்லுவே. பெரியவயிருந்தப்ப சாப்பாடு வைக்க மறந்து போயிடுவா. ஞாபகம் வந்தா போடுவா, நடுராத்திரியிலக்கூட. வேணா வெறுப்பா தட்டுல வச்சுத் தள்ளுவா. யாரும் ஆளுக வந்தா கதவ வெளியில சாத்திடுவா. அவங்ககிட்ட நா ஊருக்குப் போயிருக்கதா காது பட சொல்லுவா." கிழவி "இப்பிடி எங்கும் உண்டா?" என்று மோவாயில் கை வைத்தாள். ஊன்றுகோலை வைத்து விளையாடும் பிள்ளைகளைக் கண்டாள் பொன்னம்மா. பார்வை மங்கிய மாமியாருக்கு எலியைச் சுட்டுத் தந்த மருமகள் கதை ஞாபகம் வந்தது. எத்தனை முறை கூறினாலும் அலுக்காது. "தலையுங் காலும் வாலுமுண்டோடி கொழுக்கட்டைக்கு?" என்று கேள்வி கேட்பாள் மாமியார். அவளுக்குச் சொல்கையில் களிப்பேறியது. கண்ணீர் வர மற்றவர்களுடன் சேர்ந்து சிரித்தாள். "பெரிய மருமவ வந்தா தெனம் தவறாம மீன் கொழம்பா வப்பா. அவங்க கடலுல மீனு புடிக்கறவங்க. எனக்கு வாசன எட்டக் கூடாதுன்னு பொழக்கடைக்குப் போயி சாப்பிடுவாங்க. பூனையால பொறுக்க முடியாது. தவிச்சுப் போயி கத்தும். நா தெரிஞ்சு வாயிவுட்டுக் கேப்பேன். பாவங் கூடாதுன்னு ஒரு மீனுத் தலைய தருவா..." பொன்னம்மா தொடர்ந்து இரவெல்லாம் சொல்லிக்கொண்டிருந்தாள். அனைவரும் கேட்டபடி தூங்கினார்கள்.

மகேஸ்வரி வீட்டுக்கு விஜயா தேடி வந்தாள். சில நாட்கள் கழித்துதான் அம்மா வேறு வீட்டிலிருப்பதைக் கேள்விப் பட்டிருந்தாள். பலத்த காற்று வீசிய திறந்த தாழ்வாரத்தில் பொன்னம்மா ஓய்ந்து படுத்திருந்தாள். இப்போது அவளை யாரும் பொருட்படுத்துவதில்லை. அவளை வீடு திரும்பும் எண்ணம் ஆக்கிரமித்திருந்தது. ஆனால் அடியெடுத்து வைக்க முடியவில்லை. பிள்ளைகள் ஊன்றுகோலைப் பிடுங்கி எங்கோ போட்டிருந்தார்கள். மகளைக் கண்டதும் மீண்டும் உயிர் பெற்றது போலிருந்தது. அவள் துணையுடன் உடனே தன் வீட்டுக்குப் போக விரும்பினாள். "இவ தெனம் பழய குழம்பதா ஊத்தறா. தண்ணி காபியக்கூட வேளக்கித் தரதில்ல. எப்பவும் சோத்துல கல்லா கெடக்குது..." என்றாள். விஜயா பல்லைக் கடித்தாள். "வாய மூடும்மா. சோறு போட்டதக் கொற சொல்லக் கூடாது." மகேஸ் சிரித்தவாறு "அத்ததான சொல்றாங்க, பரவால்ல" என்றாள்.

இருவரும் வீட்டுக்குப் புறப்பட்டார்கள். மகேஸ் ஊன்றுகோலைத் தேடி எடுத்துத் தந்தாள். அதை ஊன்றியும் பொன்னம்மாவால் நடக்க முடியவில்லை. விஜயாவின்

தோளைப் பற்றியும் வர இயலவில்லை. திண்ணைகளையும் சுவர்களையும் மின் கம்பங்களையும் ஒருகையால் பிடித்தபடி மெல்ல நடந்தாள். ஒவ்வொரு முறையும் விஜயா நாலைந்து வீடுகளுக்கு முன்னால் சென்று காத்திருந்தாள். “ஒரேயடியா செத்துத் தொலைஞ்சா நிம்மதியா தலை முழுகிட்டுப் போவலாம்,” சலிப்புடன் முணுமுணுத்தாள். அது பொன்னம்மா வின் காதில் தெளிவாக விழுந்தது. மூலை வீட்டுத் திண்ணையில் வெறுப்புடன் உட்கார்ந்துவிட்டாள். விஜயா பல்லைக் கடித்துக்கொண்டு நின்றாள். பொன்னம்மா மீண்டும் எழுந்தாள். போவதை விடவும் திரும்புவதுதான் பெருந்துன்பமானது. இனிமேல் வீட்டைவிட்டு வெளியில் வர முடியாது. மகேஸைத் தேடிப் போயிருக்கக் கூடாது என்று நினைத்தாள். அப்படியே வீட்டில் கிடந்து அழுகி செத்திருக்கலாம்.

இருவரும் சேர்ந்து வீட்டுக்கு வர மதியமானது. தெருக்கதவு வெறுமனே சாத்தியிருந்தது. விஜயாவுக்குத் தங்கள் பெரிய வீடு பூட்டப்படாமல் திறந்து கிடந்ததால் அதிர்ச்சி ஏற்பட்டது. ஆனால் உள்ளே எந்தப் பொருட்களும் இல்லை. எதுவும் திருடு போகவும் முடியாது. பொன்னம்மாவை உட்கார வைத்துத் தலைக்குக் குளிப்பாட்டினாள். அறையில் பாய் போட்டுப் படுக்க வைத்தாள். வீட்டை முழுவதுமாகப் பெருக்கினாள். கடையில் பொருட்களை வாங்கி வந்து சொற்ப பாத்திரங்களைக்கொண்டு சமைத்துச் சாப்பாடு போட்டாள். உணவையும் தண்ணீரையும் அம்மாவுக்குக் கையெட்டும் தூரத்தில் வைத்தாள். ஒரு பக்க ஜன்னலை மட்டும் திறந்தாள். தெருக்கதவை வெளிப்புறமாகச் சாத்திக்கொண்டாள். பிறகு ஜன்னல் வழியாக எட்டிப் பார்த்தாள். “அம்மா, பத்திரமா இரு. போயிட்டு வரேன், நேரமாவுது” என்று சொல்லிவிட்டுப் புறப்பட்டாள். அவளுக்கு வீடு காத்திருந்தது. பிள்ளைகள் பள்ளியிலிருந்து திரும்புவதற்குள் போயாக வேண்டும்.

இன்றுடன் வீட்டில் அடைந்து எத்தனை நாட்களாகின என்று பொன்னம்மாவுக்குத் தெரியவில்லை. தான் இறந்து விட்டதாக எண்ணிக்கொண்டாள். தன் உயிர் விலகியிருந்து உடலைக் காண்கிறது. துக்கம் பொங்கியது. பக்கத்தில் தலையிழந்த ஊன்றுகோல் மௌனமாகக் கிடந்தது. பிணத்தைப்போல் கால்களை நீட்டிப் படுக்க நினைத்தாள். சுருண்ட உடலைக் கொஞ்சமும் நிமிர்த்த முடியவில்லை. தூக்க மயக்கம் கனத்த போர்வையாகக் கவிந்தது. அவளுக்கு நீண்ட நாட்களாகப் பின் தொடையில் நோவெடுத்துக் கொண்டிருந்தது. எப்போதோ அடுப்பிலிருந்து தெறித்த கங்கு தெரியாமல் பட்டிருக்கலாம்.

மகேஸ் வீட்டில் துடைப்ப முள் குத்தியிருக்கலாம். தொடர்ந்து படுத்துக் கிடப்பதின் புண்ணாகவுமிருக்கலாம். அந்த இடத்தைக் கண்டுபிடித்துக் கைத் தேய்த்தது. அப்படி செய்வதில் சுகமுண்டானது. வலி மெல்லக் கூடியது. நீண்டு வளைந்த நகங்களால் சொறிந்தாள். ஆரம்பத்தில் எரிச்சலூட்டினாலும் சுகமாயிருந்தது. தன் உடலை மீண்டும் முழுதாக உணர்வது போலிருந்தது. தொடர்ந்து புண்ணைக் கிளறிக் கொண்டிருந்தாள். விரல்களில் இரத்தம் ஈரமாகப்பட்டது.

ஒவ்வொன்றாக எறும்புகள் தயங்கியபடி காலில் ஏறுவதை உணர்ந்தாள். முதலில் முன்னோடியாக ஓர் எறும்பு. பின்னால் நீண்ட சாரையாக எறும்புகள் மேலே ஊர்ந்தன. வளைந்த முட்டியை வரிசையாகக் கடந்தன. தொடையில் எண்ணற்ற மெல்லிய கால்களால் நடந்தன. திறந்த ரணத்தை அடைந்து மொய்த்தன. சிறிய வாய்களால் சதையைப் பிய்த்து உண்ணத் தொடங்கின. முழுதாக ஆளை விழுங்கிவிடும் போலிருந்தன. எறும்புகள் ஒரே நேரத்தில் கடிக்கையில் கூரிய வலி எழுந்தது. முதலில் சகித்துக்கொண்டாள். அது பழக்கமானதுதான். அடுப்பில் தீ படுவது, எண்ணெய் தெறிப்பது, விரலில் வெட்டிக்கொள்வது, கால் இடிப்பது என நிறைய அனுபவித்திருக்கிறாள். அவை பட்டதும் தெரியாது. ஆனால் புண்ணைப் பொறுக்க முடியவில்லை. எலும்பு ஆழம்வரை ஊசியைச் சொருகி இழுப்பது போன்றது. அவள் தன்னையறியாது முனகினாள். பிரக்ஞையை வலி தாக்குகையில் அலறினாள்.

பொன்னம்மா மெதுவாகக் கத்துவாள். வலி அதிகரித்தால் ஓலமிடுவாள். பதிலுக்குத் தெரு நாய் வெள்ளை குரைக்கும். அதற்கு மற்றொரு நாய் பதிலளிக்கும். அவள் தொடர்ந்து அலறிக்கொண்டிருந்தாள். அனைத்து நாய்களும் சேர்ந்து கத்தின. ஊரே ஊளையிடுவது போல் தோன்றியது. அவள் சற்று நேரம் மௌனமாவாள். மீண்டும் கத்தத் தொடங்குவாள். கூடவே நாய்கள் தொடரும். இரவின் ஆழத்தில் அவல ஒலி அவளுக்கே தெளிவாகக் கேட்டது. இடைப்பட்ட நேரங்களில் செவி கூர்மையடைந்து அடுத்துக் கேட்கும் சப்தத்திற்குக் காத்திருக்கும். ஒலித்ததும் மனம் கூசும். எங்கிருந்தோ மூதாதையர் அழைப்பதைப் போலவும், தானே அறியாமல் கத்துவதாகவும் தோன்றும். ஊரிலுள்ளவர்கள் தொந்தரவுக்காளாவார்கள். அவர்களால் நிம்மதியாகத் தூங்க முடியாது. அவளுக்குப் பழி தீர்ப்பதைப்போன்ற உணர்வு ஏற்பட்டது. விடியலில் அயர்ந்து உறங்கினாள். ஆனாலும் தொடர்ந்து ஒலியெழுப்பியதைப் போலிருந்தது. பகல் சப்தங்களில் ஓலம் மற்ற ஓசைகளுடன் கலந்தன. வெளியில் பலர் கூடி பேசுவதும் கேட்டது.

தெருவில் மோகனின் இரு சக்கர வாகனம் நுழைவது துல்லியமாக ஒலித்தது. அதை பொன்னம்மா நன்றாக அறிவாள். ஓசை வீட்டெதிரில் நின்றது. வெளியே நிறைய பேர் பேசிக்கொண்டிருந்தார்கள். அவள் இறந்துவிட்டாளென்று நினைத்திருப்பார்கள். அல்லது உயிர் போகும் தருவாயி லிருக்கிறாள் என்று எண்ணுவார்கள். அதற்காக அனைவரும் தெருவில் காத்திருக்கிறார்கள். அவள் ஒருமுறை பலமாக அலறினாள். வலி முழுவதுமாக மரத்திருந்தது. அந்தப் புண்ணுள்ள இடம் யாருடையதோ போலிருந்தது. தனக்கு எதுவுமாகவில்லை என நினைத்தாள். அவள் மீண்டும் அமைதியானாள். யாரோ தெருக் கதவைப் பலமாகத் தட்டினார்கள். மோகன் திறந்த ஒரு ஜன்னல் கதவு வழியாக "அம்மா, அம்மா" என்று உரக்கக் கூப்பிட்டான். அவனுடன் வேறு சிலரும் சேர்ந்து கத்தினார்கள். அவளால் பதிலளிக்க முடியவில்லை. சிறு அசைவுமின்றி சுருண்டு படுத்திருந்தாள்.

வெளியில் அனைவரும் ஏதேதோ பேசிக்கொண்டார்கள். ஒருவர் "அப்பிடியே கூரை மேல ஏறி வாசல் வழியா குதிச்சு தெருக் கதவத் திறக்கலாம்" என்றார். மற்றொருவர் "அந்தம்மாகிட்ட விடாம சொல்லிப் பாப்போம். அவங்களா எழுந்து வந்து கண்டிப்பா கதவத் தெறப்பாங்க" என்றார். "ஒரு தொறட்டிக் கோல எடுத்தாங்க. ஜன்னல்ல வுட்டுக் குத்தினா சரியாப் போவுது. அப்ப தானா எழுவாங்க" என்று ஒருவர் தெரிவித்தார். "அதெல்லாம் வேலக்கி ஆவாது. ஓரேயடியா கதவ ஒடைச்சு உள்ளே நொழையலாம்" என்றார் இன்னொருவர். மோகன் குழப்பத்துடன் எதுவும் பேசாமல் நின்றிருந்தான். ஒருவர் பக்கத்து வீட்டுக்குச் சென்று ஆசாரியை அழைத்து வந்தார். ஆசாரி எட்ட நின்று பார்த்தார். "அடடா, அந்த அம்மாவுக்குன்னா எதும் செய்யலாம்பா" என்றார். வீட்டை நன்றாக நோட்டமிட்டார். "கதவ ஒடைக்க வேணாம். நல்ல பழைய கதவு. காமதேனு, பட்சிங்கலாம் இருக்குது. இப்பல்லாம் செய்யவே முடியாது. அதுக்குக் கூலி சாஸ்தி. இதவிட ஜன்னலப் பேக்கறது சுலபம்." அவர் எடுத்து வந்திருந்த தளவாடங்களை ஓசையெழ திண்ணையில் வைத்தார். பக்கத்து வீட்டு இளைஞர் "யோவ், மொதல்ல கதவு ஒடை. அத வழியாத்தா உள்ள போவ முடியும்" என்று குரல் கொடுத்தார். அனைவரும் வீட்டை உடைப்பதில் மிகவும் முனைப்பு காட்டினார்கள். ஆசாரி "ஆமாயில்ல?" என்று படிகளிலேறி கதவை நெருங்கினார். மீண்டும் உன்னிப்பாக ஆராய்ந்தாற்போலிருந்தது. திடீரென "வெளில தாப்பாப் போட்டிருக்கே, இதுக்கு என்ன அர்த்தம்? அப்ப உள்ள சாத்திக்கல" என்றார். "ஓ..."வென ஆர்ப்பரிப்புகள் எழுந்தன. விஜயா திட்டமிட்டுதான் செய்திருக்கிறாள். கதவைத்

திறந்து யார் வேண்டுமானாலும் புகலாம். அவளுக்குச் சோறு போட்டிருக்கலாம். ஏதாவது வைத்தியம் பார்த்திருக்கலாம். ஆசாரி சப்தமாக நாதாங்கியை விடுவித்தார். கதவு முனகியபடி திறந்துகொண்டது. அனைவரும் உள்ளே நுழைந்தார்கள். பொன்னம்மா அப்போதுதான் பிறந்த குழந்தை போல் பாயில் சுருண்டிருந்தாள். மெல்ல முனகிக்கொண்டிருந்தாள். சிலர் அவள் உயிரோடிருப்பதை எட்டிப் பார்த்துவிட்டு நகர்ந்தார்கள்.

மோகன் பக்கத்தில் உட்கார்ந்தான். அம்மாவின் காய்ந்த தலையை வருடியபடி “ஏம்மா, எப்படியிருக்க?” என்றான். பொன்னம்மா பேசாமலிருந்தாள். தன் வலியும் கோபமும் புரியட்டும். “எந் வீட்டுக்குப் போலாமா?” என்றான் காதில். அண்டை வீட்டிலிலுள்ள அம்சா மட்டும் பக்கத்தில் எஞ்சியிருந்தாள். கல்லுப்பள்ளியாவின் மூத்த மருமகள். அவளுக்கு நள்ளிரவில் ஒற்றைச் சுவருக்கு மறுபுறம் கத்தல்கள் தெளிவாகக் கேட்கும். பொன்னம்மாவின் சின்ன அசைவுகளையும் உணர்வாள். ஆனாலும் கனத்த சுவரைத் தாண்டி ஒன்றும் செய்ய முடியாது. மோகன் அம்மாவின் உள்ளங்கையைத் தொட்டான். “இங்கப் பாரும்மா.” அவளிடம் எந்த சலனமுமில்லை. வேதனையின் சிறு முனகலுமில்லை. வழக்கம் போல் கையை மடித்து ஒருக்களித்து ஓடுவதை போல் படுத்திருந்தாள். மூச்சு விடும் ஓசையும் எழவில்லை. தன் வருகைக்குக் காத்திருந்து இறந்துவிட்டிருக்கலாம் என்று சந்தேகிப்பான், அவன் குற்றவுணர்வு கொள்ளட்டும் என்று அவளுக்குத் தோன்றியது. காதருகில் மெல்ல “அம்மா?” என்றது அடிமனதில் எதிரொலித்தது.

பொன்னம்மாவின் தோளைப் பிடித்து அசைத்தாள் அம்சா. “எம்மா, உந் சின்ன புள்ள வந்திருக்குது பாரு.” பொன்னம்மா கண்களை முழுவதுமாகத் திறந்தாள். மோகன் குனிந்து முகத்தைக் காட்டினான். அவனை ஆள் அடையாளம் தெரியவில்லை. முகம் ஒட்டி கறுத்திருந்தது. மீசை அடர்ந்து முற்றாக மாறியிருந்தான். மீண்டும் சோர்வுடன் கண்களை மூடிக்கொண்டாள். “உங்க வூட்டுக்குக் கூட்டினு போயிடுண்ணா. இதுக்கு எதுனா வைத்தியம் பாரு. பாவம் இங்க தனியா கெடக்குது” என்றாள் அம்சா. “ஆமா, எனக்கு வேற வழியில்ல. ஒரு ஆட்டோ பிடிச்சு வா” என்றான் மோகன். சற்று நேரத்தில் அம்சா பக்கத்துத் தெரு ஆட்டோவை அழைத்துக்கொண்டு வந்தாள். பொன்னம்மாவின் தோள்களை ஓட்டுநரும் கால்களை மோகனும் பிடித்துத் தூக்கினார்கள். ஆட்டோவில் பயணிகள் கால் வைக்குமிடத்தில் படுக்க வைத்தார்கள். ஊன்றுகோலையும் துணி மூட்டைகளையும் அம்சா கொண்டுவந்து பக்கத்தில்

சொருகினாள். கண்கள் கலங்கியிருந்தன. பொன்னம்மாவை மீண்டும் பார்க்க முடியாது என்று அவளுக்கு நிச்சயமாகத் தெரிந்தது. ஆட்டோ மெல்லப் புறப்பட்டது. மோகன் பின் தொடர்ந்தான்.

ஆட்டோ நெடுஞ்சாலையில் மெதுவாக ஊர்ந்தது. பொன்னம்மா அசைந்தாடியபடி படுத்திருந்தாள். அவ்வப் போது ஓட்டுநர் திரும்பிப் பார்த்துக்கொண்டார். ஆட்டோ சாலையிலிருந்து தெருவில் திரும்பியது. வீட்டை அடைந்ததும் சந்திரா தெருக்கதவை முழுதாகத் திறந்தாள். மோகன் ஆட்டோவில் ஏறி அம்மாவை இறக்க முயன்றான். ஓட்டுநர் "நீ புடிக்காதண்ணா. நா பாத்துக்கறேன். இத மாதிரி எவ்வளோ பண்ணியிருப்பேன்" என்றார். அவளை இரு கைகளாலும் குழந்தையைப்போல் தூக்கிக்கொண்டார். மோகன் முன்னால் ஓடினான். பழைய பொருட்கள் போட்டு வைத்திருந்த மூலை அறையின் கதவைத் திறந்தான். கீழே பாயையும் போர்வை யையும் விரித்தான். சந்திரா பழைய தலையணை ஒன்றைப் போட்டாள். பொன்னம்மாவை ஓட்டுநர் படுக்க வைத்தார். மீண்டும் ஆட்டோவுக்குச் சென்று துணிமூட்டையையும் ஊன்றுகோலையும் எடுத்து வந்தார். மோகன் கொடுத்த கட்டணத்தை வாங்கிக்கொண்டு கிளம்பினார். அவன் அம்மாவின் காதருகில் குனிந்து "அம்மா, இங்க எந் வீட்டுக்கு வந்திருக்கோம் பாரு. பயப்படாம இரு" என்றான். சந்திரா வாசப்படியில் மூக்கைப் பொத்தியபடி நின்றிருந்தாள். பொன்னம்மா மெல்ல கண்களைத் திறந்து சுற்றும் முற்றும் பார்த்தாள். அவளுக்கு அடையாளம் தெரியவில்லை. இங்கும் சுற்றிலும் சுவர்கள். அதே அறையின் அரையிருட்டுச் சூழ்ந்திருந்தது. ஊரிலிலுள்ள பழைய வீட்டில் மீண்டும் படுத்திருப்பது போலிருந்தது. பக்கத்திலிருந்த உடைந்த கோலைக் கை கெட்டியாகப் பற்றிக்கொண்டது.

பேய்கள் வாழும் மாளிகை

நெடுஞ்சாலையின் நடுவில் அப்பா நடந்து கொண்டிருந்தார். அவரைச் சுற்றி வாகனங்கள் விரைந்து வந்துகொண்டிருந்தன. திடீரென ஒரு கார் இடித்தது. அவர் மேலே பறந்து விழுந்தார். மீண்டும் எழுந்து நடக்கத் தொடங்கினார். அப்போது ரமேஷ் விழித்துக்கொண்டான். அதற்குள் விடிந்துவிட்டது. இன்னும் நிறைய தூக்கம் மிச்சமிருந்தது. சற்று நேரம் அப்படியே படுத்திருந்தான். பெரிய முருகன் இறந்து நீண்ட நாட்களாகின்றன. அதை மனதால் முழுதாக ஏற்க முடியவில்லை போலும். ரமேஷுக்குக் காய்ச்சல் அடிப்பது போலிருந்தது. ஆனால் சேகர் பங்களாவின் காவல் வேலைக்கு ஒரு நாளும் விடுப்பு கிடையாது. மாற்று ஆள் இல்லை. அவன் எழுந்து வெளியில் வந்தான். அம்மா திண்ணையில் உட்கார்ந்து தெருவை வேடிக்கைப் பார்த்துக்கொண்டிருந்தாள். பாட்டி வழக்கமாக உட்காரும் இடம். அப்பா இறந்ததும் சித்தப்பா வீட்டுக்குப் பாட்டி இடம் மாறிவிட்டாள். அம்மாவும் பேச்சிக் கிழவியைப் போலிருந்தாள். இருவர் தலை அழுக்கும் சுவரில் திட்டாகப் படிந்திருந்தது. பலமுறை சுண்ணாம்பு அடித்தாலும் மறையாது. “டே, சாப்பாடு செஞ்சி வச்சிருக்கேன், தின்னுட்டுப் போ” என்றாள் அம்மா. நடுராத்திரியில் எழுந்து சமையல் செய்திருப்பாள். பிள்ளைகள் தடுப்பதால் தென்னை ஓலைகள் முடைவதை நிறுத்திவிட்டாள். தாங்கள் வெளியில் போனதும் கீற்றுகளைத் தேடிப் பொறுக்கி வந்து பின்னுகிறாள் என்று கேள்விப்பட்டிருந்தான். முடைந்தவற்றை வாங்க

ஆளில்லை. எங்கும் சிமெண்டு விரிப்புகளும் தகரக் கூரைகளும் சீமை ஓடுகளும் வேயப்பட்டிருக்கின்றன. குடிசைகளுக்கு மட்டும்தான் ஓலைகள் தேவை. அவற்றைத் தைத்து ராஜி எங்கோ ஒளித்து வைக்கிறாள். அவன் தேடினாலும் அகப்படுவதில்லை. தைத்த ஓலைகளை வந்த விலைக்குக் கொடுக்கிறாள் என்றும் சொன்னார்கள். சுந்தரத்தின் கொல்லை விற்கப்பட்ட பிறகு சுலபத்தில் தென்னங்கீற்றுகள் கிடைப்பதில்லை.

ரமேஷ் வேகமாகச் சாப்பிட்டுவிட்டுச் சீருடையை அணிந்தான். வீட்டுக்குத் திரும்பும் அவசரத்திலிருக்கும் இரவுக் காவலாளியைப் போய் விடுவிக்க வேண்டும். காக்கி முழுக் கால் சட்டையும் மேல் சட்டையும் கசங்கி வியர்வை நாற்றமடித்தது. மூன்றாவது நாளாக அணிகிறான். தாத்தா, அப்பா பல்லாண்டுகளாகச் செய்த அதே காவல் வேலை. சீருடை மட்டும் மாறியுள்ளது. முன்பு கொல்லைக்குப் பாதுகாவலிருந்தவர்கள் உடுத்தியவைக் கோவணம் அல்லது வேட்டித் துண்டுதான். சேகர் மிகவும் கண்டிப்பானவர். மற்ற பங்களாக்களில் போல் காவல்காரர்கள் வண்ண உடைகள் போடக் கூடாது. ஊருக்குப் பக்கத்தில் வேலை செய்வது ஒருவகையில் வசதி. நேரமானால் ஓடிப் போய்விடலாம். உணவுகளை வீட்டிலிருந்து யாராவது கொண்டுவந்து தருவார்கள். வேலைக்குப் போவதுபோல் தோன்றாது. முடிந்ததும் உடனே திரும்பலாம். அவன் காக்கி உடையில் வாயில் காவலிருக்கையில் ஊர்க்காரர்கள் மரியாதை காட்டுவார்கள். சிலருக்கு மட்டும் கேலி. அது அவன் தவழ்ந்து விளையாடிய மண். அம்மாவும் அப்பாவும் மண்ணில் விட்டுவிட்டுக் கவலையில்லாமல் கொல்லை வேலையில் மூழ்குவார்கள். அவன் நடக்கப் பழகும் முன்னால் சேற்றில் இறங்கியிருக்கிறான்.

ரமேஷ் நெடுஞ்சாலையோரம் விரைவாக நடந்தான். சுற்றிலும் தோட்டமுடன் காட்டிலிருப்பதைப்போல் மஞ்சு வில்லா தனித்திருந்தது. பழைய ஞாபகங்களின் நினைவாகச் சில தென்னைகள் எஞ்சியிருந்தன. இன்னும் விவசாயக் களை முழுதாக நீங்கவில்லை. மரங்களுக்குப் பின்னால் கட்டடத்தின் பெரும் பகுதி மறைந்திருந்தது. மேலும் நெருங்குகையில் பிரம்மாண்ட மதில்கள் மட்டும் தெரிந்தன. சுற்றிலும் சிறைச் சாலையைப் போன்ற உயர்ந்த சுவர்கள். மேலே நீட்டியிருக்கும் கூரிய முட் கம்பிகள். நுழைவு வாயிலையொட்டிச் சிறிய காவல் கொட்டடிக் காத்திருந்தது. அதைக் கடந்துதான் உள்ளே போக முடியும். பின்புறம் ஒரு ரகசிய வழியுள்ளதாகப் பேசிக்கொள்வார்கள். அது ஆற்றங்கரைக்குச் செல்கிறதாம். கொட்டடியிலேயே காவலர்கள் உண்டும் இயற்கைக்

கடன்களைக் கழிக்கவும் வேண்டும். வாயிலில் இரு கைகளாலும் தள்ளும் பெரும் இரட்டை இரும்புக் கதவுகள் மூடியிருந்தன. அவற்றில் ஒன்றைத் திறப்பதுதான் வழக்கம். காவலாளிகள் பொழுதுபோகாமல் அடிக்கடி கதவைத் துடைத்து மெருகேற்றி, கீல்களுக்கு எண்ணெய் இடுவார்கள்.

கதவுத் துவாரத்தின் வழியாக ஆட்களை அடையாளம் கண்டு அனுமதிக்க வேண்டும். அங்கங்கே படக் கருவிகள் கண்காணித்தன. அவை எங்கு ஒளிந்திருக்கின்றன என்று ரமேஷுக்கும் தெரியாது. உரிமையாளர் நாள் முழுவதும் அதைக் கவனிக்கிறாரென்று வேலையாட்கள் பேசிக்கொள்வார்கள். அங்கு அனைத்தையும் ஊடுருவிக் காணும் கருவியிருப்பதாகவும் வதந்தி உலவியது. ஒருநாள் "அதோ போற வேலக்காரிய நிறுத்து. அவ திருடியிருக்கா" என்று வயதான உதவியாளர் கூவினார். அவர் சேகரின் தூரத்துச் சொந்தம். வீட்டு நிர்வாகம் அவருடையதுதான். "எதுனா வச்சிருந்தா குடுத்துடு" என்றான் ரமேஷ். அவள் "நா அப்படிப்பட்டவயில்ல. எதயும் எடுக்கல" என்றாள். அதற்குள் உதவியாளர் வந்துவிட்டார். "உள்ள கரண்டியிருக்குது பாரு. நீயா எடு. இல்லைன்னா நானே கைய வுட்டு எடுப்பேன்" என்றார். அவள் அழுதபடி சுவர்ப்பக்கம் திரும்பி புடவைக்குள் கையை நுழைத்து வெளியில் உருவினாள். பளபளக்கும் சிறிய எவர்சில்வர் கரண்டி. சொற்ப விலை பெறும். உடனே அன்று வரைக்குமான சம்பளத்தைக் கொடுத்து அவள் வேலையிலிருந்து நீக்கப்பட்டாள்.

பாதையின் இருபுறமும் புல்வெளிப் படுகை விரிந்திருந்தது. அங்கங்கே நீரை விசிறும் குழாய்கள் தலை நீட்டியிருந்தன. மரங்களும் செடிகளும் இயற்கையானவையாகத் தோன்றின. உதிர்ந்த பூக்களையும் சருகுகளையும் எப்போதாவதுதான் அகற்றுவார்கள். அதுவரை காட்டைப்போல் இறைந்திருக்கும். குட்டையான கைப்பிடிச் சுவர் போல் புதர்கள் கத்தரிக்கப் பட்டிருந்தன. முன்பிருந்த கிணற்றைத் தூர்த்த அதே இடத்தில் எதேச்சையாகவே கசிவுநீர் குட்டை தோண்டப்பட்டிருந்தது. கொஞ்ச ஆழம்தான். மழை பெய்கையில் வெள்ளம் சுழித்துத் தேங்கும். சில நாட்களுக்குத் தண்ணீருடன் பழைய கேணி போல் தோன்றும். வெளியூரிலிருந்து அதிக விலைக்கு வாங்கிய செம்மண் தோட்டத்தில் பரப்பியிருந்தது. முன்பிருந்த மண் முழுமையாக அகற்றப்பட்டுவிட்டது. "இதுல இவ்வள நாள் எப்பிடி விவசாயம் செஞ்சாங்க தெரியல" என்று வியந்தார் வெளியூரிலிருந்து வந்த தோட்ட நிபுணர். "ஒரு சத்துமில்ல."

ரமேஷ் வேலைக்குச் சேர்கையில் அந்த இடம் வெறும் பொட்டல். மோட்டார் கொட்டகை சரியும் நிலையிலிருந்தது.

முதிர்ந்த தென்னை மர ஓலைகள் இடி விழுந்தவைப் போல் கருகித் தொங்கின. இளம் செடிகள் பச்சையும் பழுப்புமாகக் காய்ந்திருந்தன. தண்ணீர் மோட்டார் பழுதுபட்டிருந்தது. நிலம் முழுவதும் பலவகை களைகள் முளைத்திருந்தன. திடீரென புழுதியும் குப்பைகளும் பறக்க சூறைக்காற்று சுழன்று வீசும். மலையிலிருந்து இறங்கி ஓவென்று இரைந்தபடி நிலத்தைக் கடந்து ஆற்றுக்குச் செல்லும். அது பேய்க் காற்று, நடுவில் நின்றால் மேலுலகுக்குத் தூக்கிப் போகும் என்பார் அப்பா. அவன் தினமும் எதிரில் சிறிய புங்க மரத்தடியில் நிற்க வேண்டும். வெயிலின் கோணத்துக்கேற்ப மரத்தைச் சுற்றி வருவான். அக்காலத்தில் அம்மாவும் அதைத்தான் செய்தாள். அவனுக்குத் தரிசு நிலத்தைக் காப்பதில் வெறுப்பேற்பட்டது. அதை யாரும் ஆக்கிரமிக்கவும் திருடவும் மாட்டார்கள். வேறு வேலைக்குத் தேடிப் போகத் தோன்றும். ஆனால் இது பல தலைமுறைகளாகச் செய்தது. தோல் தொழிற்சாலைகளில் வேலைகள் நிச்சயமில்லை. கடும் வேலை செய்தாலும் சம்பளம் குறைவு. அவனுள் வெறுமை குடிகொண்டது. பேச்சு மெல்லக் குறைந்தது. தனக்கும் கொல்லைக்கும் எப்போதும் பிரிவில்லையெனப்பட்டது. அவன் தனியாக நிலத்தில் உட்கார்ந்திருந்தான்.

அன்று அதிகாலையில் ரமேஷ் மோட்டார் கொட்டகையி லிருந்து எழுந்தான். கொஞ்ச நேரம் வீட்டுக்குப்போய் வர நினைத்தான். அப்போது வேகமாக நாலைந்து பேர் நுழைந்தார்கள். பின்னாலேயே சேகரும் பொறியாளரும் வந்தார்கள். அவனை சேகர் நிமிர்ந்தும் பார்க்கவில்லை. அமைதியாகக் களத்தின் ஓரம் நின்றார். எப்போதும் போல் அவர் வாய் திறந்து மூச்சுவிட்டுக்கொண்டிருந்தது. பொறியாளர் அளவுப் பட்டையைப் பிடித்து ஆட்களுடன் நிலம் முழுக்க குறுக்கும் நெடுக்கும் அளந்தார். அவருக்கு இளம் வெயிலில் வேர்த்து ஒழுகியது. எடுத்து வந்த பெரிய வரைபடத்தை அவ்வப்போது பார்த்துக்கொண்டார். அதன்படி கணக்கிட்டு மண்ணில் குறிகளையிட்டார். ஏறக்குறைய கொல்லை நடுவில், முன்பு ராஜா குடியிருந்த இடத்தில் முளைகளை நட்டு நூல் கயிறுகளைக் கட்டினார்கள். நாலைந்து வயல்களுக்கு மேல் திட்டம் விரிந்தது. சாக்குப் பொடியால் அளவுக் கோடுகளை வரைந்தார்கள். சதுரங்களாகவும் செவ்வகங்களாகவும் வெள்ளைக் கோடுகள் நீண்டன. ஒன்றையொன்று சந்தித்தும் விலகியும் கொண்டன. அனைத்தும் துல்லிய அளவுகளோ டிருந்தன. நடுவில் பெரிய இடைவெளிகள். ரமேஷுக்கு ஒன்றும் புரியவில்லை. அவை பெரும் புதிரைப்போல் தெரிந்தன. கடைசியில் சேகரிடம் பொறியாளர் விளக்கினார். "இது தலைவாசல். அடுத்து முன்னால காத்திருக்க வரவேற்புக் கூடம்.

மு. குலசேகரன்

அப்புறமா உள்ள பெரிய கூடம். இதே மாதிரி எதிரிலேயும் கூடம். நடுவுல திறந்த வாசல். ஓரமா ஒரு செயற்கைக் குளம். அதில எப்பவும் தண்ணி ததும்பும். பழைய கொல்லயில் இருக்க கால்வாய் ஓடும். இங்க மாஸ்டர் படுக்கையறை. பக்கத்துல இன்னொரு தூங்குற அறை. சேர்த்து ரெண்டு பெரிய கழிவுக் குளியலறை. நடுவுல கூரையோட சாப்பாட்டுக் கூடம். இங்கயும் சிறிய மூங்கில் தோட்டம் வருது. பக்கத்துல ஒட்டி கருங்கல்லான சமையலறை. இது தனியா கோபுரத்தோட கோவில் வடிவத்துல பூஜையறை...” சேகர் சுவாரசியமில்லாமல் பின் கை கட்டிக் கேட்டுக்கொண்டிருந்தார். பொறியாளர் தான் கண்ட கனவை முழுதாக விவரிக்க முயன்றார். “இங்க மாடிக்குப் போற படிக்கட்டு. மேல இதே மாதிரி ரெண்டு தளம். கீழயிருக்க மாதிரி ஒரே வடிவம்.” சேகர் வாயைத் திறந்தார். “பலகணி எங்க?” என்றார் சுருக்கமாக. பொறியாளர் வரைபடத்தை ஒருமுறை பார்த்துக்கொண்டார். “இதோ இங்க வெளிக் கூடம், மேல திறந்த பலகணிங்க வருது” என்று அந்தரத்தில் அவற்றைக் கைகளால் உருவாக்கி ஊஞ்சலை ஆட்டிக் காண்பித்தார்.

சேகர் நீண்ட நேரம் மோவாயை வருடியபடி யோசித்தார். அகன்ற கூடத்தின் நடுவில்போய் நின்றார். அவருக்கு முழுத் திருப்தியில்லை. எதுவும் பேசாமல் இடையிலிருந்த கோட்டை செருப்புக் காலால் அழிக்கத் தொடங்கினார். அது மெல்ல தேய்ந்து மறைகையில் கூடம் மேலும் விரிந்தது. வேலையாட்கள் கைகளில் கடப்பாரை மண்வெட்டிகளுடன் வேடிக்கைப் பார்த்துக்கொண்டிருந்தார்கள். பொறியாளர் முன் வழுக்கையை அழுந்த துடைத்துக்கொண்டார். “ஆனா, அது சாப்புடுற கூடத்த பிரிக்கறதாச்சே? சரி, தேவைன்னா மாத்திக்கலாம்” என்றார். நடுக்கோடு முழுதாக அழிந்தது. சேகர் பலகணி பக்கம் கைக்காட்டினார். எதையோ தாழ்ந்த குரலில் சொன்னார். பொறியாளர் குனிந்து மண்ணில் நடுவிரலை ஊன்றி இரைந்தார். “ஏ, அந்தக் குச்சிங்கள பிடுங்கி இங்க நடுங்க. நீளமா கோடிழுங்க.” வேலையாட்கள் நன்கு பழகியவர்களாக வேகமாக வடிவத்தை மாற்றியமைத்தார்கள். இப்போது பலகணிகள் நெடுஞ்சாலையை நோக்கி முற்றாகத் திரும்பின. அங்கிருந்து நாளெல்லாம் போக்குவரத்தைப் பார்த்துக்கொண்டிருக்கலாம். மதிய உணவு வேளை கடந்து கொண்டிருந்தது. ரமேஷுக்கு மயக்கம் வரும்போலிருந்தது. காலையிலிருந்து தண்ணீரும் குடிக்கவில்லை.

மற்றொரு நாள் சேகர் குடும்பத்துடன் காரில் காலை வேளையில் வந்தார். மனைவி மஞ்சுளா இறங்கி சேலையை உயர்த்திப் பிடித்தபடி உடைந்த வரப்புகளில் தடுமாறியபடி

நடந்தாள். கூடவே இரு மகள்கள். மூத்தவள் கூண்டிலிருந்து விடுபட்டவளைப் போல் இரு கைகளையும் விரித்துக் கோணிய கால்களால் முன்னால் ஓட முயன்றாள். வாயில் எச்சில் வடிந்தது. சேகர் மெல்ல "உஸ்ஸ்" என்று அடக்கினார். அவள் பயத்துடன் இறக்கைகளை மடக்கிக்கொண்டாள். அவர்கள் தரையிலுள்ள வரைபடத்தை அடைந்தார்கள். மஞ்சுளா கைகளைக் கட்டியபடி சம்பந்தமில்லாதவளைப்போல் பார்த்தாள். மூலையில் மூத்த கொத்தனாருடன் பூஜை செய்ய சேகர் நின்றார். அவருடன் சின்ன மகள் ஒட்டியிருந்தாள். பெரிய மகள் மெல்ல புதிய வீட்டுக்குள் புகுந்தாள். அகன்ற கூடத்தில் அங்குமிங்கும் ஆவலுடன் நடந்தாள். கால்கள் மண்ணைச் சீய்த்தன. கோடுகளின் வெண் பொடிகள் காற்றில் பறந்தன. கீழே கட்டிய கயிறுகள் அறுந்தன. பலகணியில் போய் கைகளை விரித்து நின்றாள். அதன் வெற்றிடம் அவளை ஈர்த்திருக்க வேண்டும். தூரத்திலிருந்து கொத்தனார் நிமிர்ந்து "அங்கதா பெரிய ஊஞ்சலக் கட்டப்போறோம், பாப்பா" என்றார் சிரித்தபடி. அவள் மகிழ்ச்சி பொங்க முன்னும் பின்னும் அசைந்தாள். கைகளைத் தட்டி "ப்பா, ப்பா" என்று குழந்தை போல் சிரித்தாள். அங்கிருந்து அவளுக்கு நெடுஞ்சாலையும் உலகமும் முழுதாகத் தெரிந்தன.

மாளிகை வேகமாக எழுந்துகொண்டிருந்தது. கடைசியாகச் சுவர்களைப் பூசிக்கொண்டிருந்தார்கள். சாரத்தில் சித்தாட்கள் தட்டுகளையேந்தி நிதானமாக ஏறி இறங்கிக் கொண்டிருந்தார்கள். ஓர் இளம் சித்தாள் தினமும் வாயிலைக் கடக்கையில் ரமேஷைத் திரும்பிப் பார்ப்பாள். சிப்பி போன்ற பெரிய கண்கள். ஆண்களுக்குரிய அடர்ந்த புருவங்கள். இமை மீலிகளும் நீண்டவை. தோலைப்போல் ஆடை உடலோடு ஒட்டியிருக்கும். புன்னகைக்கும் உதடுகளில் எப்போதும் ஒரு சொல் ததும்பி நிற்கும். அவளின் குதூகலம் சாதாரண சித்தாள் வேலை செய்ய வருவதைபோலில்லை. மற்றவர்களுடன் பேசி சிரித்தபடி செல்வாள். தினமும் அவளைக் காண ரமேஷ் ஆவலுடன் எதிர்பார்த்திருப்பான். பொறியாளர் மேற்பார்வையிட வருகையில் அவர் கண்களும் தாமாக அவளை நாடும். ஒப்பந்ததாரர் அவளிடம் வலிந்து பேச்சுக் கொடுப்பார். "ஏ மழ வந்து கட்டினது எல்லாம் கரைஞ்சிடப் போவுது" என்பார். அவள் வெண்பற்களும் சிவந்த ஈறுகளும் தெரிய சிரிப்பாள். தலைமை கொத்தனாருக்கும் சதா அவள் கண்களில் பட்டுக்கொண்டிருக்க வேண்டும். அதற்கேற்ப பக்கத்தில் நின்று கலவை எடுத்துக் கொடுக்கும் வேலைகளைத் தருவார். அவளிருந்தால் சூழல் பிரகாசமாகிவிடும். அவளுக்கு தன் அழகின்

மேலுள்ள கர்வம் போலும். சதா சிரித்துக்கொண்டிருப்பாள். அன்றும் மேல் மாடிக்கு சாரத்தில் நடனம் போல் நடந்தாள். அவள் பல காலம் சித்தாளாயிருப்பவள். இரு கைகளையும் முன்னும் பின்னும் வீசிக்கொண்டிருந்தாள். சேலை இறுகச் சுற்றியிருந்தது. இருபுறமும் இடுப்பு ஒசிந்தது. நீண்ட கூந்தல் உயிர் பெற்றதைப் போல் அசைந்தது. தலைச் சும்மாடில் கலவை நிறைந்த தட்டு உட்கார்ந்திருந்தது. திடீரென அவள் நிலை குலைந்து விழுந்தாள். காற்றில் இறக்கைகள் போல் சேலை விரிய பறந்து வந்தாள். ரமேஷ் தற்செயலாகப் பார்த்துக் கொண்டிருந்தான். அவன் வாயிலிருந்த தண்ணீரை விழுங்காமல் நின்றான். ஒரு கணம்தான். அவள் கீழே விழுந்த சப்தம் தெளிவாகக் கேட்டது. கைகளை விரித்துக் குப்புறக் கிடந்தாள். பக்கத்தில் இரும்புத்தட்டுக் கவிழ்ந்திருந்தது. மண்ணில் இரத்தம் மெல்ல பரவி ஊறிக்கொண்டிருந்தது. அது வெறும் சிவப்புச் சாயம் போலிருந்தது. எங்கிருந்தோ ஒப்பந்ததாரர் ஓடி வந்தார். அவள் மூக்கையும் நாடியையும் தொட்டுப் பார்த்தார். அவர் கண்கள் கலங்கின. சித்தாள்கள் சூழ்ந்து நின்று அழுதார்கள். அவளை அரசு மருத்துவமனைக்குத் தூக்கிச் சென்றார்கள். மறுநாள் “அவ கிட்ட பழகினவன் கல்யாணம் பண்ணிக்க ஒத்துக்கலயாம். வயித்துல குழந்த வேற நின்னிருக்குது. அதனாலதா கீழ குதிச்சுத் தற்கொலை செஞ்சுகிட்டா” என்றார் ஒப்பந்ததாரர். அவள் கால் தவறிதான் விழுந்தாள், சிறிய நஷ்டஈடும் குடும்பத்துக்குத் தரவில்லை என்று வேலையாட்கள் பேசிக்கொண்டார்கள்.

சேகர் குடும்பம் குடியேறிய அன்று ரமேஷுக்கு இரவுக் காவல் முறை. அவர்கள் மாளிகை முழுமையடைந்து நீண்ட நாட்களுக்குப் பிறகு வந்திருந்தார்கள். வானம் மேக மூட்டமா யிருந்தது. நட்சத்திரங்களின் மினுக்கும் ஒளியுமில்லை. வெளியில் ஒன்றிரண்டு விளக்குகள் மட்டும் எரிந்தன. அவை பெரிய இடத்துக்குப் போதவில்லை. அவன் காவலுக்கு அவ்வப்போது கையில் ஒரு டார்ச் லைட். வீட்டைச் சுற்றி வந்துகொண்டிருந்தான். நள்ளிரவில் மேலும் இருண்டது. திடீரென தோட்டத்தில் ஒரு பெண் வேகமாக நடந்துகொண்டிருந்ததை கண்டான். முதலில் சேகரின் மனைவி அல்லது மூத்த மகளாயிருக்கலாமென நினைத்தான். அவர்களேன் இன்னேரத்தில்? அவள் கீழே விழுந்து இறந்த சித்தாள் என்று தெரிந்தது. பிரமை பிடித்தவள் போல் போய்க்கொண்டிருந்தாள். வெறித்த கண்களுடன், சிரிப்பில்லாத இறுகிய முகம். தலையில் உட்கார்ந்திருந்த இரும்புத்தட்டு சிறிதும் அசையவில்லை. கைகளை வீசிச் செல்லும் அதே நளின நடை. வெளிச்சமும் நிழலும் மேலே மாறிப் பட்டுக்கொண்டிருந்தன. அவன் அணைந்த டார்ச்

லைட்டை மீண்டும் உயிர்ப்பிக்க மறந்தான். அவள் பின்னால் ஓடினான். கொடியைப்போல் அசையும் உடல். தூக்கிச் செருகிய சேலையின் கீழே நுண் மயிர் பரவிய முழங்கால்கள் தோன்றி மறைந்தன. வீட்டை ஒரு சுற்று வந்திருப்பார்கள். அவளைச் சற்றே நெருங்கியிருந்தான். “ஏ கொஞ்சம் நில்லு. எங்கிட்ட பேச மாட்டியா?” என்றான் குழறியபடி. அவள் திரும்பி அகன்ற கண்களால் பார்த்தாள். வெண் பற்கள் ஒளிர சிரித்தாள். கன்னக் கதுப்புகள் மின்னின. ரமேஷ் ஆரத் தழுவிட இரு கைகளையும் நீட்டினான். அவள் நழுவி இருளில் ஓடி மறைந்தாள். அவன் மாளிகை முழுவதையும் பலமுறை சுற்றித் தேடிப் பார்த்தான். கடைசியில் காவல் கொட்டடிக்கு மீண்டான். மூச்சிரைக்க பெஞ்சில் உட்கார்ந்து தண்ணீர் குடித்தான். இன்னும் ஓரடியில் அவளைப் பிடித்திருக்கலாம். ஆசை தீர கட்டி அணைத்திருக்கலாம். அப்போது வெளியில் கிறீச் கிறீச்சென சப்தம் கேட்டது. அவன் பயத்துடன் வெளியில் எட்டிப் பார்த்தான். பங்களா பலகணியில் சேகரின் மூத்த மகள் தனியாக ஊஞ்சல் ஆடிக்கொண்டிருந்தாள். வீட்டைவிட்டுப் பறப்பதுபோல் முன்னும் பின்னும் அசைந்தாள். அவள் கீழே விழுந்து விடுவாளோ என அஞ்சி பார்த்தவாறிருந்தான்.

பழையபடி பொழுது விடிந்தது. ரமேஷ் காலையில் மற்றொரு காவல்காரர் மகேந்திரன் வருவதற்குக் காத்திருந்தான். இருவரும் வாரந்தோறும் வேலை நேரத்தை மாற்றிக்கொள்வார்கள். அவர் பல வருடங்களாக சேகரின் தொழிற்சாலையில் கல்லுடைக்கும் இயந்திரத்தை இயக்கியவர். இரவு பகலாக இயந்திரம் ஓடும். கடகட சப்தம் மலைகளில் மோதி எதிரொலிக்கும். அதன் பாறைகளைத் தனியாளாகத் துகள் துகளாக அரைப்பார். “அந்த மலை இடத்த வெறுமே அடைச்சிருக்குது. அத எங்க கம்பெனி ஏலம் எடுத்திருக்குது. நா எல்லாத்தையும் ஒடைக்கணும்” என்பார். அந்த வேகத்தைக் கண்டு சேகர் ஆச்சரியப்பட்டார். அவரை அப்படியே விட்டால் மனம் பேதலித்துவிடுவாரெனத் தெரிந்தது. அவருக்கு அமைதியாக வீட்டைக் காவல் காக்கும் பணி தரப்பட்டது. மகேந்திரன் வேகமாக வந்ததும் சீருடையை மாட்டினார். அவன் படபடப்பு தணியாமல் “அன்னிக்குக் கீழே விழுந்தவ சாகல. இன்னும் இங்கதா சுத்திட்டிருக்கா. அவள நல்லாப் பாத்தேன்” என்றான். அவர் நம்பிக்கையில்லாமல் சிரித்தார். “நீ அவள ரொம்ப விரும்புற. அதனாலதா செத்த பின்னால கண்ணுக்குத் தெரியறா ...” என்றார். “நா கெஞ்சிக் கூப்பிட்டேன். அவ பேசாம போயிட்டா, அப்ப ஊஞ்சல்ல மொதலாளி பெரிய பொண்ணு வேகமா ஆடிட்டிருந்தா” என்றான் ரமேஷ். மகேந்திரன் வாய் மேல் விரலை வைத்தார். “நீ அதெல்லாம்

பாத்து ஆராயக் கூடாது. உனக்குத் தேவையில்லாதது. கொடுத்த வேலய மட்டும் செய்யி.”

மற்றொரு நாள் இரவில் ரமேஷுக்கு உரக்க சிரிக்கும் சப்தம் கேட்டது. மாளிகை முழுதும் ஓசை மோதி எதிரொலித்தது. அனைவரையும் எள்ளும் நகைப்பு. வீட்டுக்குள்ளிருந்து யாரும் எழுந்து வரவில்லை. அவர்களுக்கு ஓசை கேட்கவில்லை போலும். அவன் காவல் கொட்டடியிலிருந்து டார்ச் லைட்டை எடுத்தான். காந்தத்தால் ஈர்க்கப்பட்டது போல் நடந்தான். இறந்த சித்தாள் மீண்டும் வந்திருக்கலாம். அவளைத் தினமும் பலமுறை தேடியும் காண முடியவில்லை. அந்த ஒலியெழுந்த இடம் வாழ்க்கை ரகசியங்களை காட்டும் சுழிதான். அங்கு ஒன்றுமில்லாதது போலிருக்கும். ஆனால் தனக்குப் பிடித்த உருவெளித் தோற்றங்களால் நிறைந்திருக்கும். அவன் தூக்கத்தில் நடப்பது போல் தேடிச் சென்றான். முதலில் இருட்டில் ஒன்றும் தெரியவில்லை. பிறகு, இறந்த தன் தகப்பன் புங்க மரத்தடியில் குத்துக்காலிட்டு உட்கார்ந்திருப்பதைக் கண்டான். இருளில் மேலும் கறுத்து தெரிந்தார். பயத்தை மீறிக் கூப்பிட்டான். “எப்பா, இங்க என்ன பண்ற? வா வீட்டுக்குப் போலாம்.” அவர் காது கேளாதவரைப் போலிருந்தார். முன்பு இளம் வயதில் அப்பா வயலுக்கு நீரைத் திருப்பிவிட்டு வரப்பில் நீண்ட நேரம் காத்திருப்பார். அல்லது சாலையோர பெஞ்சில் உட்கார்ந்து பார்த்தபடியிருப்பார். இப்போதும் அவர் மண்ணை வெறித்துக்கொண்டிருந்தார். சுற்றிலும் வேறு சிலர் எதையோ தேடுவதை போல் நடந்துகொண்டிருந்தார்கள். கொல்லை சொந்தக்காரர் சுந்தரத்தின் உடலும் அங்குதான் யாருக்கும் தெரியாமல் அவசரமாகப் புதைக்கப்பட்டது என்றார்கள். அவருடைய பாட்டன், முப்பாட்டன்களும் இம்மண்ணில்தான் அடக்கமானார்களாம். அவர்களின் உருவங்கள் காற்றில் அலையும் புகைச் சுருள்கள் போலிருந்தன. அவனுக்கு விழித்தபடி கனவு காண்பதாகத் தோன்றியது.

மகேந்திரன் கைலியையும் சட்டையையும் கழற்றி விட்டுச் சீருடையை அணிந்தார். அந்த வேலையை மிகவும் பிரியத்துடன் செய்வார். “ஒருவேள நீ உன்ன அறியாமத் தூங்கி கனவு கண்டிருக்கலா. நா எத்தனியோ நாளு இங்கத் தனியா கெடந்திருக்கேன். எதயும் பாத்ததில்ல” என்றார். “உண்மை யானக் காவலாளி காவல்ல மட்டும் கருத்தாயிருக்கணும். தன்பாட்டில எண்ணங்கள அலயவுடக் கூடாது. புத்தி கெட்டுப் போவும்.” மகேந்திரனுக்குக் காவல் வேலையில் சேருமுன் தனியார் காவல் நிறுவனத்தில் பயிற்சி அளிக்கப்பட்டிருந்தது. அவர் பாறைகளின் மேலிருந்த அதே சிரத்தையை அன்னியர்கள்

மேல் காட்டினார். அவர்களை உடைத்துத் தூள் தூளாக்க வேண்டும். "நீ வேணா பகல்ல மட்டும் வா. நா ராத்திரில பாத்துக்கறேன். எனக்குத் தூக்கமே பிடிக்கிறதில்ல" என்றார். அந்த உடன்பாட்டை முதலாளி இதுவரை கண்டுபிடிக்கவில்லை. தெரிந்தால் அவனை வேலையிலிருந்து நீக்கிவிடலாம்.

ரமேஷ் தொடர்ந்து வாயிற் கதவருகில் அசையாமல் நின்றிருந்தான். அவனுக்கும் முதலில் தனியார் நிறுவனத்தில் ஒரு நாள் பயிற்சி தரப்பட்டிருந்தது. ஓர் இடத்தைக் கவனமாகப் பாதுகாப்பதுதான் காவல்காரரின் வேலை. திருட்டைக் கண்டுபிடிப்பதல்ல, தடுப்பதுதான் கடமை. காவலிருக்கும் வீட்டுக்குள் அனுமதியில்லாமல் புகக் கூடாது. அதில் வசிப்பவர்கள் நம் இருப்பை உணரக் கூடாது. உள்ளே குண்டு வெடித்தாலும் நாம் ஆச்சரியப்படக் கூடாது. எது நடந்தாலும் பிறருக்குத் தெரிவிப்பது குற்றம். ஒரு சிலையைப்போல் கதவருகில் நிற்க வேண்டும். கையில் கெட்டியாகத் தடியைப் பிடித்திருப்பது நல்லது. அது பயத்தைப் போக்கும் சாதனம். தேவைப்பட்டால் தாராளமாக மற்றவர்கள் மேல் பிரயோகிக்கலாம். யாருடனும் பேசுவது விலக்கப்பட்டுள்ளது. உறங்குவது முற்றிலும் தடை செய்யப்பட்டுள்ளது. பேய், பிசாசுகள் உலவினாலும் அவற்றின் சுதந்திரத்தில் தலையிடக் கூடாது. எதைக் கண்டும் பயப்படுவதைத் தவிர்க்கவும். அவன் தனக்குள் விதிமுறைகளை மீண்டும் சொல்லிப் பார்த்துக்கொண்டான். காவல் கொட்டடியிலிருந்து சீருடையைக் களைந்து மகேந்திரன் வெளியில் வந்தார். வெள்ளைச் சட்டை கைலியில் மிக சாதாரணமாயிருந்தார். இப்போது அவரைக் கண்டு சிறுவர்கள் கூட பயப்பட மாட்டார்கள். முகம் வேர்த்து மீசை தளர்ந்திருந்தது. "வரேம்பா" என்று சைக்கிளிலேறி மெல்ல மிதித்துச்சென்றார்.

ரமேஷின் கால் சட்டைப்பைக்குள் கைப்பேசி அதிர்ந்தது. அண்ணன் சுப்பிரமணியின் புதிய குறுஞ்செய்தி கண்ணில் பட்டது. தோல் தொழிற்சாலைகளை மூடிக்கொண்டிருப்பதால் சுப்பிரமணிக்கு வேலை போகுமென்ற பயம் ஏற்பட்டிருந்தது. ரமேஷின் முதலாளி சேகரிடம் அவருடைய தொழிற்சாலை களில் ஒன்றில் வேலை கேட்கச் சொல்லியிருந்தான். "எனக்கு மறக்காம வேலை கேளு" என நிறைய முறை நினைவூட்டிக்கொண் டிருந்தான். நேரில் சொல்லியும் பல நாட்களாகியிருந்தன. சேகர் கண்ணில்படுவதும் பேசுவதும் அபூர்வம். வீட்டுக்குள் போய்விட்டால் ஆளைக் காண முடியாது. அவர் நுழைவாயிலில் காரில் புகும்போது கேட்க வேண்டும். மற்ற நேரங்களில் பேசினால் வேலையிலிருந்து நீக்கிவிடுவார். அவன் மனதை

ஒருமுகப்படுத்திக்கொண்டான். இரும்புக் கதவைத் திறந்து வணங்குகையில் கேட்டுவிட வேண்டும். ஒரு கணத்தில் போய்விடுவார். கடக்கும் சமயத்தில் சிறு தாமதம் பல நாட்களாக வாய்க்கவில்லை. பயத்தில் வாய் உலர்ந்துவிடும். ஒட்டிய உதடுகள் பிரியாது. உள்ளிருந்து சொற்கள் மேலெழாது. அவர் வேகமாகச் சென்றுவிடுவார். தான் கல்லூரியில் படித்துவிட்டு நீண்ட காலம் வேலையில்லாமல் சுற்றியது ரமேஷுக்கு ஞாபகம் வந்தது. அது கொல்லையை விற்ற புதிது. வாய்க்காலுக்கு அப்பா நீர் பாய்ச்சிக்கொண்டிருக்கையில் இறந்துவிட்டிருந்தார். நீளமான வரப்பில் கால்களை நீட்டிப் படுத்திருந்தார். முதலில் ஓய்வாகத் தூங்குகிறார் என நினைத்தார்கள். நீண்ட நேரம் கழித்துதான் உயிரிழந்தது தெரிந்தது. அவருக்கு வயதாகிவிட்டது என்றார்கள். மாரடைப்பு ஏற்பட்டிருக்கலாம் என்றும் சொன்னார்கள். கொல்லையில் வாழும் பேய்கள் அடித்துவிட்டதாகவும் ஊரில் பேசிக்கொண்டார்கள்.

ரமேஷுக்கு அப்பாவின் வேலை சேகரின் கருணையால் கிடைத்தது. தாத்தாவும் தந்தையும் செய்த அதே காவல் பணி. காக்கிச் சீருடை அணிவது மட்டும்தான் வேறுபாடு. அவனுடைய அப்பா நிலத்தில் இறந்ததற்கு இரங்கி புதிய உரிமையாளர் வேலை தந்தார். நுழைவாயிலில் வெறுமனே சிலை போல் நிற்க வேண்டும், வேறு வேலைகள் கிடையாது. மரம், செடிகொடிகளுக்கு நீர் பாய்ச்ச ஆளிருந்தார். அவர் பல கொல்லைகளுக்குப் போகும் விவசாயக் கூலி சின்ன முருகன் சித்தப்பா. வயதாகித் தளர்ந்தாலும் காலையில் முன்புபோல் தலையிறங்க கைலியைப் போர்த்தி வருவார். வாயிலருகில் இறக்கிக் கட்டிக்கொள்வார். எதுவும் பேச மாட்டார். முன்பு நெற்பயிர்களிடம் செலுத்திய அக்கறையை குரோட்டன்ஸ்களிடமும் பிற அலங்காரத் தாவரங்களிடமும் காட்டினார். அவரைப்போல் பற்றற்றிருக்க வேண்டுமென ரமேஷ் நினைத்தான். அப்போது இங்கு பேய்கள் உலவுவது தெரியாது, அவற்றைக் கண்டும் காணாமலிருக்கலாம். இது எந்த பந்தமுமில்லாத வெறும் மண். தான் ஓர் ஏவலாள் மட்டும். உரிமையாளர் சேகர் நுழைகையில் மனதைத் திடப்படுத்திக்கொண்டு அண்ணனுக்குக் கண்டிப்பாக வேலை கேட்டுவிட வேண்டுமென எண்ணினான். அவர் எந்த நேரத்திலும் வரலாம். அவன் இரும்பு வாயிலருகில் கவனமாகக் காத்துக்கொண்டிருந்தான்.

சாலையோர உணவு விடுதி

முன்னால் அழைத்துச் செல்வதைப்போல் நெடுஞ்சாலை ஓடிக்கொண்டிருந்தது. அதன் வெள்ளைக்கோடுகளுக்கு முடிவேயில்லை. தாரின் படுகையில் இரு சக்கரங்களும் அமிழ்வது போலிருந்தன. காதில் காற்று மெல்லிய ஓசை யுடன் கிழிந்தது. மோகன் இரு சக்கர வாகனத்தை மெதுவாக ஓட்டிக்கொண்டிருந்தான். பின்னிருக்கையில் சந்திரா எதையோ சொல்லிக் கொண்டிருந்தாள். நண்பர்களின் வாகனங்கள் முன்னால் விரைந்துகொண்டிருந்தன. அனைவரை யும் விருந்துக்கு அழைத்தவர் தூரத்தில் சிறிதாகத் தெரிந்தார். பின்னால் மனைவி சிலை போல் உட்கார்ந்திருக்க மற்றொரு நண்பர் கடந்தார். இன்னொருவரும் மனைவியுடன் சென்றார். நால்வரும் சிரித்துப் பேசியபடி போய்க்கொண் டிருந்தார்கள். பக்கத்தில் வாகனங்கள் தொடர்ந்து ஓடிக்கொண்டிருந்தன. எதிர்ப்புற வழிகளில் கணத்தில் தோன்றி மறைந்தன. அருகாமையில் உரசுவதைப்போல் ஒரு கன ரக வாகனத்தின் பெரும் சக்கரங்கள் ஒன்றன் பின் ஒன்றாக நிதானமாக சுழன்றன. பின்புறம் செவ்வகமாக வெட்டிய சிறு மலைபோன்ற பெரும் பாறை. அதில் சிவந்த சங்கேத எழுத்துகள். அவன் தன் வாகனத்தின் வேகத்தை மேலும் குறைத்தான். முடிந்தளவு தாமதாக இடத்தை அடைய வேண்டும். தலையைத் திருப்பி சாலையோர குட்டை மரங்களை, பேருந்து நிறுத்தங்களை, சிறிதும் பெரிதுமான கடைகளை, வீடுகளை, விலங்குகளை வேடிக்கைப்

பார்த்தான். மெதுவான திரைப்படம் போலிருந்தது. மனைவி அலுத்துக்கொண்டது தெளிவாகக் கேட்டது. "எப்பதான் போய் சேருவீங்க?"

சாலையோரம் உணவு விடுதிக் கட்டடம் விவசாய நிலங்களை மறைத்திருந்தது. பக்கத்து மாளிகைக்கும் தோட்டத்துக்கும் தொடர்பில்லாததுப்போல் நடுவில் உயர்ந்த சுவர்களுடனிருந்தது. பிரபலமான சங்கிலித்தொடர் சைவ உணவு நிறுவனத்தினுடையது. தொழிலதிபர் சேகர் காலி இடத்தை வியாபார யுக்தியுடன் நீண்ட கால குத்தகைக்குவிட்டிருந்தார். அவர் நிலத்தை வாங்குவதற்கு வெகு காலத்துக்கு முன்னால் அங்கு சாதாரண உணவு விடுதியிருந்ததாம். அது மறைமுகமாக தொடர்கிறது. நெடுந்தூர பயணிகள் புறவழிச் சாலைகளில் வருபவர்கள். பேருந்து நிலைய உணவகங்களுக்குப் போக முடியாது. அவர்களுக்காக இந்த பெரிய உணவு விடுதி நகருக்கு வெளியில் காத்திருந்தது. எதிரில் கார்களை வரிசையாக நிறுத்த பெரிய இடம். செடிகொடிகளும் புல்வெளியும் அளவோடிருந்தன. அருகில் சுத்தமான கழிப்பறைகள். உணவுக் கூடம் முழுதாகக் குளிரூட்டப்பட்டது. பத்துப் பதினைந்து வாகனங்களில் வந்தாலும் உட்காரலாம். மெத்தென்ற இருக்கைகள். நீட்டிப் படுத்துக்கொள்ளலாம் போன்ற பெரிய மேசைகள். பாட்டில்களில் சுத்தமான தண்ணீர். சமையல் கலைஞர்கள் கண்டுபிடித்த பல புது வகை உணவுகள். அவை பணிவுடன் பரிமாறப்படும். தங்களை முக்கியமானவர்கள் என வாடிக்கையாளர்களை நினைக்க வைக்கும். கடைசியில் உயர்ந்த விலையையும் அன்பளிப்பையும் நாசூக்காக வைத்து விட்டு வரலாம்.

நடைபாதையில் காக்கா முருகன் கொடியை ஆட்டி வாகனங்களை அழைத்துக்கொண்டிருந்தார். சர்க்கஸ் கோமாளியைப் போல் தளர்ந்த சீருடை, தொப்பியோடிருந்தார். இம்மண்ணில் நெல்லடித்து, கரும்பு வெட்டி, தேங்காய் பறித்து, கன்றுகள் நட்ட நீண்ட அனுபவமுள்ளவர். அவருக்கே வயது தெரியாது. விவசாயக் கொல்லையாயிருந்து உணவு விடுதியாகியும் வேலை கிடைத்ததில் ஆச்சரியப்பட்டிருந்தார். அங்கு குடும்பமில்லாமல் உண்டு உறங்கிக் கிடப்பது முக்கிய தகுதியானது. அவருக்கு வெயிலில் வேர்த்து ஒழுகியது. வெக்கையை மறக்க பீ பீயென விசில் ஊதினார். பச்சைக் கொடியைக் கை எடுத்தது. கட்டைவிரலில்லாமல் கழியை உறுதியாகப் பற்ற முடியவில்லை. பெரிய துணி காற்றில் அலை கழிந்தது. கூடவே பறப்பவர்போல் தடுமாறினார். கால்களைப் பரப்பி சமாளித்தார். தொடர்ந்து கொடியை அசைத்து ஆட்களை

உணவு விடுதிக்குக் கவர முயன்றார். அவர் மேல் மோதுவது போல் வாகனங்கள் ஓடி வந்தன. விளையாட்டாக உரசுவது போல் திரும்பிப் பறந்தன. சாப்பாட்டு வேளையாகியும் ஒன்றும் நிற்கவில்லை. மேலாளருக்குத் தெரிந்தால் திட்டுவார். அவர் மனம் தளரவில்லை. கொடியைத் தொடர்ந்து மேலும் கீழும் ஆட்டினார்.

உள்ளே சுப்பிரமணி சமையலறையை ஒட்டிய மூலையில் மறைவாகக் காத்திருந்தான். உணவுப் பொருட்கள் ஒன்றாகக் கலந்து வெந்து கொண்டிருப்பது போலவும், வறுக்கப் படுவது போலவும் வாசம் வந்தது. அங்கிருந்து பார்த்தால் முழு உணவுக் கூடமும் தெரியும். பழங்கால மகாராஜாக்களுடையதைப் போல் கழுத்துப் பட்டை மூடிய கரும் சிவப்பு சீருடை புழுங்கியது. பளபளக்கும் பெரிய பொத்தான்கள். உணவு விடுதியில் சேர்ந்து நாலைந்து மாதங்களாகின்றன. உரிமையாளர் சேகர் சிபாரிசில் பெற்ற வேலை. முதலில் பாத்திரங்களை நன்கு தேய்த்துக் கழுவிக்கொண்டிருந்தான். இப்போது பதவி உயர்வு கிடைத்திருந்தது. உணவுக் கூடம் பழகியதும் பரிசாரகனாகலாம் என்று மேலாளர் சொல்லியிருந்தார். அவன் எதிரில் சிறிய தள்ளு வண்டி. மேல் தட்டில் பிளாஸ்டிக் துடைப்பான்கள், செவ்வகமான நுரை ரப்பர் துண்டுகள், பூத்துவாலைகள். எச்சில் தம்ளர்கள், தட்டுகளுக்குக் கீழ் அடுக்கு. விருந்தாளிகள் நிதானமாகச் சாப்பிடுவார்கள். அவர்களுக்குப் பசியிருக்காது. பிடித்தவற்றை ஒவ்வொன்றாக வரவழைத்து ருசிப்பார்கள். முடியும்வரை எச்சில் துடைப்பவர்கள் முகம் காட்டக் கூடாது. சகா தன் வரிசை சாப்பிட்ட ஜன்னலோர மேசையைச் சுத்தம் செய்துகொண்டிருந்தார். கடைசி வரிசையில் ஒரு குடும்பம் எழுந்ததும் சுப்பிரமணி தள்ளுவண்டியுடன் சென்றான். அந்தப் பெரிய மேசை முழுதும் எச்சில் தட்டுகளும் தம்ளர்களும் பரவியிருந்தன. மீந்த உணவுகள் சாப்பிட்டவற்றின் சாட்சிகள். அங்கங்கே துணுக்குகள் விழுந்திருந்தன. பல வண்ணங்களில் படிந்த கறைகள். சுப்பிரமணி பார்த்ததும் தெரிந்துகொண்டான். சிவந்த தக்காளி சூப், கோழித்துண்டுகள் போல் பொறித்த காலிபிளவர், ரத்த நிறத்தில் வதக்கிய காளான், பச்சைப் பட்டாணிகள் அலங்கரித்த வெண் நூடுல்ஸ், தட்டுகளில் மினுமினுக்கும் வெண்ணெய் நான், பூரி கிழங்கின் நீள பச்சை மிளகாய், பொன்னிற மைதா ரொட்டித் துகள்கள், பல வண்ண சட்னி, தோசை ஒட்டிய இலை, காய்கறிகளுடன் வறுத்த சாதம், அடியில் காபி, தேநீரில் ஆடை மிதக்கும் கோப்பைகள், ஐஸ்கிரீம் படர்ந்த குளிர்ந்த காகிதக் கோப்பை, துடைத்துக் கசங்கிய காகிதச் சுருள்கள். அனைத்தும் நன்றாக அடையாளம்

தெரிந்தன. வேலைகளில் பெரிய வித்தியாசமில்லையாயினும் அவன் பரிசாரகனாகலாம் என்று நினைத்தான்.

முதலில் வாழை இலைகளையும், பிறகு பெரிய, சிறிய தட்டுகளையும் கிண்ணங்களையும் தம்ளர்களையும் அகற்றினான். அடுத்துச் சிந்தாமல் காகிதக் கோப்பைகளை எடுத்தான். ஒவ்வொன்றையும் தள்ளுவண்டியில் அவற்றின் இடங்களில் வைத்தான். மீதி உணவுகளைக் கொட்ட தனிப் பாத்திரம். மேசையில் நீரைப் பீய்ச்சி ரப்பர் துண்டால் வழித்தான். பின் சோப்பு நீர் தெளித்து வேறு நுரை ரப்பரால் அழுத்தித் துடைத்தான். மற்றொரு ரசாயனக் கலவை நனைத்த நுரை ரப்பரில் தேய்த்தான். மறுபடியும் துவாலையால் சுத்தமாக்கினான். இப்போது மேசை அப்பழுக்கற்று மின்னியது. வாடிக்கையாளர் முகம் கோண மாட்டார்கள். மேலாளரால் குறை கூற முடியாது. மேசை முழுக்க கண்ணோட்டினான். அவன் உருவமும் உணவு விடுதியின் விதானமும் சுவர்களும் சேர்ந்து பிரதிபலித்தன. அவனுக்குத் திருப்தியாயிருந்தது. தன்னால் நன்கு சுத்தமானதில் மனம் நிறைந்தது. அந்த மேசைக்கு வழங்கும் பணப்பரிசில் ஒரு பங்கு அவனுக்கும் பரிசாரகரால் கிடைக்கும். அது கணிசமான தொகை. இதற்கு முன்பு வேலை செய்த தொழிற்சாலையில் வாங்காதது. அங்கு அதிக நேரத்துக்கும் சொற்ப கூலிதான் தரப்பட்டது. தொழிற்சாலையில் ஒவ்வொரு தோலையும் பலமுறை தேய்த்து அடுக்க வேண்டும். சுப்பிரமணி வண்டியைத் தள்ளிக்கொண்டு விடுதியின் பின்புறம் சென்றான். அங்கு இருவர் பரபரப்பாகப் பாத்திரங்களை நீரில் முக்கி தேய்த்துக் கழுவிக்கொண்டிருந்தார்கள். தனித்தனி அடுக்குகளில் தட்டுகளையும் தம்ளர்களையும் வைத்தான். மீதி உணவுகளைப் பெரிய பாத்திரத்தில் கொட்டினான். ரப்பர் துண்டுகளையும் துணியையும் அலசினான். இனி அடுத்த உணவு மேசை. அதை மேலும் சுத்தமாக்க வேண்டும் என்று நிச்சயித்துக்கொண்டான்.

மோகனும் மனைவியும் நண்பர்களும் இரு சக்கர வாகனங்களை சாலையிலிருந்து திருப்பினார்கள். உணவு விடுதிப் பகுதியில் நுழைந்தார்கள். காக்கா முருகன் விசிலடித்து நிறுத்துமிடத்தைக் கைக் காட்டினார். வாகனங்களை வரிசையாக நிறுத்திவிட்டு உள்ளே சென்றார்கள். முருகன் கொடியை எடுத்துக்கொண்டு சாலையோரம் மீண்டார். அவருக்குக் கார்களைத் தனியாகத் தெரியும். அவை லாரிகள், பேருந்துகளைவிடச் சிறியவை. இரு சக்கர வாகனங்களைக் காட்டிலும் பெரியவை. நெடுஞ்சாலையில் மிகத் தொலைவில் வருகையில் கண்டுபிடித்துவிடுவார். கன ரக வாகனங்களைப் போகவிட வேண்டும். அவை நின்று சாப்பிடாது. பாய்ந்துவரும்

கார்கள்தான் இலக்கு. அவற்றிலுள்ளவர்களின் உணவு எண்ணங்களைத் தூண்ட வேண்டும். ஒரு கணத்தில் முடிவெடுத்துத் திரும்பி உணவு விடுதிக்குள் நுழைவார்கள். பிறகு பலவகை உணவுகளை வரவழைத்துச் சாப்பிடுவதை யாராலும் தடுக்க முடியாது. உள்ளம், வயிறு நிறைந்த பயணிகள் போகையில் அவரையும் மதித்து சிறு தொகை அளிப்பார்கள். அவருக்கு அது பெரும் பணம். விவசாய வேலை செய்து கிடைத்ததைவிடக் கூடுதல். நெடுங்காலம் சொற்பக் கூலித் தொழிலாளியாக இருந்திருக்கிறார். நடுவில் சிறிய திருட்டுகள். பிறகு சம்பந்த மில்லாத வெவ்வேறு வேலைகள். இப்போதும் புதிய காரியங்களைக் கற்று செய்வதில் சுவாரசியமிருந்தது.

காக்கா முருகனுக்கு வேலையில் சேரும்முன் சிறிய பயிற்சி தரப்பட்டது. காரைக் கண்டால் கொடியை, பந்தாட்ட காலரிகளில் இருக்கும் தேச பக்தி மிகுந்த ரசிகனைப்போல் மேலும் கீழும் ஆட்ட வேண்டும். மயில் தோகையை விரிப்பது போல் என்று மேலாளர் சொல்வார். கார்களை மறிப்பது, நெடுஞ்சாலைப் போக்குவரத்தையே நிறுத்துவது. மண்வெட்டி, கடப்பாரையால் மண்ணுடன் மோதுவதைவிட எளிதானது. ஆனால் விதைப்பதைப் போல் முக்கியமானது என்பார். காக்கா முருகனுக்குத் தினம் காலையிலிருந்து இரவுவரை வேலையிருந்தது. நடுவில் ஆட்கள் வர முடியாத நேரங்களில் ஓய்வு. ஆடம்பர உணவு விடுதிக்குப் பொருந்தாத, பழைய தொய்ந்த நாற்காலி மூலையில் மறைவாகப் போட்டிருந்தது. அவர் கொடியை மடியில் வைத்தபடி சாய்வார். அப்போதும் வாய் விசிலை விடாமல் பற்றியிருக்கும். "நீ தூங்கிட்டே விசிலடிக்கிற" என்று சுப்பிரமணி ஒருமுறை கண்டுபிடித்துக் கூறினான். "அப்பிடியே நடந்து ரோடுக்குப் போயிட்டா அடையாளமில்லாம அழிவ." அவனுடன் அதிகம் பேச நேரமில்லை. இரு சக்கர வாகனங்கள் அவருக்குப் பூச்சிகள் போல. அவர்களை விட்டால் ஒழுங்கில்லாமல் வாகனங்களை நிறுத்துவார்கள். வெளியில் நின்று நெடுநேரம் பேசுவார்கள். அவர்களைக் கவனமாகக் கையாள வேண்டும். ஆணும் பெண்ணும் குழுவாக வந்தவர்களை உரிய இடத்தில் நிறுத்தியாகிவிட்டது. அவர்கள் உடனே உள்ளே போனார்கள். அவற்றில் ஒரு முகம் எங்கோ பார்த்ததுபோலிருந்தது. ஆனால் தனக்கு மிகவும் வயதானதில் நிறையப் பேர் அப்படித் தோன்றுகிறார்கள்.

மோகனுக்கும் காக்கா முருகனை நீண்ட காலம் பார்த்துப் பழகிய உணர்வேற்பட்டது. இந்த உணவு விடுதி அவனுக்கு முன்பு சொந்தமான நிலத்தில் கட்டப்பட்டது. முதலில் நண்பர்கள் கூப்பிடுகையில் வர மறுத்தான். அங்கு திடீரென மன வருத்தம்

எழும். சிலர் நடந்தவற்றை வேடிக்கையாக ஞாபகமூட்டலாம். ஆனால் இவை நவீன வாழ்க்கையில் சாதாரணம். அனைத்தையும் நேருக்கு நேராக எதிர்கொண்டாக வேண்டும். பழையவற்றை நினைப்பதில் அர்த்தமில்லை. இது மிகக் குறைந்த விலைக்கு வாங்கப்பட்ட கொல்லை. இன்று பல கோடிகள் மதிப்புடையது. அதற்காக வருத்தப்பட்டுக்கொண்டிருக்க முடியாது. பெரிய மதில்கள் சூழ்ந்த கொல்லைக்குள் தன்னால் நுழையவே இயலாது. ஆனால் அதிலுள்ள உணவு விடுதிக்கு வர முடியும். தனக்கு இனம்புரியாத உரிமையிருக்கிறது என்று அபத்தமாகத் தோன்றியது. விடுதி மேலாளரிடம் போய் கூறினால் அவருக்குப் புரியாது. அனைவருக்கும் முன்னால் வாகனங்களை நிறுத்தும் தொழிலாளியிடம் நலம் விசாரிப்பதும் கூடாது. மற்றவர்கள் கவனத்தைக் கவரும். அவருக்கு ஞாபகமிருக்குமாவென சந்தேகமும் வந்தது. இளமையில் கொல்லை மண்ணில் பலருடன் நெருங்கிய உறவுகள் ஏற்பட்டிருந்தன. அவை நிலத்துடன் சேர்ந்து மறைந்துவிட்டன. அவன் இரு சக்கர வாகனத்தை நிறுத்திவிட்டு மனைவி, நண்பர்களுடன் படியேறினான். ஒருவர் நகைச்சுவையை உதிர்க்க அனைவரும் சிரித்தார்கள். “இவன் சொந்த ஓட்டலுக்கு விருந்தாளி.”

அவர்கள் சந்தித்து நீண்ட நாட்களாயிருந்தன. கடைசியாக ஒரு திருமணத்தில் பார்த்தது. திடீரென பேசி முடிவெடுத்து வந்தார்கள். அரசு வேலையிலிருந்து சமீபத்தில் ஓய்வு பெற்றவரின் பிறந்த நாள். நண்பர்களின் குழுவில் தானிருப்பது ஆச்சரியம் என்று நினைத்தான் மோகன். அவன் சிறு தொழில் செய்பவன். மற்றவர்கள் ஆசிரியர்களும் அலுவலர்களும் பரம்பரைச் சொத்துமுள்ளவர்கள். அவர்களுக்கு உரிமை கொண்டாட சிறிதாவது சொந்த நிலமிருக்கிறது. அவனுக்கு உணவு விடுதியின் வழவழத்தப் படிகளில் கால் வைக்கக் கூசியது. சொத்தைக் குறைந்த விலைக்கு விற்ற அவமானம் எஞ்சியிருந்தது. இரு சக்கர வாகனங்களை நிறுத்திய இடத்தில் முன்பு உயிர் வேலியிருந்தது. பனைகளும் நொச்சியும் வேம்பும் ஊமத்தையும் உண்ணியும் அடர்ந்திருந்தன. அவற்றைக் கடந்தால் புளிய மர நிழல் கருமையாகப் படிந்த எதிர் வயல். அதில்தான் அப்பா முதலில் சாலையோர உணவு விடுதிக்கு வாடகை இடம் தந்தார். வெளியில் கயிற்றுக் கட்டில்களும் ஓலைக் குடில்களும் போட்டிருந்தன. அவை நாலு வழிச் சாலைக்காக முழுதாகப் பறிபோயிருந்தன. முன்பு போல் சாலையை ஒட்டிதான் இந்த உயர்தர சைவ உணவு விடுதி கட்டப்பட்டிருந்தது. அதே இடம் போலிருந்தது. கொஞ்சம் தள்ளியுமிருக்கலாம். அடையாளம் காண முடியாத வேறொன்றாகக் கொல்லை மாறியிருந்தது. ஆனால் உணவு விடுதிகள் விதியைப்போல் தொடர்கின்றன.

இது அவனுடைய அப்பா சுந்தரத்தின் காலடிகள் பட்ட பூமி. நெல்லும் எள்ளும் கரும்பும் விளைந்த மண். இப்போது மேலே பளிங்கு கற்கள் மினுங்கின. எங்கும் சிறு மண் துகளும் ஒட்டியிருக்கவில்லை. மேலே உயர்தர மேசை, நாற்காலிகள் போட்டிருந்தன. சுற்றிலும் தூண்களும் கனத்த சுவர்களும் ஒளிரும் விளக்குகளுடன் கூரையுமிருந்தன. அவற்றை இந்த நிலம் தாங்குமாவெ‌ன சந்தேகமேற்பட்டது. சூரியன் துளி உள்ளே புக முடியாத உறுதியான கட்டடம். அவன் மனைவி சந்திரா "இந்த இடம் இவங்களுக்குச் சொந்தமாயிருந்தது. குறைஞ்ச விலைக்கு வித்துட்டாங்க" என்று மறுபடியும் நண்பர்களுக்கு விடுதியை அறிமுகப்படுத்தினாள். அவர்கள் தொடர்ந்து எதையெதையோ பேசி சிரித்துக்கொண்டிருந்தார்கள்.

ஒன்றாக உணவுக் கூடத்தில் உட்கார்ந்தார்கள். அவர்களுக்காக இரண்டு மேசைகள் சேர்த்து போடப்பட்டன. அது ஜன்னலோரம் நீண்ட ஒரே மேசையாக மாறியது. திரும்பிப் பார்த்தால் நெடுஞ்சாலை இயங்குவது தெரியும். மேசையில் வண்ண மய உணவுப் பட்டியல் அட்டைகள் வைக்கப்பட்டன. எடுத்து மேலோட்டமாகப் பார்த்தபடி விருந்தளிப்பவர் சொன்னார். ஊழியர் சிறு நோட்டில் குறித்துக் கொண்டார். மேல் கோட்டு, சட்டை, கழுத்துப் பட்டை சீருடை அணிந்திருந்தார். அவர் முகத்தை மோகன் உற்றுப் பார்த்தான். சரியாக ஞாபகம் வரவில்லை. அவர் அவனைத் திரும்பியும் பார்க்கவில்லை. உணவுப் பெயர்கள், அளவுகளை எழுதிக்கொண்டிருந்தார். அவரிடம் விசாரிக்க நினைத்தான். ஊழியர் அமைதியாகத் திரும்பிச் சென்றார். அடையாளம் தெரிந்தாலும் காட்டிக்கொண்டிருக்க மாட்டாரெனப்பட்டது. உணவுக் கூடம் பெரிதாக விரிந்திருந்தது. நாற்காலி மேசைகள் வரிசையாயிருந்தன. மறைவாயிருந்த சமையலறைக்கு நீண்ட வழி சென்றது. விவசாயம் செய்த பூமியின் ஞாபகமாக எங்காவது சிறு புல்லாவது முளைத்திருக்குமென நம்பினான். அவனையறியாது கண்கள் தேடின. கொஞ்ச நேரம் கழித்துப் பரிசாரகர் சிறிய வண்டியில் உணவுகளைத் தள்ளிக்கொண்டு வந்தார். ஒவ்வொன்றாக மேசைகளில் பரப்பினார். அவருடைய முகமும் நன்கு பழகியதைப்போலிருந்தது. அவரும் யாரையும் நேராகப் பார்க்கவில்லை.

நண்பர்கள் சிரித்துப் பேசியபடி சாப்பிட்டு முடித்தார்கள். மனைவிக்கும் முன்பு சொன்னது நினைவில்லை. மோகன் எங்கிருக்கிறோமென்பதை மறந்திருந்தான். கடைசியில் அவன் மிகவும் விரும்பும் காளானை நண்பர் பரிசளிப்பதைபோல் தட்டில் வைத்தார். அனைவரும் கை கழுவ எழுந்து சென்றார்கள்.

அவன் தனியாக தின்று கொண்டிருந்தான். இந்த உணவு விடுதியும் மற்றவற்றைப்போல் ஓரிடம். வேறெந்த பந்தமுமிருக்க முடியாது. மேசைகளைத் துடைப்பவர் தள்ளுவண்டியுடன் நெருங்கினார். அவரைக் கண்டதும் குழப்பம் அதிகரித்தது. அவரின் முகம் பெரிய முருகன் அல்லது சின்ன முருகனின் சாயலோடிருந்தது. அல்லது அவர்களுடைய அம்மா பேச்சிக் கிழவியின் சாடை. ராஜியின் முகத்தையும் கொஞ்சம் ஒத்திருந்தது. அவர்களை மோகன் நீண்ட காலம் கழித்துப் பார்க்கிறான்.

பேருந்திலும் இரு சக்கர வாகனத்திலும் சேகரின் மாளிகையையும் உணவு விடுதியையும் கடக்கையில் கண்களைத் திருப்பிக்கொள்வான். பழைய நினைவுகள் எழாமலிருக்க இப்பக்கம் வருவதையும் தவிர்த்திருந்தான். கொல்லையிலிருந்து கடைசியாக அண்ணனுடனும் முத்துவுடனும் வெளியேறியது. இந்தச் சந்தர்ப்பம் தவிர்க்க முடியாதது. அதை எதிர்கொண்டாக வேண்டும். அவன் மேசையை அழுத்தித் துடைப்பவரை உற்றுப் பார்த்தான். அவர் மேசையைச் சுத்தப்படுத்துவதில் ஆழ்ந்திருந்தார். அதுதான் தவம் என்பதுபோல், அவனைத் திரும்பியும் பார்க்கவில்லை. அவர்களுக்கு அடையாளம் தெரிந்தாலும் வாடிக்கையாளர்களிடம் விசாரிக்கக் கூடாதென பாடம் போதிக்கப்பட்டிருக்கும்.

மோகன் நாற்காலியைப் பின்னுக்குத் தள்ளி உட்கார்ந்தான். துடைப்பவர் முதலில் மேசையிலிருந்த தட்டுகளை நீக்கினார். மேலே கைத் தெளிப்பானால் நீரை விசிறினார். உணவுத் துணுக்குகளை ரப்பர் துண்டால் வழித்து வண்டியின் தட்டில் தள்ளினார். பின் மீண்டும் சோப்பு தண்ணீரால் தெளித்து, அழுத்தமாகத் துடைத்தார். அவர் தன் மேல் பட்ட கண்களை உணர்ந்திருப்பார். ஆனாலும் வேலை முடிந்ததும் யாரையும் ஏறெடுத்துப் பாராமல் அடுத்த மேசைக்கு நகர்ந்தார். தள்ளுவண்டி முழுவதுமாகத் திரும்புகையில் ஒருமுறை கீறிச்சிட்டது. வேறெந்த அறிகுறியுமில்லை. பிறகு துடைப்பவரின் பின்புறம் தெரிந்தது. பெரிய முருகனின் அந்த உடலசைவுகள் நன்கு பழகியவை. வரப்பில் கால்கள் பற்றற்று செல்லும் நடை. ஒருபோதும் மறக்க முடியாதவை. அவன் எழுந்து கை கழுவச்சென்றான். ஒதுக்குப்புறமாகத் துல்லியமான கண்ணாடிகள் மாட்டிய கழுவும் அறையிருந்தது. அவன் முன்பு எண்ணியதுதான். இது கடைசி வாய்க்கால் மூலை. மிகவும் தாழ்ந்த நிலம். அனைத்துக் கால்வாய்களும் வந்து முடியும் இடம். இங்கு பயிர்கள் அடர்த்தி குறைவாக வளரும். இப்போது முற்றிலும் சமமான வேறு இடமாகிவிட்டது. கண்ணாடியில் தன் முகமும் முழுமையாக மாறியிருப்பதாகப்பட்டது. மீசை அடர்ந்து, முன் வழுக்கைத்

தள்ளி, கன்னத் தோல் கறுத்து, கண்கள் கீழ் கோடுகள் விழுந்து, மற்றவர்களுக்குத் தான் அந்நிய நபராகத் தெரியலாம். காவலாளியும் பரிசாரகரும் துடைப்பவரும் கவனித்திருந்தாலும் அடையாளம் கண்டிருக்க முடியாது. மோகன் பலமுறை கைகளைத் தேய்த்துக் கழுவினான். அப்படியும் பனீர், வெண்ணெய், எண்ணெய் பிசுக்கு நீங்காமல் ஒட்டியிருப்பதாகப் பட்டது. கைக்குட்டையால் முகத்தை அழுத்தி ஒற்றிக்கொண்டு நடந்தான்.

அப்போது சுப்பிரமணியும் கைகளைச் சட்டையில் துடைத்தபடி விடுதிக்கு வெளியில் வந்தான். சீருடையில் அங்கங்கே ஈரம் படிந்திருந்தது. அவன் கண்கள் வேகமாகத் தேடின. மோகனைக் கண்டதும் தயங்கின. வாகனத்திடம் சென்றுகொண்டிருந்த மோகன் திரும்பி வந்தான். “என்னை ஞாபகமிருக்கா?” என்று கையைப் பற்றினான். “நீங்க இந்த நெலத்துக்குச் சொந்தக்காரரு. எப்பிடி மறக்க முடியும்? தாங்க முடியாமதான் பேச வந்தேன்” என்று குளிர்ந்த கரத்தை விடுவித்துக்கொண்டான் சுப்பிரமணி. “அது பழய கதை. அப்பா கொல்லை அவரோட போயாச்சு. எல்லாரும் நல்லாயிருக்கீங்களா?” என்றான் மோகன் புன்னகைத்தபடி. சுப்பிரமணி மெதுவாக “இப்ப பேச்சிக் கிழவி மட்டுந்தான் உயிரோடிருக்குது. வேற யாரும் பெரியவங்கயில்ல” என்றான். “எனக்கும் அதே நிலைதான். அம்மா, அப்பா ரெண்டு பேரும் செத்தாச்சு” என்றான் மோகன். இடையில் கொஞ்ச நேரம் மௌனம் நிலவியது. “இங்கதா காக்கா முருகனும் இருக்காரு” என்று சுப்பிரமணி சாலையைக் கைக் காட்டினான். திரும்புகையில் “இன்னும்கூட பேச்சி ஒண்ணுவிடாம திரும்பத் திரும்ப சொல்லிட்டிருக்குது. அதுக்கு மறதியேயில்ல. நமக்கு எல்லாமும் தெரியணுமாம்” என்றான். மீண்டும் உணவு விடுதிக்குள் போய் மறைந்தான். மனைவி வாகனத்தின் அருகில் காத்திருந்தாள். நண்பர்கள் கிளம்பிச் சென்றிருந்தார்கள்.

எதிரில் தேசிய நெடுஞ்சாலை நீண்டிருந்தது. அது கடக்க முடியாததாகத் தோன்றியது. வெண் கோடுகள் பல வழிகளாகப் பிரிந்திருந்தன. நடுவில் செடிகொடிகள், பசும் புற்களுடன் மண் நிறைந்திருந்தது. மேலே குத்திட்ட இரும்புக் கம்பி வேலி. சிவப்பும் மஞ்சளுமாக மலர்கள் கேட்பாரற்றுப் பூத்திருந்தன. இரு பக்கங்களிலும் எண்ணற்ற வாகனங்கள் ஓடின. அவற்றினூடாக மறுபுறம் சுலபத்தில் போக முடியாது. தொலைவில் பக்கத்து ஊர் எதிரில் தடுப்புகளை விலக்கிய சிறு இடைவெளி தெரிந்தது. கீழே புற்கள் தேய்ந்து பாதையாகிவிட்டிருந்தது. ஒருவர் குனிந்து நெளிந்து புகுந்துகொண்டிருந்தார். அங்கு

நிறைய விபத்துகள் நடப்பதைக் கேள்விப்பட்டிருந்தான். வாகனங்களின் வேகத்தைக் கணிக்க முடியாது. அவை வேறு வழியில்லாமல் ஆட்களை மோதிச் செல்கின்றன. நெடுஞ்சாலை ஓரத்தில் காக்கா முருகன் மங்கிய கண்களோடு நின்றிருந்தார். மோகன் நெருங்கினான். அவர் திரும்பியும் பார்க்கவில்லை. "நல்லாயிருக்கீங்களா?" என்றான். அவர் வாகனங்களை அழைப்பதில் தீவிரமாயிருந்தார். அவை நெடும் பயணத்தின் நடுவில் நிற்கட்டுமென வேண்டுவதைப்போலிருந்தது. உள்ளே வந்து உணவுண்ண மனமார விரும்புவார். அவனைத் திரும்பி வெறித்துப் பார்த்தார். அவரால் அடையாளம் கண்டுபிடிக்க முடியவில்லை. தயங்கியபடி வெறுமனே தலையசைத்தார். மோகனும் கையாட்டிவிட்டுத் திரும்பிச் சென்றான். காக்கா முருகன் மீண்டும் விசிலை எடுத்து பலம்கொண்ட மட்டும் ஊதினார். "பீப்பி பீ." பெரிய கொடி போக்குவரத்தை நிறுத்து வதைப் போல் மேலும் கீழும் அசைந்தது. எதிரில் நெடுஞ்சாலை வேகமாகத் தொடர்ந்து ஓடிக்கொண்டிருந்தது. அதற்கு எப்போதும் ஓய்வில்லை.

கடைசியாக நட்ட கல்

மேலிருந்துப் பார்க்க நெடுஞ்சாலை கருங்கடல் போலிருந்தது. ஓடும் வாகனங்கள்தான் ஓயாத அலைகள். ஒதுங்கிய சிப்பிகள், நுரை களாகக் கட்டடங்கள். இறங்கி கால் நனைக்க அச்சமேற்பட்டது சேகருக்கு. இது பயங்கர ஆழமுள்ளது. இழுக்கும் பெரும் சுழிகள். அவருக்கு மூச்சுத் திணறியது. அனைத்தையும் விட்டு விலகத் தோன்றியது. சில நாட்களாகத் தினம் காலையில் மூன்றாம் மாடி பலகணிக்கு வருகிறார். அங்கு யாரும் நுழைவதில்லை. நாற்காலி, மேசை, கட்டில் எதுவுமில்லை. பரந்த வெளிபோன்ற வெற்றிடம். வேலையாட்கள் எப்போதாவது சுத்தம் செய்வார்கள். அவர்களுக்குக் கீழ் தளங்களில் இண்டு இடுக்குளைப் பளபளப்பாக்குவது முழு வேலை. பாத்திரங்கள் கழுவ, துணி துவைக்க, சமைக்க நேரம் போதவில்லை. அப்படியும் ஒரு கதவு மரப்பூவின் இதழில் தூசைக் காண்பிப்பாள் மஞ்சுளா. வேலைக்காரர்கள் தலைகுனிவார்கள். வீடு தூய்மையாயிருக்க வேண்டும். கழிப்பறைகள் மேலும் துலங்க வேண்டும். அவர் ஒரு நாள் தண்ணீரைத் திறந்துவிடாததைக் கண்டு பிடித்தாள். மகள்கள் எதிரில் "மறந்துட்டு வந்துட்டிங்களா?" என்றாள். அவர் வெட்கினார்.

தினமும் சிந்தியாவை மஞ்சுளா கழிப்பறைக்குக் கூட்டிச் செல்வாள். அவளே கழுவிக்கொள்ள வற்புறுத்துவாள். மலக்கோப்பையைக் கழுவச் சொல்வாள். சிந்தியாவின் முகம் கோணும். கண்கள்

மு. குலசேகரன்

கசிந்து அலையும். சில நாட்கள் மஞ்சுளா சோர்ந்து படுக்கையில் கிடப்பாள். அப்போது அவர் சிந்தியாவைக் கவனித்துக்கொள்ள வேண்டும். அவளைத் தன்போக்கில் விடுவார். விடுதலைப் பெற்றவள் போல் மகிழ்வாள். பெரும் மாளிகை முழு நேரமும் பராமரிப்பைக் கோருகிறது. அதில் கவலைப்படாமல் வாழ முடிவதில்லை.

சேகர் தொடர்ந்து சாலையைப் பார்த்தார். நடுவில் சமையல்காரர் காபியை வைத்துவிட்டுப்போனார். காபியில் ஏடு படிந்த பிறகுதான் குடித்தார். ஆறுவழிச் சாலை மேலும் அகலப்படுத்தப்படப்போவதாகக் கேள்விப்பட்டிருந்தார். தொடர்ந்து அறிவிப்புக் கடிதங்கள் வந்துகொண்டிருந்தன. அவருடைய வீட்டுக்கு முன்னால் சாலை சற்று வளைவதால் அதிக சேதாரமில்லை. நீண்ட குத்தகைக்கு விட்டிருக்கும் உணவு விடுதியின் மூன்றாம் மேசை வரிசை வரை இழக்க வேண்டும். எதிரில் வாகனங்கள் நிறுத்துமிடம், சிறு செயற்கைத் தோட்டம், கழிப்பறைகள் பறிபோகின்றன. அங்கு பக்க சாலை நீள்கிறது. அது பெட்ரோல் நிலையத்துக்கு அவசியம். வீட்டின் காவல் கொட்டகை, அகன்ற தோட்டம், போர்டிகோ, நீள் படிகள் வரை சாலைக்கு இடம் பறிப்பார்கள். வெளியில் நீட்டிய மூன்று பலகணிகளும் இடிபடும். அவற்றின் ஊஞ்சல்களும் கண்ணாடி சன்னல்களும் தொட்டிச் செடிகளும் இல்லாமலாகும்.

சிந்தியாவுக்குப் பலகணி மிகவும் பிடிக்கும். பறப்பதைப் போல் ஆனந்தமாக ஊஞ்சலாடுவாள். யாருக்கும் தெரியாமல் நள்ளிரவிலும் எழுவாள். கால்களை உந்தி வீட்டிலிருந்து வெளியேறுவதைப்போல் ஆடுவாள். வானில் மறையத் துடிப்பது போலிருக்கும். மஞ்சுளாவும் சிலசமயங்களில் வெறியோடு ஆடுவதைக் கண்டிருக்கிறார். எப்போதாவது வரும் இளையவள் அறையைவிட்டு வெளியில் வர மாட்டாள். பலகணிகள் பறி போவதை சிந்தியா ஏற்க மாட்டாள். அவற்றை உள்ளே தள்ளிக் கட்ட முடியாது. அடுத்துள்ள அறைச் சுவர்களும் பெருங்கூடமும் தூண்களும் தடுக்கும். பலகணிகளைத் தகர்ப்பதைத் தவிர வேறு வழியில்லை. பிறகு அங்கு சுவர்களை எழுப்பி மூட வேண்டும். விளக்க அறிவிப்பு பதிவுக் கடிதங்கள் வந்திருந்தாலும் நேரடியாக அளவிடுகையில்தான் இழப்பு துல்லியமாகத் தெரியும்.

தேசிய நெடுஞ்சாலை அதிவேகத் தடமாகப்போகிறது. இரண்டு, நான்கு, ஆறு வழிகள் போதவில்லை. ஏற்கெனவேயுள்ள சாலைக்கு மேலாக ஒரு பாதை அமையும். அதில் ஏற்ற இறக்கங்கள், தடங்கல்கள், நிறுத்தங்கள், குறுக்கீடுகள் இருக்காது. ஓடும் வாகனங்கள் அந்தரத்தில் பறக்கும். சில முக்கிய இடங்களில் மட்டும் நிற்கும். உச்சபட்ச வேகத்தை எட்டும். புறப்பட்ட

புள்ளியிலிருந்து சேரும் இடத்தை வெகுவிரைவில் அடையும். நெடும் பயணம் குறுகிய நேரத்தில் நிகழும். நிறைய எரிபொருள், தேய்மானம், காலம் மிச்சமாகும் என்றும் தெரிவிக்கப் பட்டது.

இந்தக் கட்டடத்தின் பகுதிகள் பறிபோவதை எதிர்த்து நீதிமன்றத்தில் வழக்காடியும் பயனில்லை. முதலில் சாலையில் காரை நிறுத்தி நிலத்தைப் பார்வையிட்டபோதிருந்தவர்தான் வழக்குரைஞர். அவரால் கடைசிவரை இங்கு வீடு கட்டுவதைப் புரிந்துகொள்ள முடியவில்லை. தரகு வேலையில் வீட்டு மனைகளை விற்பதில் குறியாயிருந்தார். நகருக்கு அருகில் என்று தூரத்து மனைகளைச் சுற்றிக் காட்டினார். அந்த இடத்தில் பெரும் வீடு மட்டும் கட்ட முடியும். ஆனால் சுந்தரம் கொல்லையில் தொழிற்சாலையும் அமைக்கலாம். கடைசியில் சேகர் தீர்மானகரமாக வாங்கினார். வழக்குரைஞர் விரல் நீட்டி எச்சரித்தார். "எதிர்காலத்துல உயர் தொழில்நுட்பத்துல வழி வரலாம். முழு நிலமும் பறி போகும். அத யாராலும் தடுக்க முடியாது." அது சாபம் போலிருந்தது. வழக்குரைஞர் நீதிமன்றத்தில் முயன்று பார்த்தார். நெடுஞ்சாலை விரிவாக்கத்தை மறுதலித்துத் தீர்ப்பு வழங்கப்படவில்லை. கொஞ்சம் கால தாமதமுண்டானது.

சேகரால் கற்பனை செய்ய முடிந்தது. இதேபோல் பழைய கொல்லைச் சொந்தக்காரர் சுந்தரமும் இரு வழிச் சாலையோரத்தில் நின்று நினைத்திருப்பார். இப்போது இருவர் எண்ணங்களும் ஒன்றாகின. சாலை அகலம் மட்டும்தான் வேறு. இவ்வேகம் எதற்கு எனப் புரியவில்லை. அவருக்கு யாரோ சொல்லிக் கேட்டது ஞாபகம் வந்தது. கால்நடைகளோடு தொழுவத்தில் வாழ்ந்த பழங்குடி, நவீன மாளிகையில் வசிக்கும் மனிதன், இருவர் மகிழ்ச்சிக்கும் பெருத்த வேறுபாடில்லை யென்று. எளிய குடியானவர் சுந்தரத்தைப்போல் தானும் மாறுவதாகச் சந்தேகமேற்பட்டது. அவரிடமிருந்த மீதிக் கொல்லையை வாங்கியது இன்னொரு அபகரிப்பு, முன்பு நாலு வழிச் சாலைக்கு நிலப் பறிப்புச் செய்யப்பட்டதைப்போல். சுந்தரம் மகன்களின் ஆசையைத் தூண்டி பொறியில் சிக்க வைத்தார் கண்ணன். சொற்ப விலைக்கு வாங்கி தனக்கு அதிகமாக விற்று கணிச லாபமும் அடைந்தார். ஆனால் தான் வாங்கியது குறைந்த விலை. அதைவிட மலிவு விலையில் பெற்றால் இம்மண்ணின் கௌரவத்துக்கு இழுக்கு. முன்பு அது மதிப்பிட முடியாதென்றால், இப்போது விலை உயர்ந்தது.

அந்த நிலத்துக்கு நீண்ட காலம் கழித்து அபாயம் வந்திருக்கிறது. இன்னும் நெடுஞ்சாலையை அகலப்படுத்துவதால்

மேலும் இழப்பு ஏற்படப்போகிறது. சாலை விரிவாக்கம் எப்போது முடியும் எனத் தெரியவில்லை. பழைய வேலையாளின் அம்மா, இப்போதைய காவலாளியின் பாட்டி பேச்சிக் கிழவி சொல்வதைப் போல். அவள் அடிக்கடி தனக்குத் தானே புலம்புவாளாம். "அது நாலு, ஆறாகி, எட்டாகி, பத்தாகி, நூறாகும் பாரு. அப்ப வழி மட்டுந்தா தனியாகப் போகும். இந்த ஊருங்கெல்லாம் காணாமலாகும்." அந்தப் பேச்சை யாராலோ கேள்விப்பட்டார். அது வேடிக்கைக் கற்பனையாகத் தோன்றியது. இப்போது உண்மையாகிவிடும் போலிருந்தது. அவருக்கு அச்சமெழுந்தது. இதைப்போல் பலமடங்கு பீதியை சுந்தரம் அனுபவித்திருப்பார். அவரை ஏமாற்றி நிலத்தையும் பிடுங்கிக்கொண்டதற்கு அதே கிழவித் தன்னை சபித்திருப்பாள். உணவு விற்கும் தொழில் நடப்பது தெரிந்தால் மன்னிக்கவும் மாட்டாள்.

இப்போது வீட்டுக்கு முன்னாலுள்ள தோட்டம் முழுதாக அழியும். இயற்கையான சிறு வனம் போன்றது. அதை ஆழ்மனம் மிகவும் விரும்பியிருந்தது. தான் உருவாக்கும் செயற்கை காங்கிரீட் அச்சுகளிலிருந்து விடுதலையைத் தேடியிருக்கிறது. அது பழைய விவசாய நிலத்தின் அடையாளம். சேகர் கைகளை ஊன்றி பார்த்துக்கொண்டிருந்தார். வழவழப்பான கல் கைப்பிடி பனிக்கட்டி போல் சில்லென்றது. நண்பகலிலும் உள்ளிருக்கும் குளிர்ச்சி புலனாகும். நெடுங்காலம் வெயிலும் மழையும் பட்டு இறுகியது. சற்று தொலைவில் உணவு விடுதி சாய் சதுரமாகத் தோன்றியது. அவருக்குச் சதுர வடிவம் பிடிக்கும். அதில் தீவிர ஒழுங்குள்ளது. அதற்காகவே சுந்தரத்தின் கொல்லையைப் போராடி வாங்கினார். விளையாட்டு மைதானங்கள் சம அளவுகளுள்ளவை. அதனால்தான் போட்டி சாத்தியம். ஆனால் உணவு விடுதி கட்டுகையில் தவிர்க்க முடியாமல் செவ்வக வடிவமானது. பெரும் ஒப்பந்தங்களை மேற்கொள்கையில் நினைத்துக்கொள்வார். எல்லா சதுரங்களும் செவ்வகங்கள். ஆனால் செவ்வகங்களெல்லாம் சதுரங்களல்ல. அதே போல் எல்லா சதுரங்களும் சாய் சதுரங்கள். ஆனால் அனைத்து சாய் சதுரங்களும் சதுரங்களல்ல.

சேகர் பார்த்தவாறிருந்தார். உணவு விடுதியில் காலை நேரத்திலும் நெரிசலாக கார்கள் நின்றிருந்தன. மனிதர்கள் இறங்கி விட்டில்களைப்போல் உள்ளே போய்க்கொண்டிருந்தார்கள். அங்கு எப்போதும் எல்லா வேளை உணவுகளும் கிடைக்கும். மதிய சாப்பாடு காலையிலும் உண்டு. காலை சிற்றுண்டியை மதியத்திலும் உண்ணலாம். உணவு விடுதியில் காலம் நிலைபெற்றதாகத் தோன்றும். அதைத்தான் வாடிக்கையாளர்கள்

விரும்புவார்கள். உணவு விடுதி எப்போது உறங்குமென்று தெரியாது. தற்செயலாக நள்ளிரவுகளில் விழித்து எட்டிப் பார்க்கையில் உற்சாகம் ததும்ப நிற்கும். பகலைப்போல் விளக்குகள் எரியும். கண்கள் கூச அவர் படுக்கைக்குத் திரும்புவார். ஒரு நாள் உணவு விடுதிக்குச் சென்று தேநீர் குடித்து, இரவு ஆந்தைகளைப் போன்ற இளைஞர்களைப்போல் விழித்திருக்க விரும்புவார். ஆனால் அன்றைய நாளின் சுமை, உடலை ஓய்வெடுக்க கெஞ்சும். உணவு விடுதியில் ஆரம்பத்தில் ஒரு தரம் சாப்பிட்டது நினைவு வந்தது. அந்த நிலத்தை வாங்கித் தந்த நிலச்சுவான்தார் கண்ணனுடன். கண்ணன் எப்போதும் வெளியில் சாப்பிடுவதைத் தவிர்ப்பார். எந்நேரமானாலும் வீட்டில்தான் உணவு. அவர் சாப்பிட்டால் கூடவே பத்து பேர் உண்பார்கள். செலவு அதிகமாவது மட்டுமல்ல, குடும்பச் சூழலும் கெடும். அவர் நுனி விரல்களால் இரு இட்லிகளைப் பிய்த்துத் தின்றுவிட்டுக் கைகழுவினார். பிறகு பக்கத்து பெட்ரோல் நிலையத்தைப் பார்வையிட்டார். கண்ணனுக்கு தானும் பெட்ரோல் விற்பனை நிலையம் நடத்தும் ஆசை. லாப, நட்டக் கணக்குகளைக் கண்டு தயங்கினார். அவர் உத்தேசித்த இடம், எரிபொருள் விற்பனைக்கு உகந்ததல்ல. உள்ளே வாகனங்கள் வராமல் நழுவிப்போய்விடும். அநேகமாக அத்திட்டத்தைக் கை கழுவுவார். ஆனால் வேறெங்காவது நிச்சயம் தொடங்குவார். அவருடைய மூத்த மகன் மூலம் தொழிற்துறையில் காலடி பதிப்பார். நொடி தாமதித்திருந்தால் கண்ணன் இந்த இடத்தை வாங்கி தன் சாம்ராஜ்யத்தில் சேர்த்திருப்பார். ஆனால் வீடும், உணவு விடுதியும் கட்டப்பட்டிருக்காது. கண்ணனுக்கு விவசாயத்தில் ஆழ்ந்த ஈடுபாடு. அந்த இச்சை பிறப்பில் வந்தது. அவர் வாங்கிப்போடும் கட்டடங்களிலும் மாற்றங்கள் செய்வதில்லை. அவை பழமையில் உறைந்து நிற்கும். கண்ணுக்குத் தெரியாத சிறிய மாறுதல்களை உருவாக்குவார். கட்டடங்களை முடிந்தவரை பயன்படுத்த வேண்டுமென நினைப்பார். கடைசியில் அழித்து வேறொன்றாகக் கட்டுவார்.

சேகர் வீட்டினுள் திரும்பிப் பார்த்தார். தரைத்தளத்தில் மஞ்சுளா இன்னும் படுத்திருப்பாள். எழுந்தால் ஓசைகள் கேட்கும். சிந்தியா மருந்துகளால் மயங்கி தூங்கிக்கொண்டிருப்பாள். இரவு நெடுநேரம் விழித்திருந்தாள். இன்னும் அவளுக்குத் தொலைக்காட்சியில் சிறுவர் பறப்பதும் பாய்வதும், பறவைகள், விலங்குகள் பேசுவதும் புரியவில்லை. அதேபோல் தானுமிருக்க வேண்டுமென அடம் பிடித்தாள். அவர் தொலைக்காட்சியை அணைத்து சமாதானப்படுத்தி உறங்க வைத்தார். வெகுதொலைவில் தங்கி கல்வி கற்கும்

சின்னவளின் முகம் மறந்துவிட்டது. அவள் தேவைப்பட்டால் மட்டும் பேசுபவள்.

அவர் ஊஞ்சல் நுனியில் உட்கார்ந்து மெதுவாக முன்னும் பின்னும் அசைந்தார். அதில் இதுவரை ஆடியதில்லை. இறந்த காலத்துக்குப் போய் வருவது போல் பட்டது. அது ஆசுவாசமானது. முன்னாள் வேலையாள் பெரிய முருகனின் இறப்பு மறக்க முடியாதது. அவரிருக்கும் வரை சிறிது விவசாயம் நடந்தது. ஒரு வயலில் மட்டும் உணவுக்கு நெல் பயிரிடப்பட்டது. சில முதிய தென்னை மரங்களும் நிறைய இளம் செடிகளும் நின்றிருந்தன. ஒரு நாள் பெரிய முருகன் வரப்பில் கிடந்தார். வயலில் நீர் நிரம்பி வழிந்துகொண்டிருந்தது. நீண்ட நேரம் கழித்துதான் கண்டு பிடித்தார்கள். தூக்கி தொய்ந்த கொல்லைக் கயிற்றுக் கட்டிலில் போட்டிருந்தார்கள். சேகர் பக்கத்து பெட்ரோல் நிலையம் சென்று அப்படியே தற்செயலாக நிலத்துக்கு வந்தார். பெரிய முருகன் முகம், அடர்ந்த தலை மயிர், தாடிக்குள் உறங்குவதைப்போல் புதைந்திருந்தது. அனைவருக்கும் வாய்ப்பது சந்தேகம். அவர் அப்போதே பெரிய முருகனின் மகனுக்குக் காவல் வேலையைத் தந்தார். அதோடு விவசாயமும் முடிந்தது. மரங்களையும் வயல்களையும் ஏரோட்டி அழிக்கச் சொன்னார். நீண்ட காலம் நிலம் பாலைவனமா யிருந்தது. அங்கு முதலில் கல்லறுக்கும் தொழிற்சாலையை நிறுவ நினைத்தார். முன்பு போல் ஒதுங்கிய மலையடிவாரங்களில் கல்லுடைக்கும் வேலை கூடாது. பளபளக்கும் நிறைய கற்பலகைகளைத் தயாரித்து வெளிநாடுகளுக்கு ஏற்றுமதி செய்ய வேண்டும். உலகத் தரத்தில் விற்க வேண்டும். இங்கு திடீரென மஞ்சுளா வீடு கட்ட விரும்பினாள். அவளுக்கு நகரத்தின் ஏளனமும் பொறாமையும் கலந்த கண்களில் படக் கூடாது.

அவ்வப்போது சுந்தரத்தையும் பெரிய முருகனையும் சந்திக்க முடிவதை எண்ணினார் சேகர். அவர்கள் இரவுகளில் தனியாக மாளிகையைச் சுற்றி வந்தார்கள். பெரிய முருகன் தோளில் மண்வெட்டியைச் சுமப்பதைப்போல் கையைத் தூக்கியபடி தன்போக்கில் நடப்பார். திரும்பியும் பார்க்க மாட்டார். கடமையே கண்ணானதைப்போல். கடைசி வயலிருந்த மூலைக்குப் போய், திரும்பவும் மின்கொட்டகை இடத்துக்கு வருவார். சிலசமயம் வழியில் குத்துக்காலிட்டுக் காத்திருப்பார். மண்ணில் கண்கள் நிலைத்திருக்கும். அவரைப் பலமுறைக் கூப்பிட்டாலும் அசைய மாட்டார். தானும் பக்கத்தில் உட்கார்வார் சேகர். சுந்தரம் பெரும்பாலும் முன்புறத் தோட்டத்தில் கிடப்பார். எப்போதாவது பின் கைக்

கட்டிக்கொண்டு நிலத்தை அளப்பதைப் போல் குறுக்கும் மறுக்கும் உலவுவார். ஏதோ தீவிர சிந்தனையில் ஆழ்ந்திருப்பார். கணக்கிடுவதைப் போல் பத்து விரல்களையும் நீட்டி மடக்குவார். அவருடன் சேர்ந்து சேகர் நடை பயில்வார். கொல்லையைத் தான் உரிய விலைக்கு வாங்கியதாகத் தெரிவிக்க முயல்வார். தன்னிடம் தப்பு கிடையாது, அதனால் தனக்கு குற்ற உணர்வேது மில்லை என்பார். ஒருவேளை, முப்போகம் விளைந்த மண்ணில் காங்கிரீட் கட்டடம் எழுப்பியது பாவமாகலாம். ஆனால் மாற்றத்தைத் தடுக்க முடியாது. இப்போது சுந்தரத்துக்கு, இருப்பது, இன்மை எல்லாம் ஒன்றுதான் என்று நினைப்பார். அவர் தவத்தைக் கலைக்க முடியாது. அவர்களுடன் சேர்ந்தால் தனக்குச் சித்தம் கலங்கலாம் என்று வீட்டுக்குள் போய் கட்டிலில் விழுவார். பின்பு தூக்கம் பிடிக்காமல் புரண்டு கொண்டிருப்பார்.

மேல் மாடியிலிருந்து விழுந்து இறந்த சித்தாளையும் ஓரிருமுறை பார்த்திருக்கிறார். அவளுக்குப் போதுமான இழப்பீட்டை நியாயமாக வழங்கியிருக்க வேண்டும். ஆனால் அது தவறான முன்னுதாரணமாகலாம் என்று வேலையாட்களின் ஒப்பந்ததாரரும் தடுத்தார். அந்தச் சித்தாள் தலையில் நிரந்தர மாக சிமெண்டுக் கலவைத் தட்டிருப்பதைப்போல் ஆடாமல் அசையாமல் நடப்பாள், ஒரு நடனத்தைப்போல. வீடு முழுவதையும் அர்த்தமில்லாமல் சுற்றி வருவாள். அது சிலசமயம் நீதி கோருவதைப்போல் தோன்றும். அவள் தான் விழுந்த இடத்தில் சற்று நின்று ஓய்வெடுப்பாள். மீண்டும் வேகமான நடை. அவளை நெருங்கி சேகர் கேட்டிருக்கிறார். “உனக்கென்ன பிரச்சினை? தவறி விழுந்தாயா அல்லது வேண்டுமென்றே குதித்துத் தற்கொலை செய்துகொண்டாயா? காற்றில் பறக்கும் கணம் எப்படி இருந்தது? அப்போது சாவைப் பற்றி சிந்தித்தாயா, சொல்லு.” அவள் காதில் விழவில்லை. மௌனமாகக் கடந்துபோனாள். ஒருமுறை, அவள் பின்னால், மற்றொரு ஆவியைப்போல் காவலாளி ரமேஷ் அலைவதையும் சேகர் பார்த்தார். அவனைப் பலமுறை விளித்தும் கண்டுகொள்ளவில்லை. காதில் விழாமல் பித்துப் பிடித்தவனைப்போல் சித்தாளைத்தொடர்ந்துகொண்டிருந்தான். அவர்களுக்குப் பின்னால் அவரும் மாளிகையை வட்டமிட்டார். அவருக்கு தட்டாமாலை சுற்றியது போலிருந்தது. அதே மயக்கத்துடன் திரும்பி படுக்கையில் வீழ்ந்தார்.

சேகர் தினமும் இரவுகளில் உலவினார். அதனால் மனம் அலைகளடங்கி அமைதியாகிறது. தானும் அவர்களைப் போலாவதாக உணர்வார். பகலில் மனிதானாகவும் இரவில்

பேயாகவும் மாறும் உற்சாகமான ரகசிய வாழ்க்கை. அவர் நள்ளிரவில் வீட்டைவிட்டு மெல்ல வெளியேறுவார். ஒருமுறை முன் வரவேற்புக் கூடத்தின் டீப்பாய் முனையில் இடித்துக் கொண்டார். இலேசான ஓசையுடன் முழங்காலில் மின்சாரம் தாக்கியது போல் வலித்தது. மஞ்சுளா எழுந்து வந்தாள். அவரை ஏறிட்டுப் பார்த்தாள். எதுவும் சொல்லவில்லை. அவரைக் கடந்து பலகணிப் பக்கம் சென்றாள். அவளும் ஒரு பேய் போலிருந்தாள். அவருக்குப் பேய்களைக் கண்டு பயமில்லை. அவை ஒன்றும் செய்வதில்லை. இந்த இடம் அவற்றுக்கும் உரியது. அதனால் உயிருள்ளவர்களுக்கு ஊறு விளையாது. ஒன்றாக வாழ்வது மகிழ்ச்சியானது.

சேகர் குளித்து முடித்துச் சாப்பிட்டார். கல் குவாரிக்கும் பெட்ரோல் நிலையத்துக்கும் போகவில்லை. மீண்டும் வாசப்படிக்குக் கால்கள் தாமாக அழைத்தன. மஞ்சுளாவும் வேலைக்காரர்களும் வினோதமாகப் பார்த்தார்கள். சிந்தியா எழுந்திருந்தால் கொண்டாடித் தீர்ப்பாள். அவர் பெரும்பாலும் வீட்டில் தங்குவதில்லை என்ற குறை. சுற்று மதிலுக்கு மேலாக நெடுஞ்சாலையைப் பார்த்தார். எண்ணற்ற வாகனங்கள் தொடர்ச்சியாகப் போய்வந்துகொண்டிருந்தன. எப்போது வேண்டுமானாலும் நெடுஞ்சாலைத்துறை அளவையாளர்கள் வரலாம். பக்கத்து ஊரையும் வீடுகளையும் அளந்தாயிற்று என்று கேள்விப்பட்டிருந்தார். தன் இடத்தில் அவர்கள் அடையாளக் கற்களை எங்கு நடுவார்களென அறியும் ஆவலெழுந்தது. நெடுஞ்சாலையில் அரசாங்க வாகனம் ஒன்று ஊர்ந்து சென்றது. பின்னால் சரக்கு வாகனம். அவையாகத்தான் இருக்குமென எண்ணினார். ஆனால் வாகனங்கள், வீட்டை, உணவு விடுதியைக் கடந்து மறைந்தன. அவருக்கு ஏமாற்றமானது. அவர்கள் இரண்டொரு நாட்களில் வருவார்களென்றுதான் கடிதம் அறிவித்தது. அதிவேக சாலையின் எல்லைகளை அதிகார பூர்வமாக வகுப்பார்கள்.

சேகர் பார்த்துக்கொண்டிருக்கையில் முன்பு கடந்து சென்ற அரசு வாகனங்கள் மீண்டும் தென்பட்டன. எதனாலோ நீண்ட தூரம் போய் மறுபக்கப் பாதையில் வந்திருக்கின்றன. நடுவில் திரும்ப வழியில்லை. அவை மறந்து தாண்டிச் சென்றிருக்கலாம். அவர் வரவேற்பதைப்போல் வாசலுக்கு வந்தார். இரண்டு ஜீப்களும் ஒரு சரக்கு வாகனமும் பக்கச் சாலை ஓரமாக நின்றன. அதிகாரிகளும் ஊழியர்களும் இறங்கினார்கள். ஊர் கானாற்றுக் கரைவரை முன்பே அளவெடுத்தாயிற்று. மறுகரையில் நேராக நீண்ட அளவுப் பட்டிகளை முதலில்

இழுத்துச்சென்றார்கள். குறிப்பிட்ட தூரத்தில் குறியிட்டார்கள். மீண்டும் இரும்புச் சங்கிலிகளால் அளவை சரிபார்த்தார்கள். சரி பார்த்த இடத்தில் அளவுக்கல்லை நாட்டினார்கள்.

அனைவரும் வாகனங்களில் ஏறினார்கள். சிறிது தூரம் ஊர்ந்தார்கள். சேகர் வீட்டின் வெளிவாயிலுக்கு எதிரில் நின்றார்கள். மறுபடியும் தளவாடங்களுடன் இறங்கினார்கள். ஓர் அளவையாளர் சாலையோரம் அளவுப்பட்டியைப் பிடிக்க மற்றொருவர் சுருளை விடுவித்தபடி பின்புறமாக நடந்து வந்தார். வாயிலில் காத்திருந்த காவலாளி ரமேஷ் இரும்புக் கதவுகளை அகலத் திறந்தான். வீட்டாரிடம் அனுமதி கேட்கவில்லை. அவன் அரசாங்க ஊழியர்களைப் பார்த்த பயத்தில் திறந்திருக்கலாம். வீட்டினுள் அளவையாளர் நுழைந்தார். மாயாஜாலம் போல் அளவுப்பட்டி நீண்டது. வாயிலைத் தாண்டி, தோட்டத்தைக் கடந்து, வீட்டை எட்டியது. சேகர் நிற்குமிடத்தில் நின்றது. அவர் மேல் முட்டிக்கொள்வதைப் போல் அளவையாளர் நெருங்கினார். பின் திரும்பிப் பார்த்து திகைத்தார். சேகர் அசையவில்லை. அளவையாளர் குனிந்து அங்கு தரையில் சாக்குக்கட்டியால் குறியிட்டார். அது மேல் படியுள்ள இடம். சேகர் பெருமூச்சுவிட்டார். அவ்வெல்லைவரை பறிபோகிறதென்பது நிச்சயமாகிவிட்டது. நீண்ட காத்திருப்பு முடிந்தது. இனி எந்த மாற்றங்களும் இருக்காது.

கருப்பு ஓடுகள் ஒட்டிய முன் மதிலும், நடுவில் சாம்பல் கற்பலகைகள் பரப்பிய நீள்பாதையும், பராமரிக்கும் பசும் புல்வெளியும், அதிலுள்ள உபயோகிக்காத சிறு நீரூற்றும், சில ரோஜா, செம்பருத்தி, குரோட்டன் செடிகளும், இருபுறமும் வேலி போல் நிற்கும் கத்தரித்த சவுக்குப் புதர்களும், சுவரோரம் நிற்கும் கொன்றை, மகிழ மரங்களும், பழைய பெரிய அலரிச் செடியும், எதிரில் தற்காலிகமாக வாகனங்கள் நிறுத்துமிடமும், பரப்பிய முகப்பும், இழைத்துப் பளபளக்கும் நீண்ட மூன்று கருங்கல் படிகளும் பறிபோகின்றன. நேர் மேலே வெளியில் நீட்டிய பலகணிகளையும் இழக்க வேண்டும். இது ஒரு பெரிய தப்பித்தல்தான். வீட்டுச் சுவர்கள், வாசப்படி, சன்னல்கள் எவற்றுக்கும் பழுதில்லை. அவருக்கு ஒருவகையில் நிம்மதியேற்பட்டது.

நீண்ட இரும்புச் சங்கிலியால் மறுபடியும் அளந்தார்கள். அதே குறிப்பிட்ட இடம்தான் என்று உறுதியானது. அதிகாரிகள் உள்ளே நுழைந்தார்கள். சேகர் மௌனமாகப் பார்த்துக்கொண்டிருந்தார். மூத்த அதிகாரி ஆவணங்களையும் வரைபடங்களையும் காட்டினார். "இதுவரை போகுது. அப்புறமா

வந்து கணக்குப்போட்டுச் சரியா எடுப்போம். எல்லாத்துக்கும் நஷ்ட ஈடும் கிடைக்கும்" என்றார். சேகர் தலையாட்டினார். அளவையாளர் விளக்கினார். "இங்க அதிவேகச் சாலை நேரா வருது. அது முடிஞ்சளவு வளையக் கூடாது. அதனால உங்க வீட்டுலயும் அடுத்த ஓட்டல்லயும் முன்பக்கம் போகுது" என்றார். அதிகாரி வருந்தும் தொனியில் "பக்கத்துக் கட்டடத்துல எதிரில கார் நிறுத்தற இடமும் உள்ளேயும் கூட எடுப்போம்" என்றார். சேகர் சாதாரணமாக "பரவாயில்ல" என்றார். அவர் கடுமையாக எதிர்ப்பார் எனக் கருதிய அதிகாரிகள் ஆச்சரிய மாகப் பார்த்தார்கள்.

அங்கிருந்தே அதிகாரி கையசைத்தார். சரக்கு வாகனத்தி லிருந்து அடையாளக் கல்லையும் மண்வெட்டி, கடப்பாரை களையும் ஊழியர்கள் சுமந்து வந்தார்கள். பழைய குறியீட்டுக்கு நேராக வீட்டின் பக்கவாட்டுத் தோட்டத்து இடைவெளியில் அளவையாளர் குறியிட்டார். அங்கு மண்ணில் சிறிய குழி தோண்டப்பட்டது. கல் ஆழமாக நடப்பட்டது. பிறகு நெடுஞ்சாலைத் துறையினர் வெளியில் சென்றார்கள். வீட்டிலிருந்தவர்களும் உள்ளே திரும்பினார்கள். சேகர் தனியாக வீட்டின் முன்னாலிருந்தபடி அடையாளக்கல்லைப் பார்த்தார். அது மஞ்சளாக, தேசிய நெடுஞ்சாலை எண்ணுடன், கூம்பு வடிவில் நின்றிருந்தது. மேலே சிறுத்து, அடியில் பருத்திருந்தது. அனைவரையும் எச்சரிப்பது போலிருந்தது. உண்மையில் இப்போதே சாலைக்குத் தேவையான அளவு இடத்தை எடுத்துக்கொண்டால் விடுதலையடைந்தது போலாகும் என்று நினைத்தார். புதிய மதில், வெளி வாயில் அமைப்பது, படிக்கட்டுகள் கட்டுவது, வேறு வீடு மாறுவது, இதே வீட்டில் தொடர்வது, பக்கத்து உணவு விடுதியை இடிப்பது, வேறொன்றாக கட்டுவது, உள்ளே மாற்றுவது போன்ற குழப்பங்கள் தீரும். அதனால் அனைத்தும் முடிவுக்கு வரும்.

○